பயணம்

பயணம்

அரவிந்தன் (பி. 1964)

இதழாளர், எழுத்தாளர், மொழிபெயர்ப்பாளர்.

இதழியல் துறையில் 32 ஆண்டுக் கால அனுபவம் கொண்டவர். *இந்தியா டுடே, காலச்சுவடு, சென்னை நம்ம சென்னை, நம் தோழி, தி இந்து தமிழ், டைம்ஸ் ஆஃப் இந்தியா* ஆகிய இதழ்களில் பணியாற்றியுள்ளார். தற்போது காலச்சுவடு பதிப்பகத்தின் பதிப்பாசிரியராகப் பணியாற்றி வருகிறார்.

இலக்கியம், தத்துவம், பெண் உரிமை, அரசியல், மொழி, திரைப்படம், கிரிக்கெட் ஆகியவை குறித்த கட்டுரைகளை எழுதிவருகிறார்.

சிறுகதைகள், நாவல், இலக்கிய விமர்சனக் கட்டுரைகள், அரசியல் விமர்சனம், மொழிபெயர்ப்பு, மகாபாரதச் சுருக்கம், திரைப்படம், கிரிக்கெட் குறித்த கட்டுரைகள் என இதுவரை 24 நூல்கள் வெளியாகியுள்ளன.

பால சரஸ்வதி மொழியாக்க நூலுக்கு 'கனடா இலக்கியத் தோட்டம்' வழங்கும் சிறந்த மொழிபெயர்ப்பு நூலுக்கான விருதைப் (2017) பெற்றிருக்கிறார்.

அரவிந்தன்

பயணம்

காலச்சுவடு பதிப்பகம்

அன்பார்ந்த வாசகருக்கு,

வணக்கம்.

காலச்சுவடு நூலை வாங்கியமைக்கு நன்றி.

நூலின் உள்ளடக்கம், உருவாக்கம், அட்டைப்படம் இன்ன பிற அம்சங்கள் பற்றிய உங்கள் கருத்துகளையும் ஆலோசனைகளையும் காலச்சுவடு வரவேற்கிறது. தகவல், எழுத்து, வாக்கியப் பிழைகள் தென்பட்டால் அவசியம் தெரிவித்து உதவுங்கள். நூல் தயாரிப்பில் கடும் குறைபாடு இருப்பின் மாற்றுப் பிரதி உங்களுக்குக் கிடைக்கக் காலச்சுவடு ஏற்பாடு செய்யும்.

மின்னஞ்சல்: publisher@kalachuvadu.com

காலச்சுவடு நாகர்கோவில் அலுவலகத்திற்குக் கடிதம் அனுப்பலாம்.

தங்கள்
எஸ்.ஆர். சுந்தரம் (கண்ணன்)
பதிப்பாளர் — நிர்வாக இயக்குநர்

பயணம் ♦ நாவல் ♦ ஆசிரியர்: அரவிந்தன் ♦ © D.I. அரவிந்தன் ♦ முதல் பதிப்பு: டிசம்பர் 2014, ஐந்தாம் பதிப்பு: ஜனவரி 2025 ♦ வெளியீடு: காலச்சுவடு பப்ளிகேஷன்ஸ் (பி) லிட்., 669 கே.பி. சாலை, நாகர்கோவில் 629001

payaNam ♦ Novel ♦ Author: Aravindan ♦ © D.I. Aravindan ♦ Language: Tamil ♦ First Edition: December 2014, Fifth Edition: January 2025 ♦ Size: Demy 1x8 ♦ Paper: 18.6 kg maplitho ♦ Pages: 392

Published by Kalachuvadu Publications Pvt. Ltd., 669 K.P. Road, Nagercoil 629001, India ♦ Phone:91-4652-278525 ♦ e-mail: publications @kalachuvadu.com ♦ Printed at Clicto Print, Jaleel Towers, 42 KB Dasan Road, Teynampet Chennai 600018

ISBN: 978-93-84641-04-7

01/2025/S.No. 638, kcp 5562, 18.6 (5) 1k

அப்பாவுக்கு

என்னுரை

பயணம் நிகழ்ந்த கதை

இது என் முதல் நாவல். நான் முதலில் எழுத வேண்டும் என்று நினைத்திருந்த நாவல் அல்ல.

இரண்டு நாவல்கள் என் மனதில் இருந்தன. ஒன்று குடும்பப் பின்புலம் சார்ந்தது. இன்னொன்று சமகால அரசியலைப் பின்புலமாகக் கொண்டது. இவை இரண்டையும் விட்டுவிட்டு இந்த நாவலை எழுதியது தற்செயலானது. கிறிஸ்தவப் பின்னணி கொண்ட கதை ஒன்றை உரையாடல் ஒன்றில் நினைவுகூர நேர்ந்தபோது எனக்குத் தெரிந்த ஒருவரின் வாழ்க்கை நினைவுக்கு வந்தது. நம்ப முடியாத அளவுக்கு மனிதர்கள் மாறும் விதம் குறித்த கதை அது. அத்தகைய வாழ்க்கை அவருடையது. அந்தக் கதையை நினைவுகூரும்போதெல்லாம் அவர் நினைவு எனக்கு வரும். இந்த முறை சற்று அழுத்தமாகவே வந்தது. அந்த மாற்றங்களை ஒட்டி என் எண்ணங்கள் சென்ற வழியில் ஏதோ ஒரு புள்ளியில் இந்தப் புனைவுக்கான விதை உருக்கொண்டது. இதை எழுதிப் பார்க்கலாம் எனத் தொடங்கினேன். சற்றே பெரிய கதையாக வரும் என்று தோன்றியது. நீண்ட சிறுகதை அல்லது குறுநாவலாக வரக்கூடும் என்று நினைத்திருந்தேன். எழுதஎழுத அவரது கதை வளர்ந்துகொண்டே சென்றது. கடைசியில் அது இந்த அளவுக்கு நீண்டுவிட்டது.

நான் எழுத முனைந்த நண்பரின் வாழ்வின் மாற்றங்களில் நான் அறிந்த அம்சங்களும் அறியாத அம்சங்களும் இருக்கின்றன. எனவே இதை அவருடைய கதை என்று சொல்ல முடியாது. அவரைப் போன்றவராக இருக்கக்கூடிய ஒருவரின்

கதையாக இருக்கலாம். 20 வயதுப் பையனாக அந்த நபரின் வாழ்வை எழுத ஆரம்பித்தேன். அந்தப் பையனின் வாழ்வைச் சொல்ல ஆரம்பித்ததும் அவன் என்னைக் கூட்டிக்கொண்டு போக ஆரம்பித்தான். அவனை நான் பின்தொடர்ந்தேன். அவனுடைய அனுபவங்களை, சிந்தனைகளை, உணர்வுகளை, பயணங்களை நான் பின்தொடர்ந்தேன். அந்த அனுபவத்தையே இங்கு பதிவுசெய்திருக்கிறேன். இந்த அனுபவம் இந்திய வாழ்வின் சில முக்கியமான கூறுகளை உள்ளடக்கியதாக அமைந்திருக்கிறது. திறமையும் செயலூக்கமும் கொண்ட தனிநபர்களின் சுதந்திர உணர்வுக்கும் அமைப்புகளுக்கும் இடையில் எழும் மோதல்கள், லட்சியவாதத்திற்கும் இயல்பூக்கங்களுக்கும் இடையில் எழும் முரண்கள் ஆகியவை இந்த அனுபவத்தினூடே தம்மை வெளிப்படுத்திக்கொள்கின்றன. சமகால அரசியல் சலனங்களும் தனி நபரின் வாழ்வில் அவை ஏற்படுத்தும் தாக்கமும் இந்தப் பயணத்தின் சுவடுகளாகியிருக்கின்றன.

வாழ்வில் நாம் ஆற்றும் வினைகளும் எதிர்வினைகளும் பல்வேறு காரணிகளின் விளைவுகளாக உருவாகுபவை. நாம் எடுக்கும் முடிவுகளும் மேற்கொள்ளும் செயல்பாடுகளும் அப்படியே. அந்தக் காரணிகளைத் தெளிவாக அறிவதுகூடப் பல சமயங்களில் இயலாததாகிவிடும். உளவியலாளரும் புலனாய்வாளரும் வெவ்வேறு காரணங்களுக்காக அந்தக் காரணிகளைத் தேடிச் செல்கிறார்கள். படைப்பாளியும் தனக்கே உரிய காரணங்களுக்காக அதைச் செய்கிறார். புற நிர்ப்பந்தம் எதுவும் இல்லாமல் படைப்பாளி இந்தச் சவாலை மேற்கொள்கிறார். அப்படி மேற்கொள்ளும்போது கிடைக்கும் விடைகளையும் புதிய கேள்விகளையும் மர்மங்களையும் நேர்மையாகப் பதிவுசெய்வதே முக்கியமானது என்று நினைக்கிறேன். என்னுடைய விருப்பங்களோ தீர்மானங்களோ என் பாத்திரங்கள்மீது கவிந்துவிடக் கூடாது என்பதில் மிகுந்த கவனம் எடுத்துக்கொண்டேன்.

நாவலை எழுதி முடித்ததும் படைப்பு சார்ந்தும் மொழி சார்ந்தும் அதைச் செப்பனிடும் வேலை அதிக உழைப்பைக் கோரியது. இந்த முயற்சியில் ஆனந்த், ஷங்கர்ராமசுப்ரமணியன், களந்தை பீர்முகம்மது, இமையம், ஜே.பி. சாணக்யா, சமஸ் ஆகிய நண்பர்களின் உதவி பெரும் துணையாக இருந்தது. இவர்களுடன் நிகழ்த்திய உரையாடல்கள் இந்தப் பிரதியைச் செழுமைப்படுத்தப் பெரிதும் உதவியதுடன் நாவல் தொடர்பான பல புதிய விஷயங்களைக் கற்றுக்கொள்ளும் பயிற்சியாகவும் அமைந்தன. இவர்கள் அனைவருக்கும் என் மனமார்ந்த நன்றி. பின்னட்டைக் குறிப்பைத் தந்திருக்கும் சாணக்யாவுக்குக் கூடுதலாக இன்னொரு முறை நன்றி சொல்ல விரும்புகிறேன்.

கணினி யுகத்துக்கு மாறிவிட்டாலும் கையில் எழுதும் ஆர்வத்தை முற்றாக இழந்துவிடாதவர்களில் ஒருவன் நான். இந்த நாவல் முழுவதையும் கையில் எழுதி முடித்தேன். என் கையெழுத்தையும் திருத்தக் குறிப்புகளையும் புரிந்துகொண்டு தட்டச்சு செய்து தந்த ரேகா கிரியின் திறமையும் உழைப்பும் பாராட்டுக்கும் நன்றிக்கும் உரியவை.

அட்டையை வடிவமைத்துத் தந்த பிரதீப், பின்னட்டையில் உள்ள புகைப்படத்தை எடுத்த பிரபு ஆகியோருக்கும் என் மனமார்ந்த நன்றி.

நாவலைப் படித்த நண்பர் கிருஷ்ண பிரபு பல பிழைத் திருத்தங்களைக் குறித்துத் தந்தார். காலக்குழப்பம், தகவல்கள் ஆகியவை குறித்துப் பல கேள்விகளை எழுப்பினார். அவற்றின் அடிப்படையில் இரண்டாம் பதிப்பில் சில மாற்றங்கள் செய்யப் பட்டுள்ளன. அவருக்கும் எனது மனமார்ந்த நன்றி.

நாவல் எழுதுகிறேன் என்று சொல்லி நான் செய்த அழிச்சாட்டியங்களை எல்லாம் பொறுத்துக்கொண்ட என் மனைவி ஸ்ரீதேவி, குழந்தைகள் நம்ரதா, சைதன்யா ஆகியோருடன் இந்த நாவல் வெளியாகும் தருணம் தரும் மகிழ்ச்சியைப் பகிர்ந்துகொள்கிறேன்.

என்னுடைய முதல் நூலை என் அம்மாவுக்குச் சமர்ப்பணம் செய்திருந்தேன். முதல் நாவலை அப்பாவுக்குச் சமர்ப்பணம் செய்வதில் மிகுந்த மனநிறைவை அடைகிறேன். எழுத்தாளராக வேண்டும் என்னும் கனவு அவருக்குச் சிறு வயதிலிருந்தே இருந்தாலும் தன் வாழ்வின் கடைசிப் பத்தாண்டுகளில்தான் அவரால் எழுத்தாளராகச் செயல்படவும் அதற்கான அடையாளம் பெறவும் முடிந்தது. தார்க்ஷியா என்னும் புனைபெயரில் அவர் சிறுகதைகளும் மொழிபெயர்ப்புகளும் செய்திருக்கிறார். முற்றுப் பெறாத நாவல் ஒன்றையும் எழுதியிருக்கிறார். படைப்பாளியாக வாழ்வது குறித்த அவரது கனவின் நீட்சியாகவே சிறு வயதிலிருந்து என் எழுத்து முயற்சிகள் தொடங்கியிருக்கும் என்பதை இந்தச் சமயத்தில் நெகிழ்ச்சியுடன் நினைத்துக்கொள்கிறேன்.

சென்னை
19.12.2014

அரவிந்தன்

பகுதி ஒன்று

1

இனி இந்த வீடு என்னுடையதல்ல என்னும் எண்ணத்துடன் வெளியேறிய ராமநாதனின் மனம் பெற்றோரை நினைத்துக் கலங்கவில்லை. முன்பின் தெரியாத ஊரில் அம்மாவும் அப்பாவும் பரிதவிப்புடன் அலைந்த காட்சி மனதில் வந்தது. தன்னைக் காணோம் என்பதை உணர்ந்த தருணத்தில் உயிர் பிரிந்தது போன்ற வலி அவர்களுக்கு ஏற்பட்டிருக்கும் என்பதை ராமநாதன் அறிவான். தான் சென்றிருக்கக்கூடிய பல இடங்களுக்கும் சென்று அப்பா விசாரிப்பார் என்பதால் யாரிடமும் எதுவும் சொல்லவில்லை. எனவே யாராலும் தன்னைக் கண்டுபிடிக்க முடியாது என்றே நினைத்திருந்தான் ராமநாதன். ஆனால் தன்னைத் தேடிக்கொண்டு சேலம்வரை வருவார்கள் என்பதை அவன் கொஞ்சம்கூட எதிர்பார்க்கவில்லை.

கோவை செல்லும் வண்டி கிளம்ப இன்னும் இரண்டு மணிநேரங்கள் இருப்பதாகச் சொன்னார்கள். அவ்வளவு நேரம் நிலையத்தில் காத்திருந்தால் தெரிந்தவர்கள் யார் கண்ணிலாவது பட்டுவிடுவோம் என்பதால் சேலம் செல்லும் வண்டியில் ஏறினான். பிராட்வேயில் பேருந்து நிலையத்தை விட்டுக் கிளம்பிய வண்டி நிலையத்தின் வாசலிலேயே வாகன நெரிசலில் நெடு நேரம் காத்திருக்க வேண்டியிருந்தது. வியர்வை ஆறாகப் பெருகினாலும் வண்டியை விட்டு இறங்கவில்லை. வெளியில் எட்டிப் பார்க்கவும் இல்லை. தலையைக் குனிந்துகொண்டு உட்கார்ந்திருந்தான்.

சேலத்தில் இரவு தங்கும்படி ஆகிவிட்டது. கோவை செல்லும் பேருந்து கிளம்புவதற்கு நேரம் இருந்தது என்பதால் ஓரமாக ஒரு இருக்கையில் உட்கார்ந்தவன் அப்படியே தூங்கிப்போய்விட்டான். அதிகாலையில்தான் விழிப்பு வந்தது. அப்படியே ஆசிரமத்துக்குப் போக வேண்டாம் என்று நினைத்தவன் பேருந்து நிலையத்திலேயே குளித்துவிட்டுப் பேருந்துக்காகக் காத்திருந்தபோதுதான் சென்னையிலிருந்து வந்த வண்டியிலிருந்து அம்மாவும் அப்பாவும் இறங்குவதைப் பார்த்தான். பிராட்வேயில் பேருந்தில் அமர்ந்திருந்தபோது தெரிந்தவர்கள் யாராவது பார்த்திருப்பார்கள். சேலத்தில் தன் பெற்றோரைப் பார்த்தபோது ராமநாதனுக்கு அதிர்ச்சியைவிடவும் பரிதாப உணர்வுதான் ஏற்பட்டது. அவர்கள் கண்ணில் படாமல் அவர்களைக் கவனிப்பது அவனுக்குச் சிரமமானதாக இல்லை. அம்மாவும் அப்பாவும் பேருந்து நிலையத்தில் ஆங்காங்கே விசாரித்தார்கள். பரிதவிப்புடன் பலரிடம் பேசினார்கள். கூட்டம் கூடிவிட்டது. பிறகு வெளியில் சென்றார்கள். உள்ளூர் பேருந்து ஒன்றில் ஓடிப்போய் தட்டுத் தடுமாறி ஏறினார்கள். முன்பின் தெரியாத ஊரில் அவர்கள் அங்குமிங்கும் அலைந்ததையும் ஓடிச் சென்று பேருந்தில் ஏறியதையும் கண்டு மனம் கலங்கினாலும் அந்த உணர்வைப் பொருட்படுத்தாமல் கோவைக்கு வண்டி ஏறினான்.

ராமநாதன் ஜன்னல் வழியே வானத்தைப் பார்த்தான். வானம் தன் மனதைப் போலவே தெளிவாக இருப்பதாக நினைத்துக்கொண்டான்.

“உன் அம்மா, அப்பா பத்ரமா பெரம்பூர் போயாச்சுப்பா” என்றார் சிவானந்தர். சிவானந்த சங்கர யோகி என்று அவரைச் சொல்வார்கள். கழுத்தைத் தாண்டி மிதந்தபடி கீழே இறங்கும் கேசம். வெண்மையும் கருமையும் கலந்த அழகிய தாடி, மீசை. சஞ்சலமற்ற கண்கள். அடர்த்தியான புருவம், புருவ மத்தியில் சற்றே மேலேறிய இடத்தில் சந்தனப் பட்டை. அதன் நடுவில் ரத்தச் சிவப்பில் குங்குமம். பளீரென்ற நிறம். நெடுநெடுவென்ற உயரம். அமைதி தவழும் முகம். வசீகரமான புன்னகை. வேகமான நடை. தெளிவான பேச்சு.

சிவானந்த சுவாமிகள் காசியிலிருந்து வந்தவர் என்று சொல்கிறார்கள். அவரது பூர்வ கதை யாருக்கும் சரியாகத் தெரியாது. ராமநாதனும் அதைப் பற்றி யோசித்ததில்லை. தலை நிமிராமல் சாப்பிட்டுக்கொண்டிருந்தான். ஒரு பருக்கைகூட

வெளியில் சிந்தாமல், சாப்பிடும் ஓசை எதையும் எழுப்பாமல் சாப்பிட்டுக்கொண்டிருந்தான். ஸ்வாமிஜி சொன்னதை அவன் கவனிக்கவில்லையோ என்று அருகில் இருப்பவனுக்குத் தோன்றியது. ராமநாதனின் முழங்காலில் தன் முழங்கையால் இடித்து பதில் சொல்லும்படி சாடை காட்டினான். ராமநாதன் சலனம் கொள்ளவில்லை. ஓரக்கண்ணால் இதைப் பார்த்த சிவானந்தா சிரித்துக்கொண்டார். கிண்ணத்தில் பாயசம் ஊற்றச் சொன்னார். பாயசத்தைக் குடித்துவிட்டு ராமநாதனைத் திரும்பிப் பார்த்தார். அவன் இலை சுத்தமாக இருந்தது. அவனுக்குப் பக்கத்தில் இருந்தவன் தயிர் சாதம் சாப்பிட்டுக்கொண்டிருந்தான். ஸ்வாமிஜி சாப்பிட்டு முடித்ததைக் கண்டு அவன் சற்று வேகமாகச் சாப்பிட ஆரம்பித்தான்.

“அவசரமில்லே பிரபு... மெதுவா சாப்டு” என்ற சிவானந்தர் நிமிர்ந்து உட்கார்ந்தார். ராமநாதன் அவரைப் பார்த்தான். அவர் முகம் சலனமற்று இருந்தது. மூவரும் தத்தமது இலையை எடுத்தபடி ஒன்றாக எழுந்தார்கள். சாப்பிட்ட இலைகளை அதற்கான தொட்டியில் போட்டுவிட்டுக் கிணற்றடியில் கையைக் கழுவிக்கொண்டார்கள்.

சாப்பிட்ட இடத்தைத் தாண்டி வந்தால் ஒரு கூடம். அந்தக் கூடத்தின் கடைசியில் இடதுபுறம் ஒரு கதவு. சிவானந்தர் அந்தக் கதவை நோக்கி நடந்தார். ராமநாதன் சற்றுத் தயங்கினான். தனக்குப் பின்னால் வரும் காலடிச் சத்தங்களில் வித்தியாசத்தை உணர்ந்த சிவானந்தர் நின்றார். திரும்பி ராமநாதனைப் பார்த்துத் தலையசைத்தார். ராமநாதன் அவர் பின்னே சென்றான். பிரபுவும் கூடவே சென்றான்.

அந்த அறை விசாலமானதாக இருந்தது. சுவரில் இளநீல வர்ணம் பூசப்பட்டிருந்தது. ஒரு சிறிய கட்டில். அதன் மீது அதிக கனமற்ற ஒரு மெத்தை. மெல்லிய தலையணையின் பக்கத்தில் ஒரு முக்காலியின் மேல் தண்ணீர். அறையில் இரண்டு பிரம்பு நாற்காலிகள். வலது புறச் சுவரில் ஒரு பெரிய அலமாரி. அதில் ஏராளமான நூல்கள். வாசலுக்கு நேரெதிரில் இருந்த சுவரின் மேல் ‘ஓம்’ சின்னம் காவி நிறத்தில் பொறிக்கப்பட்டிருந்தது. அறையில் கடவுள் படம் எதுவும் இல்லை. ஊதுவத்தி மணம் அறையை நிரப்பியிருந்தது. இடது புற மூலையில் ஒரு வீணை இருந்தது.

நாற்காலியில் உட்கார்ந்த சிவானந்தர் பிரபுவைப் பார்த்தார். “அந்த அலமாரில ஒரு ப்ரவுன் கவர் இருக்குது பார். அத எடு” என்றார். பிரபு எடுத்தான். “இதிலே ப்ரூஃப் இருக்கு. ஒரு வாட்டி படிச்சிட்டு வா” என்றார்.

பணிவுடன் தலையசைத்த பிரபு அதை வாங்கிக்கொண்டு கிளம்பினான். போவதற்கு முன் ராமநாதன் மீது அவன் பார்வை சென்றது. நடுத்தர உயரம். ஒல்லியான ஆனால் உறுதியான உடல். நிமிர்ந்த தோள்கள். பால் மணம் மாறாத முகத்தில் முறையாகச் சவரம் செய்யப்படாத ரோமங்கள். கரிய நிறச் சருமம். ஒளி வீசும் கண்கள். புன்னகையோடே பிறந்தது போன்ற உதடுகள். நெற்றியில் நாமம் போன்ற சந்தனப் பொட்டு. அடர்த்தியான தலைமுடி. பிரபுவுக்கு ராமநாதனைப் பார்த்ததுமே பிடித்துவிட்டது.

பிரபு கிளம்பிச் சென்றதும் சிவானந்தர் ராமநாதனைப் பார்த்து, “உக்காருப்பா” என்றார். ராமநாதன் சட்டென்று தரையில் அமர்ந்தான். சம்மணம் போட்டு நிமிர்ந்து உட்கார்ந்தபடி சிவானந்தரைப் பார்த்தான்.

“உங்கம்மா பத்தி நான் சொன்னதுக்கு நீ பதிலே சொல்லலியே” என்றார் சிவானந்தர்.

“அவங்க உங்க பொறுப்புலே இருக்கும்போது நான் ஏன் கவலைப்படணும்?” என்றான் ராமநாதன்.

சிவானந்தர் சிரித்தார்.

“சேலத்துல அவங்களுக்கு உதவி பண்ணது யாருன்னு அவங்களுக்குத் தெரியாது. தற்செயலா கெடச்ச உதவின்னுதான் அவங்க நெனச்சிருப்பாங்க” என்றார் சிவானந்தர்.

ராமநாதன் பதில் பேசவில்லை.

“இப்ப என்ன செய்யலாம்னு இருக்கே?”

“நீங்க என்ன சொல்றீங்களோ அதைச் செய்வேன்.”

சிவானந்தர் முகத்தில் புன்னகை. “சாப்பிட்ட எடத்த க்ளீன் பண்ணு. சமயல் பாத்திரத்தையெல்லாம் கழுவு. ரெஸ்ட் எடுத்துட்டு சாயங்காலமா வந்து என்ன பாரு” என்றார்.

புன்னகை மாறாத முகத்துடன் ராமநாதன் எழுந்து சிவானந்தரை வணங்கிவிட்டு அந்த அறையை விட்டு அகன்றான்.

அறைக்குச் செல்லும் வழியில் சுற்றுமுற்றும் பார்வையைச் செலுத்தினான். உணவுக் கூடத்திலிருந்து தங்குமிடத்திற்குச் செல்ல நீண்ட தாழ்வாரத்தினூடே சென்று இடது புறம் திரும்ப வேண்டும். இந்த நீளத்துக்குக் கிட்டத்தட்டப் பாதியளவு தூரத்தைக் கடந்தால் சேவார்த்திகள் தங்கும் இடம். தாழ்வாரத்தை ஒட்டிக்

காலி இடம். மைதானம் என்றும் சொல்லலாம். அதன் இடது புறம் சிறிய வேலி. அதற்கப்பால் வயல் வெளி. அதைத் தாண்டி இருப்புப் பாதை. அதற்கும் அப்பால் வயல் வெளி. அதன் முடிவில் மேகங்கள் சூழ்ந்த மலைத் தொடர். இங்கே வெயில் இருந்தாலும் சென்னையில் இருப்பதைப் போன்ற புழுக்கம் இல்லை என்பதை ராமநாதன் கவனித்தான்.

ராமநாதன் தங்கும் அறைக்குச் சென்றான். அது நான்கைந்து பேர் சேர்ந்து தங்குவதற்கான பெரிய அறை. நான்கு அலமாரிகள், நான்கு மின்விசிறிகள், நான்கு மேசை நாற்காலிகள், இரண்டு குளியலறைகள், இரண்டு கழிவறைகள் கொண்ட அறை அது. அறையில் யாரோ தூங்கிக்கொண்டிருந்தார். பையிலிருந்து விவேகானந்தரின் நூல் ஒன்றை எடுத்துப் படிக்க ஆரம்பித்தான்.

விவேகானந்தரின் வேகம் அவனை இழுத்துக்கொண்டு போனதில் நேரம் போனதே தெரியவில்லை. பிரபு வந்து அருகில் நிற்பதை உணர்ந்ததும் புத்தகத்தை மூடிவைத்துவிட்டு அவனைப் பார்த்தான்.

"குளிச்சாச்சா?" என்று கேட்டான் பிரபு.

"காலைலயே குளிச்சிட்டேனே?"

"இப்ப?"

"குளிக்கணும்னு தோணல. கிளைமேட் கூலாதானே இருக்கு?"

"இங்க எல்லாரும் சாயங்காலமும் குளிப்போம்..."

ராமநாதனின் முகம் மாறியது.

"எனக்குத் தெரியாது. அப்படீன்னா குளிச்சிடறேன்..."

பிரபு சிரித்தான். ராமநாதனின் தோள்களை ஆதரவாகப் பற்றியபடி, "அதுக்காக நீ இவ்வளோ கவலைப்பட வேண்டாம். ஆசிரமத்துல என்னென்ன செய்யணும், என்னென்ன செய்யக் கூடாதுன்னு நான் சொல்லித்தரேன்" என்று சொல்லிவிட்டு அவன் கன்னத்தில் செல்லமாய்த் தட்டினான். ராமநாதன் புன்னகைத்தான். பிரபு தன்னைவிட நான்கைந்து வயது பெரியவனாக இருக்கலாம் என்று அவனுக்குத் தோன்றியது. அவன் தன் கன்னத்தில் செல்லமாகத் தட்டியது வினோதமாக இருந்தது.

"ஷேவ் பண்ண ஆரம்பிக்கலயா?" என்று கேட்டபடி கன்னத்தைத் தடவினான்.

ராமநாதனுக்குக் குறுகுறுவென்று இருந்தது. சற்றே விலகினான். பிரபு கன்னத்திலிருந்து கையை எடுத்துவிட்டுச் சற்று நகர்ந்தான். துண்டைக் கட்டிக்கொண்டு குளியலறைக்குச் சென்றான். "நான் குளிச்சிட்டு வந்துடறேன்" என்றான்.

ராமநாதனுக்குப் புத்தகத்தில் மீண்டும் மனம் செல்லவில்லை. ஜன்னல் வழியே எட்டிப் பார்த்தான். அந்த அறை கட்டிடத்தின் ஓரத்தில் இருந்ததால் அறைக்கு வெளியே கண்ணுக்கு எட்டிய தூரம்வரை புல்வெளி தெரிந்தது. தொலைவில் மலைத்தொடர். மலையின் பின்புறம் சூரியன் மறைந்துகொண்டிருந்தான். மஞ்சளும் சிவப்புமாய் ஜொலித்துக்கொண்டிருந்த சூரியனைப் பார்த்தபடி அங்கேயே நின்றான்.

2

ஸ்வாமிஜி சென்னைக்கு வந்திருந்தபோதுதான் ராமநாதன் அவரை முதன்முதலாகப் பார்த்தான். சாந்தி யோக முகாம் என்ற அறிவிப்பை ராமகிருஷ்ண மடத்தில் பார்த்தான். மடத்தில் தான் சந்தித்த ஒரு ஆசிரியரிடம் அது பற்றி விசாரித்தான்.

ஸ்வாமி சிவானந்த சங்கர யோகி கோவைக்குப் பக்கத்தில் ஒரு ஆசிரமம் வைத்திருக்கிறார். விவேகானந்தர் வலியுறுத்தும் சமூகத் தொண்டே அவரது ஆன்மிகம். 'ஆத்மனோ மோக்ஷார்த்தம் ஜகத் ஹிதாய ச' (உலகிற்கு நன்மை செய்வதன் முலமே ஆத்மாவிற்கு மோட்சம் கிட்டும்) என்பதே அவரது ஆசிரமத்தின் முத்திரை வாசகம். சாந்தி யோகம் என்ற பெயரில் அவர் நடத்தும் யோகப் பயிற்சி இளைஞர்களைப் பெரிதும் கவர்ந்துவருகிறது என்றார் அந்த ஆசிரியர்.

சாந்தி யோகம் என்றால் என்ன என்று ராமநாதன் கேட்டான். மூச்சுப் பயிற்சி, உடற்பயிற்சி, விளையாட்டு, சமூக சேவை, யோகாசனம், பஜனை, பிரார்த்தனை, தியானம், தத்துவப் பாடம் எனப் பல விதமான பயிற்சிகளை உள்ளடக்கியது என்றார். கால்பந்தாட்டம், ஓட்டப் பந்தயம், சமூகத் தொண்டு ஆகியவையும் இதில் உண்டு என்றார்.

ராமநாதனுக்கு ஆச்சரியமாக இருந்தது. அந்தப் பயிற்சியில் கலந்துகொள்ள வேண்டும் என்று ஆசையாக இருந்தது. விவேகானந்தர் நூல்களும் யோகாசனமும் சின்னச்சின்னத்

தொண்டுகளுமாக நாட்களைக் கழித்துக்கொண்டிருந்தவனுக்கு சிவானந்தரின் சாந்தி யோகப் பயிற்சி பற்றிய செய்தி மனதில் புதிய விதையை ஊன்றியது.

ராமகிருஷ்ணா பள்ளிக்கூட மைதானத்தில் குரு பூர்ணிமா அன்று சாந்தி யோகம் தொடங்கியது. ராமநாதன் அதில் கலந்துகொண்டான். வகுப்பு அவனை முழுமையாகத் தனக்குள் இழுத்துக்கொண்டது. ஒரு வார கால வகுப்பில் மூன்றாம் நாளில்தான் ஸ்வாமிஜியைத் தனியாகச் சந்திக்கும் வாய்ப்புக் கிடைத்தது. வெண்மையும் கருமையும் கலந்த தாடி, மீசை, முதுகுவரை புரளும் தலை முடி, சந்தனப் பொட்டுக்கு மத்தியில் குங்குமம், அகன்ற பெரிய விழிகள், கருணையும் அன்பும் பொழியும் பார்வை, செழுமையான மூக்கு, புன்னகை தவழும் உதடுகள், வெளிர் காவி நிறத்தில் வேட்டி, உடலை மூடக் காவி அங்கவஸ்திரம். சுகாசனத்தில் அமர்ந்திருந்த ஸ்வாமி சிவானந்தரைப் பார்த்ததுமே ராமநாதனின் உள் மனதிற்குள் பரவசம் பொங்கத் தொடங்கியது. ராமகிருஷ்ணரை விவேகானந்தர் சந்தித்த தருணம் அவனுக்கு நினைவுக்கு வந்தது.

சிறிய தலையசைப்பின் மூலம் அருகில் வரச் சொன்னார் ஸ்வாமிஜி. அவர் பாதங்களில் விழுந்து வணங்க முயன்றவனின் தோளைப் பற்றி நிறுத்தினார். உறுதியான கை. பக்கத்தில் உட்காரும்படி சொன்னார். ராமநாதன் தயங்கியபடி கூச்சத்துடன் ஒரு ஓரத்தில் அமர்ந்துகொண்டான்.

"என்ன படிக்கறே?"

"ஸ்வாமி விவேகானந்தரின் ஞான யோகம்" என்றான் ராமநாதன்.

சிவானந்தர் சிரித்தார். "ஸ்கூல், காலேஜ்..." என்றார்.

"ப்ளஸ் டூ முடிச்சிட்டு வேலைக்குப் போக ஆரம்பிச்சிட்டேன்" என்றான்.

"ஏன் மேல படிக்கல?"

"அப்பாவுக்கு உடம்பு முடியல. வேலைக்குப் போக முடியல. நான்தான் மூத்த பையன். சம்பாதிக்கணும்..."

"விவேகானந்தரோட எந்த புக்ஸ்லாம் படிச்சிருக்கே?"

"கிட்டத்தட்ட எல்லா புக்ஸும்..."

ஸ்வாமிஜி முகத்தில் புன்னகை.

“வேற என்ன புக்ஸ்லாம் படிப்பே?”

“ராமகிருஷ்ணர், ரமணர் பத்தியெல்லாம் படிச்சிருக்கேன். ஆதிசங்கரர், ராமானுஜர் பத்தியும் படிச்சிருக்கேன்... அப்றம்... ஜீவா, சுபாஷ் சந்திர போஸ், பகத்சிங்... அப்புறம் சயின்ஸ் புக்ஸூம் படிப்பேன்...”

“வால்கா முதல் கங்கைவரை படிச்சிருக்கியா?”

“இல்ல...”

“பெரியார் புக்ஸ்?”

“இல்ல”

“காந்தி?”

“சத்திய சோதனை மட்டும் படிச்சிருக்கேன்...”

“பிடிச்சிருக்கா?”

“ம்... ஆனா அவர் ரொம்ப குழப்பறாரு...”

ஸ்வாமிஜி முகத்தில் புன்னகை.

“இங்கிலீஷ் புக்ஸ் படிப்பியா?”

“அவ்வளவா இல்ல. ரொம்ப புரியாது...”

இதைச் சொல்லும்போது ராமநாதனின் குரல் கம்மியது.

“என்ன பண்ணணும்னு நெனக்கற?”

ராமநாதன் அவரை நேராகப் பார்த்தான். கேள்வி சரியாகப் புரியவில்லை.

“உனக்கு எது ரொம்ப முக்கியம்?”

ராமநாதனால் சட்டென்று பதில் சொல்ல முடியவில்லை. சிறிது நேரம் யோசித்தான்.

“எனக்கு எல்லாரையும்போல வாழப் பிடிக்கல. ஒவ்வொருத்தருக்கும் தன்னையும் தன் குடும்பத்தையும் பாத்துக்கறதே பெரிய வேலையா இருக்கு, எனக்கு அது பிடிக்கல. தன்னைப் பாத்துக்கறதுன்னா தன்னோட லௌகீக விஷயங்களைப் பாத்துக்கறதுதான் எல்லோருக்கும் முக்கியமா

படுது. தன்னைப் பத்தி யாரும் தெரிஞ்சிக்கிறதில்ல. எனக்கு என்ன பத்தி தெரியணும். இந்த சொஸைட்டி பத்தி தெரியணும். என் கண்ணுல படற இந்த சொஸைட்டி அழுக்கா இருக்கு. சுயநலமா இருக்கு. இங்க ஈக்வாலிட்டி இல்ல. எல்லாரும் ஒண்ணாதான் இருக்காங்க. ஆனா தனித்தனியா வாழறாங்க. மத்தவங்கள பத்தி உண்மையான அக்கறை இல்ல. தனக்குக் கீழே இருக்கவங்களைப் பத்திக் கவல இல்ல. அது அது அவனவன தலையெழுத்துன்னு நெனைக்கறாங்க. அப்படி என்னால விட முடியல. என்ன மாதிரிதான் மத்தவங்களும், மத்தவங்கள மாதிரிதான் நானும். என்ன பத்தி நான் கவலைப்பட்டா மத்தவங்களும் அதில் அடக்கம். அப்படித்தான் இருக்கணும்... இந்தக் கவலைதான் எனக்கு முக்கியம். வேலைக்குப் போறது, சம்பாதிக்கறது எல்லாம் எனக்குப் புடிக்கல. எல்லாரும் பண்றத நானும் ஏன் பண்ணணும்?"

ராமநாதன் நிறுத்தினான். அதிகமாகப் பேசிவிட்டோமோ என்று தோன்றியது.

"யாரயாவது காதலிக்கிறியா?"

ராமநாதனுக்கு அந்தக் கேள்வி அதிர்ச்சியாக இருந்தது. பலமாகத் தலையாட்டினான்.

"இதுக்கு முன்னாடி காதலிச்சிருக்கியா?"

ராமநாதன் மீண்டும் பலமாகத் தலையாட்டினான்.

"காதல்னா உடனே ஏன் பயப்படற?" ஸ்வாமிஜி சிரித்தார்.

"பயம்னு இல்ல... சின்ன வயசிலேந்தே எனக்கு அதுலல்லாம் இன்ட்ரஸ்ட் இல்ல..."

"இப்பவும் சின்ன வயசுதான் உனக்கு..."

"ஆமா... ஆனா எனக்கு காதல் மேல இன்ட்ரஸ்ட் இல்ல. காதல்ன்றது இனக் கவர்ச்சிதான். குழந்தை பெத்துக்கறதுக்குதான் காதல். எனக்குக் குழந்தையும் வேண்டாம். காதலும் வேண்டாம்."

"காதல்ன்னா அப்படியா நெனைக்கற?"

ராமநாதன் புரியாமல் விழித்தான்.

"நான் காதலிக்கிறேன் தெரியுமா?"

ராமநாதன் திடுக்கிட்டான். ஸ்வாமிஜி சிரித்தார். கடகடவென்று வாய்விட்டுச் சிரித்தார்.

"அந்தக் காதலைப் பத்தி அப்புறமா சொல்றேன். பஜனை கிளாஸ்க்கு டயமாயிடுச்சி. நீ கௌம்பு..."

ராமநாதன் எழுந்தான். மனதில் குழப்பம் சூழ்ந்திருந்தது. மூச்சு விடாமல் தான் பேசியதைப் பற்றியெல்லாம் எதுவும் சொல்லாமல் காதலைப் பற்றிப் பேசுகிறாரே. இவரும் காதலிக்கிறாராமே?

ஸ்வாமிஜி அவன் தலையை வருடினார். ராமநாதனுக்குச் சிலிர்ப்பாக இருநதது.

"கௌம்பு. நாளைக்கு சாயங்காலம் இதே மாதிரி வா..." என்றார்.

அடுத்த நாள் போனபோது ஸ்வாமிஜி சில புத்தகங்களைக் காட்டினார். வால்கா முதல் கங்கைவரை, ஆரோக்கிய நிகேதனம், சித்தார்த்தா, பங்கிம் சந்திரரின் தேவதாஸ், தி. ஜானகிராமனின் மோகமுள், ஜெயகாந்தனின் ஒரு மனிதன் ஒரு வீடு ஒரு உலகம், ஒரு யோகியின் சுய சரிதை, ஜே.கிருஷ்ணமூர்த்தியுடன் உரையாடல்கள், ஸ்வாமிஜி எழுதிய இன்றைய வேதாந்தம். அவற்றில் ஜே.கே., சித்தார்த்தா ஆகிய இரண்டும் ஆங்கிலத்தில் இருந்தன. ராமநாதன் அந்தப் புத்தகங்களைப் புரட்டிப் பார்த்தான்.

"இந்த பொஸ்தகங்களை நான் உனக்கு தரப்போறதில்ல, கேம்ப் முடியறதுக்குள்ள டயம் கிடைக்கும்போது படி. அதுக்கப்புறம் இந்த புக்ஸை நீயே தேடிப் படி. எங்கயும் கிடைக்கலன்னா எங்கிட்ட கேளு."

"இந்த கேம்ப் முடிஞ்சப்பறம் உங்களை எங்கே பாக்கறது?"

"நீ விரும்பினா வழி கிடைக்கும். புக்ஸ், உறவு, ஞானம், மனுஷங்க... எல்லாம் அப்படித்தான். உனக்கு நெஜமாகவே ஒரு விஷயம் வேணும்னா, அதுல நீ சீரியஸா இருந்தா அது உனக்குக் கிடைக்கும்" என்றார்.

குளியலறைக் கதவைத் திறக்கும் சத்தம் ராமநாதனின் மனம் அசைபோடுவதை நிறுத்தியது. பிரபு குளித்துவிட்டு ஈரத் துண்டைக் கட்டிக்கொண்டு வெளியே வந்தான். அவனது வெண்ணிறச் சருமம் மேலும் பளிச்சென்று தெரிந்தது. பிரபுவின் பிரகாசமான தோற்றத்தைக் கண்டு ராமநாதன் ஒரு கணம் பிரமித்தான். பிறகு தன் துண்டை எடுத்துக்கொண்டு குளிக்கப் போனான். ஜட்டியை எடுத்தபடி பிரபு ஏதோ பேச ஆரம்பித்தான். ராமநாதன் அதற்குள் குளியலறையில் நுழைந்து சாத்திக்கொண்டான்.

புத்தகங்களைப் பற்றிப் பேசியதும் காதலைப் பற்றிக் கேட்க மறந்தது ராமநாதனுக்கு நினைவு வந்தது. அதன் பிறகு சாந்தி யோக முகாம் மூன்று நாட்கள் நடைபெற்றது. அதற்குள் மதிய நேரங்களிலும் இடையிடையே நேரம் கிடைக்கும்போதும் வால்கா முதல் கங்கைவரை நூலைப் படித்து முடித்துவிட்டான். வரலாற்றினூடே பெரும் பயணம் செய்துவிட்டு வந்த உணர்வு ஏற்பட்டது. மனம் பரபரப்பாக இயங்க ஆரம்பித்தது. இந்த முகாம் முடிந்த பிறகு மீண்டும் குடும்பம், சில்லறைச் சண்டைகள், வேலை, டிபன் பாக்ஸ் என்று தொடரவிருக்கும் அன்றாடப் பணிகள் குறித்துப் பெரும் அலுப்பு ஏற்பட்டது. இன்னும் எத்தனை நாள் இந்தச் செக்கு மாட்டுப் பாதையில் இருப்பது என்று கவலை ஏற்பட்டது. தம்பி படிப்பை முடிக்க இன்னும் நான்கு ஆண்டுகளாவது ஆகும். அதுவரை பல்லைக் கடித்துக்கொண்டிருக்க வேண்டும். ஆனால் அது தன்னால் முடியும் என்று ராமநாதனுக்குத் தோன்றவில்லை.

கடைசி நாள் அதிகாலையில் முகாமிலிருப்பவர்கள் அனைவரும் இரண்டு வேன்களில் கிளம்பிச் சென்னைப் புறநகரில் உள்ள கிராமப் பகுதிக்குச் சென்றார்கள். அன்று முழுவதும் அங்குதான் இருந்தார்கள். கிராம மக்களுடன் கலந்து பழகுவது, அவர்கள் பிரச்சினைகளை விசாரிப்பது, கோவிலைச் சுத்தம் செய்வது, யோகாசனம் கற்றுத்தருவது, குழந்தைகளுடன் சேர்ந்து படிப்பது, ஒரு வீட்டுக்கு இரண்டு பேர் என்ற கணக்கில் சென்று சாப்பிடுவது போன்ற காரியங்கள் நடந்தன. ஆசிரமத்தைச் சேர்ந்த பலர் ஏற்கெனவே இங்கு வந்திருக்கிறார்கள் என்பதை ராமநாதனால் உணர முடிந்தது. எல்லா நிகழ்ச்சிகளிலும் ஆர்வத்துடன் பங்கெடுத்துக்கொண்டான். மாலையில் கிளம்பும்போது எதையோ பறிகொடுத்தது போன்ற உணர்வு ஏற்பட்டது. பிரபுவுடன் அங்குதான் நெருக்கமாகப் பழகும் வாய்ப்பு கிடைத்தது. அவன் துடிப்பு, சுறுசுறுப்பு, விஷயங்களை விளக்கிச் சொல்லும் அழகு ஆகியவை ராமநாதனைப் பெரிதும் ஈர்த்தன.

முகாம் நடக்கும் இடத்துக்குத் திரும்பியதும் சிறிது நேர ஆசுவாசத்திற்குப் பிறகு அரங்கில் எல்லாரும் கூடினார்கள். சாந்தி யோகத்தின் நிறைவு நிகழ்ச்சி. ஸ்வாமி சிவானந்தரின் உரை.

"சாந்தி என்பது அமைதி. பரிபூரண அமைதி. அந்த அமைதி புற உலகின் அமைதி அல்ல. புற உலகம் என்றுமே அமைதியாக இருக்காது. நம் அகம் தெளிவும் அமைதியும் பெறப் பெறப் புற உலகின் தோற்றம் மாறும். அது நம்மிடத்தில் ஏற்படுத்தும் சலனங்கள் குறையும். அமைதியான இடத்தில்

தியானம் செய்வது தியானத்தின் ஆரம்ப நிலை. எந்த இடத்திலும் தியானம் செய்வது தியானத்தின் ஆதர்ச நிலை. சுகாசனமிட்டு அமர்ந்து கண்களை மூடித் தியானம் செய்வது ஆரம்ப நிலை. நமது செயல்பாடுகளையே தியானமாக மாற்றிக்கொள்வது ஆதர்ச நிலை. இத்தகைய தியானத்திற்கு அகத்தில் ஆழமான அமைதி தேவை. அதற்கு உடலும் புலன்களும் அறிவும் மனமும் ஆழ்மனமும் ஒத்துழைக்க வேண்டும். வெவ்வேறு திசைகளில் இயங்கும் இவற்றிடையே பரஸ்பர இசைவு கூட வேண்டும். வெவ்வேறு ஸ்வரங்கள் வெவ்வேறு ஸ்தாயிகளில் ஒலித்தாலும் ஒரே ராகமாக மிளிர்வதைப் போல் இவை அனைத்தும் சேர்ந்து ஒரே ராகமாக இசைக்க வேண்டும். அதில் நமது சகலமும் கரைய வேண்டும். அதுவே பரிபூண அமைதி. அந்த அமைதியைத் தருவதே சாந்தி யோகம். இது ஏழு நாளில் உருவாகிவிடாது. இது வெறும் தொடக்கம்தான். கடைசி மூச்சுவரை இதில் தோய்ந்திருக்க வேண்டும். அமைதியும் ஆனந்தமும் உங்கள் வசமாகும். உங்களால் இந்த உலகும் அமைதியும் ஆனந்தமும் பெறும். நீங்கள் ஒரு விஷயத்தை உண்மையிலேயே விரும்பினால், அதில் தீவிரமாக இருந்தால் அது உங்களுக்குக் கிடைத்தே தீரும். உலகில் எந்த சக்தியாலும் அதைத் தடுக்கவே முடியாது. விரும்புங்கள், தேடுங்கள், அடைவீர்கள். நீங்கள் மாறுவீர்கள். உலகம் உங்களால் மாறும். பரிபூரண சாந்தியும் சந்தோஷமும் உங்களுக்கு உரியவை. உங்களுக்கு உரியதை நீங்கள் அடையுங்கள்."

சிவானந்தரின் பேச்சு பலமுறை ராமநாதனின் மனதில் திரும்பத் திரும்ப ஓடிக்கொண்டிருந்தது. ஐந்து நிமிடங்களுக்குள் முடிந்துவிட்ட அந்த உரையில் தன் வாழ்க்கையையே புரட்டிப்போடும் சக்தி இருப்பதாக அவன் உணர்ந்தான். அந்தச் சொற்கள் அவனுக்கு மந்திரமாயின.

3

கதவை யாரோ தட்டும் சத்தம் கேட்டது. ராமநாதன் குழாயை மூடினான். "கிளாஸுக்கு டயமாச்சு. நேரா சென்டர் ஹாலுக்கு வந்துடு. பைஜாமா, பனியன் போட்டுட்டு வா" என்றான் பிரபு. ராமநாதன் தலையை அவசரமாகத் துவட்டினான். வெளியே வந்து வேகமாகக் கிளம்பினான். அவன் போவதற்குள் அரங்கில் யோகாசன வகுப்பு தொடங்கிவிட்டிருந்தது. பிரபுதான் சொல்லிக்கொடுத்துக்கொண்டிருந்தான். பலரும் ஏற்கெனவே பழகியவர்கள் என்பதால் அவன் செய்யச்செய்யத் தொடர்ந்து செய்துகொண்டிருந்தார்கள். ராமநாதன் கடைசி வரிசையில் போய்ச் சேர்ந்துகொண்டான். அதிகம் பழகாதவர்களுக்கு

வேறொருவர் தனியே வகுப்பு எடுத்துக்கொண்டிருந்தார். சுவாமிஜி நடைப் பயிற்சி மேற்கொண்டிருந்தார்.

அரை மணி நேரம் அனைவரும் யோகாசனங்களைச் செய்துகொண்டிருந்தார்கள். பின்னணியில் மெல்லிய வயலின் இசை கேட்டுக்கொண்டிருந்தது. இசை நின்றதும் அனைவரது பார்வைகளும் பிரபுவை நோக்கித் திரும்பின. சற்றே உயர்வான மேடையில் நின்றிருந்த அவன், “இன்னிக்கு மயூராசன் ப்ராக்டிஸ் பண்ணலாம்” என்றான். அப்போது ஸ்வாமிஜி அங்கே வந்தார். ஓரமாக சுகாசனத்தில் அமர்ந்தபடி வகுப்பைப் பார்வையிட்டார். பிரபு முதலில் மயூராசனம் செய்து காட்டினான். பிறகு படிப்படியாக எப்படி அதைச் செய்வது என்று விளக்கினான். கை தவறினால் முகத்தில் அடிபடாமல் தோளில் உடலைத் தாங்குவது எப்படி என்பதைச் செய்து காட்டினான். ராமநாதன் அவனையே பார்த்துக்கொண்டிருந்தான். கறுப்பு நிறத்தில் கையில்லாத பனியனை அணிந்திருந்தான். அவனுடைய நிறத்தை அது மேலும் எடுத்துக் காட்டியது. ஒவ்வொரு படியாக அவன் செய்துகாட்டியதைப் பார்க்கும்போது மயூராசனம் மிகவும் சுலபம் என்பதுபோலத் தோன்றியது. ஆனால் மயூராசனத்தின் நிலையில் நிற்கும்போது பிரபுவின் பாதங்கள் நடுங்கியதை ராமநாதனால் ஏற்றுக்கொள்ள முடியவில்லை. முகத்திலும் கூடுதலான இறுக்கம் இருந்ததையும் பொறுத்துக்கொள்ள முடியவில்லை. யோகாசன நிலை ஒருவருக்கு முழுமையாக வசப்பட்டால் எந்த நிலையில் இருந்தாலும் அவர் சுகாசனத்தில் இருப்பதுபோன்ற ஆசுவாசத்தை உணர வேண்டும். அந்த ஆசுவாசம் அவர் உடலிலும் முகத்திலும் பிரதிபலிக்க வேண்டும். பிரபு நன்றாகத்தான் செய்கிறான்; ஆனால் மயூராசனம் அவனுக்கு முழுமையாக வசப்படவில்லை என்று ராமநாதன் நினைத்துக்கொண்டான்.

எல்லோரும் படிப்படியாகச் செய்ய ஆரம்பித்தார்கள். ஓரிருவர் தடுமாறி விழுந்தார்கள். பிரபு அவர்களுக்கு உதவினான். ராமநாதன் மயூராசனத்திற்குள் நிதானமாக நுழைந்தான். உள்ளங்கைகளைத் தரையில் ஊன்றி முழங்கைகளில் வயிற்றை நிறுத்தி உடல் முழுவதையும் மேலே தூக்கினான். உடல் ஆடாமல் அசையாமல் நின்றது. முகத்தில் புன்னகை. அமைதி. கீழே விழுந்த ஓரிருவர் இவனைப் பார்த்தார்கள். பிரபுவும் கவனித்தான். மயூராசன நிலையைச் சிலையாக வடித்ததுபோல அவன் நிற்பதைக் கண்டு ஆச்சரியம் அடைந்தார்கள்.

பிரபு அவன் அருகில் வந்து அவன் தொடைகளையும் பாதங்களையும் லேசாகத் தொட்டுக் காட்டியபடி பிறருக்கு விளக்க ஆரம்பித்தான். ராமநாதன் அசையாமல் இருந்தான்.

பிரபு பிறரைக் கவனிக்க ஆரம்பித்தான். ராமநாதன் மயூராசனத்திலிருந்து முறையாகத் திரும்பி வந்தான். அவன் உடல் அசைவு ஒவ்வொன்றும் உடல் முழுவதுமாக அவன் கட்டுப்பாட்டில் இருப்பதை உணர்த்தியது.

அப்போது ஸ்வாமிஜி எழுந்து வந்தார். ராமநாதன் அருகில் வந்தவர், "மறுபடியும் பண்ணு" என்றார். ராமநாதன் செய்தான். அதே போலச் சலனமற்ற நிலையில் நின்றான். ஸ்வாமிஜி அவன் தலைக்குமேல் தன் ஆள்காட்டி விரலை வைத்து லேசாகக் கீழே நோக்கி அழுத்தினார். முழங்கால்களில் உள்ளங்கைகளை வைத்துச் சற்று மேலே தூக்கினார். அரை சென்டிமீட்டருக்கும் குறைவான வித்தியாசம் ராமநாதனின் உடலில் ஏற்பட்டது. அந்த மாற்றம் உடலின் சமநிலையில் மிகப் பெரிய மாற்றத்தை ஏற்படுத்தியதை உணர்ந்தான். ஸ்வாமிஜி நகர்ந்து சென்றுவிட்டார்.

வகுப்பு முடிந்ததும் பிரபு ராமநாதனிடம் வந்தான். "நீ எங்கே யோகா கத்துக்கிட்ட?" என்று கேட்டான்.

ராமநாதன் சொன்னான். "எவ்ளோ நேரம் ப்ராக்டீஸ் பண்ணுவ?" என்றான். "ஒரு மணி நேரம்" என்றான். பிரபு அவன் தோளில் கை போட்டபடி நடக்க ஆரம்பித்தான்.

சாந்தி யோக வகுப்பில் பிரபு யோகாசனம் சொல்லிக் கொடுத்தபோதுதான் ராமநாதனுக்கு அவன் பழக்கமானான். ராமநாதன் சிறு வயதிலிருந்தே யோகாசனத்தில் தீவிரமாகப் பயிற்சி எடுத்துவந்தான். அவன் வீட்டுக்குப் பக்கத்தில் இருக்கும் ஒரு ஆசிரியர் அவனுக்கு பயிற்சியளித்திருந்தார். சாந்தி யோக வகுப்புக்கு அவன் வந்தபோது பிரபுவுக்கு அவனுடைய யோகாசனத் திறமை பற்றித் தெரிந்திருக்கவில்லை. இப்போது இவ்வளவு நன்றாக அவன் செய்வதைப் பார்த்தபோது அவனால் நம்ப முடியவில்லை. பிரமிப்பாகவும் கொஞ்சம் பொறாமையாகவும் இருந்தது. தோள் மீது போட்ட கையை இறுக்கியபடி நடந்தான். அவன் அக்குளின் வியர்வை மணம் ராமநாதனைத் தொந்தரவு செய்தது.

யோகாசன வகுப்பு முடிந்ததும் சிறிது நேரம் ஓய்வு. உணவுக்கு முன்பு படிப்பது, அரட்டை அடிப்பது, தேவைப்பட்டால் ஸ்வாமிஜியைப் போய்ப் பார்ப்பது என்று ஒவ்வொருவரும் ஒவ்வொரு விதமாகப் பொழுதைக் கழித்தார்கள். ஆசிரமத்தில் சேவார்த்திகள் 15 பேர் இருந்தார்கள். மூத்த சாமியார்கள் மூன்று பேர் இருந்தார்கள். அவர்களை யோகிகள் என்று அனைவரும் அழைத்தார்கள். அவர்களைத் தவிர சமையல்,

கணக்கு வழக்கு, சுகாதாரப் பணி முதலானவற்றுக்கு ஆறு பேர். யோகிகள் எனப்படுபவர்கள்தான் ஆசிரமத்தையும் அதன் பல்வேறு பணிகளையும் நிர்வகிக்கிறார்கள் என்பதைப் பிரபுவின் மூலம் ராமநாதன் தெரிந்துகொண்டான்.

பிரபு ராமநாதனை ஒவ்வொரு இடமாக அழைத்துச் சென்று காட்டினான். பயிற்சிகளை ஒழுங்காகச் செய்வது, படிப்பது, கலந்துரையாடல்களில் கலந்துகொள்வது, ஆசிரமத்தின் சார்பில் நடக்கும் சேவா காரியங்களை மேற்கொள்வது ஆகியவைதாம் சேவார்த்திகளின் வேலை. வாரத்திற்கு ஒருமுறை நான்கு சேவார்த்திகள் ஆசிரமம் முழுவதையும் துப்புரவு செய்ய வேண்டும். அவரவர் கழிவறையை அவரவரே சுத்தம் செய்ய வேண்டும்.

பிரபு ராமநாதனைச் சமையல் நடக்கும் இடத்திற்குக் கூட்டிச் சென்றபோது ஒரு சேவார்த்தி பிரபுவிடம் வந்து ஏதோ சொன்னான். அதைக் கேட்டதும் பிரபுவின் உடல் மொழியே மாறிவிட்டது. பரபரப்புடன் ராமநாதனை இழுத்துக்கொண்டு சென்றான். வேகமாகச் சென்று ஸ்வாமிஜியின் அறையின் முன் நின்றான். சற்று ஆசுவாசப்படுத்திக்கொண்டு கதவை லேசாகத் தட்டினான். “உள்ள வாங்க” என்றார் ஸ்வாமிஜி. இருவரும் உள்ளே சென்றார்கள்.

“உக்காருங்க” என்றார் ஸ்வாமிஜி. இருவரும் உட்கார்ந்தார்கள். ராமநாதனைப் பார்த்து, “பத்மாசனம் போடு” என்றார். இருவரும் அடுத்த நிமிடம் பத்மாசனத்தில் அமர்ந்தார்கள். ஸ்வாமிஜி சில கணங்கள் ராமநாதனையே பார்த்துக்கொண்டிருந்தார்.

“உடம்பை நகத்தாம உன் முதுகைத் தலையோட கொஞ்சம் பின்னால தள்ளு” என்றார். இருவரும் செய்தார்கள்.

“அவ்வளவு இல்ல. கிட்டத்தட்ட அரை செண்டிமீட்டர்.” இருவரும் சரி செய்துகொண்டார்கள்.

“முகவாய்க்கட்டையை ஒரு நூல் அளவுக்கு கீழே இறக்கு” செய்தார்கள்.

“இன்னும் கொஞ்சம்...” செய்தார்கள். “ஏதாவது வித்தியாசம் தெரியுதா?”

“இல்லையே...” என்றான் பிரபு.

ராமநாதன் பேசவில்லை தன் உடலை கவனித்தான். தலை முதல் கால் விரல்வரை ஏதாவது மாற்றம் இருக்கிறதா என்பதைக் கவனித்தான். தன் உடலை லேசாக அசைத்து முதலில் உட்கார்ந்த நிலைக்குச் சென்றான். சில கணங்கள்

அங்கேயே இருந்தான். உடலை உன்னிப்பாக கவனித்தான். பிறகு ஸ்வாமிஜி சொன்ன மாற்றத்தைச் செய்தான். கவனம் முழுவதும் உடலின் மீதே இருந்தது. மிக நுட்பமான ஒரு மாற்றத்தை உணர்ந்தான். ஸ்வாமிஜி சொன்னபடி கீழ் உடலை நகர்த்தாமல் மேல் உடலைச் சற்றே பின்னுக்குக் கொண்டு செல்லும்போது உடலின் எடையிலிருந்து கால்கள் பெருமளவில் விடுபடுவதை உணர்ந்தான். மடங்கியிருக்கும் கால்களில் புதிய சுதந்திர உணர்வு ஏற்படுவதை அனுபவித்தான். அதே சமயம் மேல் உடலுக்குக் கூடுதலாக எந்தச் சிரமமும் ஏற்படவில்லை என்பதையும் உணர்ந்தான். இந்த நிலையில் உட்கார்ந்தால் எவ்வளவு நேரம் வேண்டுமானாலும் பத்மாசனத்தில் உட்காரலாம் என்று நினைத்தான்.

அவன் முகத்தையே பார்த்துக்கொண்டிருந்த ஸ்வாமிஜி, "எழுந்திரு" என்றார். இருவரும் பத்மாசனத்திலிருந்து விடுபட்டுச் சாதாரணமாக உட்கார்ந்தார்கள்.

"சமம் காய ஷிரோ க்ரீவம். இது யோக சாஸ்திரத்துல சொல்லியிருக்கிறது. உடல், தலை, கழுத்து எல்லாம் ஒரே வரிசைல இருக்கணும். நிற்கும்போது உடலோட எடையைக் கால் தாங்குது. உக்காரும்போதும் அப்படித் தாங்கணும்னு அவசியம் இல்ல. நுட்பமான சில மாற்றங்களை செஞ்சா காலுக்கு இன்னும் சுதந்திரம் கிடைக்கும். பல பேர் யோகா பண்றேன்னு சொல்லுவாங்க. அது தப்பு. யோகாசனம்னு சொல்லணும். சரியா சொல்லணும்னா வெறும் ஆசனம்னுதான் நம்மள்ளாம் சொல்லணும். யோகம்ங்கறது பரம்பொருளோட ஐக்கியமாகிற நிலை. ஆசனம்ங்கறது உடலைப் பக்குவப்படுத்தும் கலை. பதஞ்சலி முனிவர்தான் உடலைப் பக்குவப்படுத்தாமல் உள்ளே சரி பண்ண முடியாதுன்னு கண்டுபுடிச்சார். உடல்ல தொடங்கி உள்ள போற சமாச்சாரம். இதுல ஹெல்த் இருக்கு, ரிலாக்ஸேஷன் இருக்கு. ஜனங்க சில ஆசனங்களை அரைகுறையா பண்ணிட்டு யோகா பண்றேன்னு நெனச்சிக்கிறாங்க நெனச்சிக்கறதுல தப்பில்ல. ஆனா யோகாங்கறது லட்சியம். அந்த அண்டர்ஸ்டாண்டிங் இருக்கணும். ஆசனம்ன்றது ஒடம்பு சம்பந்தப்பட்டது. ஒடம்ப சரியான நிலைல வெச்சாதான் ஆசனத்தோட முழுப் பலனும் கெடைக்கும். முதல்ல ஆசனத்த சரி பண்ணிக்கணும். அதுல மூச்சை இணைக்கணும். புத்தி, மூச்சோட பயணம் பண்ணணும். ஒரு கட்டத்துல உடம்பு, மூச்சு எல்லாம் மறந்து பிரக்ஞை மட்டும் இருக்கும். அந்த பிரக்ஞையும் பிரபஞ்சம் முழுக்க இருக்கற பொதுவான பிரக்ஞையும் ஒண்ணா இணையணும். அதுதான் யோகா."

இருவரும் அசையாமல் உட்கார்ந்திருந்தார்கள். அரை சென்டிமீட்டருக்கும் குறைவான ஒரு அசைவு. அந்த அசைவு தரும் நுட்பமான மாற்றம். அந்த மாற்றத்தின் விளைவு. அதன் அடுத்தடுத்த கட்டங்கள் என்று ராமநாதனின் மனம் இந்த அனுபவத்தின் சலனங்களில் லயித்திருந்தது. கொஞ்சம் பின்னால போ என்பது மிக எளிய விஷயம்தான். ஆனால் அது, நம்மை எங்கே கொண்டு செல்கிறது என்று வியந்தான். எதுவுமே சின்ன விஷயம் அல்ல என்று அவனுக்குத் தோன்ற ஆரம்பித்தது.

பிரபுவின் எண்ணங்கள் வேறாக இருந்தன. வந்ததிலிருந்தே ஸ்வாமிஜி ராமநாதனையே அதிகம் கவனிப்பதாக அவனுக்குப் பட்டது. அவனிடமே பேசுவதாகப் பட்டது. பத்மாசனம் போடச் சொன்னபோதும் அதில் மாற்றங்கள் சொன்னபோதும் அவர் கவனம் ராமநாதன் மீதே இருந்ததை அவன் கவனித்தான். மனம் கூம்பியது.

இருவரும் வெளியே வரும்போது பிரபுவின் நடை தளர்ந்திருந்தது. ராமநாதனின் தோளில் அவன் கை போட்டுக்கொள்ளவில்லை. பேசவில்லை.

4

"உங்களுக்குப் பிடிச்ச பூ எது?" என்று கேட்டார் ஸ்வாமிஜி.

இப்போது சத்சங்கம் நடக்கப்போகிறது என்று சற்று முன்பு பிரபு சொல்லியிருந்தான். ராமநாதன் புரியாமல் அவனைப் பார்த்தான். "வாரத்துக்கு ரெண்டு நாள் சத்சங்கம் நடக்கும். அதில் ஸ்வாமிஜி ஏதாவது பேசுவார். கேள்வி கேப்பார். எல்லாரயும் பேசவெப்பார். ஆன்மிகம், தத்துவம், நாம நடந்துக்க வேண்டிய விதம் அப்டீன்னு பல விஷயங்களை இதுல எடுப்பார்" என்றான்.

ஸ்வாமிஜியின் கேள்விக்கு ஒவ்வொருவரும் ஒவ்வொரு பூவைச் சொன்னார்கள். ஏன் என்று கேட்டார் ஸ்வாமிஜி. தாமரை என்று சொன்ன பிரபு பெருமாளின் பாதங்கள், கண்கள் ஆகியவற்றைத் தாமரை மலருக்கு உவமானமாகச் சொல்லியிருப்பதே காரணம் என்றான். ரோஜாப் பூ, மல்லிகை, சூரியகாந்தி என்றெல்லாம் சொன்னவர்கள் அதற்கான காரணத்தைச் சொன்னார்கள். பெரும்பாலும் அழகு, மென்மை, தெய்வீகம், புத்துணர்ச்சி ஆகியவை காரணங்களாகச் சொல்லப் பட்டன. ராமநாதனும் தாமரையைச் சொன்னான். எல்லாத் திசைகளிலும் சமமாக விரிந்து பரவி மலர்ந்திருப்பது தனக்குப் பிடித்திருக்கிறது என்றான். மலர்ந்த நிலையிலும் இதழ்கள் ஒன்றை

ஒன்று பார்த்தபடி மையத்தை நோக்கிக் குவிந்தபடி இருப்பது தன்னைக் கவர்கிறது என்றான். பூவின் மையம் இதழ்களைத் தன்னிடம் ஈர்க்கும் தன்மை கொண்டதாக இருப்பது தியானத்தை நினைவுபடுத்துகிறது என்றான்.

மாணவர்கள் அவனையே பார்த்தார்கள். பிரபு அவனை ஆச்சரியமாகப் பார்த்தான். மூத்த சாமியார்களும் அவனைப் பாராட்டுணர்வுடன் பார்த்தார்கள். ஸ்வாமிஜி சிரித்தார்.

“புற அழகு உங்களைக் கவருது. அப்புறம் உங்களை ஏற்கெனவே கவர்ந்த ஒரு விஷயத்தோடு அதை இணைச்சி பாக்கறீங்க. அதன் மேல உங்களுக்கு ஏற்கனவே இருக்கற அட்ராக்ஷனும் சேந்துக்குது. அல்லது பூ மேல உங்களுக்கு இருக்கற ஈர்ப்பிற்குப் பக்க பலமா வேற ஒரு அம்சம், கடவுள், தாய்மை, தூய்மை, வாய்மை . . . இப்படி ஏதாவது ஒண்ணு தேவப்படுது. அதாவது நான் ரசிக்கறது பூவை மட்டுமில்லன்னு சொல்றீங்க. சொல்லப் போனால் நான் பூவை ரசிக்கல. அது ஞாபகப்படுத்தற தூய்மை, அழகு, அல்லது தெய்வீகத்தை நான் விரும்பறேன் அப்படின்னு சொல்லிக்க ட்ரை பண்றீங்க. ஆனால் நான் கேக்கறேன், பூவை ரசிக்க உண்மையில் காரணம் ஏதாவது தேவையா? . . .”

அனைவரும் ஒருவரை ஒருவர் பார்த்துக்கொண்டார்கள். ஸ்வாமிஜி தொடர்ந்தார்.

“கடவுளை என்ன காரணத்திற்காக உங்களுக்குப் பிடிச்சிருக்கு? நீங்கள் எந்தக் காரணத்தைச் சொன்னாலும் அதை நிரூபிக்க முடியாது. கடவுள்னு ஒரு சக்தியை நீங்க உருவகப்படுத்தி வெச்சிருக்கீங்க. அது உண்மையிலேயே இருக்கான்னு உங்களுக்குத் தெரியாது. கடவுளின் மகத்துவம்னு சில விஷயங்களை நெனைக்கறீங்க. அதுவும் கடவுளின் மகத்துவம்தானான்னு உங்களுக்குத் தெரியாது. ஆனா அந்த மகத்துவங்களை வெச்சு கடவுள் மகத்தானவர், அதனால அவரை நான் ஆராதிக்கிறேன்னு சொல்றீங்க. கடவுள்தான் இந்த பிரபஞ்சத்துக்கு ஆதாரம்னு நீங்க உண்மையிலேயே நம்பினா அவரைத் தனியா பிரிச்சி எடுத்துப் பார்க்க மாட்டீங்க. அவரை ஏன் பிடிக்குதுன்றதுக்கான காரணத்தைத் தேட மாட்டீங்க. பிரபஞ்சத்தோட ஒவ்வொரு அணுவிலும் அவரைப் பாத்து அந்த அனுபவத்துல லயிச்சிருப்பீங்க. நீங்களும் பிரபஞ்சத்தின் பகுதிதான். உங்களுக்குள்ளயும் இருக்கும் கடவுளை உணர்ந்து பேரானந்தம் அடைவீங்க. கடவுளை எனக்குள்ள உணர்ந்தப்பறம், கடவுளே நான்தான்னு உணர்ந்த பிறகு கடவுளை விரும்ப

காரணங்களையா நான் தேடிக்கிட்டு இருப்பேன்? அதை உணர்ந்த பேரானந்தத்தில இல்லயா நான் லயிச்சிருப்பேன்?"

அறையில் அனைவரும் அமைதியில் உறைந்திருந்தார்கள். ராமநாதன் தனக்குள் கரைந்துகொண்டிருந்தான். காரணங்களைத் தேடும் அறிவை மேலான அறிவு என்று இதுவரை தான் நினைத்திருந்ததை ஸ்வாமிஜி எவ்வளவு மென்மையாக நிராகரித்துவிட்டார் என்று நினைத்துக்கொண்டான். அறிவின் தேடல் காரண காரிய சிந்தனைக்கு உட்பட்டது. பல கண்டுபிடிப்புகளுக்கு அதுவே ஆதாரம். ஆனால் அது ஒரு அளவுவரைதான் நம்மை இட்டுச் செல்லும். உண்மை புலப்படத் தொடங்கிய பின் காரண காரிய சிந்தனையைத் தாண்டி உண்மையை ஸ்பரிசிக்க எனக்குத் தெரிய வேண்டும். உண்மையோடு ஒன்றிணைந்து அதனுள் ஆழ்ந்து அதுவாகவே மாறும் நிலை எனக்குக் கூட வேண்டும் என்று ராமநாதன் நினைத்துக்கொன்டான்.

ஸ்வாமிஜி எழுந்து சென்று ஓரமாக அமர்ந்தார். அவரது சீடர்களில் ஒருவர் மையத்திற்கு வந்தார். அவர் கையில் ஹார்மோனியம் இருந்தது. கண்களை மூடி சுருதி கூட்டினார். அறையெங்கும் அதன் ஓசை நிறைந்தது. மெதுவாகப் பாட ஆரம்பித்தார்.

"ஜெய் கணேச ஜெய் கணேச ஜெய் கணேச பாஹிமாம்..."

அனைவரும் திரும்பப் பாடினார்கள். ராமநாதனும் சேர்ந்துகொண்டான். மிக நிதானமாக, மந்த கதியில் தொடங்கிய பாடல் மெல்லமெல்ல வேகம் பெற்றது. அனைவரும் உற்சாகமாகவும் துடிப்புடனும் பாடினார்கள். சற்று முன் அங்கு நிலவிய மௌனமும் தீவிரமும் போன இடம் தெரியவில்லை.

ஸ்வாமிஜியும் பஜனையில் உற்சாகமாகக் கலந்துகொண்டார். சிறிது நேரம் கழித்து ஒரு பாட்டை அவரே பாடத் தொடங்கினார். கையில் இருந்த தாள இசைக் கருவியில் தாளமிட்டுக்கொண்டே பாடினார். கணீரென்ற குரல். சில இடங்களில் அது குழையவும் செய்தது. ராமநாதனை அந்தக் குரல் மிகவும் கவர்ந்துவிட்டது. அவர் பாடியதை அனைவரும் திரும்பப் பாடினார்கள். பாட்டின் வேகம் கூடக்கூட ராமநாதனின் பரவசமும் கூடியது. கண்களை மூடியபடி தன்னை மறந்து பாடினான்.

திடீரென்று கண்ணைத் திறந்து பார்த்தபோது பிரபு ஆவேசமாக ஆடியபடி பாடிக்கொண்டிருப்பதைக் கண்டான்.

உட்கார்ந்த நிலையிலேயே வேகமாக ஆடினான். கைகளைத் தலைக்கு மேல் தூக்கித் தட்டியபடி ஆடிக்கொண்டே பாடினான். அதைக் கண்ட ராமநாதனுக்குச் சட்டென்று அந்த பஜனையிலிருந்து ஒரு விலகல் உணர்வு ஏற்பட்டது. இருந்தும் தொடர்ந்து பாடினான். ஆனால் சற்று முன்பு இருந்த பரவசம் இப்போது இல்லை.

பேரானந்தத்தை என்னில் உணர்ந்து அதில் திளைக்கலாம் என்றால் இந்த உலகில் நாம் செய்யும் காரியங்கள் எல்லாம் எதற்காக? வேலை, கல்வி, பணம், குடும்பம், சமூகம், இந்த மடம், இந்த விவாதம், பஜனை இதெல்லாம் எதற்காக? சாந்தி யோகத்தில் சேவையை எதற்காகச் சேர்க்க வேண்டும் என்ற கேள்வி ராமநாதனுக்கு எழுந்தது.

30 நிமிடம் பஜனை நடந்தது. சாந்தி மந்திரத்தை அனைவரும் சேர்ந்து சொன்னார்கள். பிறகு அமைதியாக எழுந்து சென்றார்கள். மைய மண்டபத்திலிருந்து தங்கும் அறைகளுக்குச் செல்ல மூன்று, நான்கு நிமிடங்கள் நடக்க வேண்டும். ராமநாதன் பிரபுவைப் பின்தொடர்ந்து சென்றான். தொலைதூரத்தில் மங்கிய நிலவொளியில் தெரிந்த கரிய மலைகளைப் பார்த்தபடி நடந்தான். பிரபு சற்று நிதானித்து அவன் அருகில் வந்தான். தோளில் கை போட்டுக்கொண்டான்.

பிரபுவுக்குத் தூக்கம் வரவில்லை. ராமநாதனைப் பார்த்தான். அவன் கண்களை மூடியபடி உடல் அசையாமல் படுத்திருந்தான். மூச்சு நிதானமாகவும் சீராகவும் இருப்பதை அவன் உடல் அசைவு காட்டியது. பிரபு திரும்பிப் படுத்துக்கொண்டு தூங்க முயற்சித்தான்.

ராமநாதன் தூங்கவில்லை. பல்வேறு எண்ணங்கள் அலைமோதின. அப்பா, அம்மா, தம்பி ஆகியோரின் முகங்கள் மனத்திரையில் தோன்றின.

5

பெரம்பூரில் சாந்தி யோக வகுப்பு முடிந்ததும் வீட்டுக்குப் போகவே அவனுக்குப் பிடிக்கவில்லை. வேலைக்குப் போகவும் பிடிக்கவில்லை. தன் வாழ்நாட்களை வீணடித்துக்கொண்டிருப்பதாக நினைத்தான். தன்னுடைய வேதனை மற்றவர்களுக்குத் தெரிந்துவிடாமல் இருப்பதற்காக மிகவும் சிரமப்பட்டான். அம்மா அடிக்கடி விசாரிக்க ஆரம்பித்துவிட்டார். ஏதேனும் காதல் விவகாரமாக இருக்குமோ என்ற சந்தேகத்தில் இவன்

நண்பர்களிடம் துருவித்துருவிக் கேட்டார். எதற்கும் சரியான பதில் வராததால் அம்மாவின் கவலை பல மடங்கு அதிகரித்ததை ராமநாதனால் உணர முடிந்தது. என்னால் எல்லோரையும்போல இருக்க முடியவில்லை என்று அம்மாவிடம் எப்படிச் சொல்வது? அதைக்கூடச் சொல்லிவிடலாம். அம்மாவுக்கு ஏற்கெனவே தெரிந்த விஷயம்தான் அது. ஆனால் உங்களுடன், இந்தக் குடும்பத்துடன் இருக்கவே பிடிக்கவில்லை; நான் வாழ விரும்பும் வாழ்க்கை இதுவல்ல என்று எப்படிச் சொல்வது? நீ ஏன் நிம்மதியாக இல்லை என்று அம்மாவும் அப்பாவும் கேட்கிறார்கள். உங்களை விட்டு, இந்த அன்றாடச் செக்கு மாட்டு வாழ்க்கையை விட்டு விலகினால்தான் நிம்மதி என்று அவர்களிடம் எப்படிச் சொல்வது?

அதிகாலையிலேயே எழுந்து யோகாசனம் செய்வது, பிறகு தொழிற்சாலைக்குக் கிளம்பிப் போவது, மாலையில் யோகாசன வகுப்பு, டியூஷன், கோவில், நண்பர்கள் என்று நாட்கள் கழிந்தன. சிறு வயதிலிருந்தே மிகுந்த ஆர்வத்துடன் படித்துவந்த விவேகானந்தரின் புத்தகங்கள் அவனை அலைக்கழித்துக்கொண்டிருந்தன. சமையலறையில் பம்ப் ஸ்டவ்வுடன் அம்மா போராடிக்கொண்டிருப்பது, கையில் புத்தகத்தை வைத்துக்கொண்டு தம்பி சாலையில் பராக்குப் பார்த்துக்கொண்டிருப்பது, வேலை இருந்தாலும் இல்லாவிட்டாலும் அப்பா எங்காவது போய்விட்டு இரவு தாமதமாக வருவது, நண்பர்கள் வேலை, குடும்பம், சேமிப்பு, சினிமா, பெண்கள் என்று பேசிக்கொண்டிருப்பது, அக்கம்பக்கத்து மனிதர்களின் புன்னகைகள், அன்றாடப் பேச்சுக்கள், பணம் சம்பாதிப்பது, பண நெருக்கடியைப் பற்றி யோசிப்பது என எதுவும் அவனுக்குப் பிடிக்கவில்லை. யோகாசனம், தியானம், சமூகத் தொண்டு ஆகியவற்றுக்காகவே தான் பிறந்திருப்பதாக நம்பினான். எல்லோருமே குடும்பத்தைக் கவனித்தால் சமுதாயத்தை யார் கவனிப்பது என்று பொருமினான். நன்கு பழகிய நண்பர்களையும் அன்பான குடும்பத்தையும் விட்டு அவன் மனம் படிப்படியாக விலகியவாறு இருந்தது.

அந்தச் சமயத்தில்தான் சாந்தி யோக முகாமில் கலந்துகொள்ள நேரிட்டது. இதற்காகவே இத்தனை ஆண்டுகள் காத்திருந்ததுபோலப் பட்டது. திடீரென்று ஒரு பெரிய வெளிச்சம் தன் மீது பாய்ச்சப்பட்டதாக உணர்ந்தான். இதுதான் தன் வாழ்க்கை என்று தோன்ற ஆரம்பித்ததும் அதில் ஆழ்ந்துபோக ஆரம்பித்தான். ஆசிரமத்துடன் கடிதப் போக்குவரத்தை ஏற்படுத்திக்கொண்டான்.

நூலகத்திற்குச் சென்று ஸ்வாமிஜி சொன்ன புத்தகங்களை வாங்கினான். நூலகத்தில் கிடைக்காத புத்தகங்களைப் புத்தகக் கடைகளில் தேடி வாங்கினான். ஒரே மாதத்தில் எல்லாப் புத்தகங்களையும் படித்து முடித்துவிட்டான். சித்தார்த்தாவையும், ஜே.கே. உரையாடல்களையும் அவனால் முழுமையாகப் படிக்க முடியவில்லை. மோகமுள்ளை ஏன் படிக்கச் சொன்னார் என்பது புரியவில்லை. ஆனால் அந்தக் கதை அவனுக்குப் பிடித்திருந்தது. குறிப்பாக பாபுவின் தேடல். இசையில் உன்னத நிலையைத் தொடுவதற்காக அவன் மேற்கொள்ளும் பயணம். பாபுவுக்குத் தன் இலக்கு என்ன என்பது தெரிந்துவிட்டது. அதை எப்படி அடைவது என்பதும் தெரிந்துவிட்டது. ஆனால் லட்சியப் பாதையில் செல்லும்போது அவனுக்கு ஏன் பழைய நினைவு முள்ளாய் உறுத்திக்கொண்டிருக்கிறது? அந்த முள்ளை ஏன் அவனால் உதற முடியவில்லை? அந்த அளவுக்கு வலுவான முள்ளா அது? லட்சியத்தில் தோய்ந்தவனுக்கு இந்த முள்ளை எடுக்கத் தெரியாதா? பாபுவைப் போன்ற லட்சியவாதிகள் லட்சியத்தில் தன் சகலத்தையும் கரைத்துக்கொள்ள முனைந்தும் அப்படிச் செய்ய முடியாதவர்கள் என்று ராமநாதன் நினைத்தான். லட்சியப் பாதையில் வரக்கூடிய தடங்கல்களைக் குறித்து எச்சரிப்பதற்காகவே ஸ்வாமிஜி அந்த நாவலைப் படிக்கச் சொல்லியிருப்பார் என்று நினைத்தான்.

ஸ்வாமிஜிக்குக் கடிதம் எழுதினான். என்னால் இப்படிப்பட்ட வாழ்க்கையை ஏற்றுக்கொள்ள முடியவில்லை என்றும் தான் பிறந்தது இதற்காக அல்ல என்று தான் உறுதியாக நம்புவதாக வும் எழுதினான். சாந்தி யோக வகுப்பில் இருந்தபோது மிகவும் இயல்பாக உணர்ந்ததாகவும் வேலை, வீடு ஆகிய அன்றாட நிகழ்வுகளில் மிகவும் துயரத்துடன் ஈடுபடுவதாகவும் எழுதினான். பகவத் கீதை அவரவரும் தத்தமது ஸ்வதர்மத்தைக் கடைபிடிக்க வேண்டும் என்கிறது. என் ஸ்வதர்மத்தைக் கடைப்பிடிக்கும் சுதந்திரம் எனக்கு இல்லை என்று அரற்றினான். லௌகீக வாழ்விலிருந்து விடுதலை பெற்று என்னுடைய ஸ்வதர்மத்தில் மூழ்கித் திளைப்பதற்கான வாய்ப்பை எண்ணி ஏங்குகிறேன் என்று எழுதினான்.

சிவானந்தர் சுருக்கமாகப் பதில் போட்டார். உள்நாட்டுத் தபால் உறையில் கைப்பட எழுதியிருந்தார். “சுய அடையாளத்தை அறிவது கஷ்டம். அதை வெளிப்படச் செய்வது அதைவிடக் கஷ்டம். தேடலில் உண்மையும் தீவிரமும் இருந்தால் பாதை புலப்படும். வாழ்த்துக்கள்.”

இந்த வரிகளை எத்தனை முறை படித்திருப்போம் என்பதை நினைத்துப் பார்க்கும்போது ராமநாதனுக்குச் சிலிர்ப்பாக இருந்தது. தேடலில் தீவிரம் இருந்தால் பாதை புலப்படும். நான் தீவிரமாக இருக்கிறேன். உண்மையாக இருக்கிறேன். நான் செல்ல வேண்டிய இடம் எது என்பது எனக்குத் தெரிகிறது. என் பாதையைக் கண்டுகொண்டேன். நான் இனி வேறொருவனாக நடிக்க வேண்டியதில்லை.

அந்தக் கணத்தின் நினைவு நறுமணமாக ராமநாதனை ஆட்கொண்டது. மனம் நிச்சலனமாக இருந்தது. ஆழமாக மூச்சை இழுத்தான். அடிவயிறு வரையிலும் மூச்சுக் காற்றை நிதானமாகச் செலுத்தினான். மிக மிக மெதுவாக மூச்சைச் சீரான கதியில் வெளியே விட்டான். கவனத்தை மூச்சின் மீது குவித்தான். சில கணங்களில் உறக்கம் அவனை ஆட்கொண்டது.

6

நாட்கள் அனேகமாக ஒரேமாதிரி கழிந்தன. யோகாசனப் பயிற்சி, பஜனை, வாசிப்பு, உணவு, சத்சங்கம், சில்லறை வேலைகள் ஆகியவற்றுக்கு இடையே ஆசிரமத்திற்கு அருகில் அமைந்திருந்த பள்ளிக்கூடத்தில் மாலையில் மாணவர்களுடன் நேரத்தைச் செலவிடும் செயல்திட்டமும் இருந்தது. ஆசிரமம் நடத்தும் பள்ளி அது. உடற்பயிற்சி, கல்வி, இதர பயிற்சிகள், பஜனை, புத்தகங்கள் படிக்கவைத்தல் என்று பல விதமான பயிற்சிகளை அவர்களுக்குத் தரும் நிகழ்ச்சி அது. அதில் பத்தாவது படித்துவிட்டு வெளியே வரும் ஒரு மாணவன் கல்வியில் மட்டுமல்லாமல் பல்வேறு அம்சங்களிலும் திறமை பெற்றுச் சிறப்பான குடிமகனாக இருப்பான் என்றான் பிரபு. "நீ யோகாசனம் கற்றுக் கொடு" என்று ஸ்வாமிஜி ராமநாதனிடம் சொன்னார்.

மாணவர்களுடன் கலந்து பழகுவதே மிகுந்த உற்சாகமூட்டும் விஷயமாக இருந்தது. யோகாசனத்தைத் தவிர வேறு சில விஷயங்களும் அவனுக்குத் தெரியும். தமிழ், வரலாறு ஆகிய பாடங்களில் அவனுக்குத் தேர்ச்சி உண்டு. நிறைய விளையாட்டுக்கள் தெரியும். பாட்டுப் பாடுவான். பாரதியார் பாடல்களில் பத்துப் பனிரெண்டு பாடல்களை நன்றாகப் பாடுவான். அவனுடைய தமிழ் ஆசிரியர் சொல்லிக்கொடுத்தது. மாலை நான்கு மணி முதல் ஐந்து மணிவரை பள்ளிக்கூடத்தில் வேலை என்பது ஆசிரம சேவார்த்திகளுக்கான செயல்திட்டம்.

ராமநாதனுக்கு மாணவர்களுடன் இருப்பது பிடித்திருந்தது. மதியம் ஒன்றரை முதல் நான்குவரை உணவு, ஓய்வு. இந்த

நேரத்தில்தான் எல்லோரும் துணி துவைப்பது முதலானவற்றைச் செய்துகொள்வார்கள். ராமநாதன் இதையெல்லாம் சீக்கிரம் முடித்துவிட்டுப் பள்ளிக்கூடத்துக்கு வந்துவிடுவான். ஏதேனும் ஒரு வகுப்புக்கு அந்த நேரம் உடற்பயிற்சி விளையாட்டு நேரமாக இருக்கும். உடற்பயிற்சி ஆசிரியருக்கு உதவி செய்ய ஆரம்பித்துவிடுவான். இவனுடைய உற்சாகத்தையும் துடிப்பையும் பார்த்த அவர் இவனுக்கு வழிவிட்டு ஒதுங்கிக்கொண்டார். புதிய உடற்பயிற்சிகள், புதிய விளையாட்டுக்கள் என்று ராமநாதன் அங்கே புது ரத்தம் பாய்ச்சத் தொடங்கினான். பையன்களுக்கு அவனை மிகவும் பிடித்துவிட்டது.

விளையாட்டு முடிந்ததும் கதை சொல்லுவது, பாடங்களில் சந்தேகங்களைத் தெளியவைப்பது என்று ஆரம்பித்தான். கதையைத் தன் குரலாலும் முக பாவங்களாலும் உடல் மொழியாலும் நிகழ்த்திக் காட்டுவான். புலி, சிங்கம், ராஜா, பீமன், காந்தி, பகத்சிங், ஆப்ரஹாம் லிங்கன், புத்தர் எல்லாம் அவன் மூலம் வெளிப்படுவார்கள். புயல் வீசும். மழை பொழியும். அம்புகள் சரமாரி பொழியும். கத்திகள் மோதிக்கொள்ளும். துப்பாக்கிகள் வெடிக்கும். தடியடியில் மண்டை உடையும். புரட்சி உருவாகும். அவன் கதையைக் கேட்கப் பள்ளிக்கூடமே கூட ஆரம்பித்தது. தமிழில் அணி, திணை ஆகியவற்றையெல்லாம் எளிமையாகச் சொல்லித்தந்தான். புறத்திணையின் 12 பிரிவுகளையும் உதாரணங்களோடு விளக்கினான்.

ஐந்து மணிக்கு முடித்துவிட்டு ஆசிரமம் வர வேண்டும் என்பது ஏற்பாடு. ஆனால் ராமநாதனுக்கு மட்டும் ஐந்தரை ஆகிவிடும். அவன் கிளம்பினாலும் பையன்கள் விட மாட்டார்கள். ராமநாதன் ஆசிரமத்தில் நடக்கும் யோகா வகுப்புக்குத் தாமதமாக வருவது பழக்கமானது.

சேவார்த்திகளின் அன்றாடப் பணிகளை மேற்பார்வையிட வேண்டிய பொறுப்பில் இருந்த மணிகண்டன் ராமநாதனிடம் ஓரிரு முறை சொல்லிப் பார்த்தார். சீக்கிரம் வந்துவிட வேண்டும் என்று நினைத்தும் ராமநாதனால் அது முடியவில்லை. மூன்றாவது நாள் அவர் ஸ்வாமிஜியிடம் புகார் சொல்லிவிட்டார். நான்காவது நாள் பள்ளியிலிருந்து திரும்பியதும் ஸ்வாமிஜி அவனைக் கூப்பிட்டு அனுப்பினார். தன்னைப் பற்றிப் புகார் சென்றிருக்கும் விஷயம் தெரியாத ராமநாதன் என்னவாக இருக்கும் என்ற யோசனையுடன் சென்றான்.

ஸ்வாமிஜி ஒரு கடிதத்தை அவனிடம் கொடுத்தார். அவனுக்கு மிகவும் பழக்கமான கையெழுத்து. அவன் அம்மாவின் கையெழுத்து.

அரவிந்தன்

மதிப்பிற்குரிய சுவாமிஜிக்கு வணக்கம். நான் என் பையனைக் காணாமல் தவிக்கிறேன். என் பையன் சேலத்தில் இருப்பதாகக் கேள்விப்பட்டுத் தேடிப் போனோம். கண்டுபிடிக்க முடியவில்லை. ஊர் தெரியாமல் திண்டாடிக்கொண்டிருந்தபோது தெய்வாதீனமாக யாரோ ஒருத்தர் எங்களுக்கு உதவி பண்ணினார். ஆனால் ஏன் வீட்டுக்கு வந்தோம் என்று இருக்கிறது. சேலத்திலேயே செத்துப் போயிருக்கலாம். என் பையன் இல்லாமல் எனக்கு என்ன வாழ்க்கை? அவன் எங்கேன்னு தெரியவில்லை. பெரம்பூரில் நீங்கள் நடத்தின முகாமுக்கு வந்த பிற்பாடுதான் அவன் ஆளே மாறிட்டான். அதனாலதான் உங்களுக்கு எழுதறேன். அவன் அங்கே வந்தால் சொல்லுங்கள். அவன் பத்தரமா இருக்கானான்னு எங்களுக்குத் தெரியோணும். அவனை பாத்தா சொல்லுங்க சாமி.

அவன் உங்ககிட்ட வரலன்னா உங்களை மாதிரியே வேற யார் கிட்டயாவது போயிருப்பான். உங்களுக்கு தெரிஞ்ச மடம், சமூக தொண்டு செய்யும் இடம் ஏதாவது இருந்தால் கேட்டுப் பாருங்க சாமி. ராமகிருஷ்ணா மடத்துலகூட விசாரிச்சிட்டோம். அவன் எங்க இருக்கான்னு தெரிஞ்சா போதும். சாமி உங்க காலில் விழுந்து கேட்கறேன் . . .

அவன் திரும்பி வந்தாலும் வேலைக்கு போக வேணாம்னு சொல்லுங்க. அவனுக்கு எது பிடிக்குமோ அதை செய்யட்டும் சாமி. அவங்க அப்பா இப்ப வேலைக்குப் போறாங்க. சின்னவன் தலையெடுப்பது வரையிலும் எப்படியாவது சமாளிக்கிறேன்னு சொல்லிருக்கார். எங்களுக்கு எந்த கஸ்டமும் இல்லைன்னு அவனை பார்த்தா சொல்லுங்க சாமி. எங்க அண்ணன் கொஞ்சம் பணம் குடுத்து விட்டுருக்கார். அவன் நிம்மதியா இங்கயே இருக்கலாம். அவனை ஃபேக்டரி வேலைக்கு அனுப்பினது என் தப்புதான் சாமி. அவனை எப்படியாவது கண்டுபிடிச்சி ஒரு தடவை வீட்டுக்கு வரச் சொல்லுங்க சாமி.

அவனோட நேதாஜி படம், விவேகானந்தர் படம், பகத்சிங் படம், புக்ஸ் எல்லாம் பத்தரமா இருக்குன்னு சொல்லுங்க சாமி. சின்ன வயசுல மத்த பசங்க பொம்ம வேணும், ஐஸ் கிரீம் வேணுன்னு கேக்கும்போது இவன் மட்டும் நேதாஜி படம் வாங்கி குடு, விவேகானந்தர் புக்கு வாங்கிக் குடுன்னு கேப்பான். புள்ளைய நெனச்சு ரொம்ப பெருமைப்படுவேன் சாமி. அவனும் விவேகானந்தர் மாரி ஆயிட்டான் போல இருக்கு. இப்பவும் பெருமையாதான் இருக்கு. ஆனா பெத்த மனசு கேக்கல சாமி. எம் மகன ஊருக்கு குடுக்க மனசு வரல

சாமி. பெத்த வயிறு பத்தி எரியுது. ஆனா பரவாயில்ல சாமி. அவன் நல்லாயிருக்கான்னு தெரிஞ்சா போதும். எப்படியாவது அவனை கண்டுபிடிச்சி குடுங்க.

இப்படிக்கு

எம். சுமதி

தடுமாற்றமான கையெழுத்தில் அந்தத் தாளில் வெளிப்பட்ட தன் தாயின் உணர்வுகளைப் படித்த ராமநாதன் அம்மாவின் எழுத்துக்களைக் கண்கொட்டாமல் பார்த்துக்கொண்டிருந்தான். பிறகு கடிதத்தை மடித்து ஸ்வாமிஜிடம் கொடுத்தான். ஸ்வாமிஜி அவன் கண்களை ஊடுருவிப் பார்த்தார்.

ராமநாதன் சலனமின்றி நின்றுகொண்டிருந்தான்.

“உன்னோட ஃப்ரெண்ட் யாரோ நீ பெரம்பூர் முகாமுக்கு வந்ததைப் பத்தி சொல்லியிருப்பாங்க. அனேகமா முகாமுக்கு வந்தவங்கள்ள ஒருத்தனாவும் இருக்கலாம். இந்த அட்ரஸைக் கொடுத்ததும் அந்தப் பையனாவே இருக்கலாம்“ என்றார் ஸ்வாமிஜி.

ராமநாதன் தலையை அசைத்தான்.

“நான் என்ன பதில் எழுதறது?”

“நானே எழுதறேன்” என்றான்.

“என்ன எழுதுவே?”

ராமநாதன் சில கணங்கள் யோசித்தான். “உங்ககிட்ட போஸ்ட் கார்ட் இருக்கா?” என்றான்.

சிவானந்தர் அறையில் ஓரிடத்தைச் சுட்டிக்காட்டினார். ராமநாதன் எடுத்துவந்தான். மேசையின் மேல் அட்டையை வைத்து ராமநாதன் எழுதினான். ஸ்வாமிஜியிடம் கொடுத்தான்.

அன்புள்ள அம்மா, உங்கள் அனைவருக்கும் என் வணக்கம். ஸ்வாமிஜியிடம் என்னைப் பற்றி விசாரித்ததாக அறிந்தேன். கொஞ்சம் பொறுத்திருங்கள். நானே நேரில் வருகிறேன். உங்கள் மகனுக்குக் கெட்டது எதுவும் நடக்காது. நம்புங்கள். அப்பாவின் உடம்பை நன்றாகப் பார்த்துக்கொள்ளச் சொல்லுங்கள்.

பணிவுடன்

கையெழுத்திட்டுக் கொடுத்தான். "மதுரை அல்லது திருச்சிக்குப் போகிறவர்கள் யார் கிட்டயாவது குடுத்து அங்கேருந்து போஸ்ட் பண்ணச் சொல்ல முடியுமா?" என்றான்.

ஸ்வாமிஜி சிரித்தபடி வாங்கிக்கொண்டார்.

"உலகத்தையே தன் வீடாக நினைப்பவர்களுக்குக் கோடிக் கணக்கான குடும்பங்கள், கோடிக் கணக்கான பெற்றோர்கள்" என்றார்.

ராமநாதன் அமைதியாகச் சிரித்தான்.

சிவானந்தர் கேட்டார். "யோகா கிளாஸுக்கு வரதுக்கு லேட் ஆகுதோ?"

"ஸ்டூடன்ட்ஸை பாக்கவே ரொம்ப சந்தோஷமா இருக்கு. அவங்களோட இன்னும் நெறய நேரம் செலவு பண்ணணும்னு தோணுது. அவங்களோட தேவைகள் அதிகம்."

"உன்னால எல்லாத்தையும் பூர்த்தி பண்ணிட முடியுமா?"

"அப்படிச் சொல்லல..."

"ஸ்கூல் சேவைன்றது ஆசிரமத்தின் செயல் திட்டத்தோட ஒரு பகுதி. யோகா, சத்சங்கம், தட்டு கழுவறது, ரூமைப் பெருக்கறது, பஜனை பாடறது, மாதிரி இதுவும் ஒரு வேலை. ஒரு கடமை..."

"ஆனா இதுல ஒரு வித்தியாசம் இருக்கே..."

"என்ன வித்தியாசம்னு யோசி. அதுவும் ஒரு பகுதின்னு நான் ஏன் சொல்றேன்னு யோசி. ஒரு வாரம் கழிச்சு வந்து சொல்லு" என்றார் ஸ்வாமிஜி. பேச்சு முடிவுக்கு வந்துவிட்டது என்பதைக் குறிப்புணர்த்தும் தொனி அவர் குரலில் தெரிந்தது. ராமநாதன் அவரை வணங்கி ஆசீர்வாதம் வாங்கிக்கொண்டு கிளம்பினான்.

கண்ணீர் வழியும் அம்மாவின் முகம் மனத்திரையில் தோன்றியது. ஒரு கணம் அவன் மனம் அசைந்தது. சட்டென்று தலையை உலுக்கியபடி தூரத்தில் பார்வையைச் செலுத்தினான். மாலை நேரத்து ஒளியில் விளிம்புகளில் வண்ண ஜரிகை கட்டியபடி கருத்த உடலுடன் அசையாது நிற்கும் மலை அவன் கண்ணில் தெரிந்தது. ஒரு நிமிடம் அங்கேயே நின்றான். மலையைச் சுற்றிலும் மேகங்களின் நடமாட்டம். வானவெளியில்

ஒரு சில பறவைகள் மிதந்துகொண்டிருந்தன. கண்ணுக்குத் தெரிந்த மரங்கள் எல்லாம் அசைந்துகொண்டிருந்தன. ரயில் ஒன்று தூரத்தில் கடந்து சென்றது. அதன் ஓசை சன்னமாகக் கேட்டது. மலை அசையாமல் நின்றுகொண்டிருந்தது. ராமநாதன் அதைப் பார்த்தபடியே தன் அறையை நோக்கி நடந்தான்.

7

வகுப்பு முடிந்ததும், "ஸ்வாமிஜி என்ன சொன்னார்?" என்று பிரபு கேட்டான். ராமநாதன் சொன்னான். பிரபுவின் முகம் மாறிவிட்டது.

"ஒரு செயல் நல்லா நடக்கணும்னா அதுல பல திறமைசாலிகள் ஈடுபடணும். அவங்க ஒரே மனசோட வேல செய்யணும். அவங்கள எல்லாம் ஒண்ணா இணைக்க ஒரு தத்துவம், ஒரு செயல்திட்டம், ஒரு ஒழுங்குமுறை எல்லாம் வேணும். இதெல்லாம் சேர்ந்துதான் சிஸ்டம். இந்த சிஸ்டத்துக்குன்னு சில லட்சணங்கள் உருவாயிடும். அது இல்லாம சிஸ்டம் இல்ல. சிஸ்டம் இல்லாம, தொடர்ந்த செயல்பாடு சாத்தியம் இல்ல" என்றான் பிரபு. ராமநாதன் ஆச்சரியத்துடன் அவனைப் பார்த்தான். இத்தனை நாட்களில் பிரபு இவ்வளவு கச்சிதமாக ஒரு விஷயத்தைப் பற்றிப் பேசி அவன் கேட்டதில்லை.

"நான் சிஸ்டம் வேணாம்னு சொல்லலயே?"

"அப்படீன்னா சிஸ்டம் சொல்றதை செய்"

"மாட்டேன்னு சொல்லல. அஜண்டாவை கொஞ்சம் மாத்தினா என்னன்னு யோசிக்கறேன்."

"அஜண்டா உருவானது ஒரு ப்ராஸஸ். அதை மாத்தணும்னா அதுவும் ஒரு ப்ராஸஸ். அதுதான் சிஸ்டம்."

ராமநாதனால் உடனே பதில் சொல்ல முடியவில்லை. "அந்த ப்ராஸஸை நானும் தெரிஞ்சிக்கலாமா" என்று கேட்டான்.

"அதுல ஈடுபட்டுதான் தெரிஞ்சிக்க முடியும். இது புஸ்தகத்துல படிக்கற பாடம் மாதிரி இல்ல. சொல்றத கேக்கறது அதுக்கு முதல் படி. செய்ய செய்ய எல்லாமே புரியும். செய்ய செய்ய நீ சிஸ்டத்துல கரைஞ்சிடுவ . . . அப்ப உனக்கு அது எப்படி செயல்படுதுங்கற ப்ராஸஸ் புரியும். அப்பதான் ப்ராஸஸ்ல உனக்கு ரோல் இருக்கும்" என்றான் பிரபு.

"ஒவ்வொருத்தருக்கு ஒவ்வொரு சுபாவம். அதுக்கேத்த ரோல் அவங்களுக்குக் குடுக்கலாமே?"

"குடுக்கலாம். ஆனால் அதைத் தீர்மானிக்கிறதும் சிஸ்டம்தான். அதுவும் ஒரு ப்ராஸஸ்தான். முதலில் நீ சிஸ்டத்தோட இரண்டறக் கலந்துடணும். அப்புறம்தான் இதைப் பத்தியெல்லாம் பேச முடியும்."

ராமநாதன் அமைதியாக இருந்தான்.

"ஒரு சிஸ்டம் அல்லது அமைப்புல பத்து பேர் கட்டுக்கோப்பா வேலை பாத்தாங்கன்னா அந்தப் பத்துப் பேரின் கூட்டு சக்தி 100 பேருக்கு சமமா இருக்கும். சிஸ்டத்தை உருவாக்க நாம எடுத்துக்கற முயற்சியெல்லாம் சும்மா இல்லை" என்றான் பிரபு.

ராமநாதன் பதில் பேசவில்லை. அவன் மூளை பிரபுவின் சொற்களை உள்வாங்கிக்கொண்டிருந்தது. ஸ்வாமிஜி கேட்டதற்கும் பிரபு சொல்வதற்கும் நெருங்கிய தொடர்பு இருப்பதுபோலப் பட்டது.

ராமநாதன் துண்டைக் கட்டிக்கொண்டு குளிக்கச் சென்றான். "ஒரு நிமிஷம்..." என்றான் பிரபு. ராமநாதன் நின்றான்.

"அன்னிக்கே கேக்கணும்னு நெனச்சேன். உன் பூணல் எங்கே?"

"என் கிட்ட பூணூல் இல்லையே?"

"போட்டுக்கவே இல்லயா?"

"இல்ல"

"ஏன்?"

ராமநாதன் சிரித்தான். "நான் பிராமின் இல்லை" என்றான்.

பிரபு அவனை ஆச்சரியமாகப் பார்த்தான். ராமநாதன் புன்னகை மாறாமல் குளியலறைக்குச் சென்றான்.

குளித்துவிட்டு வந்தபோது பிரபு தனக்காகக் காத்திருப்பதை அறிந்து ஆச்சரியமடைந்தான். இவனைப் பற்றித் தனக்கு ஒன்றுமே தெரியாதே என்பது திடீரென்று அவனுக்கு உறைத்தது.

"உன்னோட பேக்கிரவுண்ட் என்ன? உங்க அப்பா அம்மால்லாம் எங்க இருக்காங்க? நீ எப்ப இங்க வந்த?" என்றான் ராமநாதன்.

பிரபுவின் முகத்தில் விசித்திரமான புன்னகை தோன்றியது. "நான் ஒரு அனாதை. சின்ன வயசுலயே அப்பா அம்மா ரெண்டு பேரும் ஆக்ஸிடெண்ட்ல செத்துபோயிட்டாங்க. எங்க மாமா கொண்டுவந்து இங்க சேத்தார். ஆசிரமத்து ஸ்கூல்லதான் சேத்தார். ஸ்வாமிஜிக்கு என்ன ரொம்ப பிடிச்சிபோச்சு. எனக்கும் ஸ்வாமிஜிய பிடிச்சிபோச்சு. இங்கயே தங்கிட்டேன். இதுதான் என் உலகம். இவ்வளவுதான் என் வாழ்க்கை" என்றான் பிரபு.

ராமநாதனுக்கு பதில் எதுவும் சொல்லத் தோன்றவில்லை.

பகவத் கீதையில் ஒரு ஸ்லோகத்தை எடுத்துக்கொண்டு ஸ்வாமிஜி அன்றைய சத் சங்கத்தில் விவாதித்தார். ராமநாதன் விவாதத்தில் கலந்துகொண்டாலும் முழுமையாக அவனால் ஈடுபட முடியவில்லை. விவாதமும் பஜனையும் முடிந்ததும் விரைவாக வந்து படுத்துக்கொண்டான். விவாதத்தை ஒட்டிப் பிரபு ஏதோ சொல்லிக்கொண்டிருந்தான். ராமநாதனின் எண்ணங்கள் அமைப்பு, தனி நபரின் விருப்பம், சேவை, செயல்திட்டம் ஆகியவற்றைச் சுற்றியே இருந்தன. பிரபுவின் பின்னணியை நினைத்துப் பாவமாக இருந்தது. இந்த ஆசிரமம் ஒத்துவரவில்லை என்றால் நாளைக்கே என்னால் வீட்டுக்குத் திரும்பிப் போக முடியும். பிரபு எங்கே போவான் என்பதை நினைத்தபோது மனம் கனத்தது. எண்ணங்களை விலக்கியபடி மூச்சை ஆழமாக இழுத்துவிட்டான். சிறிது நேரத்தில் உறக்கத்தில் ஆழ்ந்தான்.

நள்ளிரவில் விழிப்புத் தட்டியது. யாரோ தன் கன்னத்தைத் தடவியதுபோல் உணர்ந்தான். விழித்துப் பார்த்ததும் அந்தக் கை அவன் கழுத்தைக் கட்டிக்கொண்டது. அது பிரபுவின் கை என்பது புரிந்தது.

என்ன செய்வதென்று தெரியவில்லை. சிறிது நேரம் அசையாமல் படுத்திருந்தான். அவஸ்தையாக இருந்தது. மெதுவாகப் பிரபுவின் கையை விலக்கினான். பிரபு புரண்டு தள்ளிப் படுத்தான். ராமநாதன் கழுத்தில் பிரபுவின் கைச்சூடு இன்னமும் இருந்தது. மனதில் கசப்புத் தட்டியது. தூங்க முயற்சி செய்தான்.

8

ஸ்லோகம், தேவாரம், திவ்யப் பிரபந்தம் எல்லாம் சொல்லிவிட்டு யோகாசனம் செய்து கொண்டிருக்கும்போது சீடர் ஒருவர் வந்து ஸ்வாமிஜி கூப்பிடுவதாகச் சொல்லிவிட்டுப் போனார். உடனே கிளம்பினான்.

மழை தூறிக்கொண்டிருந்தது. மெல்லிய தூறல். ராமநாதன் அதில் நனைந்தபடி மைதானத்தின் வழியே ஸ்வாமிஜியின் அறையை நோக்கிச் சென்றான்.

ஸ்வாமிஜி பத்மாசனத்தில் அமர்ந்திருந்தார். அறையில் ஊதுபத்தி மணம் கமழ்ந்திருந்தது. நூறு ஆண்டுகள் கழித்து வந்தாலும் அவர் அப்படியே அந்த இடத்தில் அமர்ந்திருப்பார் என்று ராமநாதனுக்குத் தோன்றியது. அவர் தோற்றம் அவனுக்குச் சிலிர்ப்பூட்டியது. குளிக்காமல் வந்துவிட்டதால் அறையில் உட்காரச் சற்றுத் தயக்கமாக இருந்தது. கவனத்துடன் பூனைபோல் மெல்ல நடந்து சுவரோரம் நின்றான். சலனமற்று அமர்ந்திருக்கும் சிவானந்தரைக் கண் கொட்டாமல் பார்த்துக்கொண்டிருந்தான். மனம் அசைவற்று இருந்தது.

ஆசிரமத்துக் கோவிலின் மணியோசை கேட்டதும் சிவானந்தர் கண் திறந்தார். மெல்ல எழுந்து பிரணவ மந்திரச் சின்னம் பொறித்த சுவரைப் பார்த்து வணங்கினார். நீரை எடுத்துக் குடித்தார். தன்னை அவர் கவனித்தாரா என்னும் சந்தேகம் ராமநாதனுக்கு வந்தது.

“நாளைக்கு சுசீந்திரத்துக்கு ஒரு டீம் போகுது. அதுல நீயும் சேர்ந்துக்கோ” என்றார் சிவானந்தர்.

ராமநாதன் சட்டென்று நகர்ந்து அவர் முன் வந்தான். சரி என்று தலையாட்டினான்.

“சுசீந்திரத்தில் நமக்கு ஒரு கிளை இருக்கு. அந்தக் கிளை சார்பா ஒரு கிராமத்துக்குப் போறோம். அங்க சாந்தி யோகம், மெடிக்கல் கேம்ப், தொழில் பயிற்சி எல்லாம் ஏற்பாடு பண்றோம். டீம்ல நீயும் இருக்கே” என்றார்.

ராமநாதன் மீண்டும் தலையாட்டினான். “போய் குளிச்சிட்டு வேலையைப் பாரு. விடிய கார்த்தால பஸ்” என்றார்.

ராமநாதன் கிளம்பினான்.

“ஆசிரம லைப்ரரியை பாத்தியா?” என்று சிவானந்தர் கேட்டதும் நின்றான்.

“இல்ல டயமே கிடைக்கல” என்றான்.

சிவானந்தர் சிரித்தார். “தீவிரமா ஆசை இருந்தா விரும்பினது கிடைக்கும்” என்றார். அறையிலிருந்து வெளியே வந்தார். ராமநாதனும் வந்தான். அவர் கோவிலை நோக்கிச் சென்றார்.

ராமநாதன் அறையைப் பார்த்து ஓடினான்.

பிரபு குளித்துவிட்டுக் கிளம்பியிருந்தான். ராமநாதன் வேகமாகக் குளித்துவிட்டு வேகமாகச் சாப்பிட்டான். அடுத்த நிகழ்ச்சி 10.30க்கு. அதற்குள் துணி துவைப்பது முதலான வேலைகளை முடித்துக்கொள்ள வேண்டும். ராமநாதன் நேராக நூலகத்துக்குச் சென்றான். புத்தக அடுக்குகளைக் கண்டு பிரமித்தான். பல நூல்களைப் புரட்டிவிட்டுக் கடைசியில் தூக்கு மரத்தின் நிழலில் என்னும் நூலை எடுத்துப் படிக்க ஆரம்பித்தான்.

படித்துக்கொண்டிருக்கும்போது யாரோ உள்ளே வருவதைப் பார்த்தான். கையில்லாத பனியனும் காவி வேட்டியும் அணிந்திருந்த அவருக்கு வயது 30 இருக்கலாம். அவர் கண்கள் வித்தியாசமாக இர்ந்தன. வாய் சற்றே கோணியிருந்தது. உடல் வித்தியாசமாக ஆடிக்கொண்டிருந்தது. "சாரி, சாரி" என்று சொன்னபடி ஒரு புத்தகத்தை எடுத்துவைத்துக்கொண்டு படிக்க ஆரம்பித்தார். ராமநாதனால் நூலில் கவனம் செலுத்த முடியவில்லை. இவனைப் பார்க்கும்போதெல்லாம் அவர் "சாரி, சாரி' என்று சொல்லிக்கொண்டிருந்தார். புத்தகத்தைப் படித்தபடி சிரிக்க ஆரம்பித்தார். சிரித்துக்கொண்டே படித்துக்கொண்டிருந்தார். கிட்டத்தட்ட அரை மணிநேரம் இதைப் பார்த்துக்கொண்டிருந்த ராமநாதன் வெளியே வந்தான். அவர் மீண்டும் "சாரி, சாரி" என்றார்.

மதியம் சாப்பிடும்போதே பிரபு கண்ணில்பட்டான். "எங்க போயிட்ட?" என்று விசாரித்தான். ராமநாதன் பதில் சொன்னான். "தூக்கு மரத்தின் நிழலில் புக்கை ஏன் செலக்ட் பண்ணினே?" என்று கேட்டான்.

"ஒரு சில வரிகள் படிச்சி பாத்தேன். இன்டரஸ்டிங்கா இருந்தது" என்றான்.

"அது உனக்கு யூஸ் ஆகாதே..." என்றான் பிரபு.

"அதெப்படி சொல்ல முடியும்?" என்றான் ராமநாதன்.

"நம்ம வேலைக்கு அது பயன்படுமான்னு யோசி..."

"அப்படீன்னா அதை ஏன் ஆசிரமத்துல வெச்சிருக்காங்க?"

"லைப்பரின்னா எல்லா விதமான புக்கும் இருக்கத்தான் செய்யும். இங்க ரிசர்ச் ஸ்டூடண்ட்ஸ் எல்லாம் வருவாங்க. இங்க காமசூத்ரா புக்குகூட இருக்கு தெரியுமா?"

அரவிந்தன்

“அப்படியா?” என்று கேட்டான் ராமநாதன். தன் குரலில் வெளிப்பட்ட ஆர்வம் அவனுக்கே ஆச்சரியமாக இருந்தது.

“கேக்கறத பாத்தா எடுத்துப் படிப்பே போலருக்கே?”

“படிச்சா என்ன தப்பு?”

பிரபு உடனே பதில் சொல்லவில்லை. ராமநாதனின் தோளில் கை வைத்தான். முகத்தில் புன்னகையை வரவழைத்துக் கொண்டான்.

“ராமு . . . எல்லா புக்ஸையும் படிக்கலாம். எல்லாமே அவசியம்தான். ஆனா லைஃப்ல இந்த ஸ்டேஜ்ல நமக்கு ரொம்ப அவசியமான புக்கு எதுன்னு யோசிச்சி பாரு. தூக்கு மரத்து நிழலில் புக்கு படிக்கறது தப்புன்னு சொல்லல. சி.ஏ. பாலன் பெரிய சோஷியல் வொர்க்கர். அவரோட வழிமுறைகள் தப்பா இருக்கலாம். ஆனா அவரோட நோக்கம் உயர்ந்தது. ஆனா இந்த புக்கு அவரோட சோஷல் லைஃப் பத்தி இல்ல. ஜெயில் லைஃப் பத்தி. அது இப்ப எதுக்குன்னு யோசிச்சி பாரு. ஆனாகூட அதை படிக்க வேணான்னு சொல்லல. படி. நாம நாளைக்கே ஜெயில் கைதிகளுக்கு உதவி பண்ணப் போனா அதுவும் யூஸ்ஃபுல்லா இருக்கும் . . .”

ராமநாதன் அவன் பிடியிலிருந்து மெல்ல விலகினான். துணிமணிகளை மடிக்க ஆரம்பித்தான். “ஜெயில்ல சர்வீஸ் பண்ணினாதான் ஜெயில் லைஃப் பத்தி படிக்கணுமா?” என்றான்.

“இது குதர்க்கம்“ என்றான் பிரபு. “நான் அப்படிச் சொல்லல. எது செஞ்சாலும் அது நம்ம ஆன்மிக வளர்ச்சிக்கோ சமூகப் பணிக்கோ பயன்படணும். அதுதான் நான் சொல்ல வர்ரது. நீயே போகப் போக புரிஞ்சிப்ப” என்றான்.

நூலகத்தில் பார்த்த அந்த நபரைப் பற்றி ராமநாதன் விசாரித்தான்.

“அவரா? அவருக்குக் கொஞ்சம் உடம்பு சரியில்லை. அடிக்கடி வருவார். லைப்ரரில உக்காருவார். கோவில்ல உக்காருவார். சாப்பிடுவார். சாப்பிட்ட எடத்தை வேணாம், வேணாம்னு சொன்னாலும் கேக்காம க்ளீன் பண்ணுவார். போயிடுவார். ஸ்வாமிஜி கிட்ட மட்டும் பேசுவார்” என்றான் பிரபு.

ராமநாதன் பேச்சைத் தொடரவில்லை. அன்று மாலை பள்ளிக்கூடத்திற்குச் செல்லும்போது குறித்த நேரத்திற்குள்

வந்துவிட வேண்டும் என்பதில் கவனமாக இருந்தான். கதை சொல்லிக்கொண்டிருக்கும்போது பாதியில் எழுந்து வருவதற்குக் கஷ்டமாக இருந்தது. மாணவர்களின் முகங்களில் தெரிந்த ஏமாற்றத்தை அவனால் தாங்கிக்கொள்ள முடியவில்லை. “அடுத்து என்ன ஆகும்னு யோசிச்சி வையுங்க. நாளைக்கு பார்ப்போம்” என்றான். ஆசிரமத்தின் கால அட்டவணை மீது கோபம் வந்தது என்றாலும் சரியான நேரத்தில் யோகா வகுப்புக்குச் சென்றுவிட்டான்.

இரவு உணவின்போது பிரபு இவனைத் தேடி வந்து பக்கத்தில் உட்கார்ந்தான். “ஸ்வாமிஜி உன்னை எதுக்காக சுசீந்திரம் அனுப்பறார் தெரியுமா?” என்றான். ராமநாதன் அவனை உற்றுப் பார்த்தான்.

“நீ அனுப்பின லெட்டர் கெடச்சு உங்க அம்மா உன்னைத் தேடி இங்கயே வந்துட்டா என்ன பண்றதுன்னுதான் உன்னை வெளியூருக்கு அனுப்பறார். கொஞ்ச நாளைக்கு நீ இங்க இல்லாம இருக்கறதுதான் நல்லதுன்னு நெனைக்கறார்” என்றான்.

ராமநாதனுக்கு அந்தச் செய்தியை எப்படி எடுத்துக்கொள்வது என்று புரியவில்லை. வெளியூர் சென்று சேவை முகாமில் முழுமையாகப் பங்கெடுத்துக்கொள்வது பற்றி அவனுக்குள் பரவசம் இருந்தது. அது சற்று வடிந்துவிட்டதை உணர்ந்தான். ஆனால் எந்தக் காரணமாக இருந்தாலும் இது நல்ல வாய்ப்புதானே என்று எண்ணிக்கொண்டான். இன்று பள்ளிக்கூடத்தில் என்ன நடந்தது என்று கேட்டான் பிரபு.

ராமநாதன் ஈடுபாடு அதிகம் இல்லாத நிலையிலேயே பதில் சொல்லிக்கொண்டிருந்தான். அன்றிரவு நடந்த சம்பவத்துக்குப் பிறகு ஒன்றுமே நடக்காதது போலப் பிரபு நடந்துகொள்வதாகப் பட்டது. ஒருவேளை உண்மையிலேயே எதுவும் நடக்கவில்லையா என்ற சந்தேகம் அவனுக்கு வந்தது. நான்தான் அதீதமாகக் கற்பனை செய்துகொள்கிறேனா என்று கேட்டுக்கொண்டான். தூக்கத்தில் புரண்டு கை, காலை மற்றவர் மீது போடுவது இயல்புதானே என்று தோன்றியது. ஆனால் அந்தச் சூடு, கையை விலக்கியதும் அவன் புரண்ட வேகம் ஆகியவற்றை நினைத்துப் பார்க்கும்போது அது தற்செயலானதல்ல என்பது மீண்டும் உறுதியாயிற்று.

ஆசிரமப் பொறுப்பாளர் ஒருவர் சுசீந்திரம் பயணம் குறித்த விவரங்களைச் சொன்னார். இரவே துணிமணிகளை எடுத்து வைத்துக்கொள்ளச் சொன்னார். எல்லாவற்றையும் முடித்துவிட்டு

வரும்போது பிரபு ஆழ்ந்து தூங்கிக்கொண்டிருந்தான். ராமநாதனுக்குச் சற்றே நிம்மதி ஏற்பட்டது.

9

சென்னைத் தெருக்களில் புழங்கிய ராமநாதனுக்கு ஒப்பீட்டளவில் கோவையின் சிறிய தெருக்கள் பிடித்திருந்தன. அதிலும் நகருக்கு வெளியில் ஆசிரமம் இருக்கும் இடத்தில் இருந்த அமைதியும் அவனுக்குக் கூடுதலாகப் பிடித்திருந்தது. சுசீந்திரம் தெருக்கள் சிறியதாய் அழகாய் இருப்பதாக அவனுக்குப் பட்டது. அங்கே மனிதர்கள் பரபரப்பில்லாமலும் மகிழ்ச்சியுடனும் நடமாடுவதாகத் தோன்றியது. சாலைகளில் அலைபாய்ந்துகொண்டிருந்த கண்களை அவனால் கட்டுப்படுத்த முடியவில்லை. சுசீந்திரம் கோவிலைப் பற்றிக் கேள்விப்பட்டிருக்கிறான். அங்கு ஒரு முறை போக வேண்டுமென்று நினைத்துக்கொண்டான்.

சுசீந்திரம் போய்ச் சேருவதற்கு மூன்று மணி ஆகிவிட்டது. ஆசிரமத்தின் கிளை அமைந்திருந்த கட்டிடத்தில் போய் இறங்கினார்கள்.

முருகானந்த யோகி என்பவர் அங்கே பொறுப்பில் இருந்தார். யோகாசன வகுப்பை ராமநாதனையே எடுக்கச் சொன்னார். கோவையிலிருந்து வந்த ஏழு பேர், சுசீந்திரத்தில் உள்ள பத்துப் பேர் ஆகியோருக்கு வகுப்பு எடுக்க வேண்டும். இருப்பதிலேயே இளையவனான தன்னிடம் அந்தப் பொறுப்பு கொடுக்கப்பட்டதை எண்ணி ராமநாதன் சற்றுத் திணறிவிட்டான். ஆனாலும் தைரியமாக எடுத்தான். வகுப்பு முடிந்ததும் முருகானந்த யோகி அவன் முதுகில் தட்டிக் கொடுத்தார்.

ஆசிரமத்தைச் சேர்ந்த இன்னொருவர் அவனை நெருங்கினார். அவரை பாஸ்கர யோகி என்று முருகானந்தர் அறிமுகப்படுத்தினார். விருச்சிகாசனம் தெரியுமா என்று பாஸ்கரன் கேட்டார். ராமநாதன் தலையாட்டினான். சொல்லித் தர முடியுமா என்று கேட்டார். ராமநாதன் அதைப் படிப்படியாக எப்படிச் செய்வது என்பதை விளக்கினான். விழுந்துவிடாமல் தற்காத்துக் கொள்வது எப்படி என்பதையும் சொன்னான். கால்களை மேலே தூக்கும் தருணத்தில் உடலின் முழுக் கட்டுப்பாட்டையும் கைகளில் கொண்டுவருவதற்கு முன் கைகளை மனதோடு ஒன்றச் செய்தால் கால்களை எளிதாகத் தூக்கிப் பின்னால் வளைக்க முடியும் என்பதை விளக்கினான். பல நாட்கள் முயன்றும் கை வராத அந்த ஆசனம் பாஸ்கரனுக்குப் பத்தே நிமிடங்களில் வசப்பட்டது.

அடுத்த நாளிலிருந்து பக்கத்திலுள்ள சிறிய கிராமம் ஒன்றில் சாந்தி யோக முகாம் தொடங்கியது. ராமநாதன் அந்த இடத்தையும் அங்கிருந்த மரங்களையும் தோப்பையும் பார்த்து மனதைப் பறிகொடுத்தான். எந்தப் பக்கம் திரும்பினாலும் கொத்துக் கொத்தாய்த் தென்னை மரங்களைப் பார்க்க முடிந்தது. வழியில் எதிர்ப்பட்ட பெண்களில் பலர் அவனுடைய கவனத்தை ஈர்த்தார்கள். இங்கு மட்டும் பெண்கள் எப்படி இவ்வளவு அழகாக இருக்கிறார்கள்?

சென்னையில் நடைபெற்ற சாந்தி யோக வகுப்புகளின் சில பகுதிகள் சுசீந்திரம் முகாமிலும் இருந்தாலும் இங்கே சமூகப் பணிகளுக்கு அதிக முக்கியத்துவம் தரப்பட்டதை ராமநாதன் கவனித்தான். இது அவன் உற்சாகத்தைக் கூட்டியது. சிலுசிலுவென்ற காற்று ஓயாமல் அடித்துக்கொண்டிருந்ததில் ராமநாதன் கனவில் இருப்பதுபோன்ற மயக்கத்துடன் காரியங்களில் ஈடுபட்டான்.

முகாம் நடந்துகொண்டிருக்கும்போது மூன்றாம் நாள் முருகானந்தம் ராமநாதனைக் கூப்பிட்டு அனுப்பினார். இன்று முகாமுக்கு அவன் போக வேண்டாம் என்றார். சுசீந்திரம் கிளையின் சார்பில் நடக்கும் பணிகளைக் காண்பிக்கும்படி ஸ்வாமிஜி சொல்லியிருக்கிறார் என்றார்.

சுசீந்திரத்திலும் ஆசிரமத்தின் சார்பில் ஒரு பள்ளிக்கூடம் நடந்துகொண்டிருந்தது. இது மிகவும் சிறிய பள்ளிக்கூடம். ஒரு மருத்துவமனையும் இருந்தது. ஆசிரமத்தின் சார்பில் இயற்கை விவசாயமும் நடந்துகொண்டிருந்தது. பாஸ்கர யோகிதான் அதன் பொறுப்பாளர். 50 ஏக்கர் பரப்புள்ள நிலத்தில் முழுக்க இயற்கை வேளாண்மை நடைபெற்றுக்கொண்டிருந்தது. அங்கு உற்பத்தியாகும் பொருள்களை இடைத் தரகர்கள் யாருமின்றி மக்கள் நேரடியாகக் குறைந்த விலைக்கு வாங்கிச் செல்ல ஏற்பாடு இருந்தது. அங்கு விளைந்த பொருட்களை நாகர்கோவில், மார்த்தாண்டம் ஆகிய பகுதிகளுக்குக் கொண்டுசென்று விற்பதற்கும் பாஸ்கரன் ஏற்பாடு செய்திருந்தார். இதில் கிடைக்கும் வருமானம் மீண்டும் விவசாயப் பணிகளுக்கான முதலீடாகவே பயன்படுத்தப்பட்டது. வயலுக்கு அழைத்துச் சென்ற பாஸ்கர யோகி எல்லாவற்றையும் விளக்கினார். அந்த நிலம் ஆசிரமத்துக்கு மட்டும் சொந்தமானதல்ல. பலருக்கும் அதில் பங்கிருந்தது. அங்கே கூட்டாக விவசாயம் நடந்துகொண்டிருந்தது. உரிமையாளர்களுக்கிடையே எந்தப் பிரச்சினையும் வராத வகையில் ஆசிரமத்தினர் அதை நிர்வகித்துவந்தார்கள்.

வயலைப் பார்த்ததும் ராமநாதன் பரவசம் அடைந்தான். விவசாயப் பணிகளின் ஒவ்வொரு அம்சத்தையும் அவர் விளக்க விளக்க அவன் மனம் மாறுபட்ட வெளியில் பயணம் செய்யத் தொடங்கியது. பசேலென்ற வயல் வெளி அவனை வெகுவாக வசீகரித்தது. சுசீந்திரமே தன் அழகால் அவனைத் தன்பால் ஈர்த்துக்கொண்டது. அதன் சிறிய தெருக்கள், கோவில்களில் இருந்த அமைதி, எளிமையான முகங்கள், சிலுசிலுவென்ற காற்று, பசுமை ஆகியவற்றில் மனதைப் பறிகொடுத்திருந்தான். கோவைக்குத் திரும்பியதும் ஸ்வாமிஜியிடம் கேட்டு இங்கேயே வந்துவிட வேண்டும் என்று நினைத்துக்கொண்டான். பாஸ்கரன் சொன்ன வேலைகளை ஆழ்ந்த ஈடுபாட்டுடன் செய்து முடித்தான். வயலிலும் அதை ஒட்டிய இடங்களிலும் ஐந்து மணிநேரத்துக்கு மேல் ஓடிஆடி உழைத்த பிறகும் உடலும் மனமும் புத்துணர்வோடு இருப்பதை உணர்ந்தான்.

ஆசிரமத்தின் சார்பில் நடக்கும் மருத்துவமனைக்கு ராமநாதனையும் கோவையிலிருந்து வந்திருந்த பிற சேவார்த்திகளையும் சதாசிவ யோகி என்பவர் மறு நாள் கூட்டிச் சென்றார். சதாசிவம் ஆங்கில மருத்துவப் பட்டம் பெற்றவர். ஆயுர்வேதம், இயற்கை சிகிச்சை முறை ஆகியவையும் கற்றவர். ஸ்வாமிஜியின் சாந்தி யோகத்தால் கவரப்பட்டு ஆசிரமத்துக்கு வர ஆரம்பித்தவர் அப்படியே தங்கிவிட்டார் என்று பாஸ்கரன் சொல்லியிருந்தார். அவருக்குக் குடும்பம் எல்லாம் இருக்கிறது. ஆனாலும் நாற்பது வயதில் திடீரென்று கிளம்பி வந்துவிட்டார் என்று பாஸ்கரன் சொன்னதைக் கேட்டபோது ஆச்சரியமாக இருந்தது.

“நீங்கள் எப்படி வந்தீர்கள்?” என்று கேட்டான்.

கல்லூரியில் படிக்கும் காலத்திலிருந்தே பாஸ்கரனுக்குச் சமூகப் பணிகளில் ஆர்வம் இருந்தது. கல்லூரியிலும் எந்தப் பிரச்சினை என்றாலும் முன்னால் நின்று போராடுவார். ஸ்வாமிஜி ஒரு முறை சுசீந்திரம் வந்திருந்தபோது அவரது பேச்சைக் கேட்டிருக்கிறார். சாந்தி யோக முகாமில் கலந்துகொண்டிருக்கிறார். அவரைத் தனியாகச் சந்தித்துப் பேசியிருக்கிறார். ஒரு சில சந்திப்புகளிலேயே ஸ்வாமிஜி பாஸ்கரனை முற்றிலுமாக வசீகரித்துவிட்டார். அடிக்கடி கோவைக்குப் போய் ஆசிரமத்தில் தங்க ஆரம்பித்தார். ஸ்வாமிஜி பல விஷயங்களைக் கற்றுத்தந்தார். இங்கேயே தங்கிவிடட்டுமா என்று கேட்டதற்கு, படித்து முடித்துவிட்டு வா என்று சொல்லிவிட்டார். முடித்துவிட்டு வந்ததும் சேர்த்துக்கொண்டார். ஓரிரு வருடங்களிலேயே சுசீந்திரத்துக்கு அனுப்பிவிட்டார்.

“குடும்பம்?” என்று கேட்டான் ராமநாதன்.

“அப்பா, அம்மா எல்லாம் கன்யாகுமரில இருக்காங்க. காலேஜ் முடிஞ்சதும் வேலை, கல்யாணம்னு ப்ரஷர் வந்துது. நான் அப்பா அம்மா கிட்ட தெளிவா சொல்லிட்டேன். எனக்கு கல்யாணம் பண்ணி வெச்சா அது ஒரு பொண்ணோட வாழ்க்கையை கெடுக்கறா மாதிரின்னு சொல்லிட்டேன். சின்ன வயசிலேந்தே எனக்கு ஃபேமிலி லைஃப்ல இண்ட்ரெஸ்ட் இல்ல. அது பேரன்ட்ஸுக்கும் தெரியும். ஆனா அவங்களால ஒத்துக்க முடியல. நான் ரெண்டு வருஷம் சர்வீஸ் செஞ்சிட்டு வரேன்னு சொல்லி பர்மிஷன் வாங்கிட்டு வந்தேன். வந்து பத்து வருஷம் ஆகப்போகுது. இப்பவும் அம்மா வந்து கேட்டுட்டுதான் இரிக்காங்க. நானும் அடுத்த வருஷம் வாரேன்னு சொல்லிட்டுதான் இரிக்கேன்” என்று சிரித்தார் பாஸ்கரன்.

ராமநாதனுக்கு ஆச்சரியம் ஏற்பட்டது.

சதாசிவ யோகி நோயின் தன்மை அறிந்து, நோயாளியின் நிலை அறிந்து சிகிச்சை அளிக்கப்பட வேண்டும் என்பதில் உறுதியாக இருப்பவர். அவசர சிகிச்சை, வலி நிவாரணம் முதலானவற்றுக்கு அல்லோபதி முறையிலேயே அங்கு சிகிச்சை வழங்கப்பட்டது. நீரிழிவு நோய், நாள்பட்ட இரத்த அழுத்தம், முதுகு வலி, ஜீரணக் கோளாறுகள், உடல் பருமன் ஆகியவற்றுக்கு ஆயுர்வேத, இயற்கை முறைகள் பயன்படுத்தப்பட்டன. வர்மக் கலையின் மூலமும் சிகிச்சை அளிக்கப்பட்டது. யோகா சிகிச்சைப் பிரிவும் இருந்தது.

எந்த நோய்க்கு எந்த நிலையில் எந்த விதமான சிகிச்சை என்பதை முடிவு செய்வதில் சதாசிவத்தின் மருத்துவ அறிவு பெரிதும் பயன்பட்டதை ராமநாதன் பார்த்தான். நோயாளிகளிடம் அவர் உரையாடும் விதம், மருத்துவர்களிடம் நடந்துகொள்ளும் விதம், ஒவ்வொரு பிரிவிலும் அவர் கவனிக்கும் விஷயங்கள் ஆகியவற்றைப் பார்க்கும்போது ராமநாதன் மனம் அவன் வசத்தில் இல்லை. இங்கேயே தங்கி சதாசிவத்திற்கு உதவியாக இந்த மருத்துவமனையைக் கவனித்துக்கொள்ள வேண்டும் என்னும் ஆசை எழுந்தது.

மருத்துவமனையின் எல்லாப் பிரிவுகளையும் பார்த்துவிட்டு வருவதற்குள் மூன்று மணி நேரத்திற்கு மேல் ஆகிவிட்டது. மருத்துவமனை வளாகத்திற்குள் இருக்கும் சிறிய உணவகத்திற்கு சதாசிவம் கூட்டிச் சென்றார். வந்தவர்கள் சிலர் நோயாளிகள், நோயாளிகளின் உறவினர்கள் எனச் சிலர் அங்கே சாப்பிட்டுக் கொண்டிருந்தார்கள். ஒரு சிலர் உணவை வாங்கிக்கொண்டு

சென்றார்கள். அவர் மூலையில் இருக்கும் மேஜையில் சென்று அமர்ந்தார். ராமநாதன் அவருடைய நிழலைப் போலப் பின்தொடர்ந்தான்.

சாப்பிட்டுக்கொண்டிருக்கும்போது அந்த மருத்துவமனை தொடங்கப்பட்ட கதையை சதாசிவம் விவரிக்க ஆரம்பித்தார். ஸ்வாமிஜியின் மீது பக்தி கொண்ட ஒரு பணக்காரர் இலவசமாகக் கொடுத்த இடத்தில் சிறிய குடிசையில் சாந்தி ஆயுர்வேத சிகிச்சை மையமாகத் தொடங்கிய மருத்துவமனை எப்படி இந்தப் பத்தாண்டுகளில் படிப்படியாக வளர்ந்தது என்பதைக் கூறினார். இலவச மருத்துவமனையாகவே இன்னமும் செயல்பட்டாலும் வசதி படைத்தவர்களும் வருவதால் அவர்களிடம் மட்டுமே பணம் வாங்கலாமா என்று யோசித்துக்கொண்டிருப்பதாகச் சொன்னார்.

"கட்டண மருத்துவமனை ஆரம்பிச்சப்பறம் இலவச மருத்துவமனைல கவனம் கொறஞ்சிடாதா?" என்று ராமநாதன் கேட்டான்.

சதாசிவம் புன்னகைத்தார். "அந்தக் கவலை ஸ்வாமிஜிக்கும் இருக்கு" என்றார். "ஆயுர்வேத எண்ணெய் சிகிச்சை, யோகாசன சிகிச்சை, வர்ம சிகிச்சை முதலான சிகிச்சைகளுக்கான நிபுணர்கள் இங்க இருக்காங்க. இதுக்கெல்லாம் நெறைய செலவாகும். தவிர, ஏழைகளுக்கு அவ்வளவாக இந்த சிகிச்சைகள் தேவைப்படறதில்லை" என்று சதாசிவம் விளக்கினார்.

ராமதானுக்கு இந்த பதில் வினோதமாக இருந்தது. எல்லாருக்கும் ஒரே மாதிரி உடம்புதானே என்று தோன்றியது. அவன் முக மாற்றத்தைக் கண்டு சதாசிவம் மீண்டும் பேச ஆரம்பித்தார். அப்போது அந்த மேஜை அருகே வந்த இருவர் மீது அவர் கவனம் சென்றது. அவர் உடலில் ஏதோ மாற்றம் ஏற்பட்டதை ராமநாதன் கவனித்தான்.

10

முப்பது, முப்பத்திரண்டு வயது மதிக்கத்தக்க ஒரு பெண்ணும் பத்து, பனிரெண்டு வயது மதிக்கத்தக்க ஒரு சிறுவனும் நின்றுகொண்டிருந்தார்கள். சதாசிவம் அவர்களைப் பார்த்ததும் இருவரும் பணிவோடு வணங்கினார்கள். பையனின் கன்னத்தில் செல்லமாகத் தட்டி, கால் வலி எப்படி இருக்கிறது என்று கேட்டார். பையன் மலர்ந்த முகத்துடன் தலையை வட்டமாக ஆட்டினான். அந்தப் பெண்ணின் முகத்தைப் பார்த்த ராமநாதன் ஒரு கணம் அசந்துபோனான். அப்படி ஒரு அழகை அவன்

பார்த்ததில்லை. தலையைத் தாழ்த்திக்கொண்டான். கண்களில் தங்கிய அந்த முகத்தின் பிரதி பிம்பம் உணவுத் தட்டில் தெரிந்தது. கண்களை மூடித் திறந்தான். உடலில் பரபரப்பு ஊடுருவியது. மீண்டும் அந்த முகத்தைப் பார்க்க வேண்டும் என்ற துடிப்பைக் கஷ்டப்பட்டு அடக்கிக்கொண்டான். அந்தப் பையனைப் பார்த்துச் சிரிக்க முயன்றான். பார்வை கட்டுப்பாட்டை மீறி அந்தப் பெண் மீது சென்றது. உடலில் மின்சாரம் பாய்ந்ததுபோல் இருந்தது. தலையை மீண்டும் தாழ்த்திக்கொண்டான். தண்ணீர் குடித்தான். இருவரும் விடைபெற்றுச் சென்றார்கள். தட்டையே பார்த்துக்கொண்டிருந்தாலும் அவர்கள் நடந்துசெல்வது ஓரக்கண்ணில் பதிவாகியபடி இருந்தது. அவர்கள் சென்ற திசையையே சதாசிவ யோகி பார்த்துக்கொண்டிருப்பதைக் கவனித்தான். அவர்கள் வாசலைத் தாண்டும்போது தன்னையறியாமல் அவர்கள் பக்கம் திரும்பினான். அந்தப் பெண்ணும் தற்செயலாய்த் திரும்பினாள். ராமநாதன் சட்டென்று பார்வையைத் தட்டை நோக்கித் திருப்பினான். அப்பளத்தை நொறுக்கி வாயில் போட்டுக்கொண்டான். அவர்கள் போய்விட்டார்கள்.

கண்களின் வழியே ஊடுருவிய பரவசத்தைத் தன் கால் பெருவிரல் நுனிவரையிலும் ராமநாதனால் உணர முடிந்தது. இந்த அனுபவம் அவனுக்குப் புதியது. தலையைக் குனிந்தபடி சாப்பிட்டான். இருவரும் பேசாமல் சாப்பிட்டார்கள். கை கழுவிய சமயத்தில் சதாசிவம் இங்கேயே தங்கியிருப்பவர் என்பதை நினைத்து ஒரு கணம் மனம் பொங்கியது. அது எத்தகைய உணர்வு என்பதை அவனால் புரிந்துகொள்ள முடியவில்லை.

சதாசிவம் அவனை ஓய்வறைக்குக் கூட்டிச் சென்றார். சிறிது நேரம் ஓய்வு எடுக்கிறாயா என்று கேட்டார். மதியம் தூங்கும் பழக்கமில்லை என்று சொன்னான்.

“நான் கொஞ்ச நேரம் படுத்துக்கறேன். நீ புக்ஸ் ஏதாவது படிச்சிட்டு இரு” என்று சொல்லிவிட்டு, சோபாவில் கால் நீட்டிப் படுத்துக்கொண்டார். ராமநாதன் செய்தித்தாள்களையும் புத்தகங்களையும் புரட்ட ஆரம்பித்தான். மனதில் படபடப்பு அடங்கவில்லை. அந்த முகம் அவன் மனதில் அழுத்தமாகப் பதிந்துவிட்டது. சதாசிவம் அவளைப் பார்த்த காட்சியும் திரும்பத் திரும்ப மனதில் எழுந்து தொந்தரவு செய்துகொண்டிருந்தது. அவர்கள் செல்வதை அவர் பார்த்ததை எப்படித் தவறாக எடுத்துக்கொள்ள முடியும் என்று தனக்குத் தானே கேட்டுக்கொண்டான். இது தனக்குத் தேவையில்லாத ஆராய்ச்சி

என்று சொல்லிக்கொண்டு அதிலிருந்து விடுபட முயற்சி செய்தான்.

ராஜீவ் காந்தியின் கூட்டம் பற்றிய செய்தியைப் படிக்க ஆரம்பித்தான். எதிரிகளே இல்லாத யுத்தமாக இந்தத் தேர்தல் அவனுக்குத் தோன்றியது. அங்கே ராஜீவும் இங்கே எம்.ஜி.ஆரும் நிச்சயமாக வெல்வார்கள் என்பதில் அவனுக்கு ஐயமே இல்லை. அந்தத் தேர்தலுக்காகக் கட்சிகள் செய்யும் செலவு முற்றிலும் வீண் என்று நினைத்துக்கொண்டான்.

சதாசிவம் அரை மணிநேரத்தில் எழுந்துகொண்டார். அப்போது பாஸ்கரன் உள்ளே நுழைந்தார். சதாசிவமும் அவரும் புன்னகைகளையும் வணக்கங்களையும் பரிமாறிக்கொண்டார்கள். போகலாமா என்று பாஸ்கரன் ராமநாதனைக் கேட்டார். ராமநாதன் சதாசிவத்திடம் விடைபெற்றுக்கொண்டு கிளம்பினான். அந்தப் பெண்ணின் முகம் நினைவை விட்டு அகல மறுத்தது.

காய்கறிச் சந்தையில் சில வேலைகள், மாலை யோகாசன வகுப்பு என அன்றைய பொழுதின் மீதி நேரம் வேகமாக ஓடியது. யோகாசனம் முடிந்த பிறகு பாஸ்கரன் ராமநாதனிடம் நெடுநேரம் பேசிக்கொண்டிருந்தார். சிக்கலான ஒரு ஆசனத்தைச் செய்யும் விதத்தை அவனிடம் கற்றுக்கொண்டார். அவன் ஆசனம் செய்யும் விதம் நடனமணியின் அசைவுகளைப் போல இருக்கிறது என்றார். பல்லாண்டு காலத் தேர்ச்சி பெற்ற குங்ஃபூ குருமார்களைப் போல அவன் உடல் மிக இயல்பாகவும் மிக லாவகமாகவும் இருப்பதாகச் சொல்லி வியந்தார். “உன் உடம்பு உன் மனசு சொல்றதை முழுசா கேட்குது. உன் மனசு உன் அறிவு சொல்றதைக் கேக்கணும். உன் அறிவுக்குத் தெளிவான பார்வையும் நோக்கமும் இருக்கணும். நீ இன்னும் அறிவையும் அனுபவத்தையும் வளர்த்துக்கிட்டா அறிவு சதா எரியும் சூரியனைப்போல ஆயிடும். அப்படிப்பட்ட அறிவு மனசை வழிநடத்தினா நீ விவேகானந்தர் மாதிரி பல அற்புதங்களை செய்வ” என்றார். ராமநாதனின் மனம் நெகிழ்ந்தது.

இருவரும் ஆசுவாசமாக அமர்ந்தார்கள். ராமநாதன் தென்னை மரங்களையும் மாலை வெளிச்சத்தில் மின்னும் சாலை மணலையும் பார்த்துக்கொண்டிருந்தான். அவ்வப்போது கண்ணில் பட்ட மனிதர்கள் மீது அவன் கவனம் சென்றது. குறிப்பாகப் பெண்கள்.

“சுசீந்திரம்தான் என் கர்ம பூமி” என்றார் பாஸ்கரன். ராமநாதன் அவரை நோக்கித் திரும்பினான். தன் கர்ம பூமியில்

செய்வதற்குத் திட்டமிட்டிருக்கும் விஷயங்களை விளக்கினார். கல்வி, மருத்துவம், பெண்கள் முன்னேற்றம், யோகாசனம், விவசாயம், சாலைகள் சீரமைப்பு, கள்ளச் சாராய ஒழிப்பு, வறுமை ஒழிப்பு, சாதி வேற்றுமைகளைக் களைதல் என்று விவரித்தார். இவை எல்லாருமே சொல்வதுதானே என்று அவனுக்குத் தோன்றியது. ஒவ்வொன்றுக்கும் விரிவான திட்டங்கள் வைத்திருந்தார். எல்லாவற்றையும் விளக்க இப்போது நேரமில்லை என்று சொல்லிவிட்டுக் கல்விக்கான திட்டத்தை மட்டும் விளக்கினார்.

சுசீந்திரத்திலும் அக்கம்பக்கத்திலுள்ள கிராமங்களிலும் வீடு வீடாகச் சென்று ஐந்து வயதான குழந்தைகள் அனைவரையும் பள்ளிக்கு வரவழைத்திருக்கிறார். கன்னியாகுமரி மாவட்டத்தில் கல்விக்கான சூழல் நன்றாக இருப்பதால் அது சிரமமில்லாமல் நடந்தது என்றார். படிக்க வரும் குழந்தைகளுக்கு அரசாங்கம் தரும் பாடங்களுடன் வேறு சில விஷயங்களையும் சொல்லித்தருவதாகச் சொன்னார். தமிழ், ஆங்கிலம், இந்தி ஆகிய மொழிகளைப் பேசுவதற்குச் சொல்லித்தருவது, யோகாசனங்களைக் கற்றுத்தருவது, பாட்டு, கோலம் போடுதல், ஓவியம் வரைதல், சமையலின் அடிப்படைகள் என்று பல விஷயங்களையும் சொல்லித்தரும் திட்டம் செயல்படுத்தப்படுவதாகக் கூறினார். மேலும் அவர்கள் வளர வளர என்னவெல்லாம் சேர்ந்துகொண்டேபோகும் என்பதையும் விளக்கினார். சொல்லிக்கொடுப்பதற்கான ஆட்களைக் கல்லூரிகளிலிருந்து பொறுக்கி எடுப்பதாகவும் சொன்னார். “ஒவ்வொரு காலேஜ்லயும் எத்தனயோ பாஸ்கரன்கள், எத்தனையோ முருகானந்தம், எத்தனையோ ராமநாதன். போனாத்தானே தெரியும்?” என்று சொல்லிச் சிரித்தார்.

ஆரம்பக் கல்விக்கு அவர் திட்டத்தில் கொடுக்கப்பட்டிருந்த முக்கியத்துவம் ராமநாதனைக் கவர்ந்தது. ஆரம்பக் கல்வி என்பது கோபுரத்தின் அடிப் பாகம் போன்றது என்றார். அதை எவ்வளவு அகலமாக அமைக்கிறோமோ அந்த அளவுக்குக் கோபுரம் உயரமாகவும் உறுதியாகவும் இருக்கும் என்றார். அவர் சொல்லச் சொல்ல அவன் கற்பனைகளும் விரிந்துகொண்டேவந்தன. அவர் சொல்வதெல்லாம் தனக்கான திட்டங்கள் என்று நினைத்துக்கொண்டான்.

“பாஸ்கரன் வேலை செஞ்ச ஊர் பாஸ்கரனுடைய காலம் கழிஞ்சு முழுக்க முழுக்க வேற மாதிரி இருக்கணும். சொல்லப் போனா பாஸ்கரன் உயிரோட இருக்கும்போதே அது வேறா மாறணும். மாறும்” என்று அவர் சொன்னதும்

பாஸ்கரன் என்பதை ராமநாதன் என மாற்றித் தனக்குள் சொல்லிக்கொண்டான். மனம் விம்மியது.

தூங்கச் செல்வதற்கு 12 மணிக்குமேல் ஆகிவிட்டது. பாஸ்கரன் குளித்தார். நகங்களை நெடுநேரம் சுத்தம் செய்துகொண்டிருந்தார். படுத்ததும் தூங்கிவிட்டார். ராமநாதனுக்குத் தூக்கம் வரவில்லை. பாஸ்கரனின் சொற்கள் அவன் காதுகளில் ஒலித்துக்கொண்டிருந்தன. அவர் தீட்டிய சித்திரம் மூடிய அவன் கண்களுக்குள் படமாக ஓடியது. கல்வி, மருத்துவம், பெண்கள் முன்னேற்றம் எனச் சித்திரங்கள் மாறி வந்தன. பெண்கள் என்ற எண்ணம் வந்ததும் அந்தப் பெண்ணின் அழகு முகம் மனத்திரையில் பளிச்சிட்டது. உடல் விதிர்விதிர்த்தது. கண்களைத் திறந்தான். அந்த முகம் கருமேகங்களுக்கு மத்தியில் இருக்கும் நிலவுபோல இருண்ட சுவரின் மீது ஜொலித்தது. நாக்கு உலர்ந்தது. அந்தப் பெண்ணின் புன்னகை அவன் மனதைப் புரட்டிப்போட்டது. சற்று முன் இருந்த மன எழுச்சியும் உணர்வுகளின் உத்வேகமும் வடிந்துவிட்டிருந்தன. கண்களை மூடித் தூங்க முயன்றான். அந்த முகமும் புன்னகையும் மறையவில்லை. முன் அனுபவித்திராத அவஸ்தையும் தாங்க முடியாத குற்ற உணர்வும் ஆக்கிரமித்தன. நினைவுகளை உதற முயன்றான். ஆழமாக மூச்சை இழுத்துவிட ஆரம்பித்தாள். சவாசனம் செய்து உடலை மறந்தான்.

11

ஆலய மணியின் ஓசை ராமநாதனை எழுப்பிற்று. எழுந்ததும் புத்துணர்வுடன் காரியங்களைத் தொடங்கும் அவன் அன்று கண் எரிச்சலுடனும் சோர்வுடனும் எழுந்தான். வேகமாகக் காலை நேரக் கடமைகளை முடித்துவிட்டுப் பிரார்த்தனை மண்டபத்துக்குச் சென்றான்.

பொழுது இன்னமும் முழுமையாக விடிந்திருக்கவில்லை. காற்று சில்லென்று வீசியது. சாம்பல் நிற வானின் பின்னணியில் மிதக்கும் கரும்புள்ளிகளெனப் பறவைகள் நகர்ந்துகொண்டிருந்தன. கோவிலின் முகப்பில் விளக்கு எரிந்துகொண்டிருந்தது. பின்புறம் உள்ள கோசாலையிலிருந்து வந்த பசுக்களின் சத்தம் அந்தக் காலை நேர அமைதியைக் கிழித்தது. சுசீந்திரத்தின் காலை நேரம் முற்றிலும் புதிய வண்ணத்தில் இருப்பதாக அவனுக்குத் தோன்றியது. பிரார்த்தனை மண்டபத்தை நெருங்க நெருங்க ஓங்கார ஓசை அவனை வரவேற்றது. ஆழமாக மூச்சிழுத்து ஓங்கார ஒலியுடன் மூச்சை மெதுவாக வெளியிடும் பயிற்சியில் ஈடுபட்டுக்கொண்டிருந்தார்கள். கொஞ்சம் கொஞ்சமாகப்

பெரிதாகி வந்த அந்த ஒலி ராமநாதனை முழுவதுமாக அரவணைத்துக்கொண்டது.

கடைசி வரிசையில் சேர்ந்துகொண்டான். கூட்டுப் பிரார்த்தனை நடைபெற்றது. அது முடிந்ததும் யோகாசனம், கோவில் துப்புரவு, சிற்றுண்டி என்று நேரம் வேகமாகக் கரைந்தது. பக்கத்திலுள்ள கிராமத்திற்குச் செல்லும் குழுவுடன் ராமநாதனும் போக வேண்டும் என்று முருகானந்தம் சொன்னார். வயல், சந்தை, மருத்துவமனை என்று போகலாம் என்று நினைத்திருந்த ராமநாதனுக்கு ஏமாற்றமாக இருந்தது. உடனே சுதாரித்துக்கொண்டான். ஆசிரமத்திலிருந்து அனுப்பியிருக்கிறார்கள்; இது ஒரு பயிற்சி. நாளை வேறு இடங்களில் இதேபோலச் செய்வதற்கான பயிற்சி. இதில் தனிப்பட்ட தேர்வுக்கு எங்கே இடம் வந்தது என்று தனக்குள் சொல்லிக்கொண்டபடி கிளம்பினான். ஆனால் மனம் அலைபாய்ந்தபடியே இருந்ததை அவன் உணர்ந்தான். நடையின் வேகத்தைக் கூட்டினான்.

ஆசிரமத்தைச் சுற்றி ஒருவர் நடந்துகொண்டிருப்பதைப் பார்த்தான். நடைப் பயிற்சி மேற்கொள்கிறவர்போல அவர் நடை இல்லை. அவர் உடல் ஏதோ மிதந்து செல்வதுபோல இருந்தது. காலையில் கூட்டுப் பிரார்த்தனை முடிந்ததிலிருந்தே அவர் நடந்துகொண்டிருப்பது நினைவுக்கு வந்தது. இடையில் சாப்பிடப் போயிருப்பார், நான் கவனித்திருக்கத் தவறியிருப்பேன் என்று நினைத்துக்கொண்டான். நூலகத்தில் வித்தியாசமாக ஒருவரைப் பார்த்தது நினைவுக்கு வந்தது. அவருக்கு உடம்பு சரியில்லை என்று பிரபு சொன்னதும் நினைவுக்கு வந்தது.

வண்டி கிளம்பியது. கிராமப் பணி ராமநாதனுக்குப் பழகிவிட்டிருந்தது. கோவையில் இரண்டு மூன்று முறை சென்ற அனுபவமே அவனுக்குப் போதுமாக இருந்தது. பல வேலைகளை இழுத்துப் போட்டுக்கொண்டு செய்தான். முருகானந்தமோ பாஸ்கரனோ உடன் வரவில்லை. சாமிநாதன் என்பவர் வந்திருந்தார். அவர் ஆசிரமத்துவாசி அல்ல. அவ்வப்போது வந்து உதவிகள் செய்பவர். வயதில் பெரியவர் என்றாலும் ராமநாதனிடம் மிகுந்த மரியாதையோடு பழகினார். வண்டியில் செல்லும்போதே என்ன திட்டம் என்பதைச் சொல்லி எல்லாம் சரியாக இருக்கின்றனவா என்று கேட்டார். ராமநாதனுக்குச் கூச்சமாக இருந்தது.

கிராமத்தினுள்ளும் இந்த மரியாதை தொடர்ந்தது. மக்களிடையே பேசுவது, செய்ய வேண்டியவற்றை

சேவார்த்திகளிடம் எடுத்துச் சொல்வது ஆகியவற்றை அவனையே செய்யச் சொன்னார். நீங்களே சொல்லிவிடுங்களேன் என்று அவன் கூச்சத்துடன் சொன்னதை அவர் ஏற்கவில்லை. ராமநாதனே அனைத்தையும் செய்தான். சேவார்த்திகளிடம் நிதானமாகவும் தெளிவாகவும் பேசினான். மக்களிடம் அன்பாகவும் இணக்கமாகவும் பேசினான். ஒவ்வொரு நிகழ்விலும் உற்சாகமாய்க் கலந்துகொண்டான். சேவார்த்திகள் எந்தச் சந்தேகமாக இருந்தாலும் இவனிடமே வந்து கேட்டார்கள். ராமநாதனுக்கு எல்லாமே புதிதாக இருந்தது.

இன்னொன்றும் புதிதாக இருந்தது. மக்களிடையே பேசும்போது அவன் பார்வை அடிக்கடி பெண்கள் பக்கம் சென்றது. அந்தப் பக்கம் பார்ப்பதைப் பலவந்தமாகத் தவிர்த்தான். எனினும் அவன் கண்கள் அங்கு சென்றன. ஓரிரு பெண்களின் கண்கள், புன்னகைகள், தாவணிகள், சுடிதார்களின் நிறம் ஆகியவைகூட அவன் மனதில் அழுத்தமாகப் பதிந்துவிட்டன. மாலையில் பையன்களுக்கு யோகாசன வகுப்பு எடுக்கும்போது சில சிறுமிகளும் அதில் இருந்தார்கள். ஆனால் ராமநாதனின் கவனத்தின் ஒரு பகுதி வகுப்பை வேடிக்கை பார்த்துக்கொண்டிருந்த 18 வயது மதிக்கத்தக்க ஒரு பெண்ணின் மீது இருந்தது. தான் யோகாசனம் செய்து காட்டும்போது அவள் பார்க்கிறாளா என்பதைத் தன்னையறியாமல் சோதித்துக்கொண்டான்.

ராமநாதனுக்கு இந்த அனுபவம் புதிதாக இருந்தது. இதுவரை மனதறிந்து பெண்களின்பால் அவன் கவனம் செலுத்தியதில்லை. அவர்களைப் பார்க்க நேரும்போதும் அவர்கள் உடலின் மீது அவன் பார்வை சென்றதே இல்லை. இன்று எல்லாமே மாறிவிட்டன. அந்தப் பெண்ணின் கண்ணசைவு, புன்னகை, தலையை அப்படியும் இப்படியும் திருப்புவது ஆகியவறைக் கவனித்த ராமநாதனுடைய கண்கள் அவளுடைய மார்பின் மீது பதிந்தது. குற்ற உணர்வுடன் பலவந்தமாகத் தன் கவனத்தைத் திசை திருப்ப முயற்சித்தான். கண்களை மட்டுமே திருப்ப முடிந்தது.

கிளம்பும்போது முதல் ஆளாக வண்டியில் ஏறி உட்கார்ந்து கொண்டான். பலரும் வழியனுப்ப வந்திருந்தார்கள். குறிப்பாகச் சிறுவர்கள். ராமநாதன் அவர்களிடம் உற்சாகமாகப் பேசினான். அவர்கள் கேள்விகளுக்கெல்லாம் பதிலளித்தான். “அடுத்தது எப்ப வருவீங்க” என்றுதான் பலரும் கேட்டார்கள். சீக்கிரமே வருவேன் என்றான். சிலர் அவன் முகவரியைக் கேட்டார்கள். கோவை ஆசிரமத்தின் முகவரியைக் கொடுத்தான். நன்றாகப் படியுங்கள் என்றான்.

பேசிக்கொண்டே இருக்கும்போது அந்தப் பெண் வந்தாள். தாவணி உடுத்தியிருந்தாள். அருகில் பார்த்ததும் ராமநாதன் சற்றுத் தடுமாறினான். அவள் கையில் ஒரு துணிப்பை கொண்டு வந்திருந்தாள். அதை அவனிடம் கொடுத்தாள். அதில் ஏதோ இருந்தது. ஒரு பொட்டலம். அவள் முகத்தைக் கேள்விக்குறியோடு பார்த்தான். புட்டு என்று பதில் வந்தது. பதிலுடன் அழகிய புன்னகையும் வந்தது. ராமநாதனுக்குப் படபடப்பாக வந்தது. பொட்டலத்தை எடுத்து வைத்துக்கொண்டு பையைத் திருப்பிக் கொடுக்கும்போது அவள் மார்பை நோக்கி அவன் பார்வை சென்றது. சுதாரித்துக்கொண்டு புன்னகை புரிந்தான். அவளும் சிரித்தாள். வண்டி கிளம்பியபோது பையன்களுடன் சேர்ந்து அவளும் கை காட்டினாள். ராமநாதனும் கை அசைத்தான்.

படபடப்பும் பரவசமும் அடங்க வெகு நேரமாயிற்று. அந்தக் கண்களின் படபடப்பும் உதடுகளின் அழகிய அசைவுகளும் சிறிய முலை மேடுகளின் அழகும் அவனை அலைக்கழித்தன. எவ்வளவு முயன்றும் அவனால் அந்தப் படிமங்களை மனதிலிருந்து விரட்ட முடியவில்லை. கண்களை மூடியபடி கந்த சஷ்டி கவசம் சொல்ல ஆரம்பித்தான். சிறிது நேரத்தில் தூக்கம் கண்களைத் தழுவிக்கொண்டது.

சுசீந்திரத்தில் அதன் பிறகு இருந்த இரண்டு நாட்களும் ராமநாதனுக்கு முள் மேல் நடப்பதைப்போல இருந்தது. கிராமத்திலிருந்து வந்த அடுத்த நாளே மருத்துவமனைக்குச் செல்ல வேண்டியிருந்தது. புற நோயாளிகள் பிரிவில் ஏதோ செய்துகொண்டிருந்தபோது அன்று வந்த அந்தப் பெண் மீண்டும் வந்தாள். பையன் உடன் வரவில்லை. ஏதோ கேட்டாள். ராமநாதன் பதில் சொன்னான். "நிங்கள்க்கு எந்த ஊரு?" என்று அவள் கேட்டபோது அதில் வெளிப்பட்ட மென்மை அவனைத் திக்குமுக்காட வைத்தது. அவளை நேராகப் பார்க்காமல் இருக்க எவ்வளவு முயன்றாலும் அவனால் முடியவில்லை. இத்தனை அருகில் ஒரு பெண் அதுவும் இவ்வளவு அழகான ஒரு பெண், நின்று அவனிடம் பேசியதில்லை. அவளுக்குப் பதில் சொன்னபடியே அவளை நேராகப் பார்த்தான்.

தெளிவான கண்கள், செதுக்கி வைத்தது போன்ற மூக்கு, ஒட்டியும் இல்லாமல் உப்பியும் இல்லாமல் இருக்கும் கன்னம், சற்றே தடித்த இளஞ்சிவப்பு நிற உதடுகள், நீண்ட கழுத்து, நிமிர்ந்த தோள்கள், எடுப்பான மார்புகள் என்று அவன் கண்கள் அவனுடைய கட்டுப்பாட்டை மீறி அந்தப் பெண்ணை ரசிக்க ஆரம்பித்துவிட்டன. தெளிவாகப் பேச முடியவில்லை.

மிகவும் கஷ்டப்பட்டுப் புன்னகையுடன் பேச முயன்றான். வந்த வேலை முடிந்தவுடன் அவள் அகன்றாள். போகும்போது ஒரு புன்னகையைச் சிந்திவிட்டுச் சென்றாள்.

சுசீந்திரத்தை விட்டுக் கிளம்பும் தருணத்திற்காகக் காத்திருக்க ஆரம்பித்தான். திரும்பத் திரும்ப அந்த இரு பெண்களும் மன அரங்கில் நடமாடியபடி இருந்ததை அவனால் தாங்கிக்கொள்ள முடியவில்லை. தனிமையாக இருக்கும்போது அது அதிகமாயிற்று. வேலைகளை இழுத்துப் போட்டுக்கொண்டு செய்தான். இரவில் தூக்கம் வரவில்லை. தன்னுடைய பிறப்புறுப்பில் ஏற்படும் மாற்றங்களை உணர்ந்து அஞ்சினான். தான் ஏற்றுக்கொண்ட வாழ்க்கை முறைக்கான வைராக்கியத்தை மீண்டும்மீண்டும் நினைவுறுத்திக்கொண்டான். முருகானந்தத்திடம் விவேகானந்தரின் நூல் ஒன்றை வாங்கிப் படித்தான். தூக்கம் வரும்வரை பிடிவாதமாகப் படித்தான்.

12

கிளம்பும் நாள் வந்தது. காலை பத்து மணிக்கு வண்டி கிளம்பும் என்றார்கள். சிற்றுண்டி சாப்பிடும்போது பாஸ்கரன் அவனிடம் வந்தார். அவரைப் பார்த்ததும் பெரும் ஆசுவாசம் ஏற்பட்டது. ''நௌலி சொல்லித் தராமல் போறயே'' என்றார் அவர். ராமநாதன் சிரித்தான். "சீக்கிரமே இங்கேயே வந்துடறேன்'' என்றான். அந்த பதில் அவனுக்கே வினோதமாகப் பட்டது. பாஸ்கரன் சிரித்தார்.

"இங்கேயே வந்துடணும்னு ஆசயா இருக்கா?" என்றார்.

"ஆமாம். இங்கே நீங்க பண்ற காரியங்கள் எனக்கு ரொம்ப பிடிச்சிருக்கு. குறிப்பா விவசாயம். உங்களோட கனவை என்னால் மறக்கவே முடியல" என்றான். அன்று நடந்துகொண்டிருந்தவர் இன்றும் நடந்துகொண்டிருப்பதைப் பார்த்தான்.

பாஸ்கரன் மீண்டும் சிரித்தார். "உன்னை மாதிரி ஒருத்தன் என்கூட இருந்தா பெரிய பலம்தான்" என்றார். "ஆனா அது உன் கைலயும் இல்ல, என் கைலயும் இல்ல. ஸ்வாமிஜி நினைக்கணும். அவருக்குத் தெரியும் யாரை எங்கே என்ன காரியத்துல ஈடுபடுத்தணும்னு. அவர் என்னை இங்கே அனுப்பும்போது சுசீந்திரம்ன்ற பேரைத் தவிர வேறு எதுவும் எனக்குத் தெரியாது."

இருவரும் சேர்ந்து சிற்றுண்டி சாப்பிட்டார்கள். "வண்டி வர இன்னும் நேரமிருக்கு, வா நாம ஒரு நடை போயிட்டு வரலாம்'' என்றார் பாஸ்கரன்.

இருவரும் ஆசிரம அலுவலகத்தை விட்டு வெளியே வந்தார்கள். ஆசிரமத்தைச் சுற்றி நடந்துகொண்டிருந்தவரைப் பற்றிக் கேட்டான். பாஸ்கரன் சிரித்தார். "நடை அவருக்கு தியானம் மாதிரி. சாப்பிடுவார், நடப்பார், சாப்பிடுவார், தூங்குவார், நடப்பார்" என்றார்.

"யார் இவர்?" என்றான் ராமநாதன்.

"பின்னணியெல்லாம் தெரியாது. அடிக்கடி ஆசிரமத்துக்கு வருவார். ஓரமாக நின்னுட்டு இருப்பார். ஒரு நாள் சாப்பிடுங்கன்னு சொன்னோம். ஆர்வத்தோட சாப்பிட்டுட்டு வேலை செய்ய ஆரம்பிச்சார். பிரார்த்தனையில் உட்கார்ந்தவர் எழுந்திருக்க ரொம்ப நேரம் ஆச்சு. அப்புறம் ஒரு நாள் வந்தார். சாப்பிட்டுட்டு வேலையும் செஞ்சிட்டு நடக்க ஆரம்பிச்சார். அப்படியே நடந்துக்கிட்டு இருக்கார்" என்றார்.

ராமநாதனுக்கு ஆச்சரியமாக இருந்தது. பாஸ்கரன் அவன் தோளில் கை போட்டபடி நடந்தார். அவனைப் பற்றி விசாரித்தார். அவன் அம்மாவைப் பற்றியும் வீட்டைப் பற்றியும் கேட்டுக்கொண்டபோது சிறிது வருத்தப்பட்டார்.

"அம்மாவைப் பிரிவதுதான் சன்யாசிக்கும் முழுநேர சமூகத் தொண்டனுக்கும் மிகப் பெரிய சவால். அவனால் பணம், காசு, பட்டம், பதவி, வசதி எல்லாவற்றையும் துறந்துவிட முடியும். ஆனால் அம்மாவை விட்டுப் பிரிவது சாதாரண விஷயமல்ல" என்றார். சிறிது நேரம் எதுவும் பேசாமல் வந்தார். தன்னுடைய அம்மாவைப் பற்றிய நினைவில் அவர் ஆழ்ந்திருக்கக்கூடும் என்று ராமநாதன் நினைத்தான். என்றாலும் தன் மனதில் எழுந்த கேள்வியைக் கேட்டுவிட்டான்.

"அம்மாவைப் பிரிவதைப் போலவே வேறு எந்த சவாலும் இல்லையா?"

"இருக்கு" என்ற பாஸ்கரன் மீண்டும் சகஜமாகப் பேச ஆரம்பித்தார். "நம்ம செயலுக்குக் கிடைக்கிற அங்கீகாரம், பாராட்டு இதெல்லாம் ஒரு போதையைத் தரும். அதுல மயங்கிடாம உஷாரா இருக்கணும். நமக்குப் பொறுப்பு கூடக்கூட அதிகாரமும் கூடும். அந்த அதிகாரம் ஒரு போதை. அதிலும் சிக்காமல் இருக்கணும்."

"மத்தபடி வேற ஒண்ணும் இல்லையா?"

"நெறய இருக்கு. நான் முக்கியமானதைச் சொன்னேன். உனக்கு ஏதாவது தோணுதா?"

“வெளியிலேந்து வரும் அட்ராக்ஷன்ஸ் ஒரு பிரச்சனை இல்லையா?”

“டிஸ்ட்ராக்ஷன்ஸ்னு சொல்லு. கவன ஈர்ப்பு இல்லை, கவனச் சிதறல்னு சொல்லணும். உன் கவனம் பணியில் இருக்கும்போது உன்னை வெளியிலேந்து இழுக்கும் எந்த விஷயமும் அட்ராக்ஷன் இல்ல. டிஸ்ட்ராக்ஷன். கவனத்தைச் சிதற அடிக்கற விஷயம்” என்றவர் தொடர்ந்து பேசினார். “ஆமா. கண்டிப்பா அது பிரச்சினைதான். ஆனா நீ என்ன செஞ்சாலும் அது வரத்தானே செய்யும்? படிக்கறவனுக்கு டிஸ்ட்ராக்ஷன்ஸ் இல்லையா? ஆபீஸ்ல வேலை செய்றவனுக்கு இல்லையா? தொழில் பண்றவனுக்கு இல்லயா? ஆர்ட்டிஸ்ட்டுக்கு இல்லையா? அது பொதுவான பிரச்னைதான்” என்றார் பாஸ்கரன்.

“மத்தவங்க கொஞ்சம் பாதை மாறினாலும் பெரிய பிரச்னை இல்ல. போயிட்டு திரும்ப வந்துடலாம். ஆனா சோஷியல் வொர்க்கர்? அதுவும் ஆசிரமத்துல பிரம்மச்சாரியா இருக்கிற வொர்க்கர்?”

பாஸ்கரன் நின்றார். அவன் முகத்தைக் கூர்ந்து பார்த்தார். “நீ சொல்றது புரியலயே. எந்த மாதிரியான டிஸ்ட்ராக்ஷனை நீ சொல்ற? ஒரு ஸ்டூடண்டுக்கு விளையாட்டால டிஸ்ட்ராக்ஷன் வரலாம். வேலை செய்யறவங்களுக்கு சில பழக்க வழக்கங்கள் டிஸ்ட்ராக்ஷனா இருக்கலாம். ஆசிரமத்துல இருக்கற பிரம்மச்சாரிக்கு இதெல்லாம் பிரச்னை இல்லயே...” என்றார்

ராமநாதன் சிறிது நேரம் அமைதியாக இருந்தான். பாஸ்கரன் அவனையே பார்த்துக்கொண்டிருந்தார். எப்படிச் சொல்வது என்று தெரியவில்லை. சட்டென்று ஒரு சொல் அவன் நினைவுக்கு வந்தது. “புலனடக்கத்துக்கு சோதனை வந்தா..?” என்றான்.

பாஸ்கரன் அவனைக் கூர்மையாகப் பார்த்தார். “புலனை அடக்கினாதான் பிரச்னை. ஒழுங்குபடுத்தி ஒரு பாதையில் முழு மூச்சா செலுத்தினா பிரச்னையே இல்லை” என்றார்.

ராமநாதனுக்கு இந்த பதில் திருப்தி தரவில்லை. ஆனால் மேற்கொண்டு இதைத் தொடர அவன் விரும்பவில்லை. தலையாட்டினான்.

இருவரும் திரும்பினார்கள். சுசீந்திரத்தில் இருக்கும் கள்ளச் சாராயப் பிரச்சினை பற்றி பாஸ்கரன் பேச ஆரம்பித்தார். இங்கே இருக்கும் கிராமங்களின் அமைதியைப் பார்த்து எல்லாமே பிரச்சினையே இல்லை என்று நினைத்துவிடாதே என்றார்.

கிராமங்களில் ஆள் நடமாட்டம் அதிகமில்லாத இடங்களும் தோப்புகளும் கள்ளச் சாராயம் காய்ச்ச மிகவும் வசதியானவை என்றார். சாலைகளின் நிலை பற்றிப் பேசினார். அவருடைய சிந்தனை முழுவதும் சுசீந்திரத்தின் பரிபூரண வளர்ச்சி குறித்த கனவே நிரம்பியிருந்ததாக ராமநாதனுக்குப் பட்டது. சதாசிவத்தை அப்படி நினைக்க முடியவில்லை அவனால். அந்தப் பெண்ணை அவர் பார்த்த விதம் நினைவுக்கு வந்தது. தன்னாலும் அந்தப் பெண்ணைப் பெண்ணாகத்தானே பார்க்க முடிந்தது என்பதும் நினைவுக்கு வந்தது. பேச்சிலிருந்து கவனம் நழுவியது.

பாஸ்கரன் பேசிக்கொண்டே இருந்தார். ராமநாதன் தன்னைக் கவனிக்கவில்லை என்பதுகூட அவருக்குத் தெரியவில்லை. ஆசிரமத்தை நெருங்கிவிட்டார்கள். ராமநாதன் தன் எண்ணங்களை உதறிவிட முயன்றான். பெரிய பயணத்திலிருந்து திரும்பி வந்த உணர்வு ஏற்பட்டது.

“நௌலி கத்துத் தராம போறயேப்பா...” என்றார் பாஸ்கரன்.

ராமநாதனுக்கு அதைக் கேட்கக் கஷ்டமாக இருந்தது. இப்போதே சொல்லிக் கொடுக்கலாமா என்றும் தோன்றியது. ஆனால் சாப்பிட்டுச் சிறிது நேரமே ஆகியிருந்தது. நௌலி செய்ய உகந்த நேரமில்லை இது. தவிர வண்டி இன்னும் சிறிது நேரத்தில் கிளம்பிவிடும்.

“அடுத்த முறை வரும்போது கட்டாயமா செய்யலாம்” என்றான். ஆசிரம வளாகத்தினுள் இருக்கும் கோவிலுனுள் பாஸ்கரன் உட்கார்ந்தார். ராமநாதனும் உட்கார்ந்தான். பாஸ்கரன் அவன் தலையைச் செல்லமாகக் கோதிவிட்டார். தோள் மீது கை போட்டு அவனைத் தன்னோடு அணைத்துக்கொண்டார். அவருடைய நெகிழ்ச்சியை அவர் கைகளில் ராமநாதன் உணர்ந்தான்.

“உன்னை மாதிரி பையனை நான் பாத்ததே இல்ல. இவ்ளோ சின்ன வயசுல இவ்வளோ திறமைகள் உனக்கு இருக்கு. எல்லாருமே உன்னைப் பத்தி நல்ல விதமா சொல்றாங்க. நீ ஒரு ஆள் அஞ்சு பேருக்கு சமம். இதெல்லாம் ரொம்ப அபூர்வம். பெரிய வரம். காப்பாத்திக்கோ. எதையும் வேஸ்ட் பண்ணிடாத. டைவர்ட் ஆயிடாத. நம்மை நாலு பக்கமும் இழுக்கற சக்திகள் அதிகம் இருக்கும். கொஞ்சம் அசந்தாலும் குழில விழுந்துடுவோம்” என்றார். கோவிலில் மணி அடிக்கும் சத்தம் பேச்சை நிறுத்தியது. சற்று நேரம் பேசாமல் இருந்தவர் மீண்டும் தொடர்ந்தார்.

"தியானம் செய்யும்போது விளக்கிலிருந்து வரும் ஒளியின் மையத்தில் கவனத்தைக் குவிப்போம். தியானம் கூடினால் நம்மோட கவனம் அந்தப் புள்ளியாவே மாறிடும். அந்தப் புள்ளியை சுத்தியிருக்கிற நெருப்போட வண்ணங்கள்கூட நமக்குத் தெரியாது. அந்தப் புள்ளிதான். அந்தப் புள்ளி மட்டும்தான். அதுதான் தியானம். நம்ம வேலையும் அந்த மாதிரிதான். வேற எதுவும் கண்ணுக்குத் தெரியக் கூடாது. உன் கண்ணு கொஞ்சம் அலைபாயுது. முகத்துல இருக்கற கண்ணை மட்டும் நான் சொல்லல. ஜாக்ரதையா இரு. எப்பவும் தியானத்துல இரு. உன்னை மாதிரியான சக்தியெல்லாம் அபூர்வமாதான் பொறக்கும்."

பாஸ்கரனின் குரல் தணிந்திருந்தது. கைகள் தளர்ந்திருந்தன. கண்கள் தொலைவில் இருந்த சன்னிதியைப் பார்த்துக்கொண்டிருந்தன.

பாஸ்கரன் எழுந்துகொண்டார். "ஊருக்குப் போய் லெட்டர் போடு. எங்களையெல்லாம் மறந்துடாதே" என்றார். அவர் கண்கள் சற்றே கலங்கியிருந்தன. ராமநாதன் நெகிழ்ந்தான். அவர் செல்வதையே பார்த்துக்கொண்டு நின்றான்.

கடவுள்தான் இவரை இந்த நேரத்தில் அனுப்பியிருக்கிறார் என்று ராமநாதன் நினைத்துக்கொண்டான். கடந்த சில நாட்களாகத் தன்னை ஆக்கிரமித்திருந்த எண்ணங்களிலிருந்து விடுதலை பெற்றதுபோல் உணர்ந்தான். அந்த எண்ணங்களையும் அலைக்கழிப்புகளையும் அவனால் இப்போது விலகி நின்று பார்க்க முடிந்தது. நேற்று வரையிலும் இருந்த அவஸ்தை தற்போது இல்லை என்பதைத் தெளிவாக உணர்ந்தான். வீட்டிலிருந்து கிளம்பி ஆசிரமத்திற்கு வந்தபோது இருந்த மனநிலையை மீண்டும் உணர்ந்தான். தன் அறையை நோக்கி நடந்தான். நடையில் வேகமும் உறுதியும் கூடியிருந்தன.

13

பகல் நேரப் பயணம் என்பதால் பேச்சும் புத்தகம் படிப்பதுமாக நேரம் போனதே தெரியவில்லை. கோவைக்குச் செல்ல இரவு எட்டு மணிக்கு மேல் ஆகிவிட்டது. தங்குமிடத்திற்குச் சென்று பையை வைத்துவிட்டுக் குளித்தான். குளித்துவிட்டு வரும்போது பிரபு இருந்தான். இவனைப் பார்த்ததும், "எப்ப வந்த?" என்று கேட்டான். ராமநாதன் புன்னகைத்தான் "இப்பதான்" என்றான். பிரபு அவன் தோள்களைப் பற்றி இறுக்கினான். ராமநாதனுக்குக் கூச்சமாக இருந்தது. "சீக்கிரம் வா சாப்பிடப் போகலாம்" என்றான்.

உடை மாற்றும்போது பிரபு தன்னையே கவனிப்பதாக ராமநாதனுக்குப் பட்டது. அந்த எண்ணத்தை அலட்சியப்படுத்தி விட்டுக் கிளம்பினான்.

உணவு, சத்சங்கம், பஜனை என்று ஆசிரமத்தின் நிகழ்ச்சிகள் சீராக நடந்துகொண்டிருந்தன. சாப்பிடும்போது அவனைப் பார்த்த சிவானந்தர் புன்னகைத்தார். பஜனை முடிந்த பிறகு அவனை அழைத்தார். பிரபுவும் உடன் வந்தான். மூவரும் சிறிது தூரம் நடந்து சென்றார்கள். மைதானத்தில் சற்றே வெளிச்சம் இருக்கும் இடத்தில் ஸ்வாமிஜி தரையில் உட்கார்ந்தார். ராமநாதன் அவருக்கு எதிரில் உட்கார்ந்தான். பிரபு இருவருக்கும் நடுவில் ஒரு முக்கோணம் அமைப்பது போல் அமர்ந்தான். அவருடைய தலைக்குப் பின்னால் கரிய வயல் வெளியும் மலையும் தெரிந்தன.

"சுசீந்திரம் எப்படி இருக்கு?" என்றார் ஸ்வாமிஜி. தன் பயணத்தைப் பற்றிக் கேட்பார் என்று ராமநாதன் எதிர்பார்த்திருந்தான். உடனே பதில் சொன்னான். "உண்மையை சொல்லணும்னா திரும்ப வரவே மனசில்ல" என்றான்.

"சுசீந்திரம் அவ்வளவு அழகான ஊரா?"

"அழகுதான் ஆனா நான் அழகுக்காகச் சொல்லல" என்றான்.

அந்த அரை வெளிச்சத்திலும் ஸ்வாமிஜியின் புன்னகையை அவனால் பார்க்க முடிந்தது.

"பாஸ்கரன் எப்படி இருக்கார்?" என்றார் ஸ்வாமிஜி.

"பாஸ்கர யோகி ரொம்ப நல்லா இருக்கார்..." என்றான். மேற்கொண்டு அவரைப் பற்றிப் பேசலாமா அல்லது சுசீந்திரம் அனுபவங்களைப் பற்றிப் பொதுவாகச் சொல்லலாமா என்ற குழப்பம் ஏற்பட்டது. சுசீந்திரத்திற்குத் தான் ஏன் போனோம் என்பது நினைவுக்கு வந்தது. அம்மா தன்னைத் தேடி வருவார் என்பதை அனுமானித்துத்தான் ஸ்வாமிஜி தன்னை சுசீந்திரம் அனுப்பினார் என்று பிரபு சொன்னது அவன் நினைவுக்கு வந்தது.

"அம்மா வந்தாங்களா?" என்று கேட்டான்.

"வந்தாங்க" என்றான் பிரபு.

"தனியாவா வந்தாங்க?"

"காளின்னு ஒருத்தரும் கூட வந்தாரு. அவர் ரொம்ப கோவமாதான் இருந்தாரு. ஆனா ஆசிரமத்தை பாத்த பிறகு கொஞ்சம் சமாதானமானாரு!"

“என்ன சொன்னாங்க? ஆசிரமத்தை ஏதாவது குற்றம் சொன்னாங்களா?”

“இல்ல. அவங்க ஸ்வாமிஜியை பாக்கறதுக்கு முன்னாலயே நான் அவங்கள பாத்துட்டேன். நீ இங்க இல்லன்னு சொல்லிட்டேன். எப்படியாவது கண்டுபுடிச்சி குடுப்பான்னு என்கிட்ட கெஞ்சினாங்க. ஆஸ்ரமம், ஸ்கூல் எல்லாம் சுத்திப் பாத்தாங்க. அவங்க வந்ததே அங்க எல்லாம் நீ இருக்கியான்னு கண்டுபிடிக்கத்தான்.”

“ஸ்வாமிஜியை பாத்தாங்களா?” என்று கேட்டுவிட்டு அவரைத் திரும்பிப் பார்த்தான்.

“நான் பேசினேன்” என்றார் சிவானந்தர். “அம்மாவோட மனசு என்னன்னு எனக்குத் தெரியும். ஆதி சங்கரர்லேந்து பல சன்னியாசிகளை அசைச்சு பார்த்த இடம் இது. நான் ஸிம்பிளா ஒரே ஒரு விஷயம்தான் சொன்னேன். உங்க உணர்வு எனக்குப் புரியுது. ஆனா எல்லா மனிதர்களும் ஒரே மாதிரி இருக்க மாட்டாங்க. உங்க பையன் பாதை மாறிப் போகல. அவன் தனக்குன்னு ஒரு பாதையை தேர்ந்தெடுத்துக்கிட்டான். அது தப்பான பாதை இல்ல. அவன் குடும்பத்தை விட்டுப் போனாலும் இந்த சொசைட்டிய தன்னோட குடும்பமா நெனைக்கறான்னு தெரியுது. அவன் கண்டிப்பா உங்க கிட்ட வருவான். வெயிட் பண்ணுங்க. அவனுக்கு சின்ன வயசு. நாம அவசரப்பட்டா அவன் தீவிரமா ஏதாவது பண்ணிடுவான். கொஞ்சம் பொறுமையா இருங்க. அவன் உங்களை விட்டு எங்கேயும் போயிட மாட்டான்னு சொன்னேன்” என்றார் ஸ்வாமிஜி.

அம்மாவைப் பற்றிப் பிறகு பிரபுவிடம் விரிவாகப் பேசிக்கொள்ளலாம் என்று நினைத்துக்கொண்டான். அம்மா இவ்வளவு தூரம் வந்திருப்பதை நினைத்து ஆச்சரியமாகவும் வருத்தமாகவும் இருந்தது. பாஸ்கரனைப் போல ஒரு வருடம் அல்லது இரண்டு வருடம் என்று சொல்லிவிட்டு வந்திருக்கலாமோ என்று நினைத்தான். அதையெல்லாம் அம்மாவால் ஏற்றுக்கொள்ளவே முடியாது என்று தோன்றியது.

“பாஸ்கரன் ஒரு ட்ரீமர்” என்றார் ஸ்வாமிஜி. அவர் சட்டென்று தடம் மாறியது ராமநாதனுக்கு ஆச்சரியமாக இருந்தது. நிமிர்ந்து அவர் முகத்தையே பார்த்தான்.

“தன்னோட கனவுகள் என்னன்னு அவருக்குத் தெளிவா தெரியும். அதுக்கான திட்டம் போடறது எப்படின்னும்

தெரியும். ஆசிரமத்தோட வேலைகளைப் பல விதங்களிலும் விஸ்தரிச்சது அவர்தான். நான் யாரோட திட்டத்திலயும் குறுக்கிடறதில்ல. அடிப்படை விஷயங்களைப் பத்தி மட்டும் கவலைப்படுவேன். ஆசிரமம்ங்கறது கார்ப்பரேஷன் ஆபீஸ் மாதிரி ஒரே ஒரு விஷயத்தை செய்யறதுக்கான அமைப்பு இல்ல. இங்க நம்மையும் நம்ம சுத்தியிருக்கிற உலகத்தையும் எப்படிப் பாக்கலாம் அப்படீன்றதுக்கான அடிப்படைகளை வகுத்து வெச்சிருக்கோம். இது அஸ்திவாரம்தான். நான் அதைத்தான் ஸ்ட்ராங்கா போடணும்னு பாக்கறேன். இதுக்கு மேல எப்படிப்பட்ட பில்டிங்கை வேணும்னா எழுப்பிக்கலாம். அது அவங்கவங்க சாமர்த்தியம். சில பேர் அஸ்திவாரத்தை பலப்படுத்தி பராமரிக்கற வேலைய பாப்பாங்க. சில பேர் விரிவுபடுத்தி மேல கொண்டுபோறதுல கவனம் செலுத்துவாங்க. பாஸ்கரன் ரெண்டாவது கேட்டகிரி. பிரபு, முருகானந்தம் எல்லாம் முதல் கேட்டகிரி. நீ எப்படிப்பட்டவன்னு நீதான் கண்டுபுடிச்சிக்கணும்" என்றார் ஸ்வாமிஜி.

தான் பாஸ்கரனின் வகையைச் சேர்ந்தவன் என்று ராமநாதனுக்கு உடனடியாகத் தோன்றியது.

"உனக்கு சுசீந்திரத்தில் ரொம்ப பிடிச்சது எது?" என்று கேட்டார் ஸ்வாமிஜி.

"எல்லாமே" என்றான் ராமநாதன்.

"எங்கே?"

ராமநாதன் ஒரு கணம் தயங்கினான். பிரபுவும் ஸ்வாமிஜியும் தன்னையே பார்த்துக்கொண்டிருப்பதை உணர்ந்து சுதாரித்துக்கொண்டான்.

"விவசாயம், ஸ்கூல் ப்ராஜக்ட், ஹாஸ்பிடல்..."

ஸ்வாமிஜி புன்சிரிப்புடன் தலையாட்டிக்கொண்டார். ராமநாதன் அவர் முகத்தையே பார்த்துக்கொண்டிருந்தான். "நல்லது, போய்த் தூங்குங்க. நாளைக்குப் பேசிக்கலாம்" என்றபடி ஸ்வாமிஜி எழுந்தார். பிரபுவும் ராமநாதனும் எழுந்தார்கள். ஸ்வாமிஜி மிதமான வேகத்தில் தன்னுடைய அறையை நோக்கி நடக்க ஆரம்பித்தார். அவர் கழுத்தில் போட்டிருந்த வெண்ணிற அங்கவஸ்திரம் காற்றில் படபடத்தது. அரை வெளிச்சம் மட்டுமே நிரம்பிய அந்தச் சூழலில் அந்தரத்தில் மிதக்கும் வெண்ணிற அலைபோல அந்தக் காட்சி இருந்தது. அவர்

செல்லச்செல்ல அந்த அலையின் அளவு குறுகிவந்ததைப் பார்த்த ராமநாதனுக்கு நள்ளிரவில் தொலை தூரத்தில் மிதக்கும் கடலலையின் காட்சி நினைவுக்கு வந்தது. பாஸ்கரன், முருகானந்தம் ஆகியோருடன் கன்யாகுமரி கடற்கரைக்குச் சென்று நெடுநேரம் பேசிக்கொண்டிருந்தபோது தெரிந்த காட்சி அது. திரும்பி வரும்போது சாலையை அடைந்ததும் கடலைத் திரும்பிப் பார்த்தான். குறிப்பிட்ட ஒரு அலையை அவன் பார்வை பின்தொடர்ந்தது. அந்த அலை மிதந்து மிதந்து தொலைவில் சென்று கடலில் கரைந்தது. ஸ்வாமிஜியின் பிம்பமும் அதுபோலச் செல்வதாக அவனுக்குத் தோன்றியது. மனதில் ஏதோ ஒரு சுமை சூழ்ந்தது. தோள் மீது படர்ந்த பிரபுவின் கையின் ஸ்பரிஸம் அவனை நிகழ்கணத்திற்கு அழைத்து வந்தது. இருவரும் திரும்பி நடந்தார்கள்.

சிறிது நேரம் கழித்து பிரபு பேச ஆரம்பித்தான். “சுசீந்திரமும் நம்ம ஆஸ்ரமத்தின் ஒரு பகுதிதான் ராமு. நீ என்னமோ அது தனி உலகம், தனி வேலை அப்படீன்ற மாதிரி நெனச்சிண்ட்ருக்க” என்றான்.

ராமநாதன் பதில் பேசவில்லை. பிரபுவே தொடர்ந்தான். “கோயம்புத்தூர் பக்கத்துல இருக்கற சில கிராமங்கள்ல சுசீந்திரம் மாதிரியே வேலைகள் நடக்குது. எல்லா எடத்துலயும் ஒரு முருகானந்தமும் ஒரு பாஸ்கரனும் இருக்காங்க. நீயும் ஒருநாள் அந்த மாதிரி ஆகலாம். நான் ஸ்வாமிஜியோட சேந்து பத்து வருஷம் ஆச்சு. முருகானந்தம், பாஸ்கரன் மாதிரி பல பேரை இந்த ஆசிரமம் ட்ரெயின் பண்ணியிருக்கு. பிரதாப்னு ஒருத்தர் ரெண்டு வருஷத்துக்கு முன்னால வந்தார். நாப்பது வயசு இருக்கும். விடோயர். அவரை நான்தான் ட்ரெயின் பண்ணி கல்ராயன் மலைப் பகுதிக்கு அனுப்பினேன். அற்புதமான காரியங்கள் எல்லாம் பண்றார். நாளைக்கு வேற ஒரு மலைப் பகுதிக்கோ கடல் பகுதிக்கோ போன்னு ஸ்வாமிஜி என்னை சொன்னாருன்னா நான் போயிடுவேன். நீயும் அப்படித்தான். இதோ இங்க இருக்கே இந்த ஆஸ்ரமம், அது வெறும் ஆஸ்ரமம் இல்ல. ஃபேக்டரி. சோஷியல் வொர்க்கர்ஸை உருவாக்கற ஃபேக்டரி, வெறும் சோஷியல் வொர்க்கர்ஸ் இல்ல. கர்ம யோகிகள், சோஷியல் வொர்க்குக்கு ஆதாரம் ஆன்மிகம். ஸ்பிரிச்சுவாலிட்டிதான் பேஸ். சோஷியல் வொர்க் மேனிஃபெஸ்டேஷன் ...”

“அப்படீன்னா ?”

“மேனிஃபெஸ்டேஷன்னா ... ரிசல்ட்டுன்னு சொல்லலாம். வெளிப்படற விஷயம்னு சொல்லலாம். விதை மரமாகற மாதிரி.

நல்ல விதை, நல்ல பராமரிப்பு ரெண்டும் சேர்ந்தா நல்ல மரம் கிடைக்கும் இல்லையா? அதேதான் ஆசிரமமும். ஸ்வாமிஜி நல்ல விதைகளை உருவாக்கறார். நல்லா கல்ட்டிவேட் பண்றார். அது பல இடங்கள்ல விருட்சங்களா வளர்றதுகள். பாஸ்கரனும் அப்படித்தான். நான் சொன்ன விடோயரும் அப்படித்தான்" என்றான்.

ராமநாதனுக்கு ஸ்வாமிஜி என்ன சொல்லவந்தார் என்பது இப்போது தெளிவாகப் புரிந்ததுபோல் இருந்தது. மேற்கொண்டு அவன் பேசவில்லை. பிரபுவும் தொடரவில்லை. இருவரும் அறைக்குச் சென்று கால்களைக் கழுவிக்கொண்டு படுத்துக்கொண்டார்கள். ராமநாதன் விரைவிலேயே தூங்கிவிட்டான்.

14

ஆசிரமத்தில் மதியம் சாப்பிட்டு முடித்த பிறகு பிரார்த்தனைக் கூடத்துக்கு முன் சற்று நேரம் பேசிக்கொண்டிருக்கும் பழக்கம் ஏற்பட்டிருந்தது. மூத்த சாமியார்கள், இளம் சேவார்த்திகள் எனப் பலரும் அமர்ந்து பேசுவார்கள். ஆசிரமத்திற்குள் அரசியல் பரபரப்பு எதுவும் இருக்காது என்றாலும் அரசியல் பற்றிய பேச்சு அவ்வப்போது எழத்தான் செய்யும். தேர்தல் முடிந்த நேரம் அது. ராமநாதன் நினைத்தபடியே எம்.ஜி.ஆரும், ராஜீவ் காந்தியும் மாநிலத்திலும் மத்தியிலும் ஆட்சியைப் பிடித்தார்கள். எம்.ஜி.ஆர். இன்னும் அமெரிக்காவிலிருந்து வரவில்லை. எம்.ஜி.ஆர். உயிரோடுதான் இருக்கிறாரா என்ற கேள்வியை அவ்வப்போது யாரவது எழுப்பிக்கொண்டிருப்பார். அங்கே இருக்கும் சாமியார்களில் பலரும் பூர்வாசிரமத்தில் எம்.ஜி.ஆர் அல்லது சிவாஜி ரசிகர்கள். ஒரு சிலர் கருணாநிதியின் விசிறிகள்.

"எம்.ஜி.ஆர். உயிருடன் இருக்கிறார் என்பதில் சந்தேகமே வேண்டாம்" என்று பிரபு அடித்துச் சொன்னான்.

"இத்தனை கோடி மக்களின் பிரார்த்தனை வீண்போகாது" என்றார் ஒருவர்.

"எந்தக் கெட்ட பழக்கமும் இல்லாதவருக்கு ஏன் இத்தனை வியாதியாம்?" என்று கேட்டுச் சிரித்தார் ஒருவர்.

"வியாதிக்கும் பழக்கத்துக்கும் சம்பந்தமில்லை" என்றார் இன்னொருவர்.

"அப்படீன்னா என்ன வேண்ணா செய்யலாம்ங்கறேளா?" என முதலாமவர் வாதிட்டார்.

"இது விதண்டாவாதம்" என்று அவர் முகம் சிவந்தார்.

"கிட்னி ஃபெய்லியருக்கு எத்தனையோ ரீஸன்ஸ் என்றார். சின்னக் குழந்தைகளுக்குக்கூட ஹார்ட் ப்ராப்ளம், ப்ரெய்ன் ப்ராப்ளம், கிட்னி ப்ராப்ளம் எல்லாம் வருது" என்று தன் தர்க்கத்தை வளர்த்துச் சென்றார்.

"இயற்கையோட மனுஷன் போடற சண்டையோட விளைவு இதெல்லாம்" என்று ஒருவர் சொல்ல, "எல்லாம் கர்ம வினைப்படி நடக்கும்" என்று ஒருவர் முத்தாய்ப்பு வைத்தார். எம்.ஜி.ஆர். அனாதையானார்.

பிரபு இதுபோன்ற விவாதங்களில் உற்சாகமாக ஈடுபடுவான். வேண்டுமென்றே எதிராளியைத் தூண்டிவிடுவான். செய்தித்தாள்களை ஒழுங்காகப் படிப்பவன் என்பதால் அவன் பேச ஆரம்பித்தால் விவரங்கள் துல்லியமாக இருக்கும். கணக்குகள் கச்சிதமாக இருக்கும். அனேகமாக அவன்தான் விவாதத்தில் அதிகம் பேசுவான். எம்.ஜி.ஆர். உயிரோடு இருக்கிறாரா இல்லையா என்பது முக்கியமல்ல என்றான். அவர் சாகவே மாட்டார் என்று நம்பும் மக்களின் அசைக்க முடியாத விசுவாசமும் அன்பும்தான் தனக்கு முக்கியமாகப் படுகின்றன என்றான். ஆழமான இந்த விசுவாசம் ஒரு லட்சியத்தின் மீது இருந்தால் அற்புதங்கள் உருவாகும் என்று அவன் சொன்னபோது எல்லோரும் அதை ஆமோதித்தார்கள். ராமநாதன் எல்லாவற்றையும் சுவாரஸ்யமாகக் கேட்டுக்கொண்டிருந்தான்.

ஆசிரமத்தின் அன்றாடப் பணிகளில் அலுப்புக் கொள்ள ஆரம்பித்திருந்த நேரத்தில் ராமநாதனுக்கு ஒரு புதிய வேலை ஒதுக்கப்பட்டது. மைதானத்தின் ஒரு பக்கத்தைச் சுத்தம் செய்து கபடிக்கான ஆடுகளமாக அதைத் தயார் செய்யச் சொன்னார் ஸ்வாமிஜி. ராமநாதனின் உற்சாகம் திரும்பியது. வந்த புதிதில் எல்லாவற்றையும் கண்டு பிரமித்து, விரும்பி, ஈடுபாட்டுடன் செய்ததுபோல இப்போது செய்ய முடியவில்லை. யோகாசனம், பள்ளிக்கூடத்தில் கழிக்கும் நேரம் ஆகியவற்றில் மிகுந்த ஈடுபாடு இருந்தது. ஆனால் குறிப்பிட்ட நேரத்திற்குள் பள்ளியிலிருந்து திரும்பிவிட வேண்டும், இந்த நேரத்தில் இந்த வேலையைச் செய்ய வேண்டும் என்பன போன்ற கட்டுப்பாடுகள் அவனைத் தொந்தரவு செய்துகொண்டிருந்தன. பிரபுவை ஏதோ ஒரு வேலையாக ஸ்வாமிஜி வெளியூருக்கு அனுப்பியிருந்தார். அந்தச் சமயத்தில் யோகாசன வகுப்பு எடுக்கும் பொறுப்பு இவனுக்கு வந்தது. இவன் வகுப்பு எடுப்பதை ஸ்வாமிஜியும் தினசரி கவனித்துக்கொண்டிருந்தார். சத்சங்கம் நடக்கும்போது இவனைக் குறிவைத்துச் சில கேள்வியைக் கேட்க ஆரம்பித்தார்.

அவ்வப்போது வித்தியாசமான சில வேலைகளையும் செய்யச் சொன்னார். அதில் ஒன்றுதான் கபடி மைதானம்

ஒரு வாரத்தில் அதைச் செய்து முடித்தான். அந்த ஒரு வாரமும் பள்ளிக்கூடத்திற்குப் போக முடியவில்லை என்றாலும் அது பெரிதாக அவனுக்கு உறுத்தவில்லை. அடுத்த வாரம் நூலகத்திலுள்ள புத்தகங்களை ஒழுங்குபடுத்திப் பட்டியலிடும் வேலையைக் கொடுத்தார். இந்த வேலையில் அவனால் மனம் ஒன்ற முடியவில்லை. தன்னையும் முருகானந்தம், பிரபுபோல ஆக்கலாம் என்று நினைக்கிறாரோ என்ற எண்ணம் எழுந்தது. விதையின் தன்மை புரியாமல் அதை வளர்ப்பவனை எப்படி நல்ல விவசாயி என்று சொல்ல முடியும்? ஸ்வாமிஜியைப் பற்றி அப்படியெல்லாம் நினைப்பது முறையல்ல என்ற எச்சரிக்கை உணர்வும் எழுந்தது. நூலகப் பணியை ஒழுங்காகச் செய்துவந்தான்.

ஸ்வாமிஜியிடம் சில சமயம் ஏதாவது கேட்பதற்காகப் போன போதெல்லாம் அவரைத் தனியாகச் சந்திக்க முடியவில்லை. அவர் மாதவ யோகி, கருணாகர யோகி ஆகியோருடன் உட்கார்ந்து கணக்கு வழக்கு பார்த்துக்கொண்டிருந்தார். நிர்வாக விஷயங்களையும் தீவிரமாக விவாதித்துக்கொண்டிருந்தார். இதெல்லாம் இவர் செய்ய வேண்டிய வேலையா என்று அவனுக்குச் சலிப்பு வந்தது. அவரே சில சமயம் கணக்குப் பேரேடுகளைப் புரட்டிக்கொண்டிருப்பதைப் பார்க்க அவனுக்குச் சகிக்கவில்லை. இவனைப் பார்த்ததும் என்ன விஷயம் என்று கேட்பார். ஒன்றுமில்லை என்று சொல்லிவிட்டு வந்துவிடுவான்.

வேலைகளின் அழுத்தமும் பல்வேறு எண்ணங்களின் கொந்தளிப்பும், ராமநாதனின் அன்றாட வாழ்வைச் சிக்கலாகவும் மாற்றியிருந்தன. பிரபு இல்லாதது ஒரு விதத்தில் வசதியாகவும் வேறொரு விதத்தில் வெறுமையை ஏற்படுத்துவதாகவும் இருந்தது. ஆசிரமத்தில் அவன் மட்டும்தான் தன்னிடம் நெருக்கமாகப் பழகிவந்தான் என்பதை அவன் இல்லாதபோது உணர்ந்தான். மற்றவர்கள் அவரவர் வேலைகளைப் பார்த்தபடி இயந்திரம்போல நடமாடிக்கொண்டிருப்பதாகப் பட்டது. பிரபு ஓயாமல் பேசிக்கொண்டிருப்பான். ஒவ்வொரு நாளும் ஏதாவது புதிதாக அவனுக்குத் தோன்றும். பேச்சுக் கொடுப்பான். கேள்வி கேட்பான். நீ என்ன நினைக்கிறே என்பான். தனியாகத் தூங்குவது பழக்கம் இல்லை என்பதால் ஒருவித வெறுமையை உணர்ந்தான்.

அப்படிப்பட்ட இரவுகளில் ஒன்றில்தான் சுசீந்திரம் மருத்துவமனையில் பார்த்த பெண் அவன் நினைவுக்கு வந்தாள். மனக்கண்ணிலிருந்து அந்தப் பெண்ணின் சித்திரத்தை விலக்க முடியவில்லை. அவளது தோற்றமும் அங்கங்களும் தெளிவாக

நினைவுக்கு வந்தன. அந்த நிறம், கண்கள், மூக்கு, உதடுகள், புன்னகை, சதைப் பற்று இல்லாமல் கீழே இறங்கும் கழுத்து, அதன் பயணத்தைத் தடுத்து நிறுத்தும் முலை மேடுகள் என அனைத்தும் தெளிவான சித்திரமாக உருப்பெற்றன. பெரும் அவஸ்தைக்கு ஆளானான். நாக்கு வறண்டது. எழுந்து தண்ணீர் குடித்தான். தன் பிறப்புறுப்பில் இறுக்கத்தை உணர்ந்து பயந்து போனான். இத்தகைய உணர்வுகளிலிருந்து விடுபட்டுவிட்டதாக நினைத்தது பொய்யாகிவிட்டதே என்பதை உணர்ந்து அஞ்சினான். சுசீந்திரம் பெண்ணின் புன்னகையை எண்ணி அஞ்சினான். தன் உறுப்பின் விரைப்பை எண்ணி அஞ்சினான். ஏதாவது படிக்கலாமா என்று தோன்றியது. விளக்குப் போட்டால் அறையில் இருந்த மற்றவர்களுக்குத் தொந்தரவாக இருக்கும் என்பதால் அந்த எண்ணத்தைக் கைவிட்டான்.

தன் உடலின் சுமையைத் தாங்க முடியாமல் அறையை விட்டு வெளியே வந்தான். மைதானத்தில் நடந்தான். மலையையும் வயல் வெளியையும் ஒட்டி அமைந்த அந்த இடத்தில் காற்று கடும் குளிராக வீசிக்கொண்டிருந்தது. வெறும் பனியன் அணிந்திருந்ததால் குளிர் வாட்டியது. வேகமாக நடக்க முடியவில்லை. அதிக நேரமும் நடக்க முடியவில்லை. திரும்பினான். தாழ்வாரத்திற்கு வந்து சிறிது நேரம் நின்றான். அங்கிருந்து பக்கவாட்டில் தெரிந்த மலைத் தொடரைப் பார்த்தான். அரை நிலவின் ஒளியில் மலையைத் தழுவியபடி நகர்ந்துகொண்டிருந்த மேகங்களைப் பார்த்தான். சற்று மேலே தனியாக ஒரு மேகத்திட்டு தெரிந்தது. அது ஒரு பெண்ணின் பக்கவாட்டுத் தோற்றம் போலவே இருந்தது. மேகத்தின் வளைவு முலையின் வளைவையே நினைவுபடுத்தியது. உடலில் படபடப்பு கூடியது. அறைக்குள் வந்து தலைமுதல் கால்வரை போர்த்தியபடி படுத்துக்கொண்டான். அவன் கை அவனையும் அறியாமல் உள்ளாடைக்குள் சென்றது. சட்டென்று கையை விலக்கினான். கையின் ஸ்பரிஸம் தந்த இதம் உறுப்பில் தங்கியிருந்தது. மீண்டும் கை அங்கே சென்றது. இந்த முறை அவனால் கையை எடுக்க முடியவில்லை.

15

நூல்களுக்கு நடுவில் மோகமுள் நாவல் கண்ணில்பட்டது. முதலில் சந்தித்தபோது ஸ்வாமிஜி படிக்கச் சொல்லிப் படித்தது நினைவுக்கு வந்தது. மீண்டும் அதைப் படிக்க ஆரம்பித்தான். தொடங்கிய சில பக்கங்களிலேயே பாபுவாகத் தன்னை உருவகப்படுத்திக்கொள்ள ஆரம்பித்துவிட்டான். கும்பகோணம் தெருக்களில் மானசீகமாகச் சுற்றி அலைந்தான். யமுனாவை

எதிர்கொள்ளும்போது சுசீந்திரம் மருத்துவமனையில் பார்த்த பெண் நினைவுக்கு வந்தாள். யமுனா ஒரு பாத்திரமாக அல்லாமல் நிஜமான பெண்ணாகவே தெரிந்தாள். அப்போது சுசீந்திரம் பெண்ணின் நினைவு வந்தது. அவளது நிறம், கண்கள், பார்வையை எடுக்க விடாத வசீகரம் கொண்ட புன்னகை, மூச்சைத் திணறவைக்கும் முலைகள் எல்லாம் நினைவுக்கு வந்தன. நாவலுக்குள் தங்கம்மாள் நுழைந்ததும் புட்டு கொண்டுவந்து கொடுத்த அந்த தாவணிப் பெண்ணின் நினைவு வந்தது. மேற்கொண்டு அவனால் அதைப் படிக்க முடியவில்லை.

சுசீந்திரம் மருத்துவமனையின் பொறுப்பாளர் சதாசிவம் சட்டென்று நினைவுக்கு வந்தார். அவர் அந்தப் பெண்ணைப் பார்த்த பார்வையும் நினைவுக்கு வந்தது. அவளிடம் அவர் பேசிய காட்சி மனதில் நிழலாடியது. மற்றவர்களிடம் பேசுவதுபோல அவளிடம் அவர் பேசவில்லை என்று அவனுக்குப் பட்டது. அவர் மீது ஆத்திரமும் பொறாமையும் ஏற்பட்டது. அடுத்த கணமே வெட்கமும் குற்ற உணர்வும் ஏற்பட்டது. அவரைச் சந்தேகப்படுவதே தவறு. அப்படியே அவருக்கு அந்தப் பெண் மீது வித்தியாசமான அக்கறையோ உறவோ இருந்தாலும் ஆசிரமத்தின் பொறுப்பாளர்களில் ஒருவர் இப்படி இருக்கிறாரே என்ற வருத்தம்தான் ஏற்பட வேண்டும். மாறாக ஆத்திரமும் பொறாமையும் ஏன் ஏற்பட வேண்டும்?

இப்படி நினைத்துக்கொண்டிருக்கும்போதே அந்தப் பெண் அவரது ஓய்வு அறைக்கு வருவது போலவும் அவர் அவளை அணைப்பதுபோலவும் ஒரு கற்பனை அவன் மனதில் தோன்றியது. மனம் கோபத்தில் பொங்கியது. உடனடியாகச் சுய வெறுப்பும் எழுந்தது. அந்தப் பெண்ணின் பெயர்கூடத் தெரியாது. ஆனால் சதாசிவத்துடன் அவளுக்குக் கள்ள உறவு இருக்கும் என்று யோசிக்க முடிகிறது. பிறரது ஒழுக்கத்தைக் குறைத்து மதிப்பிட எனக்கு என்ன உரிமை இருக்கிறது? கோவில் சிலைபோல இருக்கும் அந்தப் பெண்ணை அம்மனாக நினைத்து வணங்குவதல்லவா பொருத்தமானது.

ராமநாதன் கண்களை மூடினான். வகுப்பிலோ வெளி இடங்களிலோ நண்பர்கள் பெண்களைப் பற்றிப் பேசினால் அந்த இடத்தை விட்டுத் தான் விலகிச் செல்லும் காட்சி அவன் கண்களுக்குள் தோன்றியது. பெண்களின் அழகைப் பற்றிப் பேசுவதை அத்துமீறலாக நினைத்து வருந்தியது நினைவுக்கு வந்தது. கூடியவரை பெண்களின் முகத்தையோ உடலையோ பார்ப்பதைத் தவிர்ப்பான். எதிரில் ஒரு பெண் இருந்தாலும் தரையையோ சுவரையோ பார்த்தபடிதான் பேசுவான்.

பெண்களைத் தவிர்ப்பதற்காகவே திரைப்படங்களையும் வாரப் பத்திரிகைகளையும் தவிர்த்தது நினைவுக்கு வந்தது. சிறிய வயதிலிருந்தே சமய, ஆன்மிக நூல்களைப் படித்துவந்ததால் பெண்களைப் போகத்திற்கான வடிகால்களாகவோ போகத்தைத் தனக்கான அனுபவமாகவோ பார்க்கும் பழக்கம் அவனுக்கு இல்லாமல் இருந்தது. காமம் தன்னைத் தீண்டாது என்பதில் தனக்கு இருந்த நம்பிக்கையும் பெருமையும் அழுத்தமாக நினைவில் பதிந்திருந்தன. ஒற்றைப் புன்னகையில் இந்தப் பெண் எல்லாவற்றையும் எரித்துவிட்டாள். வாசலிலிருந்து திரும்பிப் பார்த்த அந்த நிலவு முகமும் பக்கவாட்டுக் கோணத்தில் தன் திரட்சியைப் பறைசாற்றிய மார்புகளும் இத்தனை ஆண்டுக் கால விரதத்தை அசைத்துப் பார்க்கின்றன. இவ்வளவுதானா உன் கவசத்தின் வலிமை என்ற கேள்வி எழுந்தது. சங்கரரையும் விவேகானந்தரையும் கீதையையும் படித்ததில் எந்தப் பலனும் இல்லையா? சிறு புன்னகையும் விம்மி எழும் மார்புகளின் சலனமும் அவ்வளவு சக்தி வாய்ந்தவையா?

அலைக்கழிக்கும் கேள்விகளுடனும் உணர்வுகளுடனும் ராமநாதன் தன் அன்றாட வேலைகளைக் கவனித்துவந்தான். நூலகப் பணிகளை விரைவில் முடித்தான். நூலகத்தில் அன்றொரு நாள் சந்தித்த அந்த வித்தியாசமான மனிதரை அப்புறம் காணோமே என்பது நினைவுக்கு வந்தது.

நூலக வேலையை எதற்காக ஸ்வாமிஜி கொடுத்தார் என்று யோசித்தான். கொடுத்த வேலையைச் செய்வதுதான் உன் வேலை, அதன் பின்னால் உள்ள நோக்கத்தை ஆராய்வதல்ல. குருநாதர் என ஒருவரை வரித்துக்கொண்டால் அவர் சொல்வதைக் கேட்க வேண்டும். எந்தக் கேள்வியும் கேட்காமல் கீழ்ப்படிய வேண்டும். அந்த விசுவாசமே உன்னைப் பண்படுத்தும். உன் பணிகளுக்குத் தேவை பணிவு. கீழ்ப்படிதல். வழிகாட்ட குரு இருக்கிறார். உன் கடமை பணி செய்வது மட்டுமே என்று சொல்லிக்கொண்டான்.

எத்தனை நூல்கள், எத்தனை ஆசான்கள், எத்தனை போதனைகள்... படிக்கும்போதும் கேட்கும்போதும் எவ்வளவு சிலிர்ப்பாக இருக்கிறது. உனக்கு உரியதை நீ அடை என்று ஸ்வாமிஜி சொன்ன தருணத்தில் இவர்தான் எனது குரு என்று தீர்மானித்தது பொய்யா?

ராமநாதன் தனது உணர்வுகளைக் கொஞ்சம் கொஞ்சமாகக் கட்டுக்குள் கொண்டுவந்தான். சஞ்சலத்திற்கு இடம் கொடுக்காமல் சமநிலை தவறாமல் இருக்க வேண்டும். வேலை, வேலை, வேலை, வேலையில் முற்றாகத் தன்னை மூழ்கடித்துக்கொள்ள வேண்டும்

என்று முடிவெடுத்துக்கொண்டான். வேறெதைப் பற்றியும் யோசிக்கக்கூட இடமும் நேரமும் இல்லாத அளவிற்கு வேலை என்னை ஆக்கிரமித்துக்கொள்ள வேண்டும். காமத்தையும் சஞ் சலத்தையும் வெல்ல அதுவே வழி என்று சொல்லிக்கொண்டான். "நீ பிரம்மச்சாரியாக இருந்திருக்கிறாயா? பிரம்மச்சரியத்தை விடவும் மேலான ஒரு லட்சியம் உன்னை ஆக்கிரமித்து விழுங்கிவிட வேண்டும். அப்போதுதான் பிரம்மச்சரியத்தை உன்னால் கடைப்பிடிக்க முடியும். இல்லையேல் பிரம்மச்சரியமே உனக்குப் பெரும் சுமையாகிவிடும்" என்று விவேகானந்தர் சொல்லியிருந்தது நினைவுக்கு வந்தது.

அதிகபட்ச வேலைகளை இழுத்துப் போட்டுக்கொள்ள வேண்டும் என்று தீர்மானித்துக்கொண்டான். கபடி மைதானத்தை உருவாக்குதல், பாத்திரங்களைக் கழுவுதல், மேலும் பல யோகாசனங்களைக் கற்றல், நௌலியையும் உட்டியாணாவையும் தினமும் பயிற்சி செய்தல், தினமும் பத்து நிமிடம் சிரசாசனத்தில் நிற்பது, பையன்களுக்குச் சொல்லிக் கொடுப்பதற்காகப் பாடப் புத்தகங்களைப் படித்தல், ஆசிரமக் கோவில் துப்புரவுப் பணி என்று வேலைகளைக் கூடுதலாக்கிக்கொண்டான். வேலைகளை வேகமாகவும் திறமையாவும் செய்யச் செய்ய வேலைகள் கூடிக்கொண்டே இருந்தன. ஒவ்வொருவரும் தத்தமது வேலைகளில் ஒரு பகுதியை இவனிடம் கொடுத்துவிட்டார்கள். வேலையின் மீது இருந்த இயல்பான விருப்பமும் வேலை தனக்கு எவ்வளவு முக்கியம் என்ற பிரக்ஞையும் சேர்ந்து அவன் மகிழ்ச்சியை இரட்டிப்பாக்கின. பொறுப்புகளை முழு முனைப்புடன் செய்து முடித்தான்.

ஆசிரமவாசிகள் அவனைக் கண்டு பிரமிக்க ஆரம்பித்தார்கள். கபடிப் போட்டியை அவன் நடத்திய விதம் அனைவரையும் ஆச்சரியத்தில் ஆழ்த்தியது. சித்ரா பவுர்ணமியை ஒட்டிக் கபடிப் போட்டித் தொடர் நடத்துவது வழக்கம். சுற்று வட்டாரங்களிலிருந்து நான்கைந்து அணிகள் கலந்துகொள்வது வழக்கம். ராமநாதன் அந்தப் பொறுப்பை ஏற்றுக்கொண்டதும் ஆறு கபடிக் களங்களைத் தயார் செய்தான். எப்போதும் இரண்டு கோர்ட்தான் போடுவோம் என்றார் இதுவரை அந்தப் பொறுப்பை ஏற்ற பாரதி சேகர். அவர் பள்ளிக்கூடத்தில் பி.டி. மாஸ்டர். ஆசிரமத்தின் விளையாட்டு முதலான நிகழ்ச்சிகளில் உதவிவருபவர். பார்க்க காவல்துறை அதிகாரிபோல இருப்பார். அதிக அணிகளை இந்த முறை கூப்பிடுவோம் என்றான் ராமநாதன். எப்படி என்றார் பாரதி, மீசையை முறுக்கியபடியே. கூப்பிடுவோம் என்றான் ராமநாதன் புன்னகையுடன். பாரதியின் முகத்தில் எரிச்சல் தோன்றியது. ஆசிரம சேவார்த்தி என்பதால்

கோபத்தைக் கட்டுப்படுத்திக்கொண்டார். 'அறியாத வயசு. அனுபவிச்சாதான் தெரியும்' என்று சொல்லிக்கொண்டார்.

ராமநாதன் சொன்னபடியே செய்தான். சைக்கிளை எடுத்துக்கொண்டு கிட்டத்தட்ட இருபது கிராமங்களுக்குப் போனான். சித்ரா பவுர்ணமி வருவதற்கு ஒரு மாதத்திற்கு முன்பே சின்ன அளவில் போட்டிகள் நடத்தினான். ஆசிரமப் பள்ளிக்கூடத்தின் பிளஸ் டூ பையன்களை வைத்து ஒரு அணியைத் தயார்செய்து பயிற்சி கொடுத்தான். அவனும் ஆடினான். அவன் ஆட்டத்தைவிடவும் சொல்லிக்கொடுக்கும் விதம் அபாரமாக இருந்தது. அந்தப் பையன்களை ஞாயிற்றுக்கிழமைகளில் ஓரிரு கிராமங்களுக்கு அழைத்துப் போய் ஆட வைத்தான்.

முதல் சுற்றுப் போட்டிகளில் மொத்தம் 32 அணிகள் கலந்துகொண்டன. அவை 16,8 என்று அடுத்தடுத்த சுற்றுகளில் குறைந்தன. பவுர்ணமிக்கு முதல் நாள் கால் இறுதி. அரை இறுதியும், இறுதியும் பவுர்ணமி அன்று. கோடு போடுதல், ஓட்டங்களைக் குறித்தல், தண்ணீர், பழம் ஏற்பாடு செய்தல், முதலுதவி ஏற்பாடு, நடுவர்கள் என்று எல்லாவற்றையும் கச்சிதமாகத் திட்டமிட்டுச் செய்தான். ஆசிரமத்தில் யாருடைய உதவியையும் கோராமல் ஆசிரமப் பள்ளியில் ப்ளஸ் ஒன் படிக்கும் மாணவர்களை வைத்தே பல வேலைகளைச் செய்தான். ஆசிரம நிர்வாகிகள் பிரமித்தார்கள். ஊரிலிருந்து திரும்பி வந்த பிரபு ஆச்சரியப்பட்டான். அவன் ஊரில் இல்லாதபோது யோகாசன வகுப்பு எடுக்கும் பொறுப்பு ராமநாதனிடம் கொடுக்கப்பட்டிருந்தது. தொடர்ந்து அதை அவனே செய்யட்டும் என்று ஸ்வாமிஜி சொன்னபோது பிரபுவுக்கு ஏமாற்றமாக இருந்தது.

கபடிப் போட்டிகள் முடிந்ததும் பரிசுகளை வழங்கிவிட்டு ஸ்வாமிஜி உரையாற்றினார். ராமநாதனைப் பாராட்டினார். இளமை என்பது எல்லையற்ற ஆற்றலின் ஊற்று என்றார். முறையாகப் பயன்படுத்தினால் அது அற்புதங்களை நிகழ்த்தும், அதற்கு இந்த நிகழ்ச்சியே சான்று என்றார். ராமநாதன் கூச்சம் அடைந்தான். பிரபுவின் மனம் வாடியது. எத்தனையோ கிராமங்களில் தான் செய்துவரும் சேவைகள் இப்படிப்பட்ட அங்கீகாரத்தைப் பெற்றதில்லையே என்று நினைத்துக்கொண்டான்.

விழா முடிந்த மறுநாள் காலையில் விழாவுக்கான வரவு செலவு கணக்கைத் துல்லியமாக எழுதி 510 ரூபாயைத் திருப்பிக் கொடுத்தான். அடுத்த நொடியிலிருந்து அடுத்த வேலைகளில்

கவனம் செலுத்தத் தொடங்கினான். கோடை முகாம், மருத்துவ முகாம் என்று பணிகள் காத்திருந்தன. கடுமையான வேலைகள் இருந்தாலும் இரவில் அரைமணி நேரமாவது படித்துவிட்டுத் தூங்குவதால் தூங்கத் தாமதமாகிக்கொண்டிருந்தது. ஆனால் தூக்கம் உடனே வந்தது. பிரபு சில சமயம் பேச்சுக் கொடுப்பான். சில சமயம் பேசாமல் இருப்பான். அவனுக்கும் அலைச்சல் அதிகம் இருந்தது. கோடையில் அவனை மதுரைக்கு அனுப்பிவிட்டார் ஸ்வாமிஜி. அவர் காசி, ஹரித்வார் என்று யாத்திரை மேற்கொண்டார். ராமநாதன் வேலைகளில் முழுமையாகக் கவனம் செலுத்திவந்தான்.

16

ஆசிரமம் என்பது ஆன்மிகமும் சேவையும் பயிற்சியும் மட்டுமல்ல என்பது ராமநாதனுக்கு விரைவிலேயே புரிந்தது. மருத்துவ முகாம் ஒன்றின் பொறுப்பு தன்னிடமிருந்து விலக்கிக்கொள்ளப்பட்டது ராமநாதனைக் கொதிப்படையச் செய்தது. ஓரிரு நாட்கள் எந்த வேலையிலும் மனம் செல்லவில்லை. தான் செய்தது அவ்வளவு பெரிய தவறா என்று அவன் மனம் குமுறியது. பிரபுவும் ஊரில் இல்லாததால் மனக் குமுறலுக்கு வடிகால் இல்லாமல் தவித்தான்.

ஆசிரமப் பள்ளியில் படிக்கும் மாணவன் ஒருவன் ஒரு நாள் ஆசிரமத்துக்கு அழுதுகொண்டே ஓடி வந்தான். முகாம் வேலைக்காக வெளியில் கிளம்பிக்கொண்டிருந்த ராமநாதன் அவனை விசாரித்தான். அப்பாவுக்கு ஆக்ஸிடெண்ட் ஆகி விழுந்து கிடக்கிறாரென்று அந்தப் பையன் அழுதுகொண்டே சொன்னான். அவனை வண்டியில் ஏற்றிக்கொண்டு ராமநாதன் விரைந்தான். பக்கத்துத் தெருவில்தான் விபத்து நடந்திருந்தது. மோதிய வாகனம் நிற்கவில்லை. பக்கத்தில் இருந்த கடைக்காரரும் தள்ளு வண்டிக்காரரும் அவரை எழுப்பி உட்காரவைத்திருந்தார்கள். கையில் பலமாக அடிபட்டிருந்தது. முகத்தில் ஆழமான சிராய்ப்பு இருந்ததால் முகத்தில் ரத்தம் கொட்டிக்கொண்டிருந்தது. அவர் கையைத் தொட்டுப் பார்த்த ராமநாதனுக்குக் கை எலும்பு முறிந்திருக்கலாம் என்று தோன்றியது. முகத்தில் காயம் ஆழமாக இல்லை என்பதும் தெரிந்தது. அவரையும் பையனையும் வண்டியில் உட்காரவைத்தபடி மருத்துவமனைக்கு விரைந்தான். செலவுகள் அனைத்தையும் கையிலிருந்த பணத்தை வைத்துச் செய்தான். மருத்துவ முகாமுக்காக வைத்திருந்த பணம் அது.

முகாம் நெருங்கியது. அதற்குத் தேவையான பணம் குறைகிறது என்று காசாளரிடம் போய்க் கேட்டான். அவர் கணக்குக்

கேட்டார். கொடுத்தான். மாணவனின் தந்தைக்கான சிகிச்சைக்கு ஏன் செலவு செய்தாய் என்று கேட்டார். அடிபட்டால் சிகிச்சை செய்துதானே ஆக வேண்டும் என்றான். யாரிடம் கேட்டு இந்தப் பணத்தை எடுத்தாய் என்று கேட்டார். ஆபத்துக்குச் செய்யும் உதவி என்பதால் யாரிடமும் கேட்க வேண்டிய அவசியம் இல்லை என்று நினைத்ததாகச் சொன்னான்.

காசாளர் அவனை நிமிர்ந்து பார்த்தார். கண்ணாடியைக் கழற்றிவிட்டு உற்றுப் பார்த்தார். "ஒரு குறிப்பிட்ட நோக்கத்துக்காக கொடுத்த பணத்தை அதுக்காக மட்டும்தான் செலவு செய்யணும். அதை மீறினா அது அத்துமீறல்தான். ஆஸ்ரமத்தோட பணத்தை ஆஸ்ரமத்தோட பர்மிஷன் இல்லாம யூஸ் பண்ணக் கூடாது. எந்தப் பணத்தை எப்போ, எப்படி செலவு பண்ணணும்னு ஆஸ்ரமம் முடிவு செய்யும். அந்த முடிவை மாத்த தனி நபர்களுக்கு அனுமதி இல்லை" என்றார் உறுதியான குரலில்.

"ஆனா . . ." என்றவனை இடைமறித்து "ஆளுக்கு ஆள் முடிவு எடுக்க அனுமதிக்க முடியாது! உனக்கு சின்ன வயசு. அனுபவம் போதாது. சொல்றத செய்" என்றார். குரலில் மேலும் உறுதி தெரிந்தது.

ராமநாதனுக்குக் கோபம் வந்தது. ஆனால் பேசுவதில் பயனில்லை என்பது புரிந்தது. ஸ்வாமிஜி வந்ததும் பேசிக்கொள்ளலாம் என்று அமைதியாக இருந்தான்.

காசாளர் பணம் கொடுக்கவில்லை. முகாமின் பொறுப்பும் அவனிடமிருந்து விலக்கப்பட்டது.

இன்னொரு சம்பவமும் கோபத்தை ஏற்படுத்தியது. ஈரோடு அருகே ஒரு ஊரில் சாந்தி யோக முகாம் நடந்தது. அறிமுக வகுப்பு, யோகாசனம், கிராம சேவை ஆகியவை இவனுடைய வேலைகள், முதல் நாள் பால தண்டாயுதம் வரவில்லை. ஒரு நாள் வகுப்பு முழுவதையும் ராமநாதனும் கபாலீஸ்வரன் என்ற சேவார்த்தியும் எடுத்தார்கள். திறந்த வெளியில் யோகாசன வகுப்பு எடுத்தபோது, உள்ளூரில் இருந்த நான்கு பெண்கள் நாங்களும் சேரலாமா என்று கேட்டார்கள். ராமநாதன் சற்றும் தயங்காமல் அந்தப் பெண்களையும் வரிசையில் நிற்கவைத்து ஆசனங்களைச் சொல்லிக் கொடுத்தான். அவர்களுடைய ஆர்வத்தால் உற்சாகமடைந்து அவர்கள் மீது கூடுதல் கவனம் எடுத்துக்கொண்டான்.

பெண்களைத் திறந்த வெளி யோகாசன முகாமில் சேர்ப்பதில்லை என்பது சாந்தி யோக வகுப்பின் எழுதப்படாத விதி. அவர்களுக்குத் தனியாகச் சில வகுப்புகள் நடக்கும். பாட்டு,

யோகாசனம், கதைகள், ஸ்லோகம், தொழில் பயிற்சி ஆகியவை அதில் இருக்கும். மூத்த சேவார்த்திகள் அல்லது தீட்சை பெற்ற யோகிகள் மட்டுமே அந்த வகுப்புகளை எடுக்கலாம். எல்லா ஊரிலும் இது வசதிப்படாது என்பதால் அரிதாகவே இது நடைபெற்றது. எனவே யோகாசன வகுப்பில் பெண்களைச் சேர்ப்பது பற்றி ராமநாதனுக்குத் தெரியாது. வந்து கேட்டவுடன் இயல்பாகச் சேர்த்துக்கொண்டான். கபாலீஸ்வரன் அவன் அருகில் வந்து காதில் கிசுகிசுத்தான். "லேடீஸை சேக்கறதில்லைன்னு தெரியாதா?" என்றான்.

தாடாசனத்தில் மூச்சை இழுத்தபடி கைகளை மேலே கொண்டுசென்றுகொண்டிருந்த ராமநாதனுக்கு அந்தக் கேள்வி கோபத்தை ஏற்படுத்தியது. அமைதியாக இருந்தான். அந்த ஆசனம் முடிந்ததும் திரும்பிக் காபாலீஸ்வரனைக் கோபமாகப் பார்த்தான். வயதில் சிறியவனாக இருந்தாலும் அவன் பார்வையின் தீவிரம் கபாலீஸ்வரனைத் தாக்கியது. என்றாலும், "அவங்க நாலு பேரையும் ஓரமா நிக்க வை. அவங்களை கவனிக்காதே" என்று கிசுகிசுப்பான ஆனால் பதற்றமான குரலில் கபாலீஸ்வரன் சொன்னான்.

ராமநாதன் கோபத்தை அடக்கிக்கொண்டு புன்னகை செய்தான். அவனிடமிருந்து பார்வையைத் திருப்பினான். "விருக்ஷாசனம்" என்றான் உரத்த குரலில். கூட்டத்தினர் திருப்பிச் சொன்னார்கள். அதைச் சுருக்கமாக விளக்கிவிட்டு ஒரு காலை மடக்கி இன்னொரு காலின் தொடையிடுக்கில் வைத்தான். துளி அசைவுகூட இல்லாமல் அங்கேயே நின்றவன் தலையைத் திருப்பி அங்கிருந்த பெண்களில் ஒருத்தியைப் பார்த்து, "சுடிதார் போட்டுட்டு வாங்க" என்றான்.

கபாலீஸ்வரனின் ஆத்திரம் தலைக்கு ஏறியது. ராமநாதன் அவன் பக்கமே திரும்பவில்லை. சிறிது நேரம் கழித்துக் கபாலீஸ்வரன் அங்கிருந்து கிளம்பினான்.

இரண்டாம் நாளிலிருந்து முகாமுக்குப் பொறுப்பாளராகப் பிரபு அனுப்பப்பட்டான். ஆசிரமத்தில் தோட்டப் பணி, புதிதாக ஒரு அறை கட்டும் வேலை ஆகியவற்றைக் கவனித்துக்கொள்ளும்படி ராமநாதனிடம் கார்த்திகேயன் சொல்லிவிட்டார். ராமநாதனின் மனம் கொந்தளித்தது.

மாலையில் அறையில் சந்தித்த பிரபு, "என்ன ஆச்சு உனக்கு?" என்றான்.

"ஒண்ணும் ஆகலயே" என்றான் ராமநாதன்.

"இல்ல... உன்னப் பத்தி கம்ப்ளெய்ண்ட் வருது..."

"என்ன கம்ப்ளெய்ண்ட்?"

ராமநாதனின் குரலில் தெரிந்த அலட்சியம் பிரபுவுக்குப் பிடிக்கவில்லை.

"ராமு... ஒப்பனா பேசு. உனக்கே தெரியும் நான் என்ன கேக்கறேன்னு. உன்னைப் பத்தி ஆஸ்ரமத்துல எல்லாருக்கும் பெரிய மரியாதை இருக்கு. அந்த கபடி டோர்னமெண்டை நீ நடத்தின விதத்தைப் பார்த்து எல்லாரும் பிரமிச்சு போயிருக்காங்க. நீ யோகா பண்றதைப் பார்த்து ஆடிப் போயிருக்காங்க. உன் சுறுசுறுப்பு, இன்வால்வ்மெண்ட் இதெல்லாம் இங்க எல்லாருக்குமே பிடிக்கும்..."

"எதுக்கு இதையெல்லாம் சொல்ற?"

"திறமையா இருந்தா மட்டும் போதாது. பணிவாகவும் இருக்கணும் இல்லையா?"

"நான் யார்கிட்ட திமிரா நடந்துக்கிட்டேன்?"

"தனிப்பட்ட முறைல நீ யார் கிட்டயும் அப்படி நடந்துக்கல. ஆனா ஆஸ்ரமத்தோட விதிகளை அலட்சியப்படுத்தற. ஆஸ்ரமங்கறது ஒரு இன்ஸ்ட்டிட்டியூஷன். அதோட விதிமுறைகள் நமக்கு வேதம் மாதிரி..."

"என்னால அப்படி நெனைக்க முடியல பிரபு... லட்சியம்தான் முதல்ல. அப்புறம்தான் இன்ஸ்டிட்டியூஷன்... நம்ம சொஸைட்டி லௌகீகமாகவும் ஆன்மிகமாகவும் உயரணும்னு நாம நெனைக்கறோம். அதுக்காகதான் இன்ஸ்ட்டிட்டியூஷன். அதுக்காத்தான் ரூல்ஸ் அண்ட் ரெகுலேஷன்ஸ். சில பேர் அதை அப்படியே மாத்தி புரிஞ்சிக்கிட்டிருக்காங்கன்னு தோணுது" என்றான் ராமநாதன்.

பிரபு பலமாகத் தலையாட்டினான். "லட்சியம்தான் அலட்டிமேட். அதுல எந்த சந்தேகமும் இல்ல. ஆனா அந்த லட்சியத்தை அடைய ஒரு செயல்திட்டம் வகுக்கணும். அந்த செயல்திட்டத்துக்கு சில எல்லைகள் இருக்கும். அந்த எல்லைக்கு உட்பட்டுதான் வேலை செய்ய முடியும். நாளைக்கு கலிஃபோர்னியாவுல ஒரு பெரிய பிரச்னைன்னு வெச்சிக்க. நமக்கு வேதனையாதான் இருக்கும். ஆனா உடனே அங்கே போய் வேலை செய்ய முடியுமா? இங்கேருந்து நம்மால என்ன பண்ண முடியுமோ அதைத்தான் செய்யணும் இல்லையா?"

"கலிஃபோர்னியாவுக்கு ஏன் போற? நாளைக்கே ஹைதராபாத்ல பிரச்னைன்னா நம்மளால போக முடியுமா? இந்திரா காந்தி செத்த பிறகு சீக்கியர்களைக் கொன்னு குவிச்சாங்களே அங்க நம்மளால போக முடிஞ்சதா? இதெல்லாம் தெரியாதா எனக்கு?" ராமநாதனின் குரலில் சலிப்பு மேலிட்டது.

பிரபு சிறிது நேரம் அமைதியாக இருந்தான்.

"அதேதான் நானும் சொல்றேன். ஒவ்வொரு மனுஷனுக்கும் சில லிமிட்டேஷன்ஸ் இருக்கா மாதிரி ஆர்கனைசேஷனுக்கும் சில எல்லைகள் இருக்கும். லிமிட்டேஷன்ஸை ஒத்துண்டு அதுக்கு உட்பட்டு வேலை செய்யணும். இல்லாட்டி சக்தி விரயமாகும். பயிருக்குத் தண்ணி வேணும். ஆனா பாத்தி கட்டி ஒழுங்குபடுத்தாம தண்ணி ஊத்தினா பயிரும் வளராது. தண்ணியும் வேஸ்ட் ஆகும். ஆர்கனைசேஷனோட ரூல்ஸ் அண்ட் ரெகுலேஷன்ஸ் பாத்தி மாதிரிதான்" என்றான் பிரபு.

ராமநாதனின் எரிச்சல் தணியவில்லை. "பிரபு, இதெல்லாம் அடிப்படையான விஷயம். எனக்கு இதெல்லாம் தெரியாதுன்னு நெனைக்கறயா? சூரிய ஒளி ஒரு சருகு மேல பட்டா அந்தச் சருகு எரியாது. அதே ஒளி லென்ஸ் மூலமா ஃபோகஸ் ஆகி அப்புறம் பட்டா எரியும். நம்ம செயல்திட்டம் அந்தக் குவிமையம் மாதிரி. ஃபோகஸ்னு வந்தாலே டீவியேஷன் இருக்கக் கூடாது. இப்படி எனக்கும் பேசத் தெரியும். நான் சொல்ல வந்ததே வேற . . ."

"என்ன சொல்ல வர?" பிரபுவின் குரல் தணிந்திருந்தது.

"எந்த செயல்திட்டமும் இறுக்கமா இருக்கக் கூடாதுன்னு சொல்ல வரேன். ஆபத்துக்காக உதவி பண்றதும் ஆர்வமா வந்த லேடீஸை எங்கரேஜ் பண்றதும் டீவியேஷன் இல்ல. அது நம்ப திட்டத்துக்குள்ளதான் இருக்கு, இருக்கணும்."

"நீ சொல்றது நியாயம்தான். தத்துவார்த்தமா பாத்தா அந்த ரெண்டு விஷயமும் தப்பில்ல. ஆனா அது நம்ம பழக்கம் இல்ல. நீ அந்தப் பெரியவருக்கு உதவி செய்யறதுக்கு முன்னாடி ஆஸ்ரமத்துல சொல்லி இருக்கணும். உதவி செய்யாதேன்னு யாரும் சொல்லப் போறதில்லை. ஆர்வத்தோட வர்ர லேடீஸ்க்கு யோகா கத்துக்குடுக்கலாமான்னு ஆஸ்ரமத்துல கேட்டுக்கணும். நீயா முடிவு பண்ண முடியாது. இப்படி ஆளுக்கு ஆள் அவங்கவங்க விருப்பத்துக்கு ஏதாவது செஞ்சிண்டிருந்தா எப்படி?"

"பிரபு . . . பெரிய விஷயமா இருந்தா கேக்கலாம். இந்த மாதிரி சின்னச்சின்ன விஷயங்கள், உடனே முடிவெடுக்க வேண்டிய விஷயங்கள், எல்லாம் கேட்டுதான் செய்யணுமா?"

"நல்லா புரிஞ்சிக்க. இதே மாதிரி ஒவ்வொருத்தரும் யோசிச்சா, ஒவ்வொருத்தரும் செய்ய ஆரம்பிச்சா ஆர்கனைசேஷன்னு ஒண்ணு எதுக்கு? பொதுவா ஒரு காரியம் செஞ்சா பொதுவா ஒரு திட்டத்தை ஏத்துக்கணும். அதுல சின்னச் சின்ன விலகல் வரலாம். ஆனா அதை கேட்டுண்டு செய்யணும். அல்லது செஞ்சிட்டு உடனே சொல்லணும்."

ராமநாதன் பதில் பேசவில்லை. ஜன்னலருகே போய் நின்றபடி தொலை தூரத்து மலைகள்மீது பார்வையைச் செலுத்தினான். அவனால் பிரபுவின் கூற்றில் உள்ள நியாயத்தைப் புரிந்துகொள்ள முடிந்தது. பொதுச் செயல்திட்டத்தை ஒவ்வொருவரும் ஏற்றுப் பின்பற்ற வேண்டும் என்பதில் அவனுக்குச் சந்தேகம் இல்லை. ஆனால் களத்தில் இருக்கும்போது ஒவ்வொரு நிமிடமும் செயல்திட்டத்தின் ஷரத்துகளைப் பார்த்துக்கொண்டிருக்க முடியாது என்று அவன் நம்பினான். போர்ப் பயிற்சி என்பது வேறு. நிஜமான போர் என்பது வேறு என்று அவனுக்குத் தோன்றியது. களத்தில் தன் மனோதர்மப்படி சில காரியங்களைச் செய்யத் தனக்குச் சுதந்திரம் வேண்டும் என்று நினைத்தான். பிரபுவைப் போன்றவர்களால் விசுவாசமாக எல்லாவற்றையும் கடைப்பிடிக்க முடியும். என்னால் முடியாது. இதைச் சொன்னால் அவனுக்குப் புரியாது என்று ராமநாதன் நினைத்தான்.

சம்பவங்கள் நடந்த பிறகு மேற்கொள்ளப்பட்ட நடவடிக்கைகள் அவனுக்கு அதிக வலியை ஏற்படுத்தியிருந்தன. பெரியவருக்குப் பணம் கொடுத்ததாகக் கேள்விப்பட்டதும் அந்தக் காசாளரின் முகத்தில் தெரிந்த கோபத்தை அவனால் ஜீரணித்துக்கொள்ளவே முடியவில்லை. அந்தப் பெண்களை யோகாசன வகுப்பில் சேர்த்ததும் அடுத்த நாளே முகாம் நடத்தும் பொறுப்பு தன்னிடமிருந்து பிடுங்கப்பட்டதையும் அவனால் ஏற்றுக்கொள்ள முடியவில்லை. பொதுச் செயல்திட்டம், கட்டுப்பாடு, விதிமீறல், தவறான முன்னுதாரணம் என எல்லாக் காரணங்களும் முக்கியமானவைதாம். ஆனால் சின்னச் சின்ன மீறல்களுக்கெல்லாம் தண்டனைதான் பரிசு என்றால் அது நல்ல முன்னுதாரணமா? தண்டனை கிடைக்கும், அவமானம் ஏற்படும் என்றால் ஒவ்வொருவரும் மிகவும் எச்சரிக்கையாக நடந்துகொள்ள மாட்டார்களா? மிகவும் கவனமாக ஆகிவிட மாட்டார்களா? இவ்வளவு கவனத்துக்கு மத்தியில் புதிய யோசனைகள் எப்படி வரும்? விதிமுறைகளைப் பற்றியே யோசித்துக்கொண்டிருந்தால் பாய்ச்சல்களை எப்படி நிகழ்த்த முடியும்?

பொங்கிக்கொண்டிருந்த ராமநாதனின் மனம் பிரபு அருகில் நிற்பதை உணர்ந்ததும் சமநிலைக்கு வந்தது. பிரபு மெதுவாக

அவன் தோள் மீது கை வைத்தான். அவன் கை தோளைப் பற்றி அழுத்தியது. அதில் தெரிந்த நட்புணர்வு ராமநாதனை அசைத்தது.

“விதிமுறைகளை மாத்த நமக்கு உரிமை இல்லன்னு ஒத்துக்கறேன் பிரபு... ஆனா ஒருத்தன் உணர்ச்சிவசப்பட்டு அல்லது ஓவர் கான்ஃபிடன்ஸ்ல ஏதாவது செஞ்சா இவ்வளவு கடுமையாவா நடத்துக்கறது? இப்படி தண்டனை குடுத்தா இனிமே ஃப்ரீயா வேல பாக்க முடியுமா? கபடி டோர்னமென்ட் பத்தி சொன்னியே... அதுல ஆறு கோர்ட் போடணும்னு நான்தான் டிசைட் பண்ணினேன். அப்ப யாரும் ரெண்டு கோர்ட் போதும்னு கண்டிக்கலயே? ஆறு டீம் வர்ர இடத்துல இருபது டீம் வந்தபோது யாரும் ஆட்சேபிக்கலயே... அந்த சுதந்திரம் இருந்ததாலதான் அது சக்ஸஸ் ஆச்சு...”

பிரபு இடைமறித்தான். “ஒரு விஷயத்தை இம்ப்ரூவைஸ் பண்றது வேற, டீவியேட் ஆகறது வேற ராமு. உனக்கு சுதந்திரம் இருக்கு. ஆனா முழு சுதந்திரம் இருக்காது. யாருக்குமே இருக்காது. ஸ்வாமிஜிக்குக்கூட இருக்காது.”

“எது இம்ப்ரூவைசேஷன், எது டீவியேஷன் அப்டீன்னு விவாதம் பண்ணினா அதுக்கு முடிவே இருக்காது ப்ரபு. ஒண்ணு மட்டும் நிச்சயம். தப்புன்னு பட்டுதுன்னா கூப்பிட்டு கண்டிக்கணும். விளக்கம் கேக்கணும். எடுத்த உடனே தண்டிக்கக் கூடாது.” ராமநாதனின் குரலில் சூடு ஏறியிருந்தது.

“வாஸ்தவம்தான். நான் இதப்பத்தி ஸ்வாமிஜி கிட்ட பேசறேன். நீ கவலப்படாம இரு” என்றான் பிரபு.

இருவரும் சாப்பிடக் கிளம்பினார்கள். “நீ கவலையா இருக்கிறா மாதிரி காமிச்சுக்காத. எதுவுமே நடக்காத மாதிரி இரு. உனக்கு பனிஷ்மென்ட் கொடுத்த ஸ்வாமியை பாத்தா வழக்கம்போலவே பேசு” என்றான் பிரபு.

ராமநாதன் தலையாட்டினான்.

17

திடீரென்று தூக்கம் கலைந்து எழுந்தபோது தன் அருகே ஒரு உருவம் வேகமாக அசைந்ததை உணர்ந்தான் ராமநாதன். கண்களைக் கசக்கியபடி உற்றுப் பார்த்தான். சில நொடிகளுக்குப் பிறகு சுற்றியுள்ள உருவங்கள் மங்கலாகத் தெரிந்தன. பிரபு தன் அருகே படுத்திருப்பதைக் காண முடிந்தது. இரவில் நான்கைந்து

அடிகள் தள்ளிப் படுக்கும் பிரபு காலையில் தன் அருகில் இருப்பதை ராமநாதன் பல முறை கண்டிருக்கிறான். சில சமயம் தன் கழுத்தைக் கட்டியபடி, காலை இடுப்பில் போட்டபடி படுத்திருப்பான். ராமநாதனுக்கு இது பழக்கமாகிவிட்டது. ஆனால் இப்போது அவனுக்கு வித்தியாசமாகத் தெரிந்தது. கண் விழித்தபோது அவன் வேகமாக அசைந்தான். உட்கார்ந்த நிலையில் அவன் உருவத்தைப் பார்த்த நினைவு இருந்தது. தன் பக்கத்தில் அவன் ஏன் உட்கார வேண்டும்? அதுவும் நள்ளிரவில்? தான் எழுந்ததும் ஏன் வேகமாக விலகிப் படுத்துக்கொள்ள வேண்டும்?

இப்படி யோசித்துக்கொண்டிருக்கும்போதே வேறொரு விஷயமும் ராமநாதனுக்கு உறைத்தது. அவன் பிறப்புறுப்பு விரைத்திருந்தது. போர்வையைப் போர்த்திக்கொண்டான். கை தானாக அங்கே சென்றது. அண்மைக் காலமாக எழாத உணர்வு இது. கை உறுப்பின் மீது அழுந்தியது. பிறகு அதைப் பற்றிக்கொண்டது. மனம் நழுவி சுசீந்திரம் சென்றது. இதர யோசனைகள் எல்லாம் நீங்கி ஒரே உணர்வு அவன் உடலையும் மனதையும் வியாபித்திருந்தது. சில நிமிடங்களுக்குப் பிறகு மனமும் உடலும் அடங்கின. மனம் லேசாகியது. உடல் தளர்ந்தது. எண்ணங்களின் ஓயாத அலையடிப்பு குறைந்திருந்தது. சிறிது நேரம் கழித்து உறக்கம் ஆட்கொள்ளத் தொடங்கியது.

காலையில் பிரபுவின் முகத்தைப் பார்த்தபோது வித்தியாசமான உணர்வு ஏற்பட்டது. நள்ளிரவில் தன் அருகே அமர்ந்திருந்து பின் சட்டென்று விலகிய பிம்பம் நினைவுக்கு வந்தது. அவன் செய்யும் காரியங்கள், வகிக்கும் பொறுப்புகள், பேசும் பேச்சுகள் ஆகியவற்றோடு பொருந்தாத பிம்பம். மனதில் கசப்புத் தட்டியது. ஆனால் பிரபு சகஜமாக இருந்தான். குளித்துவிட்டு வந்ததும் புத்துணர்ச்சியோடு பளிச்சென்று புன்னகை புரிந்தான். அந்தச் சிரிப்பில் களங்கம் எதையும் ராமநாதனால் உணர முடியவில்லை. அன்றாட வேலைகளை வேகமாகக் கவனிக்க ஆரம்பித்தான். ஆனால் அவன் தன் அருகே ஏன் உட்கார்ந்திருந்தான் என்ற கேள்வி மட்டும் அவ்வப்போது எழுந்தது. அதன் பிறகு நடந்ததும் நினைவுக்கு வந்து குற்ற உணர்வை ஏற்படுத்தியது. நினைவுகளிலிருந்து கவனத்தை விலக்கிக் காரியங்களில் குவிக்க முயன்றான்.

பிரபு சொன்ன யோசனையின்படியே எதுவும் நடக்காததுபோல் வளைய வந்தான் ராமநாதன். முகத்தில் எப்போதும் ஒரு புன்னகையை ஒட்ட வைத்திருந்தான். முகாம் நடத்தும் பொறுப்பு இல்லாவிட்டாலும் ஆசிரமத்தில் வேலைக்குப்

பஞ்சமே இல்லை. வேலைகளை இழுத்துப் போட்டுக்கொண்டு செய்தான். சின்னச்சின்ன விஷயங்களுக்குக்கூடப் பெரியவர்களைக் கேட்டுக்கொண்டு செய்தான். கணக்கு வழக்கை எல்லாம் சரியாக ஒப்படைத்தான். பள்ளிக்கூடச் சிறுவர்களில் சிலர் இவனுடன் மிகவும் நெருக்கமாகிவிட்டார்கள். அவர்களுக்கும் ஆசிரமத்தில் இருந்த சிலருக்கும் சிறப்பு யோகாசன வகுப்புகள் எடுத்தான். பாஸ்கரனைப் போலத் தன்னிடமும் தனிப் பொறுப்பு கொடுத்து ஏதேனும் ஒரு ஊருக்கு அனுப்ப மாட்டார்களா என்று ஏங்க ஆரம்பித்தான். அடக்கம், பணிவு, கீழ்ப்படிதல் ஆகியவற்றில் நல்ல பெயர் எடுக்காமல் அந்த வாய்ப்பைப் பெற முடியாது என்பது அவனுக்குப் புரிந்தது. அந்த வாய்ப்புக்காகத் திட்டமிட்டு உழைத்தான். என்றேனும் ஒருநாள் அது வந்தே தீரும் என்று நம்பினான். அந்த நாளுக்காகக் காத்திருக்க ஆரம்பித்தான்.

இரவுகளில் தூக்கத்தைத் தள்ளிப்போட ஆரம்பித்தான். தூங்குவதுபோல் நடித்தபடி பிரபுவின் மீது ஒரு கண் வைக்க ஆரம்பித்தான். தூக்கத்தில் சரிந்து விழுவதுவரையிலும் அவனால் எதையும் கண்டுபிடிக்க முடியவில்லை. எல்லாமே தன் பிரமையாக இருக்குமோ என்றும் நினைக்க ஆரம்பித்தான். ஆனால் காலைநேரங்களில் சில சமயம் வேட்டி வழக்கத்துக்கு மாறாக விலகியிருப்பதை உணர்ந்தான். சேவையில் குவிந்த மனதில் குழப்பத்துக்கு இடம் தரக் கூடாது என்று தன் எண்ணங்களைக் கட்டுப்படுத்திக்கொண்டான்.

இரண்டு மாதச் சுற்றுப் பயணத்தை முடித்துக்கொண்டு வந்த ஸ்வாமிஜி திரும்பி வந்த மூன்றாவது நாள் இரவு ராமநாதனை அழைத்துப் பேசினார். கன்னியாகுமரியில் தொடங்கிய அவரது பயணம் காசி, இமாச்சலப் பிரதேசம், நேபாளம் என்று தொடர்ந்து மத்தியப் பிரதேசம், ஹைதராபாத் என்று நீண்டது. பிறகு தமிழகத்தை வலம் வந்து கோவையை அடைந்தார். தமிழ்நாட்டில் ஆசிரமத்தின் கிளைகளும் பணிகளும் இருக்குமிடத்திற்கு மட்டும் சென்றார். வடதிசைப் பயணத்தில் கோவில்கள், இமயமலை என்று யாத்திரை நடந்தது. அமர்நாத் யாத்திரை பற்றி சத்சங்கத்தில் மூன்று நாட்கள் அவர் சொன்னதைக் கேட்டவர்கள் பரவசத்திற்கு ஆட்பட்டார்கள். பனி மலைகளையும் கோவில்களையும் பனி லிங்கத்தையும் கண் முன் நிறுத்தினார். ராமநாதன் மெய்மறந்து கேட்டுக்கொண்டிருந்தான். கேட்கக்கேட்க ஸ்வாமிஜியின் உருவம் அவன் கண்களிலிருந்து மறைந்தது. அவரது அனுபவங்கள் திரைப்படக் காட்சிகளாகக் கண் முன் விரிந்தன. காட்சிகளுக்கான வர்ணனையாகக் குரல் ஒலித்தது. ராமநாதனுக்கு உடல் முழுவதும் சில்லிட்டது. புருவ

மையத்தில் லிங்கப் படிமம் ஜொலித்துக்கொண்டிருந்தது. கூட்டம் முடிந்ததும் அவனால் எழுந்திருக்க முடியவில்லை. வசியத்திற்குக் கட்டுண்டவன்போல் அசையாமல் உட்கார்ந்திருந்தவனை ஸ்வாமிஜி வந்து தொட்டுக் கூப்பிட்டார்.

ராமநாதன் ஆசிரமத்திற்கு வந்து ஓராண்டுக்கு மேல் ஆகிவிட்டது. ஸ்வாமிஜி ராமநாதனைப் பார்த்து இரண்டு மாதங்களுக்கு மேல் ஆகிவிட்டன. இரண்டையும் மனதில் கொண்டு ஸ்வாமிஜி அவனிடம் பேச ஆரம்பித்தார். இமயமலைச் சூழலில் ஆழமாகத் தோய்ந்திருந்த ராமநாதனின் மனம் அதிலிருந்து வெளிவரச் சிரமப்பட்டது. அவருடைய பயணம் பற்றிச் சில கேள்விகள் கேட்டான். அவருடன் செல்லும் குழுவில் தனக்கும் இடம் கிடைக்காதா என்று ஏங்கினான்.

“ஆஸ்ரமத்துல ரொம்ப டிஸிப்ளின் பண்றாங்களோ?” திடீரென்று ஸ்வாமிஜி இப்படிக் கேட்டதும் ராமநாதன் திடுக்கிட்டான்.

“அப்படி இல்ல... ஒரு அமைப்புன்னா அதுக்குன்னு சில கட்டு திட்டங்கள் இருக்கத்தானே செய்யும்...” என்றான்.

“அதுக்காக எல்லாத்தையும் கேட்டுகேட்டு செய்ய முடியுமா?” என்று ஸ்வாமிஜி கேட்டதும் குழம்பிப் போனான். சத்சங்கம் முடிந்து பஜனையும் முடிந்த பிறகு பேசும் இடத்தில்தான் இப்போதும் அமர்ந்திருந்தார்கள். தன்னை ஆழம் பார்க்கிறாரோ என்று தோன்றியதால் அவர் முகத்தை உற்றுப் பார்த்தான். அரை வெளிச்சத்தில் முகம் தெளிவாகத் தெரியவில்லை. அவர் எப்படிக் கேட்டாலும் சரி, தன் மனதுக்குப் பட்டதைச் சொல்லிவிட வேண்டும் என்று அவனுக்குத் தோன்றியது.

“கட்டுப்பாடுகள் இல்லாமல் எந்தச் செயல்பாடும் இருக்க முடியாதுன்னு எனக்குத் தெரியும். கட்டுப்பாடுகள் இல்லாம வாழ்க்கையே இல்ல. எந்த இன்ஸ்டிட்யூஷனும் சில கட்டுப்பாடுகள், சட்டதிட்டங்கள் வெச்சிகிட்டுதான் வேலை செய்ய முடியும். ஆனா ஃபீல்டுல வேலை செய்யும்போது புதுசா ஏதாவது சேலஞ்ச் வந்தா அதுக்கு ஏத்தபடி சில மாற்றங்கள் தேவைப்படும். அந்த சமயத்துல ஓடி வந்து ரூல்ஸ் புக்கைப் புரட்டிப் பார்க்க முடியாது. சீனியர்ஸை கன்ஸல்ட் பண்ணலாம். அதுகூட சில சமயம் சாத்தியப்படாது. நாமே ஆன் த ஸ்பாட் டிஸிஷன் எடுக்க வேண்டியிருக்கும். அதுல சில டீவியேஷன்ஸ் வரத்தான் செய்யும். ஒரு நல்ல காரியத்துக்காக அதைச் செய்யலாம். ஆனா அது விதிவிலக்குதான். அதுவே ரூல்ஸா மாற முடியாது. பின்னாடி அதை பரிசீலனை பண்ணி திருத்திக்கலாம். ஆனா

அந்த சமயத்துல டீவியேஷன் தேவைன்னா அதை செஞ்சுதான் ஆகணும். அதுக்கான ஃப்ரீடம் இல்லன்னா சர்வீஸ்ல ஈடுபடற ஒரு ஆளுடைய பர்ஸனாலிட்டிக்கு எந்த வேலையும் இல்ல. அவன் ஆறு அறிவு உள்ள, உயிருள்ள ஒரு மிஷினாதான் இருப்பான்."

ராமநாதன் பதற்றமில்லாமல் பேசினான். சிவானந்தர் எந்தச் சலனமும் இல்லாமல் நிதானமாகக் கேட்டுக்கொண்டிருந்தார். சிறிது நேரம் கழித்துப் பேசினார்.

"எதுக்காக ஒருத்தர் ஏதாவது இன்ஸ்டிட்யூட்ல சேந்து வேலை செய்யணும்?"

ராமநாதனுக்குத் தன்னுடைய அனுபவங்களும் அவன் படித்திருந்த சில புத்தகங்களும் நினைவுக்கு வந்தன. தனக்கு ஒரு அமைப்பு ஏன் தேவைப்படுகிறது?

"தனிப்பட்ட முறையில் ஒருத்தர் எவ்வளவு பெரிய ஆளா இருந்தாலும் அவருக்கு லிமிட்டேஷன்ஸ் இருக்கு. ஆர்கனைசேஷன்ல பல பேர் சேந்து வேலை செய்யும்போது இந்த பலவீனங்களைப் பிறருடைய பலம் மூலமா ஈடுகட்ட முடியும். எனக்குத் தெரியாதது இன்னொருத்தருக்குத் தெரிஞ் சிருக்கும். அவரால முடியாத ஏதோ ஒண்ணு என்னால முடியும். தவிர டீம் ஒர்க்குன்றது வெறுமனே ரெண்டும் ரெண்டும் நாலுங்கறா மாதிரி இல்ல. உண்மையிலேயே நாலு பேர் ஒண்ணா இணைஞ்சு வேலை செஞ்சா ரெண்டும் ரெண்டும் எட்டா மாறும். டீம் வொர்க்கோட பவர் அது. தனிப்பட்ட ஆளால முடியாததை எல்லாம் டீம் ஒர்க் அனாயாசமா முடிச்சிடும். களத்துல ஒருத்தன் தனியா நின்னாலும் எனக்குப் பின்னால ஒரு அமைப்பு இருக்குன்ற நெனைப்பு அவனுக்கு இருக்கும். அது குடுக்கற பலமே தனி."

"ரெண்டும் ரெண்டும் எட்டுன்ற மேஜிக் நடக்கணும்னா அங்க ஒரு தனி ஆள் தொலையணுமா வேண்டாமா?"

"தொலைய வேண்டாம். கரையணும். நான் அப்டீன்றது நாமா மாறணும். 'நான்'ல இருக்கற ஒட்டுதல் 'நாம்'ல இருக்கணும்."

"ஒரு ஆள் ரொம்ப ஸ்பெஷல் டேலன்டோட இருந்தான்னா அவன் இப்படிக் கரைஞ்சிட்டா அவன் ஸ்பெஷல் டேலண்ட் முழுசா வெளிப்படுமா?"

"அதுதான் சேலஞ்ச். ஒவ்வொருத்தரும் தன்னுடைய சுயத்தை இழந்துராம 'நாம்' அப்டீன்ற அடையாளத்துல இணையணும்.

இதுல இழப்பு இல்ல. எல்லா நானும் ஒண்ணா சேருது. எதுவும் தொலையல. மத்தவங்களோட கை கோத்துக்கிட்டா நம்ம விரல் தனியா தெரியாது. ஆனா நம்ம விரல் எங்கியும் போயிடல. அது மட்டுமில்ல. ஒவ்வொரு கையும் ரெண்டு கையா மாறுது."

சிவானந்தர் முகத்தில் புன்னகை மலர்ந்தது. அவர் ராமநாதனின் தலையை வருடினார்.

"ராமு ... உனக்கு சொல்றதக்கு இந்த விஷயத்துல புதுசா எதுவுமே எங்கிட்ட இல்ல. நீ எந்தத் தப்பும் பண்ணல. ஏதாவது மிஸ்டேக்ஸ் இருந்தா அதை யாராவது சுட்டிக்காட்டினா நடந்ததை உணர்ந்து திருத்திக்கோ. தனி நபர் சுதந்திரம், அமைப்பின் தேவைகள் இது ரெண்டுத்தையும் சரியா பேலன்ஸ் பண்ணிட்டே போ. நீ செய்யறது சரியாத்தான் இருக்கும். புதுசா ஒரு விஷயத்தை செய்யணும்னா சீனியர்ஸ் கிட்ட முன்னாடியே டிஸ்கஸ் பண்ணு. அவசரமா பண்ண வேண்டியிருந்துதா? பண்ணி முடிஞ்சதும் டிஸ்கஸ் பண்ணு. நீ பண்ணினது தப்புன்னு பட்டுதா, திருத்திக்கோ. ஒண்ணு மட்டும் ஞாபகம் வெச்சிக்கோ. எப்பவும் கட்டுப்பாட்டைப் பத்தியே யோசிக்கறவனால பெரிசா எதுவும் சாதிக்க முடியாது. எப்பவும் சுதந்திரத்தைப் பத்தியே யோசிக்கறவனால டீம்ல மெர்ஜ் ஆக முடியாது. தனி நபரோட எக்ஸலன்ஸும் முக்கியம். டீம் ஒர்க்கோட மேஜிக்கையும் கொண்டு வரணும். இதுதான் சேலஞ்ச். உனக்கு திறமை இருக்கு தெளிவு இருக்கு. கவலப்படாம வேலை செய்."

ராமநாதனின் மனம் லேசாகியிருந்தது. ஆசிரமப் பொறுப்பாளர்கள் தன்னைத் தண்டித்தது பற்றியெல்லாம் பேச வேண்டும் என்று நினைத்திருந்தான். அதெல்லாம் வேண்டாம் என்று இப்போது தோன்றியது.

சிவானந்தர் எழுந்தார். ராமநாதனும் எழுந்தான். அவன் தோள் மீது கையைப் போட்டபடி நடந்தார். இருவரும் எதுவும் பேசவில்லை. அவருடைய அறைவரையிலும் சென்று விடைபெற்றுக்கொண்டான்.

18

மனத் தெளிவு என்பது வாங்கி பத்திரமாக வைத்துக்கொள்ளக்கூடிய பண்டம் அல்ல என்பது ராமநாதனுக்கு விரைவிலேயே புரிந்தது. ஸ்வாமிஜியிடம் பேசியபோது மனம் துடைத்துவிட்ட பளிங்குக் கல் போல இருந்தது. ஆனால் அன்றாட வேலைகளில் ஈடுபடத் தொடங்கியதும் மீண்டும் சஞ்சலங்கள் உருவாக

ஆரம்பித்தன. ஸ்வாமிஜியின் சிந்தனைகளுக்கும் ஆசிரமத்தின் நடைமுறைகளுக்கும் இடையே உள்ள இடைவெளியை உணரும்போதெல்லாம் அவனுக்கு வலித்தது. களத்தில் வேலை செய்துகொண்டிருக்கும்போது ஏற்படும் மன எழுச்சிக்கு அமைப்பின் வரையறைகள் அணைபோடும்போது வலித்தது.

ஒவ்வொரு முறையும் ஸ்வாமிஜியிடம் போய்ப் பேசிக் கொண்டிருக்க முடியவில்லை. மூத்த பொறுப்பாளர்கள் பலருக்கு விவாதத்தில் நம்பிக்கை இல்லை. பின்பற்றுதல், வழிகாட்டுதல் ஆகிய இரண்டும்தான் அவர்களுக்குத் தெரிந்திருந்தன. பிரபுவிடம் மட்டுமே மனம் விட்டுப் பேச முடிந்தது.

“நீ செய்ய விரும்பற மாற்றங்களை ஆலோசனைக் கூட்டத்துல சொல்லி அமைப்பின் விதியா மாத்த முயற்சி செய்” என்றான். ஸ்வாமிஜி இல்லாமல்தான் ஆலோசனைக் கூட்டங்கள் பெரும்பாலும் நடக்கின்றன. ஸ்வாமிஜியைத் தவிரப் பிறரிடம் அவனால் அந்த அளவுக்குப் பேச முடியவில்லை. “நீ ஸ்வாமிஜி கிட்ட மட்டும் மனசு விட்டுப் பேசறதே மத்தவங்களுக்குப் பிடிக்காது. இந்த வழக்கத்தை நீ மாத்திக்கோ” என்றான் பிரபு. பிடிக்காது என்பதுதானே கோளாறு, அவர்கள்தானே மாற வேண்டும் என்று ராமநாதன் நினைத்தான்.

பிரபுவிடம் தீர்வுகள் இருந்தன. தீர்வுகள் கணிதச் சமன்பாடுகளைப் போலத் தெளிவாக இருந்தன. ஆனால் நடைமுறையில் அவற்றை அப்படியே பயன்படுத்த முடியவில்லை. எக்ஸ், ஒய், இஸட் என்னும் காரணிகளை வைத்துக் கணக்குப் போட்டால் திடீரென்று ஒரு எம் அல்லது வி வந்து முளைக்கிறது. சில சமயம் இவன் பேசும்போது மூத்த பொறுப்பாளர்களின் முகங்கள் புரிந்துகொள்ள முடியாதபடி மாறுகின்றன. பேசுவதிலேயே சலிப்பு ஏற்பட்டது. ஆலோசனைக் கூட்டங்களில் முகத்தில் புன்னகையை அணிந்துகொண்டு பாந்தமாகத் தலையை அசைக்கத் தொடங்கினான். கூட்டங்கள் நிம்மதியாகக் கழிந்தன.

உள்ளூர அவன் நிம்மதி குறைந்துகொண்டே வந்தது. ஆசிரமத்தில் பலருக்கும் ஸ்வாமிஜி சொல்வது புரியவில்லை என்று அவன் நினைக்க ஆரம்பித்தான். அவருடைய சொற்களின் உட்பொருளை உள்வாங்கிக்கொள்ளாமல் சொற்களை மட்டும் திரும்பச் சொல்லிக்கொண்டிருப்பதாகவே அவனுக்குப் பட்டது. பல குறியீடுகளை அவர்கள் இறுக்கமாகப் பிடித்துக்கொண்டிருந்ததை அவனால் தாங்கிக்கொள்ளவே முடியவில்லை. ஒவ்வொரு நாளும் முதலில் சந்திக்கும்போது பரஸ்பரம் “ஹரி ஓம்” என்று சொல்லிக்கொள்ளும் பழக்கம்

ஆசிரமத்தில் இருந்தது. எதிர்ப்படும் பொறுப்பாளரை என்றாவது ஒருநாள் வெறும் புன்னகையோடு கடந்து போனால் அவர் முகம் மாறுவதைக் கவனித்தான். தினமும் கணக்கு எழுதிக் கொடுக்க வேண்டும் என்ற விதிமுறையையும் அவனால் கடைபிடிக்க முடியவில்லை. அன்றன்றைய வேலைகளைப் பொறுத்து அது நடந்தது அல்லது நடக்காமல் போனது. இது ஒருவருக்குப் பிடிக்கவில்லை. "நீ என்ன சுயம்புவா?" என்று கேட்டார். எல்லாருமே சுயம்புதான், அல்லது யாருமே சுயம்பு இல்லை என்று பதில் சொல்ல நினைத்தான். சொல்லவில்லை. இவன் பேசுவது புரியாமல் போனால் சிலருக்கு அசாத்தியமான கோபம் வருவதையும் கண்டிருக்கிறான்.

ஸ்வாமிஜியிடம் இவர்கள் எதைக் கற்றுக்கொண்டார்கள்? யோகாசனம் செய்கிறார்கள். ஆசிரமத்தைச் சுத்தமாக வைத்திருக்கிறார்கள். யார் யாருக்கு என்ன வேலை என்பதைத் திட்டமிடுகிறார்கள். பகவத் கீதை பாராயணம் செய்கிறார்கள். பஜனை பாடும்போது பக்தியில் உருகிக் கரைகிறார்கள். சத்சங்கத்தில் ஸ்வாமிஜி பேசும்போது பய பக்தியுடன் கேட்கிறார்கள். பலர் அவர் திறந்து வைக்கும் கதவுகளுக்குள் நுழையாமல் வாசலிலிருந்தே கும்பிடு போடுகிறார்கள். ஒரு சிலர் மட்டுமே நுழைந்து பார்க்கிறார்கள். பிரபு போன்ற வெகு சிலர் மட்டுமே ஸ்வாமிஜியின் அலைவரிசையோடு இணைகிறார்கள். அவர்களைப் பார்க்கும்போதும் அவர்களிடம் பேசும்போதும் ஒரு ஆசுவாசம் ஏற்படுவதை ராமநாதன் உணர்ந்தான். பிரபுவைப் போல அந்தப் பக்கமும் இந்தப் பக்கமும் திறமையாக நடமாடத் தெரியவில்லையே என்று ஏங்கினான்.

ஆசிரமத்தில் அவ்வப்போது நடக்கும் அரட்டைகளில் அவனுக்கு ஆர்வமில்லை. அரட்டைகளின்போது திடீரென்று சூடுபிடித்துவிடும் விவாதங்களிலும் அவன் பெரிதாகக் கலந்துகொள்ளவில்லை. பிரபு பிடிவாதமாகத் தன்னுடன் அவனை அழைத்துக்கொண்டு போவான். ராஜீவ் காந்தி, எம்.ஜி.ஆர்., ஜெயலலிதா, வீரப்பன் என்று பல விஷயங்கள் விவாதிக்கப்படும். ஒரு முறை தொலைபேசி இணைப்புகள் கிராமங்களுக்கு வந்துகொண்டிருப்பதைப் பற்றி ஒருவர் சொன்னார். "21ஆவது நூற்றாண்டுக்கு ராஜீவ் காந்தி நம்மள எல்லாம் அழச்சிண்டு போகப்போறாராம்" என்றார் இன்னொருவர். "எந்த வண்டில வெச்சி கூட்டிண்டுபோவாராம்?" என்று வேறொருவர் கேட்டார். எல்லாரும் சிரித்தார்கள்.

ராமநாதன் எல்லாவற்றையும் வெறுமனே கேட்டுக் கொண்டிருந்தான். எப்போதும் அவன் மனம் ஏதேனும் ஒரு

வேலையைச் சுற்றியே இயங்கிக்கொண்டிருந்தது. வேலையைப் பற்றிய யோசனை இல்லாத நேரத்தில் வேண்டாத யோசனைகள் வருவதை உணர்ந்தான். தன் பிரம்மச்சரிய விரதத்திற்கும் ஆசிரம விசுவாசத்திற்கும் எதிரான எண்ணங்கள் எழுவதை எண்ணி அஞ்சிய அவன் எப்போதும் மன வெளியில் ஏதேனும் ஒரு வேலையைப் பரப்பி வைத்துக்கொள்ள ஆரம்பித்தான். வேலையின் ஒவ்வொரு அம்சத்தையும் பற்றி யோசிப்பது தியானம் செய்வதற்கு இணையானதாக இருந்தது. வேலையைப் பற்றிய யோசனை இல்லாமல் வேலையும் இல்லாமல் இருக்கும்போது அவன் புத்தகம் படித்தான்.

தியானத்தில் அமரும்போது மனம் குவிய மறுத்தது. சுயத்தைப் படிப்படியாக உடலிலிருந்தும் மனதிலிருந்தும் அதன் உணர்வுகள், சிந்தனைகளிலிருந்தும் விடுவித்துக்கொண்டு உள்முகமாக ஆழத்தை நோக்கிச் செல்லும் தியான வகையை ஸ்வாமிஜி சொல்லிக்கொடுத்திருந்தார். ஆசிரமத்துக்கு வந்த புதிதில் பல சமயம் தியானத்தில் அமர்ந்திருந்தபோது காலம் உறைந்து நின்ற அனுபவத்துக்கு ஆளாகியிருக்கிறான். சிந்தனைகளும் உணர்வுகளும் மறைந்து மங்கலான உருவெளித் தோற்றங்கள் உருவாகிப் பின்னர் அவையும் மறைந்து வெற்றிடமாகத் தன் சுயம் ஆவதையும் உணர்ந்திருக்கிறான். வேறொரு உலகில், வேறொரு நிலையில் இருப்பதைப் போன்ற அனுபவம் சில கணங்களேனும் ஏற்பட்டிருக்கிறது. இப்போதெல்லாம் எண்ணங்களின் அலைகளைத் தாண்ட முடியவில்லை. அந்த அலைகளை எதிர்த்து எதிர்நீச்சல் போடும்போது அவை மேலும் வலுவாகின்றன. அலைகளோடு சேர்ந்து பயணம் செய்தால் அவை தம்முடன் இழுத்துச் செல்கின்றன. அலைகள் ஓய்வது என்பது இல்லை. சுசீந்திரம் வயல்கள், கோவையின் மலைகள், பிரபுவின் அணைப்பு, ஸ்வாமிஜியின் சிரிப்பு, மாதவ யோகியின் கணக்குப் புத்தகம், சுசீந்திரம் பெண்ணின் முகம், எம்.ஜி.ஆரின் உடல் நிலை, ராஜீவ் காந்தியின் தொலைபேசிகள் ஆகியவை வெவ்வேறு வடிவங்களில் அந்த அலைகளில் மிதந்துகொண்டிருந்தன. அவற்றின் காட்சியைத் தவிர்க்கவே முடியவில்லை. அந்த அலைகளின் மீது பயணித்துவிட்டு வருவதுதான் தியானம் என்று ஆகிவிட்டது.

ராமநாதனின் மனம் தனக்கென்று சில இலக்குகளை நிர்ணயித்துக்கொண்டது. பாஸ்கரன், முருகானந்தம் ஆகியோரைப் போலத் தனிப் பொறுப்புடன் ஒரு இடத்துக்குச் சென்றுவிட வேண்டும் என்று விரும்பினான். ஆனால் ஆசிரமத்தின் முழு நம்பிக்கையைப் பெறாமல் அது சாத்தியமில்லை

என்பதும் அவனுக்குப் புரிந்தது. ஆசிரமத்தில் இருக்கும் சில பொறுப்பாளர்கள் எப்போதும் குறை காணும் விதத்திலேயே தன்னை அணுகியது அவனுக்கு அவஸ்தையாக இருந்தது. இவர்களுடைய சம்மதமும் இருந்தால்தான் தன்னால் சிறகடிக்க முடியும் என்பது ராமநாதனுக்குப் புரிந்தே இருந்தது. மனதிற்குள் புழுக்கத்தையும் முகத்தில் புன்னகையையும் சுமந்தபடி நடமாடிக்கொண்டிருந்தான்.

பிரபுவிடம் இதைப் பற்றிப் பேசினான். உன்னால் தனியாகப் போய் சமாளிக்க முடியாது என்றான் பிரபு. பாஸ்கரன் எத்தனையோ திட்டங்களை இங்கிருந்தபடி வெற்றிகரமாக நடத்தினார். ஆசிரமத்தின் லட்சியங்கள், விதிகள் எல்லாம் அவருக்கு அத்துப்படி. தள்ளியிருந்து பார்க்கும்போது அவர் சுதந்திரமாக இருப்பதாகத் தோன்றும். அவரிடம் சென்றால் சுதந்திரம் இருக்கும் என்றும் தோன்றும். "அப்படியெல்லாம் ஒண்ணுமில்ல. அவருடைய பர்சனாலிட்டிக்கு ஏத்தபடி சில விஷயங்கள் மாறும். அவ்வளவுதான். மத்தபடி அதுவும் ஆசிரமம்தான்" என்றான்.

ராமநாதனுக்கு ஏமாற்றமாக இருந்தது. பிரபு சொன்னதில் உண்மை இருக்கும் என்று பட்டதாலேயே அவன் வார்த்தைகள் வலியைத் தந்தன. என்றாலும் தானும் ஒரு பாஸ்கரனாக மாற வேண்டும் என்று நினைத்தான். அப்படி மாற இன்னும் எத்தனை ஆண்டுகள் காத்திருக்க வேண்டும் என்று கணக்குப் போட ஆரம்பித்தான். பாஸ்கரனைப் பற்றி நினைக்கும் போது சுசீந்திரம் கோவிலும் கடற்கரையும் அந்த இரண்டு பெண்களும் நினைவுக்கு வந்தார்கள். மீண்டும் ஒருமுறை சுசீந்திரம் போக வாய்ப்புக் கிடைக்காதா என்று ஏங்கினான்.

19

ஸ்வாமிஜி ஆசிரமத்தின் அன்றாட விவகாரங்களைக் கவனிப்பதில்லை. அவ்வப்போது சென்னை, சேலம், மதுரை என்று பயணம் செய்துகொண்டிருந்தார். ஊரில் இருக்கும்போது மாதவ யோகி, கருணாகர யோகி ஆகியோருடன் பல விஷயங்களைப் பேசுவார். என்ன பேசுவார் என்று தெரியாது. பாஸ்கரன் போன்றவர்களுக்குக் கடிதங்கள் எழுதுவார். ஒவ்வொரு நாளும் ஐந்து கடிதங்கள் எழுதுவார். தன்னை தரிசிக்க வரும் மக்களைத் தினமும் சந்திப்பார். தியானம், யோகா கற்றுக்கொள்ள வரும் பெரிய மனிதர்களுக்கு அவரே வகுப்புகள் எடுத்தார்.

ஆசிரமத்தின் செலவுகளுக்கும் அது செய்துவரும் பணிகளுக்கும் தேவையான பணமும் பொருள்களும் அவர்களிடமிருந்துதான் கிடைத்தன. சிவானந்தரின் மீது இருக்கும் அசாத்தியமான மரியாதை பணமாகவும் பொருள்களாகவும் கொட்டியது. இவை எல்லாம் ஒழுங்காக நடக்க வேண்டுமானால் அன்றாட நிர்வாகத்தை அவர் பார்க்க முடியாது. எனவே நடைமுறை சார்ந்த விஷயங்களை அவரிடம் எடுத்துச் செல்ல ராமநாதன் விரும்பவில்லை. பிறரிடம் நல்ல பெயர் எடுத்தால்தான் சீக்கிரம் விடுதலை பெற முடியும் என்று நினைத்தான். அதற்கான முயற்சியில் தீவிரமாக இறங்கினான்.

இறுக்கங்களும் புழுக்கங்களும் இரவு நேரங்களில் தளர ஆரம்பித்தன. விளக்கை அணைத்துவிட்டுக் கண்களை மூடியதும் அந்தப் பெண் பக்கத்தில் வந்து படுத்துக்கொள்கிறாள். கைகளைக் கட்டுப்படுத்த முடியவில்லை. குற்ற உணர்வின் சுமை பழக்கத்தின் விளைவாய்க் குறைய ஆரம்பித்தது. பிரபு பார்த்துவிடக் கூடாதே என்ற கவனம்தான் அதிகரித்தது. பிரபுவுடன் இருந்த விலகலும் குறைந்துவிட்டிருந்தது. அவன் தன் மேல் காலைப் போட்டுக்கொண்டு தூங்குவதையும் அவன் தொடை தன் தொடையின் மீது படுவதையும் இயல்பாக எடுத்துக்கொள்ள ஆரம்பித்தான்.

20

சென்னையைப் பற்றிய நினைவுகளிலிருந்து நெடுந்தூரம் விலகி வந்திருந்த ராமநாதனுக்குச் சென்னைக்குப் போகும் வாய்ப்பு திடீரென்று அமைந்தது. நவராத்திரியை முன்னிட்டுச் சென்னையில் நடைபெற்ற சிறப்பு முகாமுக்கு சிவானந்தர் ராமநாதனையும் அழைத்துச் சென்றார். முகாம் நிகழ்ச்சிகளில் யோகா உள்படப் பல பொறுப்புகளை அவனிடம் தந்தார். ஆறாம் நாள் மாலையில் அவனைத் தனியே அழைத்துப் பேசிய சிவானந்தர், “இன்னிக்கு முகாம் முடிஞ்சதும் வீட்டுக்குப் போய் அம்மா அப்பாவைப் பாத்துட்டு வா” என்றார். ராமநாதனுக்கு ஆச்சரியமாக இருந்தது. அம்மாவைப் பார்க்க வேண்டும் என்று ஏன் இத்தனை நாட்களாகத் தனக்குத் தோன்றவில்லை என்ற ஆச்சரியமும் குற்ற உணர்ச்சியும் தோன்றியது.

பெரம்பூர் ரயில் நிலையத்தில் இறங்கியபோது எல்லாமே புதிதாக இருந்தன. பேருந்துகள், நிலையத்தில் இருந்த விளம்பரங்கள், புதிதாகப் போடப்பட்டிருந்த இருக்கைகள், சாலையின் பரபரப்பு, பளீரிட்ட விளக்குகள், எதிரில் தெரிந்த ரயில் நிலையம், டீக்கடைகள், பளிச்சென்று காணப்படும்

பெரிய ஹோட்டல், சொறி பிடித்த பெயர்ப் பலகை கொண்ட சிறிய சாப்பாட்டுக் கடை, வியாபாரிகளின் தள்ளு வண்டிகள், இரு சக்கர வாகனங்கள் என எல்லாமே முதல் முறையாகப் பார்ப்பதுபோன்ற பிரமை ஏற்பட்டது. காதைக் கிழிக்கும் ஹாரன் ஒலியைத் தாங்கவே முடியவில்லை. இந்த ஊரில்தான் நான் பிறந்து வளர்ந்தேனா என்னும் ஆச்சரியம் ஏற்பட்டது. நிலையத்தின் பக்கவாட்டில் செல்லும் தெருவில் நுழைந்து சிறிது தூரம் சென்றதும் பரபரப்பு அடங்கி அமைதியான சூழல் அவனைச் சூழ்ந்துகொண்டது. அடுத்தடுத்த தெருக்களில் பரபரப்பு, அமைதி, அழுக்கு, நேர்த்தி என மாறி மாறித் தோன்றின. வேகமாக நடந்தான். தெரிந்தவர்கள் யாரும் பார்த்துவிடக் கூடாதே என்று நினைத்தான். ஆசிரமம், தொண்டு என்றெல்லாம் விளக்கிக் கொண்டிருப்பதில் அவனுக்கு விருப்பம் இல்லாமல் இருந்தது. தாடி மீசையுடனும் காவி வேட்டியுடனும் இருக்கும் தன்னை யாருக்கும் அடையாளம் தெரியாது என்ற நம்பிக்கையுடன் வேகமாகச் சென்றான்.

வழியில் பழமும், பூவும் வாங்கிக்கொண்டான். பணம் கொடுக்கும்போது கடைக்காரர் பார்த்த பார்வையில் சற்றே வினோதம் தெரிந்தது தன்னுடைய பிரமையாகத்தான் இருக்க வேண்டும் என்று நினைத்தபடியே வீட்டை நோக்கி விரைந்தான்.

ஒரே வளாகத்துக்குள் பல வீடுகளுக்கு மத்தியில் இருந்த சிறிய வீடு அவனுடையது. அந்த வீடுகளைக் கடந்து செல்லும்போது பல ஆச்சரியப் பார்வைகள் தன் மீது விழுவதை உணர்ந்தான். சிலருக்கு அடையாளம் தெரியவில்லை என்பதையும் உணர்ந்தான். வீடுகளுக்குப் பொதுவாக இருந்த காலி இடத்தில் அதே குப்பை. தன்னைப் பார்த்ததும் எழுந்து சென்ற நாய் இரண்டு ஆண்டுகளுக்கு முன்னால் பார்த்த நாய் அல்ல என்று தோன்றியது. அடி பம்பின் கீழ் ஒரு குடமும் அதனருகே ஒரு சில குடங்களும் இருந்தன. கண்ணில் பட்ட காட்சி எதிலும் லயிக்காமல் வேகமாகத் தன் வீட்டின் முன் நின்றான். அம்மாவும் அப்பாவும் எப்படி எதிர்கொள்வார்களோ என்னும் சங்கடம் இருந்தது. கதவு திறந்துதான் இருந்தது. யாரும் கண்ணில் படவில்லை. தயக்கத்துடன் கதவைத் தட்டினான்.

வெளியே எட்டிப் பார்த்த அம்மாவின் கண்களில் தெரிந்த குழப்பத்தையும் அதிர்ச்சியையும் அதுவரை யாருடைய கண்களிலும் அவன் கண்டதில்லை. சிறு புன்னகையுடன் அமைதியாக உள்ளே சென்றவன் பழத்தையும் பூவையும் சுவாமி படத்திற்கு முன் வைத்தான். அதிர்ச்சியில் உறைந்து நின்ற அம்மாவின் கால்களில் சாஷ்டாங்கமாக விழுந்தான். சிறிது

நேரம் அப்படியே கிடந்தவன் எழுந்து அம்மாவின் முகத்தைப் பார்த்தான். இரண்டு ஆண்டுகளில் அம்மாவின் முகத்தில் ஐந்து ஆண்டுகளுக்கான மூப்பு ஏறியிருந்தது. கண்கள் கலங்கி நீர் வழிந்தது. ஏதோ பேச வாயெடுத்தார். வார்த்தை வெளியே வரவில்லை. சட்டென்று உள்ளே சென்றுவிட்டார்.

ராமநாதனுக்கு என்ன செய்வது என்று தெரியவில்லை. முன் அறையில் இருந்த நாற்காலியில் உட்கார்ந்தான். அம்மா சமையலறையில் இருந்தார். நெடுநேரத் தயக்கத்துக்குப் பிறகு ராமநாதன் எட்டிப் பார்த்தான். அம்மா தலையை முழங்கால்களுக்குள் புதைத்துக்கொண்டிருந்தார். உடல் குலுங்கியது. ராமநாதன் சிறிது நேரம் அப்படியே நின்றான். அவன் நிற்பதை உணர்ந்த அம்மா தலையை உயர்த்தினார். புடவைத் தலைப்பால் கண்களைத் துடைத்துக்கொண்டார். "சாப்பிட்டியா?" என்றார். அந்தக் குரல் நெகிழவைத்தது. தலையாட்டினான்.

அப்போது வாசலில் நிழலாடியது. ராமநாதன் எட்டிப் பார்த்தான். பதினைந்து வயது மதிக்கத்தக்க ஒரு பெண் வந்தாள். ராமநாதனைப் பார்த்ததும் அவள் கண்கள் விரிந்தன. பக்கத்து வீட்டு கௌரி. "ஏய்... ராமு... எப்ப வந்த? எங்க போயிருந்த..." என்றாள். "இவ்ளோ பெரிய பொண்ணாயிட்ட..." என்று சிரித்தபடியே நாற்காலியில் உட்கார்ந்தான். ஆவலுடன் உள்ளே வந்தாள். அவளை அருகே அழைத்துத் தன் பையிலிருந்து குங்குமத்தை எடுத்துக் கொடுத்தான். அவள் அவன் முகத்தையே வியப்பாகப் பார்த்தபடி வாங்கிக்கொண்டாள். "என்ன இது, தாடி மீசையெல்லாம்... ஒழுங்கா ஷேவ் பண்ண வேண்டியதுதானே..." என்றாள். ராமநாதன் சிரித்தான்.

"என்ன நீ, எல்லாத்துக்கும் சிரிக்கறே... பேசவே மாட்டியா?" என்றாள்.

"பேசுவேனே... நிறைய பேசுவேன். அது சரி, யோகாசனம் எல்லாம் பண்ணிட்டு இருக்கியா?" என்றான்.

கௌரி அப்போதுதான் கவனித்தாள். நாற்காலியில் உட்கார்ந்திருந்த போதும் சாயாமல் விண்ணென்று அவன் உட்கார்ந்திருந்தான். அதைப் பார்த்து அவளுக்கு வியப்பு ஏற்பட்டது. "இப்ப நீ என்ன யோகா மாஸ்டராயிட்டியா? பெரம்பூர்லயே கிளாஸ் நடத்த வேண்டியதுதானே? நீ இல்லாம மாமி எவ்வளவோ கஷ்டப்படறா தெரியுமா?" என்றாள்.

"யோகா மட்டும் சொல்லிக் குடுத்தா எங்க வேண்ணா இருக்கலாம். இன்னும் நெறய சொல்லிக்குடுக்க வேண்டியிருக்கு.

நெறய கத்துக்க வேண்டியிருக்கு. நெறய செய்ய வேண்டியிருக்கு" என்றான்.

"அதையும் பெரம்பூர்லயே பண்ணப்படாதோ?" என்றாள் கௌரி.

"பண்ணலாம். உலகம் முழுக்க பண்ணலாம்." என்றான்.

"இப்ப நான் யோகால்லாம் பண்றேன் தெரியுமோ? குக்குடாசன்கூட வந்துட்த்து" என்று சொன்னபடி படக்கென்று குக்குடாசனத்தைச் செய்து காட்டினாள். முழங்கைகளில் முழங்கால்களை ஊன்றியபடி கால்களை மடக்கிப் பாதங்களை மேலே உயர்த்தியபடி தலையைத் தூக்கி ராமநாதனைப் பார்த்து மலர்ச்சியுடன் புன்னகைத்தாள். "பரவால்லியே... நெறய இம்ப்ரூவ் ஆயிட்ட" என்றான் ராமநாதன்.

"பாவாடய போட்டுகிட்டு யோகாசனம் பண்ணுவாங்களா, சீ எழுந்திரு" என்றார் ராமநாதனின் அம்மா. கௌரி சட்டென்று எழுந்தாள். முகத்தில் வெட்கம் ஏறியிருந்தது. முகம் மேலும் சிவந்திருந்தது. ராமநாதன் தன்னையறியாமல் அவள் முகத்தையே பார்த்துக்கொண்டிருந்தான்.

அவள் வீட்டிலிருந்து யாரோ கூப்பிட்டார்கள். "தோ வந்துட்டேம்மா" என்று சொன்னபடி ஓடினாள். அவள் தோற்றம் ராமநாதனின் முகத்தில் அழுத்தமாகப் பதிந்துவிட்டது. அவளுடைய நிறம், துள்ளும் விழிகள், உற்சாகமான சிரிப்பு சிரிக்கும்போது மேலும் சிவக்கும் கன்னங்கள், சற்றே மேடிட்ட மார்புகள், காதுகளில் தொங்கும் ஊஞ்சல்கள், கழுத்தில் இருந்த மெல்லிய செயின், ஒல்லியான உடல், மருதாணிச் சிவப்பேறிய கைகளும் கால்களும், நடக்கும்போது கீதம் இசைக்கும் கொலுசுகள் ...

ராமநாதன் கண்களை மூடினான். ஆழமாக மூச்சை இழுத்துவிட்டான். மேசையின் மேல் எதையோ வைக்கும் சத்தம் கேட்டது. கண்களைத் திறந்தான். மேசையின் மீது ஒரு தம்ளரில் பால் இருந்தது. பாலை வைத்துவிடடு அம்மா பேசாமல் நகர்ந்து சென்றார். ராமநாதன் பாலைக் குடித்தான். டம்ளரை உள்ளே கொண்டு போனான். "அப்டியே வெச்சிடு" என்ற குரல் கேட்டது. கழுவி வைத்தான்.

அம்மாவிடம் என்ன பேசுவது என்று தெரியவில்லை. கோவை ஆசிரமம் பற்றிப் பேசலாம். அங்கே நடக்கும் காரியங்களைச் சொல்லலாம். ஆனால் எதையும் கேட்கும் மனநிலையில் அம்மா இருப்பதாகத் தெரியவில்லை. அம்மா அழுவார்கள், திட்டுவார்கள்

என்றெல்லாம் எதிர்பார்த்தவனுக்கு இந்த மௌனம் புதிதாக இருந்தது. ஒன்றும் சொல்லாமல் வீட்டை விட்டுப் போனபோது அவர்கள் மனம் என்ன பாடுபட்டிருக்கும். எங்கெல்லாம் தேடி அலைந்திருப்பார்கள். மகன் வருவான், தன்னுடன் பேசுவான், தான் சமைத்த உணவைச் சாப்பிடுவான் என்றெல்லாம் எதிர்பார்த்திருப்பார்கள். எந்தத் தொடர்பும் இல்லாமல் காணாமலேயே போய்விடுவான் என்று எதிர்பார்த்திருக்க மாட்டார்கள். எதிர்பார்ப்பும் ஏக்கமும் தவிப்பும் உச்சத்தை அடைந்து விரக்தியாக மாறியிருக்கின்றன. ராமநாதனுக்கு உள்ளுக்குள் கூர்மையான வலி ஊடுருவியது. மீண்டும் கண்களை மூடி மூச்சை ஆழமாக இழுத்து விட்டான். ஆசை, பாசம் இரண்டையும் விலக்கினால்தான் லட்சியப் பாதையில் முன்னேற முடியும் என்று தனக்குள் சொல்லிக்கொண்டான்.

"எங்கப்பா போயிருந்த? ஆளே மாறிட்டியே" என்ற குரல் கேட்டுக் கண் விழித்தான். கௌரியின் அம்மா மலர்ந்த முகத்துடன் சிரித்தபடி நுழைந்தார். கையில் ஒரு பாத்திரம் இருந்தது. "இன்னிக்கு சரஸ்வதி பூஜை..." என்றபடி அதை ராமநாதனின் அம்மாவிடம் கொடுத்தார். அதில் ஏழெட்டு வடைகளும் சிறிய பாத்திரத்தில் பாயசமும் இருந்தன. ராமநாதனின் காவி வேட்டியையும் தோளில் இருந்த காவிப் பையையும் ஆச்சரியமாகப் பார்த்தார். "சன்னியாசி ஆயிட்டியோ?" என்றார்.

"ஆமாம்" என்றபடி தன் பையிலிருந்து குங்குமத்தை எடுத்துக் கொடுத்தான். "சாந்தி யோகா கேம்ப்ல விசேஷ பூஜை. அந்தப் பிரசாதம்!" என்றான். கௌரியின் அம்மா குங்குமத்தை எடுத்து வகிட்டில் இட்டுக்கொண்டார். "இதை அம்மா கிட்ட குடுங்க மாமி" என்று குங்குமத்தை நீட்டினான். மாமி புன்னகையுடன் அதை வாங்கி அவன் அம்மாவிடம் கொடுத்தார். "ஆத்திலே கொலு வெச்சிருக்கேன். வந்து பாத்துட்டு போ" என்றபடி மாமி கிளம்பினார்.

தன் வீட்டில் கொலு வைப்பதில்லை என்பது ராமநாதனுக்குத் தெரியும். ஆனால் சரஸ்வதி பூஜை கொண்டாடுவார்கள். இன்று அதுகூட இல்லை. ராமநாதனின் மனம் கூம்பியது. உறவினர்களைக் குறித்த சந்தோஷத்தைப் போலவே துக்கமும் ஒரு சாதகனைப் பாதிக்கக் கூடாது என்று ஸ்வாமிஜி சொல்வது நினைவுக்கு வந்தது. கண்களை மூடி மனதை அமைதிப்படுத்திக்கொண்டான். சுவாமி படத்திற்கு முன் நமஸ்காரம் செய்துவிட்டு எழுந்திருக்கும்போது படத்தின் முன் தன்னுடைய புத்தகம் ஒன்று வைக்கப்பட்டு அதன் மேல் குங்குமமும் சந்தனமும் இடப்பட்டிருந்தது கண்ணில் பட்டது நினைவுக்கு வந்தது. சட்டென்று ஒரு நெகிழ்ச்சி

ஏற்பட்டது. இந்த நெகிழ்ச்சியும் ஒரு தளைதான் என்பதும் உடனடியாக நினைவுக்கு வந்தது.

மாமி புறப்பட்டுச் சென்ற சிறிது நேரத்தில் அப்பா வந்தார். இவனைப் பார்த்ததும் அவர் முகத்தில் கோபம் பொங்கியது. ஆனால் அவன் காவி உடையையும் தாடியையும் பார்த்துத் தயங்கினார். அவன் முகத்தை உற்றுப் பார்த்தவர் ஒன்றும் பேசாமல் உள்ளே போனார். சிறிது நேரம் கழித்து வந்தவர் தன் மனைவியைப் பார்த்து, “என்ன விஷயமா வந்துருக்காராம்?” என்று கேட்டார்.

“நீங்களே கேளுங்க” என்றார் அம்மா. ராமநாதன் அப்பாவின் கால்களில் விழுந்தான். “சாமியார் கால்ல நான்தான் விழணும். எழுந்திருங்க சாமி” என்று சொன்னபடி விலகிச் சென்று நாற்காலியில் உட்கார்ந்தார். அவர் குரலில் பரிவோ பாசமோ தெரியவில்லை. பக்கத்து வீட்டில் தூர்தர்ஷன் செய்தி தொடங்குவதற்கான இசை ஒலித்தது. இவன் இருக்கும் திசையைப் பார்க்காமல் உட்கார்ந்திருந்தார்.

ராமநாதன் அவரை நன்றாகப் பார்த்தான். வழக்கத்துக்கு மாறாக தாடி வளர்த்திருந்தார். இளைத்திருந்தார். சட்டையின் காலர் பகுதி நைந்திருந்தது. நாலு முழ வெள்ளை வேட்டியில் பழுப்பு ஏறியிருந்தது. வேலைக்குப் போய்விட்டு வந்த களைப்பு முகத்தில் தெளிவாகத் தெரிந்தது.

சிறிது நேரம் யாரும் பேசவில்லை. அப்பா ஒரு காலை மடித்து நாற்காலி மேல் வைத்து முட்டியின் மேல் கையை நீட்டிக்கொண்டிருந்தார். நீளமான அந்தக் கைகளால் அவனைத் தூக்கியிருக்கிறார். முதுகில் பளார் என்று அறைந்திருக்கிறார். விளையாடிவிட்டு வரும்போது காலை அமுக்கிவிட்டிருக்கிறார். அந்தக் கையைத் தொட வேண்டும்போல் இருந்தது. அம்மாவைப் பார்த்தான். அவர் கன்னங்களில் கண்ணீர் வழிந்தது. அதைத் துடைக்க வேண்டும்போல இருந்தது.

அமைதியாக உட்கார்ந்திருந்தான். முகாமில் சத்சங்கம் தொடங்கியிருக்கும் என்பது நினைவுக்கு வந்தது. எழுந்தான். இருவரும் ஒரே நேரத்தில் அவனைப் பார்த்தார்கள். ராமநாதன் சுவாமியின் முன் சென்று விழுந்து வணங்கினான். பிறகு அம்மா, அப்பாவுக்கு நடுவில் விழுந்து வணங்கினான். திரும்பிப் பார்க்காமல் கிளம்பினான்.

“சாப்டுட்டுப் போகச் சொல்லுடி” என்ற அப்பாவின் குரல் கேட்டது. உள்ளே எட்டிப் பார்த்து, “பசிக்கல. கேம்ப்ல

சாப்பிட்டுக்கறேன்" என்றான். அப்பா இருமும் சத்தம் கேட்டது. ராமநாதனுக்குச் சற்றே கவலை ஏற்பட்டது. அம்மா வெளியில் வந்தார். கையில் ஒரு சிறிய தட்டு. அதில் ஒரு கிண்ணத்தில் பாயசம் இருந்தது. வாசலில் நின்றபடியே அதை வாங்கிக் குடித்தான். "தம்பி எங்க?" என்றான். "வெளிய போயிருக்குறான்" என்ற பதில் வந்தது. "அப்பாவுக்கு என்ன உடம்புக்கு?" என்றான். "இருமல்" என்று பதில் வந்தது. "அதிகமா இருக்காப்பல இருக்கு?" என்றான். "ஆஸ்பிடலுக்கு போவணும்" என்றார் அம்மா. ராமநாதன் பேசாமல் திரும்பி நடந்தான்.

அம்மாவும் அப்பாவும் பேசாமல் இருப்பார்கள் என்பதை அவன் எதிர்பார்க்கவில்லை. பேசாமல் இருந்ததும் ஒரு விதத்தில் நிம்மதியாகத்தான் இருந்தது. அழுது புலம்பியிருந்தால் சமாளித்திருப்பது கஷ்டம் என்று பட்டது. அம்மாவும் அப்பாவும் படும் கஷ்டம் அவன் மனதை அசைத்தது. அந்த உணர்வை வலுக்கட்டாயமாக வெளியேற்றினான். சிரிக்கும் கௌரியின் முகம் நினைவுக்கு வந்தது. ஒன்றரை வருஷத்திற்குள் எத்தனை அழகாக ஆகிவிட்டாள் என்று தோன்றியது. அந்த எண்ணத்தையும் பலவந்தமாக விலக்கியபடி வேகமாக நடந்தான்.

21

முகாம் முடிந்து ஊருக்குத் திரும்பி வந்த சில நாட்களுக்கு வீட்டின் நினைப்பு வந்துகொண்டிருந்தது. அப்பாவும் அம்மாவும் இருந்த நிலை மனதைச் சற்றே அசைத்தது. அப்பாவின் இருமல் கவலை தந்தது. வீட்டின் வறுமையும் வருத்தத்தை ஏற்படுத்தியது. ஆனால் வீடு திரும்புதல் என்ற எண்ணம் அவனுக்கு வரவில்லை. வீட்டைப் பற்றி நினைக்க நினைக்க ஆசிரம வாழ்க்கையின் மீதான ஈடுபாடு அதிகரித்தது. வீட்டைக் கவனிப்பது என்றால் அது வாழ்நாள் முழுவதும் நிறைவுறாத பணி என்ற எண்ணமே திரும்பத் திரும்ப வந்துகொண்டிருந்தது. வீட்டிலிருந்தபடியே இந்த உலகத்திற்கு ஏதாவது செய்வது என்பது கால்களைக் கட்டிக்கொண்டு ஓடுவதைப் போல என்றே நினைத்தான்.

ஆசிரம வாழ்க்கையின் கட்டுப்பாடுகளையும் அவன் மனம் எடைபோட்டது. இது கால்களைக் கட்டிவிட்டு ஓடுவதுபோல் அல்ல என்று தோன்றியது. சில சட்ட திட்டங்கள் இல்லாமல் எந்த இயக்கமும் உலகில் சாத்தியமில்லை என்று நினைத்தவன், இந்தத் தளைகள் அதிகமானால் இந்தத் தளைகளையும் அதைக் கட்டும் சக்திகளையும் உதறிவிட்டுப் போவது ஒன்றும் பெரிய காரியமில்லை என்றும் நினைத்துக்கொண்டான். வீட்டையே

உதறிவிட்டு வந்தவனுக்கு இதையா உதற முடியாது என்று தோன்றியது.

வீட்டுக்குப் போய்விட்டு வந்த அனுபவத்தைப் பற்றி பிரபு விசாரித்தான். ராமநாதன் சுருக்கமாகச் சொன்னான். கௌரியைப் பற்றியும் அவள் அம்மாவைப் பற்றியும் சொல்வதைத் தவிர்த்துவிட்டான்.

"ஸ்வாமிஜி கிட்ட சொல்லி அப்பாவுக்கு ஏதாவது செய்யலாமே?" என்றான் பிரபு.

"வேண்டாம்" என்றான் ராமநாதன். "என்னைப் போல எத்தனை பேர் இங்கே இருக்காங்க. அவங்க வீட்டுக்கெல்லாம் உதவி பண்றது சாத்தியமா? அப்படியே சாத்தியமானாலும் அது தப்பு. நான் வேலைக்கு வந்திருக்கறது மாதிரியும் என் சம்பளம் வீட்டுக்குப் போவதாகவும் ஆகும். இது என்ன பிசினஸ் சென்டரா இல்ல மிலிட்டரியா, வீட்டுக்குப் பணம் அனுப்ப?" என்றான்.

பிரபு சிரித்தான். கன்னத்தில் தட்டினான். "தெளிவா இருக்கியே ..." என்றான்.

ஆசிரமம் இருக்குமிடத்திலிருந்து சுமார் 20 கிலோமீட்டர் தள்ளி பொன்னம்பட்டி என்னும் ஒரு சிறிய கிராமம். ஆசிரமத்துடன் நெருங்கிய தொடர்புகொண்ட பரமசிவம் என்ற பெரியவருக்கு அந்தக் கிராமத்தில் தூரத்து உறவினர்கள் இருக்கிறார்கள். மிகவும் பின்தங்கிய கிராமம் அது. ஒரு நாள் ஆசிரமத்துக்கு வந்த பரமசிவம், அந்த கிராமத்தில் ஆசிரமத்தின் பணிகளைத் தொடங்கினால் நன்றாக இருக்கும் என்று ஸ்வாமிஜியிடம் சொன்னார். நவராத்திரி முடிந்ததும் மழை தொடங்கிவிடும் என்று சொன்ன சிவானந்தர், "கார்த்திகை, மார்கழியில் பாக்கலாம்" என்றார்.

சிவானந்தர் உறுதிமொழி எதுவும் கொடுக்க மாட்டார். பார்க்கலாம் என்றாலே அவர் ஒரு விஷயத்தில் உறுதியாக இருக்கிறார் என்று அர்த்தம். இது பரமசிவத்துக்குத் தெரியும். எனவே அதற்கு மேல் எதுவும் கேட்காமல் அவர் கிளம்பிச் சென்றார்.

ஐப்பசி மாதத்தில் வேறொரு பணியின் நிமித்தமாகச் சிவானந்தர் ஆலப்புழாவுக்குச் சென்றார். அங்கே கேரள

பாணியிலான ஆயுர்வேத சிகிச்சை, எண்ணெய் சிகிச்சை, யோகாசன சிகிச்சை ஆகியவை செய்யப்படுகின்றன. அந்த இடத்தின் பணியாளர்களுக்கு தியானமும் பஜனைகளும் சொல்லித்தர வேண்டும். கூடவே வேதாந்த வகுப்புகளும் எடுக்க வேண்டும். சிவானந்தர் பிரபுவையும் கூட்டிக்கொண்டு போனார்.

போன இடத்தில் அவருக்கு உடல் நலமில்லாமல் போனதாகச் செய்தி வந்தது. பஜனை, தியான வகுப்புகளைப் பிரபு பார்த்துக்கொண்டான். சிவானந்தர் வேதாந்த வகுப்புகளை மட்டும் எடுத்தார். வேதாந்தப் பாடம் இரவு எட்டு மணியிலிருந்து பத்து மணிவரை. அதை மட்டும்தான் அவரால் எடுக்க முடிந்தது. பகலில் ஆயுர்வேத சிகிச்சை எடுத்துக்கொண்டார். எதிர்பார்த்ததைவிடவும் அதிக நாட்கள் தங்க வேண்டியதாயிற்று. ஸ்வாமிஜி வெளியூரில் போய் உடம்பு சரியில்லாமல் படுத்துவிட்டாரே என்று எல்லோரும் கவலைப்பட்டார்கள். திரும்பி வந்துவிடுகிறீர்களா என்று மாதவ யோகி பிரபுவிடம் தொலைபேசியில் கேட்டார். சமாளித்துக்கொள்ளலாம் என்று ஸ்வாமிஜி சொல்லிவிட்டதாகப் பிரபு சொன்னான்.

கோவையில் மழை கொட்டிக்கொண்டிருந்தது. பள்ளிக்கூடங்களுக்கு ஒரு வாரம் விடுமுறை விடப்பட்டிருந்தது. ஆசிரமத்தை விட்டு வெளியே போக முடியவில்லை. சாலைகளில் தண்ணீர் தேங்கியிருந்தது. ஆசிரமத்தினுள் தங்குமிடத்திற்கும் சாப்பிடும் இடம், தியான மண்டபம், அலுவலகம் ஆகிய இடங்களுக்குச் சென்று வருவதே பெரிய போராட்டமாக இருந்தது. ஆசிரமவாசிகள் மழைக்கு அஞ்சுபவர்கள் இல்லை என்றாலும் முட்டி அளவு தண்ணீரில் நடந்து செல்லக் கஷ்டப்பட்டார்கள்.

பெரிய மைதானம், ஒரு புறம் வயல் வெளி, ப வடிவிலான மற்ற மூன்று புறங்களிலும் கட்டிடங்கள், வயலையும் மைதானத்தையும் பிரிக்கச் சிறிய மதில் சுவர். இதுதான் ஆசிரமத்தின் அமைப்பு. தங்குமிடமும் தியான மண்டமும் 'ப'வின் இணை கோடுகள்போல ஒன்றையொன்று பார்த்தபடி இருக்கும். இவை இரண்டையும் இணைக்கும் நீண்ட பகுதியில் அலுவலகம், சாப்பாட்டு அறை, சமையலறை, நூலகம், மூத்த சாமியார்கள் தங்குமிடம் ஆகியவை இருந்தன. தங்குமிடத்திலிருந்து தொடங்கும் தாழ்வாரத்தின் வழியாகவே உணவு அறையை அடையலாம் என்றாலும் பெரும்பாலான சேவார்த்திகள் மைதானத்தின் வழியாகத்தான் வருவார்கள். மழை நீர் தேங்கிய பிறகு பெரும்பாலானவர்கள் தாழ்வாரத்தைப் பயன்படுத்த ஆரம்பித்தார்கள். ஆனால் ராமநாதனும் முத்துக்குமார், மணிகண்டன், சாய் கிருஷ்ணா

ஆகிய புதிய சேவார்த்திகளும் ஒவ்வொரு முறையும் மைதானத்தில் தேங்கிய மழைத் தண்ணீரில் துள்ளிக் குதித்தபடி வந்தார்கள்.

இந்த மூவரும் வெவ்வேறு இடங்களிலிருந்து வந்தவர்கள். கல்லூரிப் படிப்பை முடித்துவிட்டு வந்தவர்கள். அவர்கள் படித்த கல்லூரியிலோ அவர்கள் வசித்த ஊரிலோ நடந்த சாந்தி யோக முகாமின் மூலம் ஆசிரமத்துக்கு வந்தவர்கள். அப்படிப்பட்டவர்களை ஸ்வாமிஜி தாராளமாகச் சேர்த்துக் கொள்வார். “இரண்டு வருஷம் இருந்து பாருங்கள், ஒத்துவந்தால் தொடர்ந்து இருங்கள்” என்று சொல்வார். இவர்களில் சிலர் மேலும் அதிக ஆண்டுகள் இருப்பார்கள். ஓரிருவர் தொடர்ந்து அங்கேயே தங்கிவிடுவார்கள். இப்படிப்பட்ட சேவார்த்திகள் சாந்தி யோக முகாம்கள் மூலம் தொடர்ந்து கிடைப்பதால் ஆசிரமத்தின் பணிகள் தடையில்லாமல் போய்க்கொண்டிருந்தன.

இவர்கள் மூவரும் ராமநாதனுடன் மிகவும் நெருக்கமாகி விட்டார்கள். யோகாசனமும் காரியங்களைச் செய்வதில் அவனுக்கு இருந்த லாகவமும் பிறரை அவன் பக்கம் சுண்டி இழுத்தன. ராமநாதன் எப்போதும் நான்கைந்து சேவார்த்திகள் புடைசூழ இருந்தான். அவனுக்கு முன்னால் ஆசிரமத்திற்கு வந்தவர்களும் அவனிடம் மரியாதையுடன் பழகுவது ஆசிரமப் பொறுப்பாளர்களுக்கு ஆச்சரியத்தையும் பொறாமையையும் தந்தது.

மூன்று நாட்கள் விடாமல் பெய்த மழை நான்காவது நாளில் ஓயத் தொடங்கியது. ஆறாவது நாளில் சுத்தமாக நின்றது. ஒரு வாரம் கழித்து சூரியன் தயக்கத்துடன் எட்டிப் பார்த்தான். ஆனால் பத்து நாளாகியும் தண்ணீர் விடியவில்லை. ஆசிரமப் பொறுப்பாளர்கள் கவலைப்பட ஆரம்பித்தனர். சிலர் உடம்புக்கு முடியாமல் படுத்துக்கொண்டார்கள். இதைப் பார்த்த ராமநாதன் சில சேவார்த்திகளைச் சேர்த்துக்கொண்டு தீர்வுகாண முனைந்தான்.

எங்கே அடைத்திருக்கிறது என்பதைக் கண்டுபிடித்து அடைப்பை நீக்கினான். மதில் சுவரில் சில இடங்களில் ஓட்டை போட்டு தண்ணீர் வேகமாக வெளியேற வழிசெய்தான். தண்ணீர் மொத்தமும் வெளியேறிய பிறகு சிமிண்டு பூசி அடைத்தான். சேறும் சகதியுமாய் இருந்த மைதானம் நன்றாகக் காய்ந்த பிறகு மேடு பள்ளம் நிரம்பியதாக ஆகிவிட்டது. அதையும் நண்பர்களுடன் சேர்ந்து சமன் செய்தான். யாருமே சொல்லாமல் இந்த வேலைகளைச் செய்தான். செலவுக்குப் பணம் வாங்கும்போது கேட்கப்பட்ட கேள்விகளுக்கெல்லாம்

பணிவாக பதில் சொன்னான். மூன்றே நாட்களில் மைதானம் முன்பைவிடவும் பொலிவானதாக மாறியது. இனி இதுபோலத் தேங்காத வண்ணம் மைதானத்தில் சில ஏற்பாடுகளையும் செய்தான். ஆசிரமப் பொறுப்பாளர்களுக்கு ஆச்சரியம். சிவானந்தர் சொல்லாமல் எதையும் செய்து அவர்களுக்குப் பழக்கமில்லை.

பிரபு ஆலப்புழையிலிருந்து தொலைபேசி மூலம் தொடர்புகொண்டு ஆசிரம சாதுக்களிடம் அவ்வப்போது பேசிக்கொண்டிருந்தான். ஸ்வாமிஜி வர இன்னும் பதினைந்து நாட்களாவது ஆகும் என்றான். இங்கே என்ன நடக்கிறது என்பதை விரிவாக விசாரித்துக்கொண்டான். ஸ்வாமிஜியிடம் தெரியப்படுத்துவதற்காக அவன் எல்லா விவரங்களையும் திரட்டிக்கொண்டான்.

மழை முடிந்த ஒரு வாரம் கழித்து பரமசிவம் வந்தார். ஸ்வாமிஜி வர இரண்டு வாரங்களுக்கு மேல் ஆகும் என்பதைக் கேள்விப்பட்டு ஏமாற்றத்துடன் திரும்பிப் போனார். ஆலப்புழையில் ஸ்வாமிஜி தங்கியிருக்கும் இடத்தின் தொலைபேசி எண்ணை வாங்கிக்கொண்டு போனார்.

இரண்டு நாட்களுக்குப் பிறகு மாலை யோகாசன வகுப்பு முடிந்ததும் ராமநாதனுக்குத் தொலைபேசி அழைப்பு வந்தது. பிரபு பேசினான். பொன்னம்பட்டி கிராமத்திற்குப் போகும்படி ஸ்வாமிஜி சொன்னார் என்றான். ராமநாதனுக்குப் பின்னணி தெரியாது. அவன் கேட்ட கேள்விகளுக்குப் பிரபு பதில் சொல்ல வில்லை. மாதவ யோகி எல்லா விவரங்களையும் சொல்வார் என்றான். ராமநாதன் மாதவ யோகியைப் போய்ப் பார்த்தான்.

ஒரு வாரம் கழித்து ராமநாதனும் மூன்று சேவார்த்திகளும் புறப்பட்டார்கள். எங்கே தங்குவது, என்ன செய்வது என்பதையெல்லாம் மாதவ யோகி திரும்பத்திரும்பச் சொல்லிக் கொண்டிருந்தார். சாந்தி யோக முகாம் நடத்த வேண்டும், அங்குள்ள பிரச்சினைகள், நிலவரங்களைப் பற்றி விவரமாக அறிந்துவர வேண்டும். இதுதான் வேலை. ஒரு வாரம் அங்கு தங்கியிருப்பதாகத் திட்டம். இவர்கள் சொல்வதன் அடிப்படையில் அங்கு மேற்கொண்டு என்ன செய்ய வேண்டும், எப்படிச் செய்ய வேண்டும் என்று ஸ்வாமிஜி முடிவு செய்வார்.

ஆசிரமத்தின் வேனில் நால்வரும் கிளம்பினார்கள். ராமநாதன் வேனின் மேல் இரண்டு சைக்கிள்களை ஏற்றிக் கொண்டான். ஊரில் கோவிலுக்குப் பக்கத்தில் ஒரு வீடு காலியாக இருந்தது. அங்கே தங்கிக்கொள்ளப் பெரியவர்

ஏற்பாடு செய்திருந்தார். தாங்களே சமைத்துக்கொள்வதற்கான முன்னேற்பாடுகளுடன் சேவார்த்திகள் போயிருந்தாலும் வீட்டில் அடுப்புப் பற்ற வைக்கவே கூடாது என்று சொல்லிவிட்டான் ராமநாதன். ஒவ்வொரு நாளும் ஒவ்வொரு வீட்டில் போய்ச் சாப்பிட வேண்டும் என்றும் அங்கே என்ன கிடைக்கிறதோ அதை மட்டுமே சாப்பிட வேண்டும் என்றும் சொன்னான். கிராமத்திற்குள் எங்கேயும் வேனை எடுத்துக்கொண்டு போகக் கூடாது என்றான். சைக்கிள் அல்லது நடைதான் என்றான். ஒவ்வொரு நாளும் காலை உணவு முடிந்த பிறகும், இரவு உணவு முடிந்த பிறகும் ஐவரும் கூடிப் பேச வேண்டும் என்றான். நான்கு பேர்தானே வந்திருக்கிறோம் என்று கோபாலகிருஷ்ணன் கேட்டான். "வேன் டிரைவர்" என்றான் ராமநாதன்.

பொன்னம்பட்டி மிகவும் சிறிய கிராமம். ஊர் எல்லையில் ஒரு டீக்கடையும் மளிகைக் கடையும் இருந்தன. ஊரில் எங்கும் தார்ச் சாலையைக் காண முடியவில்லை. சாலைகளில் புழுதி படர்ந்திருந்தது. ராமநாதன் நிதானமாகக் கிராமத்தைச் சுற்றி வந்தான். சாலைகள் சிறியதாக இருந்தாலும் பக்கவாட்டில் இருக்கும் அடர்த்தியான மரங்களினூடே சென்றால் உள்ளே தாராளமாக இடம் இருந்தது. அங்கே சிலர் உட்கார்ந்து பேசிக்கொண்டும் சீட்டு விளையாடிக்கொண்டும் இருந்தார்கள். வீடுகள் சிறியதாக இருந்தன. சில ஓட்டு வீடுகளும் நிறைய குடிசை வீடுகளுமாய் இருந்தன. பெரும்பாலான வீட்டு வாசல்களில் களிமண் தரையைக் காண முடிந்தது. சில வீடுகளின் முன்னால் பாண்டி விளையாட்டுக்கான கட்டங்கள் போடப்பட்டிருந்தன. எல்லா வாசல்களிலும் கோலம் காணப்பட்டது. ஊரில் ஒரு பிள்ளையார் கோவில் இருந்தது.

முகாமுக்கான முயற்சிகள் அன்று மாலையே தொடங்கப் பட்டன. பெரியவர் பரமசிவம் இவர்களை ஊரில் சிலருக்கு அறிமுகப்படுத்திவைத்தார். சாந்தி யோகம் என்பது தனி மனிதர்களை உயர்த்தும், சமூகத்துக்கு நன்மை தரும் என்று அவர்களுக்குப் புரியும் விதத்தில் பரமசிவம் சொன்னார். யோகாசன வகுப்பிலிருந்து முகாம் தொடங்கியது. பிறகு கோவில் துப்பரவு, பஜனை என்று தொடர்ந்தது.

முதல் இரண்டு நாட்கள் வழக்கமான முகாமாகத்தான் நடைபெற்றது. யோகாசனம், கோவில் துப்பரவு, சாலைகள் துப்பரவு, படிப்பு, தையல் முதலான பயிற்சிகள், விளையாட்டு, தியானம், பஜனை என்று போனது. வகுப்புக்கு இருபது பேர்தான் வந்தார்கள். சேவார்த்திகளை வகுப்பு இல்லாத சமயத்தில் ஊருக்குள் சென்று ஊர் நிலவரம் குறித்த தகவல்களைத்

திரட்டச் சொன்னான். ஜாதிப் பிரச்சினை, கள்ளச் சாராயம், படிப்பறிவின்மை, வேலையின்மை, சாலை வசதிகள் இல்லாமை, தண்ணீர்ப் பற்றாக்குறை என்று எல்லா விதமான பிரச்சினைகளும் அங்கே இருந்தன. இரண்டு நாட்கள் அங்கே சுற்றிவந்த ராமநாதன் அந்த கிராமத்தில் பலர் பானைகள், பூந்தொட்டிகள் பொம்மைகள் செய்வதைப் பார்த்தான். மற்ற சேவார்த்திகளும் இதைக் கவனித்தார்கள். கள்ளச் சாராயம், ஜாதி முதலான விஷயங்களில் கை வைத்தால் இங்கே இருக்க முடியாது என்பது ராமநாதனுக்குத் தெரியும். எனவே வருமானத்தைப் பெருக்கும் வழியை முதலில் ஏற்படுத்த வேண்டும் என்று முடிவு செய்தான்.

மூன்றாவது நாளிலிருந்து வகுப்புகளின் எண்ணிக்கை குறைந்தது. டிரைவரைப் பக்கத்திலிருந்த பெரிய ஊருக்கு அனுப்பி பெயிண்ட், பிரஷ் வாங்கி வரச் சொன்னான் ராமநாதன். பானை, பூந்தொட்டி செய்பவர்களிடம் சென்று இவற்றையெல்லாம் வேறு விதமான வடிவமைப்புகளில் செய்ய முடியுமா என்று கேட்டான். ஒரு தாளில் சில புதுமையான வடிவங்களைப் போட்டுக் காட்டினான். அப்படிச் செய்தால் அவற்றுக்கு கிராக்கி இருக்கும் என்றான். குழாய் வைத்த பானை, கழுத்து நீண்ட பானை, பல வடிவங்களில் பூந்தொட்டிகள் ஆகியவற்றைச் செய்யச் சொன்னான். பலரும் அந்தத் தொழிலில் ஈடுபட்டிருந்ததால் விரைவாக முப்பது உருப்படிகள் தயாராகிவிட்டன. சேவார்த்திகளும் அதில் ஈடுபட்டார்கள். உருப்படிகளுக்கு வசீகரமான வண்ணங்கள் அடிக்கப்பட்டன. அவற்றை வேனில் வைத்து எடுத்துக்கொண்டு பெரிய ஊரின் சந்தையில் விற்க ஏற்பாடு செய்தான். சேவார்த்திகளும் டிரைவரும் சேர்ந்து உற்சாகமாக விற்றார்கள். ஊர்க்காரர்கள் சிலர் வேனில் ஏறிக்கொண்டார்கள். சிலர் பேருந்திலும் சைக்கிள்களிலும் வந்தார்கள். அந்தப் பயணமே அவர்களுக்குப் புதியதாக இருந்தது. இதுவரையில் அவர்கள் தயாரிப்புகளுக்குக் கிடைத்திராத விலை சந்தையில் இந்த முறை அவர்களுக்கும் கிடைத்தது. சேவார்த்திகள் மீது பெரும் மதிப்பும் அன்பும் கிராமத்து மக்களுக்கு உருவாயின.

வழக்கமான சாந்தி யோக நிகழ்வுகளைத் தாண்டிப் பல காரியங்கள் நடந்ததால் ஒரு வாரத்துக்குள் முகாமை முடித்துக்கொண்டு கிளம்ப முடியவில்லை. ஆசிரமத்தில் கவலைப்பட ஆரம்பித்துவிடுவார்கள் என்பது ராமநாதனுக்குத் தெரியும். டிரைவருக்குக் காய்ச்சல் என்று கோபாலகிருஷ்ணனை விட்டுத் தொலைபேசியில் தெரிவிக்கச் சொன்னான். பனிரெண்டாம் நாள் இன்னொருவனை அனுப்பி வேன் ரிப்பேர்

அரவிந்தன்

என்று சொல்லச்சொன்னான். பதினான்காம் நாள் காலையில் அவனே பேசினான். நாளைக்கு மதியம் வந்துவிடுவோம் என்று சொன்னான். மாதவ யோகி திரும்பத்திரும்பக் கேள்வி கேட்டார். பொறுமையாகவும் இனிமையாகவும் பொய்களைச் சொல்லிச் சமாளித்தான்.

பதினான்கு நாட்களுக்குள் கிராமத்தில் பலர் இவர்களுக்கு மிகவும் நெருக்கமாகிவிட்டார்கள். அங்குள்ள ஒரு பெண் வீட்டில் கூடை முடைவதைக் கண்ட மணிகண்டன் ஏன் இதையே ஒரு தொழிலாகப் பரிந்துரைக்கக் கூடாது என்று கேட்டான். அந்தப் பெண்ணை வைத்துச் சில பேருக்குப் பயிற்சி தர ஏற்பாடு செய்தான். கூடை முடைவதற்கான பொருள்களை வாங்கிக் கொடுத்தான். கையில் பணம் குறைந்தபோது பரமசிவத்தைச் சந்தித்துக் கொஞ்சம் பணம் வாங்கிக்கொண்டான். பாடம், விளையாட்டு என்று சாய் கிருஷ்ணா மாணவர்களைக் கவனித்துக் கொண்டான். தூங்கி வழிந்துகொண்டிருந்த கிராமத்தில் சில சலனங்கள் ஏற்பட்டன.

ராமநாதன் இரண்டு முக்கியமான காரியங்களைச் செய்தான். கள்ளச் சாராயம் காய்ச்சுபவர்களிடம் நட்பு ஏற்படுத்திக்கொண்டான். கிராமத்தில் இருந்த இரண்டு பிரதான ஜாதிகளிலும் உள்ள பெரிய மனிதர்களோடு நெருக்கம் ஏற்படுத்திக்கொண்டான். புன்னகை, பேச்சு, யோகாசனம் ஆகியவை அவனுக்குப் பெரிதும் உதவின. இவ்வளவு சிறிய வயதுள்ள ஒரு இளைஞன் காவி உடை அணிந்தபடி சேவை செய்வதைப் பார்த்து மதிக்க ஆரம்பித்தவர்கள் அவனிடம் நெருங்கிய பிறகு அன்பு செலுத்தத் தொடங்கினார்கள். சாராயத்தைப் பற்றியோ ஜாதியைப் பற்றியோ பேசாமல் அவர்களிடம் நெருங்கினான்.

கிளம்ப வேண்டிய நாள் வந்தபோது மக்கள் வருத்தமடைந்தார்கள். திரும்பவும் வருவோம் என்று வாக்குறுதி அளித்துவிட்டுக் கிளம்பினார்கள் சேவார்த்திகள்.

22

பொன்னம்பட்டியிலிருந்து வந்தது முதல் ராமநாதனுக்கு ஆசிரமத்தில் இருப்புக் கொள்ளவில்லை. மாதவ யோகியிடம் முகாம் விவரங்களைச் சொன்னான். கிராமத்தின் நிலவரங்களைப் பற்றி விளக்கினான். தாமதத்திற்கான பொய்களைப் பொருத்தமாகச் சொன்னான். அந்தக் கிராமத்திற்கு வாரம் ஒரு நாளாவது போய் வந்தால் நன்றாக இருக்கும் என்றான்.

அடுத்த வாரம் ஸ்வாமிஜியும் பிரபுவும் திரும்பினார்கள். சிவானந்தர் இளைத்துப் போயிருந்தார். பிரபு களைத்துப் போயிருந்தான். அன்று மாலை பரமசிவம் வந்திருந்தார். இரவு ஸ்வாமிஜி ராமநாதனைக் கூப்பிட்டு அனுப்பினார். பிரபுவையும் வரச் சொன்னார். முகாம் விவரங்களைக் கேட்டார். ராமநாதன் விரிவாகச் சொன்னான். ஒரு வாரம் ஆனபோதுதான் அங்கே உருப்படியான பல வேலைகள் தொடங்கின என்றான். இன்னும் சிறிது நாட்கள் தங்க வேண்டுமே என்று நினைத்தபோது டிரைவரின் உடல் நிலையால் தாமதமானது ஒரு விதத்தில் நல்லதாகிவிட்டது என்றான்.

பொன்னம்பட்டியில் என்னவெல்லாம் செய்ய முடியும் என்பது பற்றி விளக்கமாகச் சொன்னான். அதற்கான செயல்திட்டத்தையும் விளக்கினான்.

"வாராவாரம் போனால் நல்லதுன்னு மாதவ யோகி கிட்ட சொன்னியாமே?" என்றார் சிவானந்தர். ராமநாதன் தலையாட்டினான்.

"பெரியவர்கிட்ட பணம் வாங்கினியா?" என்றார். இந்தக் கேள்வியை ராமநாதன் எதிர்பார்க்கவில்லை சொன்னபடியே திருப்பிக் கொடுத்துவிட்ட பிறகும் அவர் ஏன் இதை இவரிடம் சொல்லியிருக்கிறார் என்று நினைத்தான்.

"அவசரமா தேவைப்பட்டது... மக்களோட தொழிலுக்கான இன்வெஸ்ட்மென்ட்... கரெக்டா திருப்பிக் குடுத்துட்டோமே..." என்றான்.

"தெரியும்" என்றார் சிவானந்தர். "அது இல்ல பிரச்ன" என்றார். பணம் வேண்டுமென்றால் ஆசிரமத்தில்தான் கேட்டு வாங்க வேண்டும் என்றும் பிறரிடம் வசூல் செய்வது நல்ல பழக்கமல்ல என்றும் சொன்னார். "ஒவ்வொருத்தரும் இப்படி வாங்க ஆரம்பிச்சா ஆஸ்ரமத்தோட பேர் என்ன ஆகும்னு யோசிச்சி பாரு. இங்க டொனேஷன் வாங்கறோம். ஆனா நாமா போய் யார் கிட்டயும் கையேந்தறது இல்ல. நம்ம சேவையைப் பாத்து பக்தர்கள் குடுக்கறாங்க. அதுக்கும் மீறி தேவைப்பட்டா அதுக்குன்னு இருக்கற சாதுக்கள்தான் போய்க் கேக்கணும். அதுதான் இங்க சிஸ்டம். சிஸ்டத்தை அவங்கவங்களா மாத்தக் கூடாது. குழப்பமும் கெட்ட பேரும்தான் மிஞ்சும்" என்றார் சிவானந்தர்.

ராமநாதன் சில நிமிடங்கள் பேசாமல் இருந்தான். "உடனடியா மெட்டீரியல்ஸ் வாங்கறதுக்காகத்தான் பணம்

தேவைப்பட்டுச்சி. பெரியவருக்கு அந்த கிராமத்தோட ரியாலிட்டி தெரியும்ங்கறதுனால அவர்ட்ட கேட்டேன்" என்றான் ராமநாதன்.

"இப்படியே ஒவ்வொருத்தரும் தனித்தனியா முடிவு எடுத்தா ஆர்கனைசேஷன் என்ன ஆகும்?"

ராமநாதன் பதில் பேசவில்லை. ஆர்கனைசேஷன் முக்கியமா வேலை முக்கியமா என்ற கேள்வி அவன் மனதில் எழுந்தது. ஆர்கனைசேஷன் இல்லாத நிலையில் இந்த வேலைகளில் பத்தில் ஒரு பங்கைக்கூடச் செய்ய முடியாது என்ற பதிலும் உடனே எழுந்தது.

"இதை ஒரு எக்ஸெப்ஷனாத்தான் எடுத்துக்கணும்" என்றான். அவன் குரல் கம்மியிருந்தது.

"எக்ஸெப்ஷன் அடிக்கடி நடந்தா அதுவே ரூலாயிடும்' அதுக்கப்பறம் ரூல்ஸுக்கு மதிப்பில்லாம போயிடும்" என்றார் சிவானந்தர்.

சிறிது நேரம் அங்கே அமைதி நிலவியது. சிவானந்தர் மீண்டும் பேச ஆரம்பித்தார். இருமல் அவரைத் தடுத்தது. இரண்டு நிமிடம் நிற்காமல் இருமினார். ராமநாதன் பயந்துவிட்டான். பிரபு வெந்நீர் கொண்டு வந்தான். கூடவே தேன் பாட்டிலையும் எடுத்து வந்தான். இரண்டு தேக்கரண்டி தேன் குடித்துவிட்டு வெந்நீரைக் குடித்த சிவானந்தர், "இதுல கொஞ்சம் சீரகத்தைப் போட்டு வை" என்றார். சுகாசனத்தில் அமர்ந்து சிறிது நேரம் மூச்சுப் பயிற்சி செய்தார். அறையில் அவர் மூச்சுவிடும் ஓசை மட்டுமே கேட்டது.

"ஒரு விஷயத்தை நல்லா மனசுல வெச்சிக்கணும். ரூல்ஸை பிரேக் பண்றதுதான் சுதந்திரம்னு நெனைக்காதீங்க. முழு சுதந்திரம்ன்றது ஆபத்தானது. பிரயோஜனமில்லாதது. ஒருத்தரோட ஈகோவை திருப்திப்படுத்தத்தான் அது உதவும். எல்லாத்துலயும் நெகிழ்ச்சி தேவைதான். ஆனால் அதிலும் கவனம் தேவை. உன்னுடைய மீறல்கள் முன்னுதாரணங்களா மாறிட்டா பிறகு அதை சரிப்படுத்த நெறய உழைக்க வேண்டியிருக்கும்" என்றவர் ஒரு கணம் அவனை உற்றுப் பார்த்தார். ராமநாதன் பேச்சற்று அமர்ந்திருந்தான்.

"ஒரு விஷயம் தெரியுமா உனக்கு? இந்த ஆசிரமத்துல இந்த மாதிரி டீவியேஷன்ஸ் பண்றவன் நீ ஒருத்தன்தான்" என்று சொல்லிவிட்டு கடகடவென்று சிரித்தார். மீண்டும் இருமல் வந்தது. இந்த முறை கடுமை குறைந்திருந்தது. "ஆனால் எனக்கு

உன்மேல கோபம் வரல. ஏன் தெரியுமா?" என்றார். ராமநாதன் பேசாமல் இருந்தான்.

"நீ செய்யற காரியங்களை நான் பாத்துட்டுதான் வரேன். ஆசிரமத்துலயும் வெளிலயும் சேத்துதான் சொல்றேன். நீ கர்ம யோகின்றதுல எனக்கு சந்தேகம் இல்ல. உன் மீறல்களை தண்டிக்க நான் விரும்பல. காரியம் செய்யறவன்தான் தப்பும் செய்வான். தப்பை திருத்திக்கோ. காரியங்களை இன்னும் நல்லா பண்ணலாம். இந்த உலகமே ஒன்னோடதுதான். ஆனா இந்த உலகத்தைப் போலவே நீயும் சில விதிகளுக்குக் கட்டுப்படணும். அதைப் புரிஞ்சிக்கோ" என்றார் சிவானந்தர்.

ராமநாதனின் மனம் லேசாகியிருந்தது. "சரி. நீ போய் வேலையைப் பாரு" என்றவர் பிரபுவிடம், "நீ இரு" என்றார். ராமநாதன் கிளம்பினான்.

"இவன் மேல கோபம் வராம இருக்கறதுக்கு இன்னொரு காரணம் இருக்கு தெரியுமா உனக்கு?" என்றார் சிவானந்தர்.

"இவனை உங்களுக்குப் பிடிக்கும்..." என்றான் பிரபு தயக்கத்துடன்.

"பிடிக்கும். ஆனா அது காரணமில்ல. ஒருத்தனைப் பிடிக்கும்ங்கறதுக்காக அவன் பண்ற தப்பை ஏத்துக்க முடியுமா? இவனை ஏன் புடிக்கும்னறதுலதான் இதுக்கான பதில் இருக்கு!"

பிரபு குழப்பத்தோடு பார்த்தான். ராமநாதனும் குழம்பினான். சிவானந்தர் தொடர்ந்தார்.

"இவன்தான் புதிய விஷயங்களை முயற்சி பண்றான். இவன்தான் பழைய விஷயங்களின் எல்லைகளை விரிவுபடுத்தறான். இவனுடைய வேகமும் தீவிரமும் காட்டாறு மாதிரி. இப்படிப்பட்டவங்க ஒரு சட்டத்துக்குள்ள அடங்காம திமிறுவாங்க. ரூல்ஸை சித்திரவதையா நெனைப்பாங்க. ஆனா அந்த ரூல்ஸைப் போட்ட ஆர்கனைசேஷன்தான் தனக்குப் பக்கபலமா இருக்குங்கறத உணர மாட்டாங்க. சுவர் இருந்தாதான் படமோ பாட்டோ எழுத முடியும். சுவத்துல முட்டினா வலிக்கத்தான் செய்யும். ஆனா சுவர் இருந்தாதானே பாதுகாப்பு? நாம கட்டின சுவர் மேல நாம முட்டிக்கக் கூடாது. அதை சரியா யூஸ் பண்ணக் கத்துக்கணும். எக்ஸ்பீரியன்ஸ்ல எல்லாம் வந்துடும். இவனை மாதிரி ஆட்கள் கிட்ட அதிகமா பொறுப்பு குடுக்கணும். அப்ப ரூல்ஸையும் ஃப்ரீடத்தையும் பேலன்ஸ் பண்ண கத்துக்குவாங்க" என்றார் சிவானந்தர்.

பிரபுவுக்கு அவர் சொல்வது தெளிவாகப் புரிந்தது. அப்படியானால் ராமநாதனுக்குப் புதிய பொறுப்பு கொடுக்கப் போகிறார் என்று அர்த்தம். பிரபுவின் மனம் கூம்பியது. தன்னுடைய திறமையில் என்ன குறை கண்டார் ஸ்வாமிஜி என்று நினைத்தான். பல ஆண்டுகளாக அவருக்கு விசுவாசமான ஊழியனாக, அத்யந்த சீடனாக இருந்தும் அவருக்குத் தன்மேல் நம்பிக்கை வரவில்லையே என்று நினைத்து மருகினான். ஸ்வாமிஜி தொடர்ந்து பேசினார்.

"இவனெல்லாம் திமிறும் குதிரை மாதிரி. எனர்ஜி இருக்கும்போது ஓட விட்டுடணும். ரொம்ப கட்டுப்படுத்தினா அவனுக்கும் நல்லதில்ல, நமக்கும் நல்லதில்ல. உன்னை மாதிரி ஆழமான நிதானம் அவனுக்கு இல்லை. நீ ஒரு மையத்துல கால் ஊனி நின்னு முழு வட்டத்தையும் மேனேஜ் பண்ணுவ. ஒரே சமயத்துல எட்டுத் திசையும் உனக்குத் தெரியும். நீ மூலவர் மாதிரி. அவன் உற்சவர். நீ கோட்டைக்கு உள்ளே இருக்க வேண்டியவன். அவன் படை எடுத்துண்டு நாலு பக்கம் போக வேண்டியவன்..."

ஸ்வாமிஜியின் விளக்கம் தன் மனக் குமுறலுக்கான பதிலாகவே பிரபுவுக்குப் பட்டது. ஸ்வாமிஜியின் வார்த்தைகள் அவனுக்கு நிறைவைத் தந்தன. ராமநாதனின் திறமைகளை நன்கு உணர்ந்த பிரபு தன்னைக் காட்டிலும் பெரிய பொறுப்பை அவனுக்குக் கொடுத்துவிடுவாரோ என்று எண்ணிக் கவலைப்பட்டுக்கொண்டிருந்தான். யோகாசனம், நிகழ்ச்சிகளை நடத்துவது, மாணவர்களிடையே பழகுவது, வேகமான செயல்பாடு, செய்யும் எல்லாவற்றிலும் ஒரு வசீகரம், லாகவம் எனப் பல விஷயங்களிலும் அவன் தன்னைவிடச் சில அடிகளாவது முன்னால் இருப்பது பிரபுவுக்குத் தெளிவாகத் தெரிந்த விஷயம்தான். ஆனால் இயக்கம் குறித்த தனது புரிந்துணர்வு ஆழமானது என்று அவன் நம்பினான். பல தரப்பட்ட மனிதர்களையும் அரவணைத்துச் செல்லும் திறமையில் தனக்கு ராமநாதன் இணையில்லை என்பதில் அவனுக்குச் சந்தேகம் இல்லை. வேகம், திறமை, வசீகரம் ஆகியவை ராமநாதன் என்றால் ஆழம், நிதானம், அரவணைத்தல் ஆகியவை பிரபு என்று அவன் சொல்லிக்கொண்டான். அவனிடம் இருக்கும் அவசரக் குடுக்கைத்தனமும் அடங்காமையும் தன்னிடம் இல்லை என்று சொல்லிக்கொண்ட பிரபு, இயக்கத்தை நடத்திச் செல்ல இந்தக் குறைகள் தடையாக இருக்கும் என்றம் நினைத்துக்கொண்டான். எல்லாவற்றையும் அசை போட்டுப் பார்க்கும்போது ராமநாதன் தனக்குப் போட்டியாகவோ தன்னை மிஞ்சுபவனாகவோ

வர வாய்ப்பே இல்லை என்று பட்டது. மையத்தின் ஆதாரப் புள்ளியாக ஸ்வாமிஜி தன்னை உருவகப்படுத்தியது பெரும் மன நிறைவைத் தந்தது.

சத்சங்கத்திலும் பஜனையிலும் கலந்துகொள்ள முடியாதபடி பிரபுவுக்குச் சில வேலைகள் இருந்தன. அவற்றை முடித்துவிட்டு அறைக்குச் சென்றபோது ராமநாதன் தூங்கியிருந்தான். அவன் பக்கத்தில் அவன் கழுத்தைக் கட்டியபடி நெருக்கமாகப் படுத்துக்கொண்டான். உடலுக்கும் மனதுக்கும் இதமாக இருந்ததாக உணர்ந்தான்.

23

சிவானந்தர் மாதவனுடனும் பிரபுவுடனும் சேர்ந்து பேசிப் பொன்னம்பட்டிக்கான திட்டங்களைத் தீட்டினார். பொன்னம்பட்டியில் வாராவாரம் போவதைக் காட்டிலும் அங்கே ஒரு கிளையைத் தொடங்கிச் சிறிய அளவில் வேலைகளைச் செய்ய ஆரம்பிப்பதுதான் நல்லது என்பது அவர் எண்ணம். அப்படிச் சொன்னவர் அதற்கான திட்டங்களையும் முன்னேற்பாடுகளையும் யோசித்துவைத்திருந்தார்.

ராமநாதன் ஒருமுறை சுசீந்திரத்திற்குப் போய்விட்டு வர வேண்டும். ஒரு ஊரில் தனியாக ஒரு கிளையை ஸ்தாபிப்பது என்றால் என்னவென்று பார்க்க வேண்டும். இரண்டு வாரங்கள் தங்க வேண்டும். எந்த வேலையும் செய்யக் கூடாது. 24 மணிநேர அவதானிப்பு, பொறுப்பாளர்களுடன் கலந்தாலோசனை. ஒவ்வொரு நாளின் முடிவிலும் பாஸ்கரன், முருகானந்தம், மணிவண்ணன் ஆகியோருடன் உட்கார்ந்து பொன்னம்பட்டி கிராமத்திற்கான திட்டங்களைத் தீட்ட வேண்டும். ராமநாதன் சுசீந்திரத்திற்குக் கிளம்புவதற்கு முன் பாஸ்கரன் ஒருமுறை பொன்னம்பட்டி கிராமத்திற்கு வர வேண்டும். மூன்று நாட்கள் அங்கே தங்கி கிராமத்தை அவதானிக்க வேண்டும். அப்போதுதான் ராமநாதன் போடும் திட்டங்களை அவரால் மதிப்பிட முடியும். சுசீந்திரத்தில் ஒரு மாதம் இருந்த பிறகு பாஸ்கரனும் ராமநாதனும் தொடக்க கட்டத்தில் எவ்வளவு செலவு ஆகும், ஓராண்டுக்கு எவ்வளவு செலவு ஆகும் என்பதை மதிப்பிட்டு ஒரு கணக்குப் போட வேண்டும். இவர்கள் இருவரும் கிளம்பிக் கோவை மையத்துக்கு வர வேண்டும். இங்கே ஸ்வாமிஜி, மாதவன், கருணாகரன், பிரபு ஆகியோரிடம் செலவு மதிப்பீட்டையும் செயல்திட்டத்தையும் பாஸ்கரனும் ராமநாதனும் விவரிப்பார்கள். அதற்கான முடிவு எட்டப்பட்ட பிறகு இந்தப் பணத்தை

எங்கிருந்து திரட்டுவது என்பதை ஸ்வாமிஜியும் மாதவனும் முடிவு செய்வார்கள். ஆசிரமத்தின் பக்தர்கள் தமிழகம் முழுவதும் மிகவும் வசதியான நிலைகளில் இருக்கிறார்கள் என்பதால் பணம் திரட்டுவது ஒரு பிரச்சினை இல்லை. அரசாங்கத்தில்கூட ஸ்வாமிஜியின் பக்தர்கள் இருக்கிறார்கள்.

முதலில் வாரத்துக்கு ஒரு முறை பொன்னம்பட்டிக்குப் போய்விட்டு வருவது. யோகாசன, தியான வகுப்புகள் நடத்துவது. வாரத்திற்கு இரண்டு நாட்கள் பக்கத்தில் இருக்கும் பெரிய ஊர்களுக்குச் சென்று அங்குள்ள டாக்டர்களை அணுகி மாதத்திற்கு ஒரு முறை பொன்னம்பட்டிக்கு வந்து இலவச சிகிச்சை செய்யும்படி கேட்டுக்கொள்வது. இப்படி நான்கு வாரங்கள் கழிந்த பிறகு ராமநாதன் அங்கேயே தங்கிவிடுவது. வாரத்திற்கு ஒரு முறை கோவை மையத்துக்கு வர வேண்டும். இரண்டு முறை தொலைபேசி மூலம் தொடர்புகொண்டு தகவல்களைச் சொல்ல வேண்டும்.

ஸ்வாமிஜி இரண்டு விஷயங்களை மிகவும் கண்டிப்பாகச் சொன்னார். கணக்கு வழக்குகளில் மிகவும் கறாராக இருக்க வேண்டும். தீர்மானிக்கப்பட்ட திட்டங்களின் எல்லைகளை மீறக் கூடாது.

வேறொரு ஏற்பாட்டையும் அவர் செய்திருந்தார். ராமநாதனுடன் கீர்த்திவாசனும் பொன்னம்பட்டிக்குப் போவான். இருவரும் சேர்ந்துதான் செயல்பட வேண்டும். எந்த விஷயத்தில் இருவருக்குள் கருத்தொற்றுமை இல்லையோ அதைச் செய்யக் கூடாது. கருத்து வேற்றுமையும் வாக்குவாதங்களும் இருக்கலாம். ஆனால் எந்தக் காரணத்தை முன்னிட்டும் சண்டையோ சிறு விலகலோ இருக்கக் கூடாது. அப்படி இருப்பது தெரிந்தால் இருவரும் மீண்டும் மையத்துக்கு அழைத்துக்கொள்ளப்படுவார்கள்.

ராமநாதன் உற்சாகத்தில் மிதந்தான். அவன் காத்திருந்த தருணம் வந்துவிட்டதை எண்ணிப் பெரும் மகிழ்ச்சியில் ஆழ்ந்திருந்தான். பொன்னம்பட்டி கிராமமே தன் கர்ம பூமியன்று எண்ணிப் பூரித்தான். இடையில் சுசீந்திரம் போய்விட்டு வருவதற்கான வாய்ப்பும் இருப்பது அவன் உற்சாகத்தைப் பெருக்கியது. பாஸ்கரனைச் சந்திக்க முடியும் என்பது சட்டென்று தோன்றிய காரணம். மருத்துவமனையில் பார்த்த அந்தப் பெண்ணின் நினைவும் புட்டு கொடுத்தனுப்பிய பெண்ணின் நினைவும் வந்தன. சட்டென்று தன் உடலில் ரத்தம் புதிய வேகத்துடன் பாய்வதைப் போல உணர்ந்தான்.

அதிகாலையில் பிரார்த்தனை தொடங்குவதற்கு முன்பே ராமநாதன் தியானத்தில் உட்கார்ந்தான். மன வெளி பளிச்சென்று இருந்தது. சிந்தனைகளின் குறுக்கீடு இன்றி அமைதியாக அந்த வெளியினூடே பயணம் செய்தபடி உள்ளே செல்ல முயன்றான். பரபரப்பு அலையடித்துக்கொண்டிருப்பதை உணர முடிந்தது. அகம், புறம் நோக்கி வெளிப்பட யத்தனிப்பதுபோன்ற உணர்வை அடைந்தான். உள்முகமாகச் செலுத்தப்படும் கவனம் திரும்பத் திரும்ப வெளியே தள்ளப்படுவதை உணர்ந்தான். ரயில் பயணத்தின்போது கடந்து செல்லும் நிலக்காட்சிகள்போல அனைத்தும் வேகமாகக் கடந்து போய்க்கொண்டிருந்தன. மனம் ரயிலைப் போல ஓடிக்கொண்டிருந்தது. அந்த ஓட்டத்தைத் தடுத்து நிறுத்துவது இயலாத காரியமாகப் பட்டது.

இந்த உற்சாகமும் பரவசமும் அவசியம்தானா என்று தன்னைத்தானே கேட்டுக்கொண்டான். கோபம், துக்கம், பொறாமை ஆகியவற்றைப் போலவே அதீத உற்சாகமும் பரவசமும் ஆபத்தானவை என்பது அவனுக்குத் தெரியும். வேலை தொடங்குவதற்கு முன்பே இந்தப் பரவசம் என்றால் வேலை நடக்கும்போதும் அடுத்தடுத்த கட்டங்களுக்கு நகரும்போதும் மனதில் நிதானம் எப்படி இருக்கும் என்ற கவலை எழுந்தது. பரபரப்பின் அழுத்தம் சிந்தனையைக் கலைத்தபடி இருந்தது. சமநிலை அற்ற மனம் உடலையும் அறிவையும் சமநிலை இழக்கச் செய்யும். சமநிலை இழந்த அறிவின் செயல்பாடும் உடலின் இயக்கமும் திறமையின் உச்சத்தை வெளிப்படுத்தத் தடையாகவே இருக்கும் என்ற எண்ணம் எழுந்தது.

ஏங்கிய ஒரு பொருள் கிடைத்தால் பரவசம் ஏற்படுவது இயல்புதான். ஏக்கத்தைத் துறப்பது வரையிலும் பரவசத்தைத் தவிர்க்க முடியாது. ஆசைகள், ஆற்றாமைகள், ஏக்கங்கள் இருக்கும்வரை பரவசங்களும் பதற்றங்களும் இருக்கும். ஆழ்மனம் கொந்தளித்துக்கொண்டிருக்கும்போது மனம் அமைதியுறாது. மனதின் அவஸ்தைகள் பிரக்ஞையை அலைக்கழிக்கும். தியானத்தில் கவனம் குவியவில்லை என்பது தியானத்தின் பிரச்சினை அல்ல. வாழ்வின் பிரச்சினை. பரபரப்பே இயல்பாக மாறிவிட்ட நிலையில் தியானம் என்பது வெறும் ஒய்வாக மாறிவிடுகிறது. சமநிலையும் ஒருமையும் இயல்பின் பகுதிகளாக மாறிவிட வேண்டும் என்று தோன்றியது.

அப்படியானால் தியானத்தின் மூலம் ஆளுமையை மாற்ற முடியாதா என்னும் கேள்வி ராமநாதனுக்குள் எழுந்தது. கேள்வி பல்வேறு ரூபங்களில் சுழன்றபடி இருந்தது. பல கேள்விகளாக

மாறியது. தியானத்தின் மூலம் வாழ்வும் வாழ்வை அணுகும் முறை மூலம் தியானமும் செழுமை பெறுமா என்ற கேள்வியில் வந்து நின்றது. புற வாழ்விலிருந்து விலகுவதற்கான பயிற்சியை தியானம் கொடுக்கும். ஆழ்மனம் புற வாழ்விலிருந்து விலக விரும்பாவிட்டால் அது தியானத்தை மீறி வெளிமுகமாய்த் திரும்பும். இந்தப் போராட்டம் தியானத்துக்கும் எனக்குமான போராட்டம் அல்ல. வாழ்வுக்கும் எனக்குமான போராட்டம். உள்முகம், வெளிமுகம் என்னும் இருவகைப் பாதைகளில் எது என் பாதை? என் இயல்பு எது என்பதைக் கண்டுபிடித்துவிட முடியுமா? என் இயல்பான பாதையை என்னால் மாற்றிவிட முடியுமா? பொன்னம்பட்டி என்னும் சொல் எழுப்பும் பரபரப்பே இப்போது என் இயல்பு. அதை மறுத்துவிட்டு அமைதியை வரித்துக்கொண்டால் அது செயற்கையானதாகவே இருக்கும். ஆழ்மனம் பிரம்மச்சரியத்தை வரித்துக்கொள்ளாதபோது காவித் துணியின் மூலம் பிரம்மச்சரியப் போர்வை போர்த்துவதுபோலத்தான் அது. காமம் என்னும் செயலை அல்ல, காமம் பற்றிய எண்ணத்தைத் துறக்கும்போது பிரம்மச்சாரி என்று சொல்லிக்கொள்ளலாம். மைதானத்தைச் சுத்தப்படுத்தும்போது இருந்த மனநிலையுடன் இந்தப் புதிய பொறுப்பிற்குள் பிரவேசிக்க முடிந்தால் கர்ம யோகி என்று சொல்லிக்கொள்ளலாம்...

ராமநாதன் கண்களைத் திறந்தான். பிரார்த்தனை மண்டபத்தை நோக்கிச் சென்றான்.

24

கீர்த்திவாசனும் ராமநாதனும் சுசீந்திரம் கிளம்பினார்கள். தன்னைக் கண்காணிப்பதற்காகவே கீர்த்திவாசனையும் அனுப்புகிறார்களோ என்ற சந்தேகம் அவனுக்கு இருந்தது. ஆனால் ராமநாதன் அவனைப் பற்றி அதிகம் கவலைப்படவில்லை. அவனோடு எந்தப் பிரச்சினையும் வர வாய்ப்பில்லை என்று நம்பினான்.

கீர்த்திவாசன் ஆசிரமப் பள்ளிக்கூடத்தில் படித்தவன். அவன் அப்பா கோவில் புரோகிதர். அம்மா இல்லை. ஒரு தம்பி, தங்கை. கோவிலில் வரும் வருமானத்தில் மூவரையும் கவனிப்பதென்பது கஷ்டம்தான். கீர்த்திவாசன் பிளஸ் டூ முடித்ததும் கல்லூரியில் சேர்க்க உதவுவதாக ஆசிரமத்திலிருந்து உறுதியளித்தார்கள். அடிக்கடி ஆசிரமத்திற்கு வந்து செல்லும் அவனுக்கு ஆசிரம வாழ்க்கை மிகவும் பிடித்துவிட்டது.

ஆசிரமத்தில் சேவார்த்தியாக வருகிறேன் என்றான். படித்து, சம்பாதித்து அப்பாவுக்கு உதவியாக இருக்க வேண்டும் என்ற எண்ணம் இல்லையா என்று ஸ்வாமிஜி கேட்டார்.

“இருக்கு, ஆனா ஆஸ்ரமத்துல சேவார்த்தியா இருக்கணும்னு தோணுது” என்றான் கீர்த்தி.

“அந்த ஆசை ஆழமா இருக்கா?” என்று கேட்டார் ஸ்வாமிஜி.

“ஆமாம்” என்றான் கீர்த்தி. “ரெண்டு வருஷம் கழிச்சி இங்க பிடிக்கலன்னா என்ன பண்ணுவ?” என்று கேட்டார் ஸ்வாமிஜி.

“அப்படி ஆகாதுன்னு நெனைக்கறேன்” என்றான்.

“ஆஸ்ரமத்துக்கு உன்னைப் பிடிக்காம போச்சுன்னா என்ன பண்ணுவ?” என்று கேட்டார். கீர்த்தி அதிர்ச்சி அடைந்தான். என்ன சொல்வது என்று தெரியாமல் மௌனமாக இருந்தான். ஸ்வாமிஜி சிரித்தார்.

“தபால் மூலமா கிராஜுவேஷன் படிச்சிகிட்டே சேவார்த்தியா இரு” என்றார். கீர்த்தி தலையாட்டினான். “எதாவது சப்ஜெக்ட்ல ஃபெயில் ஆன, வீட்டுக்கு அனுப்பிடுவேன்” என்று மிரட்டினார். கீர்த்தி பயபக்தியுடன் தலையாட்டினான். பட்டப் படிப்பு முடித்து ஓராண்டு ஆகிறது. இன்னும் போக மனமில்லாமல் இருக்கிறான்.

ஸ்வாமிஜி தன்னிடமும் பட்டம் படிக்கச் சொன்னது ராமநாதனுக்கு நினைவுக்கு வந்தது. “என்னைப் பிடிக்காவிட்டால் அனுப்பிடுங்க, வீட்டுக்கே போயிடுவேன். படிக்க மட்டும் சொல்லாதீங்க” என்று அவன் சொன்னதைக் கேட்டு ஸ்வாமிஜி சிரித்தது நினைவுக்கு வந்தது.

போகும் வழியிலேயே கீர்த்திவாசனும் ராமநாதனும் பொன்னம்பட்டி கிராமத்துக்கான திட்டங்களைத் தீட்ட ஆரம்பித்தார்கள். கோவில், விளையாட்டு மைதானம், பள்ளிக்கூடம், கைத்தொழில், வணிகம், சுகாதாரம் ஆகிய அம்சங்களில் கவனம் செலுத்த வேண்டும் என்று இருவரும் முடிவு செய்துகொண்டார்கள். கோவிலில் தியான வகுப்பும் மைதானத்தில் யோகாசன வகுப்பும் நடத்த வேண்டும் என்றான் கீர்த்திவாசன். தியானத்தை நீ பார்த்துக்கொள், யோகாசனத்தை நான் பார்த்துக்கொள்கிறேன் என்று ராமநாதன் சொன்னதும் கீர்த்தி மகிழ்ச்சி அடைந்தான். பள்ளிக்கூடத்திலும் யோகாசன வகுப்பைத் துவக்க வேண்டும் என்று முடிவுசெய்தார்கள்.

“இந்த நாட்டில் எந்தச் சீர்திருத்தத்தைச் செய்வதாக இருந்தாலும் அதைக் கோவிலிலிருந்து தொடங்குங்கள்” என்று விவேகானந்தர் கூறியதில் சாந்தி ஆசிரமத்திற்கு அளவற்ற நம்பிக்கை இருந்தது. கோவிலில் துப்புரவு, தினசரி பூஜைகள், பஜனை ஆகியவற்றைத் தொடங்க வேண்டும். பிறகு விளையாட்டு, பாடம், யோகாசனம் ஆகியவற்றை ஆரம்பிக்க வேண்டும். மெல்ல மெல்லக் கோவிலைச் சமூக நிகழ்வுகளுக்கான மையமாக மாற்ற வேண்டும். இவையெல்லாம் நடக்கும்போதே பள்ளிக்கூடத்தில் செய்ய வேண்டிய காரியங்கள், தொழிற்பயிற்சி வகுப்புகள், கிராமத்தவர்களின் உற்பத்திப் பொருள்களைச் சந்தையில் விற்பதற்கான ஏற்பாடுகள் ஆகியவற்றுக்கான முயற்சிகளையும் மேற்கொள்ள வேண்டும்.

ராமநாதனும் கீர்த்திவாசனும் ஒவ்வொரு அம்சத்திற்கும் திட்டம் தீட்டினார்கள. மிகச் சிறிய விஷயத்தைக்கூட விடாமல் விவாதித்தார்கள். சந்தைக்குப் போகும்போது அரை டஜன் விசில்களை வாங்க வேண்டும்; கபடி ஆட்டும்போது நடுவர் பணிசெய்ய விசில் தேவை என்றான் ராமநாதன். கோவில் மதில் சுவரின் ஒரு பகுதியில் கறுப்பு வண்ணம் பூசிக் கரும்பலகையாக ஆக்க வேண்டும் என்று சொன்ன கீர்த்திவாசன். அதில் பொன்மொழிகள், புதிர்கள், முக்கியமான செய்திகளை எல்லாம் எழுதலாம் என்றான். பாஸ்கர யோகியிடம் கேட்டு விவசாயத்தை எப்படி கவனிப்பது என்று பார்க்க வேண்டும் என்றான் ராமநாதன்.

பாஸ்கர யோகி, முருகானந்த யோகி ஆகியோரைப் பற்றிக் கீர்த்திவாசனிடம் ராமநாதன் சொன்னான். ஆசிரம வேலை, களப் பணிகள் என்று அவர்கள் பிரித்துக்கொண்டதுபோல் நாம் பிரித்துக்கொள்ள வேண்டாம் என்றும் எல்லாவற்றையும் சேர்ந்தே செய்யலாம் என்றும் சொன்னான். அது கீர்த்திவாசனுக்குப் பிடித்திருந்தது.

மழைக்குப் பிந்தைய சுசீந்திரம் முன்பைவிடவும் பொலிவுடன் இருந்தது. மரங்கள் தழைத்திருந்தன. காற்றில் குளிர்ச்சி கூடியிருந்தது. முருகானந்தம் மிகுந்த மகிழ்ச்சியுடன் வரவேற்றார். சிறிது நேரத்தில் பாஸ்கரனும் வந்துவிட்டார். நால்வரும் சேர்ந்து உணவருந்தியபடியே பேசிக்கொண்டிருந்தார்கள். சாப்பிட்டதும் தூங்கும் வழக்கம் இல்லை என்றாலும் பயணம் செய்துவிட்டு வந்ததால் ஓய்வெடுக்கச் சென்றார்கள். மாலையில் தியான மண்டபத்தில் நால்வரும் மீண்டும் சந்தித்தார்கள. இந்த ஓராண்டில் சுசீந்திரத்தில் என்ன நடக்கிறது என்று ராமநாதன்

விசாரித்தான். பேசிக்கொண்டிருக்கும்போதே சதாசிவம் வந்தார். அவரைப் பார்த்ததும் ராமநாதனுக்கு அந்தப் பெண்ணின் நினைவு வந்தது. தன்னையும் அறியாமல் அவர் முகத்தை உற்றுப் பார்த்தான். வித்தியாசமாக எதுவும் தெரியவில்லை.

சுசீந்திரத்தில் ஐந்து ஆண்டுகளுக்கு முன்பு பணிகளைத் தொடங்கிய கதையைச் சொல்ல ஆரம்பித்தார் முருகானந்தம். பாஸ்கரனும் அவரும் அணு அணுவாக அமைப்பையும் அதன் நடவடிக்கைகளையும் வளர்த்தெடுத்தார்கள். இன்று அங்கே ஒரு பொது மருத்துவமனை, இயற்கை விவசாயச் சங்கம், பொது நூலகம், பள்ளிக்கூடம் ஆகியவை ஆசிரமத்தின் சார்பில் நடக்கின்றன. ஆசிரமத்தில் யோகாசன, தியான வகுப்புகளும் சேவார்த்திகளுக்கான பயிற்சிகளும் நடக்கின்றன. முருகானந்தம், பாஸ்கரன், சதாசிவம் மூவரும் சுசீந்திர மையத்தின் பணிகளைப் பிரித்துக்கொண்டு செய்கிறார்கள். சிவகுமார், சந்திரசேகர், செந்தாமரைக் கண்ணன், மோகனகிருஷ்ணன் என்று மேலும் சிலர் ஆசிரம அமைப்புக்கு வெளியிலிருந்தபடி பல்வேறு பொறுப்புகளை ஏற்று நடத்துகிறார்கள். ஜான்சன் என்னும் கிறிஸ்தவரும் ஆசிரமத்தின் பணிகளில் ஈடுபட்டுவருகிறார்.

பாஸ்கரன் தன் பையிலிருந்து பழைய நாட் குறிப்பேடு ஒன்றினை எடுத்தார். சற்றுப் பெரிய குறிப்பேடு அது. தாள்கள் சற்றே பழுப்பேறியிருந்தன. அதைப் பிரித்துச் சில பக்கங்களைப் புரட்டினார். ஒரு பக்கத்தில் அவர் கை நின்றது. குறிப்பேட்டை ராமநாதன், கீர்த்திவாசன் முன்னால் வைத்தார். அதில் சில புள்ளிகள், நட்சத்திரம் போன்ற குறியீடுகள், கோடுகள், சிறு வட்டங்கள் இருந்தன. சற்றுத் தள்ளி வைத்துப் பார்க்கும்போது ஏதோ வரைபடம்போல இருந்தது. நெருக்கத்தில் வைத்துப் பார்த்தபோது ஒவ்வொரு குறியீட்டுக்கு அருகிலும் ஏதோ எழுதியிருந்தது. புள்ளிகள், வட்டங்கள், கோடுகள் அருகிலும் எழுதப்பட்டிருந்தது. மருத்துவமனை, இயற்கை வேளாண்மை, சந்தை, யோகாசனம், கோவில் கணக்கு வழக்கு, நிர்வாகம், கட்டிடம், நிதி வசதி, பள்ளிக்கூடம் என்று பல விஷயங்கள் எழுதப்பட்டிருந்தன.

"அஞ்சு வருஷத்துக்கு முன்னால இதையெல்லாம் போட்டோம். இதுல இருக்குற பல விஷயங்கள் இப்ப நடந்துகிட்டு இருக்கு" என்றார் பாஸ்கரன். "மீதி இருக்கறதையும் ஆரம்பிக்கணும். எல்லாத்தையும் ஸ்ட்ரெங்தன் பண்ணி எக்ஸ்பேண்ட் பண்ணிட்டே போகணும்" என்றார்.

கீர்த்தியும் ராமநாதனும் ஆவலோடு அந்த வரைபடத்தைப் பார்த்துக்கொண்டிருந்தார்கள். சுசீந்திரத்தில் பணிகளை

ஏற்கனவே பார்த்திருக்கும் ராமநாதனுக்குப் பிரமிப்பாக இருந்தது. ஒரு வரைபடம் கட்டிடமாக மாறுவதை அவன் பார்த்திருக்கிறான். இயக்கமாக வளர்ந்திருப்பதை உணரும்போது உத்வேகம் ஏற்பட்டது. பொன்னம்பட்டி கிராமத்துக்கான வரைபடம் அவனுள் உருவாக ஆரம்பித்தது.

25

திட்டம் தீட்டுவது ஒருவாறாக முடிவுக்கு வந்து பணிக்களங்களுக்குச் செல்லும் வேலை தொடங்கியது. எங்கே எத்தனை நாள் என்று கணக்கு எதுவும் வைத்துக்கொள்ளாமல் ஆசிரமம், விவசாயம், மருத்துவமனை, சந்தை என ஒவ்வொன்றையும் நிதானமாகப் பார்ப்பது என்று கிளம்பினார்கள். ஒவ்வொரு இடத்திலும் என்ன நடக்கிறது, ஏன் நடக்கிறது, எப்படி நடக்கிறது என்பதை ஆழமாக அறிவதற்காக ராமநாதன் கேள்விகள் எழுப்பினான். தெளிவாகத் தெரிந்த விஷயங்களையும் வெளிப்படையான விஷயங்களையும் விசாரித்தான். கீர்த்திவாசன் பெரும்பாலும் மௌனமாகவே கவனித்துக்கொண்டிருந்தான்.

ஐந்தாவது நாள் மருத்துவமனைக்குச் செல்வதாக ஏற்பாடாயிற்று. ராமநாதன் காலையிலிருந்தே உள்ளூரப் பதற்றமடைந்திருந்தான். காலை எட்டு மணிக்கே சதாசிவம் வந்து கூட்டிக்கொண்டு போனார். புற நோயாளிகள் பிரிவு, அவசர சிகிச்சை, யோக சிகிச்சை, உள் நோயாளிகளின் தங்குமிடம் ஆகியவற்றைச் சுற்றிப் பார்த்துவிட்டுப் புற நோயாளிகள் பகுதிக்குத் திரும்பி வந்தார்கள். அங்கே என்ன நடக்கிறது, எப்படி நடக்கிறது என்பதையெல்லாம் இருவரும் உன்னிப்பாகக் கவனித்தார்கள்.

ராமநாதன் ராயப்பேட்டை பொது மருத்துவமனைக்கும் சென்ட்ரலில் இருக்கும் பொது மருத்துவமனைக்கும் பலமுறை போயிருக்கிறான். புற நோயாளிகள் பிரிவைப் பார்க்கும் போதெல்லாம் மன வேதனை ஏற்படும். உள் நோயாளிகளுக்கான வார்டுகளை நெருக்கும்போதே முடை நாற்றம் அடிக்கும். எங்கு பார்த்தாலும் அழுக்கும் எச்சில் கறையும் நாற்றமும் இருக்கும். மருத்துவமனை ஊழியர்களின் உயிரற்ற முகங்களையும் நோயாளிகளின் துயரமும் ஆற்றாமையும் நிறைந்த முகங்களையும் பார்த்திருக்கிறான். அவசர சிகிச்சைப் பிரிவில் மட்டுமே கவனிப்பிற்கான சுவடுகள் அவன் கண்ணுக்குத் தெரிந்திருக்கின்றன. இங்கே பணியாளர்களின் முகங்களில் இருக்கும் புன்னகையும் நோயாளிகளின் முகங்களில் தெரியும் நம்பிக்கையும் அவனுக்குப் பெரும் நிம்மதியை அளித்தன.

ஊழியர்களும் நோயாளிகளும் சதாசிவ யோகியையும் சேவார்த்திகளையும் எதிர்கொள்ளும் விதத்தில் மரியாதையும் அன்பும் தெரிந்தன. சதாசிவம் புன்னகை தவழும் நிதானமான முக பாவனையுடன் மிகுந்த துடிப்புடன் நடமாடிக்கொண்டிருந்தார். அவர் ஒரே சமயத்தில் இரண்டு மூன்று இடங்களில் இருக்கிறாரோ என்று நினைக்குமளவுக்கு அவர் வேகமும் ஈடுபாடும் இருந்தன.

பனிரெண்டு மணி அளவில் அவர்களைத் தன் அறைக்கு அழைத்த சதாசிவம், “இங்கேயே சாப்பிடறீங்களா, ஆசிரமத்துக்குப் போய்ட்டு வரீங்களா?” என்று கேட்டார்.

“இங்கேயே சாப்பிடறோம்” என்று கீர்த்தி சட்டென்று பதில் சொன்னான். ராமநாதன் பேசாமல் இருந்தான். அவன் தயக்கத்தைப் புரிந்துகொண்ட சதாசிவம் கேள்வியைப் பார்வையாக அவன்மீது செலுத்தினார். “நான் போயிட்டு வந்துடறேன்” என்றான் ராமநாதன். “தலை வலிக்கிறா மாதிரி இருக்கு. ரெஸ்ட் எடுக்கணும்” என்றான். சதாசிவம் சைக்கிள் ஏற்பாடு செய்து கொடுத்தார்.

“தனியா போய்டுவியா? வழி தெரியுமா?” என்றார். ராமநாதன் லேசாகச் சிரித்தபடி தலையாட்டினான்.

சைக்கிளில் வரும்போது ராமநாதனின் படபடப்பு அதிகரித்திருந்தது. அந்தப் பெண் அன்று வந்தது போலவே மதியம் வரக்கூடும் என்று அவனுக்குத் தோன்றியது.

ஆசிரமத்திற்குச் சென்று வயிறு புடைக்கச் சாப்பிட்ட அவன் ஓய்வறைக்கு வந்து படுத்துக்கொண்டான். உடனே தூக்கம் வந்தது. பெரிய அறையில் ஒரே ஒரு மேசை மின்விசிறி மட்டும்தான் இருந்தது. இவன் படுத்திருந்த இடத்தில் காற்று வரவில்லை. சுசீந்திரத்தில் வெளியில் பொதுவாகக் குளிர்ச்சி இருந்தாலும் அந்த இடத்தில் புழுக்கமாகத்தான் இருந்தது. ராமநாதன் புழுக்கத்தில் எழுந்துகொண்டான். மருத்துவமனைக்குப் போகலாமா என்று நினைத்தான். அந்தப் பெண்ணைச் சந்திக்கக் கூடாது என்று தோன்றியதால் அங்கு போகும் எண்ணத்தைக் கைவிட்டான். அவள் வந்தால் என்ன, அவளைப் பார்த்தால் என்ன என்று தோன்றியது. என்ன ஆகிவிடும்? பார்த்த மாத்திரத்தில் நான் அவள் பின்னால் போய்விடப் போகிறேனா? சமுதாயத்தில் இறங்கி வேலை செய்ய ஆரம்பித்துவிட்டால் ஆண், பெண், குழந்தை, அரசியல்வாதி, அதிகாரி, காவல் துறையினர், வியாபாரிகள், ரவுடிகள் என்று எல்லோரையும் சந்திக்கத்தான் வேண்டும். இந்த எண்ணம் வந்ததும் சட்டென்று மூளை விழித்துக்கொண்டது.

தூக்கத்தின் சுவடுகள் முற்றிலுமாக விலகின. எழுந்து முகம் கழுவிக்கொண்டு கிளம்பினான்.

ஆசிரமத்தை விட்டு வெளியில் போகும்போது காவி வேட்டி அணிந்து செல்வது பழக்கம். ஆசிரமத்தில் யாரும் அதை வலியுறுத்துவது இல்லை என்றாலும் பெரும்பாலும் அதுதான் நடைமுறை. ராமநாதன் சில சமயம் வெள்ளை வேஷ்டி அணிவான். சில சமயம் பேண்ட்கூட அணிந்து செல்வான். இன்று வழக்கம்போலக் காவி வேஷ்டியைக் கட்டிக்கொள்ள நினைத்தான். சட்டென்று தன் முடிவை மாற்றிக்கொண்டான். பேண்ட் அணிந்துகொண்டான். சைக்கிளில் ஏறினான்.

"உடம்பு பரவாயில்லையா?" என்று கேட்டார் சதாசிவம். ராமாதன் புன்னகை புரிந்தான். கீர்த்தி எங்கே இருக்கிறான் என்று தெரிந்துகொண்டு அங்கே போனான். சதாசிவம் சிறிது நேரத்தில் கூப்பிட்டு அனுப்பினார். யோகா சிகிச்சை மையத்துக்குப் போகச் சொன்னார். ராமநாதன் அங்கே ஒரு மணி நேரத்துக்கு மேல் இருந்தான். யோகாசனம் கற்ற அவனுக்கு அதைக் குணப்படுத்தும் கருவியாக எப்படிப் பயன்படுத்துவது என்று தெரியாது. அந்தப் பிரிவின் பொறுப்பாளர் மாசிலாமணி எப்படி நோயாளிகளைக் கையாள்கிறார் என்பதைக் கவனமாகப் பார்த்துக்கொண்டிருந்தான். யோகாசனத்தில் போதிய பயிற்சி இல்லாதவர்களுக்கு யோகாசனங்களைச் சிகிச்சை முறையாக வழங்குவதில் உள்ள நுட்பம் அவனுக்குப் புரிபட ஆரம்பித்தது.

நோயாளிகள் சென்ற பிறகு மாசிலாமணியுடன் பேச ஆரம்பித்தான். ஒரு யோகாசனத்தை முறையாக, முழுமையாகச் செய்வதற்கும் சிகிச்சைக்கான யோகாவுக்குமான வித்தியாசத்தை அவர் விளக்கினார். முதுகு வலி உள்ளவர்களை புஜங்காசனம், சலபாசனம், அபானாசனம் தொடங்கிப் பல ஆசனங்களைச் செய்யச் சொல்லலாம். ஆனால் பலருக்கு இவற்றில் பயிற்சி இருக்காது. குறிப்பிட்ட வயதுக்கு மேல் உடலும் வணங்காது. தவிர, முதுகு வலி இருப்பவர்களால் இவற்றை முழுமையாகச் செய்ய முடியாது. செய்ய முயற்சி செய்தால் அவர்கள் வலிதான் அதிகமாகும். அவர்களுக்கு இந்த யோகாசனங்களின் எளிமைப்படுத்தப்பட்ட வடிவத்தைச் சொல்லித்தர வேண்டும். குறிப்பாக வலி இருக்கும்போது மிகவும் கவனமாக உடலைக் கையாள வேண்டும். வலி குறைந்துவிட்ட பிறகு சற்றே அடுத்த கட்டத்திற்கு அவர்களை எடுத்துச் செல்லலாம். அவர்கள் செய்வது யோகாசனம் அல்ல என்பதிலும் அது யோகாசனத்தை அடிப்படையாகக் கொண்ட உடற்பயிற்சி

என்பதிலும் நாம் தெளிவாக இருக்க வேண்டும் என்று விளக்கினார். சலபாசனத்தைச் செய்துகாட்டிய அவர் முதுகு வலி உள்ளவர்களை எந்த அளவுக்கு, எந்த விதத்தில் அதைச் செய்யவைக்க வேண்டும் என்பதையும் செய்து காட்டினார். "இது மாதிரி பல ஆசனங்களை நாம் சிகிச்சைக்கு ஏற்றபடி சிம்ப்ளிஃபை பண்ணி சொல்லித்தரணும்" என்றார்.

ராமநாதனுக்குள் புதிய வாசல்கள் திறந்தன. ஆதர்ச நிலைக்கும் நடைமுறை சார்ந்த நிலைக்குமான வித்தியாசங்களையே அவர் பேசுவதாக அவனுக்குப் பட்டது. வாழ்வின் எல்லா விஷயங்களுக்கும் இது பொருந்தும் என்பது அவனுக்குப் புரிந்தது.

பேசி முடிக்க இரவு ஒன்பது மணி ஆகிவிட்டது. கீர்த்திவாசன் ஏழு மணிக்கே கிளம்பிவிட்டான். ஆசிரமத்திற்குத் திரும்பும் வழியில் ராமநாதன் சிறகுகள் முளைத்துப் பறப்பது போல உணர்ந்தான். அந்தப் பெண்ணைப் பற்றிய நினைப்பே வரவில்லை.

அடுத்த நாள் மருத்துவமனையில் எல்லாப் பிரிவுகளிலும் புகுந்து புறப்பட்டாலும் மனம் முழுவதும் யோக சிகிச்சைப் பிரிவிலேயே இருந்தது. மாலை எப்போது வருமென்று காத்திருந்து அங்கே சென்றான். மாசிலாமணி மலர்ந்த முகத்துடன் வரவேற்றார். அவர் நோயாளிகளிடம் பேசும் முறை, யோகாசனத்தை எளிமைப்படுத்தி உடற்பயிற்சியாக மாற்றிய விதம் எல்லாவற்றையும் கூர்ந்து கவனித்தான். மேலும் பல சந்தேகங்கள் முளைத்தன. ஏழு மணிக்குப் பிறகு கேட்டுக்கொள்ளலாம் என்று பொறுமையாக இருந்தான். அப்போது கீர்த்திவாசன் வந்து சதாசிவம் கூப்பிட்டதாகச் சொன்னான். ராமநாதன் மனமில்லாமல் சென்றான்.

சதாசிவம் அறைக்குள் போனதும் ராமநாதன் அதிர்ச்சியில் ஒரு கணம் உறைந்தான். அறையில் அந்தப் பெண் அமர்ந்திருந்தாள். சதாசிவம் இவனை அறிமுகப்படுத்தி வைத்தபோது புன்சிரிப்புடன் கைகளைக் கூப்பினாள். சிவப்பு நிறப் புடவை அணிந்திருந்தாள். நெற்றியில் சிறியதாகச் சந்தனக் கீற்று. கழுத்தில் நகை எதுவும் இல்லை. முகத்தில் அசாத்தியமான ஒரு புன்னகை. ராமநாதனும் கை கூப்பினான். நாக்கு உலர்ந்துவிட்டிருந்தது. அகன்று விரிந்த அந்தக் கண்களிலிருந்து பார்வையை எடுக்க முடியவில்லை. சதாசிவம் இருக்கிறார் என்ற நினைப்புதான் அவனை இயல்பு நிலைக்குக் கொண்டுவந்தது. சதாசிவத்தைப் பார்த்தான். அவர் முகத்தின் மீது அந்த அழகிய கண்கள் தெரிந்தன.

தன்னையறியாமல் மீண்டும் அவள் முகத்தைப் பார்த்தான். இந்த முறை உதடுகளில் பட்ட பார்வை அங்கேயே நிலைத்தது. அந்த உதடுகள் அழகாக அசைந்தன.

"இவங்கதான் எங்கூட வரப்போறாங்களா?"

"ஆமாம். இவர் பேரு ராமநாதன். கோவை சென்டர்ல சேவார்த்தி" என்றார் சதாசிவம்.

"ராமு, இவங்க பேர் காயத்ரி. இந்த ஹாஸ்பிடல்ல இவங்களும் ஒரு வாலன்டியர். மார்க்கெட்ல இவங்க மாமா ஒரு சின்ன கடை வெச்சிருக்காரு. அங்க ஏதோ பிரச்சினையாம். நீ போய் என்னன்னு பாத்துட்டு வா. உனக்கு என்ன தோணுதுன்னு சொல்லு. என்ன பண்ணலாம்னு சொல்லு" என்றார்.

ராமநாதன் தலையாட்டினான். இருவரும் கிளம்பினார்கள். காயத்ரி ராமநாதனுடன் சகஜமாகவும் அன்பாகவும் பேசிக் கொண்டே வந்தாள். அவள் அருகில் நடக்கும்போது உள்ளூர உதறல் எடுத்தது. நாக்கு உலர்ந்துபோனது. அவள் முகத்தையே பார்த்துக்கொண்டிருக்க வேண்டும் என்ற தவிப்பு உண்டானது. தற்செயலாகத் திரும்பும்போது அவள் பக்கவாட்டுத் தோற்றம் உயிர்பெற்ற கோவில் சிலையைப் பார்ப்பது போன்ற சிலிர்ப்பை ஏற்படுத்தியது. அதுவும் பளிங்குச் சிலை. மூக்கின் கூர்மையும் மென்மையான தாடையும் சிவந்த கன்னமும் அவனைத் துன்புறுத்தின. தவிர்க்க முடியாமல் கீழே இறங்கி மீண்ட பார்வையில் பட்ட மார்பு கண்களை விட்டு அகல மறுத்தது.

"ராமுவுக்கு எந்த ஊருன்னு கேட்டேன்" என்று அவள் சற்று அழுத்தமாகச் சொன்னபோதுதான் அவள் கேள்விக்குத் தான் பதில் சொல்லவில்லை என்பது உறைத்தது.

"மெட்ராஸ், பெரம்பூர்" என்றான்.

"மெட்ராஸ்ல ஞான் திருவான்மியூர் வந்திருக்கு. கலாஷேத்ரா பாத்துருக்கு. பெரம்பூர் எவிட இருக்கு?" என்றாள்.

இப்போதுதான் அவள் குரலைத் தெளிவாகக் கேட்கிறோம் என்பது அவனுக்குப் புரிந்தது. அவளுடைய வித்தியாசமான தோற்றம், நிறம், உடை அணியும் விதம், பேச்சில் தொனிக்கும் ராகம், உச்சரிப்பின் வித்தியாசம் ஆகியவற்றுக்கான காரணம் அவனுக்குப் புரிந்தது. இப்போது மீண்டும் அவளைப் பார்க்க வேண்டும்போல் இருந்தது. அப்படிப் பார்த்தால் பேச முடியாது என்பதை உணர்ந்தவன் நேராகப் பார்த்தபடி பேசிக்கொண்டே

நடந்தான். பெரம்பூரைப் பற்றிச் சொன்னான். காயத்ரி அவன் குடும்பத்தைப் பற்றிக் கேட்டாள். சொன்னான். படிப்பைப் பற்றிக் கேட்டாள். சொன்னான். ஸ்வாமிஜியை எத்தனை ஆண்டுகளாகத் தெரியும் என்று கேட்டாள். சொன்னான். பேருந்து நிறுத்தம் வந்தது. இருவரும் நின்றார்கள்.

"இத்ர சின்ன வயசுல ஆஸ்ரமத்துல சேவார்த்தியா வரணும்னு ராமுவுக்கு எப்படி தோணித்து?" என்று கேட்டாள். அந்தக் கேள்வியால் ஒரு கணம் உறைந்து நின்றான். மறு கணமே சுதாரித்துக்கொண்டான். இது தனக்கு அழகல்ல என்று நினைத்துக்கொண்டான். தனக்கு எதிரில் நின்றுகொண்டிருந்த அவளை இப்போது நேராகப் பார்த்தான். பிரம்மச்சரியம் குறித்த உறுதிப்பாடுகளை அனாயாசமாக அசைத்துவிடக்கூடிய அந்தப் பேரழகு முகத்தைப் பார்த்தபடி உறுதியுடன் பேச ஆரம்பித்தான். இந்த முகத்தைப் பார்த்தால் பேச வராது என்ற தயக்கத்தை உடைக்க வேண்டும் என்று நினைத்தான். ஒரு சில ஆண்டுகளே தங்கியிருக்கும் இந்தத் தாற்காலிக அழகில் மயங்கித் தன் லட்சியத்திலிருந்து வழுவக் கூடாது என்று தனக்குத் தானே சொல்லிக்கொண்டான். தோலையும் சதையையும் பார்த்துப் பரசவமடையும் அஞ்ஞானத்திலிருந்து விடுபடுவதே தன்னைப் போன்ற லட்சியவாதிக்கு அழகு என்று சொல்லிக்கொண்டான்.

"சின்ன வயசுலதான் இந்த எண்ணம் வரணும்னு நான் நினைக்கிறேன். ஒவ்வொரு மனிதனுக்கும் அவன் செயல்திறன் இளமைலதான் உச்சத்துல இருக்கும். அந்தச் சமயத்துல சுயநலத்தையும் சொந்த வாழ்க்கையையும் பாத்துட்டு உடம்புல தெம்பும் வேலை செய்யற துடிப்பும் கொறைஞ்ச பிறகு பொதுநலம் செய்யறேன்னு வர்ரது சரியில்லைன்னு தோணுது. இந்த வயசுல பக்குவம் இருக்காதுதான். ஆனா துடிப்பு அதிகமாக இருக்கும். பக்குவத்துக்கு பெரியவங்க கெய்ட் பண்ணுவாங்க. காரியம் செய்ய இளைஞர்கள் வேணும். சின்ன வயசுல லௌகீக வாழ்க்கையை நடத்தினா அந்த வாழ்க்கைல நம்ம மேல ஒட்டிக்கற சுமையை எப்படி இறக்கி வெக்கறது? எப்படி விட்டுட்டு வர்ரது? எனக்கென்னமோ ஒவ்வொருத்தரும் 18 வயசுலேந்து 30 வயது வரைக்கும் பொது சேவைல முழுசா ஈடுபட்டுட்டு அப்புறம் குடும்ப வாழ்க்கைக்கும் போகலாம்னு தோணுது. இந்தியால இருக்கற கோடிக்கணக்கான இளைஞர்கள் அப்படிப் பண்ணினா இன்னும் இருபது வருஷத்துல இந்தியாவோட நிலமையே மாறிடும்" என்றான்.

பதில் சொன்னதும் இனம் புரியாத மனநிறைவு ஏற்பட்டது. பதற்றம் தணிந்திருந்தது. இப்போது தைரியமாக அவள் முகத்தைப்

பார்க்க முடிந்தது. அவள் கேள்விக்கான பதிலும் தன்னுடைய மனப் போராட்டத்துக்கான தீர்வும் இதில் இருக்கிறது என்று நம்பினான்.

காயத்ரியின் முகத்தில் மலர்ச்சியுடன் கூடிய புன்னகை தோன்றியது. "ப்ரமாதம்'' என்று சொல்லிச் சிரித்தாள். "இவ்வளவோ சின்ன வயசுல இப்படி ஒரு லஷ்ய புருஷனை ஞான் பார்த்திட்டில்லா. சங்கரர், விவேகானந்தர் பேசறா மாதிரி இருக்கு" என்றாள்.

ராமநாதனின் மனம் பிரகாசமடைந்தது. முகத்தில் கூச்சம் தோன்றியது.

பேருந்து வந்தது. இருவரும் ஏறிக்கொண்டார்கள். காயத்ரி டிக்கெட் வாங்கினாள்.

சிறிது நேரம் இருவரும் பேசவில்லை. மீண்டும் காயத்ரியே பேச்சைத் தொடங்கினாள். "ராமு, எனக்கொரு டவுட்டு" என்றாள். ராமநாதன் அவளைப் பார்த்தான். அவள் அழகு அவன் கண்களைக் கூசச் செய்தாலும் உறுதியோடு அவள் கண்களைப் பார்த்தபடி, "என்ன?" எனறான்.

"30 வயசுக்கு மேல ஃபேமிலி லைஃப்ல போற ஐடியா ராமுவுக்கு இருக்கோ?" என்றாள்.

"நிச்சயமா இல்ல" என்றான் உறுதியோடு. அது பொதுவா சொன்னது. என்னைப் பொறுத்தவரை சன்யாஸ யோகியாகவே வாழ்ந்து செத்துப் போகணும்ன்றதுதான் என் ஆசை" என்றான்.

"அச்சச்சோ... சாவு பத்தியெல்லாம் என்னத்துக்கு பேச்சு? ஞான் சும்மா ஒரு பேச்சுக்குக் கேட்டது" என்றாள் காயத்ரி.

ராமநாதன் புன்னகைத்தான். அவளைப் பற்றித் தெரிந்து கொள்ள வேண்டும் என்ற குறுகுறுப்பு எழுந்தது. ஆனால் அது தனக்குத் தேவையில்லாத விஷயம் என்று அடக்கிக்கொண்டான். ஆனால் அவள் மாமாவின் கடையில் என்ன பிரச்சினை என்பதைத் தெரிந்துகொள்ள வேண்டியது அவசியம் என்றும் நினைத்தான்.

"கடைல ஏதோ பிரச்னைன்னு யோகி சொன்னாரே?" என்றான்.

காயத்ரியின் முகத்தில் இருந்த சிரிப்பு மறைந்தது. "மார்க்கெட் ரவுடிப் பசங்க தொந்தரவு. ஆனா அதுக்கு நிங்ஙளை ஏன் யோகி அனுப்பினாருன்னு எனிக்கு மனசிலாயிட்டில்லா" என்றாள்.

ராமநாதனுக்கும் குழப்பமாக இருந்தது. இதுபோன்ற விவகாரத்தில் அவன் ஈடுபட்டதில்லை. வலுவான உடலும் துணிச்சலும் இருந்தாலும் இதுவரை சண்டைக்கெல்லாம் போனதில்லை. சதாசிவ யோகி இதே ஊரில் இருப்பவர். இந்தப் பிரச்சினையை எப்படிக் கையாள்வது என்றுஅவருக்குத் தெரியாதா என்ன? இது தனக்கு வைக்கப்படும் சோதனை என்றே அவனுக்குத் தோன்றியது.

காயத்ரியின் கண்களைப் பார்த்தபடி சொன்னான். “சாந்தி யோக ஆசிரமத்தின் யோகிகள் யாராவது ஏதாவது செய்யறாங்கன்னா அதுக்கு ஆழமான காரணம் இருக்கும். என்னை அனுப்பறதுக்கு முன்னால அதைப் பத்தி அவர் தீர்க்கமா யோசிச்சிருப்பார். அதப் பத்திக் கவலையே பட வேணாம்” என்றான். “பயப்படாதீங்க. மார்க்கெட்ல வந்து நான் சண்டை கிண்டையெல்லாம் போட மாட்டேன். அதெல்லாம் எனக்கு வருமான்னே எனக்குத் தெரியாது” என்றான்.

காயத்ரி சிரித்தாள்.

22

காயத்ரியின் மாமா வினயசந்திரன் அன்புடன் வரவேற்றார். கடையில் சிறிய சுவரில் பெரிய அளவிலான காந்தி படம் மாட்டப்பட்டிருந்தது. பக்கத்தில் ஒரு கரும்பலகை. அதில் காந்தியடிகளின் பொன்மொழி எழுதப்பட்டிருந்தது. அந்தக் கடையில் இயற்கை சிகிச்சைக்கான பொருள்கள், சுக்குக் காப்பித்தூள், பூண்டு முதலானவற்றில் செய்த பொடிகள், கடலை மிட்டாய், பனைவெல்லம், கதர் வேட்டிகள், துண்டுகள், சீயக்காய்த் தூள் முதலான பொருள்கள் விற்பனைக்கு வைக்கப்பட்டிருந்தன. காந்தியடிகளின் சத்திய சோதனை, வினோபா பாவேயின் கீதைப் பேருரைகள் ஆகிய நூல்கள் விற்பனைக்கு வைக்கப்பட்டிருந்தன. தன்னுடைய நெருங்கிய நண்பருடன் சேர்ந்து தொடங்கிய கடை இது என்றும், நண்பர்தான் இதை அதிகம் பார்த்துக்கொள்கிறார் என்றும் சொன்னார். அவர் ஊரில் இல்லாததால் இப்போது தன் பொறுப்பில் இருப்பதையும் சொன்னார்.

ராமநாதனைப் பற்றி விசாரித்தார். ராமநாதன் தன் கதையைச் சுருக்கமாகச் சொன்னான். சதாசிவ யோகி அனுப்பினார் என்றதுமே வினயசந்திரனுக்கு ராமநாதன் மேல் மிகுந்த நம்பிக்கை உண்டாகிவிட்டது. காயத்ரியைக் கடையைப் பார்த்துக்கொள்ளச் சொல்லிவிட்டு உள்ளே இருந்த சிறிய அறைக்கு அழைத்துச் சென்றார்.

அந்த ஊரில் கள்ளச் சாராயம் காய்ச்சி விற்கப்படுகிறது. ஒரு தோப்புக்குள் சாராயம் காய்ச்சுகிறார்கள். ஊரில் உள்ள குளத்தின் பாலத்திற்கு அடியில் சாராயத்தை விற்கிறார்கள். மேலும் பல இடங்களிலும் சாராயம் விற்கப்படுகிறது. வினய சந்திரன் இதுபற்றி போலீஸில் புகார் கொடுத்தார். நடவடிக்கைகள் அவருக்குத் திருப்தி தரவில்லை. இவர் தொடர்ந்து வற்புறுத்தியபோது ஒரு அதிகாரி, "புகார் குடுத்துட்டீங்கல்ல? நாங்க பாத்துகிடுதோம். சும்மா தொல்லப்படுத்திட்டு இருக்காதீங்க" என்று எரிந்துவிழுந்தார். ஆனால் எந்த நடவடிக்கையும் எடுக்கப்படவில்லை. மீண்டும் வற்புறுத்தியபோது கோபமான எதிர்வினைகள் வந்தன. வினய சந்திரன் விடவில்லை. மாவட்ட ஆட்சியரிடம் போய்ப் புகார் செய்தார். அங்கிருந்து நெருக்கடி வந்தபோது ஒப்புக்கு நடவடிக்கைகள் மேற்கொள்ளப்பட்டன. ஆனால் காவல் துறை அதிகாரிகள் வினய சந்திரனையும் மிரட்டினார்கள். கள்ளச் சாராய வியாபாரிகளும் அவரை மிரட்டினார்கள். கடையைக் காலி செய்துவிடுவோம் என்பதிலிருந்து ஆளையே காலி செய்துவிடுவோம் என்பதுவரை மிரட்டல்கள் வந்தன.

இதையெல்லாம் வினயசந்திரன் விளக்கிய பிறகு ராமநாதன் உடனடியாக எதுவும் பேசவில்லை. இதுபோன்ற விவகாரங்களில் அவன் ஈடுபட்டதில்லை. ஆனால் கேள்விப்பட்டிருக்கிறான். கள்ளச் சாராய வியாபாரிகளுக்கும் காவல் துறையினருக்கும் அரசியல்வாதிகளுக்கும் இடையே இருக்கும் தொடர்புகளை அவன் அறிவான். சாந்தி யோக ஆசிரமத்தைப் பொறுத்தவரை இது போன்ற காரியங்களில் ஈடுபடுவதில்லை என்பதே நடைமுறை. ரவுடிகள், அரசியல்வாதிகள் ஆகியோரோடு மோத வேண்டிய நிலை ஏற்பட்டால் அதிலிருந்து ஒதுங்கிவிட வேண்டும் என்பதே ஆசிரமத்தின் அணுகுமுறை. இதுபோன்ற பிரச்சினைகளில் ஈடுபட்டால் அதற்கான பலம் இருக்க வேண்டும். போதிய பலம் இல்லாமல் களம் இறங்கினால் எதையுமே செய்ய முடியாத நிலை ஏற்பட்டுவிடும் என்பதால் ஆசிரமம் இதுபோன்ற நடவடிக்கைகளில் ஈடுபடுவதில்லை. பணி செய்யும் இடங்களில் ரவுடிகளால் தொல்லை அதிகம் இருந்தால் காவல்துறையிலும் அரசாங்கத்திலும் மேலிடத்தில் இருக்கும் சில தொடர்புகள் – அவர்களில் பலர் ஸ்வாமிஜியின் பக்தர்கள் – மூலம் அந்தப் பிரச்சினையைத் தீர்க்க கோரிக்கை முன்வைக்கப்படும். அதுவும் சுமுகமாகத் தீர்த்துவையுங்கள் என்ற கோரிக்கைதான் வைக்கப்படும். நாளை அதே இடத்தில் ஆசிரமத்தின் யோகிகளும் சேவார்த்திகளும் புழங்க வேண்டும் அல்லவா? தவிர இன்றைய ரவுடிகள் நாளைய சேவார்த்திகள் என்பதே நமது நம்பிக்கையாகவும் அணுகுமுறையாகவும் இருக்க வேண்டும் என்பார் ஸ்வாமிஜி.

ராமநாதன் மனதில் இவையெல்லாம் வேகமாக ஓடின. சதாசிவ யோகியின் அணுகுமுறை என்னவாக இருக்கும் என்பது அவனுக்கு எளிதில் யூகிக்கக்கூடியதாகவே இருந்தது. அவர் ஏதாவது செய்வார் என்பதில் சந்தேகம் இல்லை. ஆனால் இறுதிவரை பார்த்துவிடுவது என்ற அணுகுமுறை அவருக்கு இருக்காது. வினயசந்திரனோ தன் உயிரைப் பற்றியோ உடமைகளைப் பற்றியோ கவலைப்படக்கூடியவர் அல்ல என்று ராமநாதனுக்குப் புரிந்தது. ஆனால் தன்னைச் சேர்ந்தவர்களின் பாதுகாப்பைப் பற்றி அவர் நிச்சயமாகக் கவலைப்படுவார். காயத்ரியைத் தவிர அவருக்கு யார் நெருங்கிய உறவினர் என்பதை முதலில் அறிய வேண்டும்.

“உங்க ஃபேமிலியை பத்தி எதுவுமே சொல்லலயே?” என்றான் ராமநாதன்.

வினயசந்திரனுக்கு இந்தக் கேள்வி சற்றே வியப்பைத் தந்தாலும் அவர் அதைக் காட்டிக்கொள்ளாமல் பதில் சொன்னார்.

“வைஃப் எறந்துபோய் பத்து வருஷம் ஆகுது தம்பி. ஒரு பையன், ரெண்டு பெண் குட்டி. எல்லாரும் கேரளாவிலே இருக்காங்க. பையன் ஆலப்புழா. பெரியவ ட்ரிவேண்ட்ரம். சின்னவ காசர்கோடு” என்றார்.

“காயத்ரி உங்களோடுதான் தங்கியிருக்காங்களா?”

“இல்ல. ஞான் தனியாதான் இருக்கேன். பக்கத்துல உள்ள கிராமத்துல எங்க வீட்டுல நெறய இடம் இரிக்கி. அங்க என் ஃப்ரெண்ட்ஸ் சிலர் வந்து கிளாஸ் எடுக்கறாங்க. க்ராஃப்ட், டிராயிங், யோகா, களறி எல்லாம் சொல்லித் தருவாங்க. நைட்ல ஸ்டூடண்ஸுக்கு பாடம் உண்டு. பத்து மணி வர மனுஷா தங்கிடுவாங்க. என்னோட செக்யூரிட்டிக்கு எந்த ப்ரோப்பளமும் இல்லா” என்றார்.

தன் கேள்வியின் நோக்கத்தை அவர் புரிந்துகொண்டு விட்டதை உணர்ந்தான் ராமநாதன்.

“நான் சதாசிவ யோகிகிட்ட பேசறேன்” என்றான்.

“எனக்கொண்ணும் பயம் கிடையாது. ஆனா அவங்க பெரிய க்ரூப். தனி மனுஷனா எதுத்து நிக்கறது ரொம்ப டேஞ்சர். அதப் பத்தி எனிக்கிக் கவலை இல்ல. ஆனா காரியம் முடியணுமே. இந்த ஊர்ல கள்ளச் சாராயம் காச்சறவங்கள முடக்கிப்போடணும். அதுதான் முக்யம்” என்றார்.

ராமநாதன் தலையாட்டினான். பெரியவர் ஒரு பெரிய யுத்தத்தைத் தொடங்கியிருக்கிறார். அதன் ஆழம் அதிகம் என்பது அவருக்குத் தெரிந்திருக்கிறதா என்ற கவலை அவனுக்கு ஏற்பட்டது. இதில் ஏதாவது செய்துதான் ஆக வேண்டும். இத்தனை வயதில் இவருக்கு இவ்வளவு துணிச்சல் என்றால் எனக்கு எவ்வளவு இருக்க வேண்டும் என்று நினைத்துக்கொண்டான்.

இருவரும் வெளியே வந்தார்கள். காயத்ரி இருவரையும் பார்த்தாள். எதையும் யூகிக்க முயல்வதாக அவளைப் பார்த்தால் தெரியவில்லை. ராமநாதனைப் பார்த்துப் புன்னகைத்தாள். மாமாவைப் பார்த்து, "இவரைச் சின்னப் பயன்னு நெனக்கண்டாம். ஆளு சோஷல் கமிட்மெண்ட்ல டெப்த் ஜாஸ்தியாக்கும்" என்றாள். வினயசந்திரன் புன்னகைத்தார். "ஸ்வாமி விவேகானந்தர் மாதிரி" என்றாள் காயத்ரி. ராமநாதன் கூச்சத்துடன் சிரித்தான். இருவரும் விடைபெற்றுக்கொண்டு வெளியே வந்தார்கள். வினயசந்திரனும் அதே ராகத்தில்தான் பேசுகிறார். ஆனால் காயத்ரி பேசும்போது மட்டும் அந்த ராகத்துக்கு இவ்வளவு வசீகரம் எப்படி வந்துவிடுகிறது என்று ராமநாதன் வியந்தான்.

காயத்ரி வீட்டுக்குப் போக வேண்டும் என்றாள். ஆஞ்சநேயர் கோவிலுக்குப் பக்கத்தில் அவள் வீடு. இங்கிருந்து கால் மணி நேரத்தில் நடந்து போய்விடலாம் என்றாள். பொழுது சாய்ந்து அனேகமாக இருட்டிவிட்டிருந்தது. வீடு வரை வருகிறேன் என்றான் ராமநாதன். காயத்ரி மறுப்புச் சொல்லவில்லை.

காயத்ரியோடு நடந்து செல்வது நடையைப் புதிய அனுபவமாக்கியது. நடையை ஒரு தியானம் போலப் பயின்ற அவனுக்கு ஒரு பெண்ணுக்கு மிக அருகில் நடந்து செல்லும் அனுபவம் புதிதாக இருந்தது. கால்கள் மிதப்பது போன்ற உணர்வு ஏற்பட்டது. காயத்ரி தன் மாமாவைப் பற்றிச் சொல்லிக்கொண்டே வந்தாள்.

"உங்ககூட அன்னிக்கு ஒரு பையன் வந்தானே, அது யாரு?" என்று கேட்டான் ராமநாதன்.

"என்னோட மோன்" என்றாள் காயத்ரி. ராமநாதனுக்கு இந்தப் பதில் சற்றே அதிர்ச்சியாக இருந்தது. அவளுக்குக் கல்யாணமாகியிருக்கலாம் என்று யூகித்திருந்தான். ஆனால் இவ்வளவு பெரிய பையன் இருப்பான் என்று எதிர்பார்க்கவில்லை.

"அவன் பேர் என்ன, எத்தனாவது படிக்கறான்?"

“ஸ்ரீநிவாசன், செகண்ட் போறான்.”

“அவங்க அப்பா?”

“அவங்க எறந்துபோய் அஞ்சு வருஷம் ஆச்சு” என்று சொன்னபோது காயத்ரியின் குரல் சாதாரணமாகவே இருந்தது. ராமநாதன் அதிர்ந்துபோனான். என்ன ஆச்சு என்று கேட்க வந்தவன் பழசைக் கிளற வேண்டாம் என்று கட்டுப் படுத்திக்கொண்டான். “சின்ன வயசுலயே அவருக்கு உடம்புக்கு நெறய ப்ரோப்ளம்ஸ்” என்று அவளாகவே சொன்னாள். “அத தவிர நெறய குடிக்கும். சொன்னா கேக்கவே மாட்டாங்க” என்றும் சொன்னாள்.

சிறிது நேரம் இருவரும் பேசவில்லை. பிறகு காயத்ரியே பேசத் தொடங்கினாள். “ஸ்ரீநி பால விகாஸ் கிளாஸ்ல இருப்பான். நான் ஆசிரமத்துக்கும் கடைக்கும் போயிட்டு வரதுக்குள்ள அவன் கரைய மாட்டான். ரொம்ப சமத்தாக்கும்“ என்றாள்.

“உங்களுக்கு வருமானம்?”

“ஞான் டெய்லரிங் பண்றது” என்றாள். ராமநாதனுக்குச் சற்று ஆறுதல் ஏற்பட்டது. ஆசிரமத்தை எப்படித் தெரியும் என்று கேட்டான். “மாமாதான் காணிச்சி கொடுத்தார்” என்றாள்.

“ஹோஸ்பிடல்ல அவுட் பேஷண்ட்ஸோட வர்க் பண்றது வளர நன்னாயிட்டு இரிக்கி. கோவிலுக்குப் போய்ட்டு வரா மாதிரி இரிக்கி” என்றாள்.

மாமாவைப் பற்றி விசாரித்தான்.

“மாமாவோட மகனுக்கு ட்ரிவேண்ட்ரம்ல வேலை. ரெண்டு பெண் குட்டி. மாமா இங்கதான் படிச்சது. இங்கதான் ஃபேமிலி லைஃபெல்லாம் நடத்தினது. பசங்க கேரளாவிலே செட்டிலானாலும் மாமா மட்டும் இங்கயே தங்கிட்டாங்க. வைஃப் இறந்த பிறகும் கேரளா போய் பசங்களோட இரிக்க அவருக்கு விருப்பமில்லா. ஆனா அடிக்கடி ஆலப்புழா போய்த் தங்குவாரு. மாமா பையனுக்கு ஆலப்புழாவில ஒரு அழகான வீடுண்டு. மாமாவுக்கு அங்க நெறய ஃப்ரெண்ஸ். யோகா தெரபி, களறி எல்லாம் நன்னாயிட்டு தெரிஞ்ச ஃப்ரெண்ஸ். மாமா வருஷத்துக்கு பாதி நாள் அங்கதான் இருக்கும். இங்க இந்த முற வந்தபோது கள்ளச் சாராய வெவகாரத்த பாத்து ரொம்ப கோவமாயிட்டாரு...”

மாமா புராணம் முடிவதற்குள் காயத்ரியின் வீடு வந்துவிட்டது. சிறிய வீடுதான். ஆனால் சுத்தமாக இருந்தது. கதவின் மேல் பிள்ளையார் படம் இருந்தது. வீட்டுக்குள் நுழைந்ததுமே கொல்லைப் புறத்தில் இருந்த துளசி மாடம் தெரிந்தது. காற்று பிய்த்துக்கொண்டு போயிற்று. சுவரில் இருந்த படம் காயத்ரியின் கணவனாக இருக்கும் என்று தோன்றியது. சுவாமி படத்திற்கு விளக்கேற்றிக் கும்பிட்டுவிட்டு அந்தப் படத்திற்கும் விளக்கேற்றிக் கும்பிட்டதைக் கண்டதும் அது உறுதியாயிற்று. போதாக்குறைக்கு காயத்ரியும் "ஸ்ரீநியோட அப்பா" என்று சொன்னாள்.

சாப்பிட்டுவிட்டுப் போகும்படி காயத்ரி வற்புறுத்தினாள். கீர்த்திவாசனுடன் சேர்ந்து சாப்பிட வேண்டும் என்று சொல்லி மறுத்தான். கிளம்ப ஆயத்தமானான்.

"மாமாவ நெனச்சாதான் ரொம்ப விஜாரமா இருக்கு. வேண்டாத வேலையெல்லாம் நமக்குத் தேவையான்னு கேட்டா எது வேண்டாத வேலைன்னு கோபமா கேக்கறார். நிங்கள்தான் ஏதாவது பண்ணணும். யோகிட்ட பேசுங்கோ" என்றாள் சற்றே சோகத்தோடு. குரல் கம்மியது. ராமநாதனின் மனம் தடுமாறியது. ஏதாவது செய்தே ஆக வேண்டும் என்று தீர்மானித்துக்கொண்டான்.

கிளம்ப வேண்டிய நேரம் வந்தது. கிளம்ப மனமில்லாமல் நின்றான். இதுவரை ஒருபோதும் உணர்ந்திராத உணர்வு இது. வீட்டை விட்டு வர முடிந்தது. கோவை ஆசிரமத்தை விட்டுக் கிளம்பி வேறு ஊருக்குப் போக மனம் உடனே தயாராகிவிட்டது. ஆனால் இவளை விட்டுவிட்டுப் போக மனம் வரவில்லை. என்ன ஈர்ப்பு இது?

சுவாமி படத்தின் முன் நமஸ்கரித்தான். எழுந்து வஜ்ராசனத்தில் அமர்ந்தபடி கைகளைக் கூப்பியபடி கண்களை மூடிப் பிரார்த்தனை செய்தான். இந்த ஈர்ப்பிலிருந்து என்னைக் காப்பாற்று என்று ஆத்மார்த்தமாக வேண்டிக்கொண்டான். ஓரிரு நிமிடங்கள் புற உலகை மறந்து அப்படியே அமர்ந்திருந்தான். காயத்ரி எழுந்து செல்லும் ஓசை கேட்டுக் கண்விழித்தான். சாஷ்டாங்கமாக நமஸ்கரித்து எழுந்தான். காயத்ரி அவன் நெற்றியில் திருநீறு இட்டாள். அவள் கைபட்ட இடம் எரிந்தது. அவள் அருகில் நிற்கும்போது உடலும் மனமும் அவன் வசம் இல்லை. கண்களை மூடினான். கற்ற பாடங்களும் படித்த தத்துவங்களும் கைகொடுக்கவில்லை என்பதை நினைத்து

வருந்தினான். கண்களைத் திறந்தவன் "நான் கிளம்பறேன். நாளைக்கு ஹாஸ்பிடலுக்கு வருவீங்களா?" என்றான்.

"கரெக்டா நாலு மணிக்கு ஞான் வரும்" என்று காயத்ரி புன்முறுவலுடன் சொன்னாள்.

வாசலை நோக்கி நடந்தவன் நின்று, "கொஞ்சம் தண்ணி குடுங்க" என்றான். அவள் உள்ளே செல்வதையே பார்த்தபடி நின்றிருந்தாள். மருத்துவமனையிலும் சாலையிலும் அவள் உடலின் அசைவுகள் கச்சிதமாக, முன்கூட்டியே திட்டமிடப்பட்டதாக இருந்தன. இங்கே இயல்பாகவும் நெகிழ்வாகவும் இருப்பதை உணர்ந்தான். அவள் திரும்பும்போதும் குனிந்து நிமிரும்போதும் அவள் மார்புகளைப் பார்ப்பதை அவனால் தவிர்க்க முடியவில்லை. முதுகு காட்டி நடந்து செல்லும்போது அழகிய பிட்டங்களைப் பார்ப்பதையும் தவிர்க்க முடியவில்லை. உண்மையான துறவியால்தான் இத்தனை அழகை அலட்சியம் செய்ய முடியும் என்று நினைத்தவன், அத்தகைய துறவி தானல்ல என்பதைத் தெளிவாக உணர்ந்தான். தண்ணீரைக் குடித்துவிட்டு வெளியேறினான். மனம் அவன் வசமிழந்து நெடுநேரம் ஆகிவிட்டிருந்தது.

27

சதாசிவ யோகி எல்லா விவரங்களையும் கேட்டுக்கொண்டார். என்ன செய்யலாம் என்று அவனிடமே யோசனை கேட்டார். இது தனக்கு வைக்கப்படும் பரீட்சை என்பதை உணர்ந்த ராமநாதன் ஆசிரமத்தின் அணுகுமுறையை ஒட்டியே பதில் சொன்னான். சதாசிவ யோகியின் முகத்தில் புன்னகை தோன்றியது. கீர்த்திவாசனையும் கூப்பிட்டு அவனிடமும் விஷயத்தைச் சொல்லி யோசனை கேட்டார். அவனும் சொன்னான். மூவரும் சேர்ந்து திட்டம் வகுத்தார்கள்.

"ரவுடிகள் எந்தக் காரணத்தைக் கொண்டும் மசிய மாட்டார்கள். கள்ளச் சாராய வியாபாரிகளின் பண பலமும் ஆள் பலமும் அரசியல் பலமும் அதிகம். இதுல அந்தப் பெரியவரை வெற்றிபெறவைக்கறது நம்ம சக்திக்கு அப்பாற்பட்டது. அவரை எப்படி காப்பாத்தறதுங்கறத பத்திதான் நாம கவலைப்பட முடியும்" என்றார் சதாசிவம்.

அதை மனதில் கொண்டு திட்டம் தீட்டப்பட்டது. சதாசிவ யோகி மாவட்ட ஆட்சியரைப் போய்ப் பார்த்து வினயசந்திரனுக்கு எந்த ஆபத்தும் வரக் கூடாது என்பதை

உறுதி செய்ய வேண்டும். பாஸ்கரன் உள்ளூர் ஆளும் கட்சித் தலைவரைப் பார்த்து வினயசந்திரனின் பாதுகாப்புக்கு உத்தரவாதம் பெற வேண்டும். அவர்கள் இவரைப் பேசாமல் இருக்கச் சொல்லுங்கள் என்பார்கள். அவர் பிடிவாதம் மிக்கவர் என்பதால் சொல்பேச்சைக் கேட்க மாட்டார். அவர்களை ஒரு வாரமாவது தங்கள் நடவடிக்கையை நிறுத்திவைக்கும்படி சொல்ல வேண்டும். அதற்குள் கேரளத்தில் இருக்கும் அவர் பையனிடம் சொல்லி அவரை ஊருக்குக் கூட்டிக்கொண்டு செல்லும்படி கேட்டுக்கொள்ள வேண்டும்.

ராமநாதனுக்கு இந்த ஏற்பாடு சுத்தமாகப் பிடிக்கவில்லை. கள்ளச் சாராய கோஷ்டியை எதிர்த்துப் பெரிதாக எதுவும் செய்துவிட முடியாது என்பது அவனுக்கும் தெரியும். ஆனால் அவர்களிடம் முழு சரணாகதி அடைவதை அவன் மனம் ஏற்கவில்லை.

ராமநாதனின் முகத்தில் தெரிந்த சலனங்களைக் கண்ட சதாசிவம் அவனிடம் பேசினார். நாட்டில் இதுபோல எவ்வளவோ பிரச்சினைகள் இருக்கின்றன. ஒவ்வொன்றும் முக்கியமானதுதான். ஆனால் அவற்றில் எல்லாம் ஈடுபட ஆரம்பித்தால் நாம் செய்ய நினைக்கும் காரியங்களைச் செய்ய முடியாது. குவி மையம் என்பது மிகவும் முக்கியம். விலகல் என்பது விதிவிலக்காகத்தான் இருக்க வேண்டும். அதில் ஆழமாகப் போய்விடக் கூடாது. நமது பணிகள் இன்னும் பன்மடங்கு பெருகும் பட்சத்தில் இது போன்ற பிரச்சினைகள் தீரும். அதுவரை பொறுமையாகத்தான் இருக்க வேண்டும் என்பதை விளக்கினார்.

ராமநாதனுக்கு எல்லாமே புரிந்தது. ஆனால் ஏற்றுக்கொள்ள முடியவில்லை. அரசிலும் கட்சி வட்டாரத்திலும் இருக்கும் செல்வாக்கைப் பயன்படுத்தி இது போன்ற பிரச்சினைகளைக் கையாள்வதற்கான வாய்ப்பு நமது செயல் திட்டத்தில் இருக்க வேண்டும் என்று நினைத்தான். பக்கத்தில் இதுபோன்ற போராட்டம் நடக்கிறது என்றால் அதில் நாமும் இணைந்துகொள்ள வேண்டும். போராட்டத்தின் வலிமை அதிகமானால் சமூக விரோதிகளின் வலிமை குறையும். சமூக மாற்றம் காண விரும்பும் ஆசிரமத்தின் அணுகுமுறை அப்படித்தான் இருக்க வேண்டும். வழக்கமான வேலைகள் பாதிக்காமல் எப்படி இதைச் செய்வது என்பதைத்தான் பார்க்க வேண்டும் என்று அவன் நினைத்தான். ஆனால் வாதிட விரும்பவில்லை.

கீர்த்தியிடம் தனியாக அதுபற்றிப் பேசினான். கீர்த்தி தெளிவாக இருந்தான். காவல்துறையின் ஒத்துழைப்பு அல்லது

ஆள் பலம் இல்லாமல் இதுபோன்ற விவகாரங்களில் ஈடுபடுவது முட்டாள்தனம். ஒரு மையத்தில் இருக்கும் அத்தனை பேரையும் இதில் ஈடுபடுத்த வேண்டியிருக்கும். அது தேவையற்ற வேலை. இப்படி ஒவ்வொரு பிரச்சினை வரும்போதும் நம்முடைய வேலையை எல்லாம் விட்டுவிட்டு அங்கே போய் நிற்க முடியாது. அது முட்டாள்தனம். பெரியவர் பாவம்தான். ஆனால் நடைமுறை தெரியாதவர். அவருக்காகச் சிக்கலில் மாட்டிக்கொண்டால் பிறகு ஆசிரம வேலைகளை அவரா கவனிப்பார்? ஆஸ்பத்திரி, விவசாயம், யோகா, பள்ளிக்கூடம் என்று நமக்கு ஏற்கெனவே நிறைய வேலைகள் இருக்கின்றன. உணர்ச்சிவசப்பட்டு எதையும் கெடுத்துக்கொள்ள முடியாது என்றான் கீர்த்தி.

இதுதான் நடைமுறை சார்ந்த அணுகுமுறை என்பது ராமநாதனுக்குப் புரியாமல் இல்லை. ஆனால் ஏதாவது செய்தாக வேண்டும் என்று நினைத்தான். தீய சக்திகளின் மிரட்டலுக்குப் பணிந்து போவது அவமானம் என்று நினைத்தான். இதை சதாசிவ யோகியிடம் கேட்கவும் செய்தான். அவர் தீய சக்திகளை எதிர்க்கும் திறன் இல்லாதபோது அதை ஒப்புக்கொண்டு பின்வாங்குவதே விவேகம் என்றார். ராமநாதனால் அதைப் புரிந்துகொள்ள முடிந்தது. ஆனால் ஒப்புக்கொள்ள முடியவில்லை. ஏதாவது செய்ய வேண்டும் என்ற எண்ணம் அவன் மனதில் எழுந்தது.

சதாசிவமும் பாஸ்கரனும் தத்தமது தொடர்புகள் மூலம் காய் நகர்த்திக்கொண்டிருந்த சமயத்தில் வினயசந்திரனுக்கு அவர் மகனிடமிருந்து தொலைபேசி மூலம் அழைப்பு வந்தது. ஒரு மாதம் அங்கே வந்து தங்கும்படி அழைத்தான் அவர் மகன். இங்கு நிறைய வேலை இருக்கிறது என்று அவர் சொல்லிவிட்டார்.

ராமநாதனிடம் இதை வினயசந்திரன் சொன்னார். சாராய வியாபாரிகள் என்ன சொல்லியும் அடங்கவில்லை என்றால் என்ன செய்வீர்கள் என்று கேட்டான். "ஞான் உண்ணாவிரதம் இருக்கும். அது அவங்க மனசாட்சியை உலுக்கும். போலீஸ் என்னைக் காப்பாத்த போராடும். ஞான் யாருக்கு எதிரா இருக்கேனோ அவங்களுக்கு எதிரான வேலைகளை போலீஸே பாத்துக்கும்" என்றார்.

"போலீஸை நீங்க அந்த அளவு நம்பறீங்களா?" என்று கேட்டான்.

"உண்ணாவிரதத்தின் ஷக்தியை நம்பறேன்" என்றார். ராமநாதனுக்கு நம்பிக்கை ஏற்படவில்லை. வினயசந்திரன் காந்தியாக இருக்கலாம். சாராய வியாபாரிகள் பிரிட்டிஷ்காரர்கள்

அல்ல என்பது அவனுக்குத் தெளிவாகப் புரிந்தது. அதை அவரிடம் சொல்லவும் செய்தான். "எதிரி எவ்வளவு மோசமானவனாக இருந்தாலும் நீ அஹிம்சைய துறக்கக் கூடாது. உயிரை இழக்கத் தயாரா ஒருவன் களம் இறங்கிட்டா அவன் எதிரிகளை அது தொடத்தான் செய்யும்" என்றார்.

ராமநாதனுக்கு அண்மையில் இலங்கையில் உண்ணாவிரதம் இருந்து செத்துப்போன திலீபனின் ஞாபகம் வந்தது. காந்தியின் தேசத்திலிருந்து சென்ற ராணுவத்தையோ அதன் அரசியல் தலைமையையோ திலீபனின் பட்டினிப் போராட்டம் அசைக்கவில்லை. இதை வினயசந்திரனிடம் சொல்ல அவனுக்கு மனம் வரவில்லை.

"அப்படியே என் உயிர் போனாலும் அது பத்தி எனிக்கி கவலை இல்லா. ஒரு சத்தியாக்கிரகி உயிரைப் பணயம் வெச்சி போராடுவான். செத்துப்போயிடுவேன் என்று சொல்லி மிரட்ட மாட்டான். அந்தப் போராட்டத்துல உயிரை இழக்கத் தயாராதான் அவன் போராட்டத்தையே தொடங்குவான்" என்றார் வினயசந்திரன்.

இந்த காந்தியவாதி உயிரை விடுவதற்குத் தயங்க மாட்டார் என்பது ராமநாதனுக்குத் தெளிவாகப் புரிந்தது. ஆனால் இவரைச் சாகவிடக் கூடாது என்று தீர்மானித்துக்கொண்டான். ஆசிரமம் தன் மாமாவைக் காப்பாற்றிவிடும் என்று நம்பிக்கொண்டிருக்கும் காயத்ரியின் நம்பிக்கை வீணாகக் கூடாது என்று முடிவு செய்தான். ஸ்வாமிஜி, சுசீந்திரம், பாஸ்கரன், சதாசிவம், கீர்த்தி, ஆஸ்பத்திரி, பொன்னம்பட்டி ஆகிய எல்லாம் அவன் மனதிலிருந்து மறைந்தன. இதை விடக் கூடாது என்ற தீவிரம் மட்டுமே முனைப்புக் கொண்டது.

சதாசிவம், பாஸ்கரன் ஆகியோர் தம்மால் ஆனதைச் செய்தார்கள். மாவட்ட ஆட்சியர் வினயசந்திரனிடம் மிகவும் மரியாதையுடனும் பொறுமையாகவும் நிலவரத்தை எடுத்துச் சொன்னார். வினயசந்திரன் மசியவில்லை. "நிங்ஙள் எஃபோர்ட்டுக்கு ஞான் நன்றிக்கடன் பட்டிருக்கும். ஆனா ஞான் பின்வாங்க மாட்டேன். ஞான் போராடறது தர்மத்துக்காக, மக்களுக்காக. இந்தப் போராட்டத்துல என் உயிர் போனா அதைப் பார்த்தாவது சிலர் திருந்தலாம். ஞான் செத்த பெறகாவது கவர்மெண்ட் நடவடிக்கை எடுக்கலாம். இதைக் கடைசிவர பாக்கறதுன்னு முடிவு பண்ணிட்டேன்" என்றார்.

"உங்க உயிரைக் காப்பாத்தறது எங்க கடமை. கள்ளச் சாராய விஷயத்துல என்னால முடிஞ்சதை நான் செய்வேன்" என்று

ஆட்சியர் வாக்குக் கொடுத்தார். "ஆனா கள்ளச் சாராயத்துல ஈடுபட்ருக்கவங்க பெரிய ரவுடிங்க. ரெண்டு ஸ்டேட்லயும் அவங்களுக்கு ஆள் பலம், பண பலம், அரசியல் செல்வாக்கு எல்லாம் இருக்கு. அவங்களை ஜெயிக்கறது அவ்வளவு சாதாரண விஷயம் இல்ல" என்றும் எச்சரித்தார்.

வினயசந்திரன் தன் முடிவிலிருந்து மாறவில்லை.

பாஸ்கரன் ஆளும் கட்சிப் பிரமுகர்களைச் சந்தித்தார். "குருஜி, நீங்க சொல்றது எனக்குப் புரியுது. ஆனா கள்ளச் சாராயம் ஒட்றவங்க யார் பேச்சையும் கேக்க மாட்டாங்க. அவங்க எங்க கட்சின்னுதான் பேரு. ஆனா அவங்க எங்க கன்ட்ரோல்ல இல்ல. ஆனா அவங்க தயவு எங்களுக்குத் தேவை. அதுதான் நெலமை, பாத்துக்கிடுங்க. அவங்களுக்கு கேரளா வரைக்கும் ஆழமா தொடர்புகள் இருக்கு. பெரியவர் எல்லா விதத்துலயும் குடைச்சல் குடுக்கறாருன்னு அவங்க வெறியா இருக்காங்க. காந்தியே வந்தாலும் வெட்டுவாங்க. அந்த அளவுக்கு மோசமானவங்க. என்னால முடிஞ்சதை நான் செய்யறேன். அவரைக் கொஞ்ச நாள் பையன் வீட்டுக்குப் போய் இரிக்கச் சொல்லுங்க. சீக்கிரமா ப்ரோஹிபிஷன் ஒழிஞ்சிடும்னு நெனைக்கேன். அப்புறம் கள்ளச் சாராயத்துக்கு அவ்வளோ வேல்யூ இருக்காது. நா சொல்றது குருஜிக்கு தப்பா படலாம். ஆனா இதுதான் பிராக்டிகல்" என்றார் மாவட்டத் தலைவர்.

சதாசிவமும் பாஸ்கரனும் வினயசந்திரனிடம் பேசிப் பார்த்தார்கள். அவர் ஊரை விட்டுப் போகச் சம்மதிக்கவில்லை. காயத்ரியை ஊருக்கு அனுப்பிவிடலாம், என் பாதுகாப்பைப் பற்றி நான் கவலைப்படவில்லை என்று சொல்லிவிட்டார். காயத்ரி கிளம்புவதற்கான ஏற்பாடுகளையும் தொடங்கினார்.

சதாசிவமும் பாஸ்கரனும் அதோடு தங்கள் முயற்சிகளை முடித்துக்கொண்டார்கள். இந்த முயற்சிகள் அனைத்திலும் உடன் இருந்த ராமநாதனால் அப்படிப் போக முடியவில்லை. ஆனால் ஆசிரமத்தின் கட்டுப்பாடுகளையோ செயல் திட்டங்களையோ மீறி வரவும் முடியவில்லை.

28

வினயசந்திரன் விவகாரமாக அலைந்துகொண்டிருந்தபோது காயத்ரியைச் சந்திக்கப் பல வாய்ப்புகள் ராமநாதனுக்கு அமைந்தன. ஒவ்வொரு சந்திப்பையும் தவிர்க்க முயன்றான். ஆனால் ஒவ்வொரு முறையும் அவன் மனம் அவனை அங்கே

இழுத்துக்கொண்டு வந்து நிறுத்தியது. ஒவ்வொரு சந்திப்பிலும் மனம் தடுமாறாமல் இருக்க முயன்றான். மனம் வேகமாகக் கரைந்து காயத்ரியின் காலடியில் தஞ்சமடைந்தது. சிறிய வாய்ப்புக் கிடைத்தாலும் அவள் வீட்டுக்குப் போய் நின்றான். சென்ற வேலை முடிந்தாலும் அவளை விட்டு அகல முடியாமல் நின்றான். தன் மகனைத் திருநெல்வேலியில் உறவினர் வீட்டில் விட்டுவிட்டு அவள் கேரளத்திற்குக் கிளம்பத் தயாரானாள். அவளுக்குப் போக விருப்பம் இல்லை. ஆனால் அவள் போகாவிட்டால் மாமா வருத்தப்படுவார் என்பதால் போய்த்தான் ஆக வேண்டும்.

எப்படியும் கலெக்டரும் ஆசிரமமும் மாமாவின் உயிரைக் காப்பாற்றிவிடுவார்கள் என்று அவள் நம்பினாள். ராமநாதனிடம் திரும்பத் திரும்ப உறுதிமொழி வாங்கிக்கொண்டாள். மாமாவைப் பற்றிப் பேசும்போது தன் பூர்வ கதையையெல்லாம் சொன்னாள். அவளுடைய அப்பா சிறிய வயதிலேயே இறந்துவிட்டார். அம்மா ஏதோ சில வேலைகளைச் செய்து சம்பாதித்துவந்தார். அம்மாவின் அண்ணனான வினயசந்திரன் மாமாதான் பார்த்துக்கொண்டார். அவளுக்குச் சிறிய வயதிலேயே கல்யாணம் ஆகிவிட்டது. கல்யாணம் ஆன அடுத்த ஆண்டே ஸ்ரீநிவாசன் பிறந்துவிட்டான். கணவன் பாலசந்திரன் அடிக்கடி உடம்புக்கு வந்து படுத்துக்கொள்வான். வேலையிலும் நீடிக்கவில்லை. குடிப் பழக்கமும் வந்துவிட்டது. இதையெல்லாம் பார்த்து அம்மா வேதனையில் மருகியிருக்கிறார். பாலசந்திரன் இறந்த அடுத்த ஆண்டே காயத்ரியின் அம்மாவும் இறந்துவிட்டார். அதிலிருந்து வினயசந்திரன்தான் அவளைக் கவனித்துவருகிறார். ஸ்ரீநியை ஆசிரமப் பள்ளியில் சேர்த்துவிட்டார். ஆசிரமத்துடன் தொடர்பு ஏற்படுத்திக்கொடுத்தார். தையல் பயிற்சி எடுத்துக்கொள்ளச் சொன்னார்.

ராமநாதன் அவள் பேசும்போது அவள் முகபாவங்களையும் உதட்டின் அசைவுகளையும் ரசித்துக்கொண்டிருந்தான். அவளுடைய முழுக் கதையையும் கேட்கும்போது வாழ்வில் மகிழ்ச்சி என்பதையே அவள் அனுபவித்ததாக அவனுக்குத் தோன்றவில்லை. முதல் முறையாக யாரோ ஒருவர் மீது தனிப்பட்ட முறையில் ஆழமான அனுதாபமும் நெருக்கமும் ஏற்படுவதை உணர்ந்தான். அந்த அனுபவம் அவனுக்கு மிகவும் புதியதாக இருந்தது.

காயத்ரி அவ்வப்போது ராமநாதனைப் பற்றியும் விசாரித்துக்கொண்டாள். குடும்பத்தைப் பற்றிக் கேட்டாள். ஆசிரமத்தில் அவன் என்ன செய்கிறான் என்று கேட்டாள்.

ராமநாதன் எல்லாவற்றுக்கும் பதில் சொன்னான். பொன்னம்பட்டி திட்டங்களைப் பற்றி சுவாரஸ்யமாக விவரித்தான். காயத்ரி அவனுடைய பேச்சின் சரளமான ஓட்டத்தை ரசித்தாள். அவன் யோகாசனம் பற்றிப் பேசியபோது அவனை யோகாசனம் செய்து காட்டச் சொன்னாள். அவன் உடனே சில கடினமான ஆசனங்களைச் செய்து காட்டினான். கஷ்டமான ஆசனங்களை அவ்வளவு சாதாரணமாக அவன் செய்ததைப் பார்த்து காயத்ரி வியந்தாள். ஸ்ரீநிவாசனுக்கு யோகா கற்றுக்கொடுக்கச் சொன்னாள்.

ராமநாதன் கீர்த்தியுடன் சந்தைக்குப் போவதைத் தவிர்த்துத் தனியாகச் செல்ல ஆரம்பித்தான். சந்தையில் செய்ய வேண்டிய வேலையைக் கேட்டு வாங்கிக்கொண்டு தினமும் சென்றான். சந்தைக்குப் போகும் நேரங்களில் காயத்ரியைப் பார்த்துவிட்டுப் போவது ராமநாதனுக்கு வழக்கமாகிவிட்டது. இதுபோன்ற ஈர்ப்புக்கு இரையாகிவிடக் கூடாது என்று ஒவ்வொரு நாளும் தனக்குள் சொல்லிக்கொண்டாலும் ஒவ்வொரு நாளும் அவன் கால்கள் அங்கே போய் நின்றன. பேசினான். சிரித்தான். அவள் கவலைகளைப் பகிர்ந்துகொண்டான். சமாதானப்படுத்தினான். நான் இருக்கிறேன் என்று தைரியம் சொன்னான். அவள் வீட்டில் சாப்பிட்டான். ஸ்ரீநிக்கு யோகாசனங்கள் கற்றுத்தந்தான்.

சுசீந்திரத்துக்கு வந்த காரணத்தை ராமநாதன் மறக்கவில்லை. யோகாசன சிகிச்சை, இயற்கை வேளாண்மை இரண்டிலும் தொடர்ந்து ஈடுபாடு காட்டினான். ஆசிரமத்தின் கணக்குகள், நிர்வாகம் என்று பல விஷயங்களையும் கீர்த்தியோடு இணைந்து கற்றுக்கொண்டான்.

வினயசந்திரன் போராட்டத்திற்கு உதவி செய்யவும் அவரைக் காப்பாற்றவும் வேண்டிய உறுதி அவனுள் வளர்ந்துகொண்டிருந்தது. ஒரு பெரியவர் உயிரைத் திரணமாக மதித்துப் பொது நலனுக்காகப் போராடும்போது அது நம் வேலை அல்ல என்று ஒதுங்கக் கூடாது என்று உறுதியாக நம்பினான். மனதுக்குள் பல திட்டங்களைப் போட்டுக்கொண்டிருந்தான்.

காயத்ரியின் அண்மை அவனைப் பைத்தியமாக ஆக்கிக்கொண்டிருந்தது. ஒரு நாள் மதியம் காயத்ரி வீட்டுக்குப் போனபோது அவள் மூலையில் அமர்ந்து அழுதுகொண்டிருந்தாள். தைக்க வேண்டிய துணிகள் நிறைய இருந்தன. ஒரு வாரமாகத் தையல் மிஷின் ஓடுவதைப் பார்த்த நினைவு இல்லை. ராமநாதன் உள்ளே சென்றான். சொம்பில் தண்ணீர் எடுத்து வந்து

கொடுத்தான். அவள் இவனை நிமிர்ந்து பார்த்தாள். சிவந்திருந்த கண்களிலிருந்து வழிந்த கண்ணீர் அவள் கன்னங்களைத் தாண்டி மார்பிலும் மடியிலும் விழுந்தது. முகத்தில் பெரும் துக்கம். இதிலிருந்து என்னைக் காப்பாற்ற மாட்டாயா என்று துடிக்கும் உதடுகளும் விடைக்கும் நாசியும் கலங்கிய கண்களும் தன்னைப் பார்த்துக் கேட்பதாகத் தோன்றியது. மனம் அவன் வசத்தில் இல்லை. அவள் முன் மண்டியிட்டு அமர்ந்தான். தான் செய்வது என்னவென்ற பிரக்ஞை அற்றவனாய் கன்னங்களில் வழியும் கண்ணீரைத் துடைத்தான். "நான் இருக்கேன் கவலைப்படாதீங்க" என்றான். அவனுடைய செயலும் சொல்லும் அவளை நெகிழ வைத்தன. தன் கண்ணீரைத் துடைத்த அவன் கைகளை இறுக்கமாகப் பற்றிக்கொண்டாள். அந்தக் கைகளில் முகத்தைப் பொத்தியபடி மேலும் அழுதாள். அவன் கரங்கள் அவள் முகத்தைத் தாங்கிக்கொண்டன. அவள் அவன் மார்பில் சரிந்தாள். குலுங்கிக் குலுங்கி அழுதாள். ராமநாதனின் உடல் நடுங்கியது. இதயத் துடிப்பு அதிகரித்தது. நாக்கு உலர்ந்தது. அவள் முதுகில் கைகளை வைத்துத் தன்னோடு சேர்த்து அணைத்துக்கொண்டான். அவள் மார்பு அவன்மீது அழுந்தியது. அவள் கரங்கள் அவனை அணைத்துக்கொண்டன. ராமநாதனின் உறுதி தளர்ந்தது. அவன் கரங்கள் அவளை இறுக்கின. அவள் முற்றிலுமாக அவன்மீது சரிந்தாள். அந்தக் கணத்தில் தயக்கமும் குற்ற உணர்வும் விலகி அவன் உணர்ச்சி மடை திறந்த வெள்ளமாகப் பாய்ந்தது. கரங்களின் இறுக்கம் மேலும் அதிகரித்தது. இரு உடல்களுக்கிடையில் காற்றுப் புகுவதற்கும் இடைவெளி அற்றுப்போனது. காயத்ரியின் அழுகை மெல்ல அடங்கியது. உடல் துவண்டது. ராமநாதனின் உடல் அவன் இதுவரை அனுபவித்திராத வேகத்தையும் துடிப்பையும் பெற்றது.

காயத்ரி அழுதுகொண்டிருந்தாள். சத்தமே வராத அழுகை. ராமநாதன் உடல் ஆசுவாசமடைந்திருந்தது. மனம் கனத்திருந்தது. குற்ற உணர்வின் சுமை மனதை அழுத்தியது. சுவாமி படத்தின் முன் பத்மாசனத்தில் அமர்ந்து கண்களை மூடியபடி இருந்தான். தியானத்தில் மனம் கூடவில்லை. திரும்பத் திரும்ப உடல்கள் பின்னிக்கொள்ளும் காட்சியும் உதடுகள் ஒன்றையொன்று விழுங்கும் தோற்றமும் மன வெளியில் தோன்றிக்கொண்டிருந்தன. அனுபவமோ பயிற்சியோ இல்லாத போதிலும் தன் உடல் சீரான தாள கதியில் இயங்கியதை நினைத்துப் பார்த்தான். இன்னொரு உடல் என்பதைத் தன்வயப்படுத்திக்கொள்ள வேண்டிய

இரையாகவும் தன்னை இழக்க வேண்டிய லட்சியமாகவும் ஒரே சமயத்தில் உணரவைத்த அந்தத் தருணத்தின் விந்தையை அவன் மனம் அசைபோட்டது. இரண்டு உடல்களையும் அவனால் மன அரங்கில் பார்க்க முடிந்தது. உடல்கள் ஆவேசம் கொண்டு தம் இயல்பில் ஒன்றித் தமக்கான மொழியில் பேசிக்கொள்கின்றன. ஒரு சொல்கூட வெளிப்படாமல் இரண்டு உடல்களும் இணக்கத்துடன் பேசிக்கொள்கின்றன. தயக்கங்கள் நிறைந்த முதற்கணங்களைக் கடந்த பின் உடல்கள் மனதையும் அறிவையும் வென்று அந்தத் தருணத்தை முற்றாகத் தமதாக்கிக்கொள்கின்றன. அங்கு உடல்கள் மட்டுமே இருக்கின்றன. உடல்களின் மொழி. உடல்களின் மனம். உடல்களின் அறிவு. உடல்களின் உயிர். அந்த உயிரினுள் அந்தத் தருணம் அடக்கம். அந்தத் தருணத்துள் யாவும் அடக்கம். உடலே பிரபஞ்சமான தருணம் அது.

ராமநாதன் கண்களைத் திறந்தான். மனதில் கனம் குறையவில்லை எனினும் மனதின் அடியாழத்தில் ஆசுவாசத்தை உணர முடிந்தது. காயத்ரியைத் திரும்பிப் பார்த்தான். முழங்காலுக்குள் புதைக்கப்பட்டிருந்த அவள் முகம் இப்போது நிமிர்ந்திருந்தது. ஒழுங்கற்ற விதத்தில் உடலில் சுற்றியிருந்த புடவையின் தலைப்பால் கண்களையும் முகத்தையும் அழுத்தமாகத் துடைத்துக்கொண்டாள். அவள் முகம் மேலும் சிவந்து மேலும் அழகாகியிருந்தது. சுவரில் சாய்ந்து உட்கார்ந்தபடி ராமநாதனைப் பார்த்தாள். சிறிது நேரம் பார்த்துக்கொண்டே இருந்தாள். உடல் இறுக்கம் தளர ஆரம்பித்தது. மனமும் மெல்ல மெல்ல லேசாகியது. அவள் முகத்தில் சிறு புன்னகை தோன்றியது. அதில் ஒரு தெளிவு வெளிப்பட்டது. ராமநாதனும் புன்னகைத்தான். தன்னுடைய எண்ணங்கள் தனக்குச் செய்ததை அவளுடைய கண்ணீர் அவளுக்குச் செய்திருக்கும் என்று நினைத்துக்கொண்டான்.

ராமநாதன் எழுந்து நின்றான். காயத்ரியின் கண்களைப் பார்த்தான். இரு கைகளையும் கூப்பினான். “இப்படி ஒரு விஷயம் நடக்கும்னு நான் சத்தியமா கற்பனைகூடப் பண்ணிப் பாத்ததில்ல” என்றான். அவன் குரல் தழுதழுத்தது. அவள் கண்ணீரினூடே புன்னகை பளீரிட்டது. கூப்பிய அவன் கரங்களை மென்மையாகப் பற்றினாள்.

“ராமு கரயண்டாம். ஞானும் இதை எதிர்பாக்கலை. ஆனா இதுல எனக்கும் சம பங்கு உண்டு” என்றாள்.

“மாமா விஷயத்துல என் வாக்கை நான் எப்படியாவது காப்பாத்துவேன். உயிரைக் கொடுத்தாவது காப்பாத்துவேன்.

எந்தக் காரணத்துக்காகவும் பின்வாங்க மாட்டேன். சத்தியம்" என்றான் ராமநாதன்.

காயத்ரியின் கண்கள் கலங்கின. அவன் கைகளைத் தன் கண்களில் ஒற்றிக்கொண்டாள். கைகளின் மீது முத்தமிட்டாள். "இதுக்கும் அதுக்கும் முடிச்சுப் போட வேண்டாம். நடக்கறதுதான் நடக்கும்" என்றாள்.

ராமநாதன் வெளியே வந்தான். உடலில் பட்ட காற்று புதிதாக இருந்தது. காலில் பட்ட நிலம் புதிதாக இருந்தது. சைக்கிளில் ஏறி வேகமாக ஓட்டினான்.

29

ஆசிரம வேலைகளில் முழுமையாகவும் தீவிரமாகவும் ஈடுபட்டுவந்த ராமநாதன் பாஸ்கரனிடமோ முருகானந்தத்திடமோ சதாசிவத்திடமோ சொல்லாமல் சில விஷயங்களைச் செய்தான். கோவைக்குக் கிளம்ப இன்னும் இரண்டு வாரங்களே இருக்கும் நிலையில் விரைவாகக் காரியங்களை ஆற்ற வேண்டும் என்று தீர்மானித்துக்கொண்டான். ஆசிரமத்திற்கு வந்து போகும் இளைஞர்கள் சிலரிடம் பேசினான். உங்கள் ஊரில் ஒரு பெரியவர் கள்ளச் சாராயத்தை எதிர்த்து உயிரை விடப் போகிறார்; அதை நீங்கள் பார்த்துக்கொண்டிருக்கப் போகிறீர்களா என்று கேட்டான். அவர் உயிருக்கு அரசியல்வாதிகளாலும் ரவுடிகளாலும் ஆபத்து என்று காவல்துறை ஆணையருக்கும் மாவட்ட ஆட்சியருக்கும் முதலமைச்சருக்கும் தந்தி அனுப்பும்படி கேட்டுக்கொண்டான். எவ்வளவு அதிகமான தந்திகள் அனுப்பப்படுகின்றனவோ அந்த அளவு அவர் உயிர் காப்பாற்றப்படும்; கள்ளச் சாராயத்தின் ஆதிக்கமும் குறையும் என்ற செய்தியைப் பல விதங்களிலும் பரவவிட்டான். நாம் எதுவும் செய்ய முடியாவிட்டாலும் பரவாயில்லை. இதுபற்றி முடிந்தவரை நிறையப் பேரிடம் பேச வேண்டும், அப்போதுதான் கள்ளச் சாராயத்தை ஒழிக்க முடியும், அந்தப் பெரியவரையும் காப்பாற்ற முடியும் என்றான்.

விஷயம் பலரிடமும் பரவ ஆரம்பித்தது. ஒரு நாள் யாரிடமும் சொல்லிக்கொள்ளாமல் நாகர்கோவிலுக்குச் சென்று அங்கிருந்த பத்திரிகை நிருபர்களைச் சந்தித்து அவர்களிடம் பிரச்சினையை எடுத்துச் சொன்னான். கள்ளச் சாராயத்துக்கு எதிராக ஒரு காந்தியவாதியின் போராட்டம் என்பதை எடுத்துச் சொன்னான். சுதந்திரப் போராட்டத்துக்கும், மாநில எல்லைப் போராட்டத்துக்கும் பிறகு இதுபோன்ற போராட்டத்தைக் கன்னியாகுமரி மாவட்டம் இப்போதுதான் பார்க்கிறது என்றான்.

ஒரு கிழவர் இதைத் தன்னந்தனியாக நின்று நடத்துகிறார் என்றான்.

பத்திரிகைகளில் கட்டுரைகள் வந்தன. வினயசந்திரனின் பேட்டிகளும் வந்தன. அவர் புகைப்படம் பிரசுரமானது. அந்தச் சிறிய ஊரில் எல்லோருக்கும் அவரைத் தெரிந்தது. இந்த விஷயத்தைத் தனியாகச் செய்யாதீர்கள்; உள்ளூர் மக்களின் ஆதரவோடு செய்யுங்கள் என்று வினயசந்திரனிடம் சொன்னான். பலரும் இதைப் பற்றிப் பேசுவதைக் கண்ட அவருக்குத் தான் தனி ஆள் அல்ல என்ற நம்பிக்கை வந்தது. வினயசந்திரனின் மகனைச் சந்தித்துவரும்படி காயத்ரியிடம் சொன்னான். உண்ணாவிரதம், மறியல் ஆகியவற்றால் வினயசந்திரன் கைது செய்யப்படலாம் என்று சொல்லி மகனை இங்கே வரும்படி சொல்லச் சொன்னான்.

வினயசந்திரன் உண்ணாவிரதம் இருக்கும் இடத்தில் கூட்டம் கூட ஆரம்பித்தது. பத்திரிகை நிருபர்கள் வர ஆரம்பித்தார்கள். காவல் துறை ஆணையரையும் மாவட்ட ஆட்சியரையும் நிருபர்கள் கேள்வி கேட்டார்கள். கள்ளச் சாராயம் பற்றிய கட்டுரைகள் வந்தன. வினயசந்திரனுக்குப் பாதுகாப்பு கொடுத்தாக வேண்டிய நிர்ப்பந்தம் உள்ளூர் காவல் நிலையத்துக்கு உருவாயிற்று. இந்தப் பிரச்சினை பெரிதாகாமல் பார்த்துக்கொள்ளும்படி மாவட்ட ஆட்சியர் ஆணையரிடம் சொன்னார். ஆணையர் ஆளும் கட்சிப் பிரமுகர்களை அழைத்துப் பேசினார். மக்கள் தரும் நெருக்கடி பற்றிச் சொன்னார். பெரியவருக்கு ஏதாவது ஆகிவிட்டால் அடுத்த தேர்தலில் இதுவே பெரிய பிரச்சினையாகிவிடலாம் என்றார்.

கட்சித் தலைவரின் தலையீட்டாலும் மாவட்ட ஆட்சித் தலைவர், காவல்துறை ஆணையர் ஆகியோரின் நடவடிக்கை யாலும் கள்ளச் சாராய நடவடிக்கைகள் நிறுத்திவைக்கப்பட்டன. வினயசந்திரன் மிகுந்த சந்தோஷம் அடைந்தார். தன் உண்ணாவிரதத்தை முடித்துக்கொண்டார். அவர் உடல் நிலை மோசமாகியிருப்பதைச் சுட்டிக்காட்டிய அவரது மகன், சில மாதங்கள் தன்னுடன் தங்கியிருக்குமாறு வற்புறுத்தி அழைத்துச் சென்றான். காயத்ரியும் அவள் மகனும் அவர்களுடன் சென்றார்கள்.

வெற்றிக் களிப்பில் மிதந்துகொண்டிருந்த ராமநாதன் தன்னுடைய செயல்களை எண்ணித் தானே வியந்துகொண்டான். யாருக்கும் தெரியாது என்று அவன் நினைத்துக்கொண்டாலும்

அவனுடைய நடவடிக்கைகள் பலவும் பாஸ்கரனுக்குத் தெரிந்தே இருந்தன. ஆசிரமத்தின் பணிகள் அந்த ஊரில் பல ஆண்டுகளாக நடந்துவந்ததால் ஊர் மக்கள் ஆசிரமத்தின் பால் மிகுந்த மரியாதையும் நெருக்கமும் கொண்டிருந்தார்கள். ஆசிரமத்தின் இளம் யோகி ஒருவர் இந்த அளவுக்கு அக்கறையுடன் செயல்படுவதைக் கண்டு நெகிழ்ந்த சிலர் நன்றிப் பெருக்கோடு பாஸ்கர யோகியிடமும் முருகானந்த யோகியிடமும் தங்கள் மகிழ்ச்சியைத் தெரிவித்துகொண்டார்கள். அனைத்தையும் அறிந்தவர்கள் போல அவற்றைக் கேட்டுக்கொண்ட அவர்கள் மகுடேஸ்வரன் என்னும் சேவார்த்தியை அனுப்பி ஆர்ப்பாட்டம் இல்லாமல் விசாரிக்கச் சொன்னார்கள். ராமநாதனுக்குத் தெரியாமல் அவனது நிழலாக மாறிய மகுடேஸ்வரனுக்கு ராமநாதனின் வேலைகளைக் கண்டுபிடிக்க அதிக நாட்கள் ஆகவில்லை. அவனுடைய சைக்கிள் அடிக்கடி காயத்ரியின் வீட்டுக்குப் போவதையும் அவன் அறிந்தான்.

பாஸ்கரனும், முருகானந்தமும் கவலையில் ஆழ்ந்தார்கள். இந்த நடவடிக்கைகளின் விளைவு நன்மையில் முடிந்தாலும் ஆசிரமத்தின் கட்டுப்பாடுகளை மீறி ஒரு சேவார்த்தி நடந்துகொள்வதை அவர்களால் ஏற்றுக்கொள்ள முடியவில்லை. இவ்வளவு திறமையும் செயல்துடிப்பும் உள்ள இளைஞன் கட்டுப்பாடுகளுக்கு உட்படாமல் இருப்பதை எண்ணிக் கவலைப்பட்டார்கள். தங்களிடம் எதையுமே பகிர்ந்துகொள்ளவில்லையே என்றும் கவலைப்பட்டார்கள். இப்படிச் செயல்படுபவனை நம்பி எப்படிப் பொறுப்புகளைக் கொடுப்பது என்னும் கேள்வி அவர்களுக்குள் எழுந்தது. வினயசந்திரன் விஷயத்தில் ராமநாதன் செய்யும் வேலைகளைத் தாங்களே செய்திருக்கலாமே என்ற எண்ணம் அவர்களுக்கு வரவே இல்லை. நம்மால் முடிந்த அளவுக்குச் செய்துவிட்டோம் என்று அவர்கள் மனமார நம்பினார்கள். ஆசிரமத்தின் பரந்துபட்ட செயல்திட்டங்களின் எல்லைக்கு வெளியே இருக்கும் அம்சங்களில் ஒரு அளவுக்கு மேல் தலையிடக் கூடாது என்பதில் அவர்கள் தெளிவாக இருந்தார்கள். அப்படித் தலையிட ஆரம்பித்தால் அதற்கு முடிவே இருக்காது என்பதே அதற்குக் காரணம்.

எந்த ஸ்தாபனமும் தனக்கான செயல்திட்டத்தின் எல்லைகளுக்கு உட்பட்டுத்தான் செயல்பட முடியும். அதை மீறினால் எதையுமே செய்ய முடியாத நிலை உருவாகிவிடும் என்பதே ஆசிரம குருமார்களின் நம்பிக்கை. கள்ளச் சாராயம், தீண்டாமை, வரதட்சணை, லஞ்சம், பொது இடங்களில் அத்து மீறல், நிர்வாகச் சீர்கேடு எனப் பல விஷயங்கள்

இருக்கின்றன. இவை எல்லாவற்றையும் தீர்க்கும் ஆற்றல் எந்த ஒரு ஸ்தாபனத்துக்கும் கிடையாது. எனவே ஒவ்வொரு ஸ்தாபனமும் தனக்கான செயல்திட்டத்தைத் தெளிவாக வரையறுத்துக்கொண்டு செயல்பட வேண்டும். பிற பணிகளில் முடிந்தவரை தோள் கொடுக்கலாம். தார்மீக ஆதரவு வழங்கலாம். எல்லாவற்றிலும் தலையிட்டால் பிறகு தலை இருக்க வேண்டிய இடத்தில், இருக்க வேண்டிய விதத்தில் இருக்காது.

முருகானந்தமும் பாஸ்கரனும் இதையெல்லாம் அசை போட்டார்கள். ஸ்வாமிஜி ராமநாதனை நம்பி ஒரு கிராமத்தை ஒப்படைக்கப்போவதை எண்ணிக் கவலை அடைந்தார்கள். அவனுடைய வயதும் வேகமும் நாம் சொல்வதைப் புரிந்து கொள்ள அனுமதிக்காது என்று கருதிய அவர்கள் அவனிடம் பேச வேண்டாம் என்று முடிவு செய்தார்கள். ஸ்வாமிஜிக்கு உடல் நிலை மோசமாக இருந்ததால் அவரால் பேச முடியவில்லை. பிரபுவிடம் பேசும்படி அவர் சொன்னார். முருகானந்தம் பிரபுவிடம் எல்லாவற்றையும் சொன்னார். காயத்ரி விஷயத்தில் இருக்கும் சந்தேகத்தை மட்டும் சொல்லவில்லை. உறுதியாகாத ஒரு விஷயத்தை வைத்து ஒரு இளைஞனின் பெயருக்குக் களங்கம் விளைவித்துவிடக் கூடாது என்று அவர் நினைத்தார். ராமநாதனைப் பார்க்கும் போதெல்லாம் விவேகானந்தரைப் பார்ப்பதுபோல உணர்ந்த முருகானந்தத்தால் அவன் ஒழுக்கத்தைச் சந்தேகப்பட முடியவில்லை.

எல்லாவற்றையும் கேட்டுக்கொண்ட பிரபுவுக்குப் பெரிய வியப்பு எதுவும் ஏற்படவில்லை. ராமநாதன் துடுக்குத்தனமாக ஏதாவது செய்து மாட்டிக்கொள்வான் என்று அவன் எதிர்பார்த்தான். அவனுக்கு ஸ்தாபன ரீதியான பயிற்சி இன்னும் தேவை என்று தன்னுடைய முடிவை இது நிரூபிக்கிறது என்று நினைத்துக்கொண்டான். ஸ்வாமிஜியிடம் கலந்தாலோசித்தான். அனைத்தையும் கேட்டுக்கொண்ட அவர் புன்முறுவல் செய்தார். தலையை ஆட்டிக்கொண்டார். நெடுநேரம் பேசாமல் இருந்தார். பிறகு பிரபுவிடம் கேட்டார்.

"நீ என்ன நெனைக்கற?"

"ராமு அற்புதமான சேவார்த்திதான். ஆனால் அவசரக் குடுக்கை" என்றான்.

ஸ்வாமிஜி பேச யத்தனிக்கும்போது இருமல் வந்தது. அடக்க முடியாமல் இருமினார். நிற்காமல் இருமிக்கொண்டே இருந்தார். பிரபு வெந்நீர் எடுத்துக்கொண்டு வந்து கொடுத்தான். ஸ்வாமிஜி ஆசுவாசப்படுத்திக்கொண்டு பேச ஆரம்பித்தார்.

"நிதானமா யோசிச்சு தீர்க்கமா காய் நகத்தறான். அவனைப் போய் அவசரக்குடுக்கைன்னு சொல்றே?" என்றார். பிரபு பேசாமல் இருந்தான். சிவானந்தர் தொடர்ந்தார்.

"அவன் இங்கே வந்து எவ்வளோ வருஷம் ஆச்சு?"

"மூணு வருஷத்துக்கு மேல ஆச்சு."

சிவானந்தர் சிறிது நேரம் மௌனமாக இருந்தார். அவர் ஏதோ சொல்லப்போகிறார் என்பது புரிந்ததால் பிரபு பேசாமல் இருந்தான்.

"அவனை எதுவும் கேக்க வேணாம். ப்ளான் பண்ணினபடி இங்க வரட்டும். பொன்னம்பட்டி கிளம்பட்டும். நீ வாரத்துக்கு ஒரு வாட்டி அங்க போய் ஒரு நாள் தங்கிட்டு வா. அவன் ஒரு வருஷம் அங்க இருக்கட்டும். அப்புறம் வேற எடத்துக்கு அனுப்பு! என்றார்.

பிரபு ஸ்வாமிஜியைப் பார்த்தான்.

"இவனை மாதிரி பசங்க ரொம்ப வேகமானவங்க. ரொம்ப தெறமையானவங்க. சூறாவளி மாதிரி வீசுவாங்க. ஒரு இடத்துக்குப் போனா படு வேகமா எல்லாத்தையும் செய்வாங்க. ரொம்ப கட்டுப்பட மாட்டாங்க. விட்டா அந்த இடமே அவங்களோடதா ஆயிடும்..." இருமல் குறுக்கிட்டது. இரண்டு நிமிடங்கள் இருமினார். பிரபு கலங்கினான். "அப்புறம் பேசிக்கலாம் ஸ்வாமிஜி..." என்றான். அவர் புன்சிரிப்புடன், "அப்புறம்னு ஒரு நேரமே கிடையாது; தெரியுமா உனக்கு?" என்றார். சொல்லிவிட்டுச் சிரித்தார். மீண்டும் பேச ஆரம்பித்தார்.

"இவங்கள எல்லாம் ரொம்ப நாள் ஒரு இடத்துல தங்கவிடக் கூடாது. ஒரு வருஷம், ரெண்டு வருஷம். அதோட சரி. எதையாவது தொடங்கணும்னா இவங்கள அனுப்பணும். ஏதாவது ப்ரச்னைன்னா இவங்களை அனுப்பணும்" என்றார்.

பிரபு தலையாட்டினான். "இவனைப் பத்தி ரொம்ப கவலைப்படாதே. பிரச்ன வந்தா நீயே ஹேண்டில் பண்ணு" என்றார்.

பிரபுவின் மனதில் கனம் ஏறிக்கொண்டது. ஸ்வாமிஜி பேசும் விதத்தைப் பார்க்கும்போது அவர் தன்னுடைய பொறுப்பை விலக்கிக்கொள்வதாகப் பட்டது. தன்னால் நெடுநாட்கள் செயல்பட முடியாது என்பதை உணர்ந்து இப்படிச் செய்கிறாரா?

ஸ்வாமிஜி படுத்துக்கொண்டார். பிரபு சிறிதுநேரம் பொறுத்துக் கிளம்பினான். பக்கத்து அறைக்குச் சென்று படுத்துக்கொண்டான். ஸ்வாமிஜிக்கு உடல்நிலை மோசமானதிலிருந்து அவன் அவர் அருகிலேயே தங்க ஆரம்பித்திருந்தான்.

30

ராமநாதன் கோவைக்குத் திரும்பியதும் பிரபு அவனிடம் இயல்பாகவே பழகினான். ராமநாதனின் புன்னகை முன்பை விடவும் அதிகரித்திருந்தது. முன்பை விடவும் தன்னம்பிக்கை கூடியிருந்தது. தானாக எதுவும் பேசவில்லை. ஆனால் எதைப் பற்றியாவது விசாரித்தால் விரிவாகப் பேசினான். சுசீந்திரத்தைப் பற்றி உற்சாகமாக விவரித்தான். முருகானந்தம், பாஸ்கரன் பற்றியெல்லாம் முன்பு இருந்த பிரமிப்பு இப்போது அவனிடம் இருப்பதாகப் பிரபுவுக்குத் தெரியவில்லை.

வினயசந்திரன் விவகாரம் என்ன ஆயிற்று என்று கேட்டான் பிரபு. ராமநாதன் இந்தக் கேள்வியை எதிர்பார்த்திருந்தான். “தனி மனுஷரோட போராட்டம் சமூகப் போராட்டமா மாறிடிச்சி. பத்திரிகைல்லாம் இது பத்தி எழுத ஆரம்பிச்சிட்டாங்க. பொலிடிகல் பிரஷர் உருவாயிடிச்சி. வினயசந்திரனை ஊரை விட்டுப் போகும்படி சொன்ன போலீஸ் அவரைக் காப்பாத்தறதுதான். தன்னோட பிரதான கடமைங்கறா மாதிரி செயல்பட ஆரம்பிச்சுது. அமைச்சர் கமிஷனர் கிட்ட பேசியிருப்பார் போலருக்கு. கள்ளச் சாராய முதலாளிகள், தரகர்கள் யாரையும் போலீஸ் சப்போர்ட் பண்ணல. அவங்க தங்களோட ஆக்டிவிடியை குறைச்சிக்கிட்டாங்க. கள்ளச் சாராயம் காச்சறது நின்னுது. வினயசந்திரன் உண்ணாவிரதத்தை முடிச்சிக்கிட்டார். அவரை ஆலப்புழா ஆயுர்வேதிக் சென்ட்ருக்கு கூட்டிட்டுப் போங்கன்னு அவங்க ரிலேட்டிவ்ஸ் கிட்ட சொன்னேன். தன்னோட கோரிக்கை நிறைவேறியதால பெரியவரும் சந்தோஷமா போனாரு” என்றான் ராமநாதன்.

பிரபு அவனை ஆச்சரியத்தோடு பார்த்துக்கொண்டிருந்தான். எதுவுமே தனக்கு சம்பந்தம் இல்லாததுபோல ராமநாதன் கூறியதை எண்ணி வியந்தான். இவனுக்குள் இத்தனை பொய் எப்படி வந்தது என்று நினைத்து வருந்தினான். தன்னிடம்கூட உண்மையைச் சொல்ல அவன் விரும்பவில்லை என்பதை உணர்ந்தபோது வேதனை ஏற்பட்டது. இப்படிப்பட்டவனை நம்பி எப்படிப் பொறுப்பைக் கொடுப்பது என்னும் சந்தேகமும்

எழுந்தது. அதே சமயம் அவன் சுயநலத்துக்காக எதையும் செய்யவில்லை என்பதையும் நினைத்துக்கொண்டான்.

பேசாமல் தன்னையே பார்த்துக்கொண்டிருக்கும் பிரபு என்ன யோசிக்கிறான் என்பது பற்றி ராமநாதன் கவலையேபடவில்லை. புன்னகை மாறாத முகத்துடன் தன் காரியங்களைச் செய்துகொண்டிருந்தான். ஸ்வாமிஜியின் உடல்நிலை குறித்து விசாரித்தான். அவரைப் பார்க்க முடியுமா என்று கேட்டான். தூங்கிக்கொண்டிருக்கிறார், நாளைக்குப் பார்க்கலாம் என்றான் பிரபு. ராமநாதன் அதற்கும் புன்னகைத்தான். அந்த ஆயத்தப் புன்னகை அவன் தனக்கு மிகவும் அன்னியமாகிவிட்டதைப் பிரபுவுக்கு உணர்த்தியது. அதை அவனால் தாங்கிக்கொள்ள முடியவில்லை.

அடுத்த நாள் ஸ்வாமிஜியைப் பார்த்தபோது ராமநாதன் பயந்துவிட்டான். ஸ்வாமிஜி அவனிடம் மிகவும் அன்பாகப் பேசினார். அருகில் உட்காரவைத்து அவன் தலையைத் தடவிக் கொடுத்தார். ராமநாதனுக்குச் சிலிர்த்தது. அந்த காந்தியவாதி எப்படி இருக்கிறார் என்று விசாரித்தார். பத்திரமாக ஊர் போய்ச் சேர்ந்துவிட்டார் என்றான் ராமநாதன். "நல்ல காரியம் செஞ்ச" என்றார் ஸ்வாமிஜி. அவர் எதைக் குறிப்பிடுகிறார் என்று ராமநாதனால் கணிக்க முடியவில்லை.

"ஆசனமெல்லாம் ரெகுலரா பண்ணிண்ட்டிருக்கியா?" என்று கேட்டார் ஸ்வாமிஜி.

ராமநாதன் தலையாட்டினான். "சிரசாசனம் பண்ணு பார்ப்போம்" என்றார். சாப்பிட்டு அரை மணிநேரம்தான் ஆகியிருந்தது என்றாலும் எதுவும் சொல்லாமல் உடனடியாகத் தரையில் தலைகீழாக நின்றான்.

"காலைக் கொஞ்சம் பின்னால கொண்டுவா" என்றார். ராமநாதன் செய்தான். "கொஞ்சம்தான்" என்றார். ராமநாதன் செய்தான். "எழுந்திரு" என்றார் ஸ்வாமிஜி. எப்படி சகஜ நிலைக்குத் திரும்புகிறான் என்பதை உன்னிப்பாகக் கவனித்தார் தாடியை நீவி விட்டுக்கொண்டார்.

"என்ன புஸ்தகம் படிச்சிண்ட்ருக்கே?"

"படிச்சி ரொம்ப நாள் ஆச்சி" என்றான்.

"டயம் கிடைக்கலையோ?"

"அப்படி இல்ல..."

"நெறைய படிக்க வேண்டிய வயசு. படி. படிச்சத வெச்சி வாதம் அல்லது விவாதம் பண்ணு. உனக்குள்ளேயே வெச்சிக்காத" என்றார். "இங்லீஷும் படி. புரியலன்னாலும் மெனக்கெட்டு படி" என்றார்.

ராமநாதன் தலையசைத்தான்.

ஸ்வாமிஜி இரும ஆரம்பித்தார். ராமநாதன் பயந்து போனான். ஒரு ஸ்பூன் தேன் கொடுத்தான். வெந்நீர் கொடுத்தான். இருமல் அடங்க இரண்டு நிமிடங்களுக்கு மேல் ஆனது. ஸ்வாமிஜி துண்டை எடுத்து முகத்தையும் மூக்கையும் துடைத்துக்கொண்டார். முகம் களைத்துக் காணப்பட்டது. சிறிது நேரம் கண்களை மூடிக்கொண்டார். ஆழமாக மூச்சை இழுத்துவிட முயன்றார். மூச்சு சீராகப் பயணிக்கவில்லை என்பதை ராமநாதனால் உணர முடிந்தது.

பிரபு வந்தான். இருமல் சத்தம் கேட்டு பயந்திருக்க வேண்டும். ஸ்வாமிஜி அவனை உட்காரச் சொன்னார். ராமநாதன் பக்கம் திரும்பிய அவர், "எப்ப கிளம்பற?" என்றார்.

"நீங்க எப்ப சொல்றீங்களோ, அப்ப"

"எப்ப திரும்பி வருவ?"

"நீங்க எப்ப சொல்றீங்களோ அப்ப"

ஸ்வாமிஜியின் உதடுகளில் குறுநகை பூத்தது.

"லாஸ்ட் டைம் கிரவுண்ட்ல நாம பேசினதெல்லாம் ஞாபகம் இருக்கா?"

"இருக்கு"

"நீ தனி மனுஷன் இல்ல. அதை மறந்துடாத."

"நிச்சயமா மறக்க மாட்டேன்" என்றான் ராமநாதன்.

"சரி கிளம்பு. மத்த விஷயம் எல்லாம் பிரபு சொல்லுவான். போறச்ச வந்துட்டு போ" என்றார் ஸ்வாமிஜி.

ராமநாதன் ஸ்வாமிஜியின் கால்களில் விழுந்து வணங்கினான். ஸ்வாமிஜி அவன் தலை மீது கை வைத்தார். ராமநாதன்

ஆசுவாசமாக உணர்ந்தான். எதுவும் பேசாமல் வெளியே வந்தான். ஸ்வாமிஜியின் பேச்சு அவன் காதில் ஒலித்துக்கொண்டே இருந்தது. சாந்தி யோகத்தைப் பற்றி அவர் சொன்ன விஷயங்கள், யோகாசனம், தியானம் பற்றிச் சொன்னவை, சமூக சேவை பற்றி, புத்தகங்கள் பற்றி, ஸ்தாபனம் பற்றி, கடவுள் பற்றி... யோசித்துப் பார்க்கும்போது அவர் குரல்தான் அவர் உயிர் என்று தோன்றியது. அவரது சொற்கள் காதுகளில் எதிரொலித்துக்கொண்டிருந்தன. "நீ தனி மனுஷன் இல்ல. அதை மறந்துடாதே" என்ற குரல் தனித்துக் கேட்டது. அந்தக் குரல் தன்னுடன் வருவதுபோன்ற உணர்வு ஏற்பட்டது.

பகுதி இரண்டு

1

கீர்த்திவாசனும் ராமநாதனும் பொன்னம்பட்டிக்குக் கிளம்பினார்கள். முதல்முறையாகப் புத்தம் புதிய ஒரு களத்திற்குச் செல்வது குறித்த புத்துணர்ச்சி ராமநாதனின் மனம் முழுவதும் நிரம்பியிருந்தது. புதிய பொறுப்பு, அதுவும் தனிப் பொறுப்பு வழங்கப்பட்டது குறித்த பெருமிதமும் இருந்தது. சுசீந்திரத்தில் கிடைத்த அனுபவங்கள் தந்த திருப்தியும் அதனுடன் சேர்ந்துகொண்டது. சொல்லிக் கொடுக்கப்பட்டவை, எதிர்பார்க்கப்பட்டவை ஆகியவற்றைத் தாண்டியும் தான் கற்றுக்கொண்டதை எண்ணிச் சற்று கர்வமும் ஏற்பட்டது. வினயசந்திரன் விஷயத்தில் தான் மேற்கொண்ட முயற்சிகளை எண்ணி அவனுக்கே வியப்பு ஏற்பட்டது. எந்த ஊரிலும் எந்தப் பிரச்சினையையும் தன்னால் கையாள முடியும் என்னும் நம்பிக்கை ஏற்பட்டது.

வண்டி வேகமெடுத்துச் செல்லும்போது முகத்தில் மோதிய குளிர் காற்று காயத்ரியின் மணத்தைச் சுமந்து வந்தது. தான் செய்வது சரியா என்னும் கேள்வி கூர்மையாக எழுந்த அதேசமயம் காயத்ரி தந்த அனுபவம் ஆழ் மனதில் ஒரு நிம்மதியை ஏற்படுத்தியதையும் உணர முடிந்தது. இவ்வளவு ஆழமான நிம்மதியைத் தரும் ஒரு விஷயம் எப்படித் தவறானதாக இருக்க முடியும்? தொண்டும் துறவும் சேர்ந்த வாழ்க்கைமுறைக்கும் இத்தகைய போக்குகளுக்கும் இடையிலான வாதப் பிரதிவாதங்களின் போக்கில் அவன் தன்னிலை இந்தக் கேள்விக்குச் சாதகமாகவே நின்றது.

"உணவைத் துறப்பது மட்டுமல்ல. உணவு குறித்த எண்ணத்தையும் துறப்பதுதான் மெய்யான உண்ணாவிரதம்" என்று பகவத் கீதையின் ஸ்லோகம் ஒன்றுக்கு யாரோ கொடுத்திருந்த விளக்கம் நினைவுக்கு வந்தது. சாப்பிடாமல் இருப்பது மட்டும் விரதம் அல்ல. காமம் என்பதும் ஒரு பசிதான். உணவுப் பசியைப் போலவே இதுவும் ருசியால் பன்மடங்கு வலிமை பெறக்கூடியது. இந்த ருசியும் பசியும் இருக்கும்வரை உணவையும் உடலையும் எப்படிப் புறக்கணிக்க முடியும்? உண்ணாமைக்கு விரத காலம் என்பது உண்டு. காமத்திற்கு அப்படி எதுவும் கிடையாது. வாழ்நாள் முழுவதும் இந்த விரதத்தைக் கடைப்பிடித்து இந்த ஆற்றலை லட்சியம் என்னும் யாகத்தில் ஆகுதியாக்க வேண்டும் என்கிறது துறவற தர்மம். இத்தகைய துறவறம் யாருக்காவது சாத்தியமா என்ற வியப்பு ராமநாதன் மனதில் எழுந்தது.

இருக்கலாம். முழுக்க முழுக்க மேலானதொரு லட்சியத்திற்குத் தங்களை ஒப்புக் கொடுத்தவர்களுக்கோ, இயல்பிலேயே ருசியும் பசியும் குறைவாக இருப்பவர்களுக்கோ சாத்தியமாகலாம். நான் அப்படி இல்லை. இந்த விஷயம் ராமநாதனுக்குத் தெளிவாகத் தெரிந்தது. முன்பனிக் காலத்து மாலைப் பொழுதில் தெளிந்த நீர்ப் பரப்பில் மிதக்கும் ஒற்றைத் தாமரைபோல காயத்ரி தனிமையில் தேம்பிக்கொண்டிருந்த தருணம் மனதில் உருப்பெற்றது. அன்று நடந்தது பிறழ்வுதான். ஆனால் இதன் தொடக்கம் அந்தத் தருணத்தில் இல்லை. முதல் முதலில் அவளது புன்னகையைப் பார்த்தபோது மனதில் ஏற்பட்ட சலனம் மிகத் தற்செயலானது. மிக இயல்பானது. அந்தச் சலனத்தின் தொடர்ச்சிதான் இது. அது பிறழ்வென்றால் காமத்தின் சுமை தாளாமல் அலைவுற்ற இரவுப் பொழுதுகளும் பிறழ்வுதான். சுயபோகமும் பிரம்மச்சரியத்தின் மீறல்தான். காயத்ரி என்னும் புள்ளி தற்செயலாக இந்தப் பயணத்தில் வந்து இணைந்துகொண்டது. அது மீறலின் உச்சக்கட்டம். தொடக்கமல்ல.

மனம் தெளிவடையத் தொடங்கினாலும் மன அரங்கின் விளிம்புகளில் கவலையின் அதிர்வுகளை ராமநாதனால் உணர முடிந்தது. லட்சியத்திற்காக ஒப்புக்கொடுக்கப்பட்ட வாழ்க்கையில் புலனடக்கம் அவசியம்; அதிலிருந்து பிறழ்ந்ததை விடவும் அந்தப் பிறழ்வை நியாயப்படுத்திக்கொள்வதே மிகவும் அபாயகரமானது என்று தோன்றியது. நடந்ததைக் கனவாக எண்ணி விழிப்புடன் இருப்பதே லட்சிய வாழ்க்கைக்குப் பொருத்தமானது என எண்ணிக் கண்களை மூடினான். காயத்ரியின் முகம் நினைவில் மிதந்தது. ஸ்வாமிஜியின் முகமும் தோன்றியது. கண்களில் நீர் துளிர்த்தது.

பொன்னம்பட்டியில் சிறிய வீடொன்றை வாடகைக்கு எடுத்திருந்தார்கள். அதுதான் இப்போதைக்கு ஆசிரமத்தின் அலுவலகம். கோவிலுக்குப் பக்கத்திலுள்ள மைதானத்தில் யோகாசன வகுப்பு நடந்தது. சிறுவர்களுக்கு மாலையிலும் பெரியவர்களுக்குக் காலையிலும் யோகாசனங்கள் கற்பிக்கப் பட்டன. முதலில் ஓரிரு பெரியவர்கள்தான் வந்தார்கள். ராமநாதன் கவலைப்படாமல் வகுப்பு எடுத்தான். அந்த வகுப்பைப் பார்த்தபடி சென்றவர்களிடம் பேச்சுக்கொடுத்தான். யோகாசனம் செய்தால் உடம்பு வலியே இருக்காது என்று சொன்னான். மாலையில் சிறுவர்கள் பத்துப் பேர் வந்தார்கள். விருக்ஷாசனத்தில் அதிக நேரம் நிற்பதில் போட்டிவைத்தான். வெற்றி பெற்ற பையனைத் தன் தோளின் மேல் ஏற்றிக்கொண்டு விருக்ஷாசனம் செய்தான். எல்லாரும் கைதட்டிக் கொண்டாடினார்கள்.

ஞாயிற்றுக்கிழமைகளில் கோவில் துப்புரவுப் பணி நடந்தது. சிறுவர்களை அதில் ஈடுபடுத்தினான். அங்கிருந்த பள்ளிக்கூடத்திற்குச் சென்று இலவச யோகா வகுப்பு எடுக்கவும் கதை சொல்லவும் அனுமதி பெற்றான். பரமசிவம் அறிமுகப்படுத்தியதால் அந்த ஊரில் பல இடங்களிலும் இணக்கமான வரவேற்பு இருந்தது. பள்ளிக்கூடம் முடிந்ததும் பின் மாலைப் பொழுதில் ஆங்கிலம், தமிழ், கணக்கு ஆகியவற்றுக்குச் சிறப்பு வகுப்புகள் நடந்தன. ஆங்கிலத்தையும் கணக்கையும் கீர்த்திவாசன் பார்த்துக்கொண்டான். ராமநாதன் தமிழ் சொல்லிக் கொடுத்தான்.

பரமசிவம் இரண்டு மருத்துவர்களை ஏற்பாடு செய்தார். வாரந்தோறும் மருத்துவ முகாம் நடைபெற்றது. கைத்தொழில் பயிற்சி நடைபெற்றது. கீர்த்திவாசன் அதைக் கவனித்துக்கொண்டான். கிராமத்தவர்கள் செய்யும் பொருள்களைப் பக்கத்து ஊர்களில் சந்தைப்படுத்துதல், அவர்களுக்கு வங்கிக் கணக்கு தொடங்குதல் ஆகியவற்றை ராமநாதன் கவனித்துக்கொண்டான்.

பாஸ்கரனிடமிருந்து கற்ற வேளாண்மை உத்திகளை இங்கே அமல்படுத்த ராமநாதன் விரும்பினான். ஆனால் அவர்களுடைய பாரம்பரியத் தொழிலில் தலையிட்டால் அவர்களால் அதைப் பொறுத்துக்கொள்ள முடியாது என்று எச்சரிக்கையாக இருந்தான். இதையும் பாஸ்கரன் சொல்லிக்கொடுத்திருந்தார். மக்களோடு நன்றாகப் பழக்கம் ஏற்பட்ட பிறகு வேளாண்மை விஷயத்தில் மெல்ல ஈடுபட ஆரம்பித்தான். பாஸ்கரனின் உத்தி, நீரைச் சிக்கனமாகப் பயன்படுத்துவதிலிருந்து தொடங்குகிறது. ரசாயன உரங்களைத் தவிர்த்து முழுக்க முழுக்க இயற்கை உரத்துக்கு மாறி மண்ணின் ஆதார வளத்தை மேம்படுத்துவது அவரது முறையின்

இறுதி லட்சியம். ஆனால் அதை உடனே அமல்படுத்த முடியாது என்பதையும் பாஸ்கரன் சொல்லிக்கொடுத்திருந்தார். ராமநாதன் படிப்படியாக, மிகுந்த கவனத்துடன் அமல்படுத்தினான். சில சமயங்களில் பரமசிவத்தையும் அழைத்து இதுபோன்ற முயற்சிகளில் ஈடுபட்டான்.

கோவை மையத்திலிருந்து நான்கைந்து புதிய சேவார்த்திகளை அழைத்துக்கொண்டு வாரந்தோறும் பிரபு வந்து சென்றான். சிறுவர்களைப் பள்ளிக்கூடத்திற்கும் ஆசிரமத்தில் நடக்கும் சிறப்பு வகுப்புக்கும் அனுப்பும்படி வீடுவீடாகச் சென்று சேவார்த்திகள் கேட்டுக்கொண்டார்கள். சிறப்பு வகுப்புக்கு வரும் மாணவர்களுக்கு இனிப்பு வழங்க ராமநாதன் ஏற்பாடு செய்திருந்தான். சாந்தி யோக வகுப்புகள் வாரத்திற்கு ஒரு முறை முழு நாளும் நடைபெற்றன.

சுசீந்திரத்தில் பெற்ற அனுபவங்களையும் தன் சொந்தக் கற்பனை வளத்தையும் பயன்படுத்தி ராமநாதன் எல்லாவற்றையும் புதுமையாகவும் வலுவாகவும் செய்வதுவந்தான். எங்கு பார்த்தாலும் அவன் இருப்பும் முத்திரைகளும் தெரிய ஆரம்பித்தன. பையன்களுடன் கால் பந்தாட்டம், கபடி, கிரிக்கெட் என்று எல்லாவற்றிலும் ஈடுபட்டான். எதை எப்படி ஆட வேண்டும் என்று சொல்லிக் கொடுத்தான். வேடிக்கை பார்த்த சிறுமிகளையும் விட்டுவைக்கவில்லை. அவர்களுக்காக கோ கோ, வாலிபால் ஆகியவற்றைத் தொடங்கினான். பெண்களுக்காகத் தனி யோகாசன வகுப்பை ஏற்பாடு செய்து கீர்த்திவாசனைக் கவனித்துக்கொள்ளச் சொன்னான். வகுப்பு நடைபெறும் விதத்தைப் பார்த்த பிரபு ஒன்றும் பேசத் தோன்றாமல் அமைதியானான்.

சில நாட்களிலேயே கீர்த்திவாசன் ராமநாதனின் உதவியாளனைப் போல ஆகிவிட்டான். அவர்கள் இருவரையும் பார்த்ததுமே பிரபுவுக்கு ஒரு விஷயம் புரிந்துவிட்டது. கூட்டுப் பொறுப்பு என்பது ராமநாதனுக்கு ஒத்துவராத விஷயம். உத்தரவுக்குக் கீழ்ப்படிவது, உத்தரவுகள் பிறப்பிப்பது. இவை இரண்டுதான் அவனுக்குத் தெரியும். இதுதான் அவன் இயல்பு. அதிகாரம் அற்றவர்களால் அவனைக் கட்டுப்படுத்தவோ மட்டுப்படுத்தவோ முடியாது. அதிகாரம் உள்ளவர்களிலும் ஸ்வாமிஜி போன்ற சிலரைத் தவிர மற்றவர்களால் அவனை உண்மையில் கட்டுப்படுத்த முடியாது. அவன் என்ன செய்கிறான் என்பதை உன்னிப்பாகக் கவனித்து, அவனுக்கான முடிவுகளை எடுக்க வேண்டும். ஆசிரமத்தின் முடிவுகளை அவனால் மீற முடியாது. இன்னும் ஓராண்டில் அவனை வேறு இடத்துக்கு

அனுப்ப வேண்டியதுதான். ஸ்வாமிஜி சொன்னதைப் போல இவனை ரொம்ப நாட்களுக்குத் தனியே எந்த இடத்திலும் விடக் கூடாது. பிறகு அந்த இடத்தை மீட்கவே முடியாது. பால் மணம் மாறாத முகத்துடன் ஆசிரமத்துக்கு வந்த பையன் இப்போது எவ்வளவு பெரிய சவாலாக வளர்ந்து நிற்கிறான் என்பதை நினைததுப் பிரபுவுக்கு வியப்பும் பொறாமையும் ஏற்பட்டது. இவனுடைய சக்தியை என் விருப்பப்படி பயன்படுத்திக்கொள்வதில்தான் என் சாமர்த்தியம் இருக்கிறது என்று நினைத்துக்கொண்டான் பிரபு.

ராமநாதனுடன் மிகவும் அன்பாகப் பழகினான். ஒவ்வொரு இடத்துக்கும் அவனுடன் சென்றான். நிறைய கேள்விகள் கேட்டான். வியப்பை வெளிப்படுத்தினான். பாராட்டினான். பிரமித்தான். ராமாநாதன் ஸ்வாமிஜி பற்றி விசாரித்தான். அவரை மருத்துவமனையில் சேர்த்திருப்பதாகப் பிரபு சொன்னான். ராமநாதனுக்கு இது அதிர்ச்சியாக இல்லை. அவன் இதை எதிர்பார்த்திருந்தான். அவரைச் சந்திக்க வேண்டும் என்றான். இப்போதைக்கு யாரும் அவரைத் தொந்தரவு செய்ய வேண்டாம் என்று மருத்துவர்கள் சொல்கிறார்கள் என்றான் பிரபு.

எந்த ஆஸ்பத்திரி என்று கேட்க நினைத்த ராமநாதன் சட்டென்று உஷாரானான். மருத்துவமனை தெரிந்தால் அங்கு போய்விடுவான் என்ற சந்தேகம் பிரபுவுக்கு வரும் என்று தெரியும். எனவே கேள்வியை மாற்றிக் கேட்டான்.

“ஆயுர்வேத சிகிச்சையா, இங்கிலீஷ் ட்ரீட்மெண்டா?” என்றான்.

“இங்லீஷ்தான். ஸ்வாமிஜிக்கு மூச்சுத் திணறல் இருக்கு. சக்தி ஹாஸ்பிடல்ல இருக்கற ஸ்பெஷலிஸ்ட் ஆஸ்ரமத்தோட டிவோட்டி. அவர் கம்ப்பெல் பண்ணி கூட்டிண்டு போயிட்டார்” என்றான் பிரபு.

“க்ரிட்டிகலா இருக்கும்போது அல்லோபதிதான் சரி. சுசீந்திரத்தில் நேச்சரோபதி, ஆயுர்வேதம், யோகா தெரபி எல்லாம் இருக்கு. ஆனா எமர்ஜென்ஸி கேஸ்னா அல்லோபதிதான். முருகானந்தம் யோகி அதுல ரொம்ப ஸ்ட்ரிக்டா இருக்கார்” என்றான் ராமநாதன்.

பிரபு தலையசைத்தான். ராமநாதன் இத்தனை ஆங்கில வார்த்தைகள் பேசி அவன் கேட்டதில்லை. அவன் அறையில் ஆங்கில நூல் ஒன்றைப் பார்த்ததும் நினைவுக்கு வந்தது.

பொன்னம்பட்டியிலிருந்து கிளம்பும்போது பிரபுவுக்கு அங்கு நடக்கும் பணிகளைப் பற்றிய மனநிறைவை விடவும் ராமநாதனின் ஆளுமைமையைப் பற்றிய கவலையே அதிகம் இருந்தது. அவன் முன்புபோல் தன்னிடம் நட்பாக இல்லையே என்பதும் அவனை வேதனையில் ஆழ்த்தியது. அவன் தோள்களை வருடியபடி பேசிய அந்த நாட்கள் மீண்டும் வராது என்பது அவனுக்குத் தெளிவாகத் தெரிந்தது. இரவுகளில் அவன் உடல் தந்த பரவசமும் இனித் திரும்ப வராது என்பதும் அவனுக்கு உறைத்தது. பார்த்துக்கொண்டிருக்கும்போதே ஒருவன் முற்றிலும் அன்னியமாகி நிற்பதை எண்ணி வியப்பும் வேதனையும் அடைந்தான்.

மருத்துவமனைக்குச் சென்று ஸ்வாமிஜியைப் பார்த்துவிட்டு ஆசிரமம் திரும்பிய பிரபுவுக்கு ஆச்சரியமான ஒரு செய்தி காத்திருந்தது. சுசீந்திரத்திலிருந்து காயத்ரி என்ற பெண் ஒரு சிறுவனுடன் வந்திருந்தாள் என்றார்கள். ராமநாதனைப் பார்க்க வேண்டும் என்றாளாம். ராமநாதன் ஊரில் இல்லை என்றதும் கிளம்பிவிட்டாளாம்.

பிரபுவுக்கு இதைக் கேட்டதும் பல விதமான எண்ணங்கள் வந்தன. அந்தப் பையனுக்குப் பத்து வயது இருக்கும் என்றால் அவளுக்கு முப்பது வயதாவது இருக்கும் என்று அவன் மனம் கணக்குப் போட்டது. அவளுடைய கணவன் இல்லாமல் அவள் ஏன் தனியே வந்தாள் என்ற கேள்வி அவனுள் எழுந்தது. பிரபுவுக்குப் பொதுவாகப் பெண்கள் மீது ஈடுபாடு வருவதில்லை என்பதால் அவளைப் பற்றி அவன் கவலைப்படவில்லை. ஆனால் இவ்வளவு தூரம் ராமநாதனைத் தேடி வர வேண்டும் என்றால் அதற்கு என்ன காரணம் என்ற கேள்வி அவனை அரித்தது.

ஸ்வாமிஜிக்கு அடுத்த நிலையில் நிர்வாகத்தைக் கவனித்துக் கொள்ள மாதவ யோகி, கருணாகர யோகி, யோகானந்தர் எனச் சில மூத்த துறவிகள் இருந்தாலும் பல பொறுப்புகளைப் பிரபுவிடமே ஸ்வாமிஜி கொடுத்துவந்தார். அவனும் மூத்தவர்களுக்கு உரிய மரியாதையில் சிறிதும் குறை வைக்காமல் ஆசிரமத்தின் வேலைகளைக் கவனித்துவந்தான். தன்னுடைய வயதுக்கு இணையாக இருப்பவர்களைக் காட்டிலும் அடுத்த தலைமுறையைச் சேர்ந்தவர்களிடமே அதிகப் பொறுப்புகளைக் கொடுப்பது சிவானந்தரின் அணுகுமுறை. இளையவர்கள் பொறுப்பேற்றுச் செயல்பட வேண்டும், மூத்தவர்கள் வழிகாட்ட வேண்டும் என்பது அவர் சித்தாந்தம். இளைஞர்கள் தலைமை ஏற்க வேண்டும்; மூத்தவர்களிடம் ஆலோசனை கேட்டுச்

செயல்படும் நிதானம் அவர்களுக்கு இருக்க வேண்டும் என்பது அவர் விருப்பம்.

ஆசிரமத்தின் தத்துவத்தையும் பயிற்சிகளையும் சமூகச் செயல்திட்டங்களையும் வகுத்தவர் சிவானந்தர். ஆனால் அதன் அன்றாட நடவடிக்கைகளை வடிவமைத்தவர்கள் மாதவனும் கருணாகரனும் யோகானந்தரும். இவற்றில் சிவானந்தர் தலையிட மாட்டார். இவர்கள் வகுத்த அன்றாட நடைமுறைக் கட்டமைப்பை மிகவும் விசுவாசமாகப் பின்பற்றிச் செயல்படுத்துபவன் பிரபு. சிறிய பிசிறுகூட இல்லாமல் பெரியவர்கள் சொன்னபடி செய்வான். அதில் தன் திறமையைக் காட்டுவான். இந்த மூன்று பேருக்கும் பிரபுவை மிகவும் பிடிக்கும். ராமநாதன் மீது எப்போதும் அவர்களுக்கு உறுத்தல் இருந்துகொண்டே இருந்தது.

ஆசிரமப் பணிகள் பெரும்பாலும் பிரபுவிடம் வந்துவிட்டதால் அவனால் இதர விஷயங்களைக் கவனிக்க முடியவில்லை. கணக்கு வழக்கு, பல்வேறு மையங்களிலிருந்து வந்த செய்திகள், என வேலைகள் அவனை அழுத்தியதில் காயத்ரியை மறந்து போனான். ஒரு நாள் யோகாசன வகுப்புக்கு வந்திருந்த ஒரு பையனைக் கூட்டிக்கொண்டு போக அவன் அம்மா வந்திருந்தார். அவரைப் பார்த்தபோது காயத்ரியின் நினைவு வந்தது. அன்றிரவு பத்து மணிக்கு மேல் முருகானந்தத்தைத் தொலைபேசி மூலம் தொடர்புகொண்டான். வேறு சில விஷயங்களைப் பற்றிப் பேசிவிட்டு காயத்ரியைப் பற்றிக் கேட்டான்.

"இங்கே ஒரு காந்தியவாதியால பிரச்னை வந்ததுல்ல? அவரோட மருமகள்தான் காயத்ரி. என்ன விஷயம்?" என்றார் முருகானந்தம்.

"ஒண்ணுமில்ல. ஆஸ்ரமத்துக்கு வந்திருந்தாங்க. ராமநாதனை தேடி வந்துருந்தாங்க" என்றான் பிரபு.

"ஓ ... அவ்வளவு தூரம் வந்தாச்சா ..." என்றார் முருகானந்தம்.

பிரபுவுக்குப் புரியவில்லை. "எவ்வளவு தூரம்?" என்றான்.

"அந்த ராமநாதன்தானே வினயசந்திரன் விஷயத்துல எல்லாம் பண்ணினான். அப்ப இந்தப் பொண்ணுகிட்ட பழக்கம் வந்திருக்கும். ஆனா இவ்வளவு தூரம் வந்து பாக்கற அளவுக்கு நெருக்கம் இருக்கும்னு நெனைக்கல. நான் விசாரிக்கிறேன்."

"அவங்களுக்கு ஆஸ்ரமத்தோட கான்டாக்ட் இருக்குல்ல?"

"இருக்கே. நம்ப ஆஸ்ரமத்தில வாலன்டியரா இருக்காங்க. பையன் நம்ப ஸ்கூல்ல படிக்கறான்."

“ஏதாவது பிரச்னைன்னா நம்ம கிட்டதானே வருவாங்க?”

“நீங்க சொல்றது புரியுது. ஏதாவது பிரச்னைன்னா ஹாஸ்பிடல்ல சதாசிவ யோகி கிட்ட சொல்லலாம். ஆஸ்ரமத்துல பாஸ்கர யோகி கிட்ட சொல்லியிருக்கலாம். அதையெல்லாம் விட்டுட்டு கோயம்புத்தூருக்கு வந்து ராமநாதனை ஏன் பாக்கணும்? நான் விசாரிக்கிறேன்.”

“ராமநாதனைப் பற்றி கேக்க வேணாம்னு தோணுது. நம்ம சேவார்த்தியை நாமளே சந்தேகப்படறா மாதிரி ஆயிடும். அவங்களுக்கு என்ன பிரச்னைன்னு மட்டும் கேளுங்க. ராமநாதனை நான் பாத்துக்கறேன்.”

“சரி” என்றார் முருகானந்தம்.

நான்கு நாள் கழித்து முருகானந்தத்திடமிருந்து தகவல் வந்தது. ஏதோ ஒரு வேலைக்காகக் கோவைக்கு வந்த காயத்ரி அப்படியே ராமநாதனைச் சந்திக்கலாமே என்று வந்திருக்கிறாள். பிரச்சினை ஒன்றுமில்லை. இதில் சந்தேகப்படும் அளவுக்கு எதுவும் இருக்காது என்றே தோன்றுவதாகச் சொன்னார் முருகானந்தம்.

பிரபுவுக்கு இந்த பதில் சமாதானமாக இருந்தது. ஆனாலும் ராமநாதனை ஆழம் பார்க்க விரும்பினான். அடுத்த முறை அவனைப் பார்த்தபோது காயத்ரி தன் குழந்தையோடு ஆஸ்ரமத்துக்கு வந்ததையும் அவள் ராமநாதனை விசாரித்ததையும் சொன்னான். காயத்ரி என்றதும் ராமநாதனின் கண்களில் ஒரு மின்னல் தோன்றி மறைந்ததை அவன் கவனித்துவிட்டான். காயத்ரி வந்தது சாதாரண நிகழ்ச்சியாக இருக்கலாம். ஆனால் காயத்ரி ராமநாதனுக்குச் சாதாரணமான பெண் அல்ல என்பது பிரபுவுக்குப் புரிந்துவிட்டது. இதைக் கொஞ்சம் கவனிக்க வேண்டும் என்று முடிவு செய்துகொண்டான். ராமநாதன் மீது ஒரு பிடியை வைத்துக்கொள்ள இது உதவும் என்று அவன் மனம் கணக்குப் போட்டது.

2

ராமநாதன் மனதைப் பதற்றமும் பரபரப்பும் தொற்றிக் கொண்டிருந்தன. காயத்ரி எதற்காக வந்திருப்பாள் என்ற கேள்வி மனதை அரித்தது. இத்தனை நாள் அவளைப் பற்றிக் கவலையேபடாமல் இருந்திருக்கிறோமே என்பதை நினைத்துக்

குற்ற உணர்வு ஏற்பட்டது. எப்படி அவளைச் சந்திப்பது என்பது பற்றி யோசிக்க ஆரம்பித்தான்.

பேருந்தில் கிளம்பினால் பத்து மணிநேரத்துக்குள் சுசீந்திரம் போய்விடலாம். ஸ்ரீநிவாசன் பள்ளிக்கூடம் போயிருக்கும் சமயத்தில் காயத்ரி வீட்டில்தான் இருப்பாள். பையன் வர மதியம் மூன்றரை மணி ஆகும். தையல் சம்பந்தமான வாடிக்கையாளர்கள் யாராவது வருவதாக இருந்தால் பனிரெண்டு மணிக்கு முன் வருவார்கள். ஆக, மதிய நேரத்தில் போய்ப் பார்த்துவிட்டு வருவதுதான் சிறந்த வழி என்று நினைத்தான். ஆனால் பகலில் போவதில் உள்ள சிக்கல்களால் அந்த யோசனையைக் கைவிட்டான். இரவு ஏழு மணி முதல் எட்டு மணி வரை பையன் பால விகாஸ் வகுப்புக்குச் செல்வான். வீட்டுக்குப் பக்கத்தில் என்பதால் தனியாகவே போய்விட்டு வருவான் என்பதால் ஏழு மணிக்கு அங்கே இருப்பதுபோல் செல்ல வேண்டும் எனத் தீர்மானித்துக்கொண்டான்.

இருட்டிய பிறகு சுசீந்திரத்தில் இறங்க வேண்டும். யாருக்கும் சந்தேகம் வராத வகையில் ஆட்டோ ரிக்ஷா அமர்த்திக்கொண்டு போய் காயத்ரி வீடு இருக்கும் தெரு வாசலில் இறங்கிக்கொள்ள வேண்டும். எட்டு மணிக்குள் அங்கிருந்து கிளம்பிவிட வேண்டும். இரவு பேருந்தைப் பிடித்துக் கோவைக்கு வந்து அங்கிருந்து பொன்னம்பட்டிக்கு வர வேண்டும்.

திட்டத்தை முடிவுசெய்ததும் விரைந்து செயலில் இறங்கினான். கோவை ஆசிரமத்திற்கு போன் செய்தான். அப்பாவுக்கு உடம்பு சரியில்லை என்று தகவல் வந்ததால் திடீரென்று புறப்பட வேண்டியிருக்கிறது என்றான். கீர்த்திவாசனிடம் சொல்லிவிட்டுக் கிளம்பினான். கையில் ஆயிரம் ரூபாய் பணத்தை எடுத்துக்கொண்டான். பேருந்தில் ஏறி அமர்ந்து கண்களை மூடியதும் ஆசுவாசம் ஏற்படுவதற்குப் பதில் படபடப்பு ஏற்படுவதை உணர்ந்தான். பதற்றமும் மனச் சுமையும் அவனை வருத்தின. எதற்காக இந்தப் பயணம்? எதை எதிர்பார்த்து அங்கே செல்கிறேன்? நான் செய்துகொண்டிருக்கும் வேலைக்கு நடுவில் இது தேவைதானா? செய்யும் பணிகளில் ஆத்மார்த்தமான ஈடுபாடு இருந்தால் புத்தி இப்படிப் போகுமா? நடக்கக் கூடாத ஒன்று ஒரு முறை நடந்தால் விபத்து. மறுமுறை நடந்தால்? நடக்கும் சூழலை நோக்கிப் பயணம் செய்தால்?

சுசீந்திரத்தில் நடந்தது அந்தச் சந்தர்ப்பத்தின் விளைவு. முன்தீர்மானம் இல்லாமல் நடந்த விபத்து. ஆனால் இப்போது செய்வது அப்படி அல்ல என்பது அவனுக்குத் தெளிவாகப்

புரிந்தது. இது தப்பு என்று மனசாட்சி தெளிவாகச் சொன்னது. ஆனால் மனம் பின்வாங்க மறுத்தது.

இந்த மூன்று நாட்களில் எத்தனை பொய்கள். ஒரு பொய் இன்னொரு பொய்க்குக் காரணமாகிறது. பொய் சொல்ல ஆரம்பித்த பிறகு அது பல்கிப் பெருகிவிடுகிறது. அது இயல்பாக வாயில் ஒட்டிக்கொள்கிறது. பொய் சொல்லி விருப்பத்தை நிறைவேற்றிக்கொள்ளும் வாழ்க்கை என்ன வாழ்க்கை. ஒரு மீறல், பல மீறல்களுக்கு வழி வகுக்கிறது. இப்படி நடந்துகொள்ள ஆரம்பித்தால் இதற்கு என்னதான் முடிவு? மனசாட்சி அவனைக் குடைந்தெடுத்தது.

அடுத்த நிறுத்தத்தில் இறங்கித் திரும்பப் போய்விடலாமா என்று நினைத்தான். இன்றிரவே சென்னைக்குப் புறப்பட்டுச் சென்று அம்மாவைப் பார்த்துவிட்டு வரலாம். அம்மாவைப் பார்த்தால் மனம் சற்று அமைதி அடையும். அப்படியே ஸ்வாமிஜியையும் பார்த்துவிட்டு வந்தால் நல்லது. இனி இதுபோல நடக்காமல் பார்த்துக்கொள்ளலாம். சதாசிவ யோகிக்குத் தொலைபேசி செய்து காயத்ரி விஷயத்தை விசாரித்துக்கொள்ளலாம். அவளுக்கு ஏதாவது உதவி தேவையென்றால் ஆசிரமத்தின் மூலமாகவே செய்துவிடலாம். காயத்ரி ஏதாவது உதவி கேட்டு வந்திருக்கலாம். கோவைக்கு வந்தவள் அப்படியே பார்த்துவிட்டுப் போவதற்காகக்கூட வந்திருக்கலாம். இதை இவ்வளவு பெரிதாக எடுத்துக்கொண்டு போக வேண்டியதில்லை. விவேகானந்தர் சொன்னபடி வாழ வேண்டும் என்றால் இப்போது அவளைப் பார்க்கக் கூடாது. தற்செயலாக ஆசாபாசங்களில் தவறி விழுவது வேறு. தெரிந்தே அதில் இறங்குவது வேறு. ஒரு சாதகன் அப்படிச் செய்யக் கூடாது. ஒரு கர்ம யோகி அப்படிச் செய்யக் கூடாது. நடந்தது விபத்து. அது மீண்டும் நிகழக் கூடாது.

இரவு உணவுக்காகப் பேருந்து நின்றது. ராமநாதனுக்குக் கடுமையான பசி. இட்லி சாப்பிட்டான். நின்றுகொண்டிருக்கும் பேருந்துகளில் எதிர்ப்புறம் செல்லும் பேருந்துகளில் சென்னை செல்லும் வண்டி இருக்கிறதா என்று பார்த்தான். ஓரிரு வண்டிகள் இருந்தன. இடம் இருக்கிறதா என்று விசாரித்தான். நின்றுகொண்டுதான் வர வேண்டும், கோவையில் சீட் காலியாகும், அங்கே உட்கார்ந்துகொள்ளலாம் என்றார் நடத்துநர். வண்டி எப்போது கிளம்பும் என்று ராமநாதன் கேட்டான். பத்து நிமிடம் என்று பதில் வந்தது. பயணச் சீட்டு வாங்கிக்கொண்ட ராமநாதன் பழம் வாங்கச் சென்றான். வாழைப்பழத்தைச் சாப்பிட்டுவிட்டுத் தண்ணீர் குடித்தபோது அவன் வந்த வண்டியின் ஓட்டுநர்

ஒலி எழுப்பினார். நடத்துநர் பேருந்தின் கதவில் தட்டினார். ஓரிரு நிமிடங்களில் பேருந்து நிறைந்துவிட்டது. ராமநாதன் அமைதியாக நின்றிருந்தான். தற்செயலாக இவனைப் பார்த்த நடத்துநர் 'சீக்கிரம் வாய்யா' என்பதுபோல் கை காட்டினார். ஒரு கணம் காயத்ரியின் முகம் நினைவுக்கு வந்தது. ராமநாதன் ஓடிச் சென்று ஏறிக்கொண்டான்.

சட்டென்று தன் முடிவு எப்படி மாறியது என்று ராமநாதனுக்கு ஆச்சரியமாக இருந்தது. ஆனால் ஆசுவாசமாகவும் இருந்தது. திரும்பிப் போயிருந்தால் மனம் அரற்றிக்கொண்டிருந்திருக்கும் என்று தோன்றியது. கண நேரத்தில் நடந்த மாற்றம் என்பது நம் கையில் இல்லை என்று நினைத்தவன் நடக்கிறபடி நடக்கட்டும் என்று கண்களை மூடிக்கொண்டு ஆழமாக மூச்சு இழுத்துவிட்டான். சிறிது நேரத்தில் தூங்கிவிட்டான்.

3

கதவைத் திறந்த காயத்ரி ஒரு கணம் உறைந்து நின்றாள். உடல் முழுவதும் பரவசம் ஓடியது. மனம் துள்ளியது. "வரு, வரு" என்றபடி உள்ளே வருவதற்கு வழி விட்டு ஒதுங்கினாள். ராமநாதன் அவளையே பார்த்துக்கொண்டிருந்தான். மனம் விம்மியது. நெடுந்தூரம் ஓடி வந்து நின்றதுபோல் ஒரு நிம்மதி ஏற்பட்டது. கதவைச் சாத்திவிட்டு உள்ளே வந்தவன் அவளை வாரி அணைத்தான். அந்த ஆவேசத்திற்கு முழுமையாகத் தன்னை ஒப்புக்கொடுத்தபடி காயத்ரி அவன் மார்பில் சரிந்தாள். நெடுநேரம் இருவரும் பேசிக்கொள்ளவில்லை. உடல்கள் பேசிக்கொண்டன. பிறவி எடுத்ததன் பலனை அடைந்தது போன்ற திருப்தி ஏற்பட்டது. உடல்கள் தளர்ந்து ஆசுவாசமடைந்தபோது மனம் சலனமற்றிருந்தது. கண்களை மூடியபடி தன் தோள் மீது படுத்திருந்த காயத்ரியின் நெற்றியில் முத்தமிட்ட ராமநாதன், "எதுக்காக கோயம்புத்தூர் வந்த?" என்றான்.

"என் ராமுவ பாக்கத்தான்" என்றாள் காயத்ரி.

"என்ன பாக்கவா?"

"ம் . . . வேற?"

ராமநாதன் அவளை இறுக்க அணைத்துக்கொண்டான். "இவ்ளோ ஆசைய வெச்சிக்கிட்டு எப்டி பரயாம இருக்க முடிஞ்சிது! ஒரு போன் இல்ல. ஒரு லட்டர் இல்ல. இங்க காயத்ரின்னு ஒரு மனுஷி இருக்கறதே மறந்து போச்சோ?"

என்றாள். அவன் அணைப்பிலிருந்து விடுபட்டு ஆசுவாசமாகப் படுத்துக்கொண்டாள்.

அவள் உடல் மீது ராமநாதனின் கண்கள் ஊர்ந்தன. உடைகளற்ற அந்த உடலின் நிறமும் வாளிப்பும் வளைவுகளும் அவனைக் கிறங்க வைத்தன. அவள் உதட்டில் முத்தமிட்டான். "ஸ்ரீநி வர்ர நேரமாச்சுல்ல?" என்றான். அவன் கை அவள் உடலில் படர்ந்தது.

"ஸ்ரீநி ஊருக்குப் போயிருக்கான்" என்று சொன்னபடி அவன் உதடுகளை மீண்டும் தன் பக்கம் இழுத்துக்கொண்டாள். அவள் உடலில் படர்ந்திருந்த அவன் கை மேலும் இறுகியது. சிறிது நேரம் கழிந்த பிறகு அவள் கேள்விக்குத் தான் பதில் சொல்லவில்லை என்பது நினைவுக்கு வந்தது.

"இப்ப நான் பொன்னம்பட்டின்ற கிராமத்துக்கு இன்சார்ஜ். ஏகப்பட்ட வேலைகள் அங்க நடந்துட்டிருக்கு. இன்னும் ரெண்டு வருஷத்துல அது சுசீந்திரம் மாதிரி ஆயிடும்..."

ஆசிரமம், வேலை ஆகியவை நினைவுக்கு வந்ததும் ராமநாதன் எழுந்துகொண்டான். காயத்ரி உடைகளை எடுத்துக்கொண்டு உள்ளே சென்றாள். அவள் திரும்பி வருவதற்குள் ராமநாதனும் உடைகளை அணிந்துகொண்டான். இரண்டு சொம்பு தண்ணீர் குடித்தான்.

"இன்னைக்கு ராமு வந்ததும் எனக்கு பெரிய சர்ப்ரைஸ். ஆனா பல நாள் யாராவது கதவ தட்டும்போது வர்ரது ராமுவா இருக்காதான்னு நான் நெனச்சதுண்டு. வாசல்ல சைக்கிள் போற சத்தம் கேட்டா எட்டிப் பாத்ததுண்டு. ஆஸ்ரமம் போனா அங்க நீ வருவியான்னு நெனச்சதுண்டு. ராமு பத்தின நெனப்பு எப்பவும் மனசுக்குள்ள இருக்கும். இது தப்பு, தப்புன்னு மனசுக்கு எவ்வளவோ சொல்லிப் பாத்தேன். மனசு கேக்கல. என்னால முடியல. இது தப்பா இருந்தா என்ன ஷமிக்கணும்னு ஸ்வாமி கிட்ட அடிக்கடி வேண்டிக்கறேன்" என்றாள் காயத்ரி. அவள் கண்களில் கண்ணீர் வழிந்தது.

"காயத்ரி, நான் செஞ்சிட்டுருக்க வேலைக்கும் இப்ப இங்க நான் இருக்கற இருப்புக்கும் சம்பந்தமே இல்ல. வாழ்நாள் முழுக்க நைஷ்டிக பிரம்மச்சாரியா இருக்கணும்னு ஆசைப்பட்டேன். சின்ன வயசிலேர்ந்தே அதுல தெளிவா இருந்தேன். உன்னைப் பார்த்ததும் அந்த எண்ணம் மறைஞ்சி போச்சு. ஆனா இப்பவும் நான் என் வேலையை ரொம்பவும் விரும்பறேன். அதுலேந்து ஒரு துளிகூட விலக விரும்பல. என் வாழ்க்கையே இந்த

வேலைக்காகத்தான்னு உறுதியா நம்பறேன். எங்க அம்மா மேல சத்தியமா சொல்றேன். இதுலேந்து விலக மாட்டேன். ஆனா எனக்கு உன்னையும் மறக்க முடியல" என்றான்.

காயத்ரி சிறு புன்னகையுடன் அவனை ஆழமாகப் பார்த்தாள். "ஞானும் அப்படித்தான் ராமு. ஸ்ரீநியோட அப்பா எறந்து எட்டு வருஷம் ஆயி. இதுவர எந்த ஆம்பளயையும் ஞான் திரும்பிக்கூட பாத்திட்டில்லா. என்ன பாக்கற அத்தன ஆம்பளைகளும் கடிச்சி தின்றா மாதிரி பாக்கறது எனக்குத் தெரியும். எத்தனையோ பேர் எனக்கு வாழ்க்கை குடுக்கறேன்னு பரஞ்ஞுதுண்டு. நான் யாரையும் திரும்பிப் பாத்திட்டில்லா. ஆஸ்ரமம், ஹாஸ்பிடல், வாலன்டியர்னு பிஸியா ஆயிட்டேன். எனிக்கு எதுவும் வேண்டான்னுதான் நெனச்சிது. அதென்னமோ தெரியாது, ராமுவ பாக்கறச்சே மனசு கடந்து அடிச்சிக்கும். ராமுவ பாத்ததுமே பிடிச்சி போச்சி. ராமு செய்யற காரியங்களைப் பாத்தா இன்னும் புடிச்சு போச்சு. ரொம்ப டீப்பா எனக்கு உம்மேல ப்ரியம் வந்தாச்சி. ராமு எங்ங இருந்தாலும் ராமுவெ ஞான் புருஷனாவே நெனைக்கும். ராமு ஆஸ்ரமம் போகணம், வேல செய்யணும், சந்தோஷமா இருக்கணும். ஞான் எதுக்கும் குறுக்க வராது. ஆனா எனிக்கு ராமுதான் புருஷன்."

ராமநாதனால் பேச முடியவில்லை. அவள் மீதான ஈர்ப்பை வெறும் பெண்ணழகு சார்ந்த ஈர்ப்பாக அவனால் எடுத்துக்கொள்ள முடியவில்லை. ராமநாதன் கண்களை மூடியபடி அமைதியாக இருந்தான். மனதில் பல சித்திரங்கள் வந்து போயின. அம்மா, அப்பா, ஸ்வாமிஜி, பிரபு, ஆசிரம அறைகள், தியான மண்டபம், மருத்துவ முகாம், யோகாசனம், நூல்கள், விவேகானந்தர் என்று பல சித்திரங்கள். கடைசியாக காயத்ரியின் முகம்.

"நான் புது எடத்துல புது வேலைல மூழ்கியிருக்கேன். ஆனா மனசோட அடியாழத்துல எப்பவும் உன் நெனைப்பு இருக்கு. தியானம் பண்ணும்போதும் உன் முகம்தான் கண்ணுக்குள்ள வருது. நீ வந்துட்டு போனேன்னு தெரிஞ்சதும் ஒரு நிமிஷம்கூட அங்க இருக்க முடியல. நா செய்யறது தப்பா சரியான்னு தெரியல. என்னால என் வேலையையும் விட முடியாது, உன்னையும் மறக்க முடியாது. இதை எப்படி சமாளிக்கப் போறேன்னு தெரியல. ஆனா சமாளிப்பேன். பொன்னம்பட்டியை மாத்துவேன். அப்படி ஆயிரக்கணக்கான ஊர்கள் தமிழ்நாட்டிலே இருக்கு. சாகறதுக்குள்ள நூறு இடங்கள்ளயாவது மாற்றம் ஏற்படணும். ஸ்வாமிஜியோட ஸ்கீம்ல எத்தனையோ அற்புதமான விஷயங்கள் இருக்கு. அதையெல்லாம் லட்சக் கணக்கான மக்களுக்குக்

கொண்டுபோகணும். அதுதான் என் லட்சியம். அதை நான் விட மாட்டேன். அதே சமயம் உன்னையும் என்னால மறக்க முடியாது. நான் பிரம்மசாரியா இல்லாம இருக்கலாம். ஆனா நான் கர்ம யோகி. அதுல மாற்றம் இருக்காது. நா எங்க போனாலும் என் மனசுல நீ இருப்ப!"

ராமநாதன் கண்களைத் திறந்தான். காயத்ரியின் கண்களில் இன்னமும் கண்ணீர் வழிந்துகொண்டிருந்தது. முகத்தில் அமைதி குடிகொண்டிருந்தது.

"நான் கிளம்பறேன்" என்றான்.

முகத்தைப் புடவைத் தலைப்பால் துடைத்துக்கொண்ட காயத்ரி "சாப்பிட்டு போ ராமு" என்றாள்.

"வேண்டாம்" என்றபடி ராமநாதன் எழுந்தான். "எனக்குப் பசிக்கல. மனசு நெறஞ்சிருக்கு. இன்னொரு சந்தர்ப்பத்துல சாப்படறேன்" என்றான். கையில் கொண்டுவந்திருந்த ஆயிரம் ரூபாயை அவளிடம் கொடுத்தான். வேணாம்னு சொல்லாத. நீ வசதியா வாழலன்னு எனக்குத் தெரியும். எவ்வளவோ செலவு இருக்கும். வெச்சிக்க" என்றான். காயத்ரி தயங்கினாலும் அவன் வற்புறுத்தியதால் வாங்கிக்கொண்டாள். "ஏது இந்தப் பணம்?" என்று கேட்டாள். "ஆசிரமத்துல என் செலவுக்குன்னு குடுக்கற பணத்துலேந்து சேத்துவெச்சது" என்றான்.

கிளம்புவதற்கு முன்பு அவளை ஆரத் தழுவி உதட்டில் முத்தமிட்டான். வெளியே செல்லும்போது யாரும் பார்க்கிறார்களா என்று கவனித்துவிட்டுச் சட்டென்று வெளியேறினான். காயத்ரி ஜன்னல் வழியே அவனையே பார்த்துக்கொண்டிருந்தாள். இருளில் அவன் உருவம் மறைவதற்குள்ளேயே கண்ணீர் அவள் விழிகளுக்குத் திரையிட்டுவிட்டது.

4

அடுத்த முறை பிரபு பொன்னம்பட்டி வந்தபோது அப்பாவுக்கு எப்படி இருக்கிறது என்று ராமநாதனிடம் கேட்டான். காலில் அடிபட்டிருக்கிறது என்றான் ராமநாதன். ஸ்வாமிஜியைப் பற்றி விசாரித்தான். இன்னும் ஆஸ்பத்திரியில்தான் இருக்கிறார் என்ற பிரபு, மூச்சு விட மிகவும் சிரமப்படுகிறார் என்றான். அவரைப் பார்க்க வேண்டுமே என்றான் ராமநாதன். அடுத்த முறை வரும்போது அழைத்துப் போகிறேன் என்றான் பிரபு. அந்த பதிலைக் கேட்டு ராமநாதனுக்கு எரிச்சல் வந்தது. நீ

என்ன என்னைக் கூட்டிக்கொண்டு போவது என்று மனதுக்குள் சொல்லிக்கொண்டான்.

கிளம்பும் நேரத்தில் பிரபு செலவுக் கணக்கைப் பற்றிப் பேச்செடுத்தான். ராமநாதன் கணக்கில் 1500 ரூபாய் என்று இருப்பதற்கு என்ன அர்த்தம் என்று கேட்டான். அப்படிக் கேட்பதற்கு அவனுக்கு முழு உரிமையும் இருக்கிறது என்பது ராமநாதனுக்குத் தெரியும். இருந்தாலும் அவனுக்கு எரிச்சல் வந்தது. அவனுடைய செலவுகளுக்காகப் பணம் எடுத்துக்கொள்ளும் உரிமை அவனுக்கு இருக்கிறது. முழு நேர ஊழியர்களுக்கான எல்லாச் செலவையும் ஆசிரமம் கவனித்துக்கொள்ளும். எனவே ராமநாதன் எரிச்சலைடைந்தான். "ஊருக்கு போயிட்டு வரதுக்கு செலவாச்சு. அதான் எழுதியிருக்கேனே" என்றான்.

"மெட்ராஸுக்குப் போய்ட்டு வர 1500 ஆகாது இல்லையா ராமு?" பிரபு அமைதியாகக் கேட்டான்.

"போக வர செலவு, வழிச் செலவு, அப்பாவுக்கு மருத்துவ செலவு அவங்க கைச்செலவுக்கான காசு அப்படீன்னு செலவாச்சு பிரபு" என்றான் ராமநாதன்.

"போக வர வழிச் செலவு எல்லாம் சரி. ட்ரீட்மெண்டுக்கும் நீதான் குடுத்தியா?"

"வேற என்ன செய்யறது?" ராமநாதன் குரல் சூடாக ஆரம்பித்தது. பிரபு பொறுமையாகப் பேசினான்.

"தோ பாரு ராமு. செலவு பண்றது ஒரு பிரச்ன இல்ல. உனக்கான செலவு ஆஸ்ரமத்தோட பொறுப்பு. அதத் தாண்டி உனக்காக எக்ஸ்ட்ரா செலவானாலும் ஆஸ்ரமம் பாத்துக்கும். அது உனக்கும் தெரியும். ஆனா அப்பாவோட ட்ரீட்மெண்ட்...? இதே லாஜிக் சேவார்த்தியின் வீட்டுல இருக்கற வறுமைக்கும் பொருந்தும் இல்லயா? வீட்டுக்கு நெருக்கடி வந்தா நாம உதவ நினைக்க முடியுமா? நாமெல்லாம் சன்யாசிகள் மாதிரிதானே? அவசரத்துக்கு செலவு செய்யலாம். ஆனா இதுவே வழக்கமாயிடக் கூடாது இல்லையா?"

"நா எங்கம்மா கிட்ட சொல்லி திருப்பிக் கொடுக்கச் சொல்லிடறேன்"

"சேச்சே. நா அதுக்கு சொல்லல ராமு..." இதே போல மத்தவங்களும் நெனச்சிடக் கூடாது. பணம் முக்கியமில்ல. காரணம்தான் முக்கியம்."

"இது முக்கியமான காரணம் இல்லைன்றியா?"

"நிச்சயமா இது முக்கியம்தான். நீ அப்பாவ பாக்க போற. அவர் நெலமை க்ரிட்டிக்கலா இருக்கு. நீ உதவி பண்ணணும்னு நெனைக்கற. இதுல தப்பே இல்ல..."

"அப்ப எதுக்காக இந்த விசாரணை?"

பிரபு ராமநாதனின் தோள்களைப் பற்றினான். ராமநாதன் விலக நினைத்தான். கையைத் தட்டிவிட வேண்டும் என்று விரும்பினான். ஆனால் அப்படிச் செய்வது முகத்தில் அறைந்ததுபோல இருக்கும் என்பதால் தயங்கினான்.

"விசாரணை இல்ல ராமு. பத்ததி. இங்க இருக்கற சிஸ்டம் ஒனக்குத் தெரியும். நீ பணத்தை எடுத்து கொடுக்கறதுக்கு முன்னால ஆஸ்ரமத்துல ஒரு வார்த்த சொல்லியிருக்கலாம். அப்புறமாவது சொல்லியிருக்கலாம். கணக்குலயாவது விளக்கமா எழுதியிருக்கலாம். திடீர்னு ராமநாதன் 1500 ரூபான்னு இருந்தா பாக்கறவங்க என்ன நெனைப்பாங்க? இதே மாதிரி எல்லாருமே நடந்துக்க ஆரம்பிச்சா என்ன ஆகும்? யோசிச்சி பாரு."

ராமநாதன் கொஞ்சம் அமைதி அடைந்தான். ஆனால் இன்னமும் விசாரணையை அவனால் ஜீரணித்துக்கொள்ள முடியவில்லை. 'செலவு பண்றதுக்கு முன்னால இன்ஃபார்ம் பண்ணிரு'ன்னு சொல்லிட்டு விட்டிருக்கலாம் என்று நினைத்தான். இனி இதுபோல் ஆகக் கூடாது என்று முடிவு செய்துகொண்டான். எதிர்த்து நின்றால் பிரச்சினைதான் அதிகமாகும் என்று தோன்றியது.

"புரியுது பிரபு, இனிமே அப்படியே செய்யறேன். ஆனா பண விஷயத்துல நான் எப்படின்னு இந்த நாலு வருஷத்துல உனக்குத் தெரிஞ்சிருக்கும்."

"சேச்சே. அப்படியெல்லாம் பேசாத ராமு. நீ ரொம்பக் கம்மியா பணம் செலவு செய்யற ஆள்ன்னு எனக்குத் தெரியும்" என்றான் பிரபு.

கிளம்பிப் போவதற்கு முன்பு, தனக்கு சந்தேகமோ, கோபமோ இல்லை என்பதை உணர்த்துவதற்காக ரொம்ப மெனக்கெடுவது போல் பிரபு நடந்துகொண்டான். ராமநாதன் எந்த எதிர்வினையும் காட்டாமல் அமைதியாக இருந்தான். இனி ஆசிரமப் பணத்தை அதிகமாகச் செலவு செய்யக் கூடாது. அப்படியே செய்தாலும் அது கணக்கில் பதிவாகக் கூடாது என்று

முடிவு செய்துகொண்டான். பணம் எடுத்தது குறித்து பிரபு பேசுவதற்கு முன்பு தனக்கு இருந்த குற்ற உணர்வு இப்போது இல்லை என்பதையும் ராமநாதன் கவனித்தான்.

பொன்னம்பட்டியில் வேலைகள் மும்முரமாக நடைபெற்றுவந்தன. பள்ளிக்குச் செல்லும் மாணவர்கள் அதிகரித்தார்கள். எல்லா மாணவர்களும் யோகாசனம் கற்றுக்கொண்டார்கள். கபடி, வால்பால், கால்பந்து ஆகிய ஆட்டங்கள் வழக்கமாயின. தையல் வகுப்பு, கூடை பின்னுவது, களிமண் பொம்மைகள் செய்வது போன்ற தொழில்கள் மும்முரமாயின. பாஸ்கர யோகியிடம் கற்றுக்கொண்ட விவசாய முறைகளை இங்கே பரிசோதனை செய்து பார்த்தான். விவசாயிகள் மத்தியில் உற்சாகம் ஏற்படுவதை உணர்ந்தான். பெண்களை யோகாசன வகுப்பில் சேர்க்கக் கூடாது என்று ஆசிரமப் பொறுப்பாளர்கள் சொன்னதற்குப் பழிவாங்குவதுபோலப் பெண்களை எல்லா விஷயங்களிலும் ஈடுபடுத்தினான். உற்பத்தி, சந்தைப்படுத்துதல், கணக்கு வழக்கு என்று எல்லாவற்றையும் செய்ய வைத்தான். அந்த ஊர்ப் பெண்கள் மிகுந்த உற்சாகத்துடன் காரியங்களைச் செய்தார்கள். சோம்பித் திரிந்த ஆண்களும் அவர்களைக் கண்டு சுறுசுறுப்பானார்கள். பிரபுவோ ஆசிரமத்தின் இதர பொறுப்பாளர்களோ ஆட்சேபிக்க முடியாத வகையில் பெண்களின் பங்கேற்பு நீக்கமற நிறைந்திருந்தது.

நடுவில் சில வாரங்கள் பிரபுவால் வர முடியவில்லை. பிறகு ஒரு முறை வந்தபோது பொன்னம்பட்டியின் சூழலை அவனால் ஜீரணித்துக்கொள்ள முடியவில்லை. ஆனால் உடனடியாக எதுவும் செய்ய முடியாத அளவுக்கு அங்கு ஏற்பாடுகள் ஆழமாகக் காலூன்றிவிட்டன. பெண்கள் செய்யும் வேலைகளைக் கண்டு ஆச்சரியமும் பிரமிப்பும் ஏற்பட்டது. இப்படியே விட்டால் இவன் ஆசிரமத்துக்குள் தனி ஆசிரமம் நடத்த ஆரம்பித்துவிடுவான் என்று பட்டது.

இப்போதெல்லாம் ராமநாதன் பிரபுவிடம் நின்று நிதானமாகப் பேசுவதில்லை. ஒரு புன்னகை. ஒரு விசாரிப்பு. பிறகு ஓட்டம். எப்போதும் அவனைச் சுற்றி யாராவது இருந்து கொண்டிருந்தார்கள். ஏதாவது கேட்டுக்கொண்டிருந்தார்கள். உள்ளூரில் நான்கைந்து பகுதி நேரச் சேவார்த்திகளை உருவாக்கி ஆசிரமத்தின் நிர்வாகத்தை அவர்கள் மூலமாக நடத்தினான். பொருள்களைச் சந்தைப்படுத்துவதும் மருத்துவ முகாமும் கீர்த்திவாசனின் பொறுப்பு. சாந்தி யோக வகுப்புகள்,

யோகாசன வகுப்புகள், வேளாண்மை தொடர்பான வேலைகள், சேவார்த்திகள் பயிற்சி ஆகியவற்றை ராமநாதன் கவனித்துக்கொண்டான். பெண்கள் அவனிடம் சகஜமாகப் பழகுவதைக் கண்டு பிரபு ஆச்சரியமடைந்தான். அவனால் இன்றுவரை எந்தப் பெண்ணையும் நேருக்கு நேர் பார்த்துப் பேச முடிந்ததில்லை.

பிரபுவிடம் கணக்கை ஒப்படைக்கும் பொறுப்பைக் கீர்த்திவாசனிடம் கொடுத்திருந்தான் ராமநாதன். எல்லாக் கேள்விகளுக்கும் அவன் துல்லியமாக பதில் சொன்னான். சந்தேகத்திற்குரிய கணக்கோ ஆட்சேபத்திற்குரிய செலவோ அவன் கண்ணில் தட்டுப்படவே இல்லை. பக்கத்தில் உள்ள பெரிய ஊர்களில் சில நடவடிக்கைகளை மேற்கொள்வதன் மூலம் ஆசிரமத்திற்கு ஓரளவு வருமானமும் வந்துகொண்டிருக்கிறது. சாந்தி யோக வகுப்புகள், தியான வகுப்புகள், யோகாசன வகுப்புகள் ஆகியவை நடக்கும் இடங்களில் எல்லாம் மக்கள் தரும் நன்கொடைகளை வாங்கிக்கொள்ளும் வழக்கம் ஆசிரமத்திற்கு உண்டு. ராமநாதன் அதை முறைப்படுத்தியிருந்தான். கிராமத்து மக்களின் உற்பத்திப் பொருட்களை ஆசிரமத்தின் மூலம் சந்தைப்படுத்துவதால் கிடைக்கும் வருமானத்தில் ஒரு சிறு பகுதியை ஆசிரமத்துக்குத் தர வேண்டும் என்ற ஏற்பாடு சுசீந்திரத்தில் இருக்கிறது. அதை இங்கும் அமல்படுத்தினான்.

பொன்னம்பட்டி ஆசிரமக் கிளை செலவுகளைத் தானே பார்த்துக்கொள்ளுமளவிற்கு வளர்ந்துவிட்டிருந்தது. ஒவ்வொரு வருகையின்போதும் ராமநாதனின் பிம்பம் உயர்ந்துகொண்டே போவதாகப் பிரபு நினைத்தான். தன்னை முற்றிலுமாக அலட்சியப்படுத்துகிறானோ என்ற எண்ணமும் வந்தது. ஸ்வாமிஜி சொன்னபடி விரைவில் அவனை வேறு இடத்துக்கு அனுப்பிவிட வேண்டும் என்று தீர்மானித்துக்கொண்டான்.

தன்னைப் பற்றி அவன் என்னதான் நினைத்துக் கொண்டிருக்கிறான் என்பதைத் தெரிந்துகொள்ள வேண்டும் என்று பிரபு தீர்மானித்தான். வழக்கமான வருகை ஒன்றின்போது, ராமநாதனிடம் சில விஷயங்களைப் பேச வேண்டும் என்று வந்த உடனேயே சொல்லிவிட்டான்.

"அப்படீன்னா நீ இங்க தங்க வேண்டியிருக்கும்" என்றான் ராமநாதன்.

"தங்கறேன்" என்றான் பிரபு.

5

பகலில் ஆளுக்கொரு பக்கமாக வேலையைக் கவனித்துக் கொண்டிருந்த ராமநாதனும் பிரபுவும் இரவு 11 மணிக்குச் சந்தித்துக்கொண்டார்கள். கோவில் வாசலில் கொட்டப்பட்டிருந்த மணலில் அமர்ந்துகொண்டார்கள். என்ன சொல்வது, எப்படி ஆரம்பிப்பது என்று பிரபுவுக்குத் தெரியவில்லை. மங்கிய நிலவொளியும் கோவில் விளக்கொளியும் ராமநாதன் முகத்தில் விழுந்தன. அவன் ஆசிரமத்துக்கு வந்தபோது பார்த்த அந்தப் பால் வடியும் முகம் இப்போது இல்லை. மீசை, தாடி எல்லாம் முளைத்துவிட்டன. தலைமுடி அடர்த்தியாகவும் பின்புறம் நீளமாகவும் வளர்ந்திருந்தது. கண்கள் கூர்மையாக இருந்தன. உதடுகளில் அமர்ந்திருந்த புன்னகை அவன் தன்னம்பிக்கையின் வெளிப்பாடாக இருந்தது. பிரபுவுக்குப் பழைய நினைவுகள் கிளர்ந்தன. இவன் கோவை ஆசிரமத்திலேயே இருந்திருக்கக் கூடாதா என்று நினைத்தான். ராமநாதனே பேச்சைத் தொடங்கினான்.

“ஸ்வாமிஜி எப்படி இருக்கார் பிரபு?”

“பெரிய இம்ப்ரூவ்மெண்ட் இல்ல. திருவனந்தபுரத்துக்குக் கூட்டிட்டு போய் நேச்சரோபதி குடுக்கணும். டாக்டர்களும் அதுதான் நல்லதுன்னு சொல்லிட்டாங்க.”

“என்ன பிரச்ன அவுருக்கு? நீ எங்கிட்ட ஒப்பனா சொல்லவே மாட்டேங்கறயே ...”

பிரபு ராமநாதனின் கண்களைப் பார்த்தான். அதில் உண்மையான வருத்தம் தெரிந்தது. பிரபுவுக்கு நெகிழ்ச்சி ஏற்பட்டது.

“டி.பி. இருக்கலாம்னு சொல்றாங்க. சரியா தெரியல.”

ராமநாதன் மனம் கலங்கியது. “யோகாவெல்லாம் பண்றாரே ...” என்றான்.

“சின்ன வயசுலேந்தே அவருக்கு ப்ரைமரி காம்ப்ளெக்ஸ் இருக்கு. இளமைல ஏகப்பட்ட அலைச்சல். இப்ப நீ பாக்கற ஆசிரம வாழ்க்கையெல்லாம் பதினஞ்சு வருஷமாதான். அதுக்கு முன்னால ஓயாத அலைச்சல். உழைப்பு. சரியா சாப்பாடு கிடையாது. தவிர, கிருமிகள் உள்ள வந்துட்டா என்ன பண்ண முடியும்?” ராமநாதன் பேசாமல் இருந்தான். “எப்ப திருவனந்தபுரம் போறாரு?”

"ஒரு மாசத்துல போகலாம்."

"அவர் போறதுக்குள்ள இங்க ஒரு வாட்டி கூட்டிட்டு வரயா?" இதைக் கேட்கும்போது ராமநாதனின் குரலில் ஒரு பரிதவிப்பு இருந்தது. தனது பணிகளை ஸ்வாமிஜி பார்க்க வேண்டுமே என்ற தவிப்பு தெரிந்தது.

பிரபு பெருமூச்சுவிட்டான். "கூட்டிண்டு வரது ரொம்ப கஷ்டம் ராமு. நீ ஒரு வாட்டி வந்து பாத்துட்டு போ" என்றான்.

"பொன்னம்பட்டி எப்படி இருக்குன்னு அவர்கிட்ட நீ சொல்லியிருக்கயா?"

"ஓரளவு சொல்லியிருக்கேன். ஆனா நீ எங்கிட்டயே டீடெய்லா எதுவும் சொன்னதில்லையே. நானா பாத்துதான் தெரிஞ்சிக்க வேண்டியிருக்கு?"

"அப்படி சொல்லாத பிரபு. உங்கிட்ட சொல்றதுல எனக்கு என்ன பிரச்ன? வேலை அதிகம். ஓடிட்டே இருக்கேன். நாளைக்கு உன்னை எல்லா எடத்துக்கும் கூட்டிட்டு போய் எக்ஸ்ப்ளெய்ன் பண்றேன்" என்றான் ராமநாதன்.

"போலாமே" என்றான் பிரபு.

"கோயம்புத்தூர்ல எப்படி இருக்கு?"

"ம்... எல்லாம் நல்லா போயிண்ட்ருக்கு. ஸ்கூல் வேலை எல்லாம் தர்மானந்த்தான் பார்த்துக்கறார். யோகா கிளாஸ் ரெண்டா ஆயிடுத்து. சாந்தி யோக கிளாஸ் நான்தான் பாத்துக்கறேன். கணக்கு பாக்கறது, மத்த ஊர்கள்ள இருக்கற ஆஸ்ரமங்களோட டச்ல இருக்கறது எல்லாம் நான்தான்..."

"மாதவ யோகி, கருணாகர யோகி எல்லாம் என்ன பண்றாங்க?"

"தெரியல..." என்றான் பிரபு. அவர்கள் மீது அவனுக்குச் சலிப்பு இருந்தது, அவன் குரலில் தெளிவாகத் தெரிந்தது. ஆனால் அடுத்த நிமிடமே சுதாரித்துக்கொண்டான்.

"ஆஸ்ரமத்துல மத்த வேல நெறய இருக்கே... ஆஸ்ரமத்தோட டெய்லி ரொட்டீனே நெறய இருக்கே. டயம் மெய்ன்டெய்ன் பண்றது, சமையலுக்குப் பொருள் வாங்கறது, பத்து பாத்திரம் தேய்க்கறதுன்னு நெறய வேல இருக்கே..."

“ஆனா அதுக்கெல்லாம் வாலன்டியர்ஸ் இருக்காங்கல்ல? சம்பளத்துக்கும் ரெண்டு மூணு பேர் இருக்காங்கல்ல?”

“இருக்காங்க. ஆனா எல்லாத்தையும் கோஆர்டினேட் பண்ணணுமே. அப்புறம் கவர்மெண்ட் ஏஜன்ஸிஸ் கிட்ட டீல் பண்றது. ஆஸ்ரமத்தோட பணக்கார டிவோட்டீஸோட காண்டாக்ட்ல இருக்கறது, பப்ளிக் ஆக்டிவிடீஸ நல்லா நடத்தறதுன்னு நெறய இருக்கே?” என்றான் பிரபு.

ராமநாதன் தலையாட்டினான். “வாஸ்தவம்தான். ரெஸ்பான்ஸிபிலிட்டீஸையும் டயத்தையும் போட்டு கொழப்பிக்கக் கூடாது. சில பேருக்கு முக்கியமான ரெஸ்பான்ஸிபிலிட்டீஸ் இருக்கும். ஆனா டைம் கன்ஸ்யூம் ஆகாது. அவங்க சும்மா இருக்கற நேரத்துல அவங்க மைண்ட் ஆக்டிவா பல விஷயங்களை ப்ராஸஸ் பண்ணிட்டே இருக்கும். வெளிலேந்து பாக்கறவங்களுக்கு அவங்க சும்மா இருக்கறா மாதிரி தோணும். ஆனா அப்படி இல்ல...”

ராமநாதனிடம் ஆங்கிலச் சொற்கள் இயல்பாக இடைகலந்து வருவதை பிரபு கவனித்தான். முன்பும் இதை கவனித்திருக்கிறான். ஆஸ்ரமத்துக்கு வந்தபோது அவனுக்கு இந்த அளவுக்கு ஆங்கிலம் தெரியாது. மீண்டும் அவனை நினைத்து மகிழ்ச்சியும் பொறாமையும் ஏற்பட்டது.

“நீ சொல்றது ரொம்ப சரி ராமு. வெளித் தோற்றத்த வெச்சி எதையும் எடை போடக் கூடாது. யாருமே சும்மா இருக்கறதில்ல. மனசுல நடக்கற ஆக்டிவிட்டி முடங்கிப் போனாதான் ஒருத்தரை சோம்பேறின்னு சொல்ல முடியும்.”

“அப்படின்னா நிச்சலனமான மனசு வேணும்னு சொல்றோமே, அது என்ன?”

“அது பக்குவத்தால வர்ர அமைதி. நான் சொல்றது சோம்பேறித்தனமான அமைதி. ரெண்டுக்கும் விதியாசம் இருக்கு இல்லையா?”

“இருக்கு. கட்டிடம் கட்றவரோட கை வேல செஞ்சிகிட்டே இருக்கா மாதிரி நம்ம மனசு ஓயாம வேல செஞ்சிட்டேதான் இருக்கும். ஆனா அது பதட்டமா பொங்கிப் பொங்கி வழியாம சீரா இயங்கணும். நம்ம டெய்லி ரொட்டீனை ப்ராப்பரா ஸ்ட்ரீம்லைன் பண்ண மைண்டோட ப்ராஸஸிங் ஸ்மூத்தா இருக்கணும். பதட்டப்படற மைண்ட் பதட்டமான காரியங்களை உருவாக்கும். நானும் அஜிடேட் ஆகாத, யாரையும் அஜிடேட்

ஆக்காத இயக்கம். பதட்டமோ படபடப்போ இல்ல. நம்மால மத்தவங்களுக்கும் மத்தவங்களால நமக்கும் இது இருக்கக் கூடாது. இதுதான் செயலின் ரகசியம், இல்லையா?"

"ப்ரில்லியண்ட் ராமு. நீ வெறுமனே செயல் வீரன்னு நெனச்சேன். இவ்வளவு யோசிக்கறயே?"

ராமநாதன் சிரித்தான். "இதுல என்ன ஆச்சரியம்? யோசிக்காம வேலை செய்யறது அடிமைகளுக்கும் யந்திரங்களுக்கும்தான் சாத்தியம். ஐயாம் நெய்தர் ..."

"அது சரி, இந்த அளவுக்கு இங்லீஷ் எங்க கத்துக்கிட்ட?"

"பாக்கும்போதெல்லாம் புக்கு படி, புக்கு படின்னு ஸ்வாமிஜி சொல்லுவார். சர்வீஸ் பண்றத்துக்கு வந்தவன், எது சொன்னாலும் செய்ய தயாரா இருக்கறவன், அவனைப் போய் ஒரு சாமியார் புக்கு படின்னு சொன்னா அதுல ஏதோ விஷயம் இருக்கும்னு பட்டுது. பாஸ்கர யோகி ஒண்ணு ரெண்டு இங்லீஷ் புக் குடுத்தாரு. வினயசந்திரன் கிட்டேந்து ஒண்ணு வாங்கினேன். இங்லீஷ் புரியாதுதான். ஆனா நான் புரியாம ஒரு பக்கத்த விட்டு மேல போக மாட்டேன். ஆட்டோ பயாக்ரஃபி ஆஃப் எ யோகின்ற புக்ல அம்பது பக்கம்தான் படிச்சேன். ஆனா அதைப் புரிஞ்சிக்க பலமுறை டிக்ஷனரியையும் கிராமர் புக்கையும் ரெஃபர் பண்ணினேன். முழுமையா உள்வாங்கி படிச்சா நெறய விஷயங்கள ஒரே பக்கத்துல கத்துக்கலாம். அப்புறம் ப்ளஸ் டூ படிக்கற பசங்களுக்கு சொல்லித் தரத்துக்காக அவங்க புக்ஸைப் படிச்சேன். இங்க்லீஷ் டூல கிராமர் நிறைய இருந்தது. அப்டீ கொஞ்சம் கத்துக்கிட்டேன்."

"ப்ரில்லியண்ட்" என்றான் பிரபு மறுபடியும். சிறிது நேரம் இருவரும் பேசவில்லை. மணலில் கை விரலால் படம் வரைந்துகொண்டிருந்த ராமநாதன் மீண்டும் பேச ஆரம்பித்தான்.

"சும்மா இருக்கறத பத்தி பேசினோம் இல்ல? வெளிப் பார்வைக்கு சும்மா இருக்கறவங்க உள்ளுக்குள்ள ஆக்டிவா இருப்பாங்க. அதே மாதிரி சுறுசுறுப்பா எதையாவது செஞ் சிக்கிட்டே இருக்கவங்க மைண்ட் அலைபாயாம இருக்கும் இல்லையா? செயல்ல உடம்பு முழுமையா இன்வால்வ் ஆகும்போது மைண்ட் சைலண்டா ஆயிடும். இது ஒரு வித யோக நிலைதானே?

"ஆமாம் ..."

“தொடர்ந்து ஒரே விதமான வேலையை மணிக்கணக்கா ஒரே மாதிரி செய்றவங்களோட மைண்ட் எப்படி இருக்கும்?”

“மந்தமா இருக்கும்னு சொல்ல வரியா?”

“அதெப்படி சொல்ல முடியும்? திருவள்ளுவரை எடுத்துக்க. அவர் நெசவாளர். கை தறிய நெஞ்சுக்கிட்டே இருக்கும்போது மனசு அவருக்கு வேற உலகத்துல இருந்துருக்கு. அதனாலதான் அவரால அவ்வளவு விஷயங்கள் யோசிக்க முடிஞ்சது ...”

“எப்படி இந்த மாதிரியெல்லாம் யோசிக்கற?”

அந்தக் கேள்வியை ராமநாதன் கவனித்ததாகவே தெரியவில்லை. அவன் பேசிக்கொண்டேபோனான்.

“காந்திய எடுத்துக்க. அவர் ராட்டைல நூல் நெஞ் சிக்கிட்டே இருக்கும்போது அவர் மைண்ட் டிராவல் ஆகாமலா இருந்திருக்கும்? அப்படி ஆகலன்னா அவரால இவ்வளோ எழுதியிருக்க முடியுமா? அவ்வளவு ஏன்? வாக்கிங் போறவங்க மைண்ட் ஏன் ஃப்ரெஷ்ஷா இருக்கு? உடம்பு ஒரு ரொட்டீனுக்குள்ள, ரிதத்துக்குள்ள போச்சுன்னா மனசை உடம்புலேந்து கழட்டிடலாம். அப்ப ஒரே சமயத்துல ரெண்டு ஆக்டிவிடீஸ் தீவிரமா நடக்கும். ஒரே ஆள் ரெண்டு ஆளா ஃபங்ஷன் பண்ண முடியும்.”

“கரெக்ட்தான் ராமு. இதப் பத்தி நான் யோசிச்சதில்ல. ஆனா உடலும் மனசும் அறிவும் ஒரு புள்ளில இணைஞ்சு வேலை செய்யறதுதானே யோகிகளோட வழிமுறை?”

ராமநாதன் சிறிது நேரம் பேசாமல் இருந்தான். பிறகு சொன்னான்:

“வாஸ்தவம்தான், இப்படி இணையறதுதான் யோகம். ரெண்டா பிரியறது வேற ப்ராஸஸ். ஆனா இப்படி பிரியறதும் ஒரு யோகம் மாதிரிதான் எனக்குப் படுது. இதை என்னால எக்ஸ்ப்பௌய்ன் பண்ண முடியல. கை ஒரே வேலையை செஞ் சிக்கிட்டு இருக்கு. பழக்கத்தால அது மிகத் திறமையா அந்த வேலையை செய்யுது. மூளையோ மனமோ அதுக்காக மெனக்கெட வேண்டியதில்லன்ற அளவுக்கு அந்த வேலை கைக்கு இயல்பா வருது. குளிக்கறா மாதிரி. சாப்பிடறா மாதிரி. மண்வெட்டிய எடுத்து வாய்க்கால் வெட்டறா மாதிரி, கடப்பாரையால குழிய தோண்டறா மாதிரி. இதே மாதிரி ஒரு ஆர்ட்டிஸான் வேலை பாக்க முடியுமா? முடியலாம். ஆனா ஒரு ஆர்ட்டிஸ்டால

இப்படி வேல பாக்க முடியாது. ஒரு டீச்சரால இப்படி வேல பாக்க முடியாது. அப்ப சில வேலைகளுக்கு மைண்ட்டோட இன்வால்வ்மெண்ட் வேணும். சில வேலைகளுக்கு வேணாம். மைண்ட் இன்வால்வ்மெண்ட் தேவைப்படற வேலைகள்ள மைண்ட் அண்ட் பாடியோட யுனிட்டி ரொம்ப முக்கியம். தேவைப்படாத வேலைகள்ல மைண்டோட சுதந்திரமான டிராவல் சாத்தியமாகுது. அப்ப ஒரே சமயத்துல ரெண்டு ஆக்டிவிடிஸும் கரெக்டா நடக்குது. நம்ம ஒடம்பு செய்யற ஒவ்வொரு வேலையையும் நல்லா பழக்கப்படுத்திக்கிட்டா மைண்ட ஒடம்ப விட்டு கழட்டிடலாம் இல்லையா?"

பிரபுவுக்குப் பேச்சே வரவில்லை.

ராமநாதன் பிரபுவை கவனிக்கவில்லை. அவன் தன் சிந்தனையில் ஆழ்ந்திருந்தான். மீண்டும் பேச ஆரம்பித்தான்.

"ஜீரண உறுப்பை எடுத்துக்க. ஹார்ட்டை எடுத்துக்க. அது ஓயாம வேலை செஞ்சிட்டே இருக்குல்ல? மைண்டோட இன்வால்வ்மெண்ட் அதுல என்ன இருக்கு? இவ்வளவு திறமையான, இவ்வளவு முக்கியமான வேலையே கான்ஷியஸ் மைண்டோட இன்வால்வ்மெண்ட் இல்லாம நடக்க முடியும்னா ஓட்டல் நிர்வாகம், பஸ் ஓட்றது இதெல்லாம் ஏன் நடக்க முடியாது? நாம் செய்யற வேலை நம் உடம்புக்கு முழுக்க முழுக்க வசமானா இது சாத்தியம்தானே?"

"சாத்தியம்தான். ஆனா நீ சொன்ன மாதிரி ஒரு ஆர்ட்டிஸ்டோ, டீச்சரோ செய்யற வேல அடிப்படையா மைண்டோட வேலதான். உடம்பு அவங்களுக்கு ஒத்துழைக்குது. அவ்ளோதான். இங்க மைண்டுக்கு ஏத்த ஒடம்பு. சில விஷயங்கள்ள ஒடம்புக்கு ஏத்த மைண்ட்..."

"கரெக்ட். ஆனா மைண்டையும் பாடியையும் பிரிக்க முடியாத செயல்கள்னு சிலது இருக்குன்றததானே இது காட்டுது? இந்த வேலைகளோட லெவலும் விளைவும் வேற மாதிரி இருக்கே. ஒருவேளை அதனாலதான் மைண்ட் பாடி கோ ஆர்டினேஷனை யோகா ரொம்ப வலியுறுத்துதுன்னு தோணுது. மைண்ட் பாடி கோ ஆர்டினேஷன் அல்ட்டிமேட். ஆனா பாடியோட எல்லா வேலைகளுக்கும் மைண்ட் இன்வால்வ்மென்ட் தேவையில்லை. அப்ப இணையான ரெண்டு ஆக்டிவிடீஸும் முழுமையா நடக்க முடியும். இது ஒரு லெவல். இதுவும் வாழ்க்கைக்கு முக்கியம்தான்."

"சரியாதான் தோணுது. அப்படீன்னா சில விஷயங்களுக்கு உடலும் மனசும் சேர வேண்டியதில்லன்னு ஆகுது. டோட்டல் டிடாச்மென்ட் அங்க சாத்தியம். உடலும் மனதும் விலகிய நிலை. ரெண்டும் ரெண்டு வேலைகளை அழகா பண்ற நிலை. இதுவும் ஒரு யோக நிலைன்னு சொல்ற ..."

"சொல்லலாமான்னு யோசிக்கறேன். நாம கஷ்டப்பட்டு பண்ற சில விஷயங்களை ஒரு அத்லீட் ரொம்ப ஈஸியா பண்றார். ஒடம்பால செய்யற ஒரு விஷயம் பிராக்டீஸால ஈஸியா ஆக ஆக பாடி தன்னால இயங்குது. மனசு பாடிய விட்டு பிரியுது. உடம்பு மனசு கோஆர்டினேஷன், டீடாச்மெண்ட் ரெண்டுமே முக்கியம்னு படுது.."

பிரபு பேசவில்லை. ராமநாதன் மீது அவன் அன்பு இன்னும் அதிகரித்தது. அவன் மீது பொறாமைப்படுவதை விடவும் அவனோடு சேர்ந்து வேலை செய்வதும் தொடர்ந்து பேசுவதும்தான் முக்கியம் என்று தோன்றியது. இவன் கோவையிலேயே இருந்திருக்கலாம். அல்லது பொன்னம்பட்டிக்கு இவனோடு நானும் வந்திருக்கலாம் என்று தோன்றியது. ராமநாதன் கொட்டாவி விட்டான். "தூக்கம் வருதா?" என்று பிரபு கேட்டான்.

"இல்ல. பதினொரு மணிக்கு மூளை கொஞ்சம் களைச்சிதானே போகும்? இப்ப தூங்கினா சட்டுனு தூங்கிடலாம். இதை விட்டால் கிட்டத்தட்ட ஒரு மணி வரைக்கும் மைண்ட் ஃப்ரெஷ்ஷா இருக்கும். ஆனா யோகா பண்றவன் தூக்கத்தைப் பத்திக் கவலைப்பட வேண்டியதில்லை. ரெண்டு மணி நேரம் தூங்கினாகூட போதும். நாள் முழுக்க எனர்ஜிடிக்கா இருக்கலாம்" என்றான் ராமநாதன்.

"வாஸ்தவம்தான்" என்றபடி பிரபு எழுந்துகொண்டான்.

"ஒனக்கு தூக்கம் வந்துடுச்சா?"

"அப்படி இல்ல. ஒரு நடை போகலாம்னு ..."

ராமநாதனும் எழுந்துகொண்டான். இருவரும் நடக்க ஆரம்பித்தார்கள். சாலையோரம் படுத்திருந்த நாய் சட்டென்று எழுந்து ஓடியது. இருவரும் சிறிது தூரம் பேசாமல் நடந்தார்கள். பிரபு ராமநாதனின் தோளில் கை போட்டுக்கொண்டான். இப்போதும் அவன் தன் தோள் மீது கை போட்டுக்கொள்ளவில்லை என்பது உறைத்தது. பிரபு சிறிது நேரம் கழித்து அந்த மௌனத்தைக் கலைத்தான்.

“ஒனக்கு சட்டதிட்டம்னாலே புடிக்காதா?”

“ஏன்? சட்டதிட்டத்துல ஒண்ணும் பிரச்ன இல்லையே?”

“ஆஸ்ரமத்தோட சட்டதிட்டங்களை நீ நெறய மீறறியே?”

“இது என்கொயரியா?”

“அதெல்லாம் ஒண்ணுமில்ல ராமு. இதப் பத்தியும் நான் கவலைப்படணும் இல்லயா? எவ்வளவுதான் ஃப்ரெண்டா இருந்தாலும் சில விஷயங்களை விட்டுட முடியாது இல்லையா?”

“ஃப்ரெண்ட்ஷிப்பையும் வேலையையும் என்னிக்கும் நான் குழப்பிக்கறது இல்ல பிரபு. நீ என்னவிட சீனியர். என்னை நீ தாரளமா என்கொயரி பண்ணலாம்.”

பிரபுவின் கை ராமநாதனை மேலும் இறுக்கியது. “அப்படியெல்லாம் பேசாத ராமு. ஒரு அண்டர்ஸ்டாண்டிங்குக்காக கேக்கறேன்.”

“எப்படிக் கேட்டாலும் என் பதில் ஒண்ணுதான். ஏன்னா அந்த ஒரு பதில்தான் எங்கிட்ட இருக்கு.”

“என்ன பதில்?”

“சட்டதிட்டம், விதிமுறை எல்லாம் எனக்கு முக்கியம்தான். ஆனா வேலை அதைவிட முக்கியம். ரெண்டுத்துக்கும் நடுவுல க்ளாஷ் வந்துதுன்னா நான் வேலைக்குதான் முக்கியத்துவம் கொடுப்பேன்” என்றான் ராமநாதன்.

பிரபு நின்றான். ராமநாதனும் நின்றான். இருவரும் ஒருவரை ஒருவர் பார்த்தபடி நின்றார்கள். ராமநாதனின் கண்களை ஆழமாகப் பார்த்த பிரபு சொன்னான்:

“நா அப்படி நெனைக்கல ராமு. ரெண்டுத்துக்கும் நடுவுல க்ளாஷ் வந்தா நான் சட்டதிட்டம், விதிமுறை பக்கம்தான் நிப்பேன். ஏன்னு கேளு. வேலைன்றது நம்ம லட்சியம். செயல்திட்டம்ன்றது வழிமுறை. இந்த செயல்திட்டத்தைப் பல பேர் உக்காந்து யோசிச்சி உருவாக்கி இருக்காங்க. இந்த செயல்திட்டம் சரியா நடக்கறதுக்காக சில சட்டதிட்டங்கள் உருவாக்கப்பட்டுருக்கு. இதுவும் பலரால் பல நாள் உழைச்சு உருவாக்கப்பட்டதுதான். ஒவ்வொரு இன்டூஜுவலும் திறமையா வேலை செய்யணும். பல இண்டூஜுவல்ஸ்கு இடையே கோஆர்டினேஷன் ஸ்மூத்தா இருக்கணும். யாரும் தன்னிச்சையா செயல்படக் கூடாது. யாரும்

சுணங்கி நிக்கவும் கூடாது. வேலை ஸ்மூத்தாவும் நல்லபடியாவும் நடக்கணுங்கறதுக்காகத்தான் சட்டதிட்டங்கள். இதை ஒழுங்கா ஃபாலோ பண்ணினா நம்ம வேலை சரியா இருக்கும். வேலை சரியா நடந்தாதான் லட்சியம் நிறைவேறும்...”

ராமநாதன் குறுக்கிட்டான். “வேலைதானே லட்சியத்துக்கு முக்கியம்? அதுக்கே முட்டுக்கட்டை போட்டா அந்த விதியைத் தூக்கி எறிய வேண்டியதுதானே?”

“அந்த மாதிரியான விதிகள் மூலமாதான் இதுவரை நம்ம காரியம் நடந்துண்ட்ருக்கு. எல்லா ஆர்கனைசேஷனும் இப்படித்தான். ஒரு விதி போனா இன்னொரு விதி வரும். விதியை மாத்தலாம், தளர்த்தலாம், தூக்கி எறியலாம். ஆனா ஆளுக்கு ஆள் அதைப் பண்ணக் கூடாது. நெனச்சபோதெல்லாம் பண்ணக் கூடாது. வண்டிய நாலு பேர் நாலு பக்கம் இழுக்கறா மாதிரி அது. நீ வேலை செய்யும்போது ஒரு விதி உன் கையைக் கட்டிப் போடுதுன்னு நெனைக்கறயா? அதப் பத்தி பேசு, விவாதி, எல்லாரும் சேந்து மாத்துவோம். ஆனா நீயா மாத்த முயற்சி பண்ணாத. ஒவ்வொருத்தரும் இப்படி முயற்சி பண்ணினா ரூல்ஸ்க்கே மரியாதை இருக்காது. ரூல்ஸ் இல்லன்னா வேலை தாறுமாறா இருக்கும். வேலை தாறுமாறா இருந்தா லட்சியத்தை அடைய முடியாது. அதனால சொல்றேன் சட்டதிட்டம் வேலையை விட முக்கியம்.”

ராமநாதன் சிரித்தான். “பிரபு, நீ பேசறது லாஜிக்கலா சரிதான். விதி முக்கியம்தான். விவாதத்தின் மூலமாதான் மாத்தணும்ங்கறதும் சரிதான். ஆனா ஃபீல்ட்ல இருக்கும்போது சில சமயம் விதிகள் நமக்கு உதவாது. அப்ப விவாதமும் பண்ண முடியாது. வேலைதான் நம்மள வழிநடத்தும். அப்ப எத செஞ்சா வேலை நடக்குமோ அதை செய்யணும். விதி அதுக்குக் குறுக்க வந்தா அதை உடைக்கணும். இப்படி உடைச்சதையும் அதனால நடந்த வேலையையும் வெச்சி விவாதிக்கணும். அப்புறம் ஒரு முடிவுக்கு வரணும்” என்றான்.

“ஒவ்வொரு இடத்துல ஒவ்வொருத்தர் ஒவ்வொரு காரணத்துக்காக இப்படி விதிகளை ஒடச்சிண்ட்ருந்தா என்ன பண்ண முடியும்? இது எல்லாமே கரெக்ட்டுன்னா ஆர்கனைசேஷன் எதுக்கு? எதுலயுமே ஒரு ஒழுங்கு இருக்காதே?”

“நான் ஒழுங்குக்கு எதிரி இல்ல. ஆளுக்கு ஆள் விதிகளை உடைச்சா எதுவுமே மிஞ்சாதுன்னும் எனக்குத் தெரியும். விதிவிலக்காதான் நான் இந்த மீறலை பாக்கறேன். விதிவிலக்கா

இத அனுமதியுங்கன்னு கேக்கறேன். ரோட்ல ஒருத்தர் அடிப்பட்டுக் கதறும்போது நான் ரூல்ஸ் புக்க படிச்சிட்டு அவர் ரத்தத்தைத் துடைக்கலாமா வேணாமான்னு முடிவு செய்ய முடியாது."

"நீ விதண்டாவாதம் பண்ற. இந்த மாதிரி சிச்சுவேஷன்ல ரூல்ஸ் பாத்து உதவி பண்ணுன்னு யாரும் சொல்லல."

"அதுதானே உடுமலைப்பேட்டைல எனக்கு நடந்தது? ஒரு ஆக்ஸிடன்ட் விக்டிமுக்கு உதவி செய்ய ஆஸ்ரம பணத்தை எடுத்ததுதானே தப்பா போச்சு? பசங்களுக்கு கதை சொல்லிட்டு வரதுக்கு லேட்டானதுதானே குத்தமா போச்சு? ஒரு கெழவரோட உயிரும் பசங்களோட பர்ஸனாலிட்டி டெவலப்மென்டும் விதிகளைவிட முக்கியம் இல்லையா?"

"ஆனா நீ விதிவிலக்கையே விதியா மாத்த பாக்கறியே?"

"இது அபாண்டமான குற்றச்சாட்டு."

"சுசீந்தரத்துல என்ன பண்ணினே?"

ராமநாதன் முகம் சட்டென்று இருண்டது. உடல் சூடானது. சுசீந்திரம் என்றதும் அவன் மனதில் பதற்றம் குடிகொண்டது. ஆனாலும் அவன் வேகம் குறையவில்லை.

"உயிரைப் பணயம் வெச்சி போராடற ஒரு பெரியவரை சப்போர்ட் பண்ணுவோம். ஆனா நம்ம ரொட்டீன் வொர்க்கை பாதிக்காத விதத்துல மட்டும்தான் பண்ணுவோம்னு பாஸ்கர யோகி சொல்றார். இது என்ன அப்ரோச்? இது என்ன விதி? இது ராமநாதன்ங்கற தனி மனுஷன் சம்பந்தப்பட்ட விஷயமா? நாம உடனே இதப் பத்தி யோசிச்சி முடிவு எடுத்திருக்க வேணாமா?"

ராமநாதன் குரல் உயர்ந்தது. பிரபுவும் விடவில்லை. "யோசிச்சிதான் முடிவெடுத்திருக்காங்க. இன்னிக்கு ராமநாதன் பேச்ச கேட்டு ஒரு டீவியேஷன், நாளைக்கு பாஸ்கர யோகி பேச்ச கேட்டு ஒரு டீவியேஷன். நாளான்னிக்கு மாதவ யோகியோட இஷ்டப்படி ஒரு டீவியேஷன். இப்படியே போனா ஆஸ்ரமம் எதுக்கு? ஆளுக்கு ஆள் தனித்தனியா போயிடலாமே?"

பிரபு கிட்டத்தட்டக் கத்தினான். அவன் இப்படிக் கத்தி ராமநாதன் பார்த்ததில்லை. அவனுக்கும் சூடு ஏறியது. பிரபுவை உற்றுப் பார்த்தான்.

பிரபு நிதானத்துக்கு வந்தான். தலையைக் குனிந்தபடி நடக்க ஆரம்பித்தான். ராமநாதனும் அமைதியானான். இருவரும்

பேசாமல் நடந்தார்கள். சிறிது நேரம் கழித்து ராமநாதன் பேசினான்.

"டீவியேஷன் விதிவிலக்கா இருந்தா, முக்கியமான காரியத்துக்காக நடந்தா அதுக்கு ஏத்தபடி விதிகள் தளர்வா இருக்கணும். இதெல்லாம் ஒவ்வொரு நாளும் ஒவ்வொருத்தரும் பண்றது கெடயாது. ரேராதான் நடக்கும். நடக்கும்போது ரூல்ஸ் பேசி கறாரா நடந்துக்காம நெகிழ்வா அணுகணும். அதுதான் நல்லதுன்னு நான் நெனைக்கறேன்" என்றான்.

"உன் பாயிண்ட் எனக்குப் புரியுது. ஆனா எந்த ஆர்கனைசேஷனும் இதை அனுமதிக்காது. இப்படி ஒரு விஷயத்தை அலவ் பண்ணினா அதுவே முன்னுதாரணமா மாறிடும். அதுவே மத்தவங்க மீறலுக்கும் வழி வகுக்கும். அதனால ரூல்ஸ் முக்கியம். இதுதான் நான் சொல்ல வர்ரது. நீ பேசும்போது 'நல்லதுன்னு நான் நெனைக்கறேன்'னு சொன்ன. இந்த நான்தான் பிரச்னையே. ஆர்கனைசேஷனுக்குள்ள தனித்தனி நானுக்கு இடம் இல்ல. அதுவும் ஆர்கனைசேஷன் சார்பா வேலை நடக்கும்போது ரூல்ஸை ஃபாலோ பண்ணுவோம். அதுல பிரச்ன வந்தா டிஸ்கஸ் பண்ணுவோம். மாத்துவோம். இதுதான் ரைட் அப்ரோச். இதுதான் ஆர்கனைசேஷன்."

ராமநாதன் பதில் பேசவில்லை. என்ன பேசினாலும் விஷயம் திரும்பத் திரும்ப இங்கேதான் வந்து முட்டி நிற்கும் என்பது அவனுக்குத் தெளிவாகத் தெரிந்தது. பிரபுவின் தர்க்கம் தெளிவாக இருப்பதாகவே தோன்றியது. ஆனால் தன்னுடைய அணுகுமுறையில் தவறு இருப்பதாக அவனுக்குத் தெரியவில்லை.

பிரபுவின் மனம் கனத்திருந்தது. மணலில் அமர்ந்திருந்தபோது ஏற்பட்ட நெகிழ்ச்சி இப்போது சுத்தமாகக் காணாமல் போயிருந்தது. மீண்டும் ராமநாதனின் தோள் மீது கை போட வேண்டும் என்று தோன்றியது. ஆனால் சற்றுத் தள்ளி அமைதியாக நடந்து வரும் ராமநாதன் மீண்டும் அன்னியமானது போன்ற உணர்வு ஏற்பட்டது. ஒரே ஒரு அடி இடைவெளிதான் அவர்களுக்கிடையில் இருந்தது. ஆனால் பிரபுவுக்கு அது கடக்க முடியாத இடைவெளியாகத் தோன்றியது.

6

கோவைக்குத் திரும்பிய பிறகும் பிரபுவின் மனம் அமைதி யிழந்திருந்தது. ஒரு பக்கம் மிகவும் தீர்க்கமான சிந்தனை, மறுபக்கம் தனிப் போக்கு. ராமநாதனின் ஆளுமையில் இருந்த

இந்த அம்சங்களை அவனால் ஜீரணிக்க முடியவில்லை. பொன்னம்பட்டி கிராமத்தில் அவனைக் கிட்டதட்ட தெய்வப் பிறவி போலவே கொண்டாடுகிறார்கள். எல்லோரும் அவன் சொல்வதைக் கேட்கிறார்கள். வேலைகள் அபாரமாக நடக்கின்றன. இவ்வளவு திறமையும் அறிவும் உள்ளவன் ஏன் கட்டுப்பாட்டுக்குள் வர மறுக்கிறான்? விசேஷத் திறமை உள்ளவர்கள் இப்படித்தான் இருப்பார்களா? அப்படியானால் என்னிடம் விசேஷத் திறமை இல்லையா? பாஸ்கர யோகி, முருகானந்த யோகி ஆகியோரிடம் இல்லையா? ஒவ்வொருவர் ஒவ்வொரு விதத்தில் விசேஷம்தானே. இவனுக்கு மட்டும் என்ன வந்தது? அவன் செய்வது, பேசுவது எல்லாம் நன்றாகத்தான் இருக்கின்றன. ஆனால் சட்டதிட்டம் என்று வரும்போது மட்டும் ஏன் இப்படி?

ஆசிரமத்தின் மூத்த பொறுப்பாளர்கள் பிரபுவின் சஞ்சலத்தை மேலும் கிளறிவிட்டார்கள். ராமநாதனின் தன்னிச்சையான போக்கைப் பற்றி அவனிடம் பேசினார்கள். பல விஷயங்களை அவன் தன் போக்கில் செய்கிறான் என்றார்கள். எல்லாவற்றிலும் பெண்களை ஈடுபடுத்துவது, பெண்களுடன் சிரித்துப் பேசுவது, ஒரு காரியத்துக்குப் பணம் வேண்டுமானால் ஆசிரமத்தில் சொல்லாமல் பக்கத்தில் இருக்கும் ஊர்களின் பெரிய மனிதர்களிடம் கேட்டு வாங்குவது, பள்ளிக்கூடத்து வேலைகள் தாமதமாக முடிவதால் மாலை நேர வகுப்புகள் தாமதமாவது, மாதத்துக்கு ஒரு முறையாவது இரண்டு நாட்கள் ஏதோ ஒரு காரணம் சொல்லி வெளியூர் போய்விட்டு வருவது, கணக்கு வழக்கில் அலட்சியமாக இருப்பது என்று பல குற்றச்சாட்டுக்களை அடுக்கினார்கள். கணக்கில் முக்கியமான சில கேள்விகளையும் எழுப்பினார்கள். கடந்த இரண்டு மாதங்களில் 2000 ரூபாய் மதிப்புள்ள அளவில் கணக்கில் மர்மமான குறிப்புகள் இருப்பதாகச் சொன்னார்கள்.

பிரபு ராமநாதனை ஆதரித்துப் பேசினான். பண விஷயத்தில் அவன் சுத்தம் என்றான். அவன் செய்யும் பணிகளின் தன்மையையும் விளைவுகளையும் பற்றிச் சொன்னான். ஒவ்வொருவருக்கு ஒவ்வொரு செயல்முறை இருக்கத்தானே செய்யும் என்றான்.

கருணாகர யோகியும் மாதவ யோகியும் இதை ஒப்புக்கொள்ளவில்லை. பையன் திறமைசாலிதான். ஆனால் இப்படியே விட்டால் பிறகு கட்டுப்படுத்த முடியாது என்றார்கள். அவனைப் பார்த்து மற்றவர்களும் இப்படியே நடந்துகொள்வார்கள். இப்போதே கீர்த்திவாசனை எதுவும் கேட்க

முடியவில்லை. உடனடியாக ஏதாவது செய்யாவிட்டால் ஸ்வாமிஜி கட்டிக்காத்த இயக்கம் பலவீனப்பட்டுவிடும் என்றார்கள். "ஒருத்தன் கணக்குல கை வெக்கறான்னா அவங்கிட்ட பேஸிக்கா ஏதோ ப்ராப்ளம் இருக்குன்னு அர்த்தம்" என்றார் கருணாகரன்.

"பண விஷயத்துல அவன் ரொம்ப கரெக்டா இருப்பான்" என்று பிரபு மன்றாடினான். கருணாகரன் கணக்குப் புத்தகத்தை எடுத்து வைத்துக்கொண்டு அதில் பிரச்சினைக்குரிய விஷயங்களை விளக்கினார். கணக்கு விவகாரங்களில் அவருக்கு இருக்கும் அனுபவத்தையும் நுட்பத்தையும் அறிந்த பிரபு அவர் சொல்வதை மறுக்க முடியாத நிலைக்குத் தள்ளப்பட்டான்.

பொன்னம்பட்டியில் பெண்களிடம் அவன் நெருங்கிப் பழகுவதாகத் தகவல் வருகிறது என்றார் கண்ணபிரான் யோகி. அவன் மனம் முழுவதும் பணிகளில் இருக்கிறது. பெண்களிடம் அவனுக்கு ஈடுபாடு கிடையாது என்றான் பிரபு. நீ அவனை அளவுக்கதிகமாக நம்புகிறாய். உனக்கு அனுபவம் போதாது. பெண்களின் வாசனைகூட நம்மீது படாமல் ஒதுங்கியிருந்தால்தான் பிரம்மச்சரியம் சாத்தியமாகும். பெண்களின் நெருக்கம் என்பது எத்தனை பெரிய ஆபத்து தெரியுமா, எத்தனையோ சாதகர்களைக் குப்புறத் தள்ளிவிட்ட சக்தி அது என்றார். பிரபுவால் பதில் சொல்ல முடியவில்லை.

ராமநாதனை அழைத்து விசாரிக்க வேண்டும் என்றார் நிர்மலானந்த யோகி. திருப்திகரமான பதில் இல்லை என்றாலோ, சொன்னபடி கேட்கவில்லை என்றாலோ, கோவை மையத்துக்கே அவனை வந்துவிடச் சொல்ல வேண்டியதுதான் என்றார் அவர். அதற்கு அவன் ஒப்புக்கொள்ளவில்லை என்றால் பொறுப்புகளிலிருந்து விடுவித்து வீட்டுக்கு அனுப்பிவிட வேண்டியதுதான் என்றார்.

கூர்மையான வலி தன் இதயத்தில் ஊடுருவுவதைப் பிரபு உணர்ந்தான். அவர்கள் சொல்வதை ஏற்றுக்கொள்வதைத் தவிர அவனுக்கு வேறு வழி இல்லை. தொடர்ந்து அவனை நியாயப்படுத்திக்கொண்டிருந்தால் தன் மீதே சந்தேகம் வரும் என்பதை அவன் உணர்ந்திருந்தான். மனம் கனமாக இருந்தது.

ராமநாதனைக் கூப்பிட்டு அனுப்பினார் கருணாகரன். இந்த வாரம் மருத்துவ முகாம் பெரிய அளவில் நடப்பதாகவும் அடுத்த வாரம் வருவதாகவும் ராமநாதன் சொன்னான். மற்ற சேவார்த்திகள் பார்த்துக்கொள்ளட்டும் என்றார் கருணாகரன். தேவைப்பட்டால் நிர்மலானந்தரும் பார்த்திபனும் இங்கிருந்து

வருவார்கள் என்றார். இந்த அவசர அழைப்பையே ராமநாதனால் ஏற்றுக்கொள்ள முடியவில்லை. மருத்துவ முகாம் நடக்கும்போது முகாமை நடத்துபவரைக் கூப்பிட்டு அனுப்புவதில் எந்த நியாயமும் இல்லை என்றே அவன் நினைத்தான். அடுத்த வாரம் வருகிறேன் என்றான். மேலும் வற்புறுத்திக் கூப்பிட்டால் அவனுக்கு சந்தேகம் வரும் என்பதால் கருணாகரன் நிதானித்தார். "முகாம் முடிந்த உடன் புறப்பட்டு வா. அடுத்த வாரம்வரை ஒத்திப்போட வேண்டாம்" என்றார். என்ன விஷயம் என்று கேட்டான் ராமநாதன். "முக்கியமான விவாதம், கிளம்பி வா" என்று அழுத்தமாகச் சொன்னார். ராமநாதன் சரி என்றான்.

தொலைபேசியின் ஒலிவாங்கியை வைக்கும்போது மனதில் கோபமும் இறுக்கமும் நிறைந்திருந்தன. கருணாகர யோகியின் குரல் தனிநபரின் குரல் அல்ல என்பது அவனுக்குப் புரிந்தது. இது விசாரணைக்கான அழைப்புதான் என்பது அவனுக்குத் தெளிவாகத் தெரிந்தது. பிரபு ஏதாவது சொல்லியிருப்பான் என்ற எண்ணம் வந்தது. ஒரு பெரியவருடைய மருத்துவச் செலவுக்காகப் பணம் எடுத்தபோதும் பள்ளியில் நீண்ட நேரம் கழித்தபோதும் ஆஸ்ரமத்திலிருந்து கேள்வி எழுந்தபோது அவன் துளியும் பதற்றமடையவில்லை. வருத்தம் மட்டுமே இருந்தது. ஆனால் இப்போது மனதில் கனம் சூழ்ந்திருப்பதைத் துல்லியமாக உணர முடிந்தது. தன்னால் பதில் சொல்ல முடியாத சில கேள்விகளை அவர்களால் இப்போது கேட்டுவிட முடியும் என்று அவனுக்குப் புரிந்தது. இந்தச் சந்திப்பைத் தவிர்க்க வேண்டும் என்று முடிவு செய்துகொண்டான். மனம் வேகமாகச் சில கணக்குகளைப் போட்டது.

பொதுவாக முகாம்களில் சர்வ வியாபியாக வலம் வருபவன் இந்த முறையும் சுறுசுறுப்பாக எல்லா வேலைகளையும் பார்த்தான். உள்ளூரில் இருக்கும் மாணவர்களே தன்னார்வலர்களாகப் பல வேலைகளையும் கவனித்துக்கொண்டார்கள். ராமநாதன் சொன்னதையெல்லாம் கீர்த்திவாசன் செய்தான். முகாம் சிறப்பாக நடைபெற்றது. மருத்துவர்கள், மக்கள் எல்லாம் கிளம்பிச் சென்ற பிறகு மேசைகள், நாற்காலிகள், விரிப்புகள் முதலானவற்றை அப்புறப்படுத்தும் வேலைகள் நடைபெற்றன. ஒவ்வொருவரும் திருப்தியாகவும் களைப்பாகவும் உணர்ந்தார்கள். ஆசிரமத் திட்டப்படி ராமநாதன் இரவு அல்லது அதிகாலை கிளம்ப வேண்டும். எல்லோரும் சாப்பிடக் கிளம்பினார்கள்.

அப்போது கீர்த்திவாசனைத் தனியே அழைத்த ராமநாதன் மறுநாள் காலை அவனைக் கோவைக்குப் புறப்படச் சொன்னான். கீர்த்தி தலையாட்டினான்.

“ஆஸ்ரமத்துல முக்கியமான டிஸ்கஷன் இருக்கு. சீக்கிரமா கிளம்பிப் போ” என்றான்.

“நீ வரலயா?” என்றான் கீர்த்தி.

“எனக்குத் தலை வலிக்குது. வயித்தைக் கலக்குது. நான் மத்யானமா அல்லது சாயங்காலமா வரேன்னு சொல்லு.”

கீர்த்திவாசன் கவலைப்பட்டான். “அய்யய்யோ... எல்லா டாக்டர்ஸூம் போயிட்டாங்களே” என்றான்.

“அது பரவாயில்லை. மோரக் குடிச்சிட்டு நல்லா தூங்கினா சரியாயிடும். காலைல சித்த வைத்தியர பாத்துட்டு மருந்து சாப்டுட்டு ரெஸ்ட் எடுத்துட்டு வரேன். நீ போ.”

“நீ எப்டி தனியா வருவ? நானும் இங்க இருக்கேன். ரெண்டு பேரும் சாயந்திரமா கிளம்பலாம்.”

“சாயந்தரமும் எனக்கு ஒடம்பு சரியாகலன்னா என்ன பண்ணுவ? முக்கியமான டிஸ்கஷன்னு கருணாகர யோகி சொன்னார். நீ போயிடு”

“நான் மட்டும் தனியா போய் என்ன பண்றது? என்ன ஏதாவது கேட்டா நான் திருதிருன்னு முழிப்பேன்.”

ராமநாதன் சிரித்தான் “உனக்கு எல்லாம் தெரியும். இங்க நீ என்ன பண்றியோ அதச் சொல்லு. என்ன பாக்கறியோ அதச் சொல்லு. அவ்வளவுதான்” என்றான்.

கீர்த்தி தயக்கத்தோடு தலையாட்டினான்.

ராமநாதன் தன்னுடைய அறைக்குச் சென்று படுத்துக் கொண்டான். கீர்த்தியும் உடன் வந்தான். “காலைல சீக்கிரம் கிளம்பிடு. எங்கிட்ட சொல்லிக்கறதுக்காக எழுப்ப வேண்டாம்” என்றான். அறையில் இருந்த வாழைப்பழத்தை எடுத்து கீர்த்தியிடம் கொடுத்தான். கீர்த்தி அதை மறுக்காமல் வாங்கிக்கொண்டு கிளம்பினான். கதவைத் தாழிட்டுக்கொண்டு படுத்த ராமநாதன் ஆழமாக மூச்சை இழுத்து விட்டான். காலையில் என்ன செய்ய வேண்டும் என்பது அவனுக்குள் தெளிவாக இருந்தது. பதற்றமோ குற்ற உணர்ச்சியோ இல்லாமல் தூங்கினான்.

7

வழக்கம்போல் சீக்கிரமே விழிப்பு வந்துவிட்டாலும் நன்றாக விடியும்வரை அறைக்குள்ளேயே இருந்தான். கீர்த்திவாசன்

கிளம்பிவிட்டதை உறுதிசெய்துகொண்ட பின் எழுந்து வேகமாகக் காலைக்கடன்களை முடித்தான். குளித்துவிட்டுச் சிறிய பை ஒன்றில் இரண்டு உடைகளை எடுத்து வைத்துக்கொண்டு கிளம்பினான். வெளியில் வந்ததும் ஒரு சேவார்த்தி இவனைப் பார்த்துச் சிரித்தான். பெண்களுக்கான யோகா வகுப்புக்குப் போய்க்கொண்டிருந்த கோமதி இவனைப் பார்த்துச் சிரித்தாள். ப்ளஸ் டூ படிக்கும் அவளைப் பார்க்கும்போது சென்னையில் பக்கத்து வீட்டு கௌரியின் நினைவு வந்தது. "தலவலி எப்டிண்ணா இருக்கு?" என்று கேட்டாள். அதற்குள் எல்லோருக்கும் செய்தி பரவிவிட்டதா என்று நினைத்தவன், "டாக்டர் கிட்டதாம்மா போயிட்டிருக்கேன்" என்றான். கோமதி புன்னகையுடன் கடந்து சென்றாள்.

ராமநாதன் பேருந்து நிலையம் சென்றான். சென்னை செல்லும் பேருந்து எப்போது கிளம்பும் என்று விசாரித்தான். ஏறி உட்கார்ந்துகொண்டான். மனம் படபடப்பாக இருந்தது. இந்நேரம் கோவையில் இருந்திருக்க வேண்டும். சிற்றுண்டியை முடித்ததும் அலுவலக அறையில் வைத்துப் பேச ஆரம்பித்திருப்பார்கள். கருணாகர யோகி விவாதம் என்றார். ஆனால் அது விவாதமல்ல. விசாரணை. அவர் குரலிலேயே அது தெரிந்தது. பிரபுவும் ஏதாவது சொல்லியிருப்பான். மடியில் கனம் இல்லாவிட்டால் ஏன் விசாரணையைக் கண்டு ஓட வேண்டும்? ஓடித்தான் ஆக வேண்டும். குறைந்தபட்சம் சில நாட்களுக்காவது.

ராமநாதனின் மனதில் பல சஞ்சலங்கள் இருந்தாலும் ஒரு விஷயம் தெளிவாக இருந்தது. அவர்கள் கேட்கக்கூடிய கேள்விகளுக்கான பதில்களைத் தயாரித்துக்கொள்ள அவகாசம் வேண்டும். குறிப்பாகக் கணக்கு வழக்கு. இப்போது பையில் இருக்கும் 750 ரூபாய் உள்படக் கணிசமான தொகைக்கு விளக்கம் அளித்தாக வேண்டும். அப்படி அளிக்க முடியாது. வேலை என்று வந்துவிட்டால் ராமநாதனால் சிக்கனமாகச் செலவு செய்ய முடியவில்லை. காரியம் அன்றைக்கே முடிய வேண்டுமென்றால் அதற்காகக் கூடுதலாக நூறு ரூபாய் செலவானாலும் அவன் கவலைப்பட மாட்டான். காத்திருப்பது, பார்த்துப் பார்த்துச் செலவழிப்பது இதெல்லாம் அவனுக்குப் பிடிக்காது. தனிப்பட்ட செலவுகளையும் பொதுச் செலவுகளையும் பிரித்து வைத்துக்கொள்ள அவனுக்குத் தெரியாது. வாலிபால் அல்லது கபடி பயிற்சி முடிந்ததும் பையன்கள் களைப்பாக இருப்பார்கள். அப்போது டீ, பழச்சாறு, பன் என்று தாராளமாகச் செலவு செய்துவிடுவான். யாருக்காவது கட்டணம் செலுத்துவது முதலான பிரச்சினைகள் இருப்பதாகத் தெரிந்தால் எடுத்துக் கொடுத்துவிட்டு அப்புறம்தான் யோசிப்பான்.

இதெல்லாம் பெரிய விஷயங்கள் அல்ல என்பதும் இவற்றை விளக்கிச் சொன்னால் ஏற்றுக்கொள்கிறார்களோ இல்லையோ மன்னித்துவிடுவார்கள். கண்டித்து விட்டுவிடுவார்கள் என்பது ராமநாதனுக்குத் தெரியும். ஆனால் காயத்ரியின் தேவைக்காக அவ்வப்போது அனுப்பிய பணத்தைச் சொல்ல முடியாது. அந்தப் பணத்துக்கு எழுதிய கணக்குகளுக்கு உரிய விளக்கம் அளிக்க வேண்டும். அதற்கு ராமநாதனுக்கு அவகாசம் தேவைப்பட்டது. நேற்றிரவே எல்லாவற்றையும் தயாரித்திருக்கலாம். ஆனால் ராமநாதனுக்கு அதைச் செய்யப் பிடிக்கவில்லை. தன்னை ஒரு விசாரணைக் கைதி போல நடத்துவது அவனுக்குப் பிடிக்கவில்லை.

தான் செய்வது தவறா சரியா என்ற கேள்வியில் ராமநாதனின் மனம் குழம்பிக் கலங்கியிருந்தது. இந்த மனநிலையில் விசாரணையைச் சந்திக்க அவனுக்குத் தைரியம் வரவில்லை. மனம் கொஞ்சம் தெளிந்த பிறகு விசாரணையைச் சந்தித்தால் சமாளிக்கலாம். இப்போது சந்தித்தால் பிரச்சினை அதிகமாகும். செய்யும் வேலைக்கே பாதிப்பு வரலாம் என்று நினைத்தான். ராமநாதனால் பொன்னம்பட்டியை விட்டு வருவதைக் கற்பனை செய்துகூடப் பார்க்க முடியவில்லை. காலையில் நாலரை மணிக்குத் தொடங்கி இரவு பத்து மணி வரையிலும் ஒவ்வொரு நொடியையும் அனுபவித்துவந்தான். சுசீந்திரத்திலும் கோவையிலும் இருக்கும் பல விஷயங்கள் இங்கே ஒரே ஆண்டில் உருவாகிவிட்டன. அங்கெல்லாம் இல்லாத பல விஷயங்களும் இங்கே உண்டு. விளையாட்டு, பெண்களுக்கான யோகா, பெரியவர்களுக்கான எழுத்தறிவு இயக்கம், உற்பத்தி செய்பவர்களுக்கு வியாபார நுணுக்கங்களைக் கற்றுத்தரும் பயிற்சி, பாடல் வகுப்புகள், நடமாடும் யோகப் பயிற்சி என்று பல விதமான புதிய பணிகள் அங்கே நடக்கின்றன. கோயம்புத்தூரிலும் சுசீந்திரத்திலும் இருக்கும் யோகிகளால் யோசிக்க முடியாத விஷயங்கள் இவை. இவையெல்லாம் தொடர்ந்து நடக்க வேண்டும். சாந்தி ஆஸ்ரமத்தின் கிளைகளில் மட்டுமல்ல. தமிழ்நாட்டிலேயே சிறந்த ஊராகப் பொன்னம்பட்டி மாற வேண்டும். கோயம்புத்தூர் விசாரணையில் மாட்டிக்கொண்டால் இதையெல்லாம் செய்ய முடியாது. அங்கிருக்கும் சாமியார்களால் இதையெல்லாம் ஜீரணித்துக்கொள்ள முடியாது. பாதி விஷயங்களைக் காலி பண்ணிவிடுவார்கள். ஸ்வாமிஜி வந்து பார்த்தால் சந்தோஷப்படுவார். சாமியார்கள் அவஸ்தைப்படுவார்கள். இவர்கள் கையில் அது போகக் கூடாது.

ராமநாதன் கண்களை மூடினான். மனம் அமைதியடைய வேண்டும் என்று நினைத்தான். தியானத்தில் உட்காரும்போதுகூட

எண்ணங்களிலிருந்து விடுபடாத மனம் இப்போது எப்படி அமைதியாகப்போகிறது என்ற எண்ணம் எழுந்தது. பலவந்தமாக மனதைத் திசை திருப்ப முயன்றான். காயத்ரியைப் பற்றி நினைத்துக்கொண்டான். உடனே சாந்தியின் நினைவும் வந்தது. பொன்னம்பட்டியில் இருக்கும் பெண் அவள். சமீபத்தில்தான் பழக்கம் என்றாலும் மனதுக்கு நெருக்கமான நட்பாக ஆகிவிட்டாள். முப்பத்து மூன்று வயதாகியும் திருமணம் ஆகாதவள். அப்பா இல்லை. அம்மா அவ்வளவு ஆரோக்கியமாக இல்லை. உறவினர்களிடமிருந்து பெரிதாக உதவி எதுவும் இல்லை. உதவி செய்ய வரும் சித்தப்பாவும் மாமாவும் தன்னிடம் பழகும் விதம் அவளுக்குப் பிடிக்கவில்லை. பக்கத்து ஊரில் ஏற்றுமதி நிறுவனம் ஒன்றின் உற்பத்திப் பிரிவில் வேலை செய்து வாழ்க்கையை ஓட்டிவருகிறாள். ஒரு நாள் யோகா வகுப்பை வந்து பார்த்த அவள், "எங்களுக்கெல்லாம் கத்து குடுக்க மாட்டீங்களா?" என்று ராமநாதனைப் பார்த்துக் கேட்டாள். அவள் கேட்ட விதமும் அவள் சிரிப்பும் முக வெட்டும் ராமநாதனைச் சட்டென்று கவர்ந்துவிட்டன. கீர்த்திவாசனிடம் சொல்லி அவளை அழைத்துவரச் சொன்னான். "நீங்களும் யோகா கத்துக்கலாம். சொல்லப்போனால் பெண்களுக்குத்தான் யோகா ரொம்ப அவசியம்" என்றான். "வர முடியுமான்னு பாக்கறேன் சாமி" என்றாள் அவள். மீண்டும் அதே சிரிப்பு.

"சாமின்னுல்லாம் கூப்பிட வேணாம். நான் ஒரு சாதாரண சேவார்த்தி. உங்கள விட ரொம்பச் சின்னவன்" என்றான் ராமநாதன்.

"அய்யோ... தெரியும் சாமி... ஆனாலும் உங்களைப் போல வருமா? நானும் பாத்துட்டுதானே இருக்கேன்?"

ராமநாதன் சிரித்தான். அந்தப் பெண்ணை அருகில் அழைத்துத் திருநீறு கொடுத்தான். விவேகானந்தரின் வீர மொழிகள் என்ற கையடக்கப் புத்தகம் ஒன்றைக் கொடுத்தான். "கிளாஸுக்கு வாங்க" என்றான். அவள் தலைவணங்கிச் சென்றாள். போவதற்கு முன் லேசாகச் சிரித்துவிட்டுப் போனாள். அது ராமநாதன் மனதில் அழியாமல் பதிந்துவிட்டது. தன்னையறியாமலேயே அவள்மீது அதிக அக்கறை எடுத்துக்கொள்ள ஆரம்பித்தான். அவளைப் பற்றிய விவரங்களை அறிய அறிய அவள்மீதான ஈர்ப்பு கூடியது. விரைவிலேயே அவனை ராமு என்று கூப்பிட ஆரம்பித்தாள்.

ராமநாதனுக்கு ஒரு விஷயம் சுத்தமாகப் புரியவில்லை. பெண்களை அவன் தேடிப் போவதில்லை. ஆனால்

இயல்பாக ஏற்படும் ஈர்ப்பையும் நெருக்கத்தையும் அவனால் தவிர்க்க முடியவில்லை. ஆசிரமத்தில் பிரம்மச்சரியத்தை வலியுறுத்துகிறார்கள். பெண் வாசனையே கூடாது என்கிறார்கள். ஆசிரமம் என்றால் அப்படித்தான் இருக்கும். ஆனால் பெண் வாசனை இருந்தால் சேவை செய்ய முடியாதா? எத்தனையோ கிரகஸ்த ரிஷிகளும் முனிவர்களும் இந்தியாவில் இருந்திருக்கிறார்கள் அல்லவா? அவர்களையெல்லாம் பிரம்மச்சாரிகளைவிடக் குறைவாகவா நினைக்க முடியும்? தவிர, யார் பிரம்மச்சாரி என்பதைக் குறிப்பிட்ட அந்த நபரைத் தவிர வேறு யாராலும் உறுதியாகச் சொல்லவே முடியாது என்பதால் பிரம்மச்சரியம் பற்றிப் பேவதே வீண் என்று ராமநாதன் நினைத்தான்.

கணக்கு வழக்குகள், செயல் திட்டங்களுக்கான வரையறைகள் ஆகியவற்றில் ஆசிரமத்தின் இறுக்கங்களை மீறுவதற்கும் பெண்கள் விஷயத்தில் மீறுவதற்கும் வித்தியாசம் இருக்கிறது என்பது ராமநாதனுக்குப் புரிந்தே இருந்தது. ஆனால் இயல்பான ஈர்ப்பைக் கட்டுப்படுத்துவது சாத்தியமல்ல, நல்லதும் அல்ல என்று அவன் நினைத்தான். முதல் முறை காயத்ரியைப் பார்த்த பிறகு கோவையில் கழித்த நாட்களில் காயத்ரியின் நினைப்பு எந்த அளவுக்கு பாரமாக இருந்தது என்பதை நினைத்துப் பார்த்தான். அவஸ்தையும் நிம்மதியின்மையுமாய்க் கழிந்த இரவுகளை நினைத்துப் பார்த்தான். அவஸ்தையின் சுமை தாளாத உணர்ச்சியின் பீறிடல்கள் உள்ளாடைகளை நனைத்துக்கொண்டிருந்த நாட்கள் நினைவுக்கு வந்தன. காயத்ரியுடன் நெருக்கமாகப் பழகி உறவில் கலந்த பிறகு காயத்ரியின் சுமை தன்னை அழுத்தவில்லை என்பதும் அவன் நினைவில் அழுத்தமாக இருந்தது. மனதளவில் பிரம்மச்சாரியாக இருக்க முடியாதவன் உடலளவில் பிரம்மச்சாரியாக இருப்பது சாத்தியமும் அல்ல, அவசியமும் அல்ல என்ற முடிவுக்கு ராமநாதன் வந்துவிட்டிருந்தான்.

நல்லவேளை, இதைப் பற்றியெல்லாம் கோயம்புத்தூர் சாமியார்கள் எதுவும் கேட்க மாட்டார்கள் என்று நினைத்துக் கொண்டான். இதைப் பற்றியெல்லாம் பேசினாலும் அவர்களுக்குப் புரியாது. புரிந்துகொள்ளக்கூடிய ஒரே ஒருவரும் திருவனந்தபுரத்தில் படுத்த படுக்கையாக இருக்கிறார்.

சாமியார்களின் விசாரணை பற்றி யோசிக்க ஆரம்பித்தான். இன்று ஏன் கோவைக்கு வரவில்லை என்பதற்கான காரணத்தைச் சொல்லியாக வேண்டும். வழியில் எங்கிருந்தாவது பிரபுவுடன் தொலைபேசியில் பேசி அம்மாவுக்கு உடம்பு சரியில்லாததால்

அவசரமாகக் கிளம்பிவிட்டதாகச் சொல்ல வேண்டும். உண்மையிலேயே சென்னைக்குப் போய் அம்மா, அப்பாவைப் பார்க்க வேண்டும். பழைய நண்பர்கள் சிலரையும் பார்க்க வேண்டும். அடுத்த நாள் கிளம்பி பேருந்தோ ரயிலோ பிடித்து ஆலப்புழா போக வேண்டும். காயத்ரி அங்கு இருப்பதாகச் சொல்லியிருந்தாள். அங்கிருந்து கிளம்பி கோவைக்குப் போக வேண்டும். அதற்குள் அவர்கள் கேட்கக்கூடிய எல்லாக் கேள்விகளுக்குமான பதில்களைத் தயார் செய்து வைத்துக்கொள்ள வேண்டும்.

பிரபுவுடன் பேசினான். பிரபுவால் இவன் சொல்வதை ஏற்றுக்கொள்ள முடியவில்லை. கோவைக்கு வந்துவிட்டு அங்கிருந்தே போயிருக்கலாமே என்றான். தனக்கும் உடம்பு சரியில்லை என்றும் வீட்டிலிருந்து அவசரமாக வர முடியுமா என்று கேட்டார்கள் என்றும் சொன்னான். நேற்றே பேசியிருக்கலாம். அல்லது கிளம்புவதற்கு முன்னால் பேசியிருக்கலாம் என்றான் பிரபு. பேசியிருக்கலாம். ஆனால் முடியவில்லை என்று சுருக்கமாக முடித்துக்கொண்டான் ராமநாதன். பிரபுவைக் கணிசமாக வெறுப்பேற்றியிருக்கிறோம் என்பது அவன் குரலிலிருந்தே ராமநாதனால் புரிந்துகொள்ள முடிந்தது. ஏதாவது பிரச்சினை என்றால் அவனிடமிருந்து உதவி கிடைக்காது என்பதும் தெளிவாகப் புரிந்தது.

8

பகலில் பேருந்துப் பயணம் தொந்தரவுகள் நிறைந்ததாகவே இருந்தது. படிக்கவும் முடியவில்லை, தூங்கவும் முடியவில்லை. மிக மோசமான வண்டி, குண்டும் குழியுமான சாலைகள். வழக்கமாக இதுபோன்ற அசௌகரியங்களைப் பொருட்படுத்தாத ராமநாதனுக்கு அன்று இருந்த மனநிலையில் ரொம்ப நேரம் தாக்குப் பிடிக்க முடியவில்லை. சேலத்தில் இறங்கிக்கொண்டான். ஏதோ ஒரு ஓட்டலில் சாப்பிட்டான். மீண்டும் பேருந்து நிலையத்துக்கு வந்து நிழலில் நின்றான்.

பேருந்துகள் உள்ளே நுழைவதையும் வெளியே போவதையும் பார்த்தபடி நின்றான். பக்கத்தில் இருந்த டீக்கடையில் கூட்டம் அதிகம் இருந்தது. வெளியில் நின்று டீ குடிப்பவர்களிடம் பிச்சைக்காரர்கள் கையேந்திவிட்டுச் சென்றார்கள். ஒரு நாய் ஏக்கத்துடன் பார்த்துக்கொண்டிருந்தது. சுவர்களில் பலவித சுவரொட்டிகள் ஒட்டப்பட்டிருந்தன. எம்.ஜி.ஆர். இரண்டாம் ஆண்டு நினைவு தினம் என்ற சுவரொட்டி கவனத்தைக் கவர்ந்தது.

அரவிந்தன்

இரண்டு ஆண்டுகள் ஆகிவிட்டனவா என்று நினைத்தான். பிரபுவும் ஸ்வாமிஜியும் வடபுல யாத்திரை சென்றிருந்தபோது அந்தச் செய்தி ஊரில் பெரும் பரபரப்பை ஏற்படுத்தியிருந்ததை நினைத்துப் பார்த்தான். சினிமா சுவரொட்டிகள் பல கண்ணில்பட்டன. நாயகன் என்ற போஸ்டரில் கமலஹாசன் படத்தைக் கண்டு ஆச்சரியம் அடைந்தான். சின்னப் பையன் போல் இருக்கிறானே என்று நினைத்தான். பிளஸ் டூ முடித்தபோது வறுமையின் நிறம் சிவப்பு பார்த்தது. அதன் பின் சினிமாவே பார்க்கவில்லை என்பது நினைவுக்கு வந்தது. சினிமாவுக்குப் போய்விட்டு வந்து மாலையில் ஏன் பஸ் ஏறக் கூடாது என்று நினைத்தான். நினைத்த உடன் செயலில் இறங்கினான். வசந்தி திரையரங்கம் செல்வதற்கான வழியை விசாரித்துக்கொண்டு கிளம்பினான்.

எந்த வேலையும் இல்லாமல் இப்படி வெளியே வருவது ராமநாதனுக்கு மிக அபூர்வமானது. கடந்த ஐந்து ஆண்டுகளுக்கும் மேல் தன் வாழ்க்கையின் ஒவ்வொரு கணத்தையும் திட்டமிட்டே வாழ்ந்த அவனுக்கு இது புதிதாக இருந்தது. பழக்கத்தினால் கால்கள் வேகமாக நடந்தாலும் மனம் நிதானமாக இயங்கிக்கொண்டிருந்தது. சுற்றுப்புறத்தை மேய்ந்துகொண்டிருந்தது. பேருந்துகளும் சிற்றுந்துகளும் விரைந்துகொண்டிருந்தன. மனிதர்கள் அவரவரது கதியில் நடமாடிக்கொண்டிருந்தார்கள். பிச்சைக்காரர்கள் அதிகமாகத் தென்பட்டார்கள். சுவரொட்டிகள் கவனத்தை ஈர்த்தன. அரசியல் கட்சியின் சுவரொட்டிகள், சினிமா சுவரொட்டிகள், வாழ்த்துச் சுவரொட்டிகளுக்கிடையில் காவிமயமான ஒரு சுவரொட்டி ராமநாதனின் கவனத்தை ஈர்த்தது. 'ராம ஜென்ம பூமியை மீட்டெடுப்போம்' என்று கொட்டை எழுத்தில் அச்சிடப்பட்டிருந்தது. 'அயோத்தியில் ராமனுக்கு ஆலயம் அமைப்போம்' என்று கீழே எழுதப்பட்டிருந்தது. 'ராம சிலா பூஜை' என்றும் இருந்தது. 'ராமஜன்ம பூமியில் ராமனுக்குக் கோவில் கட்ட ஒவ்வொரு ஊரிலிருந்தும் செங்கற்களை அனுப்புவோம்' என்று கீழே எழுதப்பட்டிருந்தது. சுவரொட்டியின் இரண்டு புறமும் காவிக் கொடி பறக்க, நடு நாயகமாக வில்லேந்திய ராமனின் கம்பீரமான உருவம் பொறிக்கப்பட்டிருந்தது. ராமநாதன் இதுவரை ராமரை இந்தக் கோலத்தில் பார்த்ததில்லை.

சுவரொட்டி வாசகங்கள் அவனுக்குச் சரியாகப் புரியவில்லை. பொன்னம்பட்டிக்குப் போன பிறகு செய்தித்தாள் படிக்கும் பழக்கம் படிப்படியாகக் குறைந்துவிட்டது. கிராமத்திலிருந்து வெளியே வரும்போதும் குறிப்பிட்ட நோக்கத்திற்காக மட்டுமே

வருவதால் மனம் வேலையில் குவிந்திருக்கும். பிற விஷயங்கள் கண்ணிலோ கவனத்திலோ அதிகம் படுவதில்லை. இதைப் பார்க்கும்போது எல்லாமே புதிதாக இருந்தன. யாரையாவது கேட்கலாமா என்று யோசித்தபோது ஒரு இளைஞன் துண்டுப் பிரசுரத்தை விநியோகித்துக்கொண்டிருப்பது கண்ணில்பட்டது. அவன் காவித் துண்டைத் தலைப்பாகையாக அணிந்திருந்தான். பேண்ட், சட்டை அணிந்திருந்த அவனுடைய இடுப்பிலும் காவித் துண்டு கட்டப்பட்டிருந்தது. அவனிடம் சென்று அந்தத் துண்டுப் பிரசுரத்தை வாங்கிக்கொண்டான். நேரம் என்ன என்று கேட்டுக்கொண்டான். படம் தொடங்க நிறைய நேரம் இருந்தது.

பக்கத்தில் இருந்த டீக்கடைக்குள் சென்று உட்கார்ந்து டீ சொல்லிவிட்டு அந்தப் பிரசுரத்தைப் படிக்கத் தொடங்கினான். சிறிய பிரசுரம்தான். டீ வருவதற்குள் படித்து முடித்துவிட்டான். டீயைக் குடித்தபடியே அந்தப் பிரசுரத்தில் இருந்த விஷயங்களை அசைபோட்டான்.

அயோத்தியில் ராமர் பிறந்த இடத்தில் அவருக்கு ஒரு கோவில் இருந்தது. சில நூற்றாண்டுகளுக்கு முன்பு அந்தப் பகுதியைத் தாக்கிய பாபர் அந்தக் கோவிலை இடித்துத் தரைமட்டமாக்கிவிட்டான். பிறகு அங்கே ஒரு மசூதி கட்டிவிட்டார்கள். போரில் தோல்வி அடைந்தாலும் ஹிந்துக்கள் ராம ஜென்ம பூமியை விட்டுக் கொடுக்கத் தயாராக இல்லை. அங்கே மீண்டும் ராம ஆலயம் எழுப்பும் முயற்சியைத் தொடங்கினார்கள். முகலாய ஆட்சியில் தொடங்கிய இந்தப் போராட்டம் இன்றுவரை தொடர்கிறது. அயோத்தியில் ராமனுக்குக் கோவில் கட்டியே தீர வேண்டும் என்பது உலகம் முழுவதும் உள்ள ஹிந்துக்களின் வேட்கை. அதற்கான நேரம் இப்போது வந்துவிட்டது. நாமும் இந்தத் தெய்வீகத் திருப்பணியில் தோள் கொடுப்போம். கோவிலில் நம் ஒவ்வொருவரது பங்கும் இருக்க வேண்டும். பூஜை செய்யப்பட்ட செங்கற்களை அயோத்திக்கு அனுப்புவோம். இமயம் முதல் குமரி வரை பாரத நாட்டின் ஒவ்வொரு மூலையிலிருந்தும் புனிதக் கற்கள் அயோத்திக்குச் செல்லட்டும். ஜெய் ஸ்ரீராம்.

செங்கற்களைச் சேர்ப்பிக்க வேண்டிய முகவரி கீழே கொடுக்கப்பட்டிருந்தது. ராமநாதன் டீயைக் குடித்துவிட்டு வெளியே வந்து பார்த்தான். காவித் துண்டுகளுடன் துண்டுப் பிரசுரம் கொடுத்துக்கொண்டிருந்தவரைக் காணோம். சாலையின் இரு புறமும் கண்களை ஓட்டினான். காவித் துண்டு அணிந்திருந்தவர் தொலைதூரத்தில் நடந்துகொண்டிருப்பது

அரவிந்தன்

தெரிந்தது. அவருடன் இன்னும் சில பேரும் இருப்பது தெரிந்தது. அவர்களைப் போய்ப் பார்க்கலாமா என்று நினைத்தான். அவர்கள் அவசரமாக எங்கும் செல்பவர்களைப் போலத் தெரியவில்லை. அவர்களைப் பார்த்தபடி அவர்களை நோக்கி நடந்தான். நெருங்கும் நேரத்தில் அவர்கள் ஒரு வண்டியில் ஏறிச் சென்றுவிட்டார்கள். ஏமாற்றமாக இருந்தது. சாலை ஓரத்தில் நின்றான். திரையரங்கம் போக வேண்டிய திசையிலிருந்து நேர் எதிர்த் திசையில் வந்திருப்பது தெரிந்தது. ஏனோ திரையரங்கம் போக வேண்டும் என்று தோன்றவில்லை. கண்ணில் பட்ட ஓட்டலுக்குள் சென்றான். மீண்டும் அந்தப் பிரசுரத்தைப் படித்தான்.

சிற்றுண்டி சாப்பிட்டுவிட்டுப் பேருந்து நிலையத்தை நோக்கி நடந்தான். பயணச் சீட்டு வாங்கிக்கொண்டு பையிலிருந்து ஒரு புத்தகத்தை எடுத்துப் படிக்க ஆரம்பித்தான். புத்தகத்தில் மனம் செல்லவில்லை. இப்படி ஊரை விட்டு ஓடுவதுபோலப் பயணம் செய்துகொண்டிருப்பதை நினைத்து வருத்தம் ஏற்பட்டது. பொன்னம்பட்டியில் எத்தனையோ காரியங்களைச் சிறப்பாகச் செய்தாலும் குற்றவாளியைப் போல ஓட வேண்டிய நிலை உருவாகிவிட்டதை எண்ணி வருந்தினான். பதில் சொல்ல முடியாத சில கேள்விகளையேனும் அவர்களால் கேட்டுவிட முடியும் என்பதால்தானே இந்த ஓட்டம் என்னும் எண்ணம் அவனை அரித்தது.

பேருந்து வேகமெடுத்துப் பாய்ந்துகொண்டிருந்தது. ராமநாதனுக்குத் தூக்கம் வரவில்லை. இனி என்ன என்ற கேள்வி அவனை ஆக்கிரமித்திருந்தது. குற்ற உணர்வின் சுமையிலிருந்து விடுபட வேண்டும் என்பதுதான் அந்த நிமிடத்தில் ராமநாதனுக்கு முக்கியமாகப் பட்டது. குற்ற உணர்விலிருந்து விடுபட வேண்டுமென்றால் அதற்குக் காரணமான செயல்களை நிறுத்த வேண்டும். இயல்புணர்ச்சி என்ற பெயரால் சில விஷயங்களை நியாயப்படுத்தத் தொடங்கினால் அதற்கு முடிவே இருக்காது.

இனி என்ன செய்ய வேண்டும்? கோவைக்குத் திரும்பி விடலாமா? கணக்கு வழக்குகளை நேர்செய்து கொடுத்துவிட்டு, அவர்களுடைய கண்டனங்களைக் கேட்டுக்கொண்டு மன்னிப்புக் கேட்டுக்கொண்டு சுத்தமான மனதுடன் மீண்டும் என் கர்ம பூமிக்குத் திரும்ப வேண்டும். பொன்னம்பட்டியைத் தமிழ்நாட்டிலேயே சிறந்த கிராமமாக மாற்ற வேண்டும். சாவதற்குள் பத்துப் பொன்னம்பட்டிகளையாவது உருவாக்கிவிட வேண்டும்.

ராமநாதனின் மனம் தெளிய ஆரம்பித்திருந்தது. இனி என் வாழ்க்கை புதிதாக இருக்கும் என்று சொல்லிக்கொண்டான். ஆனால் உடனே கோவைக்குச் செல்ல மனம் வரவில்லை. அம்மாவுக்கு உடம்பு சரியில்லை என்று சொன்னது பொய்யாகிவிடும். அம்மாவையும் பார்க்க வேண்டும் என்று தோன்றியது. ஒரு நாள் அம்மா, அப்பாவுடன் இருந்துவிட்டு, நண்பர்களையெல்லாம் பார்த்துவிட்டு வர வேண்டும். வீட்டை விட்டுப் புறப்படும்போது அது புதிய தொடக்கமாக இருக்க வேண்டும். அம்மாவின் ஆசீர்வாதம் அதற்கு முக்கியம். அம்மா வெளிப்படையாக ஆசீர்வாதம் செய்யாவிட்டாலும் அம்மாவின் முகத்தைப் பார்ப்பதே ஆசீர்வாதம்தான். பாவங்களை எரிக்கும் நெருப்பு அம்மா. ராமநாதன் கண்களை மூடினான்.

9

சரியாக விடியாத அந்த நேரத்தில் யார் கதவைத் தட்டுவது என்னும் குழப்பத்துடன் கதவைத் திறந்த அம்மாவின் முகத்தில் ஒரு கணம் அதிர்ச்சி. பிறகு ஆச்சரியம். உள்ளே நுழைய வழிவிட்டு ஒதுங்கி நின்றார். ராமநாதன் உள்ளே சென்றான். உள் அறையில் அப்பாவும் தம்பியும் தூங்கிக்கொண்டிருந்தது தெரிந்தது. இன்று திங்கட்கிழமை என்பது நினைவுக்கு வந்தது. அப்பாவுக்குத் திங்கள்கிழமை வார விடுமுறை.

ராமநாதன் பையை சுவாமி அலமாரியின் முன் வைத்தான். துண்டை எடுத்துக்கொண்டு போய்க் குளித்துவிட்டு வந்தான். நெற்றியில் திருநீறு இட்டுக்கொண்டு சுவாமி படங்களின் முன்பு விழுந்து வணங்கினான். சமையலறையில் இருந்த அம்மாவை அழைத்து அவர் காலில் விழுந்தான். அவர் சற்றே விலகினார். ராமநாதன் எழுந்தான். உள்ளே சென்ற அம்மா, "பால் சாப்பிடுவியா?" என்று கேட்டார். "காப்பிகூட குடிப்பேன்" என்றான். "யோகா பண்ணிட்டு வரேன்" என்று சொல்லிவிட்டு விரிப்பு ஒன்றை எடுத்துக்கொண்டு மொட்டை மாடிக்குச் சென்றான்.

நாடி சுத்தியிலிருந்து சவாசனம் வரை பல ஆசனங்களைச் செய்து முடிக்க ஒரு மணிநேரம் ஆனது. சவாசனம் செய்யும்போது மனம் நிச்சலனமாய் இருந்ததை உணர்ந்தான். எழுந்திருக்கும்போது புத்துணர்ச்சி தோன்றியது.

கீழே வந்தபோது அப்பாவும் தம்பியும் எழுந்திருந்தார்கள். அப்பா தினத்தந்தி படித்துக்கொண்டிருந்தார். தம்பி இவனைக் கண்டதும் ஆச்சரியப்பட்டான். "எப்பண்ணா வந்த?" என்றான்.

“காலைலதான்” என்றான் ராமநாதன். அம்மா காப்பி கொடுத்தார். அதைக் குடிப்பதற்கு முன் அப்பாவின் கால்களில் விழுந்து வணங்கினான். அவர் கால்களை இழுத்துக்கொண்டார். ராமநாதன் காப்பியை எடுத்துக்கொண்டு தம்பியிடம் சென்றான்.

ராமநாதன் பக்கத்தில் வந்ததும் வேலு பயபக்தியுடன் எழுந்து நின்றான். சிறு வயதிலிருந்தே அண்ணனை பிரமிப்புடன் பார்த்துப் பழக்கப்பட்டவன். பேச்சு, படிப்பு, விளையாட்டு, யோகாசனம் என்று ராமநாதனின் திறமைகள் வேலுவை பிரமிக்க வைத்து அவனுடைய ஆதர்ச நாயகனாக ஆக்கியிருந்தன. சிறிய வயதில் அப்பாவைப் பார்த்தாலே பயமாக இருக்கும் என்பதால் அண்ணனுடன் ஒட்டிக்கொண்டான் வேலாயுதன். திடீரென்று ஒரு நாள் அவன் காணாமல் போனது தலையில் இடியை இறக்கியது போல் இருந்தாலும் அண்ணன் எதைச் செய்தாலும் சரியாகத்தான் இருக்கும் என்ற நம்பிக்கையில் அவன் மனம் சமாதானம் அடைந்தது. போன முறை அவன் வந்துவிட்டுப் போனபோது தான் இல்லையே என்று மிகவும் வருந்தினான். கோயம்புத்தூரில்தான் ராமநாதன் இருக்கிறான் என்பதை அறிந்தாலும் அங்கே போய்ப் பார்க்க வேலு விரும்பவில்லை. தான் வர வேண்டுமென்றால் அண்ணன் கூப்பிட்டிருப்பான் என்று நினைத்த வேலு, அண்ணனுக்கு விருப்பமில்லாமல் எதுவும் செய்யக் கூடாது என்றிருந்தான். இத்தனை ஆண்டுகள் கழித்த பிறகும் அண்ணன்மீதான பிரமிப்பு மாறவில்லை.

“எப்படி இருக்க வேலு?” என்றான்.

“இருக்கண்ணா. நீ எப்டி இருக்க?” என்றான் வேலு.

“அதுதான் பாக்கறயே...” என்று சிரித்தான் ராமநாதன்.

“எத்தனை மணிக்கு வேலைக்கு போவ?” என்று ராமநாதன் கேட்டான்.

“கரைட்டா எட்டு மணிக்குக் கெளம்பிடுவேன்.”

“எங்க வேலை?”

“மாணிக்கண்ணன் கடைல,”

“மெக்கானிக்கா?”

“ஆமாம்.”

“நல்லது” என்றான் ராமநாதன்.

"இதுல என்ன நல்லது?" என்றான்.

"வண்டிகளோட போராடற வேலை இன்ட்ரெஸ்டிங் கானதுதானே, என் வண்டில சின்ன ரிப்பேர் எதாவது இருந்தா நானே பாப்பேன்" என்றான் ராமநாதன்.

"என்ன வண்டிண்ணா வெச்சிருக்க?" என்ற ஆவலோடு கேட்டான் வேலு.

ராமநாதன் சிரித்தான். "எனக்குன்னு வண்டி எதுவும் இல்ல. ஆஸ்ரமத்துல இருக்கு. கோயம்புத்தூர்ல சில சமயம் வெஸ்பா, ராஜ்தூத் ஓட்டுவேன். இப்ப ஒரு கிராமத்துல இருக்கோம். அதுல சைக்கிள்தான். சுசீந்திரம் போகும்போது அங்க சில சமயம் புல்லட் கிடைக்கும்" என்றான் ராமநாதன்.

புல்லட் என்றதும் வேலுவின் கண்கள் விரிந்ததை ராமநாதன் கவனித்தான். அம்மாவும் அப்பாவும் ஆளுக்கொரு வேலையில் மூழ்கியிருந்தார்கள். இவன் இருப்பது தெரிந்ததாகவே அவர்கள் காட்டிக்கொள்ளவில்லை. அவர்களாக எதுவும் பேசவும் இல்லை. எதுவும் சொல்லாமல் வீட்டை விட்டுச் சென்றதையும் அவனைத் தேடி அலைந்ததை அறிந்தும் இரக்கமின்றி நடந்துகொண்டதையும் அவர்கள் இன்னமும் மறக்கவில்லை என்று ராமநாதன் நினைத்துக்கொண்டான். அவர்கள் நினைத்திருந்தால் கோவை ஆசிரமத்தில் வந்து சத்தம் போட்டிருக்கலாம். கடந்த முறை வந்தபோதே வீட்டிலேயே இருக்கும்படி சொல்லி வற்புறுத்தியிருக்கலாம். அவர்கள் மனம் கல்லாகிவிட்டது என்று ராமநாதன் நினைத்துக்கொண்டான்.

வேலுவின் தோளில் கை போட்டபடி, "யோகாசனம் எல்லாம் பண்ணிட்டிருக்கியா" என்று கேட்டான்.

வேலு தயங்கினான். ராமநாதன் மேற்கொண்டு அந்தப் பேச்சைத் தொடரவில்லை. "நீ வேலைக்குப் போகும்போது என்னைக் கூப்பிடு. நானும் வரேன். கொஞ்சம் வெளியே போகணும்" என்றான். வேலு தலையாட்டினான்.

ராமநாதன் மணி பார்த்தான். ஏழு. இன்னும் ஒரு மணிநேரம் இருக்கிறது. சமையலறைக்குச் சென்றான். சுவர் எங்கும் வெவ்வேறு வண்ணங்களில் கறை படிந்திருந்தது. பத்திரங்களில் கறை ஏறியிருந்தது. பம்ப் ஸ்டவ் அழுக்காகித் துரு ஏறியிருந்தது. ஸ்டவ்வில் ஏதோ கொதித்துக்கொண்டிருந்தது. நெருப்பு ஒரு புறமாகச் சீறியபடி இருந்தது. அம்மா அம்மியில் ஏதோ அரைத்துக்கொண்டிருந்தார். ஸ்டவ் பின்னை எடுத்து எரிபொருள்

வரும் வழியில் குத்தினான். வெவ்வேறு அழுத்தங்களுடன் ஓசை கேட்டது. ஓரிரு நிமிடங்களில் அடுப்பு ஒழுங்காக எரிய ஆரம்பித்தது. ராமநாதன் அம்மாவையே பார்த்தபடி இருந்தான். இவன் இருப்பதை நன்கு உணர்ந்தும் குனிந்த தலை நிமிராமல் வேலை பார்த்துக்கொண்டிருந்தார்.

"இன்னும் எம் மேல கோபம் தீரலயா?" என்றான். அம்மா பதில் பேசவில்லை. தன் கணவர் எங்கே உட்கார்ந்திருக்கிறார் என்பதை எட்டிப் பார்த்தார். ராமநாதன் மீண்டும் அதே கேள்வியைக் கேட்டான்.

"கோவப்படறதுக்கு எனக்கு என்ன அதிகாரம் இருக்கு?" என்றார்.

"உங்களுக்கு இல்லாத அதிகாரமா?" என்று கேட்டபடி அம்மாவின் அருகில் அமர்ந்தான்.

அம்மா அவனை நிமிர்ந்து பார்த்தார். "எனக்கு அதிகாரம் இருந்தா நீயும் இப்படி இருக்க மாட்ட, நானும் இப்படி கஷ்டப்பட வேண்டியது இல்ல" என்றார்.

ராமநாதன் ஆசுவாசமடைந்தான். பேசாமல் இருப்பவர்களை விடவும் பேசுபவர்களைச் சமாளிப்பது எளிது.

"என்னை மாதிரி ஒரு துரோகியை நீங்க கற்பனைகூடப் பண்ணியிருக்க மாட்டீங்க. உங்க கைல இருக்கற அம்மிக்கல்லைத் தூக்கி என் மண்டைல போட்டாலும் தப்பில்ல..." என்றான்.

அம்மா பேசவில்லை. கெட்டி சட்டினியை எடுத்துப் பாத்திரத்தில் போட்டுக்கொண்டிருந்தார்.

"ஆனா நான் என்னம்மா பண்ணுவேன்? என்னால எல்லார மாதிரியும் இருக்க முடியல. நீங்க என்ன அப்படி வளக்கல. இந்த உலகத்துல இருக்கற துக்கத்தை என்னோட துக்கமா பாக்க நீங்கதான் கத்துக் குடுத்தீங்க. பிச்சைக்காரனுக்கு பத்து பைசா போடும்போது அவன பத்தி எங்கிட்ட சொல்லுவீங்க. கஷ்டப்படற ஒவ்வொருத்தர பத்தியும் பேசுவீங்க. நான் கேக்கற கேள்விக்கெல்லாம் பொறுமையா பதில் சொல்லுவீங்க. வேடிக்கை பாத்துக்கிட்டே இருந்தா எதுவும் மாறாதுன்னு நீங்கதான் சொல்லிக் குடுத்தீங்க. புஸ்தகமெல்லாம் வாங்கிக் குடுத்தீங்க. கடவுளைப் பத்தி சொன்னீங்க. விவேகானந்தரப் பத்தி சொன்னீங்க..."

"அதெல்லாம் எனக்கே ஒல வெச்சிடிச்சு..."

"என்னம்மா இப்படி சொல்றீங்க? உங்க பையன் தனக்காக வாழாம ஊருக்காக வாழறான்றதுல உங்களுக்கு பெருமை இல்லையா? நீங்க நெனச்சீங்க, நான் செய்யறேன்..." என்றான் ராமநாதன்.

அம்மியின் மேல் அரைத்துக்கொண்டிருந்த குழவியை நிமிர்த்தி அதில் ஒட்டியிருந்த சட்னியை வழித்தார்.

"அத இங்கே இருந்தே செய்ய முடியாதா? அம்மா அப்பாவை பாத்துக்கிட்டே ஊரையும் கவனிக்க முடியாதா?"

"முடியாதும்மா, குடும்பம்னு இறங்கிட்டா அது ஆழமான கிணறு மாதிரி. அதுலேந்து மீள முடியாது. ஊருக்காக வாழறதுன்னு முடிவு பண்ணிட்டா தனி குடும்பம்னு எதுவும் இருக்கக் கூடாதும்மா. இருந்தா குடும்பத்தையும் பாக்க முடியாது. ஊரையும் பாக்க முடியாது. நானும் முயற்சி பண்ணினேன். முடியல. குடும்பப் பொறுப்பு என்ன உள்ள உள்ள இழுத்துக்கிட்டே இருந்தது. இப்படியே போனா நானும் எல்லாரை மாதிரியும் இதுலயே மூழ்கிடுவேன். நாப்பது அம்பது வயசுக்கப்புறம் ஏதோ நம்மால முடிஞ்சதுன்னு எதயாவது செய்ய வேண்டியதுதான். அதயும் முழுசா செய்ய முடியாது. இங்கயும் இல்லாம அங்கயும் இல்லாம நரக வேதனம்மா அது..."

"எங்கள விட்டுட்டு போனியே, அப்ப எங்களுக்கு எப்படிப் பட்ட வேதனை இருந்திருக்கும்னு நெனைக்கற?" அம்மா அம்மியைக் கழுவியபடி கேட்டார்.

"விட்டுட்டுப் போனேன். ஆனா அனாதரவா விட்டுட்டு போகல. நான் சேலத்துக்கு போனதா கேள்விப்பட்டு என்னைத் தேடி அங்க போனீங்க. இடம் தெரியாம தெருத்தெருவாக அலஞ்சீங்க. அங்க உங்களுக்கு உதவி செஞ்சு பத்திரமா வீட்டுக்கு அனுப்பினாங்களே அந்த ரெண்டு பேர், அதுக்கு நான்தான் ஏற்பாடு செஞ்சேன். உங்கள பிரியறத தவிர எனக்கு வேற வழி இல்ல. வீட்ல என்னால இருக்க முடியல. ஸ்வாமிஜியோட குரல் என்ன கூப்டுகிட்டே இருக்கு. உங்ககிட்ட பர்மிஷன் வாங்கிட்டுதான் போக முடியும்னா என்னால ஒரு நாளும் இந்த வாசப்படிய தாண்ட முடியாது. உங்கள விட்டு போகலன்னா உங்களால வளக்கப்பட்ட பையனா நான் இருக்க முடியாது. பொன்னம்பட்டி கிராமத்துக்கு வந்து பாரு. அந்த ஊர் ரெண்டு வருஷத்துல எப்டி மாறியிருக்குன்னு பாரு. எத்தனை அம்மாவோட முகங்கள் எல்லாம் பிரகாசமா ஆயிருக்குன்னு பாரு. குழந்தைங்க படிக்கறாங்க. பெரியவங்க வேலை செய்றாங்க.

குடிக்கறது கொறஞ்சிருக்கு. ஊரே மாறியிருக்கும்மா. இந்த மாதிரி பத்து ஊரையாவது மாத்தற தெறமை உங்க பையனுக்கு இருக்கும்மா. வீட்ல இருந்தா இப்படி பண்ண முடியுமா?"

அம்மா பேசவில்லை. அடுப்பை அணைத்துவிட்டு அடுப்பிலிருந்த பாத்திரத்தை இறக்கி வைத்தார்.

"சொன்னா நம்ப மாட்டீங்க. நா உங்கள விட்டு எங்கயும் போகல. நீங்க எப்பவும் என் கூடவேதான் இருக்கீங்க. என்னோட ஒவ்வொரு வேலையையும் நீங்கதான் வழிகாட்டறீங்க. மனசுல குழப்பம் வந்தா கண்ணை மூடி உங்களை நெனச்சுக்குவேன். அம்மா . . . உங்களுக்கு அப்புறம்தான் எனக்கு தெய்வம் எல்லாம். தியானம் பண்ணும்போது மனக் கண்ணுல உங்க முகம்தாம்மா வரும். உங்க முகம்தான் எனக்குத் தெம்பு குடுக்குது. உங்ககூட நான் இல்ல. ஆனா என்கூட நீங்க இருக்கீங்க. துருவ நட்சத்திரம் மாதிரி இருக்கீங்க. நான் தடுமாறும் போதெல்லாம் வழிகாட்டறீங்க . . ."

அம்மா அவன் முகத்தைப் பார்த்தார். அவன் கண்கள் கலங்கியிருந்தன. தவறு செய்துவிட்டு வந்து அம்மாவிடம் மன்னிப்புக் கேட்டபடி நிற்கும் சிறுவனாகவே ராமநாதன் தோற்றமளித்தான். அம்மாவின் உணர்ச்சி கரை உடைந்தது. பெரும் கேவல் அவரிடமிருந்து வெளிப்பட்டது. விம்மி அழுதார். உடல் குலுங்கியது. கண்களில் தாரை தாரையாகக் கண்ணீர், ராமநாதன் அவர் கைகளைப் பிடித்துக்கொண்டான். சில நிமிடங்களுக்கு அங்கே அழுகை மட்டுமே இருந்தது.

அப்பாவின் உருவம் அந்த அறையில் நிழலாய் நுழைந்தது. கண்களைத் துடைத்துக்கொண்ட அம்மா பாத்திரத்தைத் தூக்கிக்கொண்டு வந்து வெளியில் வைத்தார். நிழல் உள்ளே நுழையாமல் தாண்டிச் சென்றுவிட்டது. அம்மா மூன்று தட்டுக்களை எடுத்துவந்தார். அடுத்த சில நிமிடங்களில் மூவரும் சாப்பிட ஆரம்பித்தார்கள். பொங்கலையும், சட்னியையும் ராமநாதன் ரசித்துச் சாப்பிட்டான். அம்மாவின் முகத்திலும் நடமாட்டத்திலும் சற்றே இயல்புத் தன்மை தெரிந்ததைக் கண்டு சந்தோஷமடைந்தான்.

"என்ன ப்ளான் உனக்கு?" என்று அப்பா கேட்டார். அம்மாவிடம் பேசியதைக் கேட்டுக்கொண்டிருந்திருப்பார் என்று ராமநாதனுக்குப் பட்டது.

"நெறய ப்ளான் இருக்குப்பா. பொன்னம்பட்டி மாதிரி இன்னும் நாலஞ்சு இடங்களைத் தேர்ந்தெடுத்து வெச்சிருப்போம்.

ஒவ்வொண்ணா வேலைய ஆரம்பிக்க வேண்டியதுதான் ...” என்றான் ராமநாதன்.

“இப்ப என்ன ப்ளான்?”

“ஃப்ரெண்ட்ஸை எல்லாம் பாத்துட்டு வரலாம்னு தோணுது.”

“நீ எப்பவும் வெளிலதான இருப்ப? வீடு தங்கற பழக்கமே உனுக்குக் கிடையாதே ...” என்றார் அப்பா. அவர் குரலில் இருந்தது ஆதங்கம், கோபம் அல்ல என்பது ராமநாதனுக்குப் புரிந்தது. “இன்னிக்கு முழுக்க இங்கயே இருக்கேம்பா” என்றான்.

சாப்பிட்டுவிட்டு எழுந்த அப்பா தட்டைத் தேய்க்கப் போட்டுவிட்டுக் கை கழுவி வாய் கொப்புளித்துவிட்டு வந்தார். அவருடைய உயரமும் ஆகிருதியும் ஸ்வாமிஜியை நினைவுறுத்தின. இந்த வயதிலும் அவர் உடல் உரம் வியப்பூட்டுவதாக இருந்தது. அதற்கு நேர்மாறாக அம்மா வாடி வதங்கி இருந்ததையும் கவனித்தான்.

“வீட்ல உக்காந்து என்ன பண்ணப் போற? நீ போயிட்டு வா” என்று சொன்னபடி வெளியே கிளம்பினார். கையில் ஒரு பை இருந்தது. “அந்த ரேஷன் கார்டை எடு” என்றார்.

10

வேலுவின் கடை முதலாளி மாணிக்கம் ராமநாதனைப் பார்த்து வணக்கம் வைத்தான்.

“எப்பிடி ராமு இருக்கற? நம்மளயெல்லாம் மறந்தே போயிட்ட ...” என்றான். ராமு சிரித்தான்.

“பெரிய சாமியாராயிட்டியாமே? போன தபா வந்தபோது காவில்லாம் கட்டினிர்ந்தியாமே? இப்ப என்ன ஆச்சு?”

ராமநாதன் மீண்டும் சிரித்தான். “எல்லாத்துக்கும் சிரி. அது சரி, சாமியாச்சே...” என்று கடகடவெனச் சிரித்தார் முதலாளி.

ராமநாதன் புன்னகை மாறாத முகத்துடன், “ஒரு பைக் கிடைக்குமா?” என்றான்.

“உனுக்கு இல்லாத பைக்கா ராமு? எட்த்துக்கோ. ராஜ்தூத் வோண்மா, ஜாவா வோண்மா, யமஹா வோண்மா?”

“உங்களோட சொந்த பைக் எது?”

“யமஹா.”

“அதைக் குடுங்க” என்றான். மாணிக்கம் வேறு பக்கம் திரும்பி, “வண்டிய தொடச்சி பெட்ரோல் ஊத்தி குடு வேலு” என்றார்.

வேலு துணியையும் பெட்ரோல் டின்னையும் எடுத்துக் கொண்டு வருவதற்குள் ராமநாதன் பக்கத்தில் இருந்த துணியை எடுத்து பைக்கைத் துடைத்துவிட்டான். பெட்ரோல் வேண்டாம் என்று சொல்லிவிட்டான். “போற வழில போட்டுக்கறேன்” என்றான்.

ராமஜென்ம பூமி பற்றி சுவரொட்டிகளை ராமநாதன் கவனித்தான். புதிது புதிதாகப் பல சினிமாக்களைச் சுவரொட்டிகள் விளம்பரப்படுத்திக்கொண்டிருந்தன. பெரும்பாலான முகங்கள் அவனுக்குப் புதிதாக இருந்தன.

காளிமுத்துவின் வீட்டில் வண்டி நின்றது. காளி ஆச்சரியத்தில் மூழ்கினான். “வா வா வா வா ராமு... என்னா நீ... இத்தன வர்சம் கழிச்சி வந்துக்குற? எங்களையெல்லாம் ஞாபகம் இருக்குதா உனுக்கு? உள்ள வா” என்றான்.

காளியின் அம்மா வீட்டில் இருந்தார். அவர் கால்களில் விழுந்து வணங்கினான் ராமநாதன். அவர் கூச்சத்துடன் ஒதுங்கினார்.

“என்னாது இது ... சாமியெல்லாம் எங்க கால்ல வுளக் கூடாது ...” என்றார்.

“நான் சாமியும் இல்ல. பூதமும் இல்ல. சமூக ஊழியன். நீங்க உங்க குடும்பத்துக்காக உழைக்கறீங்க. நான் சமுதாயம்ங்கற குடும்பத்துக்காக உழைக்கிறேன்” என்றான் ராமநாதன்.

“ஒண்ணுமே புரியல சாமி” என்றார் அம்மா.

ராமநாதன் சிரித்தான்.

“உன் சிரிப்பே வேற மாரி இருக்குதுப்பா” என்றான் காளி.

“சிரிச்சிக்கிட்டே இருந்தா அப்படித்தான். அதுவும் கவலையே இல்லாம சிரிச்சா நல்லாதான் இருக்கும்.”

“அம்மா, இட்லி எட்த்து வெய்ம்மா” என்றான் காளி.

“நா சாப்பிட்டாச்சு. கொஞ்சம் மோர் மட்டும் குடுங்க” என்றான்.

“இன்னிக்கு வேலை இருக்கா?” என்று காளியிடம் கேட்டான்.

“திங்கக்கெயம ஆஃப்பு. உங்கப்பா கம்பெனிதானே நானும்...”

ராமநாதன் தலையாட்டிக்கொண்டான்.

“நீயே கண்டி இங்க இருந்திரிந்தியானா இந்நேரத்துக்கு சூப்பர்வைசரா ஆயிட்ருக்கலாம். ஓட்டி கீட்டின்னு நெறிய வரும்.”

ராமநாதன் சிரித்தான்.

“நீதான் சாமியாராய்ட்டயே. உங்கைல போய் இதெல்லாம் சொல்லினுகிறம் பாரு...”

ராமநாதன் சிரித்தான்.

“இன்னாபா எல்லாத்துக்கும் சிரிக்கற? இப்டியே சிர்ச்சினிர்ந்தா பக்கத்துல க்குற ஆஸ்பிட்டல்ல சேத்துற வேண்டித்தான்” என்று சொல்லிவிட்டுப் பெரிதாகக் சிரித்தான். கீழ்ப்பாக்கம் மனநல மருத்துவமனைக்கு அடுத்த சந்தில்தான் காளியின் வீடு.

“ரொம்ப சிரிக்காத. உன்னையும் ஆஸ்பிடல்ல சேக்க வேண்டியிருக்கும்” என்றான் ராமநாதன்.

“சேக்கட்டும். சேந்தே போவோம். அங்கக்குற பைத்தியத்துக் கெல்லாம் நீ யோகா சொல்லிகுடு. நான் கபடி சொல்லித்தரேன்” என்றான் காளி.

“நல்ல ஐடியா” என்றான் ராமநாதன். காளி பிரமாதமாகக் கபடி ஆடுபவன் என்பது நினைவுக்கு வந்தது.

“கம்பெனி டீம்ல இருக்கியா?” என்றான்.

“பின்ன... நாந்தான கேப்டன்.”

“பிரமாதம். சரி, கொஞ்சம் வெளில போலாம் வரியா?”

“போலாமே” என்று கிளம்பினான். இருவரும் வெளியே வந்தார்கள்.

“எங்க போறோம்?” என்றான் காளி.

“ஃப்ரெண்ஸ எல்லாம் பாக்கணும்.”

“செலவங்கதான் வூட்ல இருப்பாங்க.”

“பாக்கலாம்…”

பைக் கிளம்பியது. சுரேஷ், மணவாளன், மணிகண்டன், பத்ரி நாராயணன், அறிவழகன் என்று ஒவ்வொரு வீடாகப் போனார்கள். பத்ரியும் மணிகண்டனும் மட்டும்தான் இருந்தார்கள். பத்ரி புரோகிதம் செய்கிறான். மணிகண்டன் சலவைக் கடை வைத்திருக்கிறான். மற்றவர்கள் பெரும்பாலும் ஏதேனும் ஒரு தொழிற்சாலையில் வேலை பார்க்கிறார்கள்.

பத்ரி வற்புறுத்தி சாப்பிடச் சொன்னான். அவனுக்குக் கல்யாணம் ஆகிவிட்டிருந்தது. மனைவி ருக்மிணி ப்ளஸ் டூ படிக்கும் பெண்போல இருந்தாள். பத்ரியின் அம்மா ராமநாதனை அன்பாக விசாரித்தாள். பத்ரி சிவானந்தரின் ஆஸ்ரமம் பற்றியும் அதன் வேலைகள் பற்றியும் கேட்டுக்கொண்டாள். கடைசியில் சொன்னான்:

“நீ பண்றது பெரிய புண்ணியம் ராமு. ஆனா தோப்பனாரையும் தாயாரையும் வயிறெரிய வெச்சிட்டு நீ போயிருக்கப்படாது”

“கரீட்டு பத்ரி. ராமு, நாங்கூட சொல்லுன்னு நெனச்சேன். உன்ன பாக்க பெருமயா கீது. ஆனா உங்கம்மாவ பாக்க பாவமா கீது…” என்றான் காளி.

ராமநாதன் சிரித்தான். “சமுதாயம் நல்லா இருக்கணும்னா இப்படி சில பலிகள் எல்லாம் தேவை” என்றான்.

“அதெல்லாம் பேசறதுக்கு நன்னா இருக்கும். லைஃப்க்கு ஒத்து வராது. இப்ப அதப் பத்தி பேசி என்னா பிரயோஜனம், விடு…” என்றான் பத்ரி.

ராமுவும் காளியும் கிளம்பினார்கள். ஊர் சுற்றிவிட்டு மாலையில் திரும்பினார்கள். காலையில் பார்க்க முடியாத சில நண்பர்களை மாலையில் பார்த்தார்கள். எல்லா வீடுகளிலும் கிட்டத்தட்ட ஒரே விதமான கேள்விகள், பதில்கள். எல்லாரிடமும் ராமநாதன் ஒரு விஷயத்தைச் சொல்லியிருந்தான். பெரம்பூரிலும் சாந்தி யோக ஆசிரமம் வரும் என்றும், நீங்கள் எல்லாம் ஆசிரமப் பணிகளில் உங்களை ஈடுபடுத்திக்கொள்ள வேண்டும் என்றும் சொன்னான். “நான் ஒரு சம்சாரி. ஒரு க்ரஹஸ்தனால என்ன முடியுமோ அதை பண்றேன்” என்று பத்ரி சொன்னதைப் போலவே எல்லாரும் சொன்னார்கள். உன்னைப் போல வீட்டை விட்டு வர முடியாது. வேலையை விட முடியாது. மற்றபடி நீ என்ன சொன்னாலும் சரி என்றார்கள்.

வீட்டுக்கு வந்த ராமு அம்மாவிடம் சிறிது நேரம் பேசிக் கொண்டிருந்தான். நேரம் ஆகஆக அம்மாவின் மன உறுதி தளர்வது அவனுக்குத் தெரிந்தது. "பசிக்குது" என்றான். கண்களைத் துடைத்துக்கொண்டு உணவு எடுத்து வைக்கப் போனார் அம்மா.

அப்பா பெரிதாக எதுவும் பேசவில்லை. ஒருமுறை பக்கத்தில் வந்தார். ஆரத் தழுவிக்கொள்வார் என்று ராமநாதன் எதிர்பார்த்தான். அவர் பேசாமல் போய்விட்டார்.

வேலு தாமதமாகத்தான் வந்தான். வந்ததும் குளித்தான். அப்போது கௌரியும் வந்தாள். ராமநாதனைக் கண்டு முகம் மலர்ந்தாள். "எங்கேந்து வர?" என்றாள். 'இவ்ளோ பெரிய மனுஷியாயிட்டாளே' என்று நினைத்தபடி ராமநாதன் பதில் சொன்னான்.

"யோகால்லாம் பண்ணிட்ருக்கியா?"

கௌரி கண்களும் உதடுகளும் சிரிக்க அழகாகத் தலை யாட்டினாள். "பரவாயில்லையே" என்றான் ராமு. கௌரியின் அம்மா வந்து விசாரித்தார்.

பெற்றோரின் காலில் விழுந்து வணங்கி விடைபெற்றான். இருவரும் கஷ்டப்பட்டு அழுகையைக் கட்டுப்படுத்திக் கொண்டார்கள். வேலுவின் முகம் இருண்டிருந்தது. ராமநாதனைப் பேருந்து நிலையத்தில் கொண்டுவிடுவதற்காகக் கூடவே வந்தான். போகும் வழியெங்கும் ராமநாதன் பேசிக்கொண்டே வந்தான். ஒழுங்காக யோகாசனம் செய்ய வேண்டும். மெக்கானிக்காக இருப்பதில் தவறில்லை. ஆனால் தினமும் ஏதாவது படிக்க வேண்டும். அம்மா அப்பாவைக் கஷ்டப்படாமல் பார்த்துக்கொள்ள வேண்டும். அப்பாவைக் கூடிய விரைவில் வேலையிலிருந்து ஓய்வு எடுக்கச் சொல்...

ராமநாதன் பேருந்தில் ஏறி உட்கார்ந்ததும் வேலு யமஹாவை எடுத்துக்கொண்டு கிளம்பினான்.

கண்களை மூடி இருக்கையில் சாய்ந்துகொண்ட ராமநாதனின் மனம் அலைபாய்ந்தபடி இருந்தது. எங்கே வந்தோம், எதற்காக வந்தோம், எங்கே போகிறோம் என்றெல்லாம் குழப்பமாக இருந்தது. பல ஆண்டுகள் கழித்துக் குடும்பத்தினர், நண்பர்களை எல்லாம் பார்த்தது ஆறுதலாகத்தான் இருந்தது. இவர்களையெல்லாம்

அரவிந்தன்

விட்டுப் போவதில் தனக்கு ஏதேனும் வருத்தம் இருக்கிறதா என்று யோசித்துப் பார்த்தான். அப்படி எதுவும் இருப்பதாகத் தெரியவில்லை. குடும்பத்தின் அன்றாட வாழ்க்கையோடு தனக்கு ஒட்டவில்லை என்றே இப்போதும் அவன் உணர்ந்தான். திரும்பத் திரும்ப அம்மாவின் முகம் நினைவுக்கு வந்தபடி இருந்தது. வாடி வதங்கிச் சுருங்கிய முகமாக இருந்தாலும் அந்த முகத்தைப் பார்க்கும்போது ஒரு நிம்மதி வருவதை உணர்ந்தான். தன் மீது வருத்தம் இருக்கிறதே தவிரக் கோபம் இல்லை என்பது ஆசுவாசம் அளித்தது.

அப்பாவின் அமைதியை அவனால் புரிந்துகொள்ள முடியவில்லை. எப்போதுமே அதிகம் பேசாதவர்தான் என்றாலும் இப்போது முன்பைவிட அமைதியாகிவிட்டார். பாசம் இருந்தாலும் அதை அதிகமாகக் காட்டிக்கொள்ளாத சுபாவம் அவருக்கு. இப்போது அது இன்னும் ஆழமாகிவிட்டிருக்கிறது. தன் அருகில் யாரையும் அவர் நெருங்க விடுவதில்லை. குடும்பத்திற்குள் ஒரு சன்யாசி போலத்தான் வாழ்ந்துவருகிறார். அவருக்குப் பிரச்சினை இல்லை. அம்மாவின் நிலைதான் பாவம்.

நண்பர்களைப் பார்த்து விட்டு வந்தது தனி உற்சாகத்தையும் கொடுத்திருந்தது. வேலுவைப் பார்க்கும்போது பெருமையாகத்தான் இருந்தது. அவனுடைய பொறுப்பும் பணிவும் அவனைக் கவர்ந்தன. உடலையும் உறுதியாக வைத்திருக்கிறான்.

நண்பர்களின் முகங்கள் ஒவ்வொன்றாக வந்து போயின. காளியைப் போன்ற ஒருவன் தன் கூடவே இருந்தால் எப்படி இருக்கும் என்று நினைத்துப் பார்த்தான். காளிக்குச் சாராயம் குடிக்கும் பழக்கம் இருக்கும் என்று ராமநாதனுக்குத் தோன்றியது. அவன் கண்களின் நிறம் மாறியிருந்ததைக் கவனித்திருந்தான். பத்ரி இவ்வளவு சீக்கிரம் கல்யாணம் செய்துகொண்டது ஆச்சரியமாக இருந்தது. அவன் மனைவி இவ்வளவு குட்டிப் பெண்ணாக இருக்கிறாளே என்று நினைத்துக்கொண்டான். சட்டென்று கௌரியின் ஞாபகம் வந்தது. எவ்வளவு அழகாக இருக்கிறாள் என்ற நினைத்துக்கொண்டான்.

சேலத்தில் பேருந்தில் ஏறும்போது எழுந்த நினைவுகளை மீண்டும் அசைபோட்டான். இனி வேலையில் முழுக் கவனத்தையும் செலுத்த வேண்டும். ஆசிரமத்தின் விதிகளுக்கு அல்லாமல் தன் மனசாட்சியின் குரலுக்குக் கட்டுப்பட்டு நடக்க வேண்டும். மறைக்க வேண்டிய ரகசியங்கள், தலை குனிய வேண்டிய அவமானங்கள் என்று எதுவும் இருக்கக் கூடாது. வீட்டை விட்டு ஓடிப் போனபோது இருந்த மனநிலையை

மீண்டும் பெற வேண்டும். நிர்மலமான அந்த மனம் ஒரு பெரிய வரம். காயத்ரி, பொய்க் கணக்கு ஆகியவை இல்லாத வாழ்க்கையில்தான் அது சாத்தியமாகும். அம்மாவைப் போன்ற ஒரு ஆத்மாவை வேதனைக்குள்ளாக்கிவிட்டு வந்தது கள்ளத்தனமான வாழ்வை வாழ்வதற்காக அல்ல. புனிதக் காரியங்களுக்காகப் பலியிடப்படும்போதுதான் பலிக்கான நியாயம் இருக்கும்.

உள்ளும் புறமும் தூய்மையான வாழ்க்கை வாழ வேண்டும் என்று எடுத்த முடிவு இப்போது உறுதிப்பட்டிருப்பதை எண்ணி ராமநாதனுக்குப் பெரும் நிம்மதி ஏற்பட்டது. தூக்கம் அவனைத் தழுவியது.

11

பேருந்து மிகவும் தாமதமாகவே கோவையை அடைந்தது. காலை வெயிலின் புழுக்கத்தோடு ஆசிரமம் சென்ற ராமநாதன் தங்கும் இடத்திற்குச் சென்று காலைக் கடன்களை முடித்துவிட்டுக் குளித்தான். சேவார்த்திகள் சிலர் இவனைப் பார்த்துப் புன்னகைத்தார்கள். பொன்னம்பட்டி பற்றி விசாரித்தார்கள். ஓரிருவர் உடம்பைப் பற்றி விசாரித்தார்கள். உடல்நிலை சரியில்லை என்று செய்தி அனுப்பியது அப்போதுதான் நினைவுக்கு வந்தது. இனி இதுபோன்ற பொய்களுக்கு அவசியம் இருக்காது என்று நினைத்துக்கொண்டான்.

தலை துவட்டிக்கொண்டபோது கண்ணாடியைப் பார்த்தவனுக்குத் தனது தோற்றம் ஆச்சரியம் தருவதாக இருந்தது. தலைமுடியும் தாடி மீசையும் அடர்த்தியாக வளர்ந்துவிட்டன. முடி கழுத்தைத் தாண்டி நீண்டிருந்தது. கறுத்த முகத்தில் கறுத்த தாடி போர்த்தியிருந்தது. கண்கள் மட்டுமே பளிச்சென்று தெரிந்தன. தலைமுடியை வளர்க்க வேண்டுமென்றோ மழிக்க வேண்டுமென்றோ ஆசிரமத்தில் விதி எதுவும் இல்லை என்றாலும் பலர் தாடி, மீசை, வெட்டாத தலைமுடியுடனே இருந்தார்கள். இவனுக்கும் முடிவெட்டுவது, சவரம் செய்வதெல்லாம் பிடிக்கவில்லை. தினமும் தலைக்குக் குளிப்பது, வாரம் ஒருமுறை எண்ணெய்க் குளியல் எடுத்துக்கொள்வது ஆகியவற்றின் மூலம் தூய்மையைப் பராமரித்துவந்தான். பிரபுவைக் காணோமே என்ற நினைப்பும் வந்துது.

மணிகண்டனிடம் பிரபு எங்கே என்று கேட்டான். ஸ்வாமிஜிக்கு உடம்பு ரொம்ப மோசமானதால் அவசரமாகக் கிளம்பித் திருவனந்தபுரம் போயிருக்கிறான் என்றான்

மணிகண்டன். ஸ்வாமிஜியை நினைத்துக் கவலை ஏற்பட்டது. இந்தச் சமயத்தில் அவரைப் பார்த்தால் எவ்வளவு நன்றாக இருக்கும் என்று நினைத்துப் பார்த்தான். அம்மாவைப் பார்த்துவிட்டு வந்தது மனதுக்குப் பெரும் புத்துணர்ச்சியைத் தந்திருந்தது. ஸ்வாமிஜியைப் பார்த்துப் பேசினால் புதுப் பிறவி எடுத்ததுபோலவே இருக்கும் என்று நம்பினான். அவர் பேசக்கூட வேண்டாம். பார்த்தாலே போதும். அந்தக் கண்களின் ஆசீர்வாதமே போதும். எல்லாப் பாவங்களும் கரைந்துவிடும். அம்மாவின் ஸ்பரிசமும் குருவின் பார்வையும் ஒன்றுதான். ராமநாதன் பெருமூச்சு விட்டான்.

பிரபு இல்லாதது அவனுக்குக் கவலையாக இருந்தது. மாதவ யோகி, கருணாகர யோகி எல்லாரும் கணக்கு வழக்கு போக்குவரத்து என்று முற்றுகை இடும்போது பிரபு தனக்குக் கொஞ் சமாவது ஆதரவாக இருப்பான் என்று ராமநாதன் நம்பினான். தனது பதில்கள் திருப்தி தரவில்லை என்றாலும் இனிமேல் எல்லாம் சரியாக இருக்கும் என்ற உறுதிமொழியுடன் பிரச்சினையை முடித்து வைத்துவிடுவான். அவன் சொன்ன பிறகு கருணாகரன் ரொம்பவும் பிடிவாதம் பிடிக்க மாட்டார். அவனிடம் பேசிய பிறகு பெரிய சாமியார்களைப் பார்த்தால் விஷயம் சுலபமாக முடிந்துவிடும் என்று ராமநாதன் நினைத்திருந்தான். ஆனால் அதற்கு வழியில்லை. எனவே அதைப் பற்றிக் கவலைப்படக் கூடாது. சமாளிக்க வேண்டியதுதான். மனதளவில் எல்லாம் தெளிவாகிவிட்டன. புதுப் பிறவி எடுக்கும் நேரத்தில் இப்படி ஒரு நெருடல். சமாளித்துத்தான் ஆக வேண்டும்.

ராமநாதன் எல்லாவற்றுக்கும் தயாராக இருந்தான். பதில்கள் அவன் மனதில் தயாராக இருந்தன. ஒரு துண்டுச் சீட்டில் குறிப்புகள் எடுக்க ஆரம்பித்தான். பிரச்சினைக்குரிய தினங்கள், பிரச்சினைக்குரிய கணக்குகள் ஆகியவற்றை கவனமாகக் குறித்துக்கொண்டான். எதை எப்படி எதிர்கொள்ள வேண்டும், எப்படி விளக்கம் அளிக்க வேண்டும் என்பதையெல்லாம் சங்கேதச் சொற்களில் குறித்துக்கொண்டான். துண்டுச் சீட்டை ஒருமுறை படித்துக்கொண்டான். மடித்துச் சட்டைப் பையில் வைத்துக்கொண்டான். கபகபவென்று பசித்தது. தலையையும் தாடி மீசையையும் ஒழுங்காக வாரிக்கொண்டு காவி வேட்டியும் வெள்ளைச் சட்டையும் அணிந்துகொண்டு கிளம்பினான். நெற்றியில் போட்டிருந்த திருநீற்றுப் பட்டை பளிச்சென்று துலங்கியது, உதடுகளில் மீண்டும் புன்னகை ஒட்டிக்கொண்டது.

சாப்பிடும் இடத்தில் சிலர் அவனைப் பார்த்து ஆத்மார்த்தமான அன்புடன் சிரித்தார்கள். சிலரது பார்வையில்

எதிர்மறையான உணர்வுகள் தெரிந்தன. மணிகண்டன் பொன்னம்பட்டி பற்றிக் கேட்டுக்கொண்டே இருந்தான். பேசிக்கொண்டே சாப்பிட்டார்கள். எட்டு இட்லிகளும் ஒரு டம்ளர் கஞ்சியும் குடித்த பிறகே ராமநாதனின் பசி அடங்கியது. தட்டைக் கழுவி வைத்துவிட்டு வந்தவன் பரிமாறும் வேலைகளில் உதவ ஆரம்பித்தான். மணிகண்டனும் சேர்ந்துகொண்டான். மாதவ யோகி, கருணாகர யோகி ஆகியோர் சாப்பிட வந்தார்கள். ராமநாதனைப் பார்த்து அவர்கள் சிரித்த சிரிப்பில் சினேகம் துளியும் இல்லை. ராமநாதன் இதை எதிர்பார்த்திருந்ததால் அதிகமாகக் கவலைப்படவில்லை. உடம்பைப் பற்றி விசாரித்தார்கள். அம்மாவுக்கு எப்படி இருக்கிறது என்று கேட்டார்கள். முகத்தில் மாறாத புன்னகையுடன் பதிலளித்தான். எப்போது சந்திக்கலாம் என்று சொல்வார்கள் என்று எதிர்பார்த்தான். அவர்கள் எதுவுமே சொல்லவில்லை. தங்களுக்குள் பேசியபடி இருந்தார்கள். சிலான்யாஸ். வி.எச்.பி., ராமர் கோவில் ஆகிய சொற்கள் அடிக்கடி வந்தன. அந்தத் துண்டுப் பிரசுரமும் சுவரொட்டிகளும் நினைவுக்கு வந்தன. ராம ஜென்ம பூமி விஷயம் ஆசிரமம்வரை வந்துவிட்டதா என்று நினைத்தான். சாப்பிட்டுவிட்டு எதுவும் சொல்லாமல் போய்விட்டார்கள்.

சாப்பிட்ட இடத்தைச் சுத்தம் செய்த ராமநாதன், சிறிது நேரம் கழித்து அவர்களைப் போய்ப் பார்க்கலாம் என்று நினைத்தான். வரச் சொன்னதே அவர்கள்தானே என்று நினைத்துக்கொண்டான். அவர்கள் தன்னிடம் நடந்துகொண்ட விதத்தை வைத்து அவர்கள் மனநிலையை ராமநாதனால் யூகிக்க முடியவில்லை. ஸ்வாமிஜியின் கண்ணோட்டத்தையும் யூகிக்க முடியாது. ஆனால் அவரிடம் உண்மை பேசலாம். எவ்வளவு கசப்பான உண்மையாக இருந்தாலும் உண்மைக்கான மரியாதையை அவர் தருவார். சிக்கலிலிருந்து வெளி வருவதற்கான வழியையும் சொல்வார். இவர்களிடம் உண்மை பேச முடியாது.

சற்றே குழப்பமாக இருந்தாலும் ராமநாதன் கவலைப்படவில்லை. பார்த்துக்கொள்ளலாம் என்று தெம்பாக இருந்தான். இவர்கள் யாருமே மடக்க முடியாதவர்கள் அல்ல என்ற நம்பிக்கை அவனுக்கு இருந்தது. தன்னுடைய புத்திசாலித்தனம் குறித்த தன்னம்பிக்கை அவனுக்கு அதிகமாகவே இருந்தது. தன்னிடம் கேள்வி எழுப்புவதற்கு இவர்களுக்குத் தகுதி இல்லை என்றே அவன் மனம் அழுத்தமாக நம்பியது. பல சமயம் அவர்கள் வெற்றிலை பாக்கு போட்டுக்கொண்டு சீட்டு விளையாடுவதைப் பார்த்திருக்கிறான். வெட்டித்தனமாகப்

பேசிக்கொண்டிருப்பதைப் பார்த்திருக்கிறான். இதுவரை உடலை வருத்தி ஒரு காரியத்தை அவர்கள் செய்து அவன் பார்த்ததில்லை. கணக்கு வழக்கு பார்த்தால் போதுமா? பண வசூலில் கறாராக இருப்பார்கள். ஸ்வாமிஜியின் உரையைக் கேட்க அதிக மக்கள் வந்தால் இவர்கள் கண்கள் விரியும். கூட்டத்திலேயே கவனம் இருக்கும். பேச்சை இவர்கள் ஒருநாளும் கவனித்ததில்லை. ஆசிரமத்தில் இவர்கள் என்ன செய்கிறார்கள், நான் என்ன செய்கிறேன்? என்னிடம் பேசக்கூட இவர்களுக்கு யோக்யதை இல்லை.

பத்து மணி அளவில் ஆசிரமத்தில் பெரும் சலசலப்பு ஏற்பட்டது. நூலகத்தில் இருந்த ராமநாதன் திடீரென்று வெளியில் ஏற்பட்ட பரபரப்பை அதன் ஓசைகளின் மூலம் உணர்ந்து வெளியில் வந்து பார்த்தான். எட்டுப் பத்துப் பேர் மைதானத்தின் வழியே நடந்தபடி அலுவலகத்தை நோக்கிச் சென்றுகொண்டிருந்தார்கள். அவர்களில் பெரும்பாலானவர்கள் வெள்ளைச் சட்டையும் வேட்டியும் அணிந்திருந்தார்கள். ஓரிருவர் பேண்ட் அணிந்திருந்தார்கள். பெரும்பாலானோர் காவித் துண்டை இடுப்பிலோ தோளிலோ அணிந்திருந்தார்கள். அனைவர் நெற்றிகளிலும் பளிச்சென்ற செந்தூர நாமமும் உதடுகளில் அதைவிடப் பளிச்சென்ற சிரிப்பும் காணப்பட்டன. ஒருவர் காவித் துணியில் எதையோ போர்த்தியபடி எடுத்து வந்துகொண்டிருந்தார். ராமஜென்ம பூமி சுவரொட்டிகளும் துண்டுப் பிரசுரமும் ராமநாதனுக்கு நினைவுக்கு வந்தன. நூலகத்திற்குள் சென்று விளக்கையும் மின்விசிறியையும் அணைத்துவிட்டு வேகமாக வெளியே வந்து கதவைச் சாத்தினான். அந்தக் கூட்டத்தினரைப் பின்தொடர்ந்து சென்றான்.

அவர்கள் ஆசிரம அலுவலகத்தை அடையு முன்பே கருணாகர யோகி சில சேவார்த்திகளுடன் வந்து வரவேற்றார். அவர்களை அலுவலக அறைக்கு அழைத்துச் சென்றார். அங்கே மாதவ யோகியும் நிர்மலானந்த யோகியும் இருந்தார்கள். பரஸ்பர வணக்கங்கள் பரிமாறிக்கொள்ளப்பட்டன. பரஸ்பர அறிமுகங்கள் நடந்தன. ராஷ்ட்ரீய ஸ்வயம்சேவக சங்கம், விஸ்வ இந்து பரிஷத், இந்து முன்னணி ஆகிய அமைப்புகளைச் சேர்ந்தவர்கள் அவர்கள். வந்தவர்களுக்கு இளநீர் உபசாரம் நடந்தது. பிறகு பேச ஆரம்பித்தார்கள். காவித் துண்டு கட்டியவர்களில் நடு நாயகமாக இருந்தவர் பேசினார்.

“ஆஸ்ரமத்தோட சேவா காரியங்களை எல்லாம் கவனிச்சிட்டுவரோம். ரொம்ப அற்புதமா பண்றீங்க. சுவாமி

விவேகானந்தர் சொன்னதை அழகா செய்யறீங்க. பல இடங்கள்ள உங்க சேவார்த்திகளும் நம்ம ஸ்வயம்சேவகர்களும் பல சேவா கார்யங்களை சேந்து செய்யறாங்க. உங்க ஆஸ்ரமப் பணிகள் நடக்கற இடங்கள்ல கள்ளச் சாராயம், தீண்டாமை, வறுமை எல்லாம் குறையுதுன்னு கேள்விப்பட்டிருக்கோம். நீங்க யோகாசனம் சொல்லி குடுக்கறத பத்தி விசேஷமா சொல்றாங்க. நானும் பாத்துருக்கேன். அற்புதமா வேலை செய்யறீங்க” என்றார்.

மாதவ யோகியும் கருணாகர யோகியும் அடக்கத்துடன் இந்தப் புகழ்ச்சியை ஏற்றுக்கொண்டார்கள். உங்களுக்கும் இதற்கும் என்ன சம்பந்தம் என்று ராமநாதன் நினைத்துக்கொண்டான். வந்திருந்தவர்களில் இன்னொருவர் பேச ஆரம்பித்தார்.

“சுருக்கமா சொன்னா நாங்க பண்றதைத்தான் நீங்க பண்றீங்க. உங்க சேவைகள்ல ஆன்மிக அம்சம் அதிகம். எங்க சேவைகள்ல சோஷியல் டைமன்ஷன் அதிகம்” என்றார்.

முதலில் பேசியவர் மீண்டும் பேசினார். “ராம ஜென்ம பூமி இயக்கம் பத்தி கேள்விப்பட்டிருப்பீங்க. ராமபிரான் பிறந்த இடத்துல அவருக்குன்னு இருந்த கோவிலை இடிச்சி பாபர் மசூதி கட்டினார். அந்தக் கோவிலை மறுபடியும் மீட்கணும்னு 300 வருஷமா ஹிந்துக்கள் போராடறாங்க. இப்ப இந்தப் போராட்டம் தீவிரம் அடைஞ்சிருக்கு, விஸ்வ ஹிந்து பரிஷத் தலைமைல எல்லா ஹிந்து இயக்கங்களும் கூடி இந்த முயற்சில இறங்கியிருக்கோம். இந்த முயற்சி நாடு முழுக்க பெரிய விழிப்புணர்வை ஏற்படுத்தியிருக்கு. பெரிய அளவுல ஹிந்து ஒற்றுமை ஏற்பட்டிருக்கு. ஜென்ம பூமில கோவில் கட்ட அடிக்கல் நாட்டப் போறோம். அதுக்காக நாட்டின் ஒவ்வொரு மூல முடுக்குலேந்தும் செங்கற்களை அனுப்பி வெக்கறதா ஏற்பாடு. எல்லாராலயும் அயோத்திக்கு வர முடியாது. ஆனா எல்லாராலயும் செங்கல் அனுப்ப முடியும் இல்லையா?” என்று நிறுத்தினார்.

மாதவ யோகி தாடியை நீவிவிட்டபடி கேட்டுக் கொண்டிருந்தார்.

“நாடு முழுக்க இருக்கற சாதுக்கள், ஆன்மிக அமைப்புகள் எல்லாமே இதுல ஈடுபடணும்னு விரும்பறோம். எல்லா மகான்களோட ஆசியும் இதுக்கு வேணும். இந்த செங்கல்லை பூஜை பண்ணி உங்க ஆஸ்ரமம் சார்பா குடுத்தீங்கன்னா ரொம்ப சந்தோஷமா இருக்கும்“ என்றார்.

“அதுக்கென்ன? தாராளமா பண்ணிடலாம்“ என்றார் நிர்மலானந்தர். செங்கல்லை வாங்கிப் பூஜையறைக்குள் கொண்டு சென்றார்.

“அந்த மசூதியை என்ன பண்ணறதா உத்தேசம்?” என்றார் மாதவ யோகி.

“வழிபாடே கைவிடப்பட்ட நிலைல இருக்கற மசூதி அது. அதை இன்னொரு இடத்துல கட்டிக் குடுத்துடலாம். ராமர் பிறந்த எடத்துல மசூதி இருக்கறது நமக்கெல்லாம் அவமானம் இல்லையா?”

“அது சரி. முஸ்லீம்ஸ் இதுக்கு ஒத்துப்பாளா?”

“சொல்ற விதத்துல சொன்னா ஒத்துப்பாங்க. அவங்களுக்கு புரியற விதத்துல சொல்லணும். இந்தக் கோரிக்கைல உள்ள நியாயத்தை பல முஸ்லிம்ஸ் ஒத்துகிட்டிருக்காங்க. ராம ஜென்ம பூமி இயக்கத்துலயே முஸ்லீம்ஸ் இருக்காங்க.”

“ஹிந்துக்கள் ஒற்றுமையாயிட்டா முஸ்லீம்களைப் பத்தி நாம கவலைப்பட வேண்டியிருக்காது. எண்பது கோடி ஹிந்துக்களும் ஒரே மனசோட ஒரே குரல்ல பேசினா அதை மீறற சக்தி எது இருக்கு?” என்றார் ஒருவர்.

மாதவ யோகி தாடியை நீவியபடி தலையாட்டினார். “ஹிந்துக்கள் என்னிக்கி ஒரே குரல்ல பேசியிருக்காங்க?” என்று கேட்டுவிட்டுப் பெரிதாகச் சிரித்தார். வந்திருந்தவர்கள் இதற்குப் பதில் சொல்வதா வேண்டாமா என்னும் சஞ்சலத்துடன் மையமாகச் சிரித்தார்கள். நிர்மலானந்தர் செங்கல்லுடன் திரும்பி வந்தார். பயபக்தியுடன் அதை வாங்கிக்கொண்டார்கள்.

“ஸ்வாமிஜி எப்படி இருக்கார்?” என்று ஒருவர் கேட்டார். கருணாகர யோகி விளக்கமாகப் பதில் சொன்னார். கேள்வி கேட்டவர் ஸ்வாமிஜியைச் சந்தித்த அனுபவங்களைப் பகிர்ந்துகொண்டார். நிர்மலானந்தர் விஸ்வ இந்து பரிஷத்தின் சேவைகள் சிலவற்றைக் குறிப்பிட்டுப் பேசினார். மதமாற்றம், ஒற்றுமை, பாதிரியார்கள், திராவிடர் கழகத்தினர், முஸ்லீம்கள் எனப் பல விஷயங்களும் பரிமாறிக்கொள்ளப்பட்டன.

எல்லோரும் கிளம்பிப் போகக் கிட்டத்தட்ட ஒரு மணிநேரத்திற்கும் மேல் ஆயிற்று. ஒரு வார்த்தைகூடப் பேசாமல் உட்கார்ந்திருந்த ராமநாதனுக்கு ஆச்சரியத்துக்கு மேல் ஆச்சரியம். ராமர் பிறந்த இடம், ராமர் கோவில், பாபர் மசூதி, புனித செங்கல், ஹிந்து ஒற்றுமை போன்ற சொற்கள் அவனுக்குப் புதிதாக இருந்தன. செய்தித்தாள் படிக்கும் பழக்கம் உண்டு என்றாலும் அரசியல் விஷயங்களிலும் பொதுவாக நாட்டு நடப்பிலும்தான் அவன் கவனம் போகும். ராமஜென்ம

பூமி பற்றிய செய்தி அவன் கண்ணில் எப்படியோ படாமல் போய்விட்டது. சேலத்தில் கிடைத்த துண்டுப் பிரசுரம்தான் ராம ஜென்ம பூமி பற்றி அவனுக்குக் கிடைத்த முதல் தகவல். ஒரு கோவிலை முன்னிட்டு இவ்வளவு பெரிய இயக்கம் நடத்த முடியுமா என்ற ஆச்சரியம் அவனுக்கு ஏற்பட்டது. இதைப் பற்றி மேலும் தெரிந்துகொள்ள வேண்டும் என்னும் ஆவல் ஏற்பட்டது.

வந்தவர்களை வழியனுப்ப வாசல்வரை சென்ற சேவார்த்திகளுடன் அவனும் சேர்ந்துகொண்டான். நடுநாயகமாக இருந்து அதிகம் பேசியவரை நெருங்கினான். தன்னை அறிமுகப்படுத்திக்கொண்டான். அவர் பெயர் சங்கர். இயக்கத்தில் முழு நேர ஊழியர். அவரிடம் இயக்கத்தின் அலுவலக முகவரியை வாங்கிக்கொண்டான். ராம ஜென்ம பூமி பற்றி மேலும் தெரிந்துகொள்ள ஏதாவது வெளியீடுகள் இருக்கின்றனவா என்று கேட்டான். "நீங்க கார்யாலயத்துக்கு வாங்க. நெறய மெட்டீரியல் இருக்கு. விரிவா பேசுவோம்" என்றார். அப்போது பக்கத்தில் இருந்தவர் தன்னையே பார்ப்பதை உணர்ந்து அவரை நோக்கித் திரும்பினான். அவர் பார்வையிலும் புன்னகையிலும் தெரிந்த தன்னம்பிக்கை அசாத்தியமானதாக இருந்தது. அவரைப் பார்த்துப் புன்னகைத்தான். பொன்னம்பட்டிக்குப் புறப்படுவதற்கு முன் அவர்கள் அலுவலகத்துக்கு ஒரு முறை போக வேண்டும் என்று நினைத்துக்கொண்டான்.

மதிய உணவின்போது மாதவ யோகியைப் பார்க்க முடிந்தது. ஏதாவது சொல்வார் என்று நினைத்தான். ஒன்றும் சொல்லாமல் போய்விட்டார். குழப்பமாக இருந்தது. ஏதோ விசாரிக்க வேண்டும் என்பதற்காகத்தானே வரச் சொன்னார்கள்? எதுவுமே பேசாமல் இருந்தால் என்ன அர்த்தம்? ஊருக்குப் போக வேண்டாமா? அங்கே கீர்த்திவாசன் தனியாக இருப்பான். எல்லா வேலைகளையும் அவனால் தனியாகச் செய்ய முடியாது. எப்போது இவர்கள் கூப்பிட்டுப் பேசுவார்கள்? பிரபு இருந்தாலும் வெளிப்படையாகக் கேட்டுவிடலாம். இந்தப் பெரியவர்களிடம் அப்படிப் பேசிப் பழக்கமில்லை. இவர்களெல்லாம் சகஜமாகப் பேசியே பல ஆண்டுகள் இருக்கும். ஸ்வாமிஜி உடம்புக்கு முடியாமல் படுத்ததிலிருந்தே இவர்கள் ஒவ்வொருவரும் மடாதிபதிபோலத்தான் நடந்துகொள்கிறார்கள். இவர்களைப் பார்த்தாலே எரிச்சல் வருகிறது. இந்த லட்சணத்தில் வெளிப்படையாகப் பேசுவது எப்படி?

செய்வதற்கு ஒன்றுமே இல்லாமல் அங்கே இருப்பதற்கு வெறுப்பாக இருந்தது. நூலகத்திற்குப் போனாலும் படிப்பில்

மனம் செல்லவில்லை. இந்த அனுபவம் புதிதாக இருந்தது. உள்ளுக்குள் கோபம் குமுறிக்கொண்டிருந்தது. நூலகத்தில் அமர்ந்து ஒரே நூலைப் படித்துக்கொண்டிருந்த ஒருவரின் நினைவு வந்தது. அவருக்கு உடம்பு சரியில்லை என்று பிரபு சொன்னான். அவரைப் போலத்தான் நானும் ஆகிவிட்டேன் என்று சொல்லிக்கொண்டான்.

மாலையில் பள்ளிக்கூடத்துக்குப் போனான். அங்கே நடக்கும் வேலைகளை மணிகண்டனும் ஸ்வாமிநாதனும் கவனித்துக்கொண்டார்கள். இருவரும் நன்றாகவே செய்தார்கள். ஆனால் தங்களுக்குச் சொல்லப்பட்டதை மட்டும் செய்தார்கள். எல்லாமே ஒத்திகை பார்த்து அரங்கேற்றப்பட்ட நாடகம் போல இருந்தன. எதிலும் தலையிடமால் ஒதுங்கி நின்றபடி பார்த்துக்கொண்டிருந்தான். காலையிலிருந்து கவனித்துவரும் விஷயம்தான் இது. எல்லா விஷயங்களும் தடையின்றி நடக்கின்றன. ஆனால் எதிலும் உயிர்ப்பு இல்லை. ஈடுபாட்டுடனும் ஆளுமையுடனும் யாரும் எதையும் செய்வதாகத் தெரியவில்லை. எல்லாமே திட்டமிட்ட யந்திரத்தனமான நிகழ்ச்சிகளாகத் தெரிந்தன. இளம் சேவார்த்திகளிடம் உற்சாகம் தென்பட்டாலும் அவர்கள் சுதந்திரமாகச் செயல்படும் சூழல் இருப்பதாகத் தெரியவில்லை. எல்லாமே விதிப்படி கச்சிதமாக நடந்தன. உயிர் இல்லை. உடல் மட்டுமே இயங்கியது. இது ஸ்வாமிஜியின் பாணி அல்ல. அவருடைய பணியின் பாணி அல்ல. இது அவருடைய ஆசிரமமே அல்ல. இங்கு விதிகள்தான் முக்கியம். காரியங்களுக்காக விதிகள் அல்ல. விதிகளுக்காகக் காரியங்கள். காலை நாலரை மணி முதல் இரவு பத்து மணிவரை எல்லா நிகழ்ச்சிகளும் சாவி கொடுக்கப்பட்ட கடிகாரம் ஓடுவதைப் போலக் கச்சிதமாக நடக்கும். ஆனால் எதிலும் ஆத்மா இல்லை. ஆத்மார்த்தம் இல்லை. இவர்கள் ஏன் இப்படி இருக்கிறார்கள்? இவர்களும் ஸ்வாமிஜியிடம் பயிற்சி பெற்றவர்கள்தானே? காரியங்களில் ஒழுங்கு என்பதற்குத் தரப்படும் முக்கியத்துவம் காரியங்களையே பின்னுக்குத் தள்ளிவிடுமா? இவர்கள் மட்டும்தான் இப்படியா அல்லது பொதுவாக எல்லா இயக்கங்களுமே இப்படித்தானா? காலையில் மிகுந்த உற்சாகத்துடனும் தன்னம்பிக்கையுடனும் பேசினார்களே, அவர்களுடைய இயக்கங்களும் இப்படித்தான் இருக்குமா?

ஆசிரமத்தில் மாலை நேர யோகா வகுப்பை சுப்பிரமணி நடத்தினான். பழக்கப்பட்ட தடத்தில் சீராக இயங்கியது அந்த வகுப்பு. பார்ஸ்வகோணாசனம் செய்யும்போது சுப்ரமணியின் குதிகால் தூக்கியதை ராமநாதன் கவனித்தான். பத்மாசனத்தில்

அமரும்போது இரண்டு முழங்கால்களும் ஏற்றத்தாழ்வுடன் இருந்தன. ஸ்வாமிஜி தனக்கும் பிரபுவுக்கும் சொல்லிக் கொடுத்த நுட்பங்களை நினைத்துப் பார்த்தான். பிரபுவால் ஏன் அதை மற்றவர்களுக்குத் தர இயலவில்ல என்று அவனுக்குப் புரிந்துகொள்ள முடியவில்லை. பொறுப்பு கூடினால் நுட்பம் குறைந்துவிடுமோ?

தனக்கும் அதுபோல நிகழ்ந்திருக்கிறதா என்று நினைத்துப் பார்த்துக்கொண்டான். யோகாசனம், கபடி, வாலிபால், சாப்பாடு ஏற்பாடுகள், மருத்துவ முகாம் என்று ஒவ்வொன்றாக நினைத்துப் பார்த்தான். திருப்தியாகவே இருந்தது. என்றாலும் இன்னும் கவனமாக இருக்க வேண்டும் என்று நினைத்துக்கொண்டான். நுட்பங்களில் எந்த அளவு முழுமை கூடுகிறதோ அந்த அளவு காரியங்களில் வலிமையும் கூடும். ஸ்வாமிஜி கனவு கண்ட செயல்முறை அதுதான். அதற்கான நல்ல உதாரணங்களை நான் உருவாக்க வேண்டும். அதுதான் ஸ்வாமிஜிக்கு நான் செலுத்தக்கூடிய குருதட்சிணை.

நேரம் ஆகஆக ராமநாதனுக்குக் கவலையும் எரிச்சலும் கூடிக்கொண்டே இருந்தன. வரச் சொல்லிவிட்டு ஏன் காக்க வைக்கிறார்கள்? அவர்கள் எழுப்பும் பிரச்சினைகளுக்கு பதில் சொல்லிவிட்டு கண்டனத்தை வாங்கிக்கொண்டு மன்னிப்புக் கேட்டுக்கொண்டு உடனே பொன்னம்பட்டிக்குப் புறப்பட வேண்டும் என்று நினைத்திருந்தது நடக்காமல் போனதில் பெரும் எரிச்சலும் அவஸ்தையும் ஏற்பட்டிருந்தன. பொருளற்ற காத்திருப்பு தரும் அவஸ்தையில் தன் மனநிலையைச் சமநிலையில் வைத்திருக்க ராமநாதன் மிகவும் மெனக்கெட்டான்.

இரவு உணவு, சத்சங்கம், பஜனை ஆகியவற்றின்போதும் யாரும் ராமநாதனிடம் எதுவும் கேட்கவில்லை. ஒரு புன்னகையோடு கடந்து சென்றார்கள். நிர்மலானந்தர் சத்சங்கம் நடத்தினார். பகவத் கீதையிலிருந்து சில ஸ்லோகங்களைப் படித்து அவற்றின் உட்பொருளை விவாதித்தார். பஜனை முடிந்த பிறகு மாதவன், கருணாகரன், நிர்மலானந்தர் ஆகிய மூவரில் யாரேனும் ஒருவரைப் பார்த்துக் கேட்டுவிட வேண்டும் என்று முடிவு செய்துகொண்டான்.

பஜனை முடிந்ததும் மணிகண்டனும் சுப்ரமணியும் பொன்னம்பட்டி பற்றி விசாரித்தார்கள். யோகா, தியானம், கல்வி ஆகியவற்றோடு வியாபாரம், மருத்துவம் தொழிற்பயிற்சி ஆகியவற்றை இணைத்துச் செய்வது பற்றிக் கேட்டார்கள். ராமநாதன் உற்சாகத்துடன் விவரிக்கத் தொடங்கினான். பேச்சு

ஒரு மணிநேரத்துக்கும் மேல் நீடித்தது. தியான மண்டபத்தில் தொடங்கி மைதானத்தில் நடையாகத் தொடர்ந்து கடைசியில் மைதானத்தின் ஒரு மூலையில் உட்காந்தார்கள். ராமநாதன் வேலையின் அணுகுமுறை, செயல் திட்டங்கள், செயல்படுத்துதல் ஆகியவற்றை விளக்கினான். வெவ்வேறு செயல்களுக்கிடையே ஒத்திசைவை ஏற்படுத்துவது குறித்தும் சொன்னான். இந்த வேலைகளில் இது முக்கியம், இது அவ்வளவாக முக்கியமில்லை என்றெல்லாம் எதுவுமே கிடையாது. வேஷ்டியைத் தூய்மையாக வைத்திருப்பது, மருத்துவ முகாமில் நோயாளிகளுக்கு உரிய கவனிப்பு கிடைப்பது, பத்மாசனத்தில் நேராக உட்காருவது, சாப்பிட்ட இடத்தைச் சுத்தம் செய்வது என எல்லாமே சமமான அளவில் முக்கியம்தான். எல்லாம் ஒன்றோடொன்று சம்பந்தப்பட்டவை என்றான். உதாரணங்களுடனும் தத்துவ விளக்கங்களுடனும் பேசிக்கொண்டே போனதில் நேரம் போனதே தெரியவில்லை. படுக்கப் போகலாம் என்று கிளம்பியபோது மணி பனிரெண்டை நெருங்கிக்கொண்டிருந்தது.

பேச்சு தந்த தெம்பினால் விளைந்த ஆசுவாசமும் முந்தின நாள் பேருந்தில் சரியாகத் தூங்காமல் இருந்ததும் சேர்ந்து கண்களை அழுத்தின. படுத்த உடன் தூங்கிவிட்டான்.

12

காலை பிரார்த்தனை, யோகாசனம், கோவில் விஜயம், குளியல், சிற்றுண்டி என எல்லாம் வரிசைக் கிரமமாக நடந்தன. இப்படியே மூன்று நாட்கள் கழிந்தன. இனிமேலும் அழைப்புக்காகக் காத்திருப்பதில் பலனில்லை என்று எண்ணிய ராமநாதன் மாதவ யோகியைத் தானாகவே பார்க்கச் சென்றான். அவர் ஊரில் இல்லை எனப் பதில் வந்தது. முந்தைய தின இரவில் சத்சங்கத்தில் அவரைக் காணாதது நினைவுக்கு வந்தது. வருவதற்கு ஒரு வாரம் ஆகும் என்றார்கள்.

என்ன விஷயம் என்று கருணாகர யோகி கேட்டபோது ஆத்திரம் பொங்கியது. "ஏதோ டிஸ்கஸ் பண்ணணும்னு என்னை நீங்கதானே வரச் சொன்னீங்க?' என்றான் ராமநாதன்.

"மாதவ யோகி வரச் சொன்னார். ஏன்னு அவரத்தான் கேக்கணும்" என்றார் சாவகாசமாக. ராமநாதன் தன் உணர்ச்சிகள் முகத்தில் தெரியாமல் இருக்க மிகவும் சிரமப்பட்டான்.

"நான் பொன்னம்பட்டிக்குப் போயிட்டு வரட்டுமா?' என்று கேட்டார். "அவர் வந்துரட்டுமே" என்று சொல்லிவிட்டுப் பேச்சை முடித்துக்கொண்டார் கருணாகர யோகி.

ராமநாதன் விரக்தியும் கோபமும் நிரம்பிய மனதுடன் திரும்பினான்.

மாதவ யோகி வர ஒரு வாரத்துக்கும் மேல் ஆயிற்று. வந்த பிறகும் இரண்டு நாட்கள் அவரைச் சந்திக்க முடியவில்லை. எப்போதும் யாருடனாவது ஏதாவது பேசிக்கொண்டிருந்தார். மூன்றாம் நாள் காலை சிற்றுண்டி முடித்ததும் தட்டைக் கழுவி வைத்துவிட்டு நேராக அலுவலக அறைக்குச் சென்றான். நிர்மலானந்தரும் மாதவ யோகியும் இருந்தார்கள். இருவரையும் ஆசிரம வழக்கப்படி வணங்கினான். இருவரும் சகஜமாக ஆசீர்வதித்தார்கள் எந்தக் கோபமும் இருப்பதாகத் தெரியவில்லை. ராமநாதனின் கோபமும் எரிச்சலும் போர்க்குணமும் தணிந்தன.

“என்னப்பா ராமு, அம்மாவுக்கு ஒடம்பு எப்படி இருக்கு?” என்றார் மாதவ யோகி.

அப்பாவுக்கு உடம்பு சரியில்லை என்று சொல்லிவிட்டுச் சென்னைக்குப் புறப்பட்டது இப்போதுதான் ராமநாதனுக்கு நினைவுக்கு வந்தது. சட்டென்று சுதாரித்துக்கொண்டான். “ம் . . . பரவாயில்ல. கால்ல அடிபட்டுருக்கு, நடக்க முடியல. அம்மாவுக்கும் உடம்பு முடியல. மலேரியா மாதிரி இருக்குன்னு சொன்னாங்க . . .” என்றான். பொய் சொல்லக் கூடாது என்று முடிவெடுத்த பிறகு சொல்லும் எத்தனையாவது பொய் இது என்று நினைத்துப் பார்த்தான். மனதுக்குக் கஷ்டமாக இருந்தது.

“உடம்பு சரியில்லாம தோப்பனார் கூப்பிடறான்னா உடனே போய்ப் பாத்துடணும் அதைவிட பெரிய தர்மம் எதுவும் உலகத்துல இல்ல” என்றார் மாதவ யோகி. தலையாட்டி அதை ஆமோதித்த நிர்மலானந்தர், “உனக்கும் உடம்பு சரியில்ன்னு சொன்னியே, சரியா போயிடுத்தா?” என்றார். அப்போது கருணாகர யோகி உள்ளே வந்தார். இன்னொரு பொய் சொல்லியாக வேண்டிய நிர்ப்பந்தத்தை இந்தக் கேள்வி உருவாக்கிவிட்டதை நினைத்து ராமநாதன் மீண்டும் வருத்தப்பட்டான்.

“அது ஒண்ணுமில்ல. வயித்தால போச்சு. ஏதோ ஃபுட் பாய்சன். அடுத்த நாள் மத்யானமே சரியா போச்சு. உடனே கிளம்பி வரணும்னு நெனச்சேன். அப்பதான் வீட்லேந்து போன் வந்தது” என்றான். இதைச் சொல்ல மிகவும் வெட்கப்பட்டான். நிர்வாக நடைமுறைகளிலும் வேறு சில விஷயங்களிலும் நிறைய பொய் சொல்வதுண்டு என்றாலும் பொய் சொல்லக் கூடாது என்று அந்தரங்க சுத்தியோடு முடிவு செய்த பிறகு பொய் சொல்ல நேர்வதை எண்ணி மீண்டும் வருந்தினான்.

"உடம்ப பாத்துக்கோப்பா. சுவரை வெச்சுதான் சித்திரம்" என்றார் கருணாகரன். ராமநாதன் சிரித்தான்.

கருணாகரன் தண்ணீர் குடித்தார். மாதவன் எழுந்து போய் ஜன்னலை நன்றாகத் திறந்துவிட்டு வந்தார். நிர்மலானந்தர் அமைதியாக உட்கார்ந்திருந்தார். ராமநாதனுக்கு அவஸ்தையாக இருந்தது. அவனே அந்த மௌனத்தைக் கலைத்தான்.

"ஏதோ பேசணும்னு வரச் சொன்னீங்கன்னு பிரபு சொன்னான்."

"ஆமாம். ஆஸ்ரம நிர்வாகத்துல சில சேஞ்சஸ் பண்ணி யிருக்கோம். ஸ்வாமிஜி இல்லயோன்னோ? பிரபுவும் அடிக்கடி கௌம்பி போயிடறான். ஸ்வாமிஜி பண்ணிட்ருந்த வேலைல பாதியை நான் பண்ண வேண்டியிருக்கு. என்னோட வேலைய பாதிப் பாதியா பிரிச்சி இவா ரெண்டு பேருக்கும் குடுத்துருக்கேன். இங்க மத்த ஆக்டிவிடீயை கவனிக்க ஆள் இல்ல..." என்று சொல்லிவிட்டு நிறுத்தினார் மாதவன்.

ராமநாதனுக்குப் புரியவில்லை. தன் மீது புகார்ப் பட்டியலை வாசிப்பார்கள் என்று நினைத்தவனுக்கு இது புதிதாக இருந்தது. என்ன சொல்லவருகிறார்?

இவர்கள் மூவருக்கும் அப்படி என்ன வேலை என்று நினைத்தான். நிர்வாகம், கணக்கு வழக்கு, நன்கொடை வசூல், சாந்தி யோக முகாம்கள், மருத்துவ முகாம்கள், பள்ளி மாணவர்களுக்கான நிகழ்ச்சிகள், ஆசிரமத்தின் அன்றாடப் பணிகள் இவற்றைப் பார்த்துக்கொள்ள மூன்று பேர் போதாதா என்று தோன்றியது. இருக்கும் சேவார்த்திகளையும் வெளியிலிருந்து வரும் சேவார்த்திகளையும் வைத்துக்கொண்டு எவ்வளவோ செய்யலாம். இவர்கள் அரைத்த மாவையே அரைத்துக்கொண்டிருக்கிறார்கள். நூலகத்தைக்கூட ஒழுங்காக வைத்துகொள்ளத் தெரியவில்லை...

"ஆஸ்ரமத்துல மூணு விஷயம் ரொம்ப முக்கியம். ஒண்ணு நம்மோட ரொட்டீன் ப்ரொக்ராம்ஸ். ரெண்டு நாம நடத்துற மெடிக்கல் கேம்ப்ஸ், ஸ்கூல் ப்ரொக்ராம்ஸ், மூணாவது சாந்தி யோக கேம்ப். இதையெல்லாம் ஒழுங்கா நடத்தணும்னா எங்களுக்கு ஒத்தாசையா யாராவது இருக்கணும். பிரபுவை இப்போதைக்கு நம்ப முடியாது. அதனால உன்னை இங்கயே வெச்சிக்கலாம்னு முடிவு பண்ணியிருக்கோம்" என்றார் நிர்மலானந்தர்.

ராமநாதன் அதிர்ச்சியில் உறைந்தான். இதற்குத்தான் இவர்கள் திட்டம் போட்டிருக்கிறார்களா?

"அப்போ பொன்னம்பட்டி?"

"நிர்மலானந்த யோகி ரெண்டு சேவார்த்திகளை அழைச்சிண்டு அங்கே போவார். ஏற்கெனவே கீர்த்திவாசன் அங்க இருக்கான். யோகி கொஞ்ச நாள் அங்கேயே இருந்து அவாள கெய்ட் பண்ணுவார். அப்புறம் கருணாகரன் போய் ரெண்டு மாசம் இருப்பார். அப்புறம் பிரபு. அதுக்குள்ள கீர்த்தி பழகிப்பான்" என்றார் மாதவன்.

எல்லாத் திட்டங்களையும் கச்சிதமாகப் போட்டு வைத்திருக்கிறார்கள் என்பதை அறிந்த ராமநாதனுக்குக் கோபம் அதிகரித்தது. பொன்னம்பட்டியை விட்டு வர வேண்டும் என்பதை நினைத்ததும் மனம் கலங்கியது.

தன்னிடம் கணக்கு வழக்கு பற்றியோ விதிமுறை மீறல் பற்றியோ எதுவுமே கேட்கவில்லை என்பது அவனுக்கு உறைத்தது. அதுபற்றிய கேள்விகள் அவர்களுக்கு இருக்கின்றன என்று பிரபு சொல்லியிருந்தான். கருணாகரன் கணக்கு வழக்கில் புலி. தான் செய்த தவறுகளில் பாதியையாவது அவர் கண்டுபிடித்திருப்பார். அப்படியும் அதைப் பற்றிக் கேட்கவில்லை என்றால் என்ன அர்த்தம்? தன்னிடம் எதுவும் கேட்காமலேயே தன்னைப் பற்றி ஒரு முடிவு எடுத்துவிட்டார்கள் என்றால் என்ன அர்த்தம்? விசாரிக்காமலேயே வழங்கப்பட்ட தீர்ப்புதானே இது?

இந்த அவமானத்தை ஏற்கக் கூடாது என்று ராமநாதன் முடிவு செய்தான். அவன் மூளை வேகமாகச் சில கணக்குகளைப் போட்டது. எதிர்த்து நின்றால் வெல்வது கடினம் என்பது அவனுக்குத் தெரியும். வேறு விதமாகப் போராட வேண்டும் என்று முடிவு செய்தான்.

மூவரும் தன்னையே பார்த்துக்கொண்டிருப்பதை உணர்ந்தான். இந்தப் பெரியவர்களை ஏமாற்றும் திறமை தன்னிடம் இருக்கிறது என்று நம்பினான்.

"இங்கே நடக்கற விஷயங்களை பாத்துக்கறத்துக்கு நான் குடுத்து வெச்சிருக்கணும்" என்று சொல்லி மூவரையும் பார்த்துக் கை கூப்பினான். அவர்கள் முகங்கள் சற்று ஆசுவாசமடைந்ததைக் கவனித்துக்கொண்டான். தொடர்ந்து பேச ஆரம்பித்தான்.

"என்னை நம்பி இவ்வளவு பெரிய பொறுப்பைக் குடுப்பீங்கன்னு நான் உண்மைலயே எதிர்பார்க்கல. ஸ்வாமிஜியோட

ஆசீர்வாதமும் எங்கம்மாவோட ஆசிர்வாதமும்தான் எனக்கு இப்படிப்பட்ட வாய்ப்பைக் குடுத்திருக்குன்னு நெனைக்கறேன்" என்றான். அவன் குரல் கனிந்திருந்தது.

"உன் திறமைகள் பத்தி எங்களுக்கு எப்பவுமே உயர்ந்த அபிப்பிராயம் உண்டு. நீ இருந்த எடத்துக்கு உனக்கு பதிலா ரெண்டு பேர அனுப்ப முடிவு செஞ்சதிலிருந்தே உனக்கு இது புரிஞ்சிருக்கும். நீ இப்ப இங்க இருந்தா நம்ம சென்டர் ஸ்ட்ராங்கா வளரும். பேஸ்மண்ட் ஸ்ட்ராங்கா இருந்தாதானே பிராஞ்சஸ் ஸ்ட்ராங்கா இருக்கும். இங்க உனக்கு அட்மினிஸ்ட்ரேஷன் தொல்லை, கணக்கு வழக்கு, பணத்தை ஹேண்டில் பண்றது எதுவும் இருக்காது. நாங்க இருக்கோம். போதாக்குறைக்கு சுப்ரமணி இருக்கான். பணத்தை ஹேண்டில் பண்றதுல அவன் எக்ஸ்பர்ட். அவன் உன் கூடவே இருப்பான்" என்றார் நிர்மலானந்தர்.

"ரொம்ப நல்லது ஸ்வாமி" என்றான். "இங்க பொறுப்பு ஏத்துக்கறதுக்கு முன்னால எனக்கு ஒரு வாரம், பத்து நாள் டைம் வேணும்" என்றான்.

மாதவ யோகி கேள்விக்குறியோடு அவனைப் பார்த்தார்.

"அம்மாவுக்கு ஒரு டெஸ்ட் எடுக்கணும். அதுக்கு நான் போயிட்டு வரணும். அப்பாவுக்கு கால்ல அடிபட்ருக்கு. அவரால போக முடியாது. தம்பி ரொம்ப சின்னவன். அவனால இதை ஹேண்டில் பண்ண முடியாது. எனக்கு ஸ்டான்லி ஹாஸ்பிடல்ல முக்கியமானவங்கள தெரியும். சீக்கிரம் முடிச்சிடலாம்" என்றான்.

"அதப் பத்தி பரவாயில்ல. போயிட்டு வா" என்றார் மாதவன்.

"அப்புறம் பொன்னம்பட்டிக்குப் போயிட்டு என் ட்ரெஸ், மத்த பொருளை எல்லாம் எடுத்துண்டு வரணும். ரெண்டு மூணு நாள் தங்கி பொறுப்பை ஒப்படைக்கணும். எல்லார் கிட்டயும் சொல்லிக்கணும்"

"அது போய்த்தானே ஆகணும்..."

"அப்புறம்... நீங்க அனுமதி குடுத்தீங்கன்னா திருவனந்தபுரம் போயிட்டு ஸ்வாமிஜியை ஒரு தடவை பாத்துட்டு வரணும். அவரைப் பாக்காம மனசுக்கு ரொம்ப கஷ்டமா இருக்கு" இதைச் சொல்லும் போது அவன் குரல் தழுதழுத்தது.

பயணம்

மாதவன் மற்ற இருவரையும் பார்த்தார். இருவரது முகக் குறிகளும் சாதகமான சமிக்ஞையைத் தந்தன. "அவசியம் போயிட்டு வா. எல்லாத்தையும் முடிச்சிட்டு பத்து நாளைக்குள்ள வந்துடு. இங்க கொள்ள வேலை பாக்கி கிடக்கு" என்றார்.

"கண்டிப்பா" என்றான் ராமநாதன்.

"எவ்வளோ பணம் வேணும்னு சொல்லு. ஸ்ரீவத்ஸனை ஏற்பாடு பண்ண சொல்றேன்" என்றார்.

ராமநாதன் மூவரையும் வணங்கிவிட்டுப் புறப்பட்டான். வேகமாக அறைக்கு வந்தவன் நெற்றியில் பற்றுப் போட்டுக் கொண்டு படுத்துக்கொண்டான். கண்களை மூடியபடி அமைதியாக யோசிக்க ஆரம்பித்தான்.

13

ராமநாதனுக்கு நினைக்க நினைக்க மனம் ஆறவில்லை. எல்லா விதமான பிறழ்வுகளையும் விலக்கிவிட்டுப் புது மனிதனாக, தூய்மையானவனாகக் களம் இறங்க வேண்டும் என்று நினைக்கும் நேரத்தில் இப்படிப்பட்ட அதிர்ச்சியை அவன் எதிர்பார்க்கவில்லை. விசாரணை நடத்திக் கண்டனம் தெரிவித்துத் தண்டனை கொடுத்திருந்தால்கூட இவ்வளவு வேதனை ஏற்பட்டிருக்காது. விசாரணையே நடத்தாமல் தீர்ப்பு எழுதியதை அவனால் தாங்கிக்கொள்ள முடியவில்லை.

பத்து நாள் அவகாசம் பெற்றுக்கொண்டது அவனுக்குப் பெரிய ஆறுதலாக இருந்தது. மனதில் எந்தத் திட்டமும் இல்லை. திட்டம் தீட்டுவதற்கான அவகாசம் வேண்டும் என்று நினைத்தே பத்து நாள் கணக்கைச் சொன்னான். சென்னையில் இருப்பதாகச் சொல்லிக்கொள்ளக்கூடிய நான்கைந்து நாட்களில் எங்கு வேண்டுமானாலும் போகலாம். என்ன வேண்டுமானாலும் செய்யலாம்.

ராமநாதனுக்கு காயத்ரியின் நினைவு வந்தது. ஆலப்புழாவில் மாமாவின் வீட்டில் இருக்கிறாள். இப்போது அவளைப் போய்ப் பார்த்தால் என்ன என்று தோன்றியது. காயம்பட்ட மனம் ஆதரவான துணையை நாடியது. இந்த நேரத்தில் அவள் ஆறுதலாக இருப்பாள் என்று தோன்றியது. காயத்ரியின் முகம் மன அரங்கில் தோன்றியதும் இனம் புரியாத உற்சாகம் எழுந்தது. பேருந்தில் கிடைத்த தெளிவும் அதன் பிறகு எடுத்த முடிவும் மேற்கொண்ட சபதங்களும் பின்னொதுங்கின. சாமியார்கள் மீது இருந்த கோபத்தால் மனம் ஆவேசமடைந்திருந்தது. விசாரணையே

இல்லாமல் தன்னைத் தண்டித்துவிட்டதாக எண்ணிய மனம் பெரும் அவமானத்தை அடைந்தது. திருப்பி அடிக்கும் ஆவேசத்தைக் கைக்கொண்டது. எதற்காக அடிக்கிறோம், யாரை அடிக்கிறோம், அடியின் விளைவுகள் என்ன என்பதெல்லாம் சிந்தனையில் தோன்றவில்லை.

பொன்னம்பட்டிக்குப் போய்விட்டு ஆலப்புழை போகலாமா அல்லது ஆலப்புழை போய்விட்டுப் பொன்னம்பட்டி போகலாமா என்ற குழப்பம் கண நேரம் எழுந்தது. முதலில் காயத்ரி என்றது மனம். ஆலப்புழை, திருவனந்தபுரம், பொன்னம்பட்டி என்று வரிசைப்படுத்தியது மூளை. உடலிலும் மனதிலும் வேகம் தொற்றிக்கொண்டது.

ராமநாதன் ஸ்ரீவத்ஸனைப் பார்த்து ஆயிரம் ருபாய் வாங்கிக்கொண்டான். வெளியில் கிளம்பினான். பேருந்து நிலையம் சென்று ஆலப்புழைக்கு இரவில் கிளம்பும் பேருந்தில் டிக்கட் வாங்கிக்கொண்டான்.

மதிய உணவு, சேவார்த்திகளுடன் பேச்சு, நூலகம் என்று பொழுது கழிந்தது. மாலையில் மணிகண்டனுடன் பள்ளிக்கூடத்திற்குப் போனான். முந்தின நாள் ஒதுங்கி இருந்தது போல் அல்லாமல் முழுமையாகத் தன்னை ஈடுபடுத்திக் கொண்டான். மணிகண்டனை ஓரம் கட்டும் விதத்தில் அல்லாமல் அவனுக்கு உதவும் விதமாகவே நடந்துகொண்டான். மணிகண்டன் மிகுந்த உற்சாகம் அடைந்தான்.

மாலையில் ஆசிரமத்தில் நடக்கும் யோகாசன வகுப்பைத் தானே நடத்துவதாகச் சொன்னான். சுப்ரமணி மகிழ்ச்சியோடு அதை ஏற்றுக்கொண்டான். ராமநாதனின் யோகாசனம் பற்றி அவனுக்கும் தெரியும். புதிதாக நிறைய முகங்கள் இருந்தது ராமநாதனுக்கு உற்சாகத்தை அளித்தது. வழக்கமான சில ஆசனங்களை எடுத்தான். ஒவ்வொன்றிலும் அதுவரை மாணவர்கள் அறியாத ஒரு நுட்பத்தைக் கற்றுக் கொடுத்தான். சிரமமான நிலைகளைச் செய்ய என்ன பயிற்சிகளைச் செய்ய வேண்டும் என்பதைச் சொன்னான். ஆசனத்தின் அசைவுகளையும் மூச்சையும் ஒருங்கிணைக்கும் விதம் பற்றிச் சொன்னான். மூச்சு வசப்பட்டால் மனம் வசப்படும். மனம் வசப்படும்போதுதான் ஆசனம் யோகாசனமாக மாறுகிறது என்றான். அனைவருக்கும் நன்கு தெரிந்த த்ரிகோணாசனத்தை முறையான மூச்சுடன் பயிற்சி செய்ய வைத்து அதன் அருமையை உணர்த்தினான்.

வகுப்பு முடிய 15 நிமிடங்கள் இருக்கும்போது விருச்சிகாசனத்தைக் கற்றுத்தரத் தொடங்கினான். மிக லாகவமாக

அதை அவன் செய்ததைக் கண்டு அனைவரும் பிரமித்தார்கள். அதே ஆசனத்தை இன்னொரு வழியில் செய்து காட்டினான். ஆசன நிலையில் நிற்கும்போது அவன் உடலின் ஒரு பகுதியும் ஒரு சிறிதுகூட ஆடவில்லை என்பதைக் கவனித்த சேவார்த்திகள் அசந்து போனார்கள். விருச்சிகாசனத்தை எப்படிச் செய்வது என்பதைப் படிப்படியாக விளக்கினான். சின்னச் சின்ன அடிகள் மூலம் எப்படி அதை நோக்கிச் செல்வது என்று சொல்லிக் கொடுத்தான். இதுநாள் வரை விருச்சிகாசனம் செய்யச் சிரமப்பட்ட சுப்ரமணி இன்று அதை வென்றெடுத்தான். உடலைத் தாங்கிய கைகள் நடுங்குவதை உணர்ந்தான் என்றாலும் எப்படிச் செய்வது என்பதை அறிந்த திருப்தி அவனிடம் இருந்தது.

வகுப்பு முடிந்ததும் அனைவரும் ராமநாதனைச் சூழ்ந்துகொண்டார்கள். இரவு உணவுக்கு முந்தைய நேரம் பேச்சிலேயே கழிந்தது. தியான மண்டபத்திலேயே யோகாசன வகுப்பு நடக்கும். அதற்கு வெளியே இருக்கும் மைதானத்தில் பேசிக்கொண்டிருந்தார்கள். யாருக்கும் மைதானத்தை விட்டுப் போக மனம் வரவில்லை. ராமநாதன் காந்தம்போல் எல்லாரையும் ஈர்த்திருந்தான்.

சாப்பிட்டுவிட்டு வந்த ராமநாதன் தன் பையைத் தயார் செய்துகொண்டான். சத்சங்கத்திற்கு விரைந்தான். மாதவ யோகியைச் சந்தித்து இன்றிரவு சென்னைக்குப் புறப்படுவதைச் சொன்னான். “போய்ட்டு சீக்கிரமா வந்துடுப்பா. பசங்கள்ளாம் பலாப்பழத்தை ஈ மொய்க்கறா மாதிரி ஒன்னையே மொச்சிண்ட்ருக்கா பாத்தயோல்லியோ? நீதான் இவாள ரெடி பண்ணணும்” என்றார்.

ராமநாதன் தலையாட்டினான். அவருடைய சொற்கள் அவனைச் சற்றே நெகிழ வைத்தன. ஆனால் மறுகணமே மனம் விறைத்துக்கொண்டது. தன் கர்ம பூமியிலிருந்து தன்னைப் பிரித்தவர்களை மன்னிக்கவே முடியாது என்று பொருமியது.

பேருந்து அரை மணிநேரம் தாமதமாகக் கிளம்பியது. காத்திருப்பும் புழுக்கமும் சேர்ந்து ராமநாதனை எரிச்சலுக் குள்ளாக்கின. ‘சோம்பேறிப் பசங்க’ என்று வாய் முணுமுணுத்தது. இதுபோன்ற விஷயங்கள் பொதுவாகத் தன்னைத் தொந்தரவு படுத்துவதில்லை என்பது நினைவுக்கு வந்தது. புற உலகால் உணர்ச்சி வசப்படாமல் இருப்பவனே யோகி என்ற கீதையின் போதனை மனதில் ஓடியது. முன்பெல்லாம் இவற்றை யாருக்கோ நடப்பதுபோல் பார்த்துக்கொண்டிருப்பான். உடல் வியர்த்து

வழியும். வயிறு பசிக்கும். சுற்றியுள்ள எல்லா மனிதர்களையும் எல்லாச் சலனங்களையும் புன்னகையுடன் தள்ளி நின்று பார்க்க அவனால் முடிந்தது. இப்போது முடியவில்லை.

மாதவன், கருணாகரன், நிர்மலானந்தர் ஆகியோர் மீதான கோபம் உச்சத்தில் இருந்தது. இதெல்லாம் பிரபுவுக்குத் தெரிந்திருக்குமா? தெரிந்துதான் கிளம்பிவிட்டானா என்றுகூட நினைத்தான். திருவனந்தபுரத்தில் அவனிடம் விரிவாகப் பேச வேண்டும் என்று நினைத்துக்கொண்டான். பொன்னம்பட்டியில் தான் நீடித்திருப்பது ஸ்வாமிஜி அல்லது பிரபுவின் கையில்தான் இருக்கிறது என உறுதியாக நம்பினான். பிரபுவை வழிக்குக் கொண்டுவருவது பெரிய விஷயமல்ல என்னும் நம்பிக்கை அவனுக்கு இருந்தது. திருவனந்தபுரத்திலிருந்து திரும்பும்போது பொன்னம்பட்டிக்கான அனுமதியோடு வர வேண்டும். மாதவ யோகியின் திட்டத்தை முறியடிக்க வேண்டும்.

கண்களை மூடித் தூங்க முயன்றான். தூக்கம் வரவில்லை. கண்களை மூடியே வைத்திருந்தான். வெளியிலிருந்தும் பேருந்துள்ளிருந்தும் பல வித ஓசைகள் கேட்டுக்கொண்டே இருந்தன. பேருந்து மெல்ல அசைந்தது. ஓசைகள் சிறிது சிறிதாகக் குறைந்தன. காற்று மெல்ல வீச ஆரம்பித்தது. கொஞ்சம் கொஞ்சமாக வேகம் எடுத்தது. காற்றின் குளிர்ச்சி அதிகரிக்க அதிகரிக்க ஆசுவாசம் அதிகரித்தது. தூக்கம் கண்களைத் தழுவ ஆரம்பித்தது. திடீரென்று ராமஜென்ம பூமி செங்கல் நினைவுக்கு வந்தது. தூக்கம் அதை மீறி வந்தது.

14

இரண்டு பேருந்துகள் மாறி, ஆலப்புழை போய், உள்ளூர் பேருந்தைப் பிடித்து வினயசந்திரன் தங்கியிருந்த பகுதிக்குச் சென்றான். பொழுது சாய்ந்திருந்தது. தெரு விளக்குகள் எரிந்துகொண்டிருந்தன. அமைதியான சாலைகள். எங்கு பார்த்தாலும் தென்னை மரங்கள். சுசீந்திரம் ஞாபகம் வந்தது. ராமநாதன் முகவரி விசாரித்துக்கொண்டு வினயசந்திரனின் வீட்டுக்குச் சென்றான். ஊர் அமைதியாக இருந்தது. பெரியவர் காயத்ரியின் பையனோடு விளையாடிக்கொண்டிருந்தார். ராமநாதனைக் கண்டு ஆச்சரியமடைந்தார். பரபரப்புடன் வரவேற்றார். திருவனந்தபுரத்தில் ஏதோ வேலையாக வந்ததாகவும் அப்படியே அவரைப் பார்த்துவிட்டுப் போகலாம் என்று வந்ததாகவும் சொன்னான். பொய்களைக் கணக்கிடுவதை எப்போதோ நிறுத்தியிருந்தான்.

காயத்ரி வெளியே போயிருந்தாள். நன்றாக இருட்டிவிட்டது. வரும் நேரம்தான் என்றார் வினயசந்திரன். அவர் சொல்லிக்கொண்டிருக்கும்போதே வாசல் கதவு திறக்கும் சத்தம் கேட்டது. ராமநாதன் எட்டிப் பார்த்தான். இவன் முகத்தைக் கண்டதும் காயத்ரியின் முகம் மலர்ந்தது. அவளைக் கண்டதும் ராமநாதனுக்குள் மின்சாரம் பாய்ந்ததுபோல் இருந்தது.

வினயசந்திரன் ஆசிரமப் பணிகளைப் பற்றி விசாரித்தார். ராமநாதன் பொன்னம்பட்டி பற்றிச் சொன்னான். நீங்கள் அங்கே வர வேண்டும் என்றான். அந்த ஊரில் கள்ளச் சாராயமே கிடையாது என்றான். "என்ன விட்டா நாளைக்கே ஞான் கௌம்பிடும். ஆனா ஹெல்த் மோசமாயிட்டே வருது. என் பையனும் மருமாளும் ட்ரீட்மெண்ட ஒழுங்கா கவனின்னு சொல்றாங்க. எனிக்கும் வேற வழி தெரிஞ்சிட்டில்லா" என்றார்.

"உடம்பு சரியானதும் சொல்லுங்க. நானும் வரேன். ரெண்டு பேரும் சேந்து சுசீந்திரம் போகலாம்" என்றான் ராமநாதன்.

"ராமுவப் போல தைரியசாலியை நான் ரொம்ப ரேராத்தான் கண்டிருக்கு" என்றார்.

ராமநாதன் சிரித்தான். நால்வரும் சாப்பிட்டார்கள். பெரியவர் மாத்திரை போட்டுக்கொண்டார். தரைத் தளம் மட்டுமே கொண்ட அந்த வீட்டில் மொட்டை மாடியின் மூலையில் ஒரு சிறிய அறை இருந்தது. ராமநாதனை அங்கே தங்கிக்கொள்ளச் சொன்னார் வினய சந்திரன். நால்வரும் மொட்டை மாடியில் உட்கார்ந்து பேசிக்கொண்டிருந்தார்கள். தென்னங்கீற்றுகளைத் தழுவிய காற்று அவர்கள் உடல்களை வருடிச் சென்றது. மங்கிய நிலவொளி இருட்டுடன் போராடிக்கொண்டிருந்தது. பெரியவர் காயத்ரியைப் பாட்டுப் பாடச் சொன்னார். அவள் மறுக்காமல் பாடினாள்.

மானஸ மயிலே வரு
மதுரம் உள்ளில் தரு

என்னும் பாடலைப் பாடினாள். தாழ்ந்த சுருதியில் மிக அந்தரங்கமான குரலில் பிசிறில்லாமல் அவள் பாடியதைக் கேட்கும்போது ராமநாதனுக்கு மயக்கமாக இருந்தது. இரவில் சத்சங்க விவாதங்களையும் பஜனைப் பாடல்களையும் மட்டுமே அனுபவித்தவனுக்கு இது முற்றிலும் புதிய அனுபவமாக இருந்தது. காயத்ரி அடுத்து ஒரு இந்திப் பாடலைப் பாடினாள்.

ஆஜாரே ஓ மேரே தில்பர் ஆஜா ...

ஆஜாரே என்ற சொல்லை உச்சரிக்கும்போதும் நூரி... என இழுக்கும்போதும் அவள் குரல் ராமநாதனின் இதயத்தைப் பிழிந்தது.

பாடலை முடித்த பிறகு யாரும் பேசவில்லை. ராமநாதன் சிறிது நேரம் கழித்து அந்த மௌனத்தைக் கலைத்தான்.

“தமிழ்ப் பாட்டு ஏதாவது தெரியுமா?”

“ம்...” என்றாள் காயத்ரி. இந்தக் கேள்வியை அவள் எதிர்பார்த்ததாகவே தோன்றியது. சிறிது நேரம் அமைதியாக இருந்தவள் சட்டென்று தொடங்கினாள்.

சொந்தமில்லை பந்தமில்லை வாடுது ஒரு பறவை...

ராமநாதன் கண்களை மூடிக்கொண்டு அந்தக் குரலை அனுபவித்தான். சரணம் பல்லவியில் சேரும் இடத்தில் காயத்ரியின் குரலில் அசாத்தியமான பாவம் தொனித்தது.

அந்தப் பாடல் முடிந்ததும் இன்னொரு பாடல் வேண்டுமென்று யாரும் கேட்கவில்லை. தென்னங்கீற்றுகள் உரசிக்கொள்ளும் சத்தமும் காற்றின் ஓசையும் கேட்டுக்கொண்டிருந்தன.

வினயசந்திரனுக்குக் கொட்டாவி வந்தது. “மாத்தர போட்ட எஃபெக்ட். ஒறக்கம் கண்ண அழட்டிண்டு வரது” என்றார். காயத்ரி எழுந்துகொண்டாள். அவள் பையனும் எழுந்துகொண்டான். மூவரும் கீழே போனார்கள். காலையில் எப்போது எழுந்திருப்பீர்கள் என்று வினயசந்திரன் கேட்டார். நாலரை அல்லது ஐந்து என்றான். காலையில் வாக்கிங் போவோமா என்று கேட்டார். ராமநாதன் தலையாட்டினான். மூவரும் கீழே போனார்கள்.

ராமநாதன் சுவரருகே சென்று சாலையைப் பார்த்தான். சாலையில் ஓரிருவர் தென்பட்டார்கள். பறவைகள் கூடடைந்துவிட்டன. பெரிய கட்டிடங்கள் எதுவும் இல்லை. எங்கு பார்த்தாலும் ஒரு தென்னை மரம் அசைந்துகொண்டிருந்தது. தூரத்தில் சிவப்பு நிற ஒளிப் புள்ளி தெரிந்தது. அது என்ன இடமென்று தெரியவில்லை. அதைத் தாண்டிக் கடலின் பரப்பு தெரிந்தது. இவ்வளவு தூரத்திலிருந்து பார்க்கும்போது எந்தச் சலனமும் அற்ற சமதளப் பரப்பாக அது காட்சி அளித்தது. ராமநாதன் மொட்டை மாடியை நோக்கி வளைந்திருந்த தென்னை மரக்கிளையைப் பார்த்தான். அதன் ஓலைகளைப் பற்றினான். நிலாவைப் பார்த்தான். எத்தனையாவது பிறை

என்று தெரியவில்லை. வளர்பிறையா, தேய்பிறையா என்றுகூடத் தெரியவில்லை. அதன் வெளிச்சம் மயக்கம் தந்தது. அப்போது யாரோ மெதுவாகப் படி ஏறி வரும் ஓசை கேட்டது. ராமநாதன் திரும்பினான். காயத்ரி.

உடல் முழுவதும் பரவச அலை பரவியது. உடலே மனமாய் மாறும் தருணம் அது. காயத்ரி அருகில் வந்து அவன் மார்பில் சாய்ந்தாள். ராமநாதன் உலகை மறந்தான். கைகளால் அவளைத் தாங்கியபடி அப்படியே தென்னை மரத்தின் மறைவில் அவளைச் சரித்தபடி உட்கார்ந்தான். வெளியிலிருந்து பார்ப்பவர்களுக்குச் சுவரும் தென்னை மரமும் மட்டும் தெரியும். ராமநாதனுக்கு உலகம் தெரியவில்லை. மங்கிய நிலவொளியில் தென்னங்கீற்றின் நிழலில் தன் மடியில் தங்கச் சிலைபோலப் படுத்திருக்கும் பெண்ணை மட்டுமே தெரிந்தது.

விவரிக்க இயலாத நிறைவும் சுகமான களைப்பும் மனதையும் உடலையும் நிறைத்திருக்க ராமநாதன் பிறை நிலவைப் பார்த்தான். அசையும் தென்னங்கீற்றைப் பார்த்தான். அசையாமல் இருக்கும் பெண் சிலையைப் பார்த்தான். கண்களை மூடினான். அமைதியில் மூழ்கினான். திறந்த வெளியில் திறந்த உடல்களுடன் இருப்பது சிறிது நேரம் கழித்து நினைவுக்கு வந்தது. உலகம் மீண்டும் இயங்க ஆரம்பித்தது. காலம் இயங்க ஆரம்பித்தது. உடல்கள் உடைகளைப் போர்த்திக்கொண்டன. மனமும் உடலும் சகஜ நிலையை அடைந்தன. இருவரும் பேச ஆரம்பித்தார்கள்.

"அடுத்து என்ன செய்யறதா உத்தேசம்?" என்று காயத்ரி கேட்டாள்

"எங்கே?"

"கிராமத்துல... அங்கனதானே ராமு இருக்கு? அங்கதான ஜோலி எல்லாம் நடக்கு?"

"இன்னும் எத்தனை நாள் நான் அங்க இருப்பேன்னு தெரியல."

"ஏன், என்ன ஆச்சு?"

"கோவை ஆஸ்ரமத்துக்கே வரச் சொல்லிட்டாங்க"

"ஏன்? எதாவது கம்ளெய்ண்டா?"

"ஏன், கம்ப்ளெய்ன்டா இருந்தாதான் அப்படி செய்வாங்களா?"

“சுசீந்திரத்துலேந்து ரெண்டு சேவார்த்திகள அப்டி வெளிய அனுப்பினாங்க. ரெண்டு பேர் மேலயும் கம்ப்ளெய்ன்ட்”

“என்ன கம்ப்ளெய்ன்ட்?”

“ஒருத்தர் பண விவகாரத்துல மாட்டியிருக்கு. மத்தவர் ஏதோ லேடீஸ் கனெக்ஷன்” என்றபடி ராமநாதன் மேல் சாய்ந்துகொண்டாள். ராமநாதன் சிரித்தான்.

“எம் மேல ரெண்டு கம்ப்ளெய்ன்டுமே இருக்கு” என்றான். காயத்ரி அதிர்ச்சியுடன் விலகினாள்.

“அச்சச்சோ . . . நம்ம விஷயம் ஆஸ்ரமத்துக்கு தெரிஞ்சு போச்சா?”

ராமநாதன் அவளைத் தன்னுடன் சேர்த்து அணைத்துக் கொண்டான். அவள் உடலில் சிறு நடுக்கம் இருப்பதை உணர்ந்தான். “பயப்படாத. அதெல்லாம் தெரியாது” என்றான். “ரெண்டு கம்ப்ளெயிண்டும் என் மேல சொல்ல முடியும்னு சொன்னேன்” என்றான். பிறகு அவளை ஆசுவாசப்படுத்துவதற்காக விளக்க ஆரம்பித்தான்.

“கணக்கு வழக்கெல்லாம் நான் சரியா வெக்கறதில்ல. ஏதாவது அவசரம்னா பணத்தை தாராளமா செலவு பண்ணிடுவேன். எல்லாத்துக்கும் விளக்கம் குடுக்க முடியாது. ஆஸ்ரம சாமியார்களுக்கு பிராக்டிகல் வேலை பத்தி தெரியாது. ரூல்ஸ் அண்ட் ரெகுலேஷன்ஸையே சுவாசிச்சி வாழறாங்க. ஆஸ்ரமத்தோட பலமே அதனோட ஆக்டிவிடீஸ்தான். ஆக்டிவிடீஸ்க்காகத்தான் ரூல்ஸ். இவங்க அப்படியே மாத்தி புரிஞ்சிக்கிறாங்க. அவங்க கிட்ட பேசறதே வேஸ்ட்டுன்னு நான் எதுவும் சொல்றதில்ல. நெறய லூப் ஹோல்ஸ் இருந்திருக்கும். அதை வெச்சு என்ன பனிஷ் பண்ணிட்டாங்க . . .”

“நீ எக்ஸ்ப்ளெய்ன் பண்ண வேண்டியதுதானே?”

“எக்ஸ்ப்ளனேஷன் கேட்டாதானே? அவங்களே முடிவு பண்ணிட்டாங்க”

“பிரபுன்னு ஒரு சீனியர பத்தி சொல்லிருக்கியே. அவர் ஒண்ணும் செய்யலயா?”

“பிரபு ஊர்ல இல்ல. அவனும் ரூல்ஸ் பேசுவான். ஆனா கொஞ்சம் பிராக்டிலா இருப்பான். என்னை புரிஞ்சிப்பான். திறமை இருக்கறவங்க எல்லாமே அப்படித்தான் இருப்பார்கள். இந்த சீனியர் சாமியாருங்கதான் சுத்த மடையன்களா இருக்காங்க.”

“ராமுவுக்கு ரூல்ஸ் ஒண்ணும் பிடிக்காதோ,”

“ரூல்ஸ்படி நடந்தா இப்படி உன்னோட ஒக்காந்திருக்க முடியுமா?” என்றபடி அவளை மேலும் இறுக்கிக்கொண்டான். “ரூல்ஸ் பிடிக்காதுன்னு இல்ல, வேலைதான் ஃபர்ஸ்ட். ரூல்ஸ் நெக்ஸ்ட். இதுதான் என் பாலிஸி.”

“கணக்கெல்லாம் சரியா குடுக்கறது அவ்வளவு ஒண்ணும் கஷ்டமில்லா. நீ ஏன் அதுல போய் மாட்டிக்கணம்?”

“வாஸ்தவம்தான். ஆனா அதுலயும் கேர்லஸ்ஸா இருந்துட்டேன். உனக்கு கணக்கு வழக்கெல்லாம் தெரியுமா?”

“நல்லா தெரியும். நல்ல கணக்கு, கள்ள கணக்கு எல்லாம் தெரியும்” என்று சிரித்தாள். ராமநாதனும் சிரித்தான். அவள் உதடுகளை வருடினான். அவள் உதடுகளின் ஈரம் மனதையும் குளிரவைத்தது.

“நான் கீழே போகணம்” என்றாள். அவளை இறுக்க அணைத்து அழுத்தமாக முத்தம் பதித்த பிறகு விடுவித்தான்.

“ஒரு விஷயம் ராமு. ஆஸ்ரமத்த பத்தி எனிக்கு தெரிஞ்சத வெச்சி பறயுன்னு. எதுத்து நின்னா நீ தோத்து போய்டுவ. லகுவா இருந்தா ஜெயிப்பே. எத செஞ்சாலும் பிரச்ன வராதபடி செய்யு” என்று சொல்லிவிட்டுக் கீழே இறங்கினாள்.

அவள் போவதையே பார்த்துக்கொண்டிருந்த ராமநாதன் மிக முக்கியமான ஒரு விஷயத்தை அவள் மிகச் சாதாரணமாகச் சொல்லிவிட்டுப் போவதாக நினைத்தான். நெடுநேரம் அங்கே அமர்ந்திருந்தவன் தூக்கம் கண்களை அழுத்திய பிறகு உள்ளே சென்றான்.

15

காலையில் தாமதமாகத்தான் எழ முடிந்தது. காலைக் கடன்களை முடித்துக்கொண்டு, குளித்துவிட்டுக் கீழே சென்றான். மூவரும் சிற்றுண்டி உண்ணத் தயாராக இருந்தார்கள். வினயசந்திரன், “நல்ல உறக்கமோ?” என்று கேட்டார். ராமநாதன் சிரித்தான்

“இந்த தாடி நிங்கள்க்கு நல்லா இரிக்கி” என்றார். ராமநாதன் மீண்டும் சிரித்தான். ஶ்ரீநிவாசன் அவன் பக்கத்தில் வந்து உட்கார்ந்துகொண்டான். ராமநாதன் அவனோடு பேச்சுக் கொடுத்தபடி சாப்பிட ஆரம்பித்தான்.

“ராமுவோட ப்ளான் என்ன?” என்றார் வினயசந்திரன். ராமு அவரை நிமிர்ந்து பார்த்தான்.

“காயுவும் ஸ்ரீநியும் இன்னைக்கு ஊருக்கு போறாங்க. நான் ரெண்டு நாள் சென்டு கேலிகட் போகணம். என்ட மகன் அங்க இரிக்கான்” என்றார்.

ராமு தலையாட்டினான். “நீங்கள் இங்க எத்ர நாள் வேணுமெங்கிலும் தங்கலாம். வீட்ட பூட்டிட்டு சாவிய தோட்டக்காரன் கிட்ட குடுத்துடலாம். என்ட மகன் அடுத்த வாரமோ அதுக்கடுத்த வாரமோ வருவான். அவன் வந்தப்பறம்கூட நிங்கள் இங்க இரிக்கலாம். அவனுக்கு நிங்ஙள நல்லா தெரியும்...” என்றார் வினயசந்திரன்.

“நானும் இன்னிக்கு கௌம்பிடுவேன். மறுபடியும் திருவனந்தபுரம் போகணும். அப்புறம் பொன்னம்பட்டி, கோவைன்னு டிராவல்...” என்றான்.

“அங்கெல்லாம் ஒண்ணும் ப்ராப்ளம் இல்லயே?” என்றார்.

அவர் ஏன் இத்தனை விஷயங்களைச் சொன்னார் என்பது ராமநாதனுக்குப் புரிந்தது. ஏதோ பிரச்சினை இருப்பதாக அவர் யூகித்திருப்பார் என்பது புரிந்தது. இட்லியை எடுத்து வாயில் போட்டுக்கொண்டான். அதை விழுங்கிவிட்டு அவரைப் பார்த்துச் சொன்னான்.

“ப்ராப்ளம் இருக்கத்தான் செய்யுது. சுசீந்திரத்துலயே பாத்திருப்பீங்களே. ஆஸ்ரமத்துக்கு தனி அஜெண்டா. சில சமயம் அது நமக்கு ஒத்துவராது. நமக்கு சில விஷயம் முக்கியமா படும். அது ஆஸ்ரமத்துக்கு ஒத்து வராது. கொஞ்சம் உரசல் வரத்தானே செய்யும்?” என்றான்.

வினயசந்திரன் சிரித்தார். “ஸ்வாமிஜிய பாத்துட்டு வாங்கோ. எல்லாம் சரியாயிடும். ஹி ஈஸ் ஸச் எ க்ரேட் மேன்” என்றார்.

“அதைத்தான் செய்யப்போறேன்” என்றான் ராமநாதன்.

சாப்பிட்டுவிட்டு ஹிண்டுவை எடுத்துக்கொண்டு படிக் கட்டில் சென்று உட்கார்ந்தான் ராமநாதன். ராம சிலான்யாஸ் பற்றிய செய்திகள் வந்திருந்தன. தேர்தலைப் பற்றிய பேச்சும் தொடங்கியிருந்தது. ராம ஜென்ம பூமி விஷயம் அவனுக்குள் குறுகுறுப்பை ஏற்படுத்திக்கொண்டே இருந்தது. ராமர் பிறந்த

இடம் அயோத்தி என்கிறது ராமாயணம். அங்கே ராமருக்கு ஒரு கோவில் இருந்திருப்பதும் தெளிவாத் தெரிகிறது. ஆனால் இப்போதுஅங்கே ஒரு மசூதி இருக்கிறதே அதை என்ன செய்யப்போகிறார்கள்? எங்கே போய் அடிக்கல் நாட்டுவார்கள்? உண்மையிலேயே இந்தச் செங்கலையெல்லாம் எடுத்துக்கொண்டு போவார்களா?

வினயசந்திரனிடம் ராமநாதன் கேட்டான். “இந்த ராமஜென்ம பூமி விஷயம் பத்தி என்ன நெனைக்கறீங்க?”

வினயசந்திரன் சிரித்தார். “எனிக்கு பேஸிக்கா ஆர்.எஸ்.எஸ். மேல ரெஸ்பெக்ட் கெடயாது. காந்திஜியைக் கொன்னவன் ஒரு ஸ்வயம்சேவக். அவன் எங்க இயக்கத்திலேந்து வெளியே வந்துட்டான்னு இவங்க சொன்னாலும் அவன் ஆர்.எஸ்.எஸ். மைண்ட் உள்ளவன் அப்டீங்கறதுல எனிக்கி டவுட் இல்ல. ஆர்.எஸ்.எஸ்.காரங்களுக்குத் தீவிரம் போதாதுங்கறதுதான் நாதூரம் கோட்ஸேயோட வருத்தம். ஐ ஆம் மோர் ஆர்.எஸ்.எஸ். தேன் ஆர்.எஸ்.எஸ். இதுதான் கோட்ஸேயோட ஸ்டேய்ட்மென்ட். காந்திஜியும் ஹிண்டுயிஸத்தை ப்ராபகேட் பண்ணினார். இந்த ஆரெஸெஸ்காரங்களும் பண்ணினாங்க. காந்திஜியோடது இன்க்லூஸிவ் ஹிண்டுயிஸம். எல்லாரையும் சேத்துக்கறது. இவங்களோடது எக்ஸ்க்லூஸிவ் ஹிண்டுயிஸம். மத்தவங்களையெல்லாம் விலக்கறது ...”

ராமநாதனுக்கு இதையெல்லாம் அவர் ஏன் சொல்கிறார் என்று புரியவில்லை. “இப்ப பிரச்ன ராம ஜென்ம பூமிதானே?” என்றான்.

“அங்கதான் வரேன். காந்திஜியும் ராமராஜ்யம் பேசினார். ஹே ராமான்னு பிரார்த்தன பண்ணினார். இவங்க பிரார்த்தன பண்ணல. ஜெய் ஸ்ரீராம்னு கோஷம் போடறாங்க. வார் ஃப்ரண்ட்ல நிக்கறா மாதிரி கோஷம் போடறாங்க. அன்னிக்கு ஆலப்புழாவுலே ஒரு ப்ரொஸஷன் பாத்தன். ஜென்ம பூமி ப்ராப்காண்டா ப்ரஸஷன். ஆயிரம் பேர் இருப்பாங்க. பாரத் மாதா கீ ஜெய், வந்தே மாதரம்ன்னுலாம் கோஷம் போட்டாங்க. நாங்களும் கோஷம் போட்டிருக்கோம். ஆனா எங்க மனசில உண்மையாவே பாரத மாதா இருந்தா. இவங்க மனசில எதிரிகள்தான் இருக்காங்க. அவங்கள மிரட்டறதுக்காக கோஷம் போடறாங்க” என்று சொல்லி நிறுத்தினார்.

காயத்ரி இடையில் புகுந்தாள். “மாமா ராமருக்கு கோவில் கட்றதுதான இப்ப பிரச்ன? நிங்கள் என்ன பேசறது? என்றாள்.

“அதைப் பத்திதான் பேசறேன். கொஞ்சம் கெவனி. இன்டிபென்டென்ஸுக்கு அப்புறம சோமநாதர் கோவிலை ரீ கன்ஸ்ட்ரக்ட் பண்ணினாங்க. காந்திஜி, நேருஜி, படேல் எல்லாரும் சேந்து அதுக்காக பேசினாங்க. யாருமே எதிர்க்கல. ஆனா இப்ப அப்படியா நடக்குது? ராமருக்குக் கோவில் கட்டணும்னு நிங்கள் செல்லும்போது செலவங்களுக்கு அது புடிக்கல இல்லயா? அப்ப அவங்க கிட்டதானே போய் பேசணும்? எதுக்காக ரோட்டுல எறங்கி கத்தணும்? யாரை மிரட்ட இதெல்லாம்? மசூதியை என்ன பண்ண போறீங்க? இப்படியா ராமருக்கு கோவில் கட்டபோறீங்க? அந்த கோவில்ல ராமன் இருப்பானா?” என்றார்.

“முஸ்லிம்ஸ் கிட்ட போய் பேச ஹிண்டூஸ் ஒண்ணா சேர வேணாமா?” என்று ராமநாதன் கேட்டான்.

“எதுக்கு சேரணும்? நியாயம் பேச நாலு பேர் போதாதா? இதப் பத்தி கேஸ் வேற நடக்குது. அந்த கேஸ நடத்துங்க. நெகோஷியேட் பண்ணுங்க. எதுக்காக கும்பல தெரட்டணும்?”

“காந்திஜியும் திரட்டினார் இல்லயா?”

“அது ஸ்வராஜ்யத்துக்காக. ஸ்வேதஷுக்காக. ஒரு தேசமே அடிமையா இருந்தப்போ எல்லாரையும் திரட்டி வந்து ரூலர்ஸ் கிட்ட காந்தி பேசறார். அப்படி திரட்டினப்பறம்தான் காந்தி மாதிரியான தலைவர்களைப் பேச்சுவார்த்தைக்கு வெள்ளக்காரன் கூப்பிட்டான். இப்ப பேச்சுவார்த்தைக்குதான் கவர்மெண்ட் ஏற்பாடு செய்யுதே. கோர்ட் ஏற்பாடு செய்யுதே. நீங்களே முஸ்லிம்ஸை நேரா பாத்து பேசலாமே. எமர்ஜென்ஸி பீரியட்ல ஆரெஸெஸ் லீடர்ஸும் முஸ்லிம் லீடர்ஸும் கம்யூனிஸ்ட் லீடர்ஸும் ஒண்ணா வேலை செஞ்சிருக்காங்களே. இமாம் டெல்லிலதானே இருக்கார்? மனசிருந்தா மார்க்கமுண்டு. இப்ப நீங்க மக்களை திரட்டணும்னா பாவர்ட்டியை ஒழிக்கறதுக்காக திரட்டணும். லஞ்சத்தை ஒழிக்கறத்துக்காக தெரட்டணும். கள்ளச் சாராயம், தீண்டாமையை ஒழிக்கறதுக்காக தெரட்டணும். கோவிலுக்காக வேண்டாம். நம்ம தேசத்துல கோவிலுக்கா பஞ்சம்? நேர்மைக்குதான் பஞ்சம். அந்தப் பஞ்சத்தை விரட்ட வேண்டாமா?”

ராமநாதன் மேற்கொண்டு எதுவும் பேசவில்லை. காயத்ரி ராமநாதன் முகத்தைப் பார்த்தாள். பிறகு ஊருக்குக் கிளம்புவதற்கான வேலைகளில் இறங்கினாள்.

அந்த வீட்டில் சைக்கிள் இருப்பதை ராமநாதன் கவனித் திருந்தான். சைக்கிளை எடுத்துக்கொண்டு ஊரைச் சுற்றிப்

பார்த்துவிட்டு வரலாம் என்று தோன்றியது. வினயசந்திரனிடம் சொன்னான். "தாராளமா போயிட்டு வாங்கோ" என்றார். ராமநாதன் கிளம்பினான்.

ஆலப்புழாவின் அமைதியான தெருக்களினூடே இலக்கின்றிச் சுற்றித் திரிந்துவிட்டு ராமநாதன் திரும்பி வரும் போது காயத்ரி ஊஞ்சலில் படுத்திருந்தாள். சந்தன நிறப் புடவை அணிந்திருந்தாள். ராமநாதன் தண்ணீர் குடித்துவிட்டு அவள் அருகில் வந்தான். "எல்லாம் ரெடியா?" என்றான். அவள் ஒருக்களித்துப் படுத்தபடி அவனைப் பார்த்துப் புன்னகைத்தபடி "எல்லாம் ரெடியாயி" என்றாள். "நானும் கெளம்பணும்" என்றபடி ராமநாதன் நகர்ந்தான். "ட்ரிவேண்ட்ரம் போக விடியவிடிய பஸ் இருக்கு, என்ன அவசரம்?" என்று அவனை கையைப் பிடித்து இழுத்தாள் காயத்ரி. ராமநாதன் தன்னிச்சையாக உள்ளே எட்டிப் பார்த்தான். "மாமாவும் ஸ்ரீநியும் கடைக்கு போயிருக்காங்க. வர ஒன் அவர் ஆகும்" என்றாள். ராமநாதன் புன்னகையுடன் கையை விடுவித்துக்கொண்டான். எழுந்து போய்க் கதவைச் சாத்தினான். திரும்பி வந்து ஊஞ்சலில் அவள் கால் அருகே உட்கார்ந்தான். அவள் காலை அவன் மடிமீது வைத்தாள். புடவை மேலே ஏறியதில் கால்கள் பளீரென்று வெளியே தெரிந்தன. ராமநாதன் பாதங்களையும் கணுக்கால்களையும் தடவினான். காயத்ரி கண்களை மூடிக்கொண்டாள். குதிரைத் தசையைப் பிடித்து விட்டான். புடவையை இன்னும் மேலே ஏற்றித் தொடைகளை அமுக்கிவிட்டான். அவன் இன்னும் மேலே சென்றபோது அவன் கையைப் பிடித்து மேலே இழுத்தாள். ராமநாதன் அவள் வயிற்றில் முத்தமிட்டான். காயத்ரியின் உடல் நெளிந்தது.

இருவரும் ஆசுவாசமடைந்த பின் நெடுநேரம் பேசாமல் இருந்தார்கள். பிறகு காயத்ரி உடைகளை மேலே சுற்றிக்கொண்டு உள்ளே சென்றாள். ராமநாதன் மேலே சென்றான். மீண்டும் ஒரு முறை குளித்துவிட்டு உடை மாற்றிக்கொண்டு தியானம் செய்ய உட்கார்ந்தான். மனம் குவியவில்லை. பிரணவ மந்திரத்தின் மீது கவனத்தைக் குவிக்க முயன்றான். அந்தச் சின்னமே மனதில் தெளிவாக உருப்பெறவில்லை. மானசீகமாகப் பிரணவத்தை வரைந்து பார்த்தான். வளைகோடுகள் காயத்ரியின் உடலின் வளைவுகளாகவே தோற்றமளித்தன. அஸதோ மா ஸத் கமய என்னும் ஸ்லோகத்தை மனதில் சொல்ல ஆரம்பித்தான். ஓம் சாந்தி சாந்தி என்றபோது சாந்தி யோகம் நினைவுக்கு வந்தது. ஸ்வாமிஜியின் முகம் நினைவுக்கு வந்தது. ஸ்வாமிஜியின் முகம் கண்களைச் சுருக்கியதைக் கண்டு அதிர்ந்து போனான்.

கண்களைத் திறந்தான். எழுந்து பையைத் தயார் செய்துகொண்டு கீழே வந்தான்.

காயத்ரி ஊஞ்சலில் உட்கார்ந்து ஆடிக்கொண்டிருந்தாள். ஸ்ரீநிவாசன் அவள் மடியில் உட்கார்ந்திருந்தான். வினயசந்திரன் மின்விசிறிக்குக் கீழே நாற்காலியில் அமர்ந்திருந்தார். ராமநாதன் நாற்காலியில் உட்கார்ந்ததும் ஸ்ரீநிவாசன் அவன் அருகில் வந்து உட்கார்ந்துகொண்டான். ராமநாதன் அவனிடம் படிப்பைப் பற்றிக் கேட்டான். ஸ்ரீநிவாசன் ஆர்வத்துடன் பதில் சொன்னான். ராமநாதன் அவன் தலையை வருடினான்.

ராமநாதனைப் பார்த்த வினயசந்திரன், "சாப்பிடலாமா?" என்று கேட்டார். ராமநாதன் தலையசைத்தான். மூவரும் சாப்பிட்டார்கள். காயத்ரி பரிமாறினாள். அசல் மலையாள சாப்பாடு. ராமநாதனுக்குப் பிடித்திருந்தது. ஆனால் ரசித்துச் சாப்பிட முடியவில்லை.

"ஏன் டல்லா இருக்கீங்க?" என்றார் வினயசந்திரன்.

ராமநாதன் அவரை நிமிர்ந்து பார்த்தான். "ஸ்வாமிஜியை நெனச்சா கவலையா இருக்கு" என்றான்.

வினயசந்திரன் மெதுவாக மேலும் கீழும் தலையாட்டினார். எதுவும் பேசவில்லை.

"ஸ்வாமிஜிக்கு சீக்ரம் குணமாயிடும். கவலையொண்ணும் படண்டாம்" என்றாள் காயத்ரி.

சாப்பிட்டதும் வினயசந்திரன் சற்று நேரம் படுத்துக் கொண்டார். ராமநாதன் சிறிது நேரம் புத்தகம் படித்தான். சிறிது நேரம் ஜன்னல் வழியே வேடிக்கை பார்த்துக்கொண்டிருந்தான். சீக்கிரம் கிளம்ப வேண்டும் என்று தோன்றியது. காயத்ரி சொன்னதுபோல் திருவனந்தபுரத்துக்கு நிறைய பேருந்துகள் இருக்கின்றன. இரவு பத்து மணிக்குக்கூடக் கிளம்பலாம். ஆனால் இங்கே தனியாக இருக்க அவனுக்குப் பிடிக்கவில்லை. அவர்கள் கிளம்புவதற்குள் கிளம்ப வேண்டும் என்று நினைத்தான்.

புத்தகத்தைப் பைக்குள் வைத்துக்கொண்டான். வினய சந்திரனிடம் வந்து, "நாங் கெளம்பறேன்" என்றான்.

"என்ன அவசரம்? இருந்து கோஃபி குடிச்சிட்டு பொறப்படலாமே? எங்களோட சேந்து கெளம்பலாமே?" என்றார்.

“இல்ல. நான் போகணும். சாயங்காலத்துக்குள்ள போனா தான் ஸ்வாமியை பாக்க அலௌவ் பண்ணுவாங்க” என்றான்.

“சரி” என்றார் வினயசந்திரன்.

ராமநாதன் அவர் கால்களில் விழுந்து ஆசீர்வாதம் வாங்கிக்கொண்டான். ஸ்ரீநிவாசனின் தலையைக் கோதினான். ராமநாதன் காயத்ரியின் முகத்தைப் பார்த்தான்.

“போயிட்டு வரேன்” என்றான். குரல் இடறிற்று.

காயத்ரியின் கண்கள் சற்றுக் கலங்கியிருந்தன. தான் தனியாக இருக்கும்போது அவன் விடைபெற்றுக்கொள்ளக் கூடாதா என அவள் மனம் ஏங்கியது. மாமாவுக்கு எதிரில் அழக் கூடாது என்று அவள் உள்ளே சென்றாள். சமையலறைக்குள் மறையும் முன் ஒரு முறை எட்டிப் பார்த்தாள். கண்களாலேயே விடை கொடுத்தாள். அவளை ஆரத் தழுவி விடைபெற வேண்டுமென்று தோன்றியது. ராமநாதன் பெருமூச்சுடன் திரும்பி நடந்தான்.

16

ஆலப்புழையின் குறுகலான வீதிகள் இப்போது மேலும் குறுகித் தோற்றமளித்தன. மனம் வெறுமையாக இருந்தது.

பத்து நிமிடங்கள் நடந்ததும் பேருந்து நிலையத்தை அடைந்தான். திருவனந்தபுரம் பேருந்து நான்கு மணிக்குக் கிளம்பும் என்றார்கள். டிக்கெட் வாங்கிக்கொண்டு பேருந்தில் ஏறி அமர்ந்துகொண்டான். மணி மூன்று.

ஒரு மணிநேரம் என்ன செய்வது என்று யோசனையாக இருந்தது. கையில் புத்தகம் இருந்தும் படிக்க வேண்டுமென்று தோன்றவில்லை. கடந்த சில நாட்களில் ஏற்பட்ட சம்பவங்களையும் மாற்றங்களையும் நினைத்துப் பார்த்தான். எதற்காக இங்கே வந்தோம், எங்கே போகிறோம் என்ற யோசனைகள் வந்தன. மனதில் காயத்ரியின் நினைவு நிறைந்திருந்தது. இன்னும் ஓரிரு நாட்கள் அவர்கள் இங்கேயே தங்கியிருந்தால் நானும் தங்கியிருக்கலாமே என்று நினைத்தான். தென்னங்கீற்றும் ஊஞ்சலும் நினைவில் ஆடிக்கொண்டிருந்தன. காயத்ரியின் சந்தன நிற மேனி கண்ணுக்குள் நிற்கிறது. கண்ணை மூடினால் அந்தக் காட்சி தெளிவாகத் தெரிந்தது.

காயத்ரியின் உடலைச் சுமந்துகொண்டிருக்கும் மனதோடு ஸ்வாமிஜியைப் பார்க்கக் கூடாது என்று தோன்றியது. காயத்ரியை

இப்படித் தன் மனதில் ஏற்றிவைத்தது கோவையின் மூத்த சாமியார்களின் வேலைதான் என்று அவர்கள் மீது கோபம் வந்தது. அவர்கள்தான் தன்னைக் காயத்ரியை நோக்கி விரட்டினார்கள் என்றே அவன் மனம் நம்பியது. தூய்மையான புதிய வாழ்க்கையை மேற்கொள்ளும் சங்கல்பத்தை அழித்து வீம்பின் வெளிப்பாடாகச் செயல்படவைத்துவிட்டார்கள். ராமநாதனுக்கு அவர்கள் மீது கோபம் வந்தது. ஆனால் பிரபு அடிக்கடி சொல்லும் வார்த்தையும் நினைவுக்கு வந்தது. முதல் முறையாக அதை அவன் சொன்னபோது நடந்த அந்த உரையாடல் ராமநாதனுக்கு நன்றாக நினைவிருந்தது.

“ஆத்மைவ ஆத்மனோ பந்து, ஆத்மைவ ரிபுராத்மனாம்“ என்றான் பிரபு. “இதுக்கு என்ன அர்த்தம்?” என்றான் ராமநாதன். “தானே தனக்கு நண்பன், தானே தனக்குப் பகைவன்” என்றான் பிரபு. “பகவத் கீதையில் வருவது” என்றும் சொன்னான். ராமநாதன் சிரித்தான். “தீதும் நன்றும் பிறர் தர வாரா” என்றான். “இது கணியன் பூங்குன்றனார் சொன்னது. புறநானூறு” என்றான் தொடர்ந்து.

இந்தச் சம்பவம் சிறு புன்னகையை வரவழைத்தது. திருவனந்தபுரத்தில் ஸ்வாமிஜியைப் பார்க்க முடிகிறதோ இல்லையோ பிரபுவைக் கட்டாயம் பார்க்க முடியும் என்று தோன்றியது. ஆனால் அவன் முகத்திலும் விழிக்க முடியாது. தன்னைவிட ஐந்து வயதே பெரியவனாக இருந்தாலும் சில விஷயங்களில் மிகவும் பெரியவனாக, பெருந்தன்மையாக நடந்துகொள்வான். மனதில் காயத்ரியைச் சுமந்துகொண்டு ஸ்வாமிஜியிடம் பொய்யாகப் பேச முடியாதது போலவே பிரபுவிடமும் பேச முடியாது.

நேரம் ஆகஆக இந்த எண்ணம் ராமநாதனுக்கு வலுப்பட்டது. திருவனந்தபுரம் போக வேண்டாம் என்று தோன்ற ஆரம்பித்தது. அப்படித் தோன்றியதும் மனம் அதையே கெட்டியாகப் பிடித்துக்கொண்டது. பேருந்திலிருந்து இறங்கினான். டீ குடித்தான். நடக்க ஆரம்பித்தான். பல விஷயங்கள் அவன் மனதில் அலை மோதின. பழசையெல்லாம் நினைப்பதில் பலனில்லை என்று திருமபத் திரும்பச் சொல்லிக்கொண்டாலும் எல்லாமே அடுக்கடுக்காய் நினைவுக்கு வந்தபடி இருந்தன. பொன்னம்பட்டியிலிருந்து ஆத்திரத்துடன் கிளம்பியது, அம்மாவைப் பார்க்கப் போனது, சென்னையில் நடந்த சந்திப்புகள், அப்போது ஏற்பட்ட தெளிவு, புதிய மனிதனாகக் கோவைக்குச் சென்றது, வெட்டிச் சாமியார்கள் எல்லாவற்றையும் குலைத்துப் போட்டது, காயத்ரியிடம் ஆறுதல் தேடிப் போனது,

மீண்டும் உணர்ச்சிகளின் சுழலில் சிக்கிக்கொண்டது என்று எல்லாவற்றையும் அசைபோட்டான்.

இந்தச் சுழலில் தள்ளியது அந்தச் சாமியார்கள்தானா? 'தீதும் நன்றும் பிறர் தர வாரா' என்ற வரி மனதில் மீண்டும் எழுந்தது.

"நம்மோட சறுக்கலுக்கெல்லாம் வெளி உலகத்துல ஏதாவது காரணம் கிடைக்கும். நம்மோட சாதனைகளுக்கெல்லாம் நமக்குள்ள ஏதாவது காரணம் கிடைக்கும். இப்படிப்பட்ட காரணங்களைப் பிடிச்சிக்கறதுதான் மனசோட விசித்திரமான விளையாட்டு"

என்று ஸ்வாமிஜி சத்சங்கத்தில் ஒருமுறை சொன்னார். "இந்த விளையாட்டுதான் நம் ஈகோவை திருப்தி செய்யும். எனவே இந்த விளையாட்டை நாம் நிறுத்தவே மாட்டோம். ஒவ்வொருவருக்கும் சுயம் பற்றிய திருப்தி தேவை, இல்லையா?" என்றும் சொன்னார்.

ராமநாதனுக்கு அந்தச் சொற்கள் தெளிவாக நினைவில் இருந்தன. எவ்வளவு பயிற்சி செய்தாலும் இந்தப் பிரச்சினை மட்டும் தீருவதே இல்லை என்று நினைத்துக்கொண்டான்.

ஆனால் இந்தச் சாமியார்களுக்கு இதில் பங்கே இல்லை என்று சொல்ல முடியாது என்றும் தோன்றியது. தன்னை விசாரிக்காமலேயே தண்டித்ததை அவனால் ஏற்றுக்கொள்ளவே முடியவில்லை. அந்த உரிமையை அவர்களுக்கு யார் கொடுத்தது? புத்துயிர் பெற்றுப் புது மனிதனாகப் பணிகளைத் தொடர்வதில் எனக்கு இருக்கும் உரிமையைப் பறிக்கும் உரிமை இவர்களுக்கு எப்படி வந்தது? அவர்களுக்கு என்ன யோக்யதை இருக்கிறது? ஸ்வாமிஜி சொல்லட்டும். நான் இப்போதே செத்துப்போகிறேன். அல்லது பிரபுவாவது சொல்லட்டும். இவர்கள் யார்? வெட்டிச் சாமியார்கள். மாதவன், நிர்மலானந்தர், கருணாகரன் மூவரையும் அவன் அடியோடு வெறுத்தான்.

யாரால் எப்படி என்பதெல்லாம் வேறு விஷயம். இப்போது மீண்டும் சறுக்கியாகிவிட்டது. இனி மறுபடியும் புதுப் பிறவி எடுக்க வேண்டும். முடியுமா? முடியும். முடியத்தான் வேண்டும். குற்றத்தின் கறை படிந்த இந்த முகத்துடன் ஸ்வாமிஜியைப் பார்க்க வேண்டாம். ஏதேனும் பிராயச்சித்தம் செய்துவிட்டு, மனசாட்சியின் தூய்மையை மீட்டுக்கொண்டு போகலாம். அப்போதுதான் ஸ்வாமிஜியைப் பார்க்க முடியும். இல்லையேல் அவர் கண்களைப் பார்க்கும் திராணி இருக்காது. மனதிலிருந்து காயத்ரியின் உடலை மெல்ல மெல்ல அப்புறப்படுத்த

அரவிந்தன்

வேண்டும். வேலையில் மூழ்குவேன். வேலை எல்லாவற்றையும் தூய்மைப்படுத்தும் நெருப்பு. எல்லா அழுக்குகளையும் அடித்துத் தள்ளிக்கொண்டு போகும் காட்டருவி. நான் நெருப்பில் புகுந்து, காட்டருவியில் குளித்துவிட்டு வந்து ஸ்வாமிஜியைச் சந்திப்பேன். புதிய மனிதனாக அவர் முன் நிற்பேன். எத்தனை முறை சறுக்கினாலும் எழுந்து நிற்க முடியும். நிற்க வேண்டும். நான் எழுவேன். புதிய மனிதனாக எழுவேன். தூய்மையை மீட்டுக்கொண்டு ஸ்வாமிஜியைப் பார்த்து ஆசிர்வாதம் வாங்குவேன். அதன் பிறகு என் வாழ்க்கை தடம் புரளாது என்று ராமநாதன் சொல்லிக்கொண்டான்.

17

தெளிந்த மனதுடன் ராமநாதன் திரும்பி நடக்க ஆரம்பித்தான். வரும்போது கவனிக்கத் தவறிய காட்சிகள் அவன் கவனத்தில் பட்டன. ஆலப்புழா இன்னும் நவீன நகரமாகிவிடவில்லை என்பதை உணர்ந்தான். சென்னையுடனோ கோவையுடனோ அதை ஒப்பிடவே முடியாது என்று தோன்றியது. ஆசுவாசமான மனநிலையுடன் சற்றே மெதுவாக நடந்த அவன், கண்ணில் பட்ட உணவகம் ஒன்றுக்குள் சென்றான். பரிமாறுபவர் ஒப்பித்த உணவுப் பண்டங்களில் இரு உணவுப் பொருள்களைத் தேர்வு செய்தான். அதுவரை அவன் கேள்விப்பட்டிராத பெயர்கள் அவை. தட்டில் வைக்கப்பட்ட பண்டங்களைப் பற்றி ஆராய்ச்சி எதுவும் செய்யாமல் சாப்பிட்டான். எக்கச்சக்கமாகத் தண்ணீர் குடித்தான். பணம் கொடுத்துவிட்டு நிறைவான மனதுடன் வெளியே வந்தான்.

நன்றாக இருட்டியிருந்தது. இப்போது பேருந்தில் ஏறினால் விடியற்காலையில் கோவைக்குப் போய்விடலாம். நான்கு மணிக்குப் பிறகு சுற்று வட்டாரத்து ஊர்களுக்குச் செல்லும் பேருந்துகள் புறப்பட ஆரம்பிக்கும். பொன்னம்பட்டிக்கு எட்டு மணிக்குள் போய்ச் சேர்ந்துவிடலாம்.

பேருந்து நிலையம் செல்லும் வழியில் முடிதிருத்தும் கடையைப் பார்த்தான். சட்டென்று ஏதோ ஒரு உத்வேகம் அவனை உந்த, உள்ளே சென்றான். தாடி, மீசையை எடுக்கச் சொன்னான். கழுத்தைத் தாண்டி நீளும் தலைமுடியைப் பார்த்தான். "கட்டிங் பண்ணிடுங்க" என்றான். "கிராப்பா?" என்று கடைக்காரர் கேட்டார். "மொட்டை" என்றான். கடைக்காரர் ஆச்சரியமாகப் பார்த்தார். ராமநாதன் கண்களை மூடிக்கொண்டான். பேருந்து நிலையத்தில் குளித்துக்கொள்ளலாம்

என்று நினைத்துக்கொண்டான். கண்களைத் திறந்தபோது கண்ணாடியில் தெரிந்த முகத்தை அவனுக்கே அடையாளம் தெரியவில்லை. களையான முகம். இன்னும் சின்னப் பையனாகவே தோற்றமளிக்கும் முகம்.

கோவை பேருந்து நிலையத்தில் ஒரு மணி நேரம் காத்திருந்த போது ஒரு சிலர் மட்டுமே அங்கே இருந்தார்கள். அதில் ஓரிருவர் அவனுக்குத் தெரிந்தவர்கள். அவர்களுக்கு இவனை அடையாளம் தெரியவில்லை. டீக்கடைக்காரர் கண்டுபிடித்துவிட்டார். "என்ன சாமி திடீர்னு மொட்டை?" ராமநாதன் மௌனமாகச் சிரித்தான்.

பொன்னம்பட்டியிலும் யாருக்கும் சட்டென்று அடையாளம் தெரியவில்லை. ராமநாதன் வழக்கம்போல் தன் வேலைகளைத் தொடங்கினான். காலைக்கடன்களை முடித்துவிட்டு யோகா வகுப்புக்குச் சென்றான். வகுப்பு முடியும் நேரம். வகுப்பை எடுத்துக்கொண்டிருந்த சேவார்த்தியின் முகத்தில் இவனுடைய கோலத்தைப் பார்த்த வியப்பு. சைக்கிளை எடுத்துக்கொண்டு வயலுக்குச் சென்றான். பிறகு பள்ளிக்கூடம். அதன் பிறகு கூடை பின்னும் இடம். பொருள்களைக் கட்டி வண்டியில் ஏற்றும் இடம். தையல் வகுப்பு. ஆசிரம அலுவலகத்தில் மதிய உணவு. பிறகு பள்ளிக்கூடம். மாலையில் மாணவர்களுடன் உடற்பயிற்சி, வாலிபால். பிறகு ஆசிரமத்தில் யோகாசன வகுப்பு. அதன் பின்னர் வயது வந்தோருக்கான எழுத்தறிவுப் பாட வகுப்பு. சிறுவர் பண்பாட்டுப் பள்ளி. உணவு, பகவத்கீதை வகுப்பு, பஜனை.

எல்லா இடங்களிலும் தாடி, மீசை, தலை முடி இல்லாத கோலத்தை பார்த்து வியக்கும் விழிகளையும் எழும் கேள்விகளையும் இயல்பாக எதிர்கொண்டான். அது ஒன்றும் பேச வேண்டிய விஷயமே அல்ல என்னும் பாவனையுடன் எதிர்கொண்டான். ஒவ்வொரு வேலையையும் நுட்பமாகக் கவனித்தான். அவன் நேரடியாகச் செய்ய வேண்டிய வேலை எதுவுமே இல்லாதபோதும் சில விஷயங்களை ஈடுபாட்டுடன் செய்தான். ஒவ்வொரு இடத்திலும் வேலை செய்துகொண்டிருந்தவர்கள் இவனைக் கண்டதும் கூடுதலாக உற்சாகம் அடைந்தார்கள். வேலையைத் தவிர வேறு சிந்தனை இல்லாமல் ராமநாதனின் உடலும் உணர்வும் சிந்தனைகளும் வேலையாக மாறின. இரவு பதினோரு மணிக்குப் படுக்கப் போனான். இரண்டே நிமிடங்களில் தூக்கம் வந்தது.

நான்கைந்து நாட்கள் யாருடனும் அதிகம் பேசாமல் வேலைகளில் கவனத்தைக் குவித்தான். இனி இவற்றையெல்லாம்

தான் இங்கே இருந்து செய்யக்கூடிய வாய்ப்பு வராமலேயே போகலாம் என்னும் சாத்தியக்கூறு அவன் மனதில் உறுத்திக்கொண்டே இருந்ததால், எல்லாவற்றையும் மாறுபட்ட விதத்தில் கவனித்தான்.

ஒரு வாரம் கழிந்த பிறகு காலையில் யோகாசன வகுப்பு நடக்கும்போது கீர்த்திவாசனைத் தனியாக அழைத்துக்கொண்டு கோவிலுக்குச் சென்றான். கடந்த நான்கைந்து நாட்களில் வேலைகள் எப்படி நடந்தன என்று கேட்டான். கீர்த்திவாசன் பயபக்தியுடன் விவரித்தான். கிட்டத்தட்ட இவன் வயதுதான் அவனுக்கும் என்றாலும் இவன் மீது பெரிய மரியாதை அவனுக்கு இருந்தது. கோவையில் இருந்தபோதே மிகுந்த பாராட்டுணர்வுடன் ராமநாதனைப் பார்த்துவந்த கீர்த்திவாசன், பொன்னம்பட்டியில் அவன் வேலை செய்த விதத்தைக் கண்டு பிரமித்துப் போயிருந்தான்.

ராமநாதன் அவனிடம் முழு விவரங்களையும் சொல்ல விரும்பவில்லை. எல்லாவற்றையும் சொன்னால் அதற்கான காரணங்களைப் பற்றிய கேள்வி எழும். உண்மையைச் சொன்னால் அவனால் ஜீரணிக்க முடியாது. அவனிடம் பொய் சொல்லவும் மனம் வரவில்லை. எனவே பல விவரங்களைத் தவிர்த்துவிட்டான். ஒரு விஷயத்தை மட்டும் தெளிவாகச் சொன்னான். இனி முழு நேரமும் பொன்னம்பட்டியில் தன்னால் இருக்க முடியாது என்றான். கீர்த்திவாசனின் குழப்பத்தையும் அதிர்ச்சியையும் பொருட்படுத்தாமல் மேலே போனான்.

பொன்னம்பட்டியைத் தாண்டிப் பல கிராமங்கள் வளர்ச்சி இல்லாமல், உழைப்பதற்கான வழி இல்லாமல், கல்வி அறிவு இல்லாமல் இருக்கின்றன. அவற்றில் ஒரு சில கிராமங்களைத் தேர்ந்தெடுத்து நமது சேவைகளைத் தொடங்க வேண்டும். இங்கே உள்ள இளைஞர்களையும் அதில் ஈடுபடுத்த வேண்டும். அதற்கான கிராமங்களைக் கவனித்துவருவதற்காக அங்கெல்லாம் போக வேண்டியிருக்கும். அந்தக் கிராமங்களில் பணிகளைத் தொடங்குவதற்கான பண உதவி கோரிப் பலரைச் சந்திக்க வேண்டியிருக்கும். அடுத்த இரண்டு, மூன்று மாதங்களுக்கு இடைவிடாமல் சுற்றுப்பயணம் செய்ய வேண்டியிருக்கும். பொன்னம்பட்டியின் பணிகளை இந்த நான்கு நாட்கள் பார்த்துக்கொண்டதுபோலக் கீர்த்திதான் பார்த்துக்கொள்ள வேண்டும். கோவையிலிருந்து உதவிக்கு இரண்டு சேவார்த்திகள் வருவார்கள். வாராவாரம் நாம் சந்தித்து நடந்தது, நடக்கப்போவது பற்றி விவாதிக்கலாம்.

பயணம்

கீர்த்திவாசனுக்குப் பயமாகவும் பெருமையாகவும் இருந்தது. இவ்வளவு பெரிய பொறுப்பை அவன் இத்தனை சீக்கிரம் எதிர்பார்க்கவில்லை. ராமநாதன் இல்லாதபோது தற்காலிகமாகப் பார்த்துக்கொள்வது என்பது வேறு, முழுப் பொறுப்பையும் எடுத்துக்கொள்வது என்பது வேறு, காரியங்களை நடத்திச் செல்வது பெரிய விஷயமல்ல. எல்லாமே இப்போது சீராகிவிட்டன. பழக்கமாகிவிட்டன. முறைமைகள் தெளிவான வடிவம் பெற்றுவிட்டன. அதில் பிரச்சினை இல்லை. நெருக்கடி வரும்போது சமாளிப்பதுதான் பிரச்சினை. முடிவு எடுப்பதில் ராமநாதன் கில்லாடி. அந்தத் திறமையும் துணிச்சலும் தனக்கு இல்லை எனக் கீர்த்தி தீர்மானமாக நம்பினான். வாரத்துக்கு ஒரு முறை சந்திப்பது ஒரு ஆறுதல். ஆனால் முடிவெடுப்பதை இப்படித் தள்ளிப்போட முடியுமா என்று கவலைப்பட்டான்.

இன்னொரு அம்சத்திலும் கீர்த்தி வருத்தமடைந்தான். ராமநாதனை இனி தினசரி பார்க்க முடியாது. அவனோடு பழக முடியாது. நினைக்கும்போதே கீர்த்திக்கு மனம் கனத்தது. அவனைப் பார்ப்பதே ஒரு உற்சாகம். அவன் பேசுவதைக் கேட்பதில் ஒரு சந்தோஷம். வேலை செய்யும்போது அவன் உடன் இருந்தால் பெரிய உத்வேகம். இனி அவன் அருகில் இருக்கப்போவதில்லை. எங்கு சென்றாலும் தினமும் சந்திப்போம் என்ற உத்தரவாதம் இல்லை. தனக்கான உந்து சக்தி தன் அருகிலிருந்து தூரம் செல்வதுபோல் கீர்த்திவாசன் உணர்ந்தான். தன்னிடத்தில் ஏற்படுவதுபோன்ற எந்தச் சலனமும் இல்லாமல் அமைதியாக உட்கார்ந்திருக்கும் ராமநாதனைக் கீர்த்திவாசன் பார்த்தான். மொட்டைத் தலை, மழமழவென்ற முகம். தீவிரமான கண்கள். உதடுகளில் எப்போதும் இருக்கும் புன்னகை இப்போது இல்லை. சாயாமல் விண்ணென்று நிமிர்ந்த உடல். இந்த முகம் கீர்த்திவாசனுக்குப் புதிதாக இருந்தது. ராமநாதன் இத்தனை அருகில் இருக்கும்போதே மிகவும் தள்ளிப்போய்விட்ட உணர்வு ஏற்பட்டது. பிரிவின் வலி மனதை ஊடுருவியது.

“எதப் பத்தியும் கவலைப்படாத. தொடர்ந்து வேலை செஞ்சிக்கிட்டே இருந்தா எல்லாமே வழிக்கு வந்துடும். என்ன செய்யறோம்னு கவனிச்சி செய். யோசிச்சி செய். விளைவுகளைப் பற்றி முதல்லயே யோசி. பின்னால யோசிக்காத. இப்படி நடந்திருந்தா அப்டீன்றதுக்கு வாழ்க்கைல அர்த்தமே இல்ல. நடந்ததை மாத்த முடியாது. பழசை நினைக்காதே. இப்ப நீ பண்றது இப்ப புதுசு. அடுத்த நிமிஷம் பழசு. புதுசாவே எப்பவும் இரு. பழசை தூக்கிப் போடு. நிதானமா யோசி. வேகமா வேலை செய்” என்றான் ராமநாதன். கீர்த்திவாசனுக்கு ஸ்வாமிஜி பேசுவதைக் கேட்பதுபோலவே இருந்தது.

"ரெண்டு நாளுக்கு ஒரு தடவ கோயம்புத்தூருக்கு போன் பண்ணி பேசு. கணக்கு வழக்கெல்லாம் ஒழுங்கா வெச்சிக்க. வரவுக்கெல்லாம் ரசீது. செலவுக்கெல்லாம் வவுச்சர், பில்லு. இத ஒழுங்கா வெச்சிக்கிட்டா போதும். ஒனக்கு எந்த பிரச்னையும் வராது. நீ செய்யற வேலைல ரெண்டு மூணு குறையலாம். குறை இருக்கலாம். ஆனா கணக்கு வழக்கு, தகவல் சொல்றது இதுல குறையே இருக்கக் கூடாது. புதுசா யோகாசனம் கத்துக்கறயோ இல்லயோ, புதுசா ஏதாவது ப்ராஜக்ட் ஆரம்பிக்கறயோ இல்லயோ, கணக்கு போட கத்துக்க. கணக்குதான் ஆர்கனைசேஷன்" என்றான் ராமநாதன்.

கீர்த்திவாசனுக்கு அவன் என்ன சொல்ல வருகிறான் என்று புரியவில்லை. அவன் முகத்தில் இருக்கும் குழப்பத்தைக் கண்ட ராமநாதன், "ரொம்ப யோசிக்காத. இதையெல்லாம் ஞாபகம் வெச்சிக்க. அது போதும்" என்றான்.

சில நிமிட அமைதிக்குப் பிறகு ராமநாதன் எழுந்து நடந்தான். சூரிய ஒளி பட்டு ராமநாதனின் வெற்று மண்டை பளீரிட்டது. அந்தப் பளபளப்பைப் பார்த்தபடி கீர்த்தி நடந்தான். ராமநாதனின் வேகத்துக்கு ஈடு கொடுக்க முடியாததால் அவர்களுக்கிடையே இருந்த இடைவெளி அதிகமாகிக்கொண்டே போனது.

18

ஆசிரமத்திற்காகப் புதிதாக வாங்கிய ஸ்கூட்டரை எடுத்துக் கொண்டு ராமநாதன் கிளம்பினான். கையில் ஒரு பை. அதில் இரண்டு ஜோடி துணிகள், சோப்பு, பற்பசை, பிரஷ், துண்டு, உள்ளாடைகள், ஒரு புத்தகம், ஒரு நோட்டு, இரண்டு பேனாக்கள். முதலில் பொன்னம்பட்டிக்குத் தங்களை அழைத்த பெரியவரைப் போய்ப் பார்த்தான். கிராமச் சுற்றுப்பயணம் செய்வதாகச் சொன்னான். வாழ்த்தி அனுப்பினார். பொன்னம்பட்டியில் தான் நினைத்ததைவிடவும் அதிக மாற்றங்கள் எதிர்பார்த்ததைவிடவும் வேகமாக நடந்திருப்பதாகச் சொன்னார்.

பொன்னம்பட்டி எல்லையில் ஒரு டீக்கடையில் நின்றான். டீ போடச் சொன்னான். டீக்கடைக்காரர் சினேகமாகச் சிரித்தார். மொட்டைத் தலை குறித்த வியப்பு அவர் கண்களிலும் தெரிந்தது. டீக்கடை வாசலிலிருந்து ஊரைப் பார்த்தான். புழுதி படர்ந்த சாலை, தூரத்தில் தெரியும் வீடுகள், பள்ளிக்கூடம், வயல்வெளி, கோவில், எருமை மாடுகள் ... இனி இங்கே வர முடியுமா என்று தெரியவில்லை. வண்டியைத் திரும்ப வைப்பதற்காக வர வேண்டும். அதுகூட யாரிடமாவது கொடுத்துவிடலாம். கிராமச்

சுற்றுப்பயணம் என்று நம்பவைப்பதற்காகத்தான் வண்டியை எடுக்க வேண்டியதாயிற்று. இன்னும் சில தினங்கள் இங்கே இருந்திருக்கலாம். ஆனால் அதனால் எந்தப் பிரயோஜனமும் இல்லை. இங்கே இருக்கும் ஒவ்வொரு நிமிடமும் இந்த இடத்தை விட்டுப் போக வேண்டிய நிர்ப்பந்தம் ஏற்பட்டதை எண்ணிக் கோபமும் வருத்தமும் ஏற்படும். அதைத் தவிர்க்க வேண்டும் என்று ராமநாதன் நினைத்தான்.

ஸ்வாமிஜியிடம் எப்படியாவது அனுமதி வாங்கிக்கொண்டு பொன்னம்பட்டிக்குத் திரும்ப வேண்டும் என்று நினைத்தது நடக்கவில்லை. ஆனால் அதை நினைத்து வருந்திப் பயனும் இல்லை. இனி என்ன என்பதுதான் முக்கியமான கேள்வி. சில நாட்கள் கோவையில் இருந்தாக வேண்டும். அடுத்தது என்ன என்று பிறகு யோசிக்க வேண்டும். ஸ்வாமிஜியை அல்லது பிரபுவைப் பார்த்துப் பேசிவிட்டு உரிமையோடு இங்கே திரும்பி வர வேண்டும். அப்படி வர முடியாவிட்டால் கண்டிப்பாகக் கோவையில் அந்த வெட்டிச் சாமியார்களின் கட்டுப்பாட்டில் இருக்கக் கூடாது. விசாரணை இல்லாமல் தீர்ப்பு எழுதுபவர்களின் ராஜ்ஜியத்தில் இருக்கக் கூடாது. ஆனால் நினைத்த உடன் வெளியேறிவிட முடியாது. வெளியே எங்கே போவது? கோவையில் சில நாட்களாவது தங்கி யோசித்துக் காய் நகர்த்த வேண்டும். இந்த சோம்பேறிச் சாமியார்களை ஏமாற்ற வழி கிடக்காமலா போய்விடும்?

டீ குடித்துவிட்டுக் கிளம்பினான். கோவையிலேயே இரு என்று சொல்லிவிட்டால் அதிலிருந்து விடுபட என்னவெல்லாம் செய்யலாம் என்று யோசிக்க ஆரம்பித்தான்.

கோவை நகர எல்லையை நெருங்கியபோது ராமஜென்ம பூமி பற்றிய ஒரு சுவரொட்டி கண்ணில் பட்டது. சட்டென்று மனம் பரபரப்படைந்தது. அன்று அவர்கள் எல்லாரும் ஆசிரமத்துக்கு வந்ததும் அவர்கள் பேசியதும் நினைவுக்கு வந்தன. சங்கர் என்பவர் தங்கள் அலுவலகத்துக்கு வரும்படி சொன்னதும் நினைவுக்கு வந்தது. ஆசிரமத்துக்குப் போவதற்கு என்ன அவசரம், இங்கே போய் அவரைப் பார்த்துவிட்டு வந்தால் என்ன என்று தோன்றியது. தோன்றியதும் அந்த எண்ணம் விரைவிலேயே வலுவடைய ஆரம்பித்தது. எதற்காக இந்த இயக்கம், என்னதான் செய்யப்போகிறார்கள் என்பதை அவர்களிடமே கேட்டுவிடலாம் என்று தோன்றியது. அவர் தந்திருந்த முகவரியை நினைவிலிருந்து மீட்டெடுத்து அந்த இடத்தை நோக்கிச் சென்றான். பல இடங்களில் சுற்றியவனுக்கு இடத்தைக் கண்டுபிடிப்பதில் கஷ்டம் எதுவும் இருக்கவில்லை.

அரவிந்தன்

சற்றே பெரிய வீடு அது. கோவையின் பிரதான பகுதியில் இருந்தது. வாசல் கதவில் ஓம் சின்னம் பொறிக்கப்பட்டிருந்தது. பக்கத்தில் பெரிய அளவில் ராமர் படம். ராம ஜென்ம பூமி தொடர்பான கோஷங்கள். உள்ளே வண்டி நிறுத்துமிடம் நேர்த்தியாக ஒழுங்கு செய்யப்பட்டிருந்தது. ஐந்தாறு வண்டிகள் அங்கே இருந்தன. ஒரு வண்டிகூட ஒழுங்கில்லாமல் நிறுத்தப்படவில்லை.

அலுவலக வாசலில் நுழையும்போது செருப்புகள் வரிசையாக அடுக்கி வைக்கப்பட்டிருப்பதைக் கவனித்தான். புதிதாக வரும் யாரும் தாறுமாறாகச் செருப்பை விட முடியாது. உள்ளே நுழைந்ததும் புன்சிரிப்போடு ஒருவர் வரவேற்றார். அவர் வேட்டியும் பனியனும் அணிந்திருந்தார். வரவேற்பறை போன்ற அந்த அறையில் நாளிதழ்களும் வார மாத இதழ்களும் ஒழுங்காக வைக்கப்பட்டிருந்தன. படித்துக்கொண்டிருந்த ஓரிருவர் தலையைத் தூக்கி ராமநாதனைப் பார்த்துவிட்டு மீண்டும் படிக்க ஆரம்பித்தார்கள். சுவரில் விவேகானந்தர், ராமகிருஷ்ணர், சத்ரபதி சிவாஜி முதலான புகைப்படங்களுடன் தொப்பி அணிந்திருந்த ஒருவரின் படமும் நீண்ட முடி, தாடி, மீசை கொண்ட ஒருவரின் படமும் இருந்தன. பாரதமாதா படமும் பிரணவ மந்திரம் படமும் காணப்பட்டன. தன்னை வரவேற்றவரின் கேள்விகளுக்கு பதில் சொன்னபடியே அந்த இடத்தை ஆர்வத்துடன் கவனித்துக்கொண்டிருந்தான் ராமநாதன். சங்கரைச் சந்திக்க வேண்டும் என்றான். அவர் ஊரில் இல்லை என்று பதில் வந்தது.

ராமநாதன் தன் ஆசிரமம் பற்றியும் அங்கே சங்கர் முதலானவர்கள் வந்திருந்தது பற்றியும் சொன்னான். ராமஜென்ம பூமி இயக்கம் பற்றி மேற்கொண்டு விவரம் தெரிந்துகொள்வதற்காகவே சங்கரைச் சந்திக்க வந்ததாகவும் சொன்னான். அவர் உள்ளே சென்றார்.

ராமநாதன் அலுவலகத்தின் உட்புறத்தைப் பார்த்தான். அலுவலகம் என்பதற்கான சாயல் எதுவும் இல்லை. கொஞ்சம் பழைய பாணியிலான சற்றே பெரிய வீட்டில் அலுவலகம் வைத்திருக்கிறார்கள் என்பது தெரிந்தது. நாளிதழ் ஒன்றைப் புரட்ட ஆரம்பித்தான்.

வாசிப்பில் மனம் செல்லவில்லை. அந்த இடத்தையே ஆர்வத்துடன் பார்த்துக்கொண்டிருந்தான். ஜன்னல் வழியே உள் அறைகள் தெரிந்தன. யார் யாரோ நடமாடிக்கொண்டிருந்தார்கள். அவ்வப்போது தொலைபேசி மணி அடித்தது. ஒலிவாங்கியை

பயணம்

எடுத்தவர் "நமஸ்தே கார்யாலயா" என்று சொல்வதைக் கேட்க முடிந்தது.

சிறிது நேரத்தில் ஒருவர் வந்தார். அன்று சங்கருடன் வந்தவர்களில் ஒருவர். அவருடைய தன்னம்பிக்கையான சிரிப்பு தன் கவனத்தைக் கவர்ந்தது நினைவுக்கு வந்தது. அவர் இவனை அடையாளம் கண்டுகொண்டார். "நமஸ்தே வாங்க..." என்றார். தன் பெயர் முத்துசாமி என்று அறிமுகப்படுத்திக்கொண்டார். "என்ன இது? புத்த பிக்ஷு மாதிரி கோலம்..." என்று சிரித்தார்.

ராமநாதனும் சிரித்தான். "தாடி மீசை வெச்சதுக்கும் காரணம் எதுவும் இல்ல, எடுத்ததுக்கும் காரணம் இல்ல" என்றான்.

"அப்படியா?" என்றார் முத்துசாமி. அவனைச் சற்றே கூர்மையாகப் பார்த்தார். ராமநாதனும் அவர் கண்களை நேரடியாகப் பார்த்தான். இவ்வளவு தன்னம்பிக்கையுடன் தன் கண்களை ஊடுருவ முயற்சிப்பவர்களை அவன் அரிதாகவே சந்தித்திருக்கிறான்.

முத்துசாமி அவனை உள்ளே அழைத்துச் சென்றார். அவருடைய அறை மிக எளிமையாகவும் நேர்த்தியாகவும் இருந்தது. மேசை மீது மிகக் குறைவான பொருட்களே இருந்தன. இருவரும் உட்கார்ந்தார்கள்.

"நீங்க சாப்பிட்டீங்களா?" என்று கேட்டார் முத்துசாமி. ராமநாதன் தலையாட்டினான். "அப்புறம்... சொல்லுங்க..." என்றார்.

"நீங்கதான் சொல்லணும். ராம ஜென்ம பூமி இயக்கம் பத்தி தெரிஞ்சிக்கலாம்னு வந்தேன்" என்றான்.

முத்துசாமி தலையசைத்தார். "நீங்க அதுபத்தி என்ன கேள்விப்பட்டீங்கன்னு சொல்லுங்க. மேற்கொண்டு விவரங்களை நான் சொல்றேன்" என்றார்.

ஆழம் பார்க்கும் முயற்சியாகவே இது ராமநாதனுக்குப் பட்டது. துண்டுப் பிரசுரங்களின் மூலம் தெரிந்துகொண்டதைச் சுருக்கமாகச் சொன்னான். முத்துசாமி பொறுமையாகக் கேட்டுக்கொண்டார். "அடிப்படையான விஷயங்களை எல்லாம் சரியா புரிஞ்சிட்டிருக்கீங்க. உங்களுக்கு வேற என்ன சந்தேகம்?" என்றார். மீண்டும் அவர் ஆழம் பார்ப்பதாகவே அவனுக்குப் பட்டது. இப்படிப்பட்டவரோடு பேச வேண்டியது

அவசியம்தானா என்று யோசித்தான். சிறிது நேரம் பேசாமல் இருந்தான்.

உரையாடல் தேங்கி நிற்பதை உணர்ந்த முத்துசாமி பேச ஆரம்பித்தார். "ராமர் பிறந்த இடத்துல இருந்த கோவில் இடிக்கப்பட்டது. அதைத் திரும்பவும் கட்டணும்ங்கறது ஹிந்துக்களோட விருப்பம். அதுக்கு நெறைய தடைகள் இருக்கு. நாடு முழுவதும் இதற்கான இயக்கத்தை நடத்தி ஹிந்துக்களுடைய கருத்தையும் ஷக்தியையும் ஒண்ணா தெரட்டிகிட்டிருக்கோம். ஸ்வாமியோட ஆசீர்வாதத்தை வாங்க வந்ததும் இந்த இயக்கத்தோட ஒரு பகுதிதான்" என்றார்.

"என்ன தடைகள்?" என்றான் ராமநாதன்.

"சட்டச் சிக்கல் இருக்கு. முஸ்லீம்கள் எதிர்க்கறாங்க. பெரும்பாலான அரசியல்வாதிகள் முஸ்லீம்ஸை சப்போர்ட் பண்றாங்க. அந்த நிலம் யாருக்குச் சொந்தம்னு கோர்ட்ல கேஸ் நடக்குது ..."

"நெலத்துக்கும் கோவிலுக்கும் சம்பந்தம் இல்லன்னு கோர்ட்ல தீர்ப்பு வந்திருச்சின்னா?"

முத்துசாமியின் கண்கள் பளிச்சிட்டன. இதுபோன்ற ஒரு கேள்விக்காகவே அவர் காத்திருந்ததாக ராமநாதனுக்குத் தோன்றியது. "ராமர் அங்க பிறந்தார்ன்றது ஹிந்துக்களோட நம்பிக்கை. அங்க கோவிலை மறுபடியும் கட்டணும்ங்கறது ஹிந்துக்களோட விருப்பம். கோவில் கமிட்டிக்கு நெலத்து மேல உரிமை இல்லன்னு கோர்ட் சொல்லலாம். ஆனா ராமர் அங்க பொறக்கலன்னு கோர்ட் சொல்ல முடியாது. ராமர் பிறந்த இடம்னு தாங்கள் நம்பற இடத்துல கோவில் கட்டறதுக்கு ஹிந்துக்களுக்கு இருக்கற உரிமையையும் கோர்ட் மறுக்க முடியாது ..."

"அப்படின்னா கோர்ட் என்னதான் செய்யணும்?"

"கோர்ட்டுக்கு இதுல எந்த வேலையும் இல்ல. பெரும்பான்மையான மக்கள் கருத்தை மதிச்சி கவர்ன்மெண்ட் அந்த இடத்தை கையகப்படுத்தி ராம ஜென்ம பூமி முக்தி யக்ஞ சமிதி கிட்ட கொடுத்துரணும். இது நம்ம கோரிக்கை."

"கவர்ன்மெண்ட் அப்படி குடுக்க முடியுமா? அப்படிக் குடுத்தா முஸ்லிம்ஸ் சும்மா இருப்பாங்களா?"

"எத்தனையோ இடங்கள்ல தனியார் சொத்தை கவர்ன்மெண்ட் கையகப்படுத்துது. பாலம் கட்டறது இந்த

மாதிரி காரணங்களுக்காக இதுபோல நடந்துகிட்டேதான் இருக்கு. பெருவாரியான மக்களோட விருப்பத்துக்காக ஏன் அதைச் செய்யக் கூடாது?"

"கவர்ன்மெண்ட்னா அது மெஜாரிட்டிக்கு மட்டுமில்லயே. மைனாரிட்டிய பத்தியும் கவலைப்படணுமே?"

முத்துசாமி சிரித்தார். "இங்க என்ன பிரச்னைன்னா, இதுவரைக்கும் கவர்ன்மெண்ட் மைனாரிட்டிய பத்தி மட்டும்தான் கவலைப்பட்டுக்கிட்டு இருக்கு. மெஜாரிட்டிய பத்தியும் கவலைப்படுங்கன்ற குரல் முதல் முறையா உரக்க ஒலிக்குது" என்றார்.

"புரியலையே.." என்றான் ராமநாதன்.

முத்துசாமி சற்று விரிவாகவே பதில் சொன்னார். கிலாஃபத் இயக்கம், தேசியக் கொடி, தேசப் பிரிவினை, தேசிய கீதம், அரசியல், சட்டம், பெரும்பான்மையினரின் கலாச்சாரத் தேவைகள், காஷ்மீருக்குச் சிறப்பு அந்தஸ்து, ஒவ்வொரு மதத்துக்குமான தனி சிவில் சட்டங்கள், குடும்பக் கட்டுப்பாடு, மதமாற்றம், ஷா பானோ வழக்கு என எல்லா விஷயங்களிலும் பெரும்பான்மையினரின் உணர்வுகள் புறக்கணிக்கப்பட்டுச் சிறுபான்மையினரின் உணர்வுகளே கணக்கில் எடுத்துக்கொள்ளப்பட்டு வந்திருக்கின்றன. பெரும்பான்மையினரின் உணர்வுக்கு ஏற்ற இடம் கிடைக்காவிட்டால் இங்கே பெரும்பான்மையினருக்கான இடம், உரிமை எல்லாமே கேள்விக்குரியதாகிவிடும். அதை மீட்பதற்காகவே நாடு தழுவிய இயக்கம் நடக்கிறது என்றார்.

ராமநாதன் சற்றுநேரம் பதில் பேசவில்லை. முத்துசாமி இப்போதுதான் இயல்பாகப் பேசியிருக்கிறார் என்று பட்டது. அவருடைய பேச்சுத் திறமையும் தர்க்க முறைமையும் அவனைக் கவர்ந்தன. காந்தியவாதியான வினயசந்திரன் இவரிடம் பேசினால் எப்படி இருக்கும் என்று யோசித்துப் பார்த்தான். முத்துசாமி பேசும்போது ஹிந்துக்களின் விருப்பம் என்ற சொல்லை அடிக்கடி பயன்படுத்தியது அவன் கவனத்தில் படிந்திருந்தது.

"கோவில் கட்டுவது ஹிந்துக்களின் விருப்பம் என்கிறீர்கள். அப்படியானால் அதுக்காக ஒரு இயக்கத்தை ஏன் நடத்தணும்? ஹிந்துக்களுக்கு இதுதான் விருப்பம்னு சொல்றீங்க. ஆனா அது பத்தி ஹிந்துக்களுக்கே தெரியலயே? உண்மைல இது யாரோட விருப்பம்?" என்றான் ராமநாதன்.

முத்துசாமி சுறுசுறுப்படைந்தார். "ஒரு விருப்பம் ஆழ் மனசுல இருக்கும். ஆனா தக்க சந்தர்ப்பமும் சூழ்நிலையும்

அமைஞ்சாதான் அது வெளிப்படும். அந்த சந்தர்ப்ப சூழ்நிலை ஏற்படுத்தறதுதான் நம்ம பிரசாரத்தோட வேலை. ஆழ் மனசுல விருப்பம் இருக்கறதாலதான் நாடு முழுவதும் இந்த அளவு ஆதரவு கிடைக்குது. சூன்யத்துலேந்து எதையும் உருவாக்க முடியாது. ஆனா ஒரு சின்ன விதை பெரிய மரமா மாறும். காரணம், அந்த மரம் அந்த விதைக்குள்ள இருக்கு. விதைகள் எல்லாமே மரமா மாறிடறதில்ல. முறையா பராமரிச்சு வளக்கணும். அந்த வேலையைதான் நாம செஞ்சிட்டிருக்கோம்" என்றார்.

"முஸ்லீம்ஸோட நிலை என்ன?"

"இது ஒரிஜினலா மசூதி இருந்த இடம் இல்ல. கோவில் இருந்த இடம். ஸோ, அதை அவங்க விட்டுக்கொடுக்கணும். பாபர் எங்கேருந்தோ வந்தவன். ஆனா இந்திய முஸ்லீம்கள் இங்கயே பிறந்து வளர்ந்தவங்க. துருக்கியிலேந்து படையெடுத்து இங்க வந்தவங்களை அன்னியர்களாதான் நினைக்கணும். அவங்களோட ஐடன்டிஃபை பண்ணிக்கக் கூடாது இல்லயா? தங்களோட சக குடிமக்களுக்காக முஸ்லீம்கள் விட்டுக்கொடுக்கலாமே?"

"ஹிந்துக்களும் விட்டுக் கொடுக்கலாமே?"

முத்துசாமி மீண்டும் சிரித்தார். "ஒரு ஹிந்துவா இருக்கறதாலதான் நீங்க இப்படிப் பேசறீங்க. ஹிந்துக்கள்தான் எப்பவும் விட்டுக் கொடுக்கறாங்களே. இப்படியே போனா தங்களுக்குன்னு இருக்கற ஒரே நாட்டையும் அவங்க இழக்க வேண்டியிருக்கும். இப்படி விட்டுக்கொடுத்து பலவீனமா ஆகிட்டே இருக்கறதுக்கு முற்றுப்புள்ளி வெக்கறதுதான் ராம ஜென்ம பூமி."

"அப்படீன்னா கோவில் கட்டறது பிரதான நோக்கம் இல்லயா?"

முத்துசாமி சட்டென்று தொந்தரவுக்குள்ளானது அவர் கண்களில் தெரிந்தது. "கோவில்ன்றது ஒரு சிம்பல். ஹிந்துக்களை ஒன்று திரட்டறதுக்கான சிம்பல். இழந்ததை மீட்டு சுயமரியாதையோட வாழறதுக்கான சிம்பல். தங்களோட விருப்பத்தை வெளில சொல்லக்கூடத் தெரியாம இருந்த நெலமையை மாத்தறதுக்கான போராட்டத்தோட சிம்பல்..."

"இதனோட முடிவு என்னவா இருக்கும்னு நெனைக்கறீங்க?"

"ஹிந்துக்களின் கோரிக்கை நிறைவேறணும். அது ஹிந்து ஒற்றுமை மூலமா நடக்கும். அந்த ஒற்றுமை இந்த தேசத்தோட

தலையெழுத்தையே மாத்தும். ராமர் கோவில் கட்றதோட இந்த முயற்சி நிக்காது. பாரத நாடு உலகுக்கு தலைமை தாங்கற நிலை வரணும். ஹிந்து ஒற்றுமை மட்டுமே இதை சாதிக்கும்." தீர்க்கதரிசியின் அறிவிப்பைப் போல ஒலித்தது அவர் குரல்.

ராமநாதன் பதில் பேசவில்லை. இவ்வளவு தீவிரமான அரசியல் விவாதத்தில் அவன் ஈடுபடுவதில்லை. வாதத்தில் இறங்க அவன் விரும்பவில்லை. பல கேள்விகள் அவனுள் எழுந்தன. வரலாற்றை ஏன் தோண்டி எடுக்க வேண்டும்? ஹிந்துக்கள் ஒற்றுமையாகிவிட்டால் எல்லாம் சரியாகிவிடுமா? ஜாதி,மொழி என்று பிரிந்திருப்பவர்கள் கோவில் கட்ட ஒன்றாகச் சேரலாம். மற்ற விஷயங்களுக்கு ஒன்றாகச் சேருவார்களா? கோவிலை வைத்து தேசத்தையே முன்னேற்றிவிட முடியுமா? காவிரிப் பிரச்சினையை ஹிந்து ஒற்றுமை மூலம் சரிசெய்துவிட முடியுமா? வறுமையை ஒழித்துவிட முடியுமா? முஸ்லிம்கள் விட்டுக் கொடுக்க வேண்டும் என்று சொல்கிறாரே, மசூதியை யார் கட்டியது என்பதா அவர்களுக்கு முக்கியம்? அது மசூதி என்பதுதானே முக்கியம்? விவேகானந்தர் உயிரோடு இருந்தால் இதை ஏற்றுக்கொண்டிருப்பாரா? அவர் முஸ்லிம்களைப் பற்றி எதிர்மறையாகப் பேசியதாகத் தெரியவில்லையே?

எந்தக் கேள்வியையும் கேட்க ராமநாதன் விரும்பவில்லை. இந்த மனிதர் வாதத்திறமை கொண்டவர். சலிக்காமல் பேசக்கூடியவர். இப்போதே இவரிடம் வாக்குவாதத்தில் இறங்க வேண்டாம் என்று அவன் நினைத்தான். இதைப் பற்றி மேலும் யோசிக்க வேண்டும் என்று நினைத்தான்.

முத்துசாமி அவனையே பார்த்துக்கொண்டிருந்தார். வில்லின் நாண் கயிறைச் சுண்டிக்கொண்டிருக்கும் வில்லாளி போல அவர் தோற்றமளித்தார். மெல்லிய புன்சிரிப்போடு ராமநாதன் சொன்னான். "உங்களோடு சண்டை போடறதா வேணாமான்னு நான் இன்னும் முடிவு செய்யல. முடிவுசெஞ்ச பிறகு உங்களை மறுபடியும் சந்திக்கறேன்" என்றான்.

முத்துசாமி கடகடவெனச் சிரித்தார். "யு ஆர் ஆல்வேஸ் வெல்கம். உங்களோட எனக்கு எந்த சண்டையும் இல்ல. நீங்களும் நாங்களும் ஒரே லட்சியத்துக்காக வேற வேற வழிகள்ல போராடிட்டு இருக்கோம்னுதான் நான் நம்பறேன்" என்றார்.

ராமநாதன் மீண்டும் சிரித்தான். "கிளம்பறேன். ரொம்ப நன்றி" என்று எழுந்துகொண்டான். முத்துசாமி வாசல்வரை வந்து வழியனுப்பினார். "ஒரு நிமிஷம்" என்றார். ராமநாதன்

நின்றான். "சொல்றேன்னு தப்பா நெனச்சிக்காதீங்க..." என்றார். புன்முறுவலுடன் ராமநாதனின் புருவங்கள் நெரிந்தன.

"ஜடாமுடி, தாடி, மீசை வெக்கறதுக்கும் எடுக்கறதுக்கும் காரணமே இல்லன்னு சொன்னீங்க. காரணம் இல்லாம எந்தக் காரியமும் நடக்காதுன்றதுதான் லாஜிக்கல் ட்ரூத். காரணம் நமக்குத் தெரியாம இருக்கலாம். ஆனா காரணம் இருக்கும்" என்றார்.

ராமநாதன் சிரித்தான். "யோசிச்சி பாக்கறேன். காரணம் தெரிஞ்சா உங்ககிட்ட சொல்றேன்" என்றான்.

முத்துசாமி சிரித்த முகத்துடன் கை கூப்பி விடை கொடுத்தார்.

வழியெங்கும் முத்துசாமியைப் பற்றியே யோசித்துக் கொண்டிருந்தான். இவ்வளவு தெளிவான மனிதரை, இவ்வளவு புத்திசாலித்தனமான மனிதரைப் பார்ப்பது அரிது என்று தோன்றியது. அவருடைய புத்திசாலித்தனத்தால் அவர் நன்றாகப் பேசுகிறாரா அல்லது நன்றாகப் பேசுவதால் புத்திசாலியாகத் தெரிகிறாரா என்பது புரியவில்லை. புத்திசாலித்தனம் இல்லாமல் நன்றாகப் பேச முடியுமா என்ற எண்ணமும் எழுந்தது. வசீகரமான சிரிப்பு. அதைவிட வசீகரமான பேச்சு. எவ்வளவு தெளிவு. இத்தனை தெளிவு எப்படிச் சாத்தியம் என்று ராமநாதனுக்கு ஆச்சரியமாக இருந்தது. இவரை மறுபடியும் சந்திக்க வேண்டும் என்று நினைத்துக்கொண்டான்.

ராம ஜென்ம பூமி விஷயத்தில் முத்துசாமி சொல்வதை அவன் மனம் ஏற்றுக்கொள்ளவில்லை. என்றாலும் இவ்வளவு விரிவாகத் திட்டம்தீட்டி இவ்வளவு பெரிய இயக்கம் நடத்துகிறார்களே என்ற வியப்பு ஏற்பட்டது. இதன் முடிவு என்னவாக இருக்கும் என்பதைப் பார்த்துவிட வேண்டும் என்ற ஆர்வம் தோன்றியது. கோவிலுக்கு அடிக்கல் நாட்டும் முகூர்த்தத்துக்கு இன்னும் ஒரு மாதம்தான் இருக்கிறது என்பதை நினைவுபடுத்திக்கொண்டான்.

19

ஆஸ்ரமத்தை நெருங்க நெருங்க மனம் அமைதியிழந்து தவிக்க ஆரம்பித்தது. தன் கர்ம பூமியிலிருந்து தன்னைப் பிரித்த சக்திகளை அவனால் மன்னிக்கவே முடியவில்லை. ஆனால் ஆசிரமத்தின் முடிவுக்குக் கட்டுப்பட்டுத்தான் ஆக வேண்டும். இல்லாவிட்டால் ஆசிரமத்திலிருந்து வெளியேற வேண்டும். வெளியேறி எங்கே செல்வது? என்ன செய்வது? வீடு, குடும்பம்

என்று வாழ முடியாது. தனி ஆளாக இருந்து எதையும் சாதிக்கவும் முடியாது. ஸ்வாமி விவேகானந்தரைப்போல ஸ்வாமி சிவானந்த யோகியைப் போல ஒரு அமைப்பைத் தொடங்கலாம். ஆனால் அது அவ்வளவு எளிதல்ல. இப்படிப்பட்ட ஒரு அமைப்பு இருக்கும்போது அதைப் பயன்படுத்திக்கொள்ளாமல் தனியாக ஒரு அமைப்பைத் தொடங்குவது வியர்த்தமான முயற்சி. இந்த அமைப்பை எப்படி எனக்கேற்பப் பயன்படுத்திக்கொள்வது என்று பார்க்க வேண்டும். ஸ்வாமிஜி வரும்வரை பல்லைக் கடித்துக்கொண்டு இருக்க வேண்டும். பிறகு அவரிடம் கேட்டு மீண்டும் பொன்னம்பட்டிக்குச் செல்ல வேண்டும்.

ஆசிரமத்துச் சாமியார்கள் ஏகப்பட்ட கேள்விகள் கேட்பார்கள். மொட்டை அடித்துக்கொண்டது பற்றிக் கேட்பார்கள். திருவனந்தபுரம் போவதாகச் சொன்னாயே ஏன் போகவில்லை என்று கேட்பார்கள். எல்லாவற்றுக்கும் பதில்களை மனதுக்குள் உருவாக்கிக்கொண்டான்.

ஆசிரம வளாகத்தினுள் நுழைந்து வண்டியை நிறுத்தியவனுக்கு அந்தச் சூழலில் ஏதோ ஒரு மாற்றம் இருப்பது புரிந்தது. வழக்கமாக இந்த நேரத்தில் காணப்படும் நடமாட்டம் எதுவும் தென்படவில்லை. உள்ளே நடந்து சென்று தங்குமிடத்தை அடைந்தான். அங்கு யாரும் இல்லை. பையை வைத்துவிட்டு முகம், கை, கால் கழுவிக்கொண்டு வெளியே வந்தான். மண்டையில் வெயில் சுள்ளென்று அடித்தது. மொட்டை அடித்த பின் இப்போதுதான் வெயிலை உணர்ந்தான். மண்டையில் சூடு ஏறியதைப் பொருட்படுத்தாமல் மைதானத்தைக் கடந்து உணவகத்துக்குச் சென்றான். அங்கும் யாரும் இல்லை. அலுவலக அறைக்குப் போகலாமா என்று யோசித்தபடி நடந்துகொண்டிருந்தபோது ஸ்வாமிஜியின் அறையில் சலனம் கேட்டது. ஒரு கணம் மனம் பரவசமடைந்தது. ஸ்வாமிஜி வந்துவிட்டாரா? நம்முடைய பிரச்சினை எல்லாம் முடிந்துவிடுமா என்று உற்சாகம் ஏற்பட்டது. நடையில் வேகம் கூடியது.

ஸ்வாமிஜியின் அறையில் கூட்டம் இருந்தது. அவஸ்தையான மௌனம் அங்கே நிலவியது. ராமநாதன் கூட்டத்தை ஊடுருவிச் சென்றான். ஸ்வாமிஜி படுத்திருந்தார். அவர் கால்மாட்டில் பிரபு, மாதவ யோகி, கிருபானந்தன் ஆகியோர் உட்கார்ந்திருந்தார்கள். தலைமாட்டில் ஊதுபத்தியும் தீபமும் ஏற்றி வைக்கப்பட்டிருந்தது. ராமநாதன் உறைந்து நின்றான். உடல் முழுவதும் தகித்தது. கால்கள் உறுதியை இழந்தன. முழங்கால்கள் மடங்கின. ராமநாதன் சரிந்து விழுந்தான். அனைவரும் திரும்பிப் பார்த்தார்கள். ராமநாதன் சுதாரித்துக்கொண்டான். ஆனால், அப்படியே உட்கார்ந்தான்.

சிலர் விசும்பும் சத்தம் கேட்டது. ஓரிருவர் வெளியே நடமாடும் சத்தம் கேட்டது. பக்கத்து அறையில் மெதுவாக யாரோ பேசும் சத்தம் கேட்டது. ராமநாதன் அசைவற்று, பேச்சற்று உட்கார்ந்திருந்தான். அடுத்தடுத்து என்ன நடக்கிறது என்பது அவன் மூளையில் பதியவே இல்லை.

எழுந்து வந்து, பிறருடன் சேர்ந்து சில வேலைகளை கவனித்தது, மயானத்துக்குப் போய்விட்டு வந்தது எல்லாமே கனவில் நடப்பதுபோல நடந்தன. யாரோ ஒருவர் செய்துகொண்டிருக்கும் காரியங்களைப் பார்ப்பதுபோல ராமநாதன் தன்னையே பார்த்துக்கொண்டிருந்தான். யார் யாரோ வந்தார்கள். ஊர்ப் பெரிய மனிதர்கள் வந்தார்கள். பொன்னம்பட்டிக்கு அழைத்த பெரியவர் வந்திருந்தார். சுசீந்திரத்திலிருந்து முருகானந்தம், பாஸ்கரன் வந்தார்கள். முத்துசாமி வந்திருந்தார். ஆசிரியர்கள், மாணவர்களின் பெற்றோர்கள் எனப் பலரும் வந்திருந்தார்கள். சிவானந்தர் ஆசிரமத்தின் ஒவ்வொரு அம்சத்தையும் பார்த்துப் பார்த்துச் செதுக்கினார். எத்தனையோ பேருக்கு யோகாசனம், தியானம் சொல்லிக் கொடுத்திருக்கிறார். ஆசிரமத்தின் சார்பில் பள்ளிக்கூடம், மருத்துவமனை ஆகியவை நடக்கின்றன. அவரால் பயன் பெற்றவர்கள் ஏராளம். அவரது உரைகளைக் கேட்டு வியந்தவர்கள் பலர். ஆசிரமத்தின் மீது எந்தக் குற்றச்சாட்டையும் யாரும் சுமத்திவிட முடியாதபடி நடத்திவந்தார். அவருடைய மறைவுக்கு அந்த ஊரே துக்கம் அனுஷ்டித்ததுபோல் இருந்தது.

ராமநாதன் அத்தனையையும் தள்ளி நின்று பார்த்துக் கொண்டிருந்தான். யாரிடமும் பேசவில்லை. ஓரிரு முறை பிரபு பேச வந்தான். சம்பிரதாயமாகச் சில வார்த்தைகள் பேசியதோடு சரி. பிரபுவுக்கும் ஆழ்ந்த துக்கம் இருந்தாலும் அவன் ஸ்வாமிஜிக்கு அருகிலேயே இருந்ததால் அவன் மனம் ஒரு விதத்தில் தயாராகியிருந்தது. ராமநாதனைப் பொறுத்தவரை இது சற்றும் எதிர்பாராத பேரதிர்ச்சி. கூடவே குற்ற உணர்ச்சியும் சேர்ந்திருந்தது. கோவையிலிருந்து கிளம்பித் திருவனந்தபுரம் போயிருந்தால் ஸ்வாமிஜியைச் சந்தித்திருக்கலாம். அவரோடு சில வார்த்தைகள் பேசியிருக்கலாம். இந்தப் பையன் வரவேயில்லையே என்று அவர் ஒரு முறையாவது நினைத்திருப்பார். ஒரு முறை அல்ல. பலமுறை அவரைப் பார்த்திருக்க வேண்டும். நினைத்தபோதெல்லாம் பல இடங்களுக்கும் போய்விட்டு வந்த எனக்கு அவரைப் பார்க்கப் போக வேண்டுமென்று தோன்றவில்லை. குணமாகி விரைவில் திரும்பிவிடுவார் என்ற நினைப்பில் என்னை நானே ஏமாற்றிக்கொண்டிருக்கிறேன். அவரைப் பார்த்திருந்தால் ஏதேனும் மாற்றம் ஏற்பட்டிருக்கும். திருவனந்தபுரத்திற்குச் சென்று பார்த்திருக்க வேண்டும். இந்த

சாமியார்கள் மீது கோபம் வந்ததும் நேராக அங்குதான் போயிருக்க வேண்டும். நீ பொன்னம்பட்டிக்கே போ. மாதவ யோகியிடம் நான் பேசிக்கொள்கிறேன் என்று அவர் சொல்லியிருப்பார். அம்மாவைப் பார்த்துவிட்டு வந்தபோது தெளிந்திருந்த மனதை இந்தச் சாமியார்கள் குலைத்துவிட்டார்கள். மனதை மீண்டும் தெளியச் செய்யும் மருந்து ஸ்வாமிஜியிடம்தான் இருந்தது. நான் அங்கே போகாமல் வேறு இடம் சென்றேன். ஆசிரமத்தில் சன்யாசியாக இருப்பவனுக்கு மட்டுமல்ல, ஒரு சாதாரண மனிதனுக்கே இது மிகவும் கேவலமான செயல். அதுவும் உடம்பு சரியில்லாமல் மாதக்கணக்கில் படுத்திருந்தவரைப் போய்ப் பார்க்காதது பெரிய பாவம். வேலையில் மூழ்கியிருந்த நாட்கள் எதைப் பற்றியும் சிந்திக்கவிடாமல் செய்துவிட்டன என்பதையெல்லாம் சமாதானத்திற்கு வேண்டுமானால் சொல்லிக்கொள்ளலாம். எனக்கு மனிதர்களின் அருமை தெரியவில்லை. பெற்றவர்களை விட்டுவிட்டு வந்ததுபோலவே ஆசானிடமிருந்தும் விலகி இருந்திருக்கிறேன். அன்பு காட்டும் பிரபுவிடமிருந்தும் விலகியிருக்கிறேன். அப்படியானால் நான் யார்? என்னுடைய மனநிலை எப்படிப்பட்டது? காயத்ரியிடம் மட்டும்தான் அன்பாக இருக்கிறேனா? அதையும் அன்பு என்று சொல்லிவிட முடியுமா? இதற்கெல்லாம் விடை சொல்லக்கூடியவர் இன்று இல்லை.

ராமநாதன் நினைத்து நினைத்துப் பொருமினான். ஆசிரமத்தில் உள்ள ஒவ்வொருவரும் துக்கம் கொண்டிருந்தாலும் ராமநாதனைப் போல யாருமே இல்லை. யாரும் அதிகம் பேசிக்கொள்ளவில்லை. ஒரு சில தினங்களுக்கு அன்றாட வேலைகள் நடக்கவில்லை. அதன் பிறகு வேலைகள் மெதுவாகத் தொடங்கின. யாரிடமும் உற்சாகம் இல்லை. ஆனால் வேலைகள் நடந்துகொண்டிருந்தன. ஸ்வாமிஜியின் இன்மை ஆசிரமத்தின் ஒவ்வொரு அசைவிலும் தெரிந்தது. மூத்த சாமியார்கள் சற்று விரைவில் சுதாரித்துக்கொண்டார்கள். மாதவ யோகி பொறுப்பேற்றுக்கொண்டார். ஆசிரமத்தின் யோகிகள், சேவார்த்திகள் எல்லோருக்குமாக ஒரு கூட்டம் நடந்தது. பிரபு சேவார்த்தி என்னும் நிலையிலிருந்து யோகியாக இனி கருதப்படுவார் என்று மாதவ யோகி அறிவித்தார். பிரபு சங்கர யோகி என்று முறையாக அவர் பெயர் அறிவிக்கப்பட்டது. வெளியூர்களில் நடக்கும் பணிகளை ஒருங்கிணைக்கும் பொறுப்பு பிரபுவுக்கு வழங்கப்பட்டது. கோவை மையத்தின் அன்றாடப் பணிகளையும் அருகில் உள்ள இடங்களில் நடைபெறும் தொண்டுப் பணிகளையும் பார்த்துக்கொள்ள வேண்டிய பொறுப்பு ராமநாதனுக்கு வழங்கப்பட்டது. ராமநாதனுக்கு

வழிகாட்டும் ஆசானாகக் கருணாகர யோகி செயல்படுவார் என்றார் மாதவ யோகி.

கூட்டத்தில் அறிவிப்புகள் மட்டுமே நடந்தன. விவாதம் நடக்கவில்லை. யாரும் எதையும் விவாதிக்கும் மனநிலையில் இல்லை. மாதவன், கருணாகரன் ஆகியோர் ஏற்கெனவே எடுத்திருந்த முடிவுகளை அறிவித்தார்கள். அனைவரும் கேட்டுக்கொண்டார்கள். இதுவரை இப்படிப்பட்ட கூட்டம் ஆசிரமத்தில் நடந்ததில்லை. ஸ்வாமிஜி கூட்டம் நடத்தும்போது கருத்துக் கேட்பார். வெளிப்படையாகக் கருத்துச் சொல்வதை ஊக்குவிப்பார். இந்த வித்தியாசம் ராமநாதனின் கவனத்தில் விழுந்தது. ஆனால் இப்போதைய சூழலில் அது அவனுக்குக் குறையாகத் தெரியவில்லை. தன்னுடைய மொட்டை பற்றியோ திருவனந்தபுரம் செல்லாதது பற்றியோ யாரும் எந்தக் கேள்வியும் எழுப்பவில்லை என்பதும் அவனுக்கு உறைத்தது. பிரபுவுக்குக் கூடுதல் பொறுப்பு கிடைத்தது அவனுக்கு ஆச்சரியமாக இல்லை. துக்கத்தில் துவண்டிருந்த மனதுக்குச் சிறிதளவு ஆறுதல் அளிக்கும் மருந்தாக அந்தச் செய்தி இருந்தது.

மெல்லமெல்ல ஆசிரமத்தின் அன்றாடப் பணிகள் பழையபடி நடக்க ஆரம்பித்தன. ஸ்வாமிஜியின் மரணத்தையே நினைத்துக்கொண்டிருந்தால் நடைபிணமாகவே இருக்கும் நிலை உருவாகும் என்று புரிந்தது. இப்படி இருப்பதை ஸ்வாமிஜி விரும்ப மாட்டார். ஒடுங்கியிருப்பதைக் காட்டிலும் வேலையில் அதிகமாக ஈடுபடுவதன் மூலமாகத்தான் இந்தத் துக்கத்திலிருந்து விடுபட முடியும் என்ற முடிவுக்கு வந்தான். ஏற்கெனவே இருந்த பொறுப்புகளுடன் நூலகத்தைச் சீரமைக்கும் பொறுப்பையும் ஏற்றுக்கொண்டான். தினமும் இரவு பத்தரை மணிமுதல் 12 மணி வரை நூலகத்தில் இருந்தான். நூல்களை ஒழுங்குபடுத்திக் கொண்டும் அவ்வப்போது புரட்டிக்கொண்டும் இருந்தான். தூக்கம் கண்களை அழுத்தும்வரை நூலகத்தில் இருந்தான். கோவையிலிருந்து கிளம்பி நேரே திருவனந்தபுரம் போயிருந்தால் ஸ்வாமிஜியை உயிரோடு பார்த்திருக்கலாமே என்ற எண்ணம் மட்டும் திரும்பத் திரும்ப மோதியது. அது எழுப்பிய குற்ற உணர்வு இதுவரை அனுபவித்திராத வலியைத் தந்தது. அந்த வலியைத் தாங்க அதை மறப்பதே ஒரே வழி. அதற்கு வேலையில் பைத்தியமாக ஈடுபடுவதே வழி. ராமநாதன் வேலைகளில் மூழ்கினான். பிறர் அவனைப் பார்த்துப் பிரமிக்கும் அளவுக்கு மூழ்கினான்.

சேவார்த்திகள் இவனிடம் பழையபடி பேசவும் கேள்விகள் கேட்கவும் ஆரம்பித்தார்கள். வெளியிலிருந்து யோகா, சாந்தி

யோக வகுப்பு ஆன்மிக உரைகள் ஆகியவற்றுக்கு வருபவர்களும், ராமநாதனிடமே அதிகம் பேசினார்கள். ராமநாதன் கொஞ்சம் கொஞ்சமாகப் பழையபடி பேச ஆரம்பித்தான்.

20

பிரபு ஆசிரமத்தில் தங்குவது குறைந்துகொண்டேவந்தது. சுசீந்திரம், பொன்னம்பட்டி, கொல்லிமலை, பீளமேடு ஆகிய இடங்களுக்கு மாறி மாறிப் போய் வந்தான். ஊரில் இருக்கும்போது ராமநாதன் எடுக்கும் யோகாசன வகுப்பில் கலந்துகொள்வான். ஒரு காலத்தில் தான் நடத்திவந்த வகுப்பைத் தன்னைவிடச் சிறப்பாக ராமநாதன் எடுப்பதைப் பிரபு உணர்ந்தான். ராமநாதன் தன்னிடம் இன்னும் பழையபடி பேச ஆரம்பிக்கவில்லை என்னும் குறை அவன் மனதில் அழுத்தமாக இருந்தது. பொன்னம்பட்டி விஷயமாக ராமநாதன் மனதில் ஆழமான வருத்தம் இருக்கும் என்பது அவனுக்குப் புரிந்திருந்தது. கீர்த்திவாசனும் இதர சேவார்த்திகளும் பணிகளைச் சமாளிக்கத் திணறுவதையும் கண்கூடாகப் பார்த்த பிறகு மீண்டும் ராமநாதனை அங்கே அனுப்ப வேண்டும் என்றே அவனுக்குத் தோன்றியது.

ஆனால் மாதவ யோகி முதலானவர்கள் அவனை அங்கே அனுப்பக் கூடாது என்பதில் உறுதியாக இருந்தார்கள். ராமநாதனைப் பற்றிய பெரிய புகார்ப் பட்டியல் அவர்களிடம் இருந்தது. கிட்டத்தட்ட 2000 ரூபாய்க்குக் கணக்கு உதைக்கிறது என்றார்கள். அவன் அவ்வப்போது கிளம்பி வெளியூர் செல்வதாகச் சொன்னார்கள். எங்கே போகிறான், ஏன் போகிறான் என்பது யாருக்கும் தெரியவில்லை. யோகாசன வகுப்புகளிலும் இதர வகுப்புகளிலும் பெண்களைச் சேர்க்கிறான். ஆண்களையும் பெண்களையும் ஒரே வகுப்பில் வைத்துப் பாடம் நடத்துகிறான். இதையெல்லாம் முடிவு செய்ய அவனுக்கு உரிமை இல்லை. பெண்களுடன் அவனுக்கு இருக்கும் தொடர்பும் சந்தேகத்துக்கு உரியதாக இருக்கிறது. பொன்னம்பட்டியில் சாந்தி என்ற பெண்ணை அடிக்கடி சந்திக்கிறான். மாதத்துக்கு ஒரு முறையாவது வெளியூர் செல்கிறான். சுசீந்திரம் செல்லும் வழியில் அவனைப் பார்த்ததாக ஆசிரமத்தின் அன்பர்கள் சொல்கிறார்கள். அம்மாவுக்கு ஏதோ பரிசோதனை செய்ய வேண்டும் என்று சொன்னவன் சென்னைக்குப் போகவில்லை. கேரளா செல்லும் பேருந்தில் அவன் ஏறியதைப் பள்ளிக்கூட ஆசிரியர் பார்த்திருக்கிறார். கேரளா சென்றவன் திருவனந்தபுரத்திற்குச் சென்று ஸ்வாமிஜியைப் பார்க்கவில்லை. இப்போது இவ்வளவு துக்கத்தோடு இருப்பவன் உடம்பு சரியில்லாதபோது ஸ்வாமிஜியை ஒருமுறை பார்க்க வேண்டும் என்றுகூட நினைக்கவில்லை.

இதையெல்லாம் கேட்ட பிரபுவுக்கு ஆழ்ந்த வருத்தம் ஏற்பட்டது. இவ்வளவு அத்துமீறல்களைச் செய்தவனை ஆசிரமத்திலிருந்து விரட்ட வேண்டும் என்பதுதான் நியாயம். அப்படி இருந்தும் இவர்கள் ஏன் அவனை விட்டுவைத்திருக்கிறார்கள் என்பது பிரபுவுக்குப் புரியவில்லை. மாதவ யோகியிடம் இதைக் கேட்டான். ராமு மிகவும் திறமையான பையன். ஸ்வாமிஜி தனி கவனம் கொடுத்து அவனுக்குப் பல விஷயங்களைச் சொல்லிக் கொடுத்திருக்கிறார். அவனுக்கு இன்னொரு வாய்ப்பு கொடுத்துப் பார்ப்போம் என்றார் மாதவ யோகி. அவனைப் பற்றிய குற்றச்சாட்டுகள் அனைத்தையும் விசாரித்துவருவதாகவும் மேலும் ஆதாரங்கள் கிடைத்த பிறகு நடவடிக்கை எடுக்க முடிவு செய்திருப்பதாகவும் சொன்னார்.

பிரபுவுக்கு இது சரியாகப் படவில்லை. அவன் மீது உள்ள குற்றச்சாட்டுகளை அல்லது சந்தேகங்களை வெளிப்படையாகச் சொல்லி அவனைச் சுய பரிசோதனை செய்ய வைத்திருக்க வேண்டும் என்று நினைத்தான். ராமநாதனின் சுபாவம் பிரபுவுக்குத் தெரியும் என்பதால் அவன் பெரும்பாலான குற்றச்சாட்டுகளை நம்பவில்லை. அந்த நிமிடத்தின் உந்துதலில் செயலாற்றும் பழக்கம் கொண்டவன் ராமநாதன். அதில் அசாத்தியமான சாதனைகளும் இருக்கும், தவறுகளும் நடக்கும். அவனைப் போல யாரும் வேலை செய்ய முடியாது. அவ்வப்போது அவனிடம் பேசி ஒழுங்குபடுத்த வேண்டும். யோசிக்க வைக்க வேண்டும். தன்னிச்சையாக முடிவெடுத்து அவன் மேல் திணித்தால் அவன் திமிறுவான். மேலும் தவறுகள் செய்வான். அதனால் எல்லோருக்கும்தான் நஷ்டம்.

யோசிக்க யோசிக்கப் பிரபுவின் அதிருப்தி அதிகரித்தது. இதைப் பற்றிப் பேசிவிட வேண்டும் என்று முடிவு செய்தான்.

“ஸ்வாமிஜி எனக்கு இது சரியாகப் படவில்லை” என்றான்.

மாதவ யோகி அவனை நிமிர்ந்து பார்த்தார். பிரபு இப்படிப் பேசுவது அவருக்குப் புதிது. அவர் கண்களில் தெரிந்த கேள்வியை எதிர்கொண்டு பிரபு பேச ஆரம்பித்தான்.

“நான் சொல்றது தப்பா இருந்தா என்னை மன்னிச்சிடுங்க. வெளிப்படையா டீல் பண்றதுதான் சரின்னு நெனைக்கறேன். பொன்னம்பட்டிலேந்து அவனை இங்கே அவசரமா வரச் சொன்னதே நீங்க விசாரிக்கிறதுக்காகத்தான்னு நான் நெனச்சேன். நீங்க என்னதான் போன் பண்ண சொன்னீங்க. அவன் வரும்போது என்னால இங்க இருக்க முடியல. நீங்க விசாரிச்சிருப்பீங்கன்னு நெனச்சேன். ஒண்ணுமே சொல்லாம

அவனை பொன்னம்பட்டிலேந்து இங்க அழச்சிண்டது எனக்கு சரியா படல. இவன மாதிரி ஆளுங்கள வேற மாதிரி டீல் பண்ணணும்னு ஸ்வாமிஜி சொல்லுவார். விட்டு பிடிக்கணும், ஒப்பனா பேசணும், யோசிக்க வெக்கணும்னு சொல்லுவாரு. எல்லாருமே அடிப்படைல நல்லவங்கதான்னு நம்பி டீல் பண்ணணும்னு சொல்லுவார்…"

"ஸ்வாமிஜி என்ன நெனைப்பார்னு எனக்கு நீங்க சொல்லித் தரேளோ?" என்றார் மாதவ யோகி நிதானமாக. அவர் முகம் சிவந்திருந்தது. பளாரென்று அடிபட்டவனைப் போல உணர்ந்தான் பிரபு. அந்த தொனியும் செயற்கையான மரியாதையும் அவனுக்கு அதிர்ச்சி தந்தன. இவரால் திறந்த மனதுடன் இதைப் பார்க்க முடியவில்லை என்பதை அவன் தெளிவாக உணர்ந்தான். ஸ்வாமிஜியிடம் எத்தனை விஷயங்கள் பேசியிருக்கிறோம், அத்தனைக்கும் அவர் எவ்வளவு திறந்த மனதுடன் பொறுமையாகப் பதில் சொல்லியிருக்கிறார் என்பதை யோசித்துப் பார்த்தான். மேற்கொண்டு பேசுவதில் பலனில்லை என உணர்ந்தான். மாதவ யோகியின் முகத்தில் கோபம் இன்னும் குறையவில்லை என்பதைக் கவனித்தான். அவனுடைய இயல்பான பணிவு விழித்துக்கொண்டது.

"நா தப்பா பேசியிருந்தா மன்னிச்சிடுங்க" என்றான். மாதவ யோகி எதுவும் பேசவில்லை. சிறிது நேரம் அங்கே இறுக்கமான மௌனம் நிலவியது. பிறகு அவர் சொன்னார் "இங்க பேசின விஷயம் உன்னோட இருக்கட்டும். அதிகப்பிரசங்கித்தனத்துக்கு ஆஸ்ரமத்துல இடம் இல்ல. தலைக்கு தல நாட்டாம பண்ணினா எல்லாம் குட்டிச்சுவரா போயிடும். ராமுவ நான் பாத்துக்கறேன். அவன் எனக்குக் கொழந்த மாதிரிதான். தோப்பனார் கண்டிக்கறாப்லதான் நான் கண்டிக்கறேன். எப்ப அவனை கூப்ட்டு பேசணும்னு நேக்கு தெரியும். நீ செத்த வாய மூடிண்டு இரு. உன் ஜோலிய பாரு. கொள்ள வேல கடக்கு. ஸ்வாமிஜி போனப்பறம் இன்னும் மிஷின் நார்மலா ஓடவே ஆரம்பிக்கல. அத மொதல்ல பாரு. கிறுகிறுன்னு வேல நடந்தா எல்லாம் தானா சரியாகும். உன் ஃப்ரெண்டுன்னு பாக்காத. அவன் சேவார்த்தி. அவனை நான் டீல் பண்ணிக்கறேன்" என்றார்.

"சரி" என்றான் பிரபு. "அவன்ட்ட நீ இதப் பத்திப் பேசவே கூடாதுன்னு நான் சொல்றேன். ஸ்வாமிஜியோட ரூம்ல உக்காந்துண்டு அவர் படத்துக்குக் கீழ இருந்துண்டு சொல்றேன். இத நீ மீற மாட்டேன்னு நெனைக்கறேன்" என்றார்.

பிரபு தலையாட்டினான். மனம் கலங்கியிருந்தது. வணங்கிவிட்டு வெளியே வந்தான். ஸ்வாமிஜியிடம் பேசுவதுபோல

இவரிடம் வெளிப்படையாகப் பேசியிருக்கக் கூடாது என்று நினைத்தான். அப்படிப் பேசியிருக்காவிட்டால் இப்படி ஒரு உத்தரவு வந்திருக்காது. ராமநாதனிடம் கட்டுப்பாடின்றி வெளிப்படையாகப் பேசியிருக்கலாம். என் வாயே எனக்குச் சத்துரு ஆகிவிட்டது. பிரபுவின் மனம் கனத்தது. ஆனால் ராமநாதனை எப்படியாவது எச்சரிக்கை செய்ய வேண்டும் என்றும் தோன்றியது.

21

ராமநாதன் முகத்தில் சிரிப்பு மறைந்து பல மாதங்களாகிவிட்டன. தலை முடியும் தாடியும் பெரிதாக வளர்ந்துவிட்டன. அவனுடைய முக இறுக்கத்தை அது அதிகரிக்கச் செய்தது. யாரிடமும் இயல்பாகப் பேசுவதில்லை. வேலை, படிப்பு என்று இருந்தான். பிரபுகூட இப்போதெல்லாம் முன்புபோலப் பழகுவதில்லை என்பதை கவனித்தான். ஆனால் அதுபற்றி அவனுக்குக் கவலை ஏற்படவில்லை. ஆசிரமம் தன்னை இப்படி நடத்துவதில் அவனுக்கும் பங்கு இருக்கிறது என்றே நம்பினான். எது எப்படி இருந்தாலும் வேலை செய்யாமல் தன்னால் இருக்க முடியாது என்பதால் வேலையில் மூழ்கினான். வேலையில் தன்னையும் தன் கோபங்களையும் மறைத்துக்கொள்ள முயன்றான். அடுத்து என்ன என்ற கேள்வியை அவன் எழுப்பிக்கொள்வதே இல்லை. இப்போது என்ன? அடுத்த வேலை என்ன? இதுதான் அவன் மனதில் பிரதானமாக இருந்தது. இந்த இடத்திலிருந்து புறப்பட ஏதேனும் வழி பிறக்கும் என்று நம்பினான். காத்திருந்தான்.

மாலை நேரங்களில் பள்ளிக்கூடத்து நிகழ்ச்சிகளும் யோகாசன வகுப்பும் முடிந்த பிறகு இரவு உணவுக்கு இடையில் ஒரு மணிநேரத்துக்கு மேல் இடைவெளி இருக்கும். அந்த நேரத்தில் யோகாசன ஆசிரியர்களுக்கான சிறப்பு வகுப்பை ராமநாதன் எடுக்க ஆரம்பித்தான். நௌலி, உட்டியாணா, கர்ப்ப பிண்டாசனம் போன்ற கடினமான ஆசனங்களைச் சொல்லித் தந்தான். ஆசனங்களைச் சொல்லித்தருவதில் உள்ள நுட்பங்களையும் சொல்லித்தந்தான். ஊரில் இருந்த சில நாட்களில் அந்த வகுப்பைப் பார்த்த பிரபு தானும் அதில் கலந்துகொண்டான். ராமநாதனின் நுட்பங்களையும் வீச்சையும் எண்ணி வியந்தான்.

ஒரு நாள் மாலை அந்த வகுப்பு முடிந்தது ராமநாதன் கிளம்பினான். அறைக்குச் செல்லாமல் கோவிலை நோக்கிச் சென்றான். யோகாசனம் செய்யும் தியான மண்டபத்திலிருந்து பிரபு அவனைப் பார்த்துக் கொண்டிருந்தான். ராமநாதன்

கோவிலுக்குள் செல்லாமல் வாசலில் இருந்த ஒரு பெரிய கல்லின் மீது உட்கார்ந்தான். இங்கிருந்து பார்க்கும்போது அவன் பக்கவாட்டுத் தோற்றம் தெரிந்தது. அவன் என்ன செய்கிறான் என்று பார்த்துக்கொண்டிருந்தான்.

ராமநாதன் சலனமின்றி உட்கார்ந்திருந்தான். நிமிர்த்தி வைத்த ஒரு பாறைபோல அவன் தோற்றம் இருந்தது. இருளில் மறைந்திருக்கும் மலையைப் பார்த்துக்கொண்டிருந்தான்.

யாரிடமும் பேசப் பிடிக்கவில்லை. மாதவ யோகி போன்றவர்களைப் பார்த்தால் வணங்குவதோடு சரி. இளம் சேவார்த்திகள் கேட்கும் கேள்விகளுக்குப் பதில் சொல்வதோடு சரி. பிரபு அதிகம் ஊரில் இருப்பதில்லை. இருந்தாலும் பேசுவதில்லை. முன்பெல்லாம் தேடித் தேடி வருவான். இப்போது விலகிப் போகிறான். பொன்னம்பட்டியில் இரவில் அவனுடன் பேசிய நினைவுகள் வந்தன. இனி அதெல்லாம் சாத்தியமில்லை. அவனும் மூத்த சாமியார்களில் ஒருவனாகிவிட்டான். இனி அவனை நண்பனாகப் பார்க்க முடியாது. அவன் தங்கும் அறையும் மாறிவிட்டது.

சிலைபோல அமர்ந்திருக்கும் ராமநாதனைத் தொலைவி லிருந்து பார்த்துக்கொண்டிருந்த பிரபுவின் மனம் கனத்தது. ஆசிரமத்துக்கு வந்தபோது பார்த்த அந்தப் பால் வடியும் முகம் நினைவுக்கு வந்தது. இப்போது அவன் உணரும் தனிமை இவனுக்கு வலித்தது. ஓடிச்சென்று அவனை ஆரத் தழுவிக்கொள்ள வேண்டும் என்ற எண்ணம் எழுந்தது. போனால் பேச வேண்டியிருக்கும். பேசினால் பிரச்சினைகளைப் பற்றிப் பேசியாக வேண்டும். அப்படிப் பேசினால் பொய் சொல்ல வேண்டியிருக்கும். உண்மை சொன்னால் ஆசிரம உத்தரவினை மீறுவதாகிவிடும்.

பிரபு தன்னைக் கட்டுப்படுத்திக்கொண்டான். ராமநாதனைத் தனிமைச் சிறையிலிருந்து மீட்கத் தன்னால் மட்டுமே முடியும் என்று நம்பினான். இன்னும் சிறிது காலம் போகட்டும், கொல்லி மலையிலோ பீளமேட்டிலோ ஏதேனும் ஒரு தேவை வரும். அப்போது அவனை அங்கே அனுப்பலாம். பிரச்சினையைச் சமாளிக்க ஒருவனை அனுப்புவதை ஆசிரமம் ஏற்றுக்கொள்ளும். அங்கே போனதும் அவன் இயல்பு திரும்பும். அப்போது பேசிக்கொள்ளலாம். பிரபு அமைதியாகத் தன் அறையை நோக்கிச் சென்றான்.

நண்பர்கள் என்று யாரும் இல்லை என்ற எண்ணம் வந்ததும் ராமநாதனின் மனதில் கனம் கூடியது. கண்களை மூடினான்.

காயத்ரி, காளி, பத்ரி நாராயணன், கௌரி, வேலு ஆகிய முகங்கள் மனதில் தோன்றின. கனம் சற்றுக் குறைந்ததுபோல் இருந்தது. அவர்களைப் பற்றிய நினைவுகளுடன் எழுந்து வந்தான். பிரபு நடந்து செல்வதைப் பார்த்தவன் அதற்கு எதிர்த் திசையில் நடக்க ஆரம்பித்தான்.

22

செய்தித்தாள்கள் ராமஜென்ம பூமி விவகாரத்தை ராமநாதனுக்கு நினைவுபடுத்திக்கொண்டே இருந்தன. சர்ச்சைக்கு உட்பட்ட இடத்துக்கு வெளியே அடிக்கல் நாட்டு விழா நடந்தது. பிரதமர் ராஜீவ் காந்தி கலந்துகொண்டார். இதைப் பெரிய வெற்றி என்று விஸ்வ இந்து பரிஷத் அறிவித்தது. சர்ச்சைக்குரிய இடத்தில் யாரும் எதுவும் செய்யவில்லை என்ற நிம்மதியைப் பிற கட்சிகளும் முஸ்லிம் அமைப்புகளும் வெளியிட்டன. தேர்தல் நடந்தது. அதிக இடங்களில் வென்றும் காங்கிரஸ் கட்சி பெரும்பான்மை பெறத் தவறியது. இடது சாரிகளும் வலதுசாரிகளும் சேர்ந்து முன்னாள் காங்கிரஸ்காரரான வி.பி. சிங்கைப் பிரதமர் ஆக்கினார்கள். தமிழ்நாட்டில் காங்கிரஸ் கூட்டணியே வென்றது. அ.தி.மு.க. முழுமையாக ஜெயலலிதாவின் கைக்குள் வந்துவிட்டதைத் தேர்தல் நிரூபித்தது.

மத்தியில் வி.பி. சிங் ஆட்சி நித்ய கண்டமாகத் தொடர்ந்து கொண்டிருந்தது. அவரை ஆதரிக்கும் இரண்டு சாரிகளும் தினமும் ஏதாவது ஒரு பிரச்சினையைக் கிளப்பிக்கொண்டு இருந்தன. விஸ்வ ஹிந்து பரிஷத் ராம ஜென்ம பூமி பிரச்சினையை வைத்துப் பரபரப்பைக் கிளப்பிக்கொண்டிருந்தது. பாரதிய ஜனதா கட்சியும் அதற்குத் தன் முழு ஆதரவைத் தெரிவித்தது. அடுத்து என்னதான் நடக்கப்போகிறது என்னும் கேள்வி ராமநாதன் மனதில் எழுந்தது.

மண்டல் கமிஷன் பரிந்துரைகளை அமல்படுத்துவதாக 1990 சுதந்திர தினத்தன்று வி.பி. சிங் அறிவித்தார். அதையொட்டிக் கொண்டாட்டங்களும் கொந்தளிப்புகளும் எழுந்தன. யாரோ ஒரு பையன் அதை எதிர்த்துத் தீக்குளிக்க முயற்சி செய்தான். 'இந்தியா டுடே' இதழ் அட்டையில் அந்தக் காட்சியைப் பார்த்த ராமநாதன் அதிர்ந்துபோனான். கோவையிலும் மண்டலின் அதிர்வுகளை உணர முடிந்தது. செய்தித்தாள்களில் மண்டல் கமிஷன் குறித்த விவாதங்கள் பற்றி எரிந்தன. சமூக நீதி, தகுதி, புறக்கணிப்பு, பிற்படுத்தப்பட்டோர் எழுச்சி எனப் பலவிதமான சொற்கள் புழங்கின. இந்து ஒற்றுமை பேசும் பாரதிய ஜனதா

கட்சியும் மண்டல் கமிஷன் பரிந்துரைகளை ஆதரித்து அறிக்கை வெளியிட்டது.

அக்டோபர் 30ஆம் தேதி அயோத்தியில் ராமர் கோவில் கட்டுவதற்கான கரசேவை நடத்தப்படும் என்று ராம ஜன்ம பூமி மீட்பு இயக்கம் அறிவித்தது. விஸ்வ இந்து பரிஷத், ஆர்.எஸ்.எஸ்., பாரதிய ஜனதா கட்சி, பஜ்ரங் தள், இந்து முன்னணி ஆகிய இயக்கங்களுடன் வேறு சில இயக்கங்களும் இந்த இயக்கத்தின் பின் இருந்தன. பாரதிய ஜனதா கட்சியின் தலைவர் லால் கிருஷ்ண அத்வானி ராம ஜன்ம பூமியில் ராமர் கோயில் கட்டும் இயக்கத்துக்கு ஆதரவு திரட்டுவதற்காக ரத யாத்திரை செல்வதாக அறிவித்தார். சோமநாதபுரத்திலிருந்து அயோத்திக்குச் செல்வதாக அறிவித்தார். யாத்திரை கிளம்பியதும் அதற்கு ஆதரவு பெருக ஆரம்பித்தது. சாதுவாகவும் அறிவுபூர்வமாகவும் பேசும் பழக்கம் கொண்ட அத்வானியின் பேச்சில் யாத்திரை முன்னேற முன்னேற சூடு ஏறியது. எங்கு பார்த்தாலும் யாத்திரை பற்றிய பேச்சாக இருந்தது. யாத்திரையே பெரும்பாலும் முதல் பக்கச் செய்தியாக மாறியது. யாத்திரை சென்ற பல இடங்களில் ஹிந்து–முஸ்லிம் கலவரங்கள் நடந்தன. நாடு முழுவதிலிருந்தும் கரசேவகர்கள் அயோத்திக்கு வருவார்கள் என்று சொல்லப்பட்டது.

பிஹார் முதல்வர் லாலு பிரசாத் யாதவும் உத்தரப் பிரதேச முதல்வர் முலாயம் சிங் யாதவும் ராமர் கோவில் பிரச்சினையில் ஹிந்து இயக்கங்களைக் கடுமையாக எதிர்த்தார்கள். பிஹாருக்கு ரத யாத்திரை நுழைந்தால் அத்வானி கைது செய்யப்படுவார் என்று லாலு அறிவித்தார். இந்து முன்னணிக் கூட்டம் ஒன்றில் லாலுவையும் முலாயமையும் கடுமையாக வசைபாடிய பேச்சு ஒன்றை ராமநாதன் கேட்டான். சிறு வயதில் சென்னையில் தி.மு.க., அ.தி.மு.க. மேடைப் பேச்சுக்களைக் கேட்டதுண்டு. அதில் தலைவர்கள் பேச்சைவிடவும் அடுத்த நிலைகளில் இருப்பவர்கள் பேச்சை அவன் சுவாரஸ்யமாக உணர்ந்திருக்கிறான். இப்போது இவர்கள் பேசுவது அந்த நாட்களை நினைவுபடுத்துவதாக இருந்தது. அதில் ஆர்.எஸ்.எஸ். கூட்டம் ஒன்றிற்குச் சென்றிருந்ததும் இப்போது நினைவுக்கு வந்தது.

ஜனதா கட்சியின் ஆட்சி நடந்தபோது ஆர்.எஸ்.எஸ். உறுப்பினர்கள் ஜனதாவில் இருக்கலாமா என்பது பற்றிய சர்ச்சை வந்தது. ஹிந்து ராஷ்ட்ரம் என்ற கொள்கையை ஆர்.எஸ்.எஸ். கைவிட வேண்டும் என்ற கோரிக்கை எழுந்தது. அப்போது ஆர்.எஸ்.எஸ். பல பொதுக்கூட்டங்களை நடத்தித் தன் கொள்கைகளை விளக்கியது. எழும்பூரில் ஒரு பெரிய கூட்டம் நடந்தது. ராமநாதனை அவன் ஆசிரியர் அந்தக் கூட்டத்துக்கு

அழைத்துச் சென்றார். அதில் சோ ராமஸ்வாமி, தீபம் நா. பார்த்தசாரதி, இராம கோபாலன் ஆகியோர் பேசினார்கள். அவர்களில் இராம கோபாலன் மட்டும்தான் ஆர்.எஸ்.எஸ்.காரர் என்றார் ஆசிரியர். அவர் பேச்சு கண்ணியமாகவும் தர்க்கம், உணர்ச்சி, நகைச்சுவை நிரம்பியதாகவும் இருந்தது. முஸ்லிம், கிறிஸ்தவர்கள் குறித்து ஒரு வார்த்தைகூட அவர் கடுமையாகப் பேசவில்லை. இதையெல்லாம் சொல்லிச் சொல்லி ஆசிரியர் புளகாங்கிதமடைந்தார். "தேசிய முஸ்லிம்களுக்கும் தேசிய கிறிஸ்தவர்களுக்கும்" ஆர்.எஸ்.எஸ்.ஸில் சேருமாறு கோபாலன் அழைப்பு விடுத்தார்.

அதே இராம கோபாலன் இப்போது பேசும் பேச்சே வேறு மாதிரி இருந்தது. அவர் பேச்சு முஸ்லிம்களையே குறிவைத்தது. முஸ்லிம்களைப் பற்றி அடுக்கடுக்காகக் குற்றச்சாட்டுகளைக் கூர்மையாகவும் பரிகாசமாகவும் சொல்லி, இவர்கள் பேச்சு இனி எடுபடாது என்றார். ஓட்டுப் பொறுக்கிகள் முஸ்லிம்கள் பின்னால் போனால் அதுபற்றிக் கவலையில்லை என்றார். ஹிந்துக்கள் விழிப்படைந்துவிட்டார்கள். அவர்கள் தங்களது தலைவிதியைத் தாங்களே தீர்மானித்துக்கொள்வார்கள். அக்டோபர் 30 ஹிந்து எழுச்சியை உலகுக்கு அறிவிக்கும் என்றார்.

கூட்டம் ஆர்ப்பரித்தது. உற்சாகத்தில் துள்ளியது. கைத்தட்டியது. ஆவேசமாகக் கோஷமிட்டது. இதுதான் பாபர் மசூதி என்று ஒரு கட்டிடத்தைக் காட்டினால் அதை இடித்துத் தூள் தூளாக்கிவிடுவார்கள் போலிருந்தது. ராமநாதன் வியப்பும் ஏமாற்றமும் அடைந்தான். ஸ்வாமிஜி ஆற்றும் உரைகள் அவனுக்கு நினைவுக்கு வந்தன.

ராமநாதனால் ராம ஜென்ம பூமி பற்றி ஒரு முடிவுக்கு வர முடியவில்லை. ராமர் பிறந்த இடத்தில் அவருக்கு ஒரு கோவில் கட்ட வேண்டும் என்பது நியாயமான கோரிக்கைதான். ஆனால் அதைப் போராடி, சண்டைபோட்டுத்தான் கட்ட வேண்டுமென்றால் அப்படி ஒரு கோவில் தேவையா என்ற கேள்வி அவனுக்குள் எழுந்தது. ஸ்வாமிஜி தெய்வத்தைப் பற்றிப் பேசுவார். ஆனால் சமய நம்பிக்கைகளுக்குள் அவ்வளவாகப் போக மாட்டார். யோகம், யோகியின் மனநிலை, கர்ம யோகம், ஞானி என்பவன் யார், ஞானிகளின் கடமை என்ன என்பது பற்றியெல்லாம் பேசுவார். வெளியில் இருக்கும் தெய்வங்களைவிடவும் ஒவ்வொருவருக்குள்ளும் இருக்கும் தெய்வத்தைப் பற்றியே அதிகம் பேசுவார். அந்த தெய்வத்தை உணர முடியாமல் கோடிக்கணக்கான மக்கள் இருப்பதற்குக் காரணம் என்ன என்று யோசிக்கச் சொல்லுவார். மனிதர்கள்

அடிப்படையில் சமமானவர்கள்தாம். ஆனால் சூழல் அவர்களைச் சமமற்றவர்களாக்குகிறது. சூழல் அநீதியை வழங்குகிறது. சூழல் துயரங்களைத் தருகிறது. தனக்குள் ஆழ்ந்து தன் சுயத்தைக் கண்டுபிடிக்க முயல்பவன் பாக்கியசாலி. அதற்கான வாய்ப்போ பார்வையோ அற்றவன் அபாக்கியசாலி, பாக்கியசாலிகள் மனதுவைத்தால் அபாக்கியசாலிகளின் எண்ணிக்கை குறையும். லௌகீக வாழ்வின் முடிவற்ற வட்டத்திலிருந்து வெளியேறுபவர்களின் எண்ணிக்கை அதிகமாகும் என்பார் ஸ்வாமிஜி. சண்டை போட்டுக் கோவிலைக் கட்டுவதை ஸ்வாமிஜி ஆதரிக்க மாட்டார் என்றே ராமநாதனுக்குத் தோன்றியது.

சண்டை போட்டுத்தான் கோவில் கட்ட வேண்டும் என்ற சூழலை உருவாக்கியது யார், முஸ்லிம்கள்தானே என்று இராம. கோபாலனும் முத்துசாமியும் கேட்பார்கள். நீ முஸ்லிம், நான் இந்து என்று நினைக்க ஆரம்பித்துவிட்டாலே சிக்கல்தான். அது மோதலில்தான் போய் முடியும்; மோதல் என்று வந்துவிட்டால் அதற்கு முடிவே இல்லை என்று தோன்றியது. மோதித்தான் பார்ப்பது என்றால் அதற்கும் ஹிந்துக்கள் தயார் என்று இந்து முன்னணிக்காரர் ஆவேசம் காட்டுவார். ஹிந்து விழிப்புணர்வும் ஒற்றுமையும் ஏற்பட்டுவிட்டால் மோதலுக்கே அவசியம் இருக்காது என்று முத்துசாமி தர்க்கம் பேசுவார்.

அக்டோபர் 30 என்ன நடக்கும் என்பது பற்றி ராமநாதனுக்கு ஆர்வம் எழுந்தது. கர சேவை என்றால் பிரதிபலனாக எதையும் எதிர்பாராமல் இறைப் பணியில் ஈடுபடுதல் என்று ராமநாதன் படித்திருந்தான். சீக்கிய மரபிலிருந்து பெற்ற வார்த்தை அது. இத்தனை பேரும் கோவில் கட்டும் திருப்பணிக்காகத் திரட்டப்படுகிறார்கள். ஆனால் இவர்கள் ஜென்ம பூமி என்று சொல்லும் இடம் சர்ச்சைக்குரிய இடமாக இருக்கிறது. அங்குதான் மசூதியும் இருக்கிறது. சர்ச்சைக்குரிய இடத்திற்கு அருகில்தான் அடிக்கல் நாட்டு விழா நடை பெற்றது. அங்கே கோவில் கட்ட இவர்கள் தயாராக இல்லை. சர்ச்சைக்குரிய இடத்தை நீதிமன்றம் ராமஜென்ம பூமிதான் என்று அறிவிக்க வேண்டும். அல்லது அரசு அந்த நிலத்தைக் கையகப்படுத்திக் கோவில் கட்டுவதற்குத் தர வேண்டும். இரண்டும் நடக்க வாய்ப்பில்லை. ஆனால் இவர்கள் கர சேவைக்கு ஆட்களைத் திரட்டுகிறார்கள். காவிரி விவசாயிகள் ஒன்று திரண்டு கர்நாடகத்திற்குச் சென்று போராடினால் எப்படி இருக்கும் என்று ராமநாதன் நினைத்துப் பார்த்தான்.

உப்புச் சத்தியாக்கிரகம்போல இதுவும் பெரிய மக்கள் இயக்கமாக மாறுமா? அரசின் வலிமையை அசைத்துப் பார்க்குமா? அல்லது ஒத்துழையாமை இயக்கம்போல வன்முறையாக

வடிவெடுக்குமா? தான் தொடங்கிய அகிம்சைப் போராட்டம் வன்முறையாக மாறியபோது போராட்டத்தையே நிறுத்தும் துணிச்சலும் நேர்மையும் காந்திக்கு இருந்தது. சுயராஜ்ஜியம் என்னும் லட்சியத்துக்கு நிகராக அகிம்சை என்னும் வழிமுறையின் மீதும் அவருக்கு ஆழ்ந்த ஈடுபாடும் நம்பிக்கையும் இருந்தது. இவர்களுக்கு அப்படி இருக்குமா? இவர்கள் வழிமுறை பற்றிக் கவலைப்படுவார்களா? தங்கள் லட்சியம் சரிதானா எனப் பரிசீலனை செய்வார்களா?

இரண்டுக்கும் இடையில் அடிப்படையான வித்தியாசம் இருப்பதாக ராமநாதனுக்குத் தோன்றியது. உப்புச் சத்தியாக்கிரகம் அரசாங்கத்தின் சட்டத்திற்கு எதிரானது. ராம ஜென்ம பூமிப் போராட்டம் முஸ்லிம்களுக்கு எதிரானதாகவே தெரிகிறது. மக்களில் இரு பிரிவினர் மோதிக்கொண்டால் அரசாங்கம் என்ன செய்ய முடியும்? சட்டம், நீதிமன்றம், காவல்துறை, பேச்சுவார்த்தை, மத்தியஸ்தம் ஆகியவற்றைத்தான் அது நம்ப முடியும். அரசாங்கமே இவர்கள் தயவில்தான் நடக்கிறது என்னும்போது அரசின் நிலை என்னவாக இருக்கும்? வி.பி. சிங்கால் மத்தியஸ்தம் செய்ய முடியுமா? அவரால் நடு நிலையில் நின்று செயல்பட முடியுமா? தனக்கு நியாயம் என்று பட்டதைச் செய்ய முடியுமா? அப்படிச் செய்தால் அவர் ஆட்சி தாக்குப்பிடிக்குமா?

அக்டோபர் 30ஆம் தேதியை நினைத்து ராமநாதனுக்குப் பரபரப்பு ஏற்பட்டது.

21

அக்டோபர் 30க்கு முன்பு இரண்டு விஷயங்கள் நடந்தன. ஒன்று ஒரு கடிதம். இன்னொன்று மாதவ யோகியின் அழைப்பு.

வினயசந்திரனிடமிருந்து கடிதம் வந்தது. இவர் என்ன எழுதப்போகிறார் என்ற ஆச்சரியத்துடன் பிரித்தான். எழுதியிருந்தது காயத்ரி. “அன்பு ராமுவுக்கு” என்று தொடங்கியதும் பரவசம் அவனை ஆட்கொண்டது. பேசுவதுபோலவே மலையாள வாசனையுடன் எழுதியிருந்தாள். குசலமெல்லாம் விசாரித்துவிட்டு ஒரு முக்கியமான விஷயத்தைச் சொல்லியிருந்தாள். “மாமாவுக்கு ஒடம்பு சொகமில்லை. மகனோட ஊருக்குப் போகலாம்னு இருந்தார். இப்ப ஆலப்புழாலயே தங்கி ட்ரீட்மெண்ட் எடுத்துட்ருக்கார். எனிக்கும் ஒடம்பு சுகமில்லாம போச்சு. டைஃபாய்ட் வந்து இப்பதான் குண்மாகியிருக்கேன். ராமு ஒண்ணும் கவலப்படண்டாம். ஞான் பாத்துக்கும். ஞான் இப்ப நல்லாத்தான் இரிக்கேன். ஸ்வாமிஜி எறந்துபோன நியூஸ் கேட்டு

மனசுக்கு கஷ்டமா இருந்தது. எனிக்கி ஒண்ணும் ப்ரஸ்ன இல்லா. ராமுவதான் பாக்கணும் போல ஒரு ஃபீலிங். மனசு கேக்கல. ஸ்ரீநி வளர நன்னாயிட்டு படிக்கறான். முடிஞ்சா இங்க வந்துட்டு போ.” அடியில் ஒரு தொலைபேசி எண்ணும் கொடுத்திருந்தாள்.

தொலைபேசி எண்ணை மனப்பாடம் செய்துகொண்டு கடிதத்தைச் சுக்கல் சுக்கலாகக் கிழித்துப் போட்ட ராமநாதன் மீண்டும் ஒரு பயணத்துக்கான தீட்டங்களைத் தீட்ட ஆரம்பித்தான். மதிய உணவு அப்போதுதான் முடிந்திருந்தது. மாலை நான்கு மணிக்குப் பள்ளிக்கூடதில் வழக்கமான வகுப்புகள் ஆரம்பித்துவிடும். இடைப்பட்ட நேரத்தில் ஓய்வு, வாசிப்பு, துணிமணிகள் துவைத்தல் ஆகியவற்றைச் சேவார்த்திகள் செய்வார்கள். ராமநாதன் நூலகத்திற்குப் போய் ஒரு புத்தகத்தை எடுத்து வைத்துக்கொண்டான். ஆசிரமத்திலிருந்து கிளம்புவதற்கான காரணத்தை யோசித்தான். அம்மா உடல்நிலையைத் தவிர வேறு பொருத்தமான காரணத்தை யோசிக்க முடியவில்லை. அம்மாவின் பெயரைப் பயன்படுத்தி ஒரு பெண்ணை நாடிச் செல்வது குறித்த குற்ற உணர்ச்சி ஏற்பட்டது. ஆனால் வேறு வழியில்லை. காயத்ரியைப் பார்க்காமல் இருக்க முடியாது. உடல் கொதித்தது. கண்களை மூடி அம்மாவிடம் மானசீகமாக மன்னிப்புக் கேட்டுக்கொண்டான்.

நெடுநேரம் கண்களை மூடிக்கொண்டிருந்தவன் தன்னை அறியாமல் கண்ணயர்ந்துவிட்டான். விழித்துக்கொண்டபோது கழுத்து வலித்தது. புத்தகம் கீழே விழுந்திருந்தது. எங்கே இருக்கிறோம் என்பதை உணரச் சில விநாடிகள் பிடித்தன. அம்மாவின் முகம், காயத்ரியின் முகம், அவள் கடிதம், தென்னமரத்தடி, ஊஞ்சல் ஆகியவை நினைவுக்கு வந்தன. அம்மாவுக்கு சிகிச்சை என்று சொல்லி மாதவ யோகியிடம் அனுமதி வாங்கிக்கொள்ள வேண்டும்.

சேவார்த்திகள் பள்ளிக்கூடத்துக்குப் போய்விட்டார்கள். இன்று பள்ளிக்குப் போக வேண்டாம் என்று தோன்றியது. அறைக்குச் சென்று சிறிது ஓய்வு எடுத்துவிட்டு நேரடியாக யோகா வகுப்புக்குப் போய்விடலாம் என்று நினைத்தான்.

இந்த முறை கோவையை விட்டுப் போனால் திரும்ப வரக் கூடாது என்று தோன்றியது. உயிர்த்தன்மையே இல்லாத இந்தச் சாமியார்களிடம் இனி வேலை செய்யக் கூடாது என்று பட்டது. ஆனால் சாந்தி யோக ஆசிரமத்தின் தலைமை ஸ்வாமிஜியின் பேச்சை மீறினால் ஆசிரமத்தில் வேறு யாருடைய உதவியோ

ஆதரவோ கிடைக்காது என்பதால் பேச்சை மீறுவது தெரியாமல் மீற வேண்டும். சுசீந்திரம், பொன்னம்பட்டி, பீளமேடு என்று எங்காவது போய்விட வேண்டும். பாஸ்கர யோகியிடம் உதவியாளனாக வாழ்நாள் முழுவதும் இருந்துவிடலாம். அதற்கான வழியைத்தான் கண்டுபிடிக்க வேண்டும். முதலில் கிளம்ப வேண்டும். அடுத்தது என்ன என்று பிறகு பார்த்துக்கொள்ளலாம்.

மாதவ யோகி வெளியே சென்றிருந்ததால் அன்று அவரைச் சந்திக்க முடியவில்லை. பிரபுவையும் காணவில்லை. மறுநாள் காலையில் அவருக்கு ஏதேதோ சந்திப்புகள், ஆலோசனைகள். ஆசிரமத்திற்குப் பல பேர் புதிதுபுதிதாக வர ஆரம்பித்திருந்தார்கள். மாதவ யோகி எப்போதும் யாராவது ஒரு புதியவருடன் பேசிக்கொண்டிருந்தார். கார்கள் வருவது அதிகமாகியிருந்தது. யோகாசன வகுப்பு முடிந்ததும் பார்த்துவிடலாம் என்று நினைத்தான். அன்று வகுப்புக்கு அவரும் வந்திருந்தார். வழக்கமான வகுப்பு, சிறப்பு வகுப்பு எல்லாம் முடிந்ததும் அவர் ராமநாதனை அழைத்தார். “கொஞ்சம் வந்து பாத்துட்டு போ” என்றார். பார்க்க வேண்டும் என்று நினைக்கும்போது அவரே கூப்பிடுகிறாரே என்று ஆச்சரியப்பட்டான். உடனே சென்றான்.

பொதுவாகச் சில விஷயங்களை விசாரித்த பிறகு விஷயத்திற்கு வந்தார். கொல்லிமலையில் பொறுப்பில் இருக்கும் மகாதேவ யோகிக்குக் காலில் அடிபட்டிருப்பதால் அங்குள்ள கொஞ்ச நாள் அங்கே இருந்து பணிகளைக் கவனித்துக்கொள்ள வேண்டும் என்று சொன்னார். ராமநாதன் உற்சாகமடைந்தான். இவ்வளவு எளிதாக விஷயம் முடியும் என்று அவன் நினைக்கவில்லை. அவன் முகம் மலர்ந்தது. மூளை வேகமாகச் சில கணக்குகளைப் போட்டது.

“எப்ப கிளம்ப வேண்டியிருக்கும்?” என்று கேட்டான்.

“ஒரு வாரத்துக்குள்ள” என்றார் “இங்க நீ பண்ணிட்டுக்கற வேலையெல்லாம் பொறுப்பா மத்தவா கிட்ட குடுக்கணுமோன்னோ. அதுக்கு ப்ளான் பண்ணு” என்றார்.

ராமநாதன் தலையாட்டினான் இப்போதே பேசிவிடலாம் என்று நினைத்தான். மாதவ யோகி தொடர்ந்து பேசினார். “நீ எப்படி வேல செய்யறேன்னு கவனிச்சிண்டுதான் வரோம். மனசுக்கு திருப்தியா இருக்கு. யோகாவுக்குன்னு ஸ்பெஷல் கிளாஸ் எடுக்கறியே, அதை நீயாவே யோசிச்சி செய்யறதுல எங்களுக்கெல்லாம் சந்தோஷம். ஸ்வாமிகள் கொடுத்த ட்ரெய்னிங் வீண் போகலன்னு தெரியறது” என்றார். இதுதான் சரியான நேரம் என்று தோன்றியது.

“எல்லாத்தையும் ரெண்டு நாள்ள செட்டில் பண்ணிடறேன். கொல்லிமலை போறதுக்கு முன்னால அம்மாவ ஒரு வாட்டி பாத்துட்டு வரணும். ரொம்ப உடம்புக்கு முடியலன்னு கேள்வி...” என்றான்.

மாதவ யோகியின் முகம் மாறியது. “ஸ்வாமிஜி காலமாறதுக்கு முன்ன வீட்டுக்குப் போறேன்னு சொல்லிட்டு கேரளா போன இல்லியா?”

ராமநாதன் இந்தக் கேள்விக்குத் தயாராகவே இருந்தான். ஸ்வாமிஜியின் மரணம் நிகழ்ந்திருக்காவிட்டால் முன்பே எதிர்கொண்டிருக்க வேண்டிய கேள்வி இது. “ஆமாம். முதல்ல ஸ்வாமிஜியைப் பாக்கப் போனேன்...” என்றான் நிதானமாக.

“ஆனா நீ அங்க போலயே...”

“திருவனந்தபுரத்துல இறங்கினேன். அங்க வினய சந்திரன்ங்கறவர பாத்தேன். அவரை சுசீந்திரத்துல எனக்கு பழக்கம். நம்ம ஆசிரமத்துக்கு ரொம்ப வேண்டியவர். அவர் ஒரு பெரிய நெருக்கடில இருந்தார். உதவி வேணும்னு சொன்னார். அதை கவனிக்க ஆலப்புழா வரைக்கும் போக வேண்டியிருந்தது. அங்கேருந்து மெட்ராஸ்ல என் தம்பியோட கடைக்கு போன் பண்ணி பேசினேன். உடனே வான்னான். நேரா அங்க போயிட்டு அடுத்த நாளே கிளம்பி பொன்னம்பட்டி போய் கீர்த்திகிட்ட பொறுப்பு குடுத்துட்டு நேரா இங்க வந்தேன். வந்த அன்னிக்குதான் ஸ்வாமிஜி இறந்துபோனார்” என்றான்.

மாதவ யோகி இதை எதிர்பார்க்கவில்லை. கேரளா போகும் வண்டியில் ஏறினான் என்று ஒருவர் சொன்னதை வைத்து சந்தேகப்பட்டது தவறோ என்ற நினைத்தார். அப்படியானால் பரமசிவனிடம் வாங்கிய பணம்?

“பரமசிவன் கிட்ட பணம் வாங்கினியாமே? அதை என்ன பண்ணினே? ஆஸ்ரமத்தோட பேர சொல்லி வாங்கினா உடனே கணக்குல கொண்டுவரணும்னு தெரியாதா? அந்தப் பணம் என்ன ஆச்சு?”

“அந்தப் பணம் கைல இருந்தபோது மேட்டுப்பாளையத்துக்குப் போனேன். அங்க நமக்கு வேண்டியவர் ஒருத்தர் உயிருக்குப் போராடிட்டு இருந்தார். அவருக்காக செலவு பண்ண வேண்டியதா போச்சு. அவசரத்துல பில் எல்லாம் வாங்கி பத்திரமா வெச்சிக்க முடியல. எனக்கு பணம் தேவையில்லை. சொந்த செலவுன்னு ஒண்ணுமே இல்ல.”

“அந்த செலவ பத்தி ஆசிரமத்துல ஏன் சொல்லல?”

“இங்க வந்ததும் சொல்லாம்னு நெனச்சேன். ஆனால் ஸ்வாமிஜியோட மரணம் எல்லாத்தையும் மறக்கடிச்சிட்டுது” என்றான். அவன் குரல் கம்மியிருந்தது.

மாதவ யோகி கண்களை மூடிக்கொண்டார். இவன் சொன்னதெல்லாம் உண்மையாகவும் இருக்கலாம். பொய்யாகவும் இருக்கலாம். உண்மை என்றால் அதற்கு இவன் வார்த்தை மட்டுமே ஆதாரம். பொய் என்றால் அதைப் பொய் என்று நிரூபிக்கப் பல ஆதாரங்கள் தேவைப்படும். வந்ததும் கேட்டிருக்க வேண்டும். அப்போது முடியவில்லை. இப்போது கிளற முடியாது.

“உன்கிட்ட இருக்கற பிரச்சினையே நீ இன்ஃபர்மேஷன் ஒழுங்கா குடுக்க மாட்டேன்றதுதான். ரூல்ஸ மதிக்கிறதில்ல. இன்ஃபர்மேஷன் குடுக்கறதில்ல” என்றார் மாதவன்.

“அப்ப சிச்சுவேஷன் அப்படி. இனிமே அப்படி நடக்காம பாத்துக்கறேன் ஸ்வாமி” ராமநாதனின் குரலில் நிஜமான பணிவு தெரிந்தது.

“சரி என்னிக்கு கௌம்புற?”

“புதன்கிழமை.”

“நல்லது. பிரகாஷ் யோகிகிட்ட சொல்றேன். பணம் வாங்கிக்க. எல்லாச் செலவுக்கும் கணக்கு வேணும். ப்ராப்பரா பில் வேணும். இது பொதுப் பணம். என் சொந்தப் பணத்தை எடுத்து குடுத்தா நான் கவலப்பட மாட்டேன்.”

“புரியுது ஸ்வாமிஜி.”

ராமநாதன் அவரை வணங்கிவிட்டுக் கிளம்பினான்.

வெளியில் சென்று காயத்ரி கொடுத்த எண்ணுக்கு போன் செய்தான். வியாழக்கிழமை வருவதாகச் சொன்னான். காயத்ரி சந்தோஷத்தில் திக்கு முக்காடியதை உணர முடிந்தது. உடல் முழுவதும் உற்சாகம் தொற்றிக்கொள்ள ராமநாதன் புதிய வேகத்துடன் ஆசிரமம் திரும்பினான். காயத்ரியைப் பார்க்கப் போகிறோம் என்பதோடு, கொல்லிமலையில் ஒரு புதிய அத்தியாயம் தொடங்கவிருக்கிறது என்பதும் அவனைப் பரவசப்படுத்தியது. காயத்ரியைப் பார்த்துவிட்டுக் கொல்லிமலைக்குச் செல்வது மிகவும் பொருத்தமாக இருக்கும் என்று நினைத்தான்.

பிரம்மச்சரியத்தை மீறுவது குறித்த குற்ற உணர்வு கணிசமாகக் குறைந்திருந்தது. எல்லாச் சாதகர்களின் வாழ்விலும் ஏதேனும் ஒரு பிறழ்வு இருக்கத்தான் செய்யும் என்று சொல்லிக்கொண்டான். நான் பிரம்மச்சாரி அல்ல, அதே சமயம் சராசரியான கிரஹஸ்தனாகவும் என்னால் இருக்க முடியாது என்று அவனுக்குத் தோன்றியது.

24

மலைகளின் தோற்றம் தரும் புத்துணர்ச்சி அலாதியானது. என்றும் அசையாத உறுதி. ஆழமான மௌனம். வெவ்வேறு தூரங்களில் வெவ்வேறு காலங்களில் மாறுபட்ட தோற்றம் காட்டும் உருமாற்றம். மழை, வெயில், புயல் பற்றியெல்லாம் கவலைப்படாத கம்பீரம். பல்வேறு உயிர்களைத் தன்னுள் வைத்துக் காப்பாற்றும் தன்மை. ராமநாதன் மலைகளை அருகிலிருந்து பார்த்து நெக்குருகினான். அவன் போனபோது மழை பெய்துகொண்டிருந்தது. மலை அமைதியாக மழையை ஏற்றுக்கொண்டது. மலையின் காட்சியில் தன்னை இழந்தான்.

மலையடிவாரத்தில் ஆங்காங்கே வீடுகள். விவசாய நிலங்கள். மரங்கள் அடர்ந்த நிலப்பகுதிகள். மலையின் மீதும் வீடுகள். ஆங்காங்கே சிற்றருவிகள். ஓடைகள். அருவிகளும், ஓடைகளும் காயத்ரியின் தண்மையை நினைவுபடுத்தி மனதைக் குளிர்வித்தன. குற்ற உணர்ச்சி முற்றாக நீங்கிய தெளிந்த மனதுடன் அவளுடன் கலந்தது பரவசம் தந்தது. உடல்களின் ஆவேசமான உரையாடல் முடிந்ததும் உதடுகளின் அமைதியான பேச்சு தொடங்கியது. இந்த உறவைப் பற்றியும் இருவரும் பரஸ்பரம் தவிர்க்க இயலாதவர்களாகிப் போனது பற்றியும் பேசினார்கள். தூரத்தில் இருந்தாலும் எப்போதும் உடனிருக்கும் அனுபவத்தைப் பகிர்ந்துகொண்டார்கள். இந்த உறவைத் துறக்காமல் தொண்டாற்றுவது பற்றிப் பேசினார்கள். செயல்களில் குறை வந்தால் இந்த உறவைப் பாவமாகக் கருத வேண்டியிருக்கும் என்றாள் அவள். செயல்களில் எந்த வகையிலும் குறை வைக்காமல் இருத்தலே இந்த உறவைப் புனிதப்படுத்தும் என்றான் அவன். நானும் உன்னோடு சேர்ந்து பணிபுரிய வேண்டும் என்றாள் அவள். காலம் வரும்போது அது நடக்கும் என்றான் அவன். எலும்புகள் நெறுங்கிவிடுமோ என்னும் அளவுக்கு இறுக்கமான அணைப்புடன் அந்தச் சந்திப்பு முடிந்தது. அந்த அணைப்பின் இதம் உடலில் ஒவ்வொரு அணுவிலும் தங்கியிருந்தது. இது எப்போதும் என்னுடன் இருந்தால் நான் எடுத்த காரியம் எல்லாம் வெற்றி என்று

ராமநாதன் நினைத்துக்கொண்டான். மனம் தெளிந்த ஓடையைப் போல இருந்தது. ராமநாதன் வேலைகளில் இறங்கினான்.

பழங்குடி இன மக்கள் அதிகம் வசிக்கும் பகுதி அது. மகாதேவ யோகி என்பவர்தான் அங்கே பொறுப்பாளர். மலையடிவாரத்தில் சிறிய குடிலில் ஆசிரம அலுவலகம் அமைந்திருந்தது. அதில் ஒரு அறை தியான மண்டபமாக ஆக்கப்பட்டிருந்தது. குடிலுக்குப் பின்புறம் பெரிய மைதானம். அதில்தான் விளையாட்டும் யோகாசனமும் நடக்கும். மழைபெய்யும்போது யோகாசனம் தியான மண்டபத்தில் நடக்கும். யோகாசனம், சத்சங்கம், பஜனை ஆகிய மூன்றும் ஆசிரமத்தில் நடந்தன. கல்வி கற்பித்தல், தொழில் வளர்ச்சிக்கு உதவுதல், மருத்துவச் சேவை ஆகியவை மக்கள் வசிக்கும் இடங்களிலேயே நடந்தன. கார்த்திகேயன், மணிவண்ணன் ஆகிய இரு சேவார்த்திகளும் மகாதேவ யோகிக்கு உதவியாக இருந்தார்கள்.

மணிவண்ணன் சுசீந்திரத்தில் பாஸ்கர யோகியிடம் இயற்கை விவசாயத்தில் நன்கு பயிற்சி பெற்றவன். பாசன முறைகளில் பல வித உத்திகளை அறிந்தவன். அவனுக்கு யோகாசனமும் நன்றாக வரும். அவன் விவசாயம், யோகா இரண்டையும் கவனித்துக்கொண்டான். அந்த மக்களின் மருத்துவ அறிவு, கைவினைத் தொழில்நுட்பம் ஆகியவற்றையும் கவனித்து முறைப்படுத்தி அவர்கள் வருமானத்தைப் பெருக்க வழி கண்டுபிடித்தான். கார்த்திகேயன் கோவையிலிருந்து வந்தவன். கணக்கு விவகாரங்களையும் நிர்வாகத்தையும் கவனித்துக்கொண்டான். மகாதேவ யோகி தியானம், பஜனை, சத்சங்கம் ஆகியவற்றைப் பார்த்துக்கொண்டார். அவர் தவறி விழுந்து அடிபட்டுக்கொண்டதால் நடமாட முடியவில்லை. சேவார்த்திகள் இருவரும் திணறிக்கொண்டிருந்தார்கள். ராமநாதனின் வருகை அவர்களுக்குப் பெரும் தெம்பாக அமைந்தது.

ராமநாதன் ஒரு சில நாட்கள் எல்லா நிகழ்ச்சிகளிலும் உடன் இருந்து பார்த்துக்கொண்டான். ஊர் முழுவதும் நன்றாகச் சுற்றிப் பார்த்தான். மக்களுடன் இயல்பாகக் கலந்து பழகினான். மகாதேவ யோகியை நன்கு கவனித்துக்கொண்டான். அங்கு நடந்துவந்த திட்டங்கள் எல்லாமே அளவாகச் செய்யப்பட்டுவந்ததை உணர்ந்துகொண்டான். எல்லாவற்றிலும் இலக்கு ஒன்றை நிர்ணயித்துக்கொண்டு அதை நிறைவேற்றப் பாடுபட்டுவந்தார்கள். ஆனால் அந்த இலக்கு குறைந்தபட்ச இலக்குதான் என்பதை அவர்கள் உணர்ந்ததாகத் தெரியவில்லை.

இதற்கு மேல் செய்ய முடியுமா என்று அவர்கள் யோசித்ததாகத் தெரியவில்லை. யோகா, தியானம், சத்சங்கம், கல்வி, மருத்துவம் எல்லாமே யந்திர கதியில் நடைபெற்றுவருவதாகவே அவனுக்குத் தோன்றியது. மெல்லமெல்ல வேலைகளில் இறங்கினான்.

யோகாசன வகுப்பில் தினமும் ஒரு புதிய ஆசனத்தை அறிமுகப்படுத்தினான். வாரத்துக்கு ஒரு முறை யோகாசனத்தில் பல விதமான போட்டிகளை நடத்தினான்.

வயது வந்தோருக்கு எழுதப் படிக்கச் சொல்லித்தர வேண்டியதன் அவசியம், அதற்கான இயக்கம் பற்றியெல்லாம் பத்திரிகைகளில் படித்திருந்த ராமநாதன், கொல்லிமலையில் வயது வந்தோருக்கான கல்வி என்னும் திட்டத்தைத் தொடங்கினான். அதில் பெண்களையும் தவறாமல் சேர்த்துக்கொண்டான். வகுப்பைத் தொடங்குவதற்கு முன் விளையாட்டு, கதை சொல்வது என்று வகுப்பை சுவாரஸ்யமாக்கினான். வகுப்பு என்றால் அதில் மாணவர்களையே பார்த்துவந்த மணிக்கும் கார்த்திகேயனுக்கும் இது மிகவும் புதிதாக இருந்தது. நடுத்தர வயதுடையோரும் முதியவர்களும் பாடம் படிப்பதைப் பார்க்க அவர்களுக்கு சுவாரஸ்யமாக இருந்தது. ராமநாதன் வகுப்பில் எல்லோரையும் பேசவைத்து வகுப்பைக் கலகலப்பாக்கினான். பெண்களுக்கான யோகாசன வகுப்பைத் தொடங்கினான்.

அந்த ஊருக்குச் சுற்றுலாப் பயணிகள் அதிகம் வருவதைக் கவனித்த ராமநாதன் இதைவைத்து ஏதாவது செய்ய முடியுமா என்று யோசித்தான். அந்த ஊரில் அதிகம் விளையும் லவங்கம், சீரகம் ஆகியவற்றுடன் அந்த ஊர் மக்களின் கைவினைப் பொருள்களையும் சேர்த்து விற்பனைக் கண்காட்சிகள் அமைத்தான். அப்பகுதி மக்களின் ஓவியங்கள் வித்தியாசமாக இருந்தன. சுவரிலும் தரையிலும் அவர்கள் வரைந்த ஓவியங்களைப் பெரிய பெரிய காகித அட்டைகளில் வரையச் சொல்லி அவற்றையும் கண்காட்சியில் வைத்தான். வெளியூர் பயணிகள் வந்து இறங்கும் இடங்களில் விளம்பரத் தட்டிகள் வைத்துக் கண்காட்சியைப் பற்றித் தெரியப்படுத்தினான்.

இன்னொரு யோசனையும் அவனுக்கு வந்தது. மலைகளினூடே இருக்கும் பாதைகள் அவ்வூர் மக்களுக்கு அத்துப்படி. புதிதாக ஒருவர் அங்கே போய்விட்டு வருவது சுலபமல்ல. கிட்டத்தட்ட ஒரு சாகசப் பயணம்தான் அது. சுற்றுலாப் பயணிகளை மலைப் பகுதிகளுக்கு அழைத்துச் செல்லும் திட்டம் ஒன்றைத் தொடங்கினான். உள்ளூர் மக்களில் அதிக விவரம் தெரிந்த அனுபவசாலிகள் சிலரைத் தேர்ந்தெடுத்து அவர்களை அதற்குப் பொறுப்பாளர்களாக்கினான்.

ஆறு மாதங்களுக்குள் அந்த ஊரின் சூழ்நிலையே மாறியது. மக்களிடம் பணம் புழங்க ஆரம்பித்தது. உற்சாகம் அதிகரித்தது. யோகாசனம், கல்வி முதலான வகுப்புகள் முன்பைவிடவும் உற்சாகமாக, உயிர்த் துடிப்புடன் நடைபெற்றன.

ராமநாதன் சைக்கிளிலும் கால்நடையாகவும் எல்லா இடங்களுக்கும் போய் வந்தான். ஆசிரமத்தில் சாப்பிடுவதே இல்லை. காலையிலேயே குளித்துவிட்டுக் கிளம்பிவிடுவான். முழுக்க முழுக்க மக்களுடனேயே இருந்தான். அவனைப் பார்த்தாலே அவர்கள் உற்சாகமாகிவிடுவார்கள். ராமநாதன் அவர்களுடன் சாப்பிட்டான். அவர்கள் தரும் கஞ்சியைக் குடித்தான். அவர்களுடன் வயல்களில் வேலை செய்தான். சரக்கு எடுத்துக்கொண்டு வண்டிகளில் அவர்கள் செல்லும்போது கூடவே சென்றான். அவர்களைப் பாடச் சொல்லிக் கேட்டு ரசித்தான். பெண்களிடம் கலகலப்பாகப் பழகினான். அது அவர்களுக்கு மிகவும் புதிதாக இருந்தது.

கார்த்திகேயனும் மணிவண்ணனும் திணறினார்கள். அவனுடைய வேகத்துக்கு அவர்களால் ஈடுகொடுக்க முடியவில்லை. ராமநாதன் அவர்களை இழுத்துக்கொண்டு ஓடினான். இருவரும் விரைவிலேயே அவன் ஆளுமையின் நிழலுக்குள் அடைக்கலம் புகுந்தார்கள்.

மகாதேவ யோகி தனிமைப்பட்டார். முறிந்த எலும்பு கூடுவதற்கே இரண்டு மாதங்கள் ஆகிவிட்டன. கட்டைப் பிரித்த பிறகும் பழையபடி நடக்க முடியவில்லை. நிறையப் பயிற்சி செய்ய வேண்டியிருந்தது. பல சமயம் தனியாகப் படுத்திருப்பார். எல்லாவற்றையும் அவரிடம் கேட்டுக் கேட்டுச் செய்த மணிவண்ணனும் கார்த்திகேயனும் இப்போது ராமநாதனிடம் கேட்க ஆரம்பித்தார்கள். அவரைப் பார்க்கும்போது பயபக்தியுடன் வணங்குவதுடன் சரி. மக்களோடு முன்பே அவருக்குத் தொடர்பு இல்லை. ஆசிரமத்தை விட்டு அவர் அதிகம் வெளியே வர மாட்டார். காலையிலும் மாலையிலும் நடைப்பயிற்சி மேற்கொள்ளும்போது எதிர்ப்படும் மக்கள் மரியாதையோடு வணக்கம் செலுத்துவார்கள். எப்போதாவது ஒருமுறை வகுப்புகளைப் பார்வையிடச் செல்வார். அது மேற்பார்வையாகவே இருக்கும். வயல் வெளிகளுக்கு வாரத்துக்கு ஒருமுறை செல்வார். அங்கேயும் அதிகம் பேருடன் பேச மாட்டார். மணிவண்ணன் இருந்தால் அவனிடமே எல்லாவற்றையும் கேட்டுத் தெரிந்துகொள்வார். மக்களிடம் ஓரிரு வார்த்தைகள் சம்பிரதாயமாகப் பேசுவதோடு சரி. மற்றபடி வணங்கும் தலைகளைப் புன்னகையுடன் கூடிய தலையசைப்புடன் எதிர்கொண்டு கடந்து சென்றுவிடுவார்.

மேற்பார்வை விஜயங்களின்போது கவனித்ததை, கார்த்திகேயன், மணிவண்ணன் பேசியவை ஆகியவற்றை வைத்து வாரா வாரம் கோவை ஆசிரமத்திற்கு மாதவ யோகியின் பெயருக்குக் கடிதம் எழுதுவார். கொல்லிமலையில் நடந்துவரும் பணிகளின் சுருக்கமான அறிக்கையாக அது இருக்கும்.

25

ஒரு வழியாக எழுந்து நடமாட ஆரம்பித்த மகாதேவருக்குக் கண்ட காட்சியெல்லாம் அதிர்ச்சி தருபவையாக இருந்தன. வயது வந்தோருக்கான வகுப்பு அவருக்கு அவ்வளவாகப் பிடிக்கவில்லை. பெரியவர்கள் பாட்டும் சிரிப்புமாய் இருப்பதைக் கண்டு குழம்பினார். இவர்களெல்லாம் இப்போது படித்து என்ன ஆகப் போகிறது என்று நினைத்தார். வகுப்பில் கதையும் பாட்டும் நடனமுமாய் இருந்ததும் அவருக்குப் பிடிக்கவில்லை. படிப்புக்கென்று ஒரு மரியாதை இருக்க வேண்டாமா என்று நினைத்தார். மக்களோடு ஒன்றிப் போயிருந்த ராமநாதன், இவர் வந்ததைக் கவனிக்கவில்லை. அங்கிருந்த மக்களும் இவரைக் கவனிக்காமல் ராமநாதன் ஊதிய மகுடிக்கு ஆடிக்கொண்டிருந்தார்கள். அடிப்படையான மரியாதை தெரியாமல் சேவை எப்படிச் செய்ய முடியும் என்று அவர் முகம் சுளித்தார்.

பெண்களுக்கான யோகாசன வகுப்பைப் பார்த்து அதிர்ந்துவிட்டார். பெண்கள் ஆசனங்களைக் கற்றுக்கொள்வதில் தவறில்லைதான். ஆனால் ஒரு ஆண்பிள்ளை கற்றுக்கொடுப்பதை அவரால் ஜீரணிக்க முடியவில்லை. அதுவும் ஆசிரமத்தில் இல்லாத பழக்கம் என்பதால் அவர் கோபத்தின் உச்சிக்கே போனார். உதவிக்கு ஆள் அனுப்பச் சொன்னால் மாதவன் தலைவலியை அல்லவா அனுப்பியிருக்கிறான்.

அடுத்தடுத்து அவருக்கு அதிர்ச்சிகள் காத்திருந்தன. கண்காட்சிகளைப் பார்த்தும் குழம்பினார். சுற்றுலாப் பயணிகளுக்கான திட்டங்களும் அவரைக் கவரவில்லை. இப்படி வேலைகளை இழுத்துவிட்டுக்கொண்டே போனால் யார் கவனிப்பது என்று எரிச்சல் அடைந்தார். இதைப் பற்றியெல்லாம் யாரும் தன்னிடம் பேசவே இல்லை என்பதை எண்ணிக் குமுறினார். காலில்தானே அடிபட்டது. காது நன்றாகத்தானே இருக்கிறது என்று நினைத்துக்கொண்டார். எப்போதும் தன்னையே சுற்றிவரும் கார்த்திகேயனும் மணிகண்டனும்கூட எதையும் சொல்லவில்லையே என்று ஆத்திரம் அடைந்தார்.

சிறுவர்களுக்கான யோகா, கல்வி, விளையாட்டு ஆகிய வகுப்புகளுக்கும் போய்ப் பார்த்தார். அவரால் பழையபடி நடக்க முடியவில்லை என்பதால் அதிக இடைவெளிகள் விட்டுத்தான் போக முடிந்தது. சிறுவர்கள் படிக்கிறார்களா அல்லது ஆட்டம் போடுகிறார்களா என்பது அவருக்குப் புரியவில்லை. படிப்பு என்பது விளையாட்டுச் சமாச்சாரமா என்று பொருமினார். வகுப்பு முடிந்ததும் ராமநாதன், மணிவண்ணன், கார்த்திகேயன் ஆகிய மூவரும் குழந்தைகளோடு சேர்ந்து சீனிக் கிழங்கு, பழவகைகள் ஆகியவற்றைச் சாப்பிட்டுக்கொண்டு அரட்டை அடிப்பதைப் பார்த்து அதிர்ச்சி அடைந்தார். ராமநாதன் கடலை உருண்டை, சாக்லேட், பிஸ்கெட் ஆகியவற்றை அவர்களுக்குக் கொடுத்தான். இந்தப் பயலுக்கு இதற்கெல்லாம் எங்கே இருந்து பணம் கிடைத்தது என்று யோசித்தார். கணக்கு எழுதும்போது கடலை உருண்டை, பிஸ்கெட் செலவெல்லாம் குறிப்பிடவில்லையே என்று நினைத்தார்.

ராமநாதனை அழைத்துப் பேசினார். அவன் பரவசத்துடன் தனது கனவுகளை விவரித்தான். என்ன கேட்டால் என்ன சொல்கிறான் என்று குழம்பிய மகாதேவ யோகி அவனுடைய சித்த ஸ்வாதீனத்தைச் சந்தேகித்தார். கார்த்திகேயன், மணிவண்ணன் ஆகிய இருவருரிடமும் விசாரித்தார். அவர்கள் வாக்கியத்துக்கு இரண்டு முறை ராமநாதனின் பெயரை உச்சரித்தார்கள். மகாதேவரின் பொறுமை எல்லையைக் கடந்தது. மாதவ யோகிக்கு அவர் விரிவாகக் கடிதம் எழுதினார்.

இரண்டு வாரங்கள் கழித்து மாதவ யோகியிடம் இருந்து பதில் வந்தது. அவன் கொஞ்சம் முன்னே பின்னேதான் இருப்பான். கொஞ்சம் திமிறுவான். ஆனால் திறமைசாலி, தட்டிக்கொடுத்தும் கண்டித்தும் வேலை வாங்கினால் சரியாகிவிடும் என்று மாதவன் எழுதியிருந்தார். மகாதேவருக்குக் கோபம் தாங்கவில்லை. மாதவனுக்குப் புத்தி கெட்டுப் போயிற்று என்று நினைத்துக்கொண்டார். சரியான கிறுக்கனை, அதுவும் அடக்கமே இல்லாத கிறுக்குப் பயலை அனுப்பிவிட்டு அவன் திறமைசாலி என்று மெச்சிக்கொள்கிறானே என்று நினைத்தார்.

மகாதேவனும் மாதவனும் கிட்டத்தட்ட ஒரே சமயத்தில் ஆசிரமத்துக்கு வந்தவர்கள். ஸ்வாமிஜி ஒரு கட்டத்துக்குப் பிறகு மகாதேவனைப் பல இடங்களுக்கும் சுற்றுப் பயணம் அனுப்பினார். மாதவனைத் தன்னுடனே வைத்துக்கொண்டார். ஊர் ஊராகச் சென்று சாந்தி யோக வகுப்புகள் நடத்துவது, மருத்துவ முகாம்கள் நடத்துவது எல்லாம் மகாதேவனுக்குப்

பிடித்திருந்தாலும் போகப் போக அதில் சலிப்பு ஏற்பட்டது. மாறுபட்ட இடங்கள், மாறுபட்ட மனிதர்கள், மாறுபட்ட உணவு, சூழல் இவற்றை அவர் விரும்பவில்லை. கோவையிலேயே செய்ய வேண்டியது எவ்வளவோ இருக்கிறது என்று நினைத்தார். ஸ்வாமிஜியிடம் ஜாடையாகச் சொல்லியும் பார்த்தார். கொல்லிமலையில் ஓராண்டுக்கு மேல் தங்க வேண்டிய அவசியம் வந்ததும் ஸ்வாமிஜியிடம் மீண்டும் பேசினார். ஸ்வாமிஜி அதை விரும்பவில்லை என்பது தெளிவாகத் தெரிந்தது. அந்த ஊருக்குப் பொறுப்பாக வேலை செய்யும் ஒரு ஆளைத் தேர்ந்தெடுத்துப் பயிற்சி கொடுத்துவிட்டு வா என்று சொல்லிவிட்டார். கார்த்திகேயனும் மணிவண்ணனும் சொந்தமாகப் பொறுப்பேற்கும் அளவுக்குத் தயாராகவே இல்லை. மாதவனையோ பிரபுவையோ அனுப்புங்களேன் என்று கேட்டார். ஸ்வாமிஜியிடமிருந்து பதில் வரவில்லை.

மாதவன் பொறுப்பேற்றுக்கொண்ட பிறகு கோவை ஆசிரமம் அவருக்குப் பிடிக்காமல் போய்விட்டது. கொல்லிமலையிலேயே நிம்மதியாக இருந்துவிடலாம் என்று முடிவு கட்டினார். அடிபட்டிருக்கிறது, நடமாட முடியவில்லை என்று சொன்னதும் இப்படி ஒரு சனியனை மாதவன் அனுப்பியிருக்கிறான் என்று மனம் நொந்த மகாதேவ யோகி மாதவ யோகியின் கடிதத்தைச் சுக்கல் சுக்கலாகக் கிழித்துப் போட்டார். இந்தப் பயலை நானே கவனித்துக்கொள்வேன் என முடிவு கட்டினார்.

ராமநாதன் அவ்வப்போது காயத்ரியிடம் தொலைபேசி மூலம் பேசினான். கொல்லிமலை மக்களின் வர்த்தகத் தேவைகளுக்காக அருகில் உள்ள பெரிய ஊர்களுக்குச் செல்லும் போதெல்லாம் பேசினான். அவன் கையில் எப்போதும் பணப் புழக்கம் இருந்தது. குறைந்தது மாதத்துக்கு ஒருமுறையாவது பேசினான். புதிய புதிய திட்டங்களை விவரிப்பான். “வந்து பாக்கணும் போல இரிக்கி” என்று அவள் சொல்லும்போது ராமநாதன் கிறங்கிப்போவான். அவளையும் கூடவே வைத்துக்கொண்டால் எவ்வளவு நன்றாக இதையெல்லாம் செய்யலாம் என்று நினைத்துக்கொள்வான். திடீரென்று ஒரு நாள் “ராமுவ பாக்கணம் போல இரிக்கி” என்றாள். குரலில் ஆழமான ஏக்கம் தெரிந்தது. “வரேன்” என்று வாக்குக் கொடுத்தான் ராமநாதன்.

தனக்கு ஒற்றைத் தலைவலி இருப்பதாகவும் அதற்கு சுசீந்திரத்தில் ஒரு வைத்தியரிடம் மருந்து வாங்கியதாகவும் அது தீர்ந்துவிட்டதால் மீண்டும் அவரைப் போய்ப் பார்க்க வேண்டும் என்றும் மகாதேவ யோகியிடம் சொன்னான். இவனை எப்படித்

தட்டிவைப்பது என்று யோசித்துக்கொண்டிருந்த மகாதேவர் மகிழ்ச்சியுடன் அனுப்பிவைத்தார்.

சுசீந்திரத்தில் பிறர் கண்ணில் படாமல் சந்திப்பதற்கான வழிகளை இருவரும் ஏற்கெனவே வகுத்து வைத்திருந்தார்கள். காயத்ரியைத் தனிமையில் சந்தித்து உடலின் பசியைத் தீர்த்துக்கொண்ட பிறகு ராமநாதன் சுசீந்திரத்தில் ஆசிரமத்தின் அலுவலகத்துக்குப் போனான். சுசீந்திரம் போவதாகச் சொல்லிவிட்டு வந்திருப்பதால் மறைந்து திரிய வேண்டிய அவசியம் இல்லாமல் போயிற்று. பாஸ்கர யோகி, முருகானந்த யோகி ஆகியோரைப் பார்த்துப் பேசினான். அவர்கள் இவனிடம் பொன்னம்பட்டி, கோவை, கொல்லிமலை ஆகியவை பற்றி விசாரித்தார்கள். பரஸ்பரம் தகவல்களைப் பரிமாறிக்கொள்ளவே இரண்டு நாட்கள் ஆயின. பொன்னம்பட்டியில் இவன் செய்த வேலைகளைக் கேள்விப்பட்டிருந்த பாஸ்கரனும் முருகானந்தமும் முன்பைவிடவும் அதிக மரியாதையுடன் பேசியது ராமநாதனுக்குக் கூச்சத்தை ஏற்படுத்தியது.

சுசீந்திரத்தில் நடக்கும் பணிகளையும் மருத்துவமனையையும் சென்று பார்த்தான். மருத்துவமனையில் யோகாசன சிகிச்சை மையத்தில அதிக நேரம் செலவிட்டான். மாசிலாமணியிடம் யோகாசன சிகிச்சை பற்றிப் பல கேள்விகளைக் கேட்டான். ஒவ்வொரு மாதமும் இரண்டு நாட்கள் வந்து தங்கியிருந்தால் யோகாசன சிகிச்சை முறையை நன்கு கற்றுக்கொள்ளலாம் என்றார் மாசிலாமணி. கோழிக்கோடில் நரசிம்ம வர்மா என்பவர் இருப்பதாகவும் அங்கே இரண்டு மாதங்கள் தங்கினால் யோகாசன சிகிச்சை, பிழிச்சல் எல்லாவற்றையும் அவரிடமிருந்து கற்றுக்கொள்ளலாம் என்றார். மற்றவர்களுக்குக் குறைந்தது ஓராண்டாவது ஆகும் என்றும் ராமநாதனுக்கு யோகாசனம் நன்றாக வரும் என்பதால் அவன் இரண்டே மாதங்களில் கற்றுக்கொள்ளலாம் என்றும் சொன்னார். எப்படியாவது அங்கே போய்க் கற்றுக்கொள்ள வேண்டும் என ராமநாதன் உடனடியாக முடிவு செய்துகொண்டான்.

காயத்ரியை முதன் முதலில் பார்த்த இடத்தைக் கடக்கும்போது விவரிக்க இயலாத உணர்வு தோன்றியது. அவளைப் பார்த்த பிறகே தன் வாழ்க்கையில் மாற்றம் ஏற்பட்டது என்பதை நினைத்துக்கொண்டான். அது நல்லதற்கா கெட்டதற்கா என்ற கேள்வி உடனே எழுந்தது. சாந்தி, கௌரி ஆகியோரின் முகங்களும் அவர்கள் மீது தனக்கு இருக்கும் ஈர்ப்பும் நினைவுக்கு வந்தன. யாராவது ஒரு பெண் தன்னை ஈர்த்துக்கொண்டே இருப்பதை அவன் நினைத்துப்பார்த்தான்.

பிரச்சினை காயத்ரி அல்ல. பெண்ணிடம் ஈர்ப்புக்கொள்ளும் மனநிலைதான் பிரச்சினை என்று தோன்றியது. எது எப்படி இருந்தாலும் காயத்ரியைத் தன் வாழ்விலிருந்து இனித் தவிர்க்க முடியாது என்பது மட்டும் புரிந்தது. காயத்ரியுடனான நெருக்கம் ஏற்பட்ட பிறகு பணிகளில் அலட்டிக்கொள்ளாமல் ஈடுபட முடிகிறது என்பதையும் நினைவுபடுத்திக்கொண்டான்.

மருத்துவமனை வளாகத்தில் இருக்கும் சிறிய கோவிலுக்குள் நுழைந்தவன் கோவிலைப் பிரதட்சணம் செய்துவிட்டு மூலவருக்கு நமஸ்காரம் செய்துவிட்டு வந்து ஒரு ஓரமாக அமர்ந்தான். சுவரில் சாய்ந்தபடி கண்களை மூடியவனுக்கு, ஆரம்பத்திலிருந்தே தான் எதிர்கொண்ட பிரச்சினைகள் ஒவ்வொன்றாக நினைவுக்கு வந்தன. எப்போதும் விசாரணைக்கு உட்பட வேண்டியவனாகவே தான் இருந்துவருவதை நினைத்துப் பார்த்தான். விதிமுறைகளுக்கு உட்படாதவர்கள் எதிர்கொள்ள வேண்டிய நெருக்கடி இது என்று எண்ணிக்கொண்டான். காயத்ரியை வைத்து எந்த விசாரணையும் நடக்காமல் இருப்பதை எண்ணித் திருப்தி அடைந்தான். இனிமேலும் அத்தகைய சூழ்நிலை வந்துவிடக் கூடாது என்று சொல்லிக்கொண்டான்.

26

கோவிலிலிருந்து எழுந்து மருத்துவமனைக்குப் போனான். அங்கிருந்த பொறுப்பாளரிடம் சொல்லிக்கொண்டு காயத்ரியின் வீட்டுக்குப் போனான். அங்கே வினயசந்திரன் இருந்தார். மிகவும் தளர்ந்துபோயிருந்தார். இவனைக் கண்டதும் உற்சாகமடைந்தார். என்ன செய்துகொண்டிருக்கிறான் என்று விசாரித்தார். எல்லாவற்றையும் விளக்கினான். அவரிடம் பேசிக்கொண்டிருந்தபோது ராமஜென்ம பூமி விவகாரம் நினைவுக்கு வந்தது. கிட்டத்தட்ட பல மாதங்களாகச் செய்தித்தாளே படிக்கவில்லை என்பதால் அவனுக்கு எதுவுமே தெரியவில்லை. அக்டோபர் 30ஆம் தேதி கரசேவை நடந்ததா? ராமர் கோவில் கட்டும் வேலை தொடங்கிவிட்டதா என்று ராமநாதன் கேட்டான். வினயசந்திரன் வேதனையுடன் சிரித்தார். “உனிக்கி விஷயமே தெரியாதா?” என்றார். பிறகு எல்லாவற்றையும் விவரித்தார்.

அக்டோபர் 30 அன்று அயோத்தியில் கர சேவை செய்ய அனுமதிக்கப்படவில்லை. தடையை மீறிக் கர சேவகர்கள் உள்ளே நுழைந்தார்கள். சர்ச்சைக்குரிய இடத்தை நெருங்க முயற்சி செய்தார்கள். சாதாரண ஹிந்துக்கள் மட்டுமின்றி

சன்னியாசிகளும் போராட்டத்தில் கலந்துகொண்டார்கள். காவல்துறையினருக்கும் கர சேவகர்களுக்கும் இடையே மோதல் ஏற்பட்டது. உ.பி.யின் முதல்வர் முலாயம் சிங் யாதவ் தயவு தாட்சண்யம் இல்லாமல் கர சேவகர்கள் மீது நடவடிக்கை எடுத்தார். பல கரசேவகர்கள் சுட்டுக் கொல்லப்பட்டார்கள். அசோக் சிங்கால் தடையை மீறி பாதுகாப்பு சர்ச்சைக்குரிய பகுதிக்குள் நுழைந்து அங்கே கைது செய்யப்பட்டார். ஹிந்து இயக்கங்கள் இந்தச் சம்பவத்தை வைத்துக்கொண்டு நாடு முழுவதும் அதிரடியாக அரசியல் செய்தார்கள். வி.பி. சிங் போய் சந்திரசேகர் வந்தார். தமிழ்நாட்டில் கருணாநிதியின் ஆட்சி பதவி நீக்கம் செய்யப்பட்டது. பிறகு சந்திரசேகர் அரசை காங்கிரஸ் கவிழ்த்துவிட்டது. இப்போது நாடாளுமன்றத்துக்குப் புதிதாகத் தேர்தல் நடக்கிறது. எதிர்க்கட்சிகள் பிரிந்திருப்பதால் காங்கிரசுக்கு வாய்ப்பு இருப்பதாகச் சொல்லப்படுகிறது. அயோத்தி பிரச்சினையை வைத்துக்கொண்டு ஆட்சியைப் பிடித்துவிடலாம் என்று பா.ஜ.க. நினைக்கிறது.

ஆறு மாதங்களில் இத்தனை சம்பவங்கள் நடந்துவிட்டனவா என்று ராமநாதன் பிரமித்தான். கோவில் விஷயத்தில் முத்துசாமி சொன்ன தர்க்கங்களை வினயசந்திரனிடம் பகிர்ந்துகொண்டான்.

“ஒரு புத்திசாலி நெனச்சால் எதையும் ஞாயப்படுத்தலாம். அடிப்படைல எல்லா மனிஷங்களையும் நீங்க நேசிக்கறீங்களா? இந்த தேசம் எல்லாருக்கும் சொந்தம்னு நெனைக்கறதுண்டா? அதுதான் முக்யம். ஹிஸ்டரில நடந்த தவறுகள் அனந்தம். அதுக்கெல்லாம் இப்ப கேஸ் நடத்த முடியுமா? அப்படி நடத்தணம்னா புத்திஸ்ட் மாங்க்ஸை ஹிண்டூஸ் நடத்தின விதத்துக்கும் கேஸ் நடத்தண்டாமா? தமிழ்நாட்டுல ஜைன்ஸ கொல பண்ணியிருக்கு, அதுக்கு ரிவெஞ்ச் எடுக்க முடியுமா? கோவிலா மாறின புத்த விஹாரங்களை மறுபடியும் விஹாரங்களா மாத்த ஒத்துப்பீங்களா?” என்று கேட்டவர் ஒரு நிமிடம் அமைதியானார். பிறகு தொடர்ந்தார்.

“ஹிண்டுவா ஒருத்தர் தன்ன ஐடன்டிஃபை பண்ணிக்கறதுல தப்பில்ல. ஐடன்டிஃபிகேஷன் மத்தவாள ஒதுக்கற அளவுக்கு இருந்திடக் கூடாது. ஒரு ட்ரூ ஹிண்டுவால யாரையும் வெறுக்க முடியாது. யாரையும் ஒதுக்க முடியாது. யாரையும் எதிரியா நெனைக்க முடியாது. இதுதான் காந்திஜி எனிக்கு சொல்லிக் குடுத்த ஹிண்டுயிஸம். யார் பேட்ரியாட், யார் துரோகின்னு டிஃபைன் பண்ணி கட்சி கட்டி நிக்கறது சாவர்க்கரோட ஹிண்டுயிஸம்.”

“ஆனா முஸ்லிம்ஸோட பிஹேவியர்ல, ஆக்டிவிடீஸ்ல ப்ராப்ளம்ஸ் இருக்கு, அதப் பத்தி யாரும் பேசறதில்லன்னு ஹிண்டு ஆர்கனைசேஷன்ஸ் சொல்றாங்களே?”

“ப்ராப்ளம்ஸ் யார் கிட்ட இல்ல? ஹிண்டூஸ் கிட்ட இல்லயா? தீண்டாமைங்கறது யாரோட கண்டுபிடிப்பு? என் ஸ்ட்ரீட்டுக்குள்ள வந்தா செருப்ப போடுக்காம நடன்னு சொன்னது யாரு? உங்களுக்கெல்லலம் மார்ல துணி போட்டுக்கற உரிமை இல்லன்னு சில பேர பாத்து சொன்னது யாரு? லஞ்சம், ஊழல், தேசதுரோகம் இதெல்லாம் ஹிண்டூஸ் பண்றதில்லயா? லேடீஸை சின்ன வயசுலயே மொட்டயடிச்சு வீட்டுக்குள்ள உக்கார வெச்சது யாரு? இதெல்லாம் எப்படி மாறித்து? இந்த ரீஃபாமையெல்லாம் ஆரெஸெஸ்ஸா பண்ணினா? காங்கிரஸ் லீடர்ஸ் பண்ணினா. நாராயண குரு மாதிரி ஸ்பிரிச்சுவல் பெர்ஸனாலிட்டீஸ் பண்ணினா. பிரிட்டிஷ் கவர்ன்மெண்ட் பண்ணியிருக்கு. வெதவகள பார்க்கக்கூட மாட்டேன்னு சொன்ன ஹிண்டு சாமியார்கள் உண்டு, அறியுமோ? வெதவகளுக்கு மறுவாழ்வு உண்டுன்னு சொன்ன காந்திஜியைத்தான் நான் ஃபாலோ பண்றேன். ஹிண்டுயிஸத்தோட ஆத்மாவ காப்பாத்தணும்னு சொன்னா அது ரீஃபார்ம் ஆகணும். எல்லாரையும் அரவணைக்கணும். நீயா நானான்னு கோதால எறங்கக் கூடாது. இன்னிக்கி கண்ட்ரி இருக்கற நெலமைல கோவில்ங்கறது ப்ரியாரிட்டியே இல்ல. இன்டியன் இண்டிபெண்டன்ஸ்காகப் போராடின காந்திஜி அந்த ஸ்ட்ரகிளோட லேட்டர் பார்ட்ல சோஷியல் சேஞ்சுக்குதான் ப்ரியாரிட்டி குடுத்தார். ஹரிஜன் டெவலப்பெண்ட்தான் இப்ப முக்கியம்னு சொன்னார். ராமருக்கு கோவில் கட்டினா இந்தியா டெவலப் ஆயிடும்னு இவங்க சொல்றாங்க...”

ராமநாதன் இடைமறித்தான். “கோவில் மூவ்மெண்டை அவங்க ஒரு சிம்பலாதான் பாக்கறாங்க. இது மூலமா ஹிண்டு கன்சாலிடேஷன் நடக்கும்னு நெனைக்கறாங்க.அந்த கன்சாலிடேஷன், ஹிண்டுங்கற பெருமிதம் இந்த நாட்டுக்காக சுயநலமில்லாம பாடுபட வைக்கும்னு நெனைக்கறாங்க...”

“அதெல்லாம் வெறும் பேச்சு. எமோஷனல் இஷ்யூஸை கையில எடுத்தா அதுக்கு சப்போர்ட் கிடைக்கதான் செய்யும். வார் டைம்ல மக்கள் டிஃபரன்ஸ மறந்துட்டு கவர்மெண்ட சப்போர்ட் பண்ணுவாங்க. உங்க ஊரில சி.என். அண்ணாதுரை காங்கிரஸோட பெரிய க்ரிடிக். ஆனா வார் பீரியட்ல அவர் சென்ட்ரல் கவர்மெண்ட சப்போர்ட் பண்ணினார். அடுத்த தேர்தல்ல காங்கிரஸ அவர் தோக்கடிச்சார். கோவில்

மூவ்மெண்டும் இப்படித்தான். இந்த எமோஷன்ஸ் கொஞ்ச நாள் இருக்கும். அப்புறம் ஜனங்க வேற வேலைய பாக்க போயிடுவாங்க.”

“இது ஆரெஸ்ஸெஸ்ஸுக்குத் தெரியாதா?”

“நல்லாத் தெரியும். மக்களை பரவலா ரீச் பண்றத்துக்கான பொலிடிகல் அஜெண்டா அவங்க கிட்ட இல்ல. அதுக்கான பெலம் இல்ல. நெட்வொர்க் இல்ல. அதனால எமோஷனல் விஷயத்தை எடுக்காறாங்க. இது மூலமா மக்கள ரீச் பண்ணணும். இந்த எமோஷனோட அவங்கள ஓட் பண்ண வெக்கணும். அது மூலமா பொலிடிகல் பவர் கெடைக்கணும். இதுதான் அவங்க அஜெண்டா. அவங்களுக்கு பேஸிக் கன்சாலிடேஷன் நடந்துட்டா அதுக்கப்பறம் கோவிலைப் பத்தி பேச மாட்டாங்க. இப்ப ஷா பானோ பத்தி பேசறாங்க. அந்த பொண்ணு மேல உள்ள அனுதாபத்துலயா பேசறாங்க? அனுதாபப்பட வேண்டிய ஜாதிகள், மக்கள், ஹிண்டுஸ்குள்ள இல்லயா? ஷா பானோவ வெச்சி முஸ்லிம்ஸையும் காங்கிரஸையும் கார்னர் பண்ற ஸ்ட்ராட்டஜி இது. நீ வேணும்னா பாரு. இன்னும் சில வருஷங்கள்ல இவங்க கோவிலப் பத்தி பேச மாட்டாங்க.”

“இவங்க பவருக்கு வருவாங்களா?”

“இப்ப வருவாங்கன்னு தோணல. ஆனா ப்யூச்சர்ல கட்டாயமா வருவாங்க. அத யாராலயும் தடுக்க முடியாது” என்று சொல்லிவிட்டுப் பெருமூச்சு விட்டார். கண்களை மூடிக்கொண்டு நாற்காலியில் சாய்ந்துகொண்டார். முகத்தில் வேதனை அப்பியிருந்தது. மூச்சுவிட அவர் திணறியதுபோல் இருந்தது. ராமநாதன் அவரையே கவலையுடன் பார்த்துக்கொண்டிருந்தான்.

27

ராமநாதன் கொல்லிமலைக்குத் திரும்பிய அன்று ஊரே மிகவும் பரபரப்பாக இருந்தது. ஸ்ரீபெரும்புதூரில் தேர்தல் பிரச்சாரக் கூட்டத்தில் ராஜீவ் காந்தி படுகொலை செய்யப்பட்டார் என்ற செய்தி வந்திருந்தது.

பொதுவாக அதிக நடமாட்டம் இல்லாத கொல்லிமலை வட்டாரம் இன்று முழுக்க முழுக்க ஆளரவமற்று வெறிச்சென்று இருந்தது. வரும் வழியில் இப்படி ஆகாமல் இருந்ததை நினைத்து ராமநாதன் ஆறுதலடைந்தான். வானொலி இருக்குமிடத்துக்குப் போய் செய்தி கேட்டான். நாடே கொந்தளித்துக்கொண்டிருந்ததைச்

செய்தி எதிரொலித்தது. இந்திரா காந்தி இறந்தபோது தில்லியில் சீக்கியர்கள் கொல்லப்பட்டதுபோல் இப்போது யாராவது கொல்லப்படுவார்களோ என்று ராமநாதன் பயந்தான். கொல்லிமலைக்கு வந்ததும் செய்தித்தாள் படிக்கும் பழக்கம் அற்றுப் போயிருந்தது. சைக்கிளை எடுத்துக்கொண்டு பக்கத்தில் உள்ள ஊருக்குப் போய் செய்தித்தாள்களை வாங்கினான். அதன் பிறகு அது அன்றாட வேலைகளில் ஒன்றாக மாறிவிட்டது. இந்தியா டுடே தமிழ் இதழையும் வாங்க ஆரம்பித்தான். ராஜீவ் இறந்த அடுத்த வாரம் வந்த இந்தியா டுடே இதழ் கொலையைப் பற்றிய பல்வேறு தகவல்களை விரிவாகத் தந்தது. ராமநாதன் அவற்றை ஒன்றுவிடாமல் படித்தான். அவன் படிப்பதைப் பார்த்துவிட்டுக் கார்த்திகேயனும் மணிவண்ணனும் படிக்க ஆரம்பித்தார்கள். ஆசிரம அலுவலகத்தில் பேப்பர் வாங்க வேண்டும் என்று மகாதேவ யோகியிடம் ராமநாதன் சொன்னான். “பார்ப்போம்” என்று பதில் வந்தது.

ராஜீவ் படுகொலைக்குப் பிறகு தேர்தலின் இறுதிக் கட்டங்கள் நடைபெற்றன. பெரும் அசம்பாவிதம் ஏதுமின்றித் தேர்தல் நடந்ததை எண்ணி ராமநாதன் ஆச்சரியம் அடைந்தான். இலங்கையில் இந்திய அமைதி காப்புப் படை இருந்தபோது திலீபன் உண்ணாவிரதம் இருந்து மடிந்ததும் இந்தியப் படைக்கும் விடுதலைப் புலிகளுக்கும் இடையே மோதல் நிகழ்ந்தும் ராமநாதனுக்கு நினைவுக்கு வந்தன. இந்திரா காந்தி இறந்தபோது சீக்கியர்கள் விஷயத்தில் முன்பு நடந்ததைப் பற்றியெல்லாம் அவன் மாமா சொன்னது நினைவுக்கு வந்தது. சீக்கியர்களின் போராட்டம் சரியா, ராணுவ நடவடிக்கை சரியா என்பது பற்றி ராமநாதனால் ஒரு முடிவுக்கும் வர முடியவில்லை. ஆனால் இலங்கையில் இந்திய ராணுவம் போரிட்டது தேவையில்லாத வேலை என்றே அவனுக்குத் தோன்றியது. ஒரு கொலை இன்னொரு கொலைக்கான விதையைப் போட்டுவிடுகிறது என்று நினைத்தான்.

வன்முறையை வேருடன் களைந்தால்தான் இதையெல்லாம் நிறுத்த முடியும் என்று ராமநாதனுக்குத் தோன்றியது. வன்முறையின் வேர்கள் மனிதனின் எதிர்மறையான வேட்கைகளில் இருக்கின்றன. சுயநலம், தன் முனைப்பு, அதிகார வேட்கை, தன் கருத்தின் மீது அதீதமான ஈடுபாடு, பிறர் மேல் வெறுப்பு என்று இந்த உணர்வுகள் பல விதம். இதையெல்லாம் சரி செய்யாமல் வன்முறையை ஒழிக்க முடியாது. இவற்றைச் சரிசெய்ய வேண்டுமென்றால் மனிதன் ஆன்மிக வாழ்வை வாழ வேண்டும். எந்தக் காரணத்திற்காகவும் பிறரை வெறுக்க

முடியாத மனநிலைக்கு ஒருவரால் போக முடியும் என்றால் அதுதான் ஆன்மிகம் என்று ராமநாதன் நினைத்தான்.

இத்தகைய மாற்றம் வர வேண்டுமென்றால் எந்த அளவுக்கு உழைக்க வேண்டும் என்பதை எண்ணி மலைப்பாக இருந்தது. இந்த மனநிலை தந்த அவஸ்தையிலிருந்து விடுபட விரும்பினான். சிந்தனைகளின் சுமையிலிருந்து விடுபட விரும்பினான். மெல்ல மெல்லப் பணிகளில் மீண்டும் இறங்கினான்.

சுசீந்திரம் போய்விட்டு வருவதற்குள் கொல்லிமலையில் சில மாற்றங்கள் நடந்திருந்தன. கண்காட்சிகள் இப்போதைக்குத் தேவையில்லை என்று முடிவு செய்யப்பட்டிருந்தது. பெண்களுக் கான யோகாசன வகுப்புகள் நிறுத்தப்பட்டிருந்தன. சிறுவர் களுக்கான நிகழ்ச்சிகளும் உருமாறியிருந்தன. பாட்டு, கதை ஆகியவை இல்லாமல் வகுப்புகள் நடந்தன. பையன்கள் முகத்தைத் தீவிரமாக வைத்துக்கொண்டு வகுப்பில் உட்கார்ந்திருப்பதைப் பார்க்கவே கஷ்டமாக இருந்தது.

நிகழ்ச்சிகளைக் கார்த்திகேயனும் மணிவண்ணனும் நடத்தினார்கள். மகாதேவ யோகி மேற்பார்வை பார்த்தார். நிகழ்ச்சிகள் எல்லாம் முறைசார்ந்த திட்டப் பணிகளாக மாறிவிட்டன. அந்த இடத்தில் தன்னை மிகவும் அன்னியமாக உணர்ந்தான். இங்கே தனக்கு எந்த வேலையும் இல்லை என்று நினைக்கத் தொடங்கினான். மகாதேவ யோகியிடம் பேசலாம் என்று தோன்றியது. ஆனால் அவரிடம் நெருக்கம் எதுவும் உருவாகவில்லை என்பதால் தானாகப் போய்ப் பேச மனம் வரவில்லை. அவரும் கூப்பிட்டுப் பேசவில்லை. எதற்காக இங்கே இருக்கிறோம் என்று யோசித்தபடி நாட்களைக் கழித்தான். யோகாசன வகுப்புகளை எடுத்துக்கொண்டிருந்தான். கணக்கு வழக்குகள், கடிதப் போக்குவரத்துகள் ஆகியவற்றை இவனைப் பார்த்துக்கொள்ளச் சொன்னார் மகாதேவ யோகி.

இங்கே தன்னால் இருக்க முடியவில்லை என்று மாதவ யோகி அல்லது பிரபுவிடம் பேசலாமா என்று நினைத்தான். மகாதேவருக்குக் கால் சரியாகிவிட்டதால் இனி இங்கே இருக்க வேண்டிய அவசியம் இல்லை என்று மாதவ யோகியே முடிவுசெய்திருப்பார். அவரிடமிருந்து சீக்கிரமே அழைப்பு வரும் என்று நம்பினான். தானாகக் கேட்டால் ஏதோ உதவி கேட்பதுபோல் இருக்கும் என்பதால் பொறுமையாக இருந்தான்.

வெறுப்புடன் வேலை செய்துகொண்டிருந்தவன், நேரம் கிடைக்கும்போது ஊருக்குள் சென்று மக்களுடன் பேசிவந்தான்.

அவர்கள் தரும் கஞ்சியை அவனால் மறக்க முடியவில்லை. "எங்க போயிட்டீங்க ரொம்ப நாளா காணமே" என்று பலரும் விசாரித்தார்கள். "சுசீந்திரத்துல வேலை இருந்தது" என்றான். "நீங்க வந்து புதுசா என்னமோ பண்ணீங்க. இப்ப எல்லாத்தயும் பெரிய சாமியார் நிறுத்திட்டாரு" என்று நாற்பது வயது மதிக்கத்தக்க ஒரு பெண் குறைபட்டுக்கொண்டார். "திரும்பவும் ஆரம்பிப்பாங்க. இன்னும் நல்லா நடக்கும் பாருங்க" என்றான். "நடக்கட்டும், நடந்தா நல்லது ..." என்றார் அந்தப் பெண்.

விளையாடிக்கொண்டிருந்த சிறுவர்கள் இவனைப் பார்த்ததும் ஓடி வந்தார்கள். அவர்கள் முகங்களில் தெரிந்த உற்சாகத்துக்கு அளவே இல்லை. ராமநாதன் நெகிழ்ந்துபோனான். அவர்களைக் கூட்டிக்கொண்டு கடைக்குப் போய் கடலை மிட்டாய், சாக்லெட் எல்லாம் வாங்கிக்கொடுத்தான். கதை சொல்லும்படி கேட்டார்கள். பஞ்ச தந்திரக் கதையிலிருந்து ஒரு கதையைச் சொன்னான். அங்கிருந்து வரும்போது மனம் வலித்தது. இப்படியே ரொம்ப நாள் இங்கே இருக்க முடியாது என்பது புரிந்தது. ஆனால் அவசரப்பட்டு ஏதாவது செய்து கெட்ட பெயர் வாங்கிவிடக் கூடாது என்று முடிவுசெய்தான்.

இரண்டு வாரங்கள் கழித்து மகாதேவ யோகி கூப்பிட்டு அனுப்பினார். பக்கத்து ஊரில் மருத்துவ முகாம் நடப்பதாகவும் அதை கவனித்துக்கொள்ள வேண்டும் என்றும் சொன்னார். "மணி பாத்துப்பான். நீ அவனுக்கு ஒத்தாசயா இரு" என்றார். ராமநாதனுக்குச் சுருக்கென்று இருந்தது. ஆனால் ஒன்றுமே செய்யாமல் கொல்லிமலையில் இருப்பதைவிட இது பரவாயில்லை என்று தோன்றியது. பேசாமல் கிளம்பினான்.

அடுத்தடுத்த வாரங்களில் வெவ்வேறு நிகழ்ச்சிகளுக்காக வெவ்வேறு ஊர்களுக்கு அனுப்பினார். நிகழ்ச்சிகள் யாவும் சம்பிரதாயத்திற்காக ஏற்பாடு செய்யப்பட்டவை என்பதுபோல அவனுக்குத் தோன்றியது. குறிப்பாகப் படவேடு கிராமத்தில் நடந்த சாந்தி யோக வகுப்பு. பொதுவாக சாந்தி யோக வகுப்புகள் ஒரு இடத்தில் நடந்தால் ஆசிரமக் குழுவினர் அங்கேயே ஒரு வாரம் முகாமிடுவார்கள். ஒரு வார காலம் வகுப்புகள் நடைபெறும். குறைந்தது 20 அல்லது 30 பேர் சாந்தி யோகப் பயிற்சி பெற முன்வரும் அளவுக்கு முன்னேற்பாடுகள் செய்யப்பட்டிருக்கும். முன்பே சில முயற்சிகள் நடந்திருக்கும். அப்படிப்பட்ட இடங்களில்தன் சாந்தி யோக முகாம்கள் நடக்கும். படவேட்டில் அப்படி எதுவும் செய்யப்படவில்லை. அங்கு போய்ச் சேர்ந்த பிறகு வீடுவீடாகச் சென்று மக்களைக் கூப்பிட ஆரம்பித்தார்கள். மக்களுக்கு இவர்கள் என்ன சொல்கிறார்கள் என்று ஒன்றும்

புரியவில்லை. யாரும் பெரிதாக ஆர்வம் காட்டவில்லை. பல ஆண்டுகள்ஆசிரமத்தின் சார்பில் சாந்தி யோக வகுப்புகளை நடத்திவந்த ராமநாதன் அவமானமாக உணர்ந்தான். இந்த ஊரில் சாந்தி யோகம் நடத்துவதை நான் பார்த்துக்கொள்கிறேன் என்று மணியிடம் சொல்லிவிட்டு மளமளவென்று காரியங்களில் இறங்கினான்.

பஞ்சாயத்துத் தலைவரைச் சந்தித்து ஆசிரமம் பற்றியும் அதன் பணிகள் பற்றியும் விளக்கினான். சாந்தி யோக வகுப்பின் அம்சங்களைக் கேட்டுத் தலைவர் கவரப்பட்டார். இரண்டு வாரம் இங்கே தங்க இடம் வேண்டும் என்றான். அவர் சம்மதித்தார். கிராமத்தில் உள்ள கோவில், பள்ளிக்கூடம், பஞ்சாயத்து அலுவலகம், சந்தை ஆகிய இடங்களுக்குப் போய் மக்களிடம் கலந்து பழகினான். நீண்ட முடியும் தாடி, மீசையும் காவி வேட்டியுமாய் இவன் போய் நின்றதுமே மக்களிடம் கவனம் கிடைத்தது. சிரித்த முகத்துடன் வசீகரமாகப் பேசிய இவனைக் கண்டு மக்கள் கவரப்பட்டார்கள். பள்ளிக்கூடத்திலும் கோவிலிலும் யோகாசன வகுப்பைத் தொடங்கினான். எந்த அறிவிப்பும் இல்லாமல் வகுப்பில் ஒருவர்கூட இல்லாமல் தொடங்கினான். மூன்றாவது நாளிலிருந்து பத்துப் பேர் கோவிலிலும் 25 பேர் பள்ளியிலும் வகுப்பில் சேர்ந்தார்கள்.

ராமநாதன் கோவில் பிரகாரத்தின் மூலையில் அனைவரின் கண்களிலும் படும் விதத்தில் யோகாசனங்கள் செய்ய ஆரம்பித்தான். வீரபத்ராசனம், குக்குடாசனம், விருச்சிகாசனம், சிரசாசானம், கர்ப்ப பிண்டாசனம் ஆகிய கடினமான ஆசனங்களை நிதானமாகச் செய்தான். வேடிக்கை பார்ப்பவர்களிடம் மணி பேசினான். இங்கே எல்லாருக்கும் இதைச் சொல்லிக் கொடுக்கவே வந்திருக்கிறோம் என்றான். மக்கள் நெருங்கினார்கள். யோகாசனத்திலிருந்து தொடங்கிய சாந்தி யோகம், மெல்ல மெல்ல இதர விஷயங்களையும் அறிமுகப்படுத்தியது. ஒரு வாரத்திற்குள் 38 பேர் சாந்தி யோகத்தின் பங்கேற்பாளர்களாகிவிட்டார்கள். ஒரு வாரம் முடிந்ததும் திரும்ப வேண்டும் என்று மணிவண்ணன் நினைவுபடுத்தினான். “வேலையே இப்பதான் ஆரம்பிச்சிருக்கு அதுக்குள்ள என்ன அவசரம்?” என்றான் ராமநாதன். மணியால் அவன் உறுதிக்கு முன்னால் நிற்க முடியவில்லை. தயக்கத்துடன் சொற்கள் வெளியே வந்தன. “மகாதேவ யோகி கோச்சிப்பார்.”

“வேலை செய்யாம திரும்பினாதான் யோகியார் கொஞ்சுவாரா?” என்று கோபத்துடன் கேட்டான். மணி பதில் பேசவில்லை.

மொத்தம் மூன்று வாரம் அங்கே தங்கினார்கள். ராமநாதன் முழு வீச்சில் வேலை செய்தான். மணி திணறலுடன் அவன் கூடவே ஓடினான். சொல்வதையெல்லாம் செய்தான். நான்கைந்து பேர் செய்ய வேண்டிய வேலையை இவர்கள் மட்டும் செய்தார்கள். பள்ளியிலிருந்து சில மாணவர்களையும் சேர்த்துக்கொண்டார்கள். பணிகளில் உற்சாகம் கூடியது. மாலை நேரங்களில் பள்ளியில் செலவிட்டார்கள். மாணவர்கள் மட்டுமில்லாமல் ஆசிரியர்களுக்கும் ராமநாதனை மிகவும் பிடித்துவிட்டது. விசாலாட்சி என்னும் இளம் ஆசிரியை ராமநாதனின்பால் கவரப்பட்டாள். பள்ளி முடிந்த பிறகு வீட்டுக்குப் போகாமல் இவர்களுக்கு உதவி செய்தாள்.

மூன்று வாரங்களின் முடிவில் கிளம்பும்போது அவர்களை அனுப்ப மக்களுக்கு மனம் வரவில்லை. பஞ்சாயத்துத் தலைவர் அ.தி.மு.க.காரர். இவர்களுக்குப் பாராட்டுக் கூட்டம் நடத்தினார். இருவரும் கிளம்பினார்கள். பாராட்டு மழையில் போதும் போதும் என்னும் அளவுக்கு நனைந்த பிறகு இருவரும் கிளம்பினார்கள். பேருந்து படவேடு கிராம எல்லையைத் தாண்டி இரண்டு ஊர்கள் கடந்துவிட்டபோது ராமநாதன் இறங்கிக்கொண்டான். "நீ போ. நான் பின்னால வரேன். யோகி கேட்டார்னா ஏதோ வேலயா இருக்கேன்னு சொல்லு. நான் வந்து பேசிக்கறேன்" என்றான். மணிவண்ணனுக்கு பதில் பேச எதுவும் இருக்கவில்லை.

28

படவேடு கிராமத்திற்கு அருகே சிவனூர் என்னும் சற்றே பெரிய ஊர் இருந்தது. அங்கிருந்துதான் விசாலாட்சி படவேடுக்கு வந்துகொண்டிருந்தாள். அந்த ஊரைப் பற்றியும் தன் வீட்டைப் பற்றியும் ராமநாதனிடம் அவள் சொல்லியிருந்தாள். ராமநாதன் சிவனூருக்குச் சென்றான். அங்குள்ள கோவிலை மையமாக வைத்து அவள் அடையாளம் சொல்லியிருந்தாள் எளிதாகக் கண்டுபிடித்துவிட்டான். ஞாயிற்றுக்கிழமை ஆதலால் வீட்டில் இருந்தாள். சிறிய வீடு அது. அம்மா, அப்பா, தம்பி, தங்கையுடன் அந்த வீட்டில் அவள் இருந்தாள். வீட்டில் இவனைப் பற்றிச் சொல்லியிருப்பாள் போலிருக்கிறது. உற்சாகமாக வரவேற்றார்கள். ஆசிரமத்தைப் பற்றியும் அவனைப் பற்றியும் நிறைய விசாரித்தார்கள். சாப்பிடச் சொன்னார்கள். சாப்பிட்டான். பிறகு ஊரைச் சுற்றிப் பார்க்க வேண்டும் என்று கிளம்பினான். விசாலாட்சியின் அப்பா ஓய்வு எடுத்துக்கொள்ள வேண்டும் என்றார். விசாலாட்சியும் அவள் தம்பியும் இவனை அழைத்துக்கொண்டு வெளியே வந்தார்கள்.

கோவில், கடைத்தெரு, பஞ்சாயத்து அலுவலகம் என்று போனார்கள். ஊரிலிருந்து ஒதுக்குப்புறமாகச் சில வீடுகள் கொத்தாக இருந்தன. அதைப் பற்றி விசாரித்தான். அங்கெல்லாம் நாங்கள் போக மாட்டோம் என்றாள் விசாலாட்சி. ராமநாதனுக்குப் புரிந்தது. "இப்போது போகலாம்" என்று சொன்னபடி முன்னால் நடந்தான். விசாலாட்சி தயங்கியபடி பின்னால் வந்தாள். அவளுக்குப் பின்னால் அவள் தம்பி.

பிரதான ஊருக்கும் அந்தப் பகுதிக்கும் இடையே உள்ள இடைவெளி ராமநாதனுக்குப் பயங்கரமாக உறுத்தியது. கோவையிலும் சில கிராமங்களில் இப்படிப் பார்த்திருக்கிறான் என்றாலும் இந்த வித்தியாசம் மிகவும் அதிகமாக இருந்தது. எல்லோரிடமும் அன்பாகப் பழகும் விசாலாட்சிகூட இங்கு வரத் தயங்குகிறாள் என்றால் இந்த ஊரின் லட்சணம் என்னவென்று புரிந்துகொள்ளலாம் என்று நினைத்துக்கொண்டான். காவி வேட்டியும், தாடி, மீசையுமாய் இவன் வருவதைக் கண்டதும் அந்தப் பகுதி மக்கள் கூடிவிட்டார்கள். தான் ஒரு ஆசிரமத்திலிருந்து வருவதாகவும், ஆசிரமத்தின் சார்பில் யோகாசனம், கல்வி, மருததுவம் ஆகிய விஷயங்களில் மக்களுக்குச் சேவை செய்வதாகவும் சொன்னான். படவேடு கிராமத்திற்கு வந்ததாகவும் அப்படியே இங்கு வந்ததாகவும் சொன்னான். "இங்கெல்லாம் யாரும் வர்ரதில்ல சாமி" என்றார் ஒருவர்.

"வருவோம். சீக்கிரமே வருவோம்" என்றான் ராமநாதன்.

திரும்பும்போது விசாலாட்சியும் அவள் தம்பியும் ஒன்றும் பேசவில்லை. சிறிது நேரம் கழித்து, "நான் இங்கே வந்தேன்னு வீட்ல சொல்லிராதீங்க" என்றாள். ராமநாதன் சிரித்தான். இந்த ஊரில் கண்டிப்பாகத் தங்கள் வேலையைத் தொடங்க வேண்டும் என்று நினைத்தான். கோயம்புத்தூருக்குச் சென்று மாதவ யோகியிடம் சொல்லி இரண்டு சேவார்த்திகளைக் கூட்டிக்கொண்டு வர வேண்டும் என்று நினைத்துக்கொண்டான்.

மாலையில் கிளம்பினான். இவனுக்கு விடை கொடுத்து அனுப்பும்போது விசாலாட்சியின் கண்களில் தெரிந்த குறுகுறுப்பின் பொருளை வாங்கிக்கொள்ள முடியவில்லை. இந்த ஊரிலேயே சில நாட்கள் தங்கிவிடலாமா என்று ஒரு கணம் நினைத்தான். மறுகணம் மனதை மாற்றிக்கொண்டு கிளம்பினான்.

மதியம் அந்தச் சிறிய குடியிருப்புப் பகுதியில் அவன் கண்ணில் பட்ட அவலமான காட்சிகளை அவனால் மறக்க முடியவில்லை. வறுமை, வசதியின்மை ஆகியவை மட்டுமல்ல

பிரச்சினை. அவர்கள் முழுக்க முழுக்க ஒதுக்கப்பட்ட நிலையில் வாழ்ந்துகொண்டிருப்பதை அவனால் ஏற்றுக்கொள்ளவே முடியவில்லை. இதுபோன்ற இடங்கள் ஒவ்வொரு பகுதியிலும் இருக்கின்றன என்ற யதார்த்தமும் அவனைச் சுட்டது. மிகுந்த சிந்தனையுடன் பேருந்தில் ஏறினான். சாந்தி என்றால் அமைதி. இவர்களுக்கெல்லாம் எப்போது அமைதி கிடைக்கும்? யோகம், ஆன்மிகம் என்பவை எல்லாம் எல்லோருக்கும் பொதுவானவை அல்லவா? எல்லோருக்குமானவை அல்லவா? யோகிகளும் ஆன்மிகவாதிகளும் நகரங்களின் மையங்களிலும் மலைப் பிரதேசங்களிலும் உட்கார்ந்துகொண்டு என்ன செய்கிறார்கள்? ஆன்மிகம் என்பது காற்றைப் போல, கடல் நீரைப் போல எல்லாருக்கும் பொதுவானது அல்லவா?

ராமநாதனுக்குக் குற்ற உணர்வு ஏற்பட்டது. மாதவ யோகியிடம் இதுபற்றிப் பேசியே ஆக வேண்டும் என்று நினைத்தான். பொன்னம்பட்டியில் சாதி வேற்றுமைகள் இருந்தாலும் தனியாகக் காலனி அமைத்து ஒதுக்கி வைக்கும் பழக்கம் இல்லை. கொல்லிமலையில் ஆசிரமப் பணி நடக்கும் இடம் பழங்குடி இன மக்கள் அதிகமுள்ள பகுதி என்பதால் இந்தப் பிரச்சினை இல்லை.

விசாலாட்சியின் முகம் நினைவுக்கு வந்தது. மாநிறம். அகன்ற விழிகள், சற்றே சிறிய மூக்கு, அதன் கீழ் அழகான உதடுகள். சராசரி உயரம். கம்பீரமான உடலமைப்பு. மென்மையை விடவும் மிடுக்கே அதில் அதிகம் இருந்தது. வேகமான நடை. ஆணித்தரமான உடல்மொழி. ஆனால் காலனிக்குள் நுழைந்ததும் அந்த உடல் எப்படிச் சுருங்கிப் போனது? முகம் எப்படி இருண்டு போனது? கிளம்பும்போது அவள் புன்னகையிலும் கண்களிலும் தெரிந்த குறுகுறுப்பு கலந்த உற்சாகம் நினைவுக்கு வந்தது. அவள் தன்னைப் பற்றி வித்தியாசமாக நினைக்க வாய்ப்பில்லை என்று நினைத்தான். ஆசிரமத்துச் சாமியாராகவே நினைத்திருப்பாள். ஆனாலும் தன் மீது அவளுக்கு ஒரு ஈர்ப்பு இருப்பதை அவன் உணர்ந்தான். அவள் கண்களில் தெரிந்த மினுமினுப்பு அவனுக்குப் பழக்கமானதுதான். நெடுநேரம் அந்தக் கண்கள் அவனுடன் வந்துகொண்டிருந்தன.

29

மகாதேவ யோகி கடுகடுவென்று இருந்தார். படவேட்டில் என்ன நடந்தது என்றெல்லாம் கேட்கவில்லை. மாதவ யோகி கோயம்புத்தூர் வரச் சொன்னார் என்று சொல்லிவிட்டு

நிறுத்திக்கொண்டார். தன்னிடம் பேசுவதுகூட கௌரவக் குறைச்சல் என்று அவர் நினைப்பதாகப் பட்டது. அதைப் பற்றி அவனும் கவலைப்படவில்லை. ஆனால் கொல்லிமலையில் தான் தொடங்கிய புதிய திட்டங்கள் எல்லாவற்றையும் அவர் நிறுத்தியது குறித்த கோபம் மட்டும் அவனிடம் மாறாமல் இருந்தது.

இதுபோன்ற சோம்பேறிக் கிழட்டுச் சாமியார்களை வைத்துக்கொண்டு என்ன செய்ய முடியும் என்று நினைத்தான். எந்த மாற்றத்தையும் ஏற்க மறுக்கும் இவர்களை வைத்துக்கொண்டு சமூகத்தில் அடிப்படையான எந்த மாற்றத்தையும் கொண்டுவர முடியாது. தங்களால் முடிந்த சில சேவைகளைச் செய்துகொண்டு அதிலேயே சுகம் கண்டு அப்படியே சாகப் பிறந்தவர்கள். இப்படிப்பட்டவர்களை எல்லாம் எப்படி ஸ்வாமிஜி நம்பினார்? கொல்லிமலை போன்ற இடத்துக்கு இவரை எப்படி அனுப்பினார்? ஒருவேளை சிறிய வயதில் மிகவும் நம்பிக்கை தரும் விதத்தில் இருந்திருப்பாரோ? இருக்கலாம். முருகானந்தம், பாஸ்கரன் விஷயத்தில் எல்லாம் அவர் தவறு செய்யவில்லையே. மகாதேவரும் ஒரு காலத்தில் பாஸ்கரனைப் போல, பிரபுவைப் போல, ராமநாதனைப் போல இருந்திருக்கலாம். அப்படி இருந்தவரால் எப்படி இந்த மாதிரி தேங்கிப் போக முடிந்தது? ஒவ்வொரு பாஸ்கரனுக்குள்ளும் ஒரு மகாதேவர் இருக்கிறாரா? அப்படியானால் தனக்குள்ளும் இருப்பாரா?

ராமநாதனுக்குச் சட்டென்று பயம் ஏற்பட்டது. தன்னிடத் தில் உள்ள காமம் சார்ந்த பலவீனங்களையும் இதர சில பிரச்சினைகளையும் பற்றி அவன் கவலைப்படுவதுண்டு. ஆனால் சமூகத் தொண்டில் ஆழமான ஈடுபாடு உள்ளவனால் இவற்றைக் காலப்போக்கிலேனும் வென்றுவிட முடியும். சிந்தனையில் தேக்கம் ஏற்பட்டால் விமோசனமே கிடையாது என்று அவன் உறுதியாக நம்பினான். தனக்குள் ஒரு மகாதேவர் இருந்தால் முதலில் அவரை விரட்டிவிட்டு மறு வேலை பார்க்க வேண்டும் என்று நினைத்துக்கொண்டான்.

கொல்லிமலை முழுவதையும் சைக்கிளிலும் கால்நடை யாகவும் இரண்டு நாட்கள் சுற்றிவந்தான். எல்லோரிடமும் சொல்லிக்கொண்டான். அவர்களின் அன்பு அவனை நெகிழச் செய்தது. கண்டிப்பாகத் திரும்ப இங்கே வர வேண்டும் என்று நினைத்தான். ஆனால் மகாதேவ யோகி இருக்கும்வரையில் அது நடக்காது. நடந்தாலும் பயன் இருக்காது. ராமநாதனுக்கு இது தெளிவாகத் தெரிந்தது. கண்கள் கலங்க விடைகொடுத்த அந்த மக்களிடமிருந்து கனத்த மனதுடன் விடைபெற்றுக்கொண்டான்.

பழகிய மண்ணை விட்டுப் பிரிவது இது முதல் முறை அல்ல. சென்னை, சுசீந்திரம், பொன்னம்பட்டி, கொல்லிமலை எனப் பல ஊர்கள். எந்த ஊரின் மீதும் அவனுக்குப் பற்றுதல் ஏற்படுவதில்லை. நாடோடி மனநிலையுடன்தான் எங்கும் அவன் தங்கினான். ஆனால் பொன்னம்பட்டியையும் கொல்லி மலையையும் அவனால் எளிதில் மறக்க முடியவில்லை. ஆசிரமத்துச் சாமியார்கள் தன்னைத் திரும்பத் திரும்ப அலைக்கழிக்கிறார்கள் என்று நினைத்து மனம் கொதித்தது. ஆனால் கோபித்துக்கொண்டு எங்கே போவது? மீண்டும் வீட்டுக்குப் போவதில் ஆர்வம் இல்லை. சமூகத் தொண்டு, யோகா, தியானம் ஆகியவற்றை விட்டுவிட்டுச் சாதாரண வாழ்க்கையில் பொருத்திக்கொள்வதில் ஈடுபாடு இல்லை. இந்த வாழ்க்கை முறையைத் துறக்காமல் இதில் தனக்கான இடத்தைத் தேடிக்கொள்ள வேண்டும் என்று விரும்பினான். அது தன்னைத் தேடி வராது என்பதையும் உணர்ந்திருந்தான். தனக்கான இடத்தைத் தானே உருவாக்கிக்கொள்ள வேண்டும் என்று நினைத்தான். எப்படி என்பது தெரியவில்லை.

பேருந்து கொல்லிமலையை விட்டு விலகிச் சமவெளிக்கு வந்துவிட்டிருந்தது. ராமநாதன் திரும்பிப் பார்த்தான். பேருந்தின் பின்புறக் கண்ணாடி வழியே தெரிந்த மலைத் தொடர்கள் சலனம் கொண்டன. பக்கவாட்டில் ஜன்னலுக்கு வெளியே தொலைவில் தெரிந்த மேகக் கூட்டங்களினூடே மங்கலாகத் தெரிந்த ஒரு மலை மேகத்துடன் சேர்ந்து அசைவதைப் போல இருந்தது. அசையாத மலைகள் தலையசைத்துத் தனக்கு விடைகொடுக்கின்றன என்று நினைத்தபடி கண்களை மூடினான்.

30

மாதவ யோகி கொல்லிமலை பற்றி விசாரித்தார். இவரும் மகாதேவர் போலத்தான் என்று நினைத்ததால் ராமநாதன் பெரிதாக ஆர்வம் இல்லாமல்தான் எல்லாவற்றையும் சொன்னான். மகாதேவரைப் பற்றிப் பேச்சு வரும்போதெல்லாம் அவன் குரலில் கசப்புத் தெரிவதை கவனித்த மாதவ யோகி அந்த விஷயத்தை நோண்டினார். “உன்னோட புது ஸ்கீம்ஸ் எல்லாம் இன்டரெஸ்டிங்கா இருக்கு. மஹாதேவர் அதையெல்லாம் அப்ரிஷியேட் பண்ணியிருப்பாரே?” என்றார்.

ராமநாதன் அந்தப் பொறியில் விழுந்தான். மகாதேவர் எப்படி மாற்றங்களுக்கு எதிரானவர் என்பதைப் பற்றி விரிவாகப் பேசினான். கொல்லிமலையை இளைஞர்கள் கையில்

ஒப்படைத்தால் அது சுசீந்திரம் போல மாறும் என்றான் முடிவாக. மாதவர் இதையெல்லாம் ஆனந்தமாகக் கேட்டுக்கொண்டார். "அவரை என்ன பண்றது?" என்றார்.

"இங்கேயே வரச் சொல்லலாம். அல்லது அங்கேயே இருக்கட்டும். ஆனா அங்க நடக்கற விஷயங்கள்ள தலையிடக் கூடாது, சத்சங்கம், பஜனை இதை மட்டும் அவர் கவனிச்சிக்கலாம்" என்றான்.

மாதவர் புன்னகையுடன் தலையாட்டினார். "மஹாதேவர் ரொம்ப சீனியர். எனக்கு ஈக்வல்னு வெச்சிக்கயேன். அவரை அப்படியெல்லாம் ஹேண்டில் பண்ண முடியாது. வேற என்ன பண்ண முடியும்னு பாப்போம். நீ இங்க இருக்கற வேலையைப் பாரு. வேற சந்தர்ப்பத்துல உன்னை திரும்பவும் அங்க அனுப்பறேன்" என்றார்.

ராமநாதன் மீண்டும் கோவை ஆசிரமப் பணிகளை மேற்கொண்டான். வேலைகள் கடுமையாகவும் சவாலானவை யாகவும் இருந்தாலும் ஒரே இடத்தில் ஒரே வேலைகளைச் செய்வது அவனுக்குப் பிடிக்கவில்லை. மீண்டும் பொன்னம்பட்டிக்கோ கொல்லிமலைக்கோ போய்விட வேண்டும். அல்லது படவேடு, சிவனூர் போன்ற புதிய ஊருக்குள் போய்விட வேண்டும் என்று தவித்தான்.

பிரபு எப்போதும் சுற்றுப் பயணத்தில் இருந்தான். திருவனந்தபுரத்துக்கும் மைசூருக்கும் அடிக்கடி போய்விட்டு வந்தான். நன்கொடை விவகாரங்களைப் பார்த்துக்கொண்டான்.

மாதவ யோகி சொற்பொழிவுகளில் அதிக கவனம் செலுத்த ஆரம்பித்திருந்தார். அவருக்கு ஆங்கிலம் சரளமாக வரும் என்பதால் அடிக்கடி ஆங்கிலத்தில் சொற்பொழிவு ஆற்றினார். கதைகள், உரையாடல்கள், ஸ்லோகங்களின் மேற்கோள்கள் ஆகியவற்றின் மூலம் செயல்முறை வேதாந்தத்தை அவர் விளக்கினார். அவர் சொல்வதைக் கேட்டால் ஒவ்வொருவரும் தாங்கள் இருக்கும் நிலையிலேயே யோகியாக வாழலாம் என்ற நம்பிக்கை தோன்றும். திருடர்கள், பிச்சைக்காரர்கள், ஊழல் செய்பவர்கள், நோயாளிகள் எனப் பலரையும் குறிப்பிட்டு இதை அவர் விளக்குவது அவர் பேச்சுக்கு வசீகரம் கூட்டியது.

ஆசிரமத்துக் கூட்டங்களுக்கு அதிக மக்கள் வர ஆரம்பித்தார்கள். மாதவ யோகி பல இடங்களுக்கும் பயணம்

செய்து சொற்பொழிவாற்றினார். ஆசிரமத்தின் நடவடிக்கைகள் அதிகரித்தன. வருமானம் பெருகியது. நூல்கள் வெளியிடப்பட்டன. மைதானத்தின் ஒரு பகுதியில் புதிய கட்டிடம் எழும்ப ஆரம்பித்தது.

ராமநாதனுக்கு இதெல்லாம் ஒன்றும் புரியவில்லை. இதையெல்லாம் செய்வதற்காகத்தான் ஸ்வாமிஜி சாந்தி யோகம் என்னும் சிந்தனையைத் தந்தாரா என்று நினைத்துப் பார்த்தான். நடவடிக்கைகள் பரவலாக வேண்டியது அவசியம்தான். ஆனால் ஆழமாகவும் ஆகிக்கொண்டே போக வேண்டுமல்லவா? அது நடப்பதாகத் தெரியவில்லையே என்று வருத்தப்பட்டான். யோகாசன வகுப்பில் பலர் சேர்ந்தார்கள். ஐந்தாகப் பிரித்து எடுக்க வேண்டியிருந்தது. யார் எப்படி எடுக்கிறார் என்று கவனிக்க முடியவில்லை. நன்றாக யோகாசனம் செய்பவர்களில் பலர் நிர்வாகப் பணிகளில் ஈடுபடுத்தப்பட்டார்கள். சுமாராகத் தெரிந்தவர்கள் ஆசிரியர்களானார்கள். ராமநாதனால் தான் நடத்தும் வகுப்பைத் தவிர மற்ற வகுப்புகளின் மீது கவனம் செலுத்த முடியவில்லை. அனேகமாக ஒவ்வொரு விஷயத்திலும் இப்படியே இருந்தது. இதைச் சீர்திருத்துவதைவிடவும் இங்கிருந்து போய்விடுவதே நல்லது என்று நினைத்தான். ஆனால் எங்கே போவது?

ஒரு முறை எப்படியோ கஷ்டப்பட்டு மாதவ யோகியைச் சந்தித்துப் பேசினான். பொன்னம்பட்டிக்கோ கொல்லிமலைக்கோ போக விரும்புவதாகச் சொன்னான். ஆசிரமத்தில் சேவார்த்திகள் இப்படிக் கேட்பது பழக்கமில்லை. கொஞ்சம் பொறு என்று சொல்லிவிட்டார்.

வேறொரு சந்தர்ப்பத்தில் சிவனூர் கிராமத்தின் காலனி பற்றிப் பேசினான். அப்போது கருணாகர யோகியும் உடன் இருந்தார். இருவரும் அவன் சொல்வதைப் பொறுமையோடு கேட்டார்கள்.

“நம்ம ஆஸ்ரமத்துல எந்த பாகுபாடும் பாக்கறதில்லைன்னு ஒனக்கே தெரியும்...” என்றார் மாதவ யோகி.

ராமநாதன் தலையாட்டினான்.

“உதாரணமா, உன்னையே எடுத்துக்கோ, நீ இங்க வந்து எட்டு வருஷத்துக்கு மேல ஆச்சு. நீ என்ன ஜாதின்னு இங்க யாரானா கேட்டுருக்காளா?” என்றார்.

ராமநாதன் இல்லை எனத் தலையாட்டினான்.

“நம்ம ஆஸ்ரமத்து சம்ப்ரதாயங்கள், பூஜை புனஸ்காரங்கள், வழிபாடுகள் இதுலல்லாம் எந்த ஒரு கம்யூனிட்டியின் சிஸ்டத்தையும் நாம ஃபாலோ பண்றதில்ல. பொதுவான விஷயங்கள்தான் வெச்சிண்ட்ருக்கோம்.”

ராமநாதன் ஆமோதிக்கும் வகையில் தலையசைத்தான். தெரிந்த விஷயத்தையே ஏன் திரும்பத் திரும்பச் சொல்லிக் கொண்டிருக்கிறார்?

“நாம நம்ம சென்டர்ல வித்யாசம் பாக்காம பழகறது வேற. ஏற்கெனவே வித்யாசம் இருக்கற இடத்துல போய் நாம ஃபங்ஷன் பண்றதுங்கறது வேற...” என்றார்.

“புரியலேயே...” என்றான் ராமநாதன்.

“ஏற்கெனவே வித்யாசம் இருக்கற இடங்கள்ள நாம நடத்தற ப்ரோக்ராம்ஸ்ல எல்லாரையும் சேத்துக்கதான் செய்யறோம். ஆனாக்க சில பேரை சேத்துக்க வேணாம்னு அந்த ஊர்ல மெஜாரிட்டியா உள்ளவா சொன்னாக்க அத நாம மீற முடியாது. அப்படி மீறினாக்க இவா நம்மள தொரத்தி விட்டுடுவா.”

“அப்படின்னா அவங்களுக்குன்னு தனியா நடத்தலாமே?”

“அதுவும் அவாள ஒதுக்கி வைக்கறாத்தானே இருக்கும்?”

“எதுவுமே செய்யாம இருக்கறதுக்கு இப்படியாவது செய்யலாமே. அவங்களுக்கும் எஜுகேஷன், யோகா, தியானம் எல்லாம் சொல்லிக்குடுத்தா நல்லதுதானே. இதெல்லாம் அவங்களுக்கும் சொந்தம்தானே?”

“யார் இல்லேன்னு சொன்னா? ஆனாக்க அத செய்யறதுக்கு ஒரு ஸ்ட்ரெங்க்த் வேணுமோன்னா? ஒரு காலனிக்குள்ள நாம போய் நம்ம ப்ரோகராம்ஸ நடத்தினா ஊர்ல உள்ளவா நம்மள ஒதுக்க ஆரம்பிச்சிடுவா.”

“இதுக்குன்னு தனி யூனிட் போடலாமே? அல்லது ஊர்ல இருக்கறவங்கள கன்வின்ஸ் பண்ணலாமே?”

“அதுக்குதான் இன்னும் ஸ்ட்ரெங்க்த் வேணும்னு சொல்றேன். அது வரட்டும், செய்யலாம்” என்றார் மாதவ யோகி. அவருடைய குரல் இந்த விஷயத்தை இதோடு விட்டுவிடு என்று சொல்வதுபோல் இருந்தது.

ராமநாதன் ஏமாற்றத்துடன் திரும்பினான். ஆசிரமத்தில யோகி என்ற பெயரில் வெட்டியாகப் பலர் இருக்கிறார்கள். வெவ்வேறு சந்தர்ப்பங்களில் சாந்தி யோகத்தாலும் ஸ்வாமிஜியின் ஆளுமையாலும் கவரப்பட்டு வந்தவர்கள். இளமையில் நன்றாகப் பணிசெய்தவர்கள் என்று கேள்விப்பட்டிருக்கிறான். இவர்களில் ஒருவர் பொறுப்பேற்றுக்கொண்டால் அக்கம்பக்கத்தில் உள்ள தாழ்த்தப்பட்டவர்கள் பகுதிகளில் எவ்வளவோ செய்யலாம். ஆளில்லை என்று சொல்ல முடியாது. ஆசிரமத்தின் பள்ளிக்கூடத்திலிருந்து மாணவர்களைத் தேர்ந்தெடுத்து இந்தப் பணியில் ஈடுபடுத்தலாம். மாணவர்களின் பெற்றோர் ஆசிரமத்தின் மீது பெரும் மதிப்பு வைத்திருக்கிறார்கள். அவர்களை அழைத்துப் பேசி இதை முன்னெடுக்கலாம். மேல் ஜாதிக்காரர்கள் காலனிக்குள் போக மாட்டார்கள். ஆனால் அப்படிப் போகிறவர்களை ஒதுக்குமளவுக்கு அவர்களில் எல்லாரும் மோசமானவர்கள் அல்ல. இறங்கி வேலை செய்தால் ஊருக்கும் காலனிக்கும் இடையில் ஒரு பாலமாகக்கூட இந்த ஆசிரமம் மாறலாம். மனது வைக்க வேண்டும். ஒவ்வொன்றுக்கும் அதற்கான வலிமை வரட்டும் என்று காத்திருந்தால் எதுவுமே நடக்காது. மாதவ யோகி போன்றவர்களுக்கு மனம் வரவில்லை என்பதுதான் யதார்த்தம் என்று ராமநாதன் நினைத்தான். ஸ்வாமிஜி உயிரோடு இருந்திருந்தால் இந்த யோசனையை ஏற்றிருப்பார் என்று நம்பினான். பிரபு இதற்கு என்ன சொல்லுவான் என்று பார்க்க வேண்டும் என்று விரும்பினான். ஆனால் அவனைப் பார்க்கவே முடியவில்லை. மனம் விட்டுப் பேச யாருமே இல்லை என்ற ஏக்கம் மனதைக் கவ்வியது.

காயத்ரியின் நினைவு வந்தது. பேசாமல் காயத்ரியைக் கல்யாணம் செய்துகொண்டு ஆலப்புழாவிலேயே தங்கி அங்கேயே சேவை செய்யலாமா என்ற எண்ணம் பளீரென்று தோன்றியது. சட்டென்று உடல் முழுவதும் ஒரு பரவசம் ஓடியது. இருவரும் சேர்ந்து வாழ்வது, சமையல், சம்பாத்தியம், வீட்டு வேலைகள், குழந்தைகள், பள்ளிக்கூடம் எனப் பல படிமங்கள் அடுக்கடுக்காகத் தோன்றின. பரவசம் வந்த வேகத்தில் மறைந்தது. உடல் நடுங்கியது. உடல் முழுவதும் அச்சம் ஊடுருவியது. இல்லற வாழ்க்கை எனக்கு ஒத்துவராது. என்னால் ஒரு கிரகஸ்தனின் அன்றாட வேலைகளில் மூழ்க முடியாது. நான் அப்படி வடிவமைக்கப்படவில்லை. என்னால் முடியாது. தவிர, இதற்காகவா அம்மாவையும் அப்பாவையும் விட்டுவிட்டு வந்தது?

அம்மாவைப் பற்றிய நினைவு வந்ததும் அம்மாவின் பெயரைப் பயன்படுத்திக்கொண்டு காயத்ரியைப் பார்த்துவிட்டு வந்தது

குற்ற உணர்ச்சியை ஏற்படுத்தியது. வேலைகளில் முழுமையாக ஈடுபட முடியாமல் தடுமாறினான். இரவு உணவு முடிந்ததும் தலைவலி என்று சொல்லிவிட்டுப் படுத்துக்கொண்டான். தூக்கம் வரவில்லை. அம்மா, காயத்ரி, விசாலாட்சி, காலனி, மாதவ யோகி என்று பல விதமான சிந்தனைகள் அலையடித்துக் கொண்டிருந்தன. நள்ளிரவில் எழுந்து வெளியே நடக்க ஆரம்பித்தான். மைதானத்தில் வந்து உட்கார்ந்ததும் மனம் சற்றுத் தெளிந்தது. மிகவும் தனியனாகிவிட்டதாக உணர்ந்தான். இருளில் ஒளிந்திருக்கும் மலைகளைப் போலத் தன் மனம் ஆகிவிட்டது என்று நினைத்தான். நெடுநேரம் கழித்து படுக்கைக்குத் திரும்பினான். இந்த மனநிலையிலிருந்து வெளியேற மூன்று வழிகள் மட்டுமே அவனுக்குத் தெரிந்தன. அம்மாவைப் பார்த்துவிட்டு வருவது, காயத்ரியைப் பார்த்துவிட்டு வருவது, புதிய வேலை எதையாவது தொடங்குவது. இந்த மூன்றில் எதைச் செய்வது, எப்படிச் செய்வது?

31

காலையில் எழுந்தபோது மனம் தெளிந்திருந்தது. புதிதாக ஒரு பணியை முன்னிட்டுப் பயணம் செல்வது. அந்தப் பயணத்தைத் தொடங்கு முன் அம்மாவையும் காயத்ரியையும் பார்த்துவிடுவது. ஒரே கல்லில் மூன்று மாங்காய்களை அடிக்க முடியும் என்று நம்பினான். கோவையில் ஆசிரமத்தின் சார்பில் கட்டப்பட்டுவரும் மருத்துவமனையில் யோகாசன சிகிச்சைப் பிரிவு ஒன்றைத் தொடங்க வேண்டும் என்ற யோசனையை முன்வைத்து அனுமதி வாங்குவது. அதற்காகப் பயிற்சி பெற சுசீந்திரத்திற்கோ ஆலப்புழாவிற்கோ செல்ல அனுமதி பெறுவது. இதுதான் அவன் திட்டம். ஆலப்புழாவில் இதற்காகச் சிறப்பான ஒரு இடம் இருப்பதாக வினயசந்திரன் கூறியிருந்தார்.

மாதவ யோகி ஒப்புக்கொண்டார். ஆலப்புழாவில் உள்ள ஆசானிடமே கற்றுக்கொள் என்றார். ராமநாதனின் மனம் உற்சாகத்தில் பொங்கியது. ஆனால் இப்போது போக வேண்டாம் என்றார். மழை இப்போதுதான் விட்டிருக்கிறது. நின்றுபோன கட்டுமானப் பணிகளைத் தொடங்க வேண்டும். அதைப் பார்த்துக்கொள்ள வேண்டும். இதெல்லாம் முடிந்த பிறகு கிளம்பு என்றார். உற்சாக அலை சற்றே மட்டுப்பட்டது. என்றாலும் வருத்தமில்லை. இன்னும் ஐந்தே மாதங்களில் விடுதலை என்று நினைத்தான். திரும்பவும் இங்கே வர வேண்டியிருக்கும், மருத்துவமனையில் யோகா சிகிச்சைப் பிரிவைத் தொடங்குவதற்கான ஏற்பாடுகளைச் செய்ய

வேண்டியிருக்கும் என்பது அவனுக்குத் தெரியும். என்றாலும் இனி தனக்கென்று தனிப் பொறுப்பு கிடைத்துவிடும் என்ற எண்ணம் அவனை உற்சாகப்படுத்தியது. இந்த ஐந்து மாதங்களில் வெளியில் பெரிதாக வேலை ஒன்றும் இருக்காது என்பதால் கட்டுமான வேலைகளை மேற்பார்வை செய்வதோடு பள்ளிக்கூடத்தின் பணிகளை கவனித்துக்கொள் என்றார் மாதவ யோகி.

சென்னையில் தொடங்கி பெங்களூர், ஹைதராபாத், போபால், மும்பை ஆகிய ஊர்களுக்குச் சுற்றுப்பயணம் செய்ய இருப்பதாக அவர் சொன்னார். பிரபுவும் இப்போது அவருடைய பயணங்களில் தவிர்க்க முடியாத அங்கமாகிவிட்டான். பெரிய கூட்டங்களில் அவர் சொற்பொழிவாற்றுவார். பிரபு ஆசிரமத்தின் பணிகளை விளக்குவான். சிறிய கூட்டங்களில் கூடுதலாக தியானப் பயிற்சியும் நடைபெறும். இப்படியாக ஊர் ஊராக மாதவ யோகியும் பிரபு சங்கர் யோகியும் சுற்றிக்கொண்டிருந்தார்கள். கருணாகரன் கோவை மையத்தின் நடவடிக்கைகளை மேற்பார்வை பார்த்துக்கொண்டிருந்தார்.

ராமநாதன் பள்ளிக்கூட வேலைகளுடன் நூலக வேலை களையும் இழுத்துப் போட்டுக்கொண்டான். புதிய சேவார்த்திகள், பள்ளிக்கூட மாணவர்கள் துணையுடன் ஒவ்வொரு நூலையும் எடுத்துச் சுத்தம் செய்து வகை பிரித்து அடுக்கினான். புத்தகப் பட்டியலை ஒழுங்குபடுத்தினான்.

சேவார்த்திகளிடம் அரசியல் விவகாரங்களைப் பற்றி அவ்வப்போது பேசிவந்தான். இந்திய வரலாற்றில் இல்லாத அதிசயமாக நரசிம்மராவ் அவனுக்குத் தோன்றினார். மக்களுக்கு நன்கு தெரிந்த இந்திரா காந்தி, ராஜீவ் காந்தி, வி.பி. சிங், எம்.ஜி.ஆர்., என்.டி.ஆர்., கருணாநிதி, ஜெயலலிதா, லாலு பிரசாத் யாதவ் ஆகிய தலைவர்களையே பார்த்துவந்த இந்தியா முதல்முறையாக மக்களிடையே பிரபலமில்லாத பிரதமரைப் பெற்றிருக்கிறது என்பதைப் பிறரிடம் சொல்லிச் சொல்லி வியந்தான்.

நரசிம்ம ராவ் பற்றிய செய்திகளையும் கட்டுரைகளையும் படிக்கப் படிக்கப் பல வியப்புகள் ராமநாதனுக்கு ஏற்பட்டன. ராவுக்குப் பெரும்பான்மை இல்லை. அவரைக் கம்யூனிஸ்டுகளுக்கும் பிடிக்கவில்லை. பா.ஜ.க.வுக்கும் பிடிக்கவில்லை. ஆனால் யாரும் அவரை ஒன்றும் செய்ய முடியவில்லை. எதிர்க்கட்சிகளை எப்போதும் முட்டிக்கொள்ள வைத்து அதன் மூலம் பத்திரமாகக் காலம் தள்ளிக்கொண்டிருக்கிறார் என்பதை விளக்கும் கட்டுரை ஒன்றை இந்தியா டுடே இதழில் படித்தான். முத்துசாமி

போன்றவர்கள் போட்டிருக்கக்கூடிய கணக்குகளை எல்லாம் இந்தக் கிழவர் தவிடுபொடி ஆக்கிவிட்டதை அந்தக் கட்டுரை சொல்லியது.

முத்துசாமிகளின் கணக்கு தேர்தலிலிருந்தே பின்னடைவைச் சந்தித்ததை ராமநாதன் நினைத்துப் பார்த்தான். கோவிலை முன்வைத்தே தேர்தலில் போட்டியிட்ட பா.ஜ.க.வால் எதிர்க்கட்சி அந்தஸ்தைத்தான் பெற முடிந்தது. அத்வானியின் ரத யாத்திரையை ஒட்டி வி.பி. சிங்கின் ஆட்சி கவிழ்ந்ததும் தேர்தல் வருவதை காங்கிரஸ் விரும்பவில்லை. ராஜீவ் காந்தி சந்திரசேகரைப் பிரதமராக்கித் தேர்தலைத் தள்ளிப்போட்டார். தனக்குச் சாதகமான நேரத்தில் தேர்தலைச் சாத்தியப்படுத்தினார். ஆனால் அதன் பலனை நுகர அவர் உயிருடன் இல்லை. பா.ஜ.க. போட்ட திட்டத்தை ராஜீவ் முறியடித்தார். ராஜீவ் போட்ட திட்டத்தைக் காலன் முறியடித்தான். கடைசியில் யாரும் எதிர்பாராத முடிவு வந்தது. யாரும் எதிர்பாராத ஒருவர் பிரதமரானார். இவர் ஆட்சி சீக்கிரமே கவிழ்ந்துவிடும் என்றார்கள். அவரோ சுகமாக உட்கார்ந்திருக்கிறார். திட்டங்களை யார் வேண்டுமானாலும் போடலாம். ஆனால் அதன் முடிவை அவர்களால் தீர்மானிக்க முடியாது. இதே விஷயம் நாளைக்கு நரசிம்ம ராவுக்கும் நடக்கலாம் என்று நினைத்தான் ராமநாதன். தன்னுடைய திட்டங்களும் அப்படி ஆகலாம் என்றும் சொல்லிக்கொண்டான்.

மருத்துவமனை வேலைகள் வேகமாக நடைபெற்றன. சுசீந்திரம் மருத்துவமனையைப் பார்த்தவனுக்கு இந்த வேலை பெரும் உத்வேகத்தைத் தந்தது. அதைக் கட்டுவதற்குத் தொழிலதிபர் ஒருவர் உதவி செய்வதாகச் சொன்னார்கள். பெரிய காரில் அவர் அடிக்கடி வருவதையும் பார்த்தான். மாதவ யோகியும் மற்றவர்களும் அவரிடம் மிகுந்த மரியாதையுடன் பழகுவதையும் கவனித்தான். இது அவனுக்குப் புதிதாக இருந்தது. சில சமயம் அந்தத் தொழிலதிபருடன் அவர் மனைவியும் மகளும் வருவார்கள். அப்போதெல்லாம் மாதவ யோகியின் குழைவைப் பார்க்கச் சகிக்காது. பெண்களையே அதிகம் பார்க்காமல் இருந்தால் இப்படித்தான் ஆகுமோ என்று நினைத்தான்.

பிரம்மச்சரியம் என்பது குறித்து அவனுக்குப் பல கேள்விகள் எழுந்தன. ஆசிரம நூலகத்தில் மனித உறவுகள், காதல், ஆண் பெண் உறவு ஆகியவற்றைப் பற்றிய நூல் எதுவும் கிடையாது. காமசூத்ரா இருக்கிறது என்று பிரபு சொல்லியிருந்தான். ஆனால் அது கண்ணில் படவே இல்ல. ஆனால் கோவை பேருந்து நிலையம் அருகில் உள்ள ஒரு கடையில் சில ஆங்கிலப்

புத்தகங்களைப் பார்த்திருக்கிறான் த என்சைக்ளோபீடியா ஆஃப் செக்ஸ் என்ற நூலைக் கடையிலேயே நின்று சில பக்கங்களைப் படித்திருக்கிறான். ஆண் – பெண் ஈர்ப்பு என்பது பசி, தாகம், தூக்கம் போல மிகவும் இயல்பான விஷயம் என்பதை அந்த நூல் அறிவியல்பூர்வமாக விளக்கியிருந்தது. இனப் பெருக்க விழைவுதான் இந்த ஈர்ப்புக்கு அடிப்படை என்றும் அதில் கூறப்பட்டிருந்தது. உயிரினங்களின் ஆதாரமான வேட்கைகளில் ஒன்று தன்னுடைய தொடர்ச்சியைக் காண விழைவது. பல்கிப் பெருக முனைவது. இந்த முனைப்பு மரபணுக்களில் ஊறியிருப்பதுதான் காமம், ஈர்ப்பு ஆகியவற்றுக்குக் காரணம் என்றது அந்நூல்.

ஆண் – பெண் ஈர்ப்பு என்பது இயல்பான ஒன்று என்னும் நிலையில் பிரம்மச்சரியம் என்பது உண்மையிலேயே சாத்தியம்தானா என்ற கேள்வி எழுந்தபடி இருந்தது. இந்த ஈர்ப்பை அன்பாகவும் அன்பை அனைவர் மீதான பேரன்பாகவும் மாற்ற முடியுமா என்று யோசித்தான். பெண் வாடையே படாத பிரம்மச்சரியம் வலுவானதாக இருக்க முடியாது என்று நம்பினான். பெண்களும் உடன் இருக்க வேண்டும் என்பதில்லை, ஆனால் அவர்களை அவ்வப்போது சந்திப்பது, பேசுவது என்று இருந்தால்தான் பெண்களைப் பார்த்த மாத்திரத்தில் தடுமாற்றம் ஏற்படாமல் இருக்கும். அதற்காக அன்றாடம் பெண்களோடு புழங்கிக்கொண்டிருப்பதும் கூடாது என்று யோசித்தான்.

32

ஒரு முறை முத்துசாமியைப் பார்த்துவிட்டு வரலாம் என்று புறப்பட்டான். இவன் போன நேரத்தில் முத்துசாமி இல்லை. காத்திருக்கச் சொன்னார்கள். அலுவலகத்தைப் பார்வையிட்டான். வாசலிலிருந்து கொல்லைப்புறம்வரை அதே ஒழுங்கு. அதே நேர்த்தி, அமைதி. பேப்பரைப் பார்த்தபடியே முடிந்தவரை மனிதர்களையும் சூழலையும் கவனித்துக்கொண்டிருந்தான். அங்கே எல்லாரும் பரஸ்பரம் ஜி என்று விளித்துக்கொள்வதைக் கவனித்தான். அன்று ஆசிரமத்துக்கு வந்திருந்தபோதும் அவர்கள் உரையாடலில் ஜி அதிகமாகப் புழங்கியது நினைவுக்கு வந்தது.

அரை மணிநேரம் கழித்து ஒருவர் இவன் அருகில் வந்து, “முத்துசாமிஜி வந்துட்டார்” என்றார். அவர் சொல்லிக் கொண்டிருக்கும்போதே முத்துசாமி அருகில் வந்தார். முகம் பிரகாசமாக இருந்தது. பளிச்சென்ற அவர் சிரிப்பில்

குழந்தைத்தனம் தெரிந்தது. “ஒரு நிமிஷம்” என்றவர் திரும்பி வரும்போது முகம் கழுவியிருந்தார். மேலும் பொலிவுடன் இருந்தார். சாப்பிடும்படி உபசரித்தார். ராமநாதன் மறுக்கவில்லை.

சாப்பிட்டுக்கொண்டிருக்கும்போது முத்துசாமி பேச ஆரம்பித்தார். “உங்க முகத்துல ஏதோ மாற்றம் தெரியுதே?” என்றார்.

ஆழம் பார்க்கிறாரா அல்லது பார்த்த ஆழத்தைச் சொல்கிறாரா என்று ராமநாதனுக்குக் கேள்வி வந்தது. “என்ன மாற்றம்?” என்றான் புன்னகையுடன். முத்துசாமி அவன் கண்களை ஊடுருவிப் பார்த்தார். உதடுகளில் தன்னம்பிக்கை ததும்பும் புன்னகை. ராமநாதன் அவருடைய உளவியல் அஸ்திரத்தை எதிர்கொள்ளும் முனைப்புடன் அவர் கண்களைப் பார்த்தான். அவன் முகத்திலும் புன்னகை. “சொல்லுங்க” என்றான்.

“உங்க ஸ்மைல் ரொம்ப அழகா இருக்கு. ஆனா உங்க உதடு மட்டும்தான் சிரிக்கறா மாதிரி தெரியுது. மனசுக்குள்ள சிரிப்பு இல்ல” என்றார்.

“இந்த சிரிப்பு பொய்யின்றீங்களா” என்றான்.

“அப்படி இல்ல, இதுல டெப்த் இல்லையோன்னு தோணுது. அடிப்படையான விஷயங்கள் பத்தி ரொம்ப யோசிக்கறீங்களா?”

“அது எப்பவும் யோசிக்கிறதுதானே?”

“இப்ப கொஞ்சம் அதிகமாயிருக்கு. அல்லது குழப்பமா ஆயிருக்கு.”

ராமநாதன் சிரித்தான். “நீங்க என்ன படிச்சீங்க?”

“எம்.எஸ்.ஸி. ஃபிஸிக்ஸ்”

“சைக்காலஜி படிச்சிருப்பீங்களோன்னு நெனச்சேன்”

“படிச்சிருக்கேன். ஆனா பாடத்துல இல்ல.”

ராமநாதன் சிறிது நேரம் எதுவும் பேசவில்லை. பிறகு “நீங்க சொல்றது சரியா தப்பான்னு சொல்லத் தெரியல” என்றான்.

“நல்லது” என்றார் முத்துசாமி. பிறகு மௌனமாக அவனைப் பார்த்தார். அவருடைய அதீதமான தன்னம்பிக்கை ராமநாதனைச் சற்றே எரிச்சல்படுத்தியது. அதில் இயல்பைவிடவும்

செயற்கையான அழுத்தமே விஞ்சியிருப்பதாகப் பட்டது. வில்லாளி என்பவன் எப்போதும் அம்பு எய்யத் தயாராக வில்லை இழுத்துப் பிடித்துக்கொண்டிருக்க வேண்டியதில்லை. நடனம் ஆடுபவர் எப்போதும் அபிநயம் பிடித்துக்கொண்டிருப்பதில்லை. இவருக்கு ஏன் இப்படிப்பட்ட உடல் மொழி தேவைப்படுகிறது? எப்போதும் இவர் ஏன் எதிரியோடு சமர் புரியத் தயாரான மனநிலையில் இருக்கிறார்? இவர் செய்யும் வேலைகளில் எதிரிகளைத்தான் அதிகம் சந்திக்கிறாரா? தன்னுடைய அலுவலகத்திற்குள் நுழையும்போதுகூட அவரிடம் இதே பாவனை, இதே உடல் மொழி ஏன் இருக்கிறது? இங்கே இருக்கும் தன்னுடைய சகாக்களைப் பார்க்கும் விதம்கூட இயல்பாக இல்லை. பார்வையில் ஒரு மதிப்பாய்வு அல்லது உத்தரவு அல்லது கேள்வி ஏன் எப்போதும் தொக்கி நிற்கிறது?

“சொல்லுங்க . . . எப்படி உங்க வேலையெல்லாம் போயிட்ருக்கு?” என்ற கேள்வி அவனைக் கலைத்தது.

ராமநாதன் சுருக்கமாக விவரித்தான். மருத்துவமனை போன்ற புதிய திட்டங்களைப் பற்றிச் சொன்னான். பிறகு விஷயத்துக்கு வந்தான். “உங்க ராம ஜென்ம பூமி மூவ்மெண்ட் எப்படி போயிட்ருக்கு?” என்றான்.

“நம்ம ராம ஜென்ம பூமின்னு சொல்லுங்க” என்று தனது முத்திரைச் சிரிப்பை உதிர்த்தார் முத்துசாமி. ராமநாதன் சிரித்தான்.

“நரசிம்ம ராவ் வந்ததுக்கு அப்புறம் பெரிசா ஒண்ணும் நடக்கல போலிருக்கே?”

“பெரிசான்னா? என்ன எதிர்பாக்கறீங்க?”

“1990 அக்டோபர்லயே கோவில் கட்ற வேலையை ஆரம்பிச்சிடுவீங்கன்னு நெனச்சேன். ஆனா உயிர் பலி கொடுத்ததுதான் மிச்சம். அப்புறம் தேர்தல்லயும் பெரிய பலன் கெடைக்கல. இப்ப எல்லாமே ஸ்தம்பிச்சி போனா மாதிரி இருக்கு.”

“1990இல் நடந்தது முக்கியமான டர்னிங் பாயிண்ட். ஹிந்துக்களோட உணர்ச்சியை உலகத்துக்கு சொன்ன நாள் அக்டோபர் 30. ஹிந்துக்கள் தங்கள் தன்மானத்தைக் காப்பாற்ற உயிரைக் கொடுக்கவும் தயங்க மாட்டாங்கன்ற மெசேஜ் உலகத்துக்கு புரிஞ்சிருக்கு. ஹிந்துக்கள் மேல ஒரு மரியாதை வந்துருக்கு . . .”

“ஆனா தேர்தல்ல அது பிரதிபலிக்கலயே?”

“தேர்தல்ல பிரதிபலிச்சாதான் ஸ்ட்ரெங்த் இருக்குன்னு அர்த்தம் கெடயாது. தேர்தல் வெற்றி தோல்வி எல்லாம் டெம்பரரி. ஹிண்டு கன்சாலிடேஷன் பர்மனென்ட். நாம இந்த தேசத்தப் பத்தி கவலைப்படுறோம். பார்லிமென்டைப் பத்தி இல்ல. அதே சமயத்துல இன்னொரு விஷயத்தையும் நாம கவனிக்கணும். ஹிண்டு கல்சாலிடேஷனோட ஸ்ட்ரெங்த் தேர்தல்ல பிரதிபலிக்கலன்னும் சொல்லிட முடியாது. பார்லிமெண்ட்ல நம்பர் கணிசமா இங்க்ரீஸ் ஆயிருக்கு. மூணு ஸ்டேட் எலக்‌ஷன்ல ஜெயிருச்சிருக்கோம். இன்னும் பல ஸ்டேட்ஸ்ல முன்னேற்றம் இருக்கு. ஆனா நான் முதல்லயே சொன்னா மாதிரி இது நமக்கு முக்கியம் கிடையாது. நம்ம தேசத்தோட ட்ரெடிஷன் காப்பாத்தப்படணும். தேசம் முழுக்க ஒரு குடும்பமா உணரணும். தேசம் எல்லாத் துறைலயும் முன்னேறணும். இதுதான் முக்கியம். இந்த நெலம வந்தா போதும். ப்ரைம் மினிஸ்டர் பதவி எதுவும் வேணாம்.”

“ராம ஜென்ம பூமி மூவ்வெண்டால இதெல்லாம் நடக்கும்னு நெனைக்கறீங்களா?”

“1925இல் இந்த சங்கம் ஆரம்பிக்கப்பட்டது. அன்னிலேந்து நாங்க இந்த லட்சியத்துக்காகப் போராடறோம். ராம ஜென்ம பூமி அந்தப் போராட்டத்தோட ஒரு அடையாளம். அதிகபட்சமான மக்களை ரீச் பண்றதுக்கான மாஸ் மூவ்மெண்ட். அது எங்க வேலையை துரிதப்படுத்தும். ராமருக்குக் கோவில் கட்றதுன்றது ஹிந்து சுயமரியாதையின் சிம்பல். ராம ஜென்ம பூமியில ராமர் கோயில் எழும்பினா அதுக்கு முன்னால பெரும்பாலான ஹிந்துக்கள் ஒன்றுபட்டு நின்னுருக்காங்கன்னு அர்த்தம். அதுதான் இதோட இம்பார்ட்டன்ஸ்.”

“இந்த ஒற்றுமை மத்தவங்கள பயமுறுத்துதே?”

“அதுக்கு நாம ஒண்ணும் பண்ண முடியாது. நாம உண்மைய சொல்றோம். உரிமையை கேக்கறோம். இத யாராலயாவது ஒத்துக்க முடியலன்னா அது அவங்க பிரச்சினை.”

“மத்தவங்களோட பயத்தப் பத்தி உங்களுக்குக் கவலையே இல்லையா?”

“அவங்களும் எங்களோட சேந்துட்டா பயப்படவே வேண்டாமே!”

“அதுதான் அவங்களுக்கு உள்ள ஒரே வழியா?”

“அது ஒரு வழி. இன்னொரு வழி எங்க கோரிக்கைல உள்ள நியாயத்த புரிஞ்சிக்கிட்டு விட்டுக் கொடுக்கறது.”

“அவங்களுக்கும் இது எமோஷனலான விஷயம்தான் இல்லயா?”

“இழந்ததை மீட்கறதும் எமோஷன்தான். இருக்கறத இழக்கறதும் எமோஷன்தான். ஆனா இடம் ஒரிஜினலா யாருதுன்னு பாக்கணும். அப்படிப் பாக்கும்போது ஹிந்துக்களோட நியாயம் புரியும்.”

“இப்படி ஹிஸ்ட்ரிய தோண்டிகிட்டே போனா அதுக்கு முடிவு இருக்குமா?”

“ஹிஸ்ட்ரியை புதைச்சி மூடிட்டா மட்டும் எல்லாம் சரியாயிடுமா? ஹிஸ்டரி மக்கள் மனசுல இருக்கறதாலதானே கோவிலுக்கு ஆதரவு, எதிர்ப்பு ரெண்டும் வருது?”

“ஹிஸ்ட்ரில ஹிந்துக்களும் தப்பு பண்ணியிருக்காங்க.”

“அது ரொம்பக் குறைவு. அப்படியே இருந்தாலும் அதுக்கு பிராயச்சித்தம் செய்ய ஹிந்துக்கள் தயாரா இருக்காங்க.”

“புத்தர்கள், ஜைனர்கள், ஹரிஜனங்கள், பிற தாழ்த்தப்பட்ட ஜாதிகள், பெண்கள்னு நெறய பேருக்கு பிராயச்சித்தம் செய்யணுமே? சைவர்களுக்கும் வைஷ்ணவர்களுக்கும் நடுவுலகூட கடுமையான சண்டைகள் நடந்துருக்கு. உயிர் பலியெல்லாம் நடந்திருக்கு ...”

முத்துசாமியின் முகம் திவீரமடைந்தது. “நீங்க யூரோப்பியன்ஸ் எழுதின ஹிஸ்ட்ரியையும் மார்க்ஸியன்ஸ் எழுதின ஹிஸ்ரியையும் படிச்சிட்டு இப்படி சொல்றீங்க. இந்தியாவை ஒரு கேவலமான நாடுன்னு சித்தரிக்கறதுக்காகவே எழுதப்பட்ட ஹிஸ்டரி இதெல்லாம். இதுல பல விஷயங்கள் பொய். பல விஷயங்கள் மிகைப்படுத்தப்பட்டவை. இத வெச்சிக்கிட்டு ஹிந்துக்களைக் கேவலப்படுத்தறது இடதுசாரிகளுக்கும் வெஸ்டர்ன் அடிமைகளுக்கும் பழக்கம். நீங்க ஹிஸ்ட்ரிய ஒழுங்கா படிங்க.”

“அப்படிப் பாத்தா நீங்க சொல்ற ஹிஸ்ட்ரியும் உங்க ஹிஸ்ட்ரிதானே?”

“இருக்கலாம். எது உண்மைன்னு காலம் தீர்மானிக்கும். ஆனா நீ கேவலமான ட்ரெடிஷனுக்கு சொந்தக்காரன்னு பிரிட்டிஷ் அடிமையும் ரஷ்ய அடிமையும் சொல்றத எப்படி ஏத்துக்க முடியும்? ஐயாயிரம் வருஷ பாரம்பரியம் ஹிந்துவுக்கு இருக்கு. நேத்து வந்தவங்க சொல்றதைக் கேட்டு தன்னோட அடையாளத்தைப் புரிஞ்சிக்க வேண்டிய அவசியம் அவனுக்கு இல்லை.”

“ஹிஸ்ட்ரிய பத்தி பேசி நாம ஒரு முடிவுக்கு வர முடியாதுன்னு நெனைக்கறேன். ஆனா ஒண்ணு மட்டும் நிச்சயம். ஹிந்துக்கள் இன்னமும் தங்களுக்குள்ளயே பலரை கேவலமாதான் நடத்தறாங்க. ஒதுக்கிதான் வெக்கறாங்க. நீங்க சொல்ற ட்ரெடிஷன், பெருமை எல்லாம் சில பேரைத் தாண்டி கீழ போகவே இல்ல. இன்னி வெரைக்கும் போகல. இத சொல்றதுக்கு நான் ஹிஸ்ட்ரி படிக்க வேண்டியதில்ல. என் கண்ணாலயே பாக்கறேன்.”

முத்துசாமி புன்னகைத்தார். அதில் வழக்கமான பாவனை இல்லை. “ஹிந்து சமுதாயத்துல பிரச்சினை இல்லன்னு யார் சொன்னது? அப்படி இருக்கறதாலதானே மத்தவங்க ஜெயிச்சாங்க? அதுக்கெல்லாம் முற்றுப்புள்ளி வெக்கனும்னா ஹிண்டு கன்சாலிடேஷன்தான் ஒரே வழி.”

“ஒதுக்கப்பட்டவங்களோட நெலமை?”

“அதெல்லாம் பழங்கதை. எல்லோரும் ஒண்ணுன்றது இன்னித்து நெலமை. எல்லாரையும் அரவணைப்போம். யாரும் மேல, கீழ இல்ல. எல்லாரும் ஒண்ணா சேந்து ஒரே உணர்வோட, ஒரே குரலோட பேசுவோம். செயல்படுவோம். இதுதான் நம்ம கலாச்சாரத்தைக் காப்பாத்த ஒரே வழின்னு ஹிந்துக்கள் உணர ஆரம்பிச்சிட்டாங்க. சங்கத்துல ஜாதிப் பிரிவினைக்கு இடம் கொடுக்காம வேலை செய்யறோம். சங்கம் வளர வளர ஜாதிப் பிரிவினை, தீண்டாமை எதுவும் இருக்காது. சங்கம் ஸ்ட்ராங்கா இருக்கற இடங்களுக்குப் போய்ப் பாத்தீங்கன்னா இதைத் தெரிஞ்சிக்கலாம். இதையும் உங்க கண்ணாலயே பாக்கலாம்.”

“உண்மையிலேயே இதை நீங்க முக்கியமா நெனச்சீங்கன்னா இதுக்காக ஒரு மூவ்மெண்ட் நடத்தலாமே? கோவிலுக்காக மூவ்மெண்ட் நடத்தி, அதுல ஒத்துமையை உண்டாக்கி, ஹிந்துக்கள் மத்தியில இருக்கற வேற்றுமைகளைப் போக்கறது கொக்கு தலையில வெண்ணை வெச்சி பிடிக்கற கதையா இருக்கே?”

முத்துசாமி மீண்டும் சிரித்தார். "கோவில் அப்பீல்ன்றது எமோஷனலான விஷயம். இயல்பா ஹிந்துக்களை அப்பீல் பண்ணக்கூடிய விஷயம். அது தன்மானப் பிரச்சினையும்கூட. இதே அப்பீல் மத்த விஷயங்களுக்கு இருக்கும்னு சொல்ல முடியாது. அதுக்காக அதுல அக்கறை இல்லன்னு சொல்ல முடியாது."

இப்போது ராமநாதன் சிரித்தான். "கோவிலுக்காகக் கூடும் ஹிந்துக்கள் தீண்டாமை போன்ற பிரச்சினைக்காகக் கூட மாட்டாங்கன்னு நீங்க சொல்றதே ஹிந்துக்கள் எப்படி இருக்காங்கன்னு தெளிவா நிரூபிக்குது" என்றான்.

"நா அப்படி சொல்லல. அது உங்க இண்டர்ப்ரெடேஷன். கோவிலுக்கு இருக்கற அப்பீல் கம்பேரிடிவா அதிகம்னு சொன்னேன். இதை முன்னிட்டு ஹிந்து ஒற்றுமை, தேச புனர்நிர்மாணம், சீர்திருத்தம் எல்லாத்தையும் பண்ண முடியும். ஜாதி பேதம் இல்லாத ஹிந்து சமுதாயம் அமைக்கறதுல எங்களுக்கு இருக்கும் கன்விக்ஷனை நீங்க ஃபீல்டுல போய்ப் பாத்தா தெரிஞ்சிப்பீங்க" என்றார்.

"நடந்தா நல்லதுதான். ஆனா ஜாதி பேதம் பாக்காம ஒண்ணா இருக்க முடியும்னா மதபேதம் பாக்காமயும் ஒண்ணா இருக்க முடியும் இல்லயா?"

"கண்டிப்பா முடியும். எங்களுக்கு எந்த பேதமும் இல்ல. இன் ஃபாக்ட் ஹிந்துங்கறது ரிலிஜியனே இல்ல. அது நேஷனாலிட்டி. இதுக்குள்ள கிறிஸ்டியன்ஸ், முஸ்லிம்ஸ் எல்லாரும் உண்டு. இந்த நாட்டுல பிறந்த ஒவ்வொருத்தரும் உண்டு. இதை மத்தவங்க ஒத்துக்கறதுக்கு முன்னால ஹிந்துக்கள் ஒத்துக்கணும். அதுக்காகத்தான் போராடிட்டு இருக்கோம்."

"உங்க கட்சியை சேந்தவங்க மீட்டிங்லாம் கேட்டேன். மத்தவங்கள அடிச்சி வெரட்டணும்ங்கற அளவுக்கு பேசறாங்களே?"

"அது வெறும் எமோஷன். ஃபிலாஸஃபியோட மாஸ் எக்ஸ்ப்ரஷன். பொதுக்கூட்ட பேச்சுக்கள், கோஷங்கள் எல்லாம் சிம்பிளாவும் எமோஷனலாவும்தான் இருக்கும்."

"அதுக்காக என்ன வேணும்னாலும் பேசறதா? கருவறுப்போம்னுல்லாம் பேசறாங்க. அதைக் கேட்டு கூட்டம் உணர்ச்சிவசப்படுது..."

“நான் சொன்னா மாதிரி அதெல்லாம் மாஸ் எக்ஸ்பிரஷன். சில பேர் உணர்ச்சிவசப்பட்டு பேசிடுவாங்க...”

“பெரிய தலைவர்களே பேசறாங்க. அதுதான் பல பேர கவரவும் செய்யுது. அது போகட்டும். கோவிலை எப்ப கட்டப் போறீங்க? எப்படி கட்டப் போறீங்க?”

முத்துசாமி சிரித்தார். “எப்படி கட்டப் போறோம்னு கேளுங்க” என்றார்.

ராமநாதன் புன்னகைத்தான். “போறீங்கன்னுதான் என்னால கேக்க முடியுது. ஏன்னா, கோவில் கட்றது என் வேலை இல்லன்னு நெனைக்கறேன். மக்களுக்குச் சேவை செய்யறது, மானம் மரியாதையோட மூணு வேளை அவங்களை சாப்பிட வெக்கறது, அவங்க உடல் ஆரோக்கியத்தையும் மன ஆரோக்கியத்தையும் வளத்து ஆன்மிக ரீதியா உயர உதவி பண்றது. இதுதான் என் லட்சியம்” என்றான்.

“எங்களுக்கும் இது முக்கியம்தான். நாங்க இன்னும் விரிவா இதைப் பாக்கறோம்” என்றார் முத்துசாமி.

பேச்சு சுற்றிச்சுற்றி ஒரே இடத்தில் நிற்பதாக ராமநாதனுக்குத் தோன்றியது. இவர் சளைக்கவே மாட்டார். பேச்சை முடிவை நோக்கி நகர்த்த விரும்பினான். “கோவில் பிளான் என்னன்னு சொல்லுங்களேன்” என்றான்.

“பொறுத்திருந்து பாருங்க. இதிலெல்லாம் அவசரப்பட முடியாது. ஆனா சீக்கிரமே ஏதாவது நடக்கும். கோவில் கட்டும் வேலை தொடங்கும். அது உண்மையில் ராமர் கோவில் இல்ல. தேசிய புனர் நிர்மாணக் கோவில்.”

“பார்ப்போம்“ என்று சொல்லிவிட்டு ராமநாதன் புறப்பட்டான். முத்துசாமி வாசல்வரை வந்து வழியனுப்பினார். “ஏன் மொட்டை போட்டீங்கன்னு யோசிச்சீங்களா?” என்றார்.

“மொட்டை போட்ட விஷயமே மறந்து போச்சு” என்றான் ராமநாதன் சிரித்துக்கொண்டே.

முத்துசாமியும் சிரித்தார். ராமநாதன் கிளம்பினான்.

33

மருத்துவமனைக் கட்டுமானப் பணிகள் வேகமாக நடந்தன. காரில் வரும் தொழிலதிபர் இப்போதெல்லாம் அடிக்கடி வருகிறார். ஆசிரமத்தை எல்லாம் சுற்றிப் பார்க்கிறார். அவருடன் எப்போதும் ஒரு சிறிய கூட்டம் வருகிறது. அவர்களைப் பார்க்கும்போது ராமநாதனுக்கு அவஸ்தையாகவே இருந்தது. கட்டுமானப் பணிகளில் மாதவ யோகியும் வழக்கத்தைவிட அதிகமான ஆர்வத்துடன் ஈடுபட்டார். பண விவகாரங்கள் ராமநாதனிடம் அவ்வளவாக வருவதில்லை.

பணத்தோடு சம்பந்தப்பட்ட பணிகளில் ஈடுபடும்போது அவனுக்கு ஒரு விஷயம் தெளிவாகப் புரிந்தது. பொதுக் காரியத்தில் ஈடுபட்டு அதில் பேர் வாங்கியவர்களுக்குப் பணம் என்பது ஒரு பிரச்சினையே இல்லை என்பதுதான் அது. ஆசிரமத்திற்கு வந்த நாளிலிருந்தே அது புரிந்தது என்றாலும் மருத்துவமனை கட்டும்போது நன்றாகவே புரிந்தது. பொதுக் காரியத்துக்காகப் பணத்தை வாரி இறைக்கப் பணக்காரர்கள் தயாராக இருக்கிறார்கள். ஆனால் அந்தக் காரியத்தைச் செய்பவர்கள் மீது அவர்களுக்கு நம்பிக்கை ஏற்பட வேண்டும். அவர்கள் செய்யும் உதவியில் அவர்களுக்கு நம்பிக்கை ஏற்பட வேண்டும். அந்த உதவியில் அவர்களுடைய சுயநலமும் கலந்திருக்கும். உதவியைப் பெறும் தொண்டர்கள் அல்லது தொண்டு அமைப்பு அது பற்றிக் கவலைப்பட்டால் அதிகப் பணம் கிடைக்காது. நல்ல நோக்கத்தோடு மட்டும்தான் ஒருவர் பணம் தருகிறாரா என்பதை ஆராயப் போனால் அதற்கு விடை கண்டுபிடிப்பது எளிதல்ல. இதைக் கண்டுபிடிப்பதையே ஒரு வேலையாக வைத்திருந்தால் பிரதானமான வேலை நடக்காது.

பல ஆண்டுக்கால அனுபவத்தில் ராமநாதன் இந்த முடிவுகளை அடைந்திருந்தான். பணத்தின் ரிஷிமூலம் பார்க்க விரும்பாத ஆசிரம சாமியார்கள் வரவு செலவில் மட்டும் கறாராக இருந்ததையும் அவன் கவனித்திருந்தான். முதலிலிருந்தே ராமநாதனுக்கு அதில் ஆர்வமில்லை. பணம் ஒரு இடத்தில் நிற்கக் கூடாது என்பது அவன் அணுகுமுறை. அவனைப் பற்றி நன்றாகவே புரிந்துவைத்திருந்த ஆசிரம நிர்வாகிகள் பண விஷயத்தில் அவனை கவனமாகவே கையாண்டார்கள். இதை உணரும்போதெல்லாம் அவர்களை ஏமாற்ற வேண்டும் என்ற எண்ணமே ராமநாதனுக்கு வந்தது.

தியானம் செய்து பல மாதங்கள் ஆகிவிட்டன என்பதை ராமநாதன் திடீரென்று ஒரு நாள் உணர்ந்தான். வேலை, பணம்,

காமம், ஹிந்து – முஸ்லிம் உறவு, சமூகம் எனப் பல திசைகளில் அலைந்துகொண்டிருந்த மனதை ஒரு திசையில் செலுத்த தியானம் செய்யத் தொடங்க வேண்டும் என்று நினைத்தான்.

தியானத்தில் பல வகைகள் இருப்பதாக ஸ்வாமிஜி சொல்லுவார். உன் அன்றாட வேலைகளைச் சரியாக நிர்வகிப்பதற்கும் தியானம் பயன்படும். நீயே கடவுளாக மாறுவதற்கும் தியானம் பயன்படும். இவை இரண்டுக்கும் இடையில் சில நிலைகள் உள்ளன. மனம் வேறொரு நிலைக்குப் போய்விட்டதாக உணருவோம். அன்றாட வாழ்வின் அனுபவங்கள் உருமாறும். நாம் பார்க்கும் பொருள்கள், மனிதர்கள் மாறுபட்டுத் தெரிவார்கள். உறவுகள் மாறும். ஒரு கணம் மலை உச்சியிலிருந்து பார்ப்பது போல் உலகம் தோன்றும். மறுகணம் நுண்ணோக்கியால் பெரிதுபடுத்தப்பட்ட எறும்பு துல்லியமாகத் தெரிவதுபோல் எல்லாமே பெரிதாகவும் தெளிவாகவும் துலங்கும். கண் மூடித் தியானத்தில் ஆழ்ந்தால் விசித்திரமான தோற்றங்கள் புலனாகும். விலங்குகளின் தோற்றங்கள் புலனாகும். விலங்குகளும் மனிதர்களும் பூதங்களோடும் தெய்வங்களோடும் இணைந்த தோற்றங்களில் தென்படுவார்கள். சில சக்திகள் கிடைக்கலாம். சில சித்திகள் கிடைக்கலாம். சக மனிதர்களின் மனதை ஊடுருவும் திறன் வாய்க்கலாம். மனித இயல்புகளின் நிஜ முகங்களை உணர முடியலாம். இவை அனைத்தும் தியானத்தின் படி நிலைகளில் கிடைக்கும் அனுபவங்கள். இவை எல்லாவற்றையும் அனுபவி. தன்னை மறப்பது தியானத்தின் முதல் படி. தன்னை உண்மையாக அறிவது தியானத்தின் இறுதி நிலை. அந்த அறிதல் வரும்வரை எவ்வளவு சித்தி உனக்குக் கிடைத்தாலும் அலைதல் இருக்கும்வரை நீ வாழ்வது லௌகீக வாழ்க்கைதான். வாழ்நாள் முழுவதும் ஒரே இடத்தில் அமர்ந்தும் தியானம் செய்யலாம். உட்காராமலும் செய்யலாம். உட்கார்ந்தால்தான் தியானம் என்பது தொடக்க நிலை. எங்கும் எப்போதும் எதைச் செய்தாலும் அது தியானமாக மாறுவது லட்சிய நிலை. இங்கிருந்து அங்கே போகவும் தியானமே உதவும். தொடர்ந்து தியானம் செய்யும் ஒருவன் தொடர்ந்து தன்னைப் புதுப்பித்துக்கொள்கிறான். தொடர்ந்து புதுப்பித்துக்கொள்பவன், என்றும் குன்றாத இளமையுடன் இந்தப் பிரபஞ்சத்தைத் தழுவிக்கொள்கிறான். அவனுக்கும் இந்தப் பிரபஞ்சத்துக்கும் இடையில் எதுவும் இல்லை. உணர்வுகள், எண்ணங்கள், ஆசாபாசங்கள், உடைகள் என எல்லாவற்றையும் முற்றாகத் துறந்த நிலையில் பிரபஞ்சத்துடன், பேரியற்கையுடன் அவன் கூடிக் கலக்கிறான். இந்நிலையில் அவனுக்கு பிரம்மம் என்பது லட்சியமல்ல. அவனே பிரம்மம்.

ஸ்வாமிஜியின் சொற்கள் அவனை ஆழ்ந்த குற்ற உணர்வுக்குள்ளாக்கின. நான் இதையெல்லாம் கேட்டது எதற்காக? இதில் ஒரு துளியைக்கூட நான் செயல்படுத்தியதில்லை.

ஆசிரமத்துக்கு வந்த புதிதில் மனக் குவிப்பு அனாயாசமாக நிகழ்ந்தது. போகப் போக எண்ணங்களின் அலை கவனத்தை வெளிமுகமாகத் தள்ளிக்கொண்டேயிருந்தது. ராமநாதன் பிடிவாதமாகத் தியானத்தில் அமர்ந்தான். நெடுநேரம் மனதைக் குவிக்க முயன்றான். பிரக்ஞை அடிக்கடி நழுவுவதும் திரும்ப வருவதுமாக இருந்தது. முன்பெல்லாம் தியானத்தின்போது கிடைத்த உரு வெளித்தோற்றங்கள் இப்போது புலனாகவில்லை. திரும்பத் திரும்ப அன்றாட அனுபவங்களே தோன்றுகின்றன. கட்டிடம் எழும்புகிறது. கார்கள் வருகின்றன. அடியாட்கள் புடை சூழ்த் தொழிலதிபர் வருகிறார். நூலகங்களில் புத்தகங்கள் குவிந்து கிடக்கின்றன. தொழிலதிபரின் மனைவியைப் பார்த்து மாதவர் குழைகிறார். கருணாகர யோகி கணக்குக் கேட்கிறார். பிரபு கேள்வி கேட்கிறான். தூங்கும்போது காலைத் தூக்கித் தன் மேல் போடுகிறான். முத்துசாமி தன்னம்பிக்கையுடன் சிரிக்கிறார். இராம கோபாலன் முஸ்லிம்களுக்குச் சவால் விடுகிறார். காயத்ரி என்னையும் பக்கத்தில் வைத்துக்கொண்டு வேலை செய்யேன் என்கிறாள். வினயசந்திரன் ராம ஜென்ம பூமி சுவரொட்டியைப் பார்த்துத் தலையில் அடித்துக்கொள்கிறார்.

ராமநாதன் தியானத்தை நிறுத்தினான்.

34

மருத்துவமனைக் கட்டுமானப் பணி முடியும் கட்டத்தை நெருங்கியபோது கருணாகர யோகி ராமநாதனை அழைத்து வேறு பணிகளில் ஈடுபடுத்தினார். கட்டுமானம் நடக்கும் இடத்திற்கே அவன் வர முடியாதபடி பள்ளிக்கூடப் பணிகளிலும் சாந்தி யோக முகாம்களிலும் முழுமையாக ஈடுபடுத்தினார். கட்டுமானப் பணிகளில் ராமநாதனுக்குப் பெரிய ஆர்வம் இல்லை என்றாலும் புதிதாக ஒன்று கட்டி எழுப்பப்படுவதை அருகிலிருந்து பார்க்க விடாமல் தனனை ஏன் அப்புறப்படுத்துகிறார்கள் என்று அவனுக்குப் புரியவில்லை. அண்மைக் காலமாகப் பலர் அங்கே புதிதாக நடமாட ஆரம்பித்திருந்தார்கள். மூத்த சாமியார்களும் அங்கே அதிகம் வர ஆரம்பித்தார்கள். சாமியார்கள் தன்னைப் பார்த்த விதத்தில் சினேகம் எதுவும் இல்லை என்பதை உணர்ந்தான். ஏதோ ஒரு காரணத்திற்காகத் தன்னை இடையூறாக நினைக்கிறார்கள் என்ற முடிவுக்கு அவன் வந்திருந்தான்.

ஒருவேளை பிரபுவையும் இப்படித்தான் விலக்கி வைத்திருக்கிறார்களோ என்று தோன்றியது. பிரபு ஆசிரமத்தில் தங்கிய நாட்களையும் ஏதேனும் ஒரு காரணத்தால் அவன் ஓயாமல் பயணம் செய்துகொண்டிருந்த சூழலையும் பார்க்கும்போது அவன் இங்கே இல்லாமல் இருப்பது விலக்கப்படுவதற்குச் சமம் என்றுதான் அவனுக்குப் பட்டது. பிரபுவைப் பார்த்துப் பேசினால் பல விஷயங்கள் தெளிவாகலாம். ஆனால் பார்க்க முடியவில்லை.

காளிமுத்து கடிதம் போட்டிருந்தான். அவன் வீட்டுக்குத் தொலைபேசி எண் வந்துவிட்டதாக எழுதியிருந்தான். அம்மாவும் அப்பாவும் நன்றாக இருக்கிறார்கள் என்று சொல்லியிருந்தான். ராமநாதன் எண்ணை மனப்பாடம் செய்துகொண்டான். பேசவில்லை. பதில் போடவில்லை.

காயத்ரியைத் தொடர்புகொண்டு பேசினான். அனேகமாக நவம்பரில் ஆலப்புழாவிற்கு வருவேன் என்றான். பையனுக்கு விடுமுறை எதுவும் இல்லை என்றாலும் தீபாவளிக்கு அங்கு வருவதாகச் சொன்னாள் காயத்ரி.

டிசம்பர் 6 அன்று கர சேவை நடைபெறும் என்று அறிவிக்கப் பட்டிருந்தது. அதற்கு ஆதரவாகவும் எதிர்ப்பாகவும் விஷயங்கள் வந்துகொண்டே இருந்தன. கோவில், மசூதி தொடர்பான எல்லாச் செய்திகளையும் ராமநாதன் விடாமல் படித்துவந்தான். சர்ச்சைக்குரிய பகுதியில் நுழைய அனுமதிக்க முடியாது என்று நரசிம்ம ராவ் அரசு அறிவித்தது. சர்ச்சைக்குரிய இடத்தையும் மசூதிக் கட்டுமானத்தையும் பாதுகாக்க வேண்டிய பொறுப்பு உத்தரப் பிரதேச அரசுக்கு இருக்கிறது என்றும் மத்திய அரசில் உள்ளவர்கள் சொன்னார்கள். உத்தரப் பிரதேசத்தில் பா.ஜ.க. அரசு உள்ளது. அதன் முதல்வர் கல்யாண் சிங் இந்துத்துவக் கொள்கையில் தீவிரப் போக்கு உள்ளவராகக் கருதப்படுபவர். சர்ச்சைக்குரிய இடத்தையும் மசூதியையும் பாதுகாக்க வேண்டும் என்று மத்திய அரசு பிறப்பிறக்கும் கட்டளையை அவரால் மீற முடியாது. ஆனால் அவர் கட்சியைச் சேர்ந்த தலைவர்களும் தொண்டர்களும் மசூதி இருக்கும் அதே இடத்தில் கோவில் கட்டுவோம் என்று திரண்டு வந்தால் அவர் கட்சிக்கு விசுவாசமாக இருப்பாரா அல்லது பதவிக்கு விசுவாசமாக இருப்பாரா? இந்த பா.ஜ.க., ஆர்.எஸ்.எஸ்., வி.இ.ப. இயக்கத்தினர் என்னதான் செய்ய வேண்டும் என்கிறார்கள்?

சட்டரீதியான முயற்சி, நீதிமன்றதுக்கு வெளியே பேச்சு வார்த்தை ஆகிய இரண்டில் ஏதாவது ஒன்றின் மூலம்தான் இதைத் தீர்க்க முடியும் என்பதில் ராமநாதனுக்குச் சந்தேகமே இல்லை. பாபர் படையெடுத்து வந்து வென்றதை இப்போது படையெடுத்துச் சென்று மீட்பதுபோல இருக்கிறது இவர்கள் செயல். இவர்கள் எந்த நூற்றாண்டில் வாழ்கிறார்கள்! கத்திக்குக் கத்தி, கோவிலுக்கு மசூதி என்று இறங்கினால் இதற்கு முடிவுதான் என்ன? ஜாலியன் வாலாபாகிற்குப் பழிவாங்குகிறேன் என்று துப்பாக்கியைத் தூக்கிக்கொண்டு இங்கிலாந்துக்குப் போக முடியுமா? வரலாற்றின் கடிகார முள்ளைப் பின்னோக்கிச் செலுத்த முடியாது முத்துசாமிஜி... உங்கள் புத்திசாலித்தனத்தை ஆக்கபூர்வமான வழிகளில் செலுத்துங்கள். சமத்துவம், சமவாய்ப்பு ஆகியவற்றுக்காகப் பாடுபடுங்கள். மக்களுக்கு உண்மையான மதத்தை, ஆன்மிகத்தைக் கற்றுக்கொடுங்கள்...

முத்துசாமியோடு பேசியதில் ராமநாதனுக்கு ஒரு விஷயம் தெளிவாகப் புரிந்தது. அவர் எவ்வளவு தீவிரமாகப் பேசினாலும் உணர்ச்சிவசப்படவில்லை. உணர்ச்சிகளைப் பற்றி உணர்ச்சி இல்லாமல் பேசுகிறார். பொதுக்கூட்டத்தில் அவர் கட்சியின் தலைவர்கள் உணர்ச்சிகளைத் தூண்டி மக்களை உசுப்பிவிடுகிறார்கள். அந்தத் தலைவர்களும் தனிப்பட்ட முறையில் அப்படி இருப்பதற்கே வாய்ப்பு அதிகம். போக்குவரத்து வழிகளில் தொடங்கி ரூபாய் நோட்டு அச்சடிப்பதுவரை எல்லாவற்றுக்கும் ஒரு முறை இருக்கிறது என்பதும் அதைக் கடைப்பிடிப்பதன் மூலம்தான் இன்றைய வாழ்க்கையை நகர்த்திச் செல்ல முடியும் என்பதும் அவர்களுக்குத் தெரிந்திருக்கும். எதிலாவது மாற்றம் கொண்டுவர வேண்டுமென்றால் அதற்கும் இந்த அமைப்பின் வழிகளினூடேதான் பயணம் செய்ய வேண்டும் என்பதும் அவர்களுக்குத் தெரிந்தே இருக்கும். அப்படி இருந்தும் படையெடுப்பு உத்திகளில் இறங்குகிறார்கள் என்றால் அவர்களுடைய திட்டமே வேறு என்றுதான் பொருள். வினயசந்திரன் சொல்வதுபோல, உணர்ச்சிகரமான விஷயத்தை முன்வைத்து மக்களைத் திரட்டி, அந்தத் திரட்சியை அரசியல் வலிமையாக மாற்றிக்கொள்ள விரும்புகிறார்கள்.

இந்தப் படையெடுப்பின் விளைவு என்ன என்பதைப் பார்த்துவிட வேண்டும் என்று தீர்மானித்தான். அதுவும் அருகில் இருந்து பார்க்க வேண்டும் என்று முடிவு செய்தான். டிசம்பர் 6 அன்று தான் இருக்க வேண்டிய இடம் அயோத்தி என்று தீர்மானித்துக்கொண்டான்.

அயோத்தியை நோக்கி அவனைத் தள்ள மேலும் சில சம்பவங்களும் நடந்தன. மருத்துவமனைக் கட்டுமானம் நடக்கும் இடத்தை அவன் அணுக முடியாத சூழ்நிலை அவனுக்குப் பிடிக்கவில்லை. மருத்துவமனையில் தங்கிச் சிகிச்சை பெறும் நோயாளிகளின் பிரிவு எப்படி வந்திருக்கிறது என்று பார்க்க விரும்பினான். யோகாசன சிகிச்சைப் பிரிவைத் தனிப்பட்ட முறையில் கவனிக்க வேண்டும் என்று நினைத்தான். சுசீந்திரத்தில் இரண்டையும் அவன் மிகவும் நுட்பமாகக் கவனித்திருக்கிறான். பொன்னம்பட்டியில் அதைப் போல உருவாக்க வேண்டும் என்று கனவுகண்டிருந்தான். அங்கே கற்றுக்கொண்டதை இங்கேயாவது நடைமுறைப்படுத்தலாம் என்று நினைத்தான். அவை இறுதி வடிவம் பெறும்போது அந்த இடத்தை நெருங்க முடியாத சூழல் உருவாக்கப்பட்டுவிட்டது. பகல் முழுவதும் பல்வேறு இடங்களுக்கு அலைய வேண்டியிருந்தது. இரவு எட்டு மணிக்குத்தான் திரும்ப முடியும். அப்போது இருட்டில் கட்டுமானத்தினுள் நுழைந்து பார்க்க முடியாது. கையில் இருக்கும் வேலையை முடித்துவிட்டு இரண்டு நாளில் வந்துவிடலாம் என்று நினைப்பான். ஆனால் இரண்டு நாள் கழித்து வேறொரு வேலை வரும். அது முடிய நான்கு நாள் ஆகும். பிறகு அடுத்த வேலை, அடுத்த வாரம் என்று நாட்கள் கழிந்துகொண்டிருந்தன.

எரிச்சலுடனும் சலிப்புடனும் ராமநாதன் எல்லாவற்றையும் செய்துவந்தான். இடையில் கீர்த்திவாசன் வந்திருந்தான். ஒரு நாள் தங்கினான். இரவில் அவனிடம் நெடுநேரம் பேசிக்கொண்டிருந்தான். பொன்னம்பட்டியில் வேலைகள் அவ்வளவு சிறப்பாக நடப்பதாகத் தெரியவில்லை. சில வேலைகள் சிரமம் காரணமாக நிறுத்தப்பட்டன. வியாபார நடவடிக்கைகள் முன்புபோல இல்லை. சத்சங்கத்தில் பகவத் கீதை பாராயணம் நடக்கிறது. பஜனை உற்சாகமாக நடக்கிறது.

கோவை ஆசிரமத்திலும் சத்சங்கம் என்பது சம்பிரதாயமாகி விட்டது. மாதவ யோகி பொதுப் பிரசங்கங்களுக்குக் கொடுக்கும் கவனத்தை இதற்குக் கொடுப்பதில்லை. ஸ்வாமிஜி அதை நுட்பமான விஷயங்களைப் பற்றிப் பேசவும் விவாதங்களையும் சிந்தனைகளையும் தூண்டவும் பயன்படுத்திக்கொண்டார். இப்போதெல்லாம் பாராயண வகுப்புகளாக அவை மாறிவிட்டன. கீதை, ஆத்மபோதம், பஜ கோவிந்தம், திருமந்திரம், திவ்யப் பிரபந்தம் ஆகியவை பாராயணம் செய்யப்படுகின்றன. சில சமயம் பொழிப்புரைகள் வாசிக்கப்படுகின்றன. ராமநாதனால் உட்காரவே முடியவில்லை. இதிலிருந்து விரைவில் வெளியேறிவிட வேண்டும் என்று நினைத்தான். யோகாசன வகுப்புக்கு

பதில் சத்சங்க வகுப்பின் பொறுப்பைக் கொடுத்தால் அதை நன்றாக நடத்தலாம் என்று நினைத்தான். பல விஷயங்களைத் தயாரித்தும் வைத்திருந்தான். ஆனால் அதற்கான சந்தர்ப்பம் எதுவும் கிடைக்கவில்லை. பொன்னம்பட்டி, கொல்லிமலை, கோவை என எதை நினைத்தாலும் ஏமாற்றமாக இருந்தது. நட்புக் கொள்ளவோ உறவாடவோ, உரையாடவோ தகுந்த துணை இல்லாத ஏக்கம் வாட்டியது. தனிமையின் சுமையும் அலுப்பூட்டும் அன்றாடப் பணிகளின் சுமையும் அழுத்தின. புதிய சூழல், புதிய வேலை என்று மனம் ஏங்க ஆரம்பித்தது.

யோசித்துப் பார்க்கும்போது அதிலும் பெரிதாகப் பலன் எதுவும் இல்லை என்று பட்டது. ஒரு இடத்திலும் ஒரு வேலையைத் தொடர்ந்து கவனிக்க அனுமதிப்பதில்லை என்பதால் புதிய வேலையைத் தொடங்குவதில் எந்தப் பொருளும் இல்லை. இந்த எண்ணம் தோன்றியதும் ஒட்டுமொத்தமாக அந்த அமைப்பிலிருந்து அன்னியப்பட்ட மனநிலை வளர ஆரம்பித்தது. ஆசிரமத்திலிருந்து எப்படி விடுதலை பெறுவது என்று யோசித்தான். வெளியேறுவது மிகவும் எளிது. ஆனால் அடுத்து என்ன செய்வது? வீட்டுக்குப் போக முடியாது. வேலைக்குப் போக முடியாது. தொழில் செய்ய முடியாது. கல்யாணம் செய்துகொண்டு இல்லறத்தில் ஈடுபட முடியாது. எனக்குத் தெரிந்ததெல்லாம், என்னால் முடிந்ததெல்லாம் யோகா, சேவை. சுதந்திரமும் வாய்ப்பும் கிடைத்தால் எவ்வளவோ செய்யலாம். காயத்ரி, ஊதாரித்தனம் இவை எல்லாம் என் சொந்தப் பிரச்சினை. அதையெல்லாம் தாண்டி என்னால் வேறு யாராலும் செய்ய முடியாத அளவுக்குச் சமூக சேவை செய்ய முடியும். ஆனால் இந்த ஆசிரமத்தில் இருந்தபடி செய்ய முடியாது. வேறு என்ன செய்யலாம்?

தனக்குச் சம்பந்தமே இல்லாத விஷயமாக இருந்தாலும் அயோத்தியில் என்ன நடக்கிறது என்பதைப் பார்த்துவிட வேண்டுமென்று முடிவு செய்தான். ஆசிரமப் பணிகளுக்காக வெளியே செல்லும்போது தனக்கென்று சிறிது பணத்தை ஒதுக்கிக்கொள்ளத் தொடங்கினான். கையில் வைத்திருந்த பணம் செலவாகிவிட்டது. கொஞ்சம் கொஞ்சமாக ஒதுக்கியதில் இரண்டு வாரங்களில் 500 ரூபாய் சேர்ந்தது. இந்த வேகத்தில் போனால் அடுத்த டிசம்பரில்தான் போக முடியும் என்று தோன்றியது.

ஆசிரமத்திற்காகப் பொதுமக்களில் சிலரைச் சந்தித்தபோது அவர்களுடன் பேச்சுக் கொடுக்கும் வழக்கம் அவனுக்கு இருந்தது.

கோவையில் பலருக்கு ராம ஜென்ம பூமி ஜுரம் பிடித்திருந்தது தெரியவந்தது. ஒரு சிலர் மிகவும் உணர்ச்சிவசப்பட்டார்கள். பாபர் மசூதியை குண்டு வைத்துத் தகர்க்க வேண்டும் என்றார்கள். அப்போதுதான் முஸ்லிம்களின் கொட்டம் அடங்கும் என்றார்கள். கோவையிலேயே இவ்வளவு அட்டகாசம் செய்பவர்கள் வட இந்தியாவில் அதிக எண்ணிக்கையில் இருக்கும் இடங்களில் எவ்வளவு செய்வார்கள் என்று பொருமினார்கள். குறிப்பாக வியாபாரிகள் மத்தியில் முஸ்லிம் வெறுப்பு அதிகமாக இருந்தது. அதுவே கோவில் ஆதரவாக வெளிப்பட்டதாக ராமநாதனுக்குத் தோன்றியது. அயோத்திக்குச் செல்வது அவ்வளவு ஒன்றும் கஷ்டம் இல்லை என்று நினைத்துக்கொண்டான்.

35

அயோத்தியைப் பற்றிய பேச்சு ஆசிரமத்திலும் புழங்க ஆரம்பித்தது. இரவு உணவின்போது சத்சங்கம் முடிந்த பிறகு சாமியார்களும் சேவார்த்திகளும் அதைப் பற்றிப் பேசினார்கள். கோவில் கட்ட வேண்டும் என்பதில் யாருக்கும் மறுப்பில்லை. ஆனால் அந்த மசூதியை என்ன செய்வது என்பதில் முரண்பட்டார்கள். இடித்துத் தள்ள வேண்டும என்றார் ஒருவர். மசூதியை இடித்துவிட்டுக் கோவில் கட்டினால் அது நியாயமாகாது என்று சொன்னவர், மசூதிக்குப் பக்கத்திலேயே கோவில் கட்டலாம் என்றார். தீர்ப்பு வரும்வரை காத்திருக்கலாமே என்றார் இன்னொருவர். பேச்சு வார்த்தைதான் சரி என்றார் மற்றொருவர். மயிலே மயிலேன்னா இறகு போடுமா என்றார் இன்னொருவர். ஆசிரமத்திலேந்து யாராவது அங்கே போக வேண்டாமா என்று கேட்டான் ராமநாதன். அதெல்லாம் ஆசிரமத்தின் வேலை அல்ல என்றார் கருணாகர யோகி. இவ்வளவு பெரிய விஷயம் நடக்கும்போது நாம் ஒதுங்கி இருக்கலாமா என்று ராமநாதன் கேட்டான். "ஒவ்வொரு ஆர்கனைசேஷனுக்கும் ஒரு அஜெண்டா இருக்கும். இது வி.எச்.பி.யோட அஜெண்டா. சாந்தி ஆஸ்ரமத்தோட அஜெண்டா இல்ல" என்றார் உறுதியாக. பல இயக்கங்களிலிருந்தும் பலர் இதில் கலந்துகொள்கிறார்களே என்றான் விடாமல். "நம்ம ஆஸ்ரமம் அதுல ஒண்ணு இல்ல" என்று முத்தாய்ப்பு வைத்தார் கருணாகரன்.

ராமநாதனுக்கு இந்த பதில் ஏமாற்றம் தரவில்லை. சொல்லப்போனால் கருணாகரன் இந்த அளவுக்குத் தெளிவாகப் பேசியது அவனுக்குத் திருப்தியைத் தந்தது. அயோத்திக்குப் போக விரும்புவதாகச் சொன்னால் ஆசிரமத்தில்

அனுமதிக்க மாட்டார்கள் என்று அவனுக்குத் தெரியும். அதை உறுதிப்படுத்திக்கொள்ளவே கேட்டான். ஆசிரமத்தில் அனுமதி கேட்கலாமா வேண்டாமா என்ற சஞ்சலத்துக்கு முடிவு கட்டினான். நவம்பர் இறுதியிலேயே கிளம்பி, சுசீந்திரத்திலாவது ஆலாப்புழாவிலாவது காயத்ரியைச் சந்தித்துவிட்டுப் போக வேண்டும் என்று தீர்மானித்தான்.

யோகாசனத்தைக் கொண்டு சிகிச்சை தரும் முறையை ஆலப்புழாவில் கற்றுக்கொள்ளச் சிறப்பான இடம் இருப்பதாக வினயசந்திரன் சொல்லியிருந்தார். பயிற்சிக்குச் செல்வது பற்றிப் பேச்செடுக்க ஆரம்பித்தான். மாதவ யோகியிடம் ஒரு முறை இதுபற்றிப் பேசினான். அவர் அவன் கோவையில் செய்துவரும் வேலைகளின் நிலவரம் பற்றிக் கேட்டார். மருத்துவமனை கட்டி முடிக்க ஜனவரி ஆகிவிடும் என்றும் அதுவரை இங்கே இரு என்றும் சொன்னார். ராமநாதனுக்குக் கோபம் வந்தது. "ஹாஸ்பிடல் வேலை எதையும் இப்பல்லாம் எங்கிட்ட குடுக்கறதே இல்லியே?" என்றான்.

"எந்த வேலையை எப்ப யாருக்குக் குடுக்கறதுன்னு பெரியவாளுக்குத் தெரியும்" என்றார் நிதானமாக.

"ஹாஸ்பிடல் வேலை எதுவும் இல்லாததால நான் இப்பவே போயிட்டு வந்துட்டா ஜனவரிலயே யோகா தெரபி செக்ஷனையும் ஆரம்பிச்சிடலாமே?" என்றான்.

"நல்ல ஐடியாதான். ஆனா கேரளால இப்ப மழையாம். நீ அங்க போய் மாட்டிக்காத. இங்க வெளி வேலை நிறைய இருக்கு. அதப் பண்ணு. மார்கழி முடிஞ்சி உத்தராயணம் ஆரம்பிச்சப்பறம் போ" என்றார். மேற்கொண்டு பேச்சை வளர்க்கவிடாமல் எழுந்து போய்விட்டார்.

ராமநாதன் இதை எதிர்பார்க்கவில்லை. ஒரு வாரம் முன்னதாகக் கிளம்பி ஆலப்புழா செல்வது, டிசம்பர் முதல் தேதியிலிருந்து 10ஆம் தேதி வரை அயோத்தி பயணம். பிறகு மீண்டும் ஆலப்புழா போய் பயிற்சி எடுத்துக்கொள்வது. இப்படித் திட்டம் வைத்திருந்தான். இப்போது எதுவுமே இல்லை என்று ஆகிவிட்டது. உத்தராயணத்தில் கிளம்ப வேண்டுமாம். இந்தக் கிழவனுக்கு என்ன ஆச்சு? ராமநாதன் கோபத்தின் உச்சியில் இருந்தான். உத்தராயணத்தில் அனுப்புவார்கள் என்பதற்கும் உத்தரவாதம் இல்லை. மருத்துவமனையில் புற நோயாளிகளுக்குச் சீட்டுப் போடு என்று சொன்னாலும் சொல்வார்கள்.

அரவிந்தன்

மனம் பொருமியது. நீங்கள் இழுத்த இழுப்புக்கெல்லாம் வருவதற்கு நான் ஆளில்லை. ஒரு படைத் தளபதியை வாயில் காப்போனாகப் பயன்படுத்த நினைக்கிறீர்கள். இனிமேலும் இதையெல்லாம் பொறுத்துக்கொள்ள வேண்டிய அவசியம் இல்லை என்று மாதவ யோகியைப் பார்த்து மானசீகமாக முழங்கினான். நவம்பர் கடைசியில் கிளம்பிவிட வேண்டும் என்று முடிவு செய்துகொண்டான். ஆசிரமத்தில் இதை எப்படி எதிர்கொள்வார்கள், திரும்பி வரும்போது சேர்ப்பார்களா, அப்படிச் சேர்க்காவிட்டால் எங்கே போவது என்பதைப் பற்றியெல்லாம் யோசிக்கத் தோன்றவில்லை. வீட்டை விட்டுவிட்டு வந்தபோது ஆசிரமம் என்னும் இலக்கு இருந்தது. இத்தனை ஆண்டுகளாக எவ்வளவோ அலைந்தும் ஆசிரமம் என்னும் புகலிடம் இருந்தது. இனி அதற்கான உத்தரவாதம் இருக்காது. அவர்கள் பேச்சை மீறித் திருட்டுத்தனமாகக் கிளம்பும் பட்சத்தில் அந்த உத்தரவாதம் இருக்கும் என்று எதிர்பார்ப்பதிலும் நியாயம் இருக்காது. டிசம்பர் 6 அன்று கர சேவை நடக்கிறதோ இல்லையோ கர சேவையை ஒட்டித் தன் வாழ்வில் திருப்புமுனை வந்தே தீரும் என்று அவனுக்குத் தோன்றியது. எப்படி என்பது பற்றி யோசிக்கும் நிதானத்தை அவன் இழந்துவிட்டிருந்தான்.

அறைக்குச் சென்றவன் இரண்டு வேட்டிகள், ஒரு பேண்ட், மூன்று சட்டைகள், இரண்டு பனியன்கள், இரண்டு துண்டுகள், சோப்பு, பிரஷ், தேங்காய் எண்ணெய், புத்தகம் ஆகியவற்றை எடுத்து ஒரு பையில் அடைத்தான். கிளம்ப இன்னும் சில நாட்கள் இருந்தாலும் இப்போதே தயாராகிவிட வேண்டும் என்று நினைத்தான். கோவில் கட்டுவதற்காகத் திரட்டப்பட்ட இயக்கத்தின் முடிவு என்னவாக ஆகப் போகிறது என்பதை நேரில் கண்டறியும் ஆவலை விடவும் இது சாத்தியப்படுத்தும் விடுதலையை எண்ணிப் புளகாங்கிதம் அடைந்தான். டிசம்பர் 6 தேச வரலாற்றில் திருப்புமுனையாக இருக்கும் என்றார் முத்துசாமி. தனக்கும் திருப்புமுனைதான் என்று நினைத்துக்கொண்டான்.

முத்துசாமிக்கு ஆசிரமத்தோடு தொடர்பு இருப்பதால் அயோத்தி பயணம் பற்றி அவரிடமும் சொல்ல வேண்டாம் என்று முடிவு செய்தான். ஆனால் இங்கிருந்து கர சேவைக்குச் செல்பவர்களின் திட்டம் என்ன என்று தெரிந்துகொள்ள விரும்பினான். அவரைச் சந்தித்தான். திட்டங்களை எல்லாம் உற்சாகமாக விவரித்தார். போன முறை அயோத்தியையே நெருங்க முடியாமல் பலர் தடுக்கப்பட்டார்களே அது போல ஆனால் என்ன செய்வீர்கள் என்று கேட்டான். முத்துசாமி

வழக்கம் போல் சிரித்தார். "இப்போ யு.பி.ல சி.எம். முலாயம் சிங் இல்ல, கல்யாண் சிங். அவரே கரசேவைக்கு வருவேன்னு சொல்லியிருக்கார்" என்றார்.

"சென்ட்ரல் கவர்மெண்டோட உத்தரவை சி.எம். மீற முடியுமா? அந்த இடத்துல எதுவும் செய்யக் கூடாதுன்னு கோர்ட்லயும் சொல்லியிருக்காங்களே?"

"மக்கள் விருப்பம் எல்லாத்தையும்விட பெரிசு."

"அப்ப மக்களையே கேட்டு எல்லாம் பண்ணிடலாமே. கோர்ட், பார்லிமெண்ட், எலக்ஷன், செகரட்ரியேட், போலீஸ் ஸ்டேஷன் எல்லாம் எதுக்கு?"

முத்துசாமி இதை ரசிக்கவில்லை என்பது அவரது அரைச் சிரிப்பிலிருந்து தெரிந்தது. "இது விதண்டாவாதம். இருந்தாலும் நான் இதுக்கு பதில் சொல்றேன். எல்லா மக்களும் சேர்ந்து ஒரே குரல்ல, தார்மிகக் குரல்ல பேச அரம்பிச்சா அதுக்கப்பறம் கோர்ட் இத்யாதியெல்லாம் தேவை இருக்காது. ஆனால் எல்லா விஷயத்துக்கும் அப்படிப் பேசறது சாத்தியம் இல்ல. அதுனால எதுல அப்படிப் பேசறாங்களோ அதுல மட்டும் அதைப் பிரமாணமா எடுத்துப்போம். இதுதான் ஜஸ்டிஸ். இதுதான் ட்ரூ டெமாக்ரஸி."

"மக்கள் உணர்ச்சியைத் தூண்டி அவர்களை ஒரே விதமா பேச வைக்க முடியும் இல்லையா?"

"இல்லாத உணர்ச்சியைத் தூண்ட முடியாது"

"போட்டி, பொறாமை, வன்முறை, ரேப் இதெல்லாம்கூட மனுஷனுக்குள்ள இருக்கற உணர்ச்சிகள்தான் ..."

"மறுபடியும் விதண்டாவாதம் பண்றீங்க ..."

ராமநாதனுக்கு ஆயாசமாக இருந்தது. "அது போகட்டும். கர சேவைன்னா நீங்க என்னதான் செய்யப் போறீங்க?" என்றான்.

"கோவில் கட்டும் வேலை. வாலன்டியரா ஈடுபட்டு ஃப்ரீ சர்வீஸ் பண்றதுதான் கர சேவை. கோவில் கட்டறதுக்கான வேலையைத் தொடங்குவாங்க."

"இவங்களுக்கும் கன்ஸ்ட்ரக்ஷனுக்கும் என்ன சம்பந்தம்?"

"கன்ஸ்ட்ரக்ஷன்கறது செங்கல், சிமிண்ட், சம்பந்தப்பட்ட விஷயம் மட்டுமில்ல. ராமருக்கு அவர் பிறந்த இடத்துல கோவில் இருந்தது. நடுவுல இல்லாம போச்சு. மறுபடியும் அதைக் கட்டணும்னு ஹிந்துக்கள் விரும்பறாங்க. நாட்டுல பல பேர் எதிர்க்கறாங்க. ஹிந்துக்களுடைய விருப்பத்தை நிர்வாகமும் அரசியல் கட்சிகளும் அலட்சியப்படுத்தறது இது முதல் முறை இல்ல. ஆனா இனிமேலும் அப்படி அலட்சியப்படுத்த முடியாதுன்றத காட்டறத்துக்காகத்தான் இத்தனை பேர் அங்க கேதர் ஆகறாங்க. கல்லை எடுத்து கட்டிடம் கட்டறது ஃபிஸிக்கலான வேலை. கட்டணும்ன்ற ஆழமான விருப்பத்தை வெளிப்படுத்தறது சைக்கலாஜிக்கலான சேலஞ்ச். அது வலிமையா வெளிப்படும்போதே லட்சியம் நிறைவேறினா மாதிரிதான். அதன் வலிமையை உலகம் புரிஞ்சிக்கிறதே ஒரு பெரிய கன்ஸ்ட்ரக்ஷன் மாதிரிதான். கன்ஸ்ட்ரக்ஷன் ஆஃப் த வில் ஆஃப் த க்ரோர்ஸ் அண்ட் க்ரோர்ஸ் ஆஃப் ஹிண்டூஸ். இந்த கன்ஸ்ட்ரக்ஷன்தான் முக்கியம். செங்கல், சிமிண்டு, வெச்சி நடக்கற கன்ஸ்ட்ரக்ஷன் சர்வ சாதாரணமாக நடக்கும்."

வலுவானதொரு வில்லின் இயக்கம் மீண்டும் ஒருமுறை ராமநாதனுக்கு நினைவுக்கு வந்தது. அவனுக்குக் கேள்விகள் இருந்தன. ஆனால் பேச்சை வளர்க்க விரும்பாததால் கேள்வியைத் தவிர்த்தான்.

"மசூதியை என்ன செய்யப் போறீங்க?" என்ற கேள்வியை மட்டும் தவிர்க்க முடியவில்லை.

"அதைப் பத்தி நாங்க யோசிக்கறதே இல்ல. அந்த இடத்துல கோவில் கட்டணும். அதுக்கு என்ன வேணுமோ அதைச் செய்யணும். இதுதான் எங்க விருப்பம்."

"அரசாங்கம் தடுத்தால்?"

"கர சேவகர்கள் எல்லாத்துக்கும் தயாரா இருக்காங்க."

ராமநாதன் சிரித்தான். திட்டமெல்லாம் தயாராக இருப்பது அவனுக்குப் புரிந்தது. "நீங்க எப்ப கிளம்பறீங்க?" என்று கேட்டான். "நான் போகல" என்ற பதில் வந்தது. "ஏன்?" என்று கேட்டான்.

"நீங்க நெனச்சதும் ஆஸ்ரமத்திலேந்து எங்க வேண்ணா கிளம்பிட முடியாது இல்லியா? அதே மாதிரிதான் இங்கயும்" என்றார்.

“நீங்க இவ்வளவு தீவிரமா பேசறீங்களே, அதனால போவீங்களோன்னு நெனச்சேன்” என்றான் ராமநாதன்.

“தீவிரம் எல்லாருக்கும் இருக்கும். சிந்தனை ஒண்ணுதான். லட்சியம் ஒண்ணுதான். ஆனா ஒவ்வொருத்தருக்கும் ஒவ்வொரு வேலை, ஒவ்வொரு பொறுப்பு. யார், எதை, எப்ப செய்யணும்னு அதிகாரிகள் முடிவு செய்வாங்க.”

“அதிகாரிகள்னா?”

“ஒவ்வொரு விஷயத்துக்கும் பல லெவல்ஸ்ல பொறுப்பான காரியகர்த்தர்கள் இருப்பாங்க. ஒவ்வொருத்தருக்கு ஒவ்வொரு பொறுப்பு. பொறுப்புள்ள அத்தனை பேருமே அதிகாரிகள்தான். அவங்க செயல்படற ரேஞ்ச்தான் மாறும்.”

ஆசிரமத்தில் இதுபோன்ற அமைப்பு இருப்பதும் அதற்கு வேறு வேறு பெயர்கள் வழங்கப்படுவதும் ராமநாதனுக்கு நினைவுக்கு வந்தது. விடைபெற்றுக்கொண்டு கிளம்பினான்.

வழிநெடுகிலும் முத்துசாமியின் தர்க்கங்கள் அவன் மனதில் அலைமோதிக்கொண்டிருந்தன. விஷயங்களைத் தர்க்க ரீதியாக அணுகுவதில் முத்துசாமி சுகம்காண்கிறார் என்று அவனுக்குத் தோன்றியது. தர்க்கபூர்வமான விவாதங்களில் ஆர்வமும் திறமையும் கொண்டவர்கள் மட்டுமே முத்துசாமி போன்றவர்களுடன் மோத முடியும் என்றும் தான் அப்படிப்பட்டவன் அல்ல என்றும் ராமநாதன் நினைத்துக்கொண்டான்.

தர்க்கங்களைக் காட்டிலும் மனசாட்சியின் தார்மிகக் குரலை நம்பும் பழக்கமே அவனுக்கு இருந்தது. அவன் மனம் முத்துசாமி செலுத்திய தர்க்கங்களின் சரக் கூட்டத்தில் மறைந்த உண்மைகளின் மீது தன் கவனத்தைச் செலுத்தியது. மன்னராட்சிக் காலங்களில் மண்ணாசையும் மத வெறியும் பல்வேறு போர்களை நிகழ்த்தியிருக்கின்றன. என்னுடைய கடவுள் மட்டுமே உண்மை என்று நம்பும் மதத்தினர் மதத்திற்காக வாளுயர்த்தியிருக்கிறார்கள். ஜிஹாத்களும் சிலுவைப் போர்களும் அன்பைப் போதித்த கடவுளரின் பெயர்களால்தான் நிகழ்த்தப்பட்டன. சர்வ சமய சம பாவனை பேசிய ஹிந்துக்களும் பிற மதத்தினர் மீது வன்முறையைப் பிரயோகித்திருக்கிறார்கள். பிறரை அழிக்கும் வெறி போர்க்களத்தையும் தாண்டி வெளிப்பட்டது. இந்திய மன்னர்களும் இதற்கு விதிவிலக்கில்லை. இரண்டாம் புலிகேசி காஞ்சிபுரத்தைச் சூறையாடியதையும் நரசிம்ம வர்ம பல்லவன் அதற்குப் பழிவாங்க

வாதாபியைச் சூறையாடியதையும் வரலாறு பதிவுசெய்திருக்கிறது. ஜெங்கிஸ்கான்கள் வன்முறையோடு தொடர்புபடுத்தப்படும் அளவுக்குப் பல்லவர்கள் தொடர்புபடுத்தப்படுவதில்லை. எல்லாப் பிரிவுகளிலும் எல்லா தேசங்களிலும் அதிகாரத்தின் வாள் சாதாரண மக்களுக்கு எதிராகவும், எதிரிகளின் இடங்கள், உடமைகளுக்கு எதிராகவும் நீண்டிருக்கின்றன என்பதும் வரலாற்று உண்மைதான். வினயசந்திரன் சொன்னதுபோல கோவில் இடிக்கப்பட்டதை எண்ணிக் குமுறும் இதே இந்தியாவில் புத்த விஹாரங்களும் இடிக்கப்பட்டிருக்கின்றன. புத்த விஹாரங்களையும் மடாலயங்களையும் இடித்தவர்கள் முஸ்லிம்கள் அல்ல...

இதையெல்லாம் சொன்னால் முத்துசாமியிடம் வேறு சில தர்க்கங்கள் பீறிடும். எந்தத் தகர்ப்பும் நியாயப்படுத்தக்கூடியதல்ல. எந்தக் குற்றமும் பதிலுக்குப் பதில் என்ற ரீதியில் அணுகப்பட வேண்டியதும் அல்ல. வரலாற்றுப் புண்களைப் பொத்திப் பொத்திவைத்துப் பாதுக்காக்காமல் ஆறவிடுவதே விவேகமானது. வாள் முனையில் முஸ்லிம்கள் செய்த கேடுகளைவிடவும் அறிவினாலும் நிர்வாகத்தினாலும் வணிகச் சுரண்டல்களாலும் ஆங்கிலேயர்கள் இந்தியாவுக்குச் செய்த கேடுகள் அதிகம் அதற்கு எப்படிப் பழிவாங்குவது? எதை இடிப்பது?

'ஹிந்துவா இருக்கறதாலதான் நீங்க இப்படிப் பேசறீங்க' என்று முத்துசாமி ஒருமுறை சொன்னது நினைவுக்கு வந்தது. 'நான் ஹிந்துவாவே இருக்க விரும்பறேன் முத்துசாமிஜி, தொடர்ந்து இப்படித்தான் என்னால பேச முடியும்' என்று மானசீகமாக அவருக்குப் பதில் சொன்னான்.

இப்படியெல்லாம் யோசித்துக்கொண்டிருந்த ராமநாதனுக்கு இவர்கள் என்னதான் செய்யப்போகிறார்கள் என்பதை நேரில் பார்த்துவிட வேண்டும் என்ற எண்ணம் மேலும் வலுப்பட்டது. இந்திய வரலாற்றின் முக்கியமான தருணமாக அது இருக்கும் என்று அவன் நம்பினான். தவிர, ஆசிரமத்தை விட்டுப் போக வலுவான காரணமும் அவனுக்குத் தேவைப்பட்டது.

36

எப்போது கிளம்புவது, எப்படிச் செல்வது என்பதற்கு ராமநாதன் திட்டம் போட்டுவைத்திருந்தான். ஆசிரமத்தின் பணத்தை ஒதுக்கியதில் ஆயிரம் ரூபாய் சேர்ந்திருந்தது.

கோவை தொழிலதிபர்களிடம் அயோத்தியைச் சொல்லிப் பணம் பெறுவது பெரிய சிக்கலாக இருக்கவில்லை. ரயில் ஏறுவதற்கும் வழிச்செலவுக்கும் இருந்தால் போதும். காவி வேட்டியையும் தாடியையும் வைத்துக்கொண்டு இந்தியாவில் எங்கு போனாலும் சமாளித்துவிடலாம் என்பது அவனுக்குத் தெரியும். எத்தனையோ இடங்களில் அவனுக்கு இலவச சேவை வழங்கப்பட்டிருக்கிறது. அவன் முகத்தைப் பார்த்ததும் பரிசோதகர் பேசாமல் நகர்ந்துவிடுவார். சிலர் கும்பிடு போட்டுவிட்டு நகருவார்கள். உடன் பணம் செய்பவர்கள் இவன் சிறிது நேரம் பேசியதும் மயங்கிவிடுவார்கள். சாப்பாட்டுக் கவலையே இருக்காது. என்றாலும் தேவைக்கு அதிகமாகப் பணம் வைத்துக்கொள்வதையே அவன் எப்போதும் விரும்பினான். பணம் இல்லாவிட்டால் கவலை இல்லை என்றாலும் யாரிடமும் கையேந்தக் கூடாது என்பதில் தெளிவாக இருந்தான். கேட்காமலேயே கிடைக்க வேண்டும். வாங்கினால் அதிகாரமாக வாங்க வேண்டும்.

திட்டங்கள் தயாரானதும் காளியுடன் பேசினான். வீட்டைப் பற்றியும் அவனைப் பற்றியும் விசாரித்தான். பிறகு அயோத்தி செல்லும் விஷயத்தைச் சொன்னான். இது ரகசியமாக இருக்கட்டும் என்றான். அயோத்தி இயக்கம் அங்கே எப்படி இருக்கிறது என்று கேட்டான். பரபரப்பாக இருக்கிறது என்றான் காளி. "உனக்கு அதுல இன்ட்ரஸ்ட் இல்லயா?" என்று கேட்டான். "நம்ம ஊர்ல இருக்குற கோவிலை கவனிக்கவே நாதி இல்ல. இதுல அயோத்தி கோவில பத்தி கவலப்பட்டு இன்னா பிரயோஜனம் சாமி..." என்றான்.

காயத்ரியிடம் பேசினான். அவள் மிகவும் கவலையாக இருந்தாள். மாமாவுக்கு உடம்பு சரியில்லை என்றாள். ஆஸ்பத்திரியில் சேர்க்க வேண்டும் என்றாள். "பணம் இருக்கா?" என்று கேட்டான். "சமாளிக்கலாம்" என்றாள். வினயசந்திரன் மகன் தருவார் என்றாலும் தானும் ஏதாவது செய்ய வேண்டும் என்று நினைத்தான். "நான் கொஞ்சம் பணம் அனுப்பறேன். ஊருக்கு போயிட்டு நேரா அங்க வரேன்" என்றான். "பத்தரமா போயிட்டு வா ராமு" என்றாள் காயத்ரி. அவள் குரலில் தெரிந்த வாஞ்சை ராமநாதனை அசைத்தது. மருத்துவமனை முகவரியை வாங்கிக்கொண்டான். காளியின் எண்ணை அவளிடம் கொடுத்தான். "ஏதாவது அவசர செய்தி இருந்தா காளிகிட்ட சொல்லு" என்றான்.

அரவிந்தன்

கிளம்புவதற்கு ஒரு நாள் முன்பு ஆசிரமம் சார்ந்த செலவுக்காக இரண்டாயிரம் ரூபாய் கேட்டு வாங்கிக்கொண்டான். காரணங்களைக் கச்சிதமாகக் கோத்து வைத்திருந்தான். அன்றிரவு உணவு, சத்சங்கம் பஜனை எல்லாம் முடிந்ததும் யாரிடமும் பேச்சுக் கொடுக்காமல் போய்ப் படுத்துக்கொண்டான். தான் செய்வது சரியா தவறா என்பது பற்றிய கேள்விகள் மனதில் அலை மோதிக்கொண்டிருந்தன. இரண்டு காரணங்களை முன்னிட்டு சஞ்சலத்தைப் புறக்கணித்தான். இவ்வளவு பெரிய விஷயம் நடக்கும்போது அதை அருகில் இருந்து பார்க்க வேண்டும் என்று விரும்பினான். இரண்டாவதாக, இந்த ஆசிரமத்தை விட்டுப் போய்விட வேண்டும் என்ற எண்ணம் தீவிரமாக இருந்தது. செய்யும் வேலைக்கான சுதந்திரமோ மரியாதையோ இல்லாத இந்த மடத்தில் இனியும் குப்பை கொட்டிக்கொண்டிருக்க முடியாது என்பதில் அவன் தீர்மானமாக இருந்தான். அடுத்து என்னவென்ற பாதை தானாகவே தெரியவரும் என்று நம்பினான்.

ஆசிரமத்தில் உள்ள அத்தனை பேரும் சேர்ந்தாலும் எனக்கு இணையாக வேலை செய்ய முடியாது. அப்படி இருக்கையில் நான் ஏன் இந்தச் சோம்பேறிகளுக்குக் கட்டுப்பட்டு இருக்க வேண்டும்? ஸ்வாமிஜி நடத்திய ஆசிரமம் வேறு, இவர்கள் நடத்தும் ஆசிரமம் வேறு. என் விசுவாசம் இந்த ஆசிரமத்திற்கு இருக்க முடியாது. இது மடம். சோம்பேறி மடம். விதிமுறைகளைக் கட்டிக்கொண்டு அழும் மடம். மாதவ யோகி, மகாதேவ யோகி போன்றவர்களை நினைத்தபோது மூச்சுக் காற்றில் சூடு ஏறியது. அமைதி இழந்தவனாய் படுக்கையிலிருந்து எழுந்து வெளியே வந்தான்.

மைதானமும் ஆசிரமக் கட்டிடங்களும் இருளில் மூழ்கியிருந்தன. மருத்துவமனை வேலை கிட்டத்தட்ட முடிந்துவிட்டது. அங்கு போய் மாதக்கணக்கில் இருக்கும். என்ன காரணத்தினாலோ தன்னை அதிலிருந்து ஒதுக்குகிறார்கள் என்பதை நினைக்கையில் மனதில் கசப்புத் தட்டியது. கர்ம யோகம் என்றால் என்ன என்று சொல்லிக் கொடுத்த ஆசிரமம் யோகிக்கு இருக்கக் கூடாத விருப்பு வெறுப்புகளையும் வலியக் கிளறிவிடுகிறது என்பதை நினைத்து வேதனை அடைந்தான். யோகியின் மனநிலையை அடைய வேண்டும் என்றால் இங்கிருந்து போயே ஆக வேண்டும்.

ராமநாதன் இருளோடு இருளாக உறைந்திருந்த மலைகளையே பார்த்துக்கொண்டிருந்தான். கொஞ்சம் கொஞ்

சமாக மலைகளோடு தான் நெருங்குவதாக அவனுக்குப் பட்டது. மிகவும் நெருக்கத்தில் மலைகளை உணர்ந்தான். மலைக் காற்று முகத்தை வருடியது. மலையின் வாசம் மூக்கை நிறைத்தது. மலையின் ஸ்பரிசம் விரல்களில் நெரடியது. மலையின் செடிகள் முகத்தில் உரசின. நான் செய்த நல்லது, கெட்டது எல்லாவற்றையும் இநத மலைகளிடம் சொல்லியிருக்கிறேன். மலைகள் பாறைகளின் இடுக்குகளில் என் கதையைப் பத்திரமாக வைத்திருக்கும். மலைகளின் மொழியை அறிந்தவன் என் கதையை அறிவான். யாருடைய சான்றிதழும் எனக்கு வேண்டாம். இந்த மலைகளின் ஆசீர்வாதம் போதும். ஸ்வாமிஜி உயிரோடு இருந்திருந்தால் என்னுடைய சில செயல்களுக்காகக் கண்டித்திருப்பார். அப்படிச் செய்ய அவருக்குத்தான் முழு உரிமையும் தகுதியும் உள்ளன. அவரைச் சந்தித்திருந்தால் என் அழுக்குகளைப் பொசுக்கிப் புனிதனாக்கியிருப்பார். அது நடக்கவில்லை. அதனால் ஒன்றும் பிரச்சினை இல்லை. ஒவ்வொரு காரியத்தையும் யோசித்துதான் செய்கிறேன். என் செயல்களுக்கு நானே பொறுப்பு. நான் பாவியா யோகியா என்பதை நான் சாகும்வரை யாரும் தீர்மானிக்க முடியாது. என்னைப் பற்றி இந்த மலைகளுக்குத் தெரியும்.

மலைகள் இருந்த திசையை விழுந்து வணங்கினான். மைதானத்தை ஒருமுறை வலம் வந்தான். பிறகு அறைக்கு வந்து படுத்துக்கொண்டான். ஏன் கிளம்ப வேண்டும் என்பதில் தெளிவு இல்லை. அடுத்து என்ன செய்வது என்பதில் தெளிவு இல்லை. ஆனால் கிளம்பியே ஆக வேண்டும் என்பதில் துளியும் சந்தேகம் இல்லை. ஆசிரமத்தின் ஒவ்வொரு மூலையும் நினைவுக்கு வந்தது. சவாசனம் செய்யும்போது உடலின் பாகங்களை ஒவ்வொன்றாக நினைவுக்குக் கொண்டுவந்து மறப்பதுபோல ஒவ்வொன்றையும் நினைவுபடுத்திக்கொண்டு மனதிலிருந்து வெளியேற்றினான். ஸ்வாமிஜியின் அறையும் நூலகமும் மனதிலிருந்து வெளியேறாமல் நின்றன. கண் கலங்கியது. பிரபு தோள் மீது கை போட்டபடி நடக்கிறான். காயத்ரியின் வாஞ்சையான குரல் காதுக்குள் ஒலிக்கிறது. ஊஞ்சலில் அவள் நிர்வாணமாகப் படுத்திருக்கிறாள். அவள் மார்பில் முகம் சாய்த்து ராமநாதன் படுத்திருக்கிறான். நிம்மதியாக இருக்கிறது. ஊஞ்சல் ஆடுகிறது. நினைவு உறக்கத்தினுள் நழுவியது.

விடிவதற்குள் எழுந்து காலைக்கடன்களை முடித்தான். காலை நேர நிகழ்ச்சிகள், சிற்றுண்டி எல்லாம் முடிந்ததும் வழக்கம்போல் எதிர்ப்பட்டவர்களைப் பார்த்துப் புன்னகைத்தான். "ஹரி ஓம்" என்றான். இளம் சேவார்த்திகளில் சிலரது தோளில்

கைபோட்டுப் பேசினான். கோவிலைத் தாண்டும்போது சிறிது நேரம் நின்றான். பிறகு கிளம்பினான். அறைக்குச் சென்று பையை எடுத்துக்கொண்டான். சந்தேகம் எழும் அறைக்கு அது பெரிய பை அல்ல. வாசலை விட்டுக் கிளம்பியதும் ஆசிரமத்தை ஒருமுறை திரும்பிப் பார்த்தான். 20 வயதுப் பையனாக அங்கே நுழைந்த தருணத்தை நினைத்துப் பார்த்தான். தலையை வெட்டித் திருப்பினான். நடந்தான். ஸ்வாமிஜி மாடியிலிருந்து தன்னைப் பார்த்துக்கொண்டிருப்பது போன்ற தோற்றம் மனதில் எழுந்தது. மனம் கனத்தது. ஆழமாக ஒரு முறை மூச்சை இழுத்துவிட்டு வேகமாக நடந்தான்.

பகுதி மூன்று

1

கடும் குளிர், கம்பளி போர்த்தியும் உடல் நடுங்கிக்கொண்டிருந்தது. பசி எடுத்தது. எழுந்து போய்ச் சாப்பிட விருப்பமில்லாமல் மரத்தடியில் உட்கார்ந்திருந்தான். கையில் பணம் இல்லை என்பதும் ஒரு காரணம். அருகில் உட்கார்ந்திருந்த ஒரு சாமியார் பெயருக்குத்தான் உடை அணிந் திருந்தார். அவர் உடல் நடுங்கவில்லை. அவருடைய தாடி காற்றில் அலைவதை ராமநாதன் பார்த்துக்கொண்டிருந்தான். அவர் கையில் எதையோ வைத்திருந்தார். அதை வாயருகே கொண்டு சென்று உறிஞ்சினார். கண்களை மூடினார். முகத்தில் அமைதி நிரம்பியது. கண்களைத் திறந்து நதியைச் சிறிது நேரம் பார்த்துக்கொண்டிருந்தார். தன்னையே பார்த்துக்கொண்டிருந்த புதியவனை நோக்கித் திரும்பினார்.

இந்தியில் ஏதோ கேட்டார். காசி என்பது மட்டும் புரிந்தது. சலனமில்லாமல் அவரையே பார்த்துக்கொண்டிருந்தான். "நியூ?" என்றார். மேலும் கீழுமாகத் தலையாட்டினான். "சௌத் இண்டியா?" என்றார். மீண்டும் தலையாட்டினான். கையில் இருந்ததை நீட்டினார். ராமநாதன் தயங்கினான். அவர் சிரித்தார். மேலும் ஒரு முறை இழுத்தார். முகம் மேலும் தெளிந்தது. ராமநாதனின் உடல் நடுங்கிக்கொண்டிருந்தது.

வா என்று சைகை செய்துவிட்டு அவர் நடந்தார். ராமநாதன் அவர் பின்னால் சென்றான். பின்னால் அவன் வருகிறானா என்று அவர் ஒரு

முறைகூடப் பார்க்கவில்லை. ஐந்து நிமிடம் நடந்த அவர் ஒரு வீட்டில் நுழைந்தார். அவனும் நுழைந்தான். சிறிய வீடு. உள்ளே கதகதப்பாக இருந்தது. உட்காரச் சொன்னார். உட்கார்ந்தான். இலை போட்டார்கள். இட்லியும் சப்பாத்தியும் வைத்தார்கள். ஏழெட்டு இட்லிகளையும் நான்கைந்து சப்பாத்திகளையும் சாப்பிட்டான். வயிறு நிறைந்தது. சாமியாரும் நன்றாகச் சாப்பிட்டார். பிறகு வெளியே போனார். அவர் பின்னாலேயே போனான். ஓடினான் என்றுதான் சொல்ல வேண்டும். சாமியார் அவ்வளவு வேகமாக நடந்தார்.

காசியின் வீதிகள் அவனுக்குப் புத்தம் புதியதாய் இருந்தன. பல இடங்கள் குறுகலான சாலைகள். சில இடங்களில் சற்றே அகன்ற சாலைகள். வழியெங்கும் நிறைய மாடுகளைக் காண முடிந்தது. மக்கள் மாடுகளைத் தொந்தரவு செய்யாமல் நடமாடினார்கள். வாகனங்களும் மாடுகளை அனுசரித்துச் சென்றன. ஆங்காங்கே கோவில்கள் தென்பட்டன.

இருவரும் பேசிக்கொள்ளவில்லை. எப்போதாவது ஓரிரு வார்த்தைகளை ஆங்கிலத்தில் பரிமாறிக்கொண்டார்கள். ஆங்கில வார்த்தைகளை உச்சரிக்கும்போதெல்லாம் அவர் வெட்கத்துடன் சிரித்தார். நாள் முழுவதும் அவர் பின்னால் அலைந்தான். கையில் பணம் இல்லை. மாற்றிக்கொள்ள உடை இல்லை. உடமைகளும் பணமும் அயோத்தியில் காணாமல் போயின. யாரோ கொடுத்த கம்பளியை இறுக்கமாகப் போர்த்தியபடி சாமியாரின் பின்னால் ஓடிக்கொண்டிருந்தான். பல இடங்களில் கங்கையின் அருகே வந்து வேறு பாதையில் செல்ல வேண்டியிருந்தது. கங்கையைப் பற்றிக் கேள்விப்பட்ட விஷயங்கள் எல்லாம் அதைத் தேவ லோகத்து நதியாகக் கற்பனை செய்ய வைத்திருந்தன. பனிமலையின் அருகே இருக்கும் நதியைப் போல ஸ்படிகத் தெளிவாய் கங்கையின் தோற்றத்தைக் கற்பனைசெய்து வைத்திருந்தான். நேரில் பார்த்த கங்கை வேறு மாதிரி இருந்தது. கலங்கலும் அழுக்குமாய்த் தோற்றமளித்துக் கலங்கவைத்தது.

சாமியார் சாப்பாட்டுக்கு ஏற்பாடு செய்தார். தமிழ் தெரிந்த ஒருவரிடம் கூட்டிச்சென்று அவர் மூலம் இவனைப் பற்றித் தெரிந்துகொண்டார். எதற்காக வந்தாய் என்றார். ராம ஜென்ம பூமி என்றான். அவர் உரக்கச் சிரித்தார். கோவிலைக் கட்டிவிட்டீர்களா என்றார். ராமநாதன் பேசாமல் நின்றான். மசூதியில் இருந்த ராமர் இப்போது எங்கே என்றார். தொடர்ந்து அவர் இந்தியில் கடகடவென்று பேசியதைத் தமிழும் இந்தியும் தெரிந்தவர் மொழிபெயர்க்கவில்லை. சாமியார் அதைப் பற்றியெல்லாம் கவலைப்படவில்லை. அடுத்து என்ன என்றார்.

தெரியவில்லை என்றான். மீண்டும் சிரித்தார். எப்போதும் கடகடவென்று அட்டகாசச் சிரிப்புத்தான். சிரிக்காதபோது அவர் வாயைப் பார்க்கவே முடியாது. வெண்ணிற ரோமப் புதரில் மறைந்திருக்கும். ஆனால் கண்கள் புன்னகைக்கும். அந்த வீட்டிலேயே படுத்துக்கொண்டார்கள்.

மறுநாள் காலையில் சாமியார் கோமணத்துடன் கங்கையில் குதித்தார். கங்கை தெளிந்திருந்தது. ராமநாதன் நீரைத் தொட்டுப் பார்த்தான். விலுக்கென்று கையை இழுத்துக்கொண்டான். இப்படி ஒரு சில்லிப்பை அவன் தன் விரல்களில் அதுவரை உணர்ந்ததில்லை. சாமியார் ஆனந்தமாகக் குளித்துக்கொண்டிருந்தார். பெரிய யோகியாக இருப்பார் என்று நினைத்தான். காசியைப் பற்றிப் படித்ததெல்லாம் நினைவுக்கு வந்தன. பெண்களும் ஆண்களுமாகப் பலரும் கங்கையில் முழுக்குப் போட்டுக்கொண்டிருந்தார்கள். சிலர் தண்ணீருக்குள் இருந்தபடி ஏதோ பிரார்த்தனை செய்வது கலங்கலாகத் தெரிந்தது. கங்கை நதியின் நீர்த் துளிகளைத் தலையில் தெளித்துக்கொண்டு வீட்டுக்குள் வந்தான். விரல்கள் வெடவெடத்துக்கொண்டிருந்தன. வெந்நீர் தர முடியுமா என்று சாப்பாடு போட்ட தமிழரைக் கேட்டான். அவர் சிரித்துக்கொண்டே தலையாட்டினார். அவர் பெயரைக் கேட்டான். காசிநாதன் என்றார்.

தன்னைப் பற்றிய விவரம் எதையும் காசிநாதன் கேட்க வில்லையே என்று ஆச்சரியமடைந்தான். நாடோடிகளைப் பார்த்துப் பார்த்துச் சலித்திருக்கும் என்று நினைத்துக்கொண்டான். குளித்த பிறகு அவரிடமே வேட்டியும் சட்டையும் வாங்கிக்கொண்டான். அவர் வீட்டு வாசலில் இருந்த மரத்தின் அடியில் சிறிய கோவில் ஒன்று இருந்தது. ஒரு கோணியை வாங்கிக்கொண்டு வந்து அங்கே விரித்தான். வேட்டியை தார்ப்பாய்ச்சி கட்டிக்கொண்டு யோகாசனம் செய்ய ஆரம்பித்தான்.

உடல் ஆசனங்களைச் செய்துகொண்டிருந்தது. மனம் கொந்தளித்துக்கொண்டிருந்தது. அப்படி ஒரு காட்சியை அவன் கற்பனை செய்ததுகூட இல்லை. சுற்றிலும் மனிதக் கடல். கடலின் அலைகள் அவனை இழுத்துச் சென்றன. ஒரு அடியைக்கூடத் தன் விருப்பத்துடன் அவன் எடுத்து வைக்கவில்லை. முன்னும் பின்னும் இடமும் வலமும் மோதித் தள்ளிக்கொண்டிருந்தார்கள். முகத்தில், காலில், கையில், அடுத்தடுத்து இடிகள் விழுந்தன. தடுமாறி விழுந்தபோது பல ஜோடிக் கால்கள் மிதித்தன. எழுந்து ஓடாவிட்டால் இந்த இடத்திலேயே நசுங்கிவிடுவோம் என்று தோன்றியது. யார் காலையோ பற்றி எப்படியோ எழுந்து ஓட ஆரம்பித்தான். நெடு நாட்களாகின்றன இப்படி ஓடி. வெறி

பிடித்த ஓட்டம். உயிரைக் காப்பாற்றிக்கொள்ளும் வெறி. சற்று நின்றாலும் தலை சிதறிவிடும். கால்களில் மிதிபட்டுச் சாவதற்கா இந்தப் பயணம்? அதற்காகவா வீட்டை விட்டு வந்தேன்? ராமநாதன் ஓடினான். ஓட்டம் நின்றால் உயிர் நின்றுவிடும் என்ற உணர்வுடன் ஓடினான். ஒரு கணம் நின்றாலும் இங்கேயே சமாதி என்ற அச்சத்துடன் ஓடினான்.

கூட்டம் அவனைப் பல திசைகளிலும் தள்ளிக்கொண்டிருந்தது. கூட்டத்தின் வேகத்தை விடவும் அந்தக் கூச்சலைத் தாங்கிக்கொள்ள முடியவில்லை. அம்மா ... என்ன ஆவேசம், என்ன வெறி ... இப்படிப்பட்ட கூச்சலை ஒருபோதும் கேட்டதில்லை. எதிர்ப்பட்ட முகங்களில் எல்லாம் செந்தூரம் அப்பியிருந்தது. முகங்களின் மீது காவித் துண்டுகள் படர்ந்துகொண்டிருந்தன. பலரது கைகளில் கடப்பாரைகளும் சுத்தியலும் வேறு பல கருவிகளும் இருந்தன. சூலங்களையும் கம்புகளையும் பார்க்க முடிந்தது. எப்படியோ சமாளித்துச் சிறிது ஒதுக்குப்புறமாக வந்த ராமநாதன் தலையை நிமிர்த்தினான். ரத்தம் உறைந்தது. மசூதிக் கட்டிடத்தின் மீது நூற்றுக்கணக்கானவர்கள் ஏறிக்கொண்டிருக்கிறார்கள். உச்சியில் சிலர் நிற்கிறார்கள். கடப்பாரைகள் வலுவாகக் கீழே இறங்குகின்றன. கற்கள் சிதறுகின்றன. ஒவ்வொரு இடியும் விழும்போது எழும் ஆங்காரக் கூச்சல்கள் காதுகளைச் செவிடாக்குகின்றன. இவ்வளவு வெறி எப்படிச் சாத்தியம்? ஜெய் ஸ்ரீராம், ஓம் காளி ஜெய் காளி, பாரத் மாதா கீ ஜெய் ... இடி இடி இடி ... வெறித்தனம் தன் உக்கிர தாண்டவத்தை நிகழ்த்திக்கொண்டிருக்கிறது. கற்கள் பெயர்கின்றன. ஹிந்து ஒற்றுமை காண்போம், ஹிந்து கலாச்சாரத்தைப் புதுப்பிப்போம் என்று முத்துசாமி காதுக்குள் முழங்குகிறார்.

திடீரென எழுந்த வெடிச் சத்தம் அலறல்களை மட்டுப் படுத்துகிறது. அடுத்தடுத்து வெடிச் சத்தங்கள் கேட்கின்றன. கற்கள் பாளம் பாளமாகப் பெயர்ந்து விழுகின்றன. கட்டிடம் சரிகிறது. கட்டிடத்திலும் அதன் அடியிலும் இருப்பவர்களின் தலைகளில் கற்கள் கொத்துக் கொத்தாய் விழுகின்றன. கோஷங்கள் அலறல்களாக மாறுகின்றன. பலர் அடிபட்டு விழுகிறார்கள். பலர் திரும்பி ஓடுகிறார்கள். முகங்களில் ரத்தம் கொட்டுகிறது. செந்தூரமும் ரத்தமும் கலந்து ஒழுக, உடையெங்கும் குருதி வடிகிறது. உயிர் போகும் வலியுடன் சிலர் கதற, ஜெய் ஸ்ரீராம் முழக்கம் விண்ணைப் பிளக்கிறது. ரத்தம் வழியும் முகங்களினூடே வெறி பிடித்த கண்கள் மின்னுகின்றன. மேலும் பலர் கட்டிடத்தை நோக்கி ஓடி வருகிறார்கள். கட்டிடம் சரிந்துகொண்டிருக்கிறது. உடல்கள் விழுகின்றன. எங்கும் காவிமயம், தலையில் காவி, உடலில் காவி, இடுப்பில் காவி, உடலெங்கும் ரத்தம். ரத்தம்

சொட்டச் சொட்ட சேவகர்கள் ஓடுகிறார்கள். ராமன் பிறந்த பூமியில் ராம பக்தர்கள் ரத்த அபிஷேகம் செய்கிறார்கள்.

மசூதிக்குக் காவலாக நின்ற போலீஸ்காரர்கள் கூட்டத்தைத் தடுப்பார்கள் என்று ராமநாதன் எதிர்பார்த்திருந்தான். கூட்டத்தினருக்கும் அவர்களுக்குமிடையே மோதல் நடக்கும், கண்ணீர்ப் புகை குண்டுகள் வீசப்படும், தடியடி நடக்கும், துப்பாக்கிச் சூடுகூட நடக்கலாம் என்று எதிர்பார்த்தான். கூட்டத்தின் வாலில் ஒட்டிக்கொண்டிருந்த அவன் மோதல் தொடங்கியதும் ஒதுங்குவதற்கான வழிகளை யோசித்து வைத்திருந்தான். ஒட்டுமொத்தமாகக் கைதாவார்கள். அதற்குள் அந்தக் கட்டிடத்தைச் சிறிதளவாவது சேதப்படுத்திவிடுவார்கள் என்று நினைத்தான். தூரத்தில் பாதுகாப்பான இடத்தில் அமைக்கப்பட்டிருந்த மேடையில் தலைவர்கள் பேசிக் கொண்டிருந்தார்கள். எல்லோரும் இந்தியில் பேசினார்கள்.

ஒரு கூட்டம் அந்தப் பேச்சுக்களைக் கேட்டு ஆர்ப்பரித்துக் கொண்டிருந்தது. இன்னொரு கூட்டம் மசூதியை முற்றுகையிட்டது. படையெடுப்பு என்றுதான் அதைச் சொல்ல வேண்டும். கூட்டம் மசூதியை நெருங்கிவிட்டது. காவலர்கள் செயலில் இறங்க வேண்டிய தருணம். ஆனால் அவர்கள் விலகி நின்றார்கள். ராமநாதன் அதிர்ச்சி அடைந்தான். கோட்டைக் கதவுகள் திறந்ததும் திமுதிமுவென்று நுழையும் படையைப் போலக் கர சேவகர்கள் உள்ளே பாய்ந்தார்கள். கோஷங்கள் உச்சத்துக்குச் சென்றன. கண்களில் வெறி மின்னியது.

எப்படி இதெல்லாம் நடந்தது என்று யோசிக்கக்கூட ராமநாதனால் முடியவில்லை. இடிந்து சரியும் கட்டிடத்திலிருந்தும் சிதறி ஓடும் கூட்டத்திலிருந்தும் பார்வையை விலக்கிப் பின்னால் திரும்பித் தொலைதூரத்தில் இருந்த மேடையைப் பார்த்தான். மேடையில் யாரோ கைகளை உயர்த்தி ஆவேசமாகப் பேசிக்கொண்டிருந்தார். மேடையில் நின்றபடி கூட்டத்தைப் பார்த்துக்கொண்டிருந்தவர்கள் முஷ்டியை உயர்த்தி வெற்றிக் களிப்பை வெளிப்படுத்தினார்கள். யாரோ யாரையோ கட்டித் தழுவிக்கொண்டார். அடுத்தடுத்துப் பலரும் கட்டித் தழுவிக்கொண்டார்கள். சர்ச்சைக்குரிய கட்டிடத்தைத் தாக்க மாட்டோம், அமைதியான முறையில் கர சேவை செய்வோம் என்று வாக்குறுதி கொடுத்திருந்த தலைவர்கள் வெற்றிக் களிப்பை வெளிப்படுத்திக்கொண்டிருந்தார்கள்.

மேடையைப் பார்த்துக்கொண்டிருந்ததில் ஒரு கணம் கவனத்தைத் தவறவிட்டான். குண்டு வெடித்துக் கட்டிடம்

சிதறியதும் ஓட ஆரம்பித்த கூட்டத்தின் ஒரு பகுதி இவனைத் தள்ளிவிட்டது. கால்கள் இவன் மீது ஏறி ஓடின. அசாத்தியமான வேகம் கொண்டு ஓடிய கால்களுக்கு நடுவில் எப்படியோ புகுந்து நழுவிப் புரண்டு கரை ஒதுங்கினான். எழுந்திருக்க முடியவில்லை. முதுகிலும் தலையிலும் பலத்த அடி. பை எங்கே போனதென்று தெரியவில்லை. கண்கள் சொருகின. மயக்கமாகிவிடக் கூடாது என்று தனக்குள் சொல்லிக்கொண்டவன் கண்களைப் பலவந்தமாகத் திறந்தான். தரை எங்கும் புழுதி படிந்த காவிக் கொடிகள். காவித் துண்டுகள். ரத்தக் கறைகள் ...

ராம பக்தர்கள் காவிக் கொடிகளை மிதித்தபடி ஆவேசமாக ஓடினார்கள். கூத்தாடினார்கள். உடல்களிலிருந்து வழிந்த ரத்தம் காவித் துண்டுகளில் படர்ந்தது. கூச்சல் ஓயவில்லை. அலறல்கள் நிற்கவில்லை. மெதுவாகச் சமாளித்து எழுந்து மேலும் ஓரமாகச் சென்று உட்கார்ந்திருந்தான். தன் முகத்திலும் ரத்தம் வழிவதை உணர்ந்தான். எங்கே வலி என்று தெரியாத வண்ணம் உடல் முழுவதும் வலி தெறித்தது. கூச்சல் காதைப் பிளந்தது. அவனுக்குப் பழக்கமில்லாத குளிரும் உடலை வாட்டியது. குத்துக்காலிட்டு உட்கார்ந்தவன் கட்டுப்பாடில்லாமல் அப்படியே சிறுநீர் கழித்தான்.

நெடு நேரம் கழித்துச் சிறு கூட்டம் ஒன்று வந்தது. அது அந்த இடத்தை விட்டு வெளியேறும் திசையில் விரைந்தது. தட்டுத் தடுமாறி எழுந்து அந்தக் கூட்டத்தோடு ஒட்டிக்கொண்டான். அவனை யாரும் சந்தேகப்படவில்லை. தாடியும் காவி வேட்டியும் அவனைக் காப்பாற்றின. பல மொழிகளில் பேசியபடி கூட்டத்தினர் விரைந்தார்கள். அவர்களுக்கும் பலமாக அடி பட்டிருந்தது. வெற்றிக் களிப்பு முகங்களிலும் குரல்களிலும் நிரம்பி வழிந்தது. ராமநாதன் வலி பொறுக்காமல் அம்மா என்று கத்தினான். ஒருவன் திரும்பிப் பார்த்து முறைத்தபடி "போலோ பாரத் மாதாகீ ஜெய்" என்று கத்தினான். ரத்தம் வழியும் அவன் முகத்தைப் பார்க்கும்போதே குலை நடுங்கியது. பசி கொண்ட முதலையைப் போல அவன் வாய் திறந்திருந்தது. "போலோ" என்று அலறினான் மீண்டும். ராமநாதனுக்குப் புரியவில்லை. கூட்டத்தினர் "பாரத் மாதா கீ ஜெய்" என்று கதறினார்கள். அவனைப் பார்த்துப் பலரும் போலோ போலோ என்று கூச்சலிட்டார்கள். ராமநாதனுக்கு உடல் நடுங்கியது. பாரத் மாதா கீ ஜெய் என்றான் பலவீனமாக. கூட்டம் தொடர்ந்து ஓடியது. ஒருவன் இவனைக் கையைப் பிடித்து இழுத்துக்கொண்டு போனான். பாரத் மாதா கீ ஜெய், ஜெய் ஸ்ரீராம் ஆகியவை உயிர் காக்கும் மந்திரங்களாக அவனுக்குத் தோன்றின. ஹீன ஸ்வரத்தில் ஜெய் ஸ்ரீராம் என்றபடி கூட்டத்துடன் ஓடினான்.

அவர்களுடனேயே போனான். சாப்பிட்டான். ஏதோ ஒரு வண்டியில் ஏறினான். எங்கோ இறங்கினான்.

சாமியார் தலைகீழாக உட்கார்ந்திருந்தார். வீடு தலைகீழாகத் தெரிந்தது. கோவிலும் மரமும் தலைகீழாக இருந்தன. "தலை உள்ளே போயிட போவுதுன்னு சாமி சொல்லுது" என்று சொல்லிச் சிரித்தார் காசிநாதன். ராமநாதன் சிரசாசனத்திலிருந்து வெளியே வந்தான். எத்தனை நேரம் ஆயிற்று என்று தெரியவில்லை. உடல் பழக்கத்தால் பல யோகாசனங்களைச் செய்தபடி சிரசாரனத்திற்கு வந்திருந்ததை உணர்ந்தான். சாமியாரைப் பார்த்துச் சிரித்தான். அவர் கண்கள் சிரித்தன. "சாப்பிட வாங்க" என்றார் காசிநாதன்.

சாப்பாட்டு அறையில் இடம் இல்லை. சிலர் சாப்பிட்டுக் கொண்டிருந்தார்கள். சாமியார்கள் மட்டுமில்லாமல் வேறு சிலரும் சாப்பிட்டுக்கொண்டிருந்தார்கள். சாமிநாதனின் மனைவி பரிமாறினார். சாப்பிட்டவர்களில் சிலர் பணம் கொடுத்துவிட்டுச் சென்றார்கள். ஓரிரு சாமியார்களும் பணம் கொடுத்தார்கள்.

சாப்பிடும்போது சாமியாரைப் பற்றி விசாரித்தான். காசிநாதன் சாமியாரின் பேச்சை மொழிபெயர்த்தார். சாமியார் போபால் அருகே ஏதோ ஒரு சிறிய ஊரில் பிறந்து வளர்ந்தவர். சிறிய வயதிலிருந்தே குடும்பத்தோடு ஒட்டவில்லை. கோவிலுக்குப் போனால் மனதைப் பறி கொடுத்து பிரமை பிடித்ததுபோல் உட்கார்ந்துவிடுவாராம். படிப்பு ஏறவில்லை. வேலை எதிலும் நாட்டம் செல்லவில்லை. உதிரி வேலைகளைச் செய்து காலத்தை ஓட்டிக்கொண்டிருந்தார். அப்போது ஊருக்கு ஒரு சாமியார் வந்திருந்தார். அவர் புறப்படும்போது அவருடன் சேர்ந்து கிளம்பிவிட்டார். பல்வேறு இடங்களுக்குப் போய் அலைந்து திரிந்து கடைசியில் காசிக்கு வந்து சேர்ந்தார். இங்கு வந்த பிறகு வேறு எங்கும் போகத் தோன்றவில்லை. கங்கைக் கரையில் ஆற்றின் போக்கைக் கவனித்தபடி ஒரு நாள் முழுவதும் நின்றிருக்கிறார். பிறகு ஆற்றில் இறங்கி ஏறிய ஒரு சாமியாரின் பின்னால் போயிருக்கிறார். அவர் போன இடத்துக்கெல்லாம் போனார். அவர் செய்ததையெல்லாம் செய்தார். சொன்னதையெல்லாம் செய்தார். திடீர் திடீரென்று காசியின் மண்ணை எடுத்து உடலெங்கும் அப்பிக்கொண்டு நடமாடுவார். யார் கூப்பிட்டாலும் காதில் விழாது. மாலையில் கங்கையில் இறங்கிச் சுத்தம் செய்துகொண்ட பிறகுதான் சகஜ நிலைக்கு வருவாராம்.

பல சாமியார்கள், யோகிகளைப் பின்பற்றிப் பல சாதகங்கள் செய்தபடி இங்கேயே தங்கியாகிவிட்டது என்றார். கைலாயத்துக்கே

பயணம்

அழைத்தாலும் இந்தக் காசியை விட்டுத் தன்னால் போக முடியாது என்றார் சிரித்தபடி. சிறிய வயதிலிருந்து தன்னை வாட்டிக்கொண்டிருந்த தனிமையும் நிம்மதியின்மையும் இப்போது இல்லை என்றார். மிகவும் சுதந்திரமானவனாக உணர்வதாகச் சொன்னார். யாரோ ஒரு குருவிடம் கற்றுக்கொண்ட ஹட யோகத்தைத் தீவிரமாகப் பயின்றுவருகிறார்.

"எனக்கும் ஹட யோகம் கத்துத் தருவீங்களா?" என்று கேட்டான். சாமியார் கடகடவென்று சிரித்தார். காசியில் பத்து நாள் சுற்றிப் பார். இங்கே பலவிதமான யோகிகள் இருக்கிறார்கள். ஒவ்வொருவரிடமும் கற்றுக்கொள்ள ஒவ்வொன்று இருக்கிறது. அதையெல்லாம் பார்த்துவிட்டு முடிவெடு என்றார்.

ராமநாதன் வற்புறுத்தினான். முதலில் காலையில் கங்கையில் குளிக்கக் கற்றுக்கொள் என்று சொல்லிவிட்டுக் கிளம்பினார். ராமநாதனும் அவர் பின்னாலேயே ஓடினான்.

2

அடுத்த ஆறு மாதங்கள் அவர் நிழலாக மாறினான். அவர் சொன்னதையெல்லாம் செய்தான். கொடுத்ததை எல்லாம் சாப்பிட்டான். ஹிந்தி ஓரளவுக்குப் பழக்கமாகிவிட்டது. சில சமயம் சமைக்கச் சொல்வார். சில சமயம் எங்காவது போய் எதையாவது வாங்கி வரச் சொல்லுவார். சில சமயம் அவரிடம் பயிலுபவர்களின் துணி மணிகளைத் துவைத்துப் போடச் சொல்லுவார். அவ்வப்போது காசிநாதனிடம் கூட்டிச் செல்வார். அவரிடமிருந்து ஹட யோகம் கற்றுக்கொள்ள வேண்டும் என்ற வெறி வேறு எதைப் பற்றியும் சிந்திக்கவிடாமல் செய்தது.

காசியின் அனுபவங்கள் அவன் கற்பனை செய்திராத வகையில் இருந்தன. சாமியாருடனான ஓட்டத்தில் பலரைச் சந்தித்தான். மண்டை ஓடுகளை வைத்துக்கொண்டு பூஜை செய்யும் அகோரிகளைப் பார்த்து உறைந்தான். வேறொரு இடத்தில் ஒரு சிறிய கோவில் சன்னிதியில் பலர் பல விதமான நிலைகளில் உறைந்திருந்தார்கள். ஒரு சாமியார் இன்னொருவர் மடியில் படுத்துத் தூங்கிக்கொண்டிருந்தார். அவர் கால்கள் பத்மாசன நிலையில் இருந்தன. இன்னொருவர் முழங்கால் வரை தொங்கும் ஜடா முடியுடன் வெறித்த பார்வையுடன் அமர்ந்திருந்தார். சில மணிநேரங்கள் கழித்துத் திரும்பி வந்தபோதும் அவர்கள் அதே நிலையில் இருந்தார்கள். இவர்கள் என்ன செய்கிறார்கள் என்று வியந்தான்.

சாமியார் ஒரு முறை மணிகர்ணிகா கட் என்னும் இடத்துக்குக் கூட்டிச் சென்றார். அங்கே சிதைகள் எரிந்துகொண்டிருந்தன. பல சடலங்கள் எரியூட்டப்படுவதற்காகக் காத்திருந்தன. மேலும் சடலங்கள் வந்தவண்ணம் இருந்தன. அங்கு இருப்பவர்கள் அவற்றைச் சடலங்களாகவே பார்த்ததாகத் தெரியவில்லை. அதே இடத்தில் சற்றுத் தள்ளிச் சிலர் படுத்திருந்தார்கள். பெரும்பாலும் வயோதிகர்கள்.

"அவர்களும் காத்திருக்கிறார்கள்" என்று சாமியார் சொன்னதைக் கேட்டு ராமநாதன் அதிர்ந்தான். சாவு என்பதன் அர்த்தமே இங்கு வேறாக இருப்பதை உணர்ந்தான். காசியில் குரு என யாருமே வேண்டாம். காசியே ஒரு மாபெரும் குரு என்று நினைத்துக்கொண்டான். மனக் குழப்பங்களையும் சஞ்சலங்களையும் எரித்தபடி தீயின் நாக்குகள் தாண்டவமாடின. நெருப்பு வானைத் தொட்டு வெளியுடன் இரண்டறக் கலக்கும் புள்ளியையே நெடுநேரம் பார்த்துக்கொண்டிருந்தான். மனம் என்ற ஒன்று இல்லாததுபோல் தன் அகம் இலகுவாக மாறிக்கொண்டிருப்பதை உணர்ந்தான். தீயின் விளிம்புகள் வெளியுடன் சங்கமமாகித் தன்னை இழப்பதுபோலத் தன் பிரக்ஞையும் மாபெரும் பிரக்ஞையுடன் கலப்பதாக உணர்ந்தான்.

கங்கையில் அதிகாலையில் குளிக்க ஆரம்பித்தான். கடும் குளிரில் வெற்றுடம்போடு வெறுங்காலில் சாலையில் நடந்தான். நெடுந்தூரம் நடந்தான். ராமநாதனுக்குப் பக்தி அவ்வளவாகக் கிடையாது. தத்துவம், சேவை, ஆகியவற்றில் ஆர்வம் உண்டு. ஆனால் காசிக்கு வந்த பிறகு தத்துவத்தைப் பற்றி யோசிப்பதே இல்லை. சேவை என்பதும் அர்த்தமற்ற சொல்லாகிவிட்டது. வெறுங்கால் அந்த மண்ணில் படும்போது உடல் சிலிர்த்தது. கலங்கலாக ஓடிக்கொண்டிருக்கும் கங்கையின் காட்சி பரவசத்தை ஏற்படுத்தியது. கோவில்களைப் பார்க்கும்போது கால்கள் நகர மறுத்தன. நாள்கணக்கில் பத்மாசனத்திலும் வஜ்ராசனத்திலும் அமர்ந்திருப்பவர்களைக் கோவில்களில் பார்த்தான். அவர்கள் புற உலகுடனான தொடர்பே இல்லாதவர்களாகக் காணப்பட்டார்கள். கோவில்களில் தன்னை அறியாமல் கைகளைக் கூப்பியபடி நிற்க ஆரம்பித்தான். மனம் ஒடுங்கியது. கவனக் குவிப்பு எளிதாயிற்று. சிந்தனைகளின் அலைக்கழிப்பு காணாமல்போயிருந்தது. உடலும் மனமும் லேசாயின. காசியின் காற்றுக்கூடப் பெரும் ஆசுவாசத்தை அளித்தது.

காசிநாதனிடம் சாப்பிட வரும் சிலருக்கும் சாமியாரின் சீடர்கள் சிலருக்கும் யோகாசனம் சொல்லிக் கொடுத்தான். சாமியார் ஹட யோகம் சொல்லிக் கொடுக்க ஆரம்பித்தார். ஹட

யோகத்தில் ஆழமாகப் போகப் போக உடலுக்கும் அவனுக்கும் இடையேயான உறவு மாற ஆரம்பித்தது. உடலைத் தனித்த ஒரு பொருளாகப் பார்க்கும் தன்மை உருவாயிற்று. ஹட யோகம் செய்யும்போது புலன்களால் உணர இயலாத வாழ்க்கையை அனுபவிப்பதுபோல் தோன்றியது. உடல் மிதப்பதுபோல் இருந்தது. நிலத்தைப் பார்க்கும் முறையே மாறிவிட்டது. தொடுவானம் கண்களுக்கு அருகில் வந்தது. மேகங்கள் கைகளில் தட்டுப்பட்டன. நீரின் வேகம் தணிந்தது. நெருப்பின் வெம்மை குறைந்தது. உலகில் எதுவுமே முக்கியமில்லை என்று பட்டது.

ஒரு நாள் காலையில் எழுந்து பார்க்கும்போது சாமியாரைக் காணோம். வழக்கமாக அவர் செல்லும் இடங்களில் எல்லாம் தேடிவிட்டுக் காசிநாதன் வீட்டுக்கு வந்தான். சாமியாரைக் காணோம் என்று அவன் சொன்னது காசிநாதனுக்கு எந்த வியப்பையும் ஏற்படுத்தவில்லை. அவர் அப்படித்தான் என்றார். "திடீர்னு காணாத போய்டுவாரு. திடீர்னு வருவாரு."

ராமநாதனால் இதை ஜீரணிக்க முடியவில்லை. ஆறு மாதங்களாகப் பழகியதில் சாமியார் மீது பாசம் உருவாகியிருந்தது. ஆனால் சாமியாருக்கு அப்படி எதுவும் ஏற்பட்டதாகத் தெரியவில்லை.

காசிநாதன் சாப்பிடச் சொன்னார். சாப்பிட்டுவிட்டு நடக்கும்போது சாமியாரைப் பற்றியே நினைத்துக்கொண்டு வந்தான். அவரைச் சந்தித்ததும் அவரிடம் கற்றுக்கொண்ட விஷயங்களும் திடீரென்று கனவின் காட்சிகள்போலத் தோன்ற ஆரம்பித்தன. உண்மையிலேயே அப்படி ஒரு சாமியார் இருந்தார் என்பதை நம்பச் சிறிது கஷ்டமாகத்தான் இருந்தது. சாலையில் நின்றான். பல விதமான மக்கள் நடமாடினார்கள். ஓரிரு சாமியார்களும் இருந்தார்கள். இவர்கள் ஒவ்வொருவரிடமும் ஒவ்வொரு விசேஷம் இருக்கலாம். இவர்கள் யாரும் ஒரே இடத்தில் தொடர்ந்து இருக்க மாட்டார்கள். இருந்தாலும் அந்த இடத்தோடு ஒட்டிக்கொள்ள மாட்டார்கள்.

நெடுந்தூரம் நடந்து வந்த ராமநாதன் ஆளரவமற்ற ஓரிடத்தில் கங்கைக் கரையில் அமர்ந்தான். ஆற்றின் அலைகளைப் பார்த்துக்கொண்டிருந்தவனுக்குக் கோவை ஆசிரமம் நினைவுக்கு வந்தது. கோவை ஆசிரமம் குறித்த தனது கோபம், வருத்தம் எல்லாம் கணிசமாகக் குறைந்திருந்ததை உணர்ந்தான். அயோத்தியில் கண்ட வெறி மிகுந்த கண்கள் நினைவுக்கு வந்தன. முத்துசாமிகளும் அத்வானிகளும் இந்த வெறியாட்டத்தில் எதைச் சாதித்திருப்பார்கள் என்ற கேள்வி எழுந்தது. ஹிந்துக்கள்

ஒன்றுபட்டிருப்பார்கள். தீண்டாமை எல்லாம் ஒழிந்திருக்கும். வறுமை ஓட்டமெடுக்கத் தொடங்கியிருக்கும். பாகிஸ்தான், சீனா எல்லாம் பாடம் கற்றிருக்கும். பாரதப் பண்பாடு புத்தெழுச்சி பெற்றிருக்கும். பாரத தேசத்தின் புகழ் உலகெங்கும் பரவியிருக்கும். முத்துசாமியின் புன்னகையில் தன்னம்பிக்கை பல மடங்கு அதிகரித்திருக்கும்.

கசப்பான புன்னகையுடன் ராமநாதன் பெருமூச்செரிந்தான். கங்கையின் நீர்ப் பரப்பில் காவித் துண்டுகள் மிதந்தன. காவியில் ரத்தக் கறை படிந்திருந்தது. காவிக் கொடிகளில் பாதங்கள் மிதித்த சுவடுகள் தெரிந்தன. கங்கை ரத்தக் கலங்கலாக இருந்தது. கங்கையின் ஓசையில் ஜெய் ஸ்ரீராம் என்னும் பெருங்கூச்சல் கலந்திருந்தது.

பல மாதங்களாகக் காயத்ரியிடம் பேசவே இல்லை என்பது நினைவுக்கு வந்தது. இத்தனை மாதங்களாகக் காயத்ரியின் நினைவில்லாமல் இருந்ததை எண்ணி ஆச்சரியம் அடைந்தான். எண்ணம் வந்ததும் பழைய உணர்வுகள் தலையெடுத்தன. ஆழமாக மூச்சை இழுத்து விட்டவன் எழுந்து நடக்க ஆரம்பித்தான். பொதுத் தொலைபேசி அலுவலகத்துக்குச் சென்று எஸ்.டி.டி. செய்ய வேண்டும் என்றான். கடைக்காரர் டயல் செய்து கொடுத்தார் காளி வீட்டில் இல்லை. மாலை ஏழு மணிக்கு மேல்தான் வருவான் என்ற தகவல் கிடைத்தது. தொலைபேசி அழைப்புக்குக் கொடுக்க அவனிடம் பணம் இல்லை. கடைக்காரரும் கேட்கவில்லை.

இரவில் காசிநாதனிடம் பணம் வாங்கிக்கொண்டு வந்து மீண்டும் பேசினான். காளி இருந்தான். காயத்ரி இரண்டு மாதங்களுக்கு முன்பு போன் செய்ததாகவும் அவள் மாமா இறந்துவிட்ட செய்தியைச் சொன்னதாகவும் தெரிவித்தான். காயத்ரியின் எண் இருக்கிறதா என்றான். இல்லை என்றான் காளி. மறுமுறை போன் செய்தால் கேட்டுவை என்றான். "யார் அவங்க?" என்றான் காளி. "ஆசிரமத்துக்கு வேண்டியவங்க" என்று சொல்லிவிட்டு ஒலிவாங்கியை வைத்தான்.

மனம் வெறுமையாக இருந்தது. முன்பே பேசியிருக்க வேண்டும் என்று தோன்றியது. ஆனால் வருத்தம் ஏற்படவில்லை. வினயசந்திரனை மீண்டும் சந்திக்கத் தனக்கு வாய்க்கவில்லை என்பதை தெய்வீகத் தீர்மானமாகவே நினைத்தான். டிசம்பர் 6 அன்று நடந்ததை அவர் படித்துத் தெரிந்துகொண்டிருப்பார். அவர் மனம் எவ்வளவு வேதனைப்பட்டிருக்கும்? அந்தச் சம்பவமே அவர் மரணத்தைத் துரிதப்படுத்தியிருக்கும் என்று நினைத்தான்.

காயத்ரியைப் பார்க்க வேண்டுமென்று தோன்றியது. அவள் இருக்குமிடம் பற்றிய தகவல் எப்படியாவது தன்னைத் தேடி வரும் என்று நம்பினான். சுசீந்திரத்தில் போய் விசாரித்தாலும் தெரிந்துவிடும்.

காசியிலிருந்து கிளம்பலாமா என்று நினைத்தான். உடனே கிளம்ப மனம் வரவில்லை. சாமியாருடன் சுற்றி அலைந்த நாட்களில் பல துறவிகளைப் பார்த்து பிரமித்திருக்கிறான். அவர்கள் ஒவ்வொருவரும் ஒவ்வொரு உலகம். ஒவ்வொருவரும் கடவுள் அல்லது இயற்கையுடன் உறவு கொள்ளும் விதம் அலாதியானது. அவர்களை மீண்டும் பார்க்க வேண்டும் என்று விரும்பினான். அலைந்தான். சந்தித்தான். அவர்கள் அருகில் இருப்பதையே பெரும் அதிர்ஷ்டமாக நினைத்தான். தியானத்தில் ஓரிரு புதிய முறைகளை எப்படியோ கற்றுக்கொண்டான். எங்கே தங்குகிறோம் எங்கே சாப்பிடுகிறோம் என்பது பற்றிய கவனமே இல்லாமல் எல்லாம் நடந்தன. கங்கை சினேகமாகிவிட்டது. இரவிலும் கங்கைக் கரையில் அமர்ந்திருக்க ஆரம்பித்தான்.

காசி விஸ்வநாதர் ஆலயத்திற்கு ஒருமுறை சென்றான். அதுவும் மசூதிக்குப் பக்கத்தில்தான் இருந்தது. காசி, அயோத்யா, மதுரா ஆகிய இடங்களில் கோவில்களை மீட்க வேண்டும் என்று இந்து முன்னணிக் கூட்டத்தில் கேட்டது நினைவுக்கு வந்தது. கருவறுக்க வேண்டும் என்ற முழக்கம் காதில் ஒலித்தது. முகத்தில் ரத்தம் வழிய ஜெய் ஸ்ரீராம் என்று கூச்சலிட்டபடி கர சேவகர்கள் மனக்கண் முன் கூத்தாடினார்கள். உடல் நடுங்கியது. இங்கே கர சேவை நடத்தினால் அத்தனை பேர் திரள இடம் இருக்காதே என்று நினைத்து பயந்தான்.

“இங்கேயே தங்கிடப் போறீங்களா?” என்று காசிநாதன் ஒருமுறை கேட்டார்.

“அப்படி ஒண்ணும் திட்டமில்ல. உடனே போகணும்னு தோணல” என்றான்.

“காசி புடிச்சிருக்கா?”

“ரொம்ப பிடிச்சிருக்கு. இந்த ஊர் அழுக்காதான் இருக்கு. ரோடெல்லாம் சின்னதா இருக்கு. ஆனா இங்க என்னமோ ஒரு விசேஷம் இருக்கு.”

காசிநாதன் சிரித்தார். “இங்க கொஞ்ச நாள் தங்கிட்டா அப்பறம் திரும்ப போகத் தோணாது” என்றார்.

“நான் கிளம்பினாலும் கிளம்பிடுவேன்” என்றான் ராமநாதன். காசிநாதன் மீண்டும் சிரித்தார். அவர் மனைவியும் சிரித்தார். அவர்களும் எத்தனையோ ஆண்டுகளாகக் காசியில் இருப்பதை ராமநாதன் நினைத்துப் பார்த்தான். குழந்தைகள் இல்லை. பக்கத்துக் கோவிலில் ஏதோ பொறுப்பு இருக்கிறது. சிறியதாகச் சாப்பாட்டுக் கடை நடத்துகிறார். தென்னிந்தியாவிலிருந்து வருபவர்கள் தவறவிடக் கூடாத இடமாகப் பெயர் பெற்றுவிட்டது அவர்கள் வீடு.

ஒரு நாள் தியானத்தில் அமரும்போது மனம் சஞ்சலப் பட்டது. உருவெளித் தோற்றங்கள், கொந்தளிப்புகள் தாண்டி அமைதியை எட்டும் நேரத்தில் தியானம் கலைந்தது. கோவை, சுசீந்திரம், பொன்னம்பட்டி, கொல்லிமலை, சென்னை ஆகிய ஊர்கள் சார்ந்த நினைவுகள் மனதை அலைக்கழித்தன. அண்மைக் காலத்தில் இத்தகைய அனுபவம் ஏற்பட்டதில்லை. இந்தச் சலனங்கள் தன்னை இழுப்பதை உணர்ந்தான். மீண்டும் எண்ணங்கள் அவனை வெளியே தள்ள ஆரம்பித்தன. அடுத்தடுத்த நாட்களிலும் அதே அனுபவம் ஏற்பட்டது. தியானம் என்பது வெறும் உத்தி அல்ல. பயிற்சியின் விளைவும் அல்ல. உள் நோக்கித் திருப்பும் சக்தி குறைந்துவிட்டால் எவ்வளவு முயன்றும் தியானம் செய்ய முடியாது என்பது புரிந்தது. தன்னை வெளியே நோக்கி இழுக்கும் சக்திகள் ஆதிக்கம் செலுத்துவதாக ராமநாதனுக்குத் தோன்ற ஆரம்பித்தது. ஸ்வாமிஜி சொன்ன லௌகீக தியானத்தின் நிலையைத் தான் இன்னமும் தாண்டவில்லை என்பது புரிந்தது. புறப்பட வேண்டியதுதான் என்று மனதுக்குள் சொல்லிக்கொண்டான்.

மாலையில் கங்கைக் கரையில் சென்று அமர்ந்தான். அதிக நடமாட்டம் இல்லாத இடம் அது, எதற்காகக் கோவையை விட்டு வந்தோம் என்று யோசித்தான். கிளம்பியதும் ஆலப்புழாவிற்குச் சென்று வினயசந்திரனைப் பார்த்திருக்கலாம். ஸ்வாமிஜியையும் இப்படித்தான் பார்க்க முடியாமல் போய்விட்டது. காயத்ரியைப் பார்ப்பதற்காகவாவது போயிருக்கலாம். அயோத்தியில் என்ன நடக்கிறது என்பதை நேரில் கண்டறிந்தே தீர வேண்டும் என்ற ஆவல் இவ்வளவு வலுவாக உருவானது ஏன்? ஆசிரம வாழ்க்கையில் இருக்கும் ஒருவனுக்குத் தேவை இல்லாத வேலை இது. ஆனால் ஆசிரமத்தில் இருந்தாலும் ஆசிரம வாழ்க்கையைத் தான் வாழ்ந்ததில்லை என்பது அவன் நினைவுக்கு வந்தது. அப்படிப் பார்த்தால் யார் ஆசிரம வாழ்க்கை வாழ்கிறார், யார் வாழவில்லை என்பதை எப்படிக் கண்டுபிடிப்பது?

நான் ஆசிரம வாழ்வை வாழவில்லை. துறவிக்கான வாழ்வை வாழவில்லை. ஆனால் வேலைகளைப் பொறுத்தவரை எந்தக்

குறையும் வைக்கவில்லை. ஆத்மார்த்தமாகவும் அதிகபட்சத் திறமையைப் பயன்படுத்தியும் ஒவ்வொரு வேலையையும் செய்திருக்கிறேன். நான் செய்த எல்லா வேலைகளிலும் என் முத்திரை இருக்கும். நான் செய்வதற்கு முன்பு இருந்த நிலைக்கும் பின்பு இருக்கும் நிலைக்கும் இடையே வித்தியாசம் இருக்கும். நான் இருக்கும் இடங்களில் மாற்றம் நிகழும். நான் இல்லாமல் போனால் என் இழப்பு உணரப்படும். நான் என் வேலைகளின் மூலம் உயிர் வாழ்கிறேன்.

கங்கையின் நீரோட்டத்தையே பார்த்துக்கொண்டிருந்தவன் நிமிர்ந்து வானத்தைப் பார்த்தான். மனம் சமநிலைக்கு வந்தது. அயோத்தியில் பெற்ற அனுபவம், காசியில் பெற்றுவரும் அனுபவம் இவற்றுக்கெல்லாம் தன் வாழ்க்கையில் என்ன இடம் இருக்கும் என்பதை அவனால் யூகிக்க முடியவில்லை. ஆனால் இந்த நாட்களை மறக்கவே முடியாது. கர சேவகர்களின் வெறி, காவலர்களின் மௌனம், தலைவர்களின் ஆவேசப் பேச்சு, மிதிக்கப்பட்ட காவித் துணிகள், பட்டினி, குளிர், சாமியார், காசிநாதன், ஹட யோகம், மாறுபட்ட தியான முறைகள், நாள் முழுவதும் வஜ்ராசனத்தில் அமர்ந்திருக்கும் சாமியார். படுத்துக்கொண்டே பத்மாசனம் செய்யும் சாமியார், எரியும் சடலங்கள், காத்திருக்கும் சடலங்கள், சடலங்களாவதற்காகக் காத்திருக்கும் மனிதர்கள், எல்லாவற்றையும் தன்னுள் அடக்கியபடி பயணம் செய்யும் இந்த கங்கை... ராமநாதன் மனம் கங்கையில் மிதந்து செல்லும் பொருள்களைப் போல மிதந்துகொண்டிருந்தது. இந்த இடம் எனக்குப் பிடித்திருக்கிறது. மணிகர்ணிகாவிலேயே தங்கிவிட வேண்டும் என்றுகூடத் தோன்றியிருக்கிறது. ஆனால் ஏதோ ஒரு குரல் வெளி உலகம் நோக்கி இழுக்கிறது. அதைப் புறக்கணிக்க முடியவில்லை. தியானத்தில் மனம் குவியவில்லை. கங்கையின் பரப்பில் கோவை, சுசீந்திரம், பொன்னம்பட்டி ஆகிய இடங்கள் தெரிகின்றன. காயத்ரி, பிரபு ஆகிய உருவங்கள் தெரிகின்றன. கிளம்ப வேண்டும்.

எங்கே செல்வது என்று தெரியவில்லை. கோவைக்கோ ஆசிரமம் தொடர்பான இடங்களுக்கோ போக முடியாது. காயத்ரி எங்கே இருக்கிறாள் என்ற தெரியாமல் அலைய முடியாது. வீட்டுக்குப் போகலாம். பலவித கேள்விகள் எழும். சந்தோஷப்படுவார்களா, சந்தேகப்படுவார்களா? அம்மா ஒன்றும் சொல்ல மாட்டார். ஆனால் ஏதோ நடந்திருக்கிறது என்பதைப் புரிந்துகொண்டுவிடுவார். அப்பாவும் அப்படித்தான். வேலு மட்டும்தான் எதைப் பற்றியும் யோசிக்காமல் ஒட்டிக்கொள்வான். கௌரியும் அவள் அம்மாவும் என்ன

நினைப்பார்கள்? அக்கம்பக்கத்தில் எல்லாம் என்ன சொல்வது? வீட்டுக்குப் போய் என்ன செய்வது? வேலைக்குப் போகலாமா? வேலை கிடைக்குமா? கிடைத்தாலும் ஒட்டுமா? எட்டு ஆண்டுகளுக்கு மேல் ஒரு விதமான வாழக்கையை வாழ்ந்தாகிவிட்டது. இனி வேறு விதமாக வாழ்க்கையை வாழ முடியுமா? சமூகப் பணிகள் எதுவும் செய்யாமல் சும்மா இருக்க முடியுமா? காயத்ரி விஷயத்தை என்ன செய்வது?

கங்கையின் நீர்ப்பரப்பை உற்றுப் பார்த்தான். இருட்ட ஆரம்பித்துவிட்டது. கங்கையின் நீரை இரண்டு கைகளாலும் எடுத்துத் தலையில் ஊற்றிக்கொண்டான். உடல் சிலிர்த்தது. இனி எப்போதாவது இங்கே வர முடியுமா? நெஞ்சு விம்மியது. காசிநாதன் வீட்டை நோக்கி நடந்தான். அவரிடம் பயணத்துக்கான பணத்தை வாங்கிக்கொண்டு கிளம்பலாம். கையில் நயா பைசா இல்லை. கோவையிலிருந்து புறப்படும்போது வைத்திருந்த பணம் அயோத்தியில் பறிபோய்விட்டது. வீட்டுக்குப் போய்ப் பணம் புரட்டிக்கொண்டு காயத்ரியைப் தேடிப் போக வேண்டும். அம்மாவையும் காயத்ரியையும் பார்த்த பிறகு அடுத்த நடவடிக்கை பற்றி யோசிக்கலாம். ஆசிரமத்தில் தன்னைக் காணாமல் தேடுவார்கள் என்ற எண்ணம் வந்தாலும் அதைப் பற்றி அவன் அலட்டிக்கொள்ளவில்லை. அவர்களுக்குப் பதில் சொல்ல வேண்டிய அவசியம் எதுவும் இல்லை என்பதில் அவன் தெளிவாக இருந்தான்.

3

பிரபு ஆழ்ந்த வருத்தத்துடனும் ஏமாற்றத்துடனும் இருந்தான். வெவ்வேறு கிளைகளைச் சென்று பார்ப்பது, மாதவ யோகியுடன் சுற்றுப்பயணம் செய்வது என்று அலைச்சல் அதிகமாகியிருந்தது. மருத்துவமனை கட்டப்பட்டதும் ஆசிரமத்திலேயே தங்கி மருத்துவமனையைக் கவனித்துக்கொள்ள விரும்புவதாக மாதவ யோகியிடம் கேட்டு அனுமதி பெற்றிருந்தான். ராமநாதனும் கோவையிலேயே இருப்பதால் இருவரும் சேர்ந்து மருத்துவமனையை நன்கு வளர்க்கலாம் என்ற எண்ணம் கொண்டிருந்தான். ராமநாதனைத் தவிர வேறு யாரிடமும் மனம் விட்டுப் பேச முடியவில்லை. யாருக்கும் அறிவுபூர்வமான விவாதங்களில் அதிக நாட்டம் இருப்பதாகவும் அவனுக்குத் தெரியவில்லை. ஸ்வாமிஜி எவ்வளவு விஷயங்களைப் பற்றிப் பேசுவார் என்பதை நினைத்தால் பிரமிப்பாக இருந்தது. ஆன்மிகம் மட்டுமல்லாமல் அரசியல், சாதிப் பிரச்சினை, விளையாட்டு,

சமையல் என்று பல விஷயங்களைப் பற்றியும் பேசுவார். மாதவ யோகி பொது நிகழ்ச்சிகளில் நன்றாகத்தான் பேசுகிறார். ஆனால் தனிப்பட்ட முறையில் விவாதிப்பதிலோ கருத்துப் பரிமாற்றம் செய்துகொள்வதிலோ அவருக்கு ஆர்வம் இல்லை. ராமநாதன் மட்டும்தான் இதற்கெல்லாம் சரியான ஆள். சொல்லப்போனால் அவனுடன் பேசினால் கவனமாக இருக்க வேண்டும். திடீரென்று ஓடத் தொடங்கிவிடுவான். அவனைப் பின்தொடர்வதற்குள் போதும் போதும் என்று ஆகிவிடும்.

மிகுந்த உற்சாகத்துடன் வந்தவனுக்கு ராமநாதன் இல்லை என்பது ஏமாற்றம் தந்தது. அவன் சொல்லாமல் கொள்ளாமல் போய்விட்டான் என்பது மேலும் ஏமாற்றம் தந்தது. ஆசிரமத்தின் பணத்தையும் எடுத்துக்கொண்டு போய்விட்டான் என்பதைக் கேட்டதும் கோபம் வந்தது. முதலில் நம்ப முடியவில்லை. ஆதாரபூர்வமாகத் தெரிந்துகொண்ட பிறகு ஏமாற்றமும் கோபமும் அதிகமாயின. இதுபோன்ற நடத்தையை மன்னிக்கவே கூடாது என்று முடிவெடுத்தான். எவ்வளவு திறமைசாலியாக இருந்தாலும், எவ்வளவு புத்திசாலியாக இருந்தாலும் நேர்மை இல்லாவிட்டால் எந்தப் பிரயோஜனமும் இல்லை. கட்டுப்பாடு இல்லாதவன்தான் நேர்மை இல்லாமல் இருப்பான். அல்லது நேர்மையின்மைதான் கட்டுப்பாடின்மையையும் ஏற்படுத்துகிறது. பிரபு கோபத்திலும் ஆற்றாமையிலும் தவித்தான்.

ஒரு தனி ஆள் ஆசிரமத்தை ஏமாற்றுவதை அனுமதிக்கவே முடியாது என்றார் கருணாகர யோகி. ராமநாதன் இப்போது கையில் கிடைத்தால் அடித்து நொறுக்கிவிடும் அளவுக்கு அவருக்கு ஆவேசம் இருந்தது. மாதவ யோகி கோபத்தைக் காட்டிக்கொள்ளவில்லை. அவருக்கு ராமநாதனை விடவும் ராமநாதனைப் போல வேறு யாரும் உருவாகிவிடக் கூடாது என்பதில்தான் கவனம் இருந்தது. சத்சங்கத்தில் தத்துவ விசாரத்தைத் தள்ளிவைத்துவிட்டு ராமநாதனைப் பற்றிப் பேசினார். ராமநாதன் என்ற பெயரைப் பயன்படுத்தாமல் பேசினார். ஆனால் அவர் ராமநாதனைப் பற்றித்தான் பேசுகிறார் என்பது ஒவ்வொருவருக்கும் புரிந்தது.

திறமை என்பது கடவுள் கொடுத்த வரம் என்றும் அதைப் பட்டை தீட்டி இறைப் பணியிலும் சமூகப் பணியிலும் பயன்படுத்துவதுதான் நமது கடமை என்றும் அவர் சொன்னார். இதில் தன்முனைப்புக்கும் கர்வத்துக்கும் இடமே இல்லை என்றவர், அப்படிப்பட்ட உணர்வுகள் நம்மைத் தீண்டிவிட்டால் பிறகு நமது திறமைகள் யாவும் களங்கம் பெற்றவை ஆகிவிடும் என்றார். களங்கம் அடைந்தவர்கள் எவ்வளவு திறமைசாலிகளாக

அரவிந்தன்

இருந்தாலும் அவர்கள் சேவைகள் களங்கமானவைதாம்; அவர்கள் சேவையைக் கடவுள் ஏற்றுக்கொள்ள மாட்டார் என்றார்.

பிரபுவின் கண்களில் கண்ணீர் வழிந்தது. ராமநாதனுடைய அத்துமீறல்களைப் பற்றி அவனிடம் பேசும்போதெல்லாம் தர்க்கரீதியாக வாதிட்டு வாயை அடைத்துவிடுவான். ஆசிரமத்தின் தவறுகளை அவன் சுட்டிக் காட்டும்போதோ கட்டுப்பாடுகளின் எதிர்மறை அம்சங்களை விளக்கும்போதோ அவன் வாதம் ஏற்றுக்கொள்ளும்படியாகவே இருக்கும். அதுபோன்ற சமயங்களில் ராமுவின் பேச்சை ஏற்றுக்கொண்டது தவறு என்று நினைத்தான். எந்தக் காரணத்தைக் கொண்டும் விதிகளை மீறக் கூடாது என்று கண்டிப்பாகச் சொல்லியிருந்தால் இப்போது இந்த நிலை வந்திருக்காது என்று தோன்றியது.

காவல் நிலையத்தில் புகார் கொடுக்க வேண்டும் என்று கருணாகர யோகி சொன்னார். தேவையில்லாமல் ஆசிரமத்தின் பெயர் சந்திக்கு இழுக்கப்படும் என்று சொல்லி அதை நிராகரித்தார் மாதவ யோகி. அவன் புகைப்படத்தைப் போட்டு விளம்பரம் கொடுக்கலாம் என்று முடிவு செய்யப்பட்டது. மேற்படி நபருக்கும் எங்களுக்கும் எந்த சம்பந்தமும் கிடையாது. இவர் ஆசிரமத்தின் பெயரைப் பயன்படுத்திக்கொண்டு நன்கொடையோ உதவிகளோ கேட்டால் அதற்கு ஆசிரமம் பொறுப்பல்ல என்று விளம்பரம் கொடுக்க முடிவாயிற்று. இந்த விளம்பரம் அவன் வாழ்க்கையையே பாதித்துவிடும் என்று பயந்த பிரபு மன்றாடித் தடுத்தான். அவன் வீட்டுக்குக் கடிதம் எழுத வேண்டும் என்றார் மாதவ யோகி. பிரபு இதற்கு ஒப்புக்கொண்டான்.

ஆசிரமத்தின் சார்பில் நன்கொடை பெற்ற பணமும் ஆசிரமத்திலிருந்து நேரடியாகப் பெற்ற பணமும் சேர்த்து கிட்டத்தட்ட 5000 ரூபாயைக் கையாடிவிட்டு ஓடிவிட்டான். அவன் மேல் மேலும் பல புகார்கள் உள்ளன. ஆசிரமத்திற்குத் துரோகம் இழைத்த அவனை ஆசிரமத்தின் சகல பொறுப்புகளிலிருந்தும் நீக்குகிறோம். அந்தப் பணத்தை மீட்பதற்கான நடவடிக்கைகளையும் மேற்கொள்ளவிருக்கிறோம்.

இந்தச் செய்தியைத் தாங்கிய கடிதம் ராமநாதனின் வீட்டுக்கு அனுப்பப்பட்டது. பிரபு கடிதம் எழுதிக் கையெழுத்திட்டிருந்தான். வீட்டை விட்டு ஓடி வந்தவன் ராமநாதன். அவன் செயலுக்குக் குடும்பத்தைப் பொறுப்பாக்கக் கூடாது என்று பிரபு சொல்லிப் பார்த்தான். ஆனால் மாதவ யோகி ஒப்புக்கொள்ளவில்லை. நாளைக்கு அவர்கள் வந்து ராம்நாதனைப் பற்றி விசாரித்தால் என்ன செய்வது என்று கேட்டார். வேறு வழியில்லாமல் பிரபு

பயணம்

இதைச் செய்தான். ராமநாதன் மீது ஆழமான கோபமும் ஏமாற்றமும் இருந்தாலும் அவனை இப்படித் தண்டிக்கக் கூடாது என்று நினைத்தான். அவன் சொல் அம்பலம் ஏறவில்லை.

மருத்துவமனை தொடக்கத்தை முன்னிட்ட வேலைகளால் ஆசிரமத்திலேயே ஒரு மாதத்திற்கும் மேல் தங்கிய பிரபுவுக்கு ஆசிரமமும் பழையபடி இல்லை என்று தோன்றியது. ஆசிரமம் முழுவதும் வளமையின் அடையாளங்கள் அதிகரித்திருந்தன. தீவிரமும் துல்லியமும் போய் எளிமைப்படுத்தப்பட்ட வடிவமே அனைத்திலும் காணப்பட்டது. சத்சங்கங்களில் விவாதம் நடப்பதில்லை. ஸ்லோகங்களும் பொழிப்புரைகளும் வாசிக்கப்பட்டன. மூத்த யோகிகளைச் சேவார்த்திகள் பார்த்துப் பேசுவது அரிதாகிவிட்டிருந்தது. புதிய சேவார்த்திகள் வருவது கிட்டத்தட்ட நின்றுபோனது. யோகாசன, தியான வகுப்புகளுக்கு வரும் பொதுமக்களில் சிலர் பகுதி நேரச் சேவார்த்திகளாகப் பணிபுரிந்தார்கள். எல்லா நிகழ்ச்சிகளுக்கும் நேரடியாகவோ மறைமுகமாகவோ கட்டணம் வசூலிக்கப்பட்டது. ஸ்வாமிஜி எழுதி வைத்த குறிப்புகள் நூல்களாக வடிவம் பெற்று யோகாசன, தியான வகுப்புகளில் விற்கப்பட்டன. ஸ்வாமிஜியின் உரைகள் என்னும் நூலும் தயாராகிவந்தது. கருணாகர யோகிதான் அதை எழுதினார். எந்தக் குறிப்பை வைத்துக்கொண்டு எழுதினாரோ. போதாக்குறைக்கு மாதவ யோகியும் புத்தகங்கள் எழுத ஆரம்பித்துவிட்டார். சாந்தி யோகம் என்றால் என்ன, தியானத்தின் பல வகைகள், வாழ்க்கையை மாற்றாமல் வாழ்வை மாற்றுவது எப்படி எனப் பல விதமான நூல்கள் தயாராகிவந்தன.

பிரபு தனக்கான வேலைகளைச் செய்துகொண்டிருந்தான். ஆசிரமத்தின் மீதான ஒட்டுதல் தனக்குள் குறைவதை அவன் உணர்ந்தான். கிட்டத்தட்ட 15 ஆண்டுகளாக ஆசிரமத்தின் அங்கமாக இருந்துவருகிறான். தபோவனம் போன்ற உணர்வை அளித்துவந்த ஆசிரமம் இப்போது அலுவலகம்போல ஆகிவிட்டதாக நினைத்தான். ஒரு சில மாற்றங்களைப் பற்றி மாதவ யோகியிடம் பேசினான். காலத்துக்கு ஏற்ற மாற்றங்கள் தேவை என்று சுருக்கமாக முடித்துக்கொண்டார். பெரியவர்களிடம் வாதிட்டுப் பழக்கமில்லாத பிரபுவும் அதோடு நிறுத்திக்கொண்டான்.

4

மகேந்திரன் அந்தக் கடிதத்தைப் படித்துவிட்டு ஆடிப்போனார். தன் மகன் எங்கிருந்தாலும் உத்தமனாக இருப்பான் என்று நினைத்திருந்தவருக்குப் பேரிடியாக வந்து விழுந்தது அந்தக் கடிதம். கடிதம் எழுதிய பிரபு சங்கர யோகி பணத்தைத்

திரும்பக் கேட்கவில்லை. பெற்றோரை எந்த விதத்திலும் பொறுப்பாக்கவில்லை. கடிதத்தில் எந்தக் கோரிக்கையும் இல்லை. பிறகு எதற்காக இந்தக் கடிதம்? உங்கள் மகனின் லட்சணத்தைத் தெரிந்துகொள்ளுங்கள் என்கிறாரா சாமியார்? அவன்தான் நாங்கள் தேவையில்லை என்று உங்களிடம் வந்துவிட்டானே? அவனைப் பார்த்துக்கொள்ள வேண்டியது உங்கள் பொறுப்புதானே? இத்தனை ஆண்டுகள் அங்கேயே இருப்பவன் எவ்வளவோ வேலைகளைச் செய்திருப்பான். அப்போதெல்லாம் கடிதம் எழுதாத சாமியார் அவன் தவறு செய்யும்போது மட்டும் ஏன் எழுதுகிறார்? இந்தத் தவறில் ஆசிரமத்துக்குப் பொறுப்பு இல்லையா? வீட்டை விட்டுச் செல்லும்போது உத்தமனாகத்தானே இருந்தான்? அவனை மாற்றியது நீங்கள் என்று நான் சொல்லலாம் அல்லவா?

மூளை கேள்விகளை எழுப்பினாலும் மனதில் ஆழ்ந்த வேதனை ஊடுருவியிருந்தது. எந்தச் சூழ்நிலையிலும் தன் மகன் இப்படிப்பட்ட பெயரை வாங்குவதை அவரால் ஏற்றுக்கொள்ள முடியவில்லை. தன் வளர்ப்பு சரியில்லையா அல்லது ஆசிரமத்தின் சூழ்நிலை அவனை ஏதோ செய்துவிட்டதா என்று தெரியவில்லை. மகன் தன்னைத் துறந்திருந்தாலும் அவர் அவனைத் துறக்கவில்லை. அவனுடைய தவறுகளுக்குப் பிராயச்சித்தம் செய்ய வேண்டியது தன் கடமை என்று அவர் நினைத்தார். அவன் என்னவெல்லாம் செய்தான் என்று தெரியாது. சாமியார் சொல்வதில் எந்த அளவு உண்மை இருக்கும் என்பதும் தெரியாது. ஆனால் பணத்தைக் கையாடிவிட்டான் என்று சொல்வதை அவரால் பொறுத்துக்கொள்ள முடியவில்லை.

மனைவியிடம் பேசினார். எது உண்மை, எது பொய் என்று ராமு வந்தால்தான் தெரியும். பணத்தைக் கையாடிவிட்டான் என்று சொல்கிறார்கள். அதை நாம் திருப்பித்தர வேண்டும் என்றார். ராமநாதன் அம்மாவின் கண்களில் கண்ணீர் வழிந்தது. "எம் பையன் தனக்காக எதுவும் செலவு பண்ண மாட்டான். எதுனா நல்ல காரியத்துக்குத்தான் குடுத்துருப்பான்" என்று சொன்னபடி தன் உடலில் இருந்த சொற்ப நகைகளைக் கழற்றிக் கொடுத்தார். "இது போறாட்டி கம்பெனில லோன் போடுங்க. சின்னவங்கிட்ட கேளுங்க. ராமுவோட சினேகிதங்க கைல கேளுங்க. எப்படியாச்சும் திருப்பி குடுத்துருங்க" என்றார். மேற்கொண்டு பேச எதுவும் இல்லை என்பதுபோல் மௌனத்தில் ஆழ்ந்துவிட்டார்.

மகேந்திரன் தன் மனைவியின் சொல்லைச் சிரமேற் கொண்டார். பணத்தைப் புரட்ட முனைந்தார். அதிகம் பேருக்குத்

தெரியாமல் செய்ய வேண்டும் என்று நினைத்தார். ராமநாதனின் நண்பர்களில் காளியிடம் சொன்னார். அதிர்ச்சி அடைந்த காளி அவன் காசியிலிருந்து தொலைபேசி மூலம் தன்னிடம் பேசியதாகச் சொன்னான். அவனாகக் கூப்பிடாமல் அவனைத் தொடர்புகொள்ள வாய்ப்பில்லை என்றும் சொன்னான். 1000 ரூபாய் கொடுத்தான். இரண்டு வாரங்களில் பணம் தயாராகிவிட்டது.

மகேந்திரன் கிளம்பினார். ஆசிரமத்தை அடைந்ததும் அடக்க முடியாமல் கண்ணீர் வந்தது. பெருமைக்குரிய ஸ்தானத்தில் தன் மகன் இருக்கும்போது அவனை வந்து பார்ப்பதாகக் கற்பனை செய்திருந்த இடம் இது என்பதை நினைத்தபோது அவரால் தாங்க முடியவில்லை. ஒருவாறாகத் தேற்றிக்கொண்டு உள்ளே சென்றார். பிரபு சங்கர் யோகி எங்கே என்று விசாரித்துக்கொண்டு சென்றார். அவரைப் பார்த்ததும் பிரபுவுக்கு ஒன்றும் புரியவில்லை. பணிவுடன் கும்பிட்ட அவர், "ராமநாதனோட அப்பா" என்று அறிமுகப்படுத்திக்கொண்டார்.

பிரபு அதிர்ந்துபோனான். சட்டென்று எழுந்து அவரைக் கும்பிட்டான். கூப்பிய கரங்களுடன் அப்படியே நின்றான். இவர் எதற்காக வந்திருக்கிறார் என்று குழம்பினான். தன் மகன் காணாமல் போனதற்கான பழியை ஆசிரமத்தின் மீது போடுவதற்காக வந்திருப்பாரோ என்று ஒரு கணம் தோன்றியது. அவரைப் பார்த்தால் அப்படித் தெரியவில்லையே என்று நினைத்தான். மகேந்திரன் நடுங்கும் கையால் பையைத் திறந்து பெரிய உறை ஒன்றை வெளியே எடுத்தார். அந்த உறையைப் பிரபுவின் கூப்பிய கரங்களுக்குள் வைத்தார்.

"என்ன இது?" என்றான் பிரபு.

"பணம். என் மகன் எடுத்துக்கொண்டு போன பணம்" என்றார்.

பிரபு பதறிப் போனான். "உங்ககிட்ட பணம் கேக்கவே யில்லையே. உங்களுக்கு விஷயம் தெரிஞ்சிருக்கணும்னுதான் கடிதம் போட்டோம். பணமெல்லாம் வேண்டாம்" என்றான்.

மகேந்திரன் தலையாட்டினார். "பொதுப் பணத்துல கை வெக்கறது பெரிய பாவம் சாமி. அதுவும் கோவில் மாதிரி இருக்கற ஆசிரமத்துல கைவைக்கறது ரொம்ப பெரிய பாவம். பல தலைமுறைகளுக்கு இந்தப் பாவம் தொடரும். இந்தப் பாவம் எங்களுக்கு வேண்டாம் சாமி..." என்றார்.

பிரபுவுக்கு என்ன சொல்வதென்றே தெரியவில்லை. "கொஞ்சம் என்னோட வாங்க" என்று மாதவ யோகியிடம் அழைத்துச் சென்றான். அவர் மிகுந்த அன்புடன் வரவேற்றார். "பணமெல்லாம் நீங்க ஏன் தரேள்? உங்க பையன் உங்களண்ட கேட்டுண்டா இங்க வந்தான்? உங்களண்ட சொல்லிண்டா இங்கிருந்து போனான்?" என்றார்.

"இருந்தாலும் அவன் எம் பையன். அவன் பண்ணின தப்புல எனக்கும் பொறுப்பு இருக்கு..."

"அப்படி பாத்தா எனக்கும்தான் பொறுப்பு இருக்கு, பல வருஷமா அவன் இங்கதான் இருந்தான். ஸ்வாமிஜி ஒரு தோப்பனார் மாதிரிதான் அவன பாத்துண்டார். அவன் எனக்கும் பையன் மாதிரிதான். என்னமோ அவன் நேரம். புத்தி கெட்டுப் போச்சு. எப்படியும் திருந்தி வருவான். கொஞ்சம் கீழ்ப்படியாத பையன். மத்தபடி தங்கமான பையன். ரொம்ப திறமைசாலி..."

பிரபு மகேந்திரன் கையில் பணத்தைக் கொடுத்தான். "உங்கள காண்டாக்ட் பண்ணினான்னாக்க இங்க வரச் சொல்லுங்கோ. ஸ்வாமிஜி ஒன்ன மன்னிச்சுட்டார்னு சொல்லுங்கோ" என்றார் மாதவ யோகி.

மகேந்திரன் மாதவ யோகியின் காலில் விழுந்தார். மாதவர் அதை எதிர்பார்க்கவில்லை. சட்டென்று பின் வாங்கினார். அவர் காலடியில் பணத்தை வைத்தார் மகேந்திரன்.

"இது பொதுப் பணம் சாமி. எடுத்துட்டுப் போனா பெரிய பாவம் ஒட்டிக்கும். தயவுசெஞ்சு மறுக்காதீங்க" என்று சொல்லிவிட்டு எழுந்தார். அவர் கண்கள் கலங்கியிருந்தன. கைகளைக் கூப்பியபடி ஓரிரு அடிகள் பின்புறமாக நடந்தவர் பிறகு திரும்பி நடந்தார். வாசல் வரை சென்றவர் திரும்பிப் பார்த்தார். "எம் பையனை மன்னிச்சிடுங்க சாமி" என்றார். பதிலுக்குக் காத்திராமல் வெளியே செல்லும் திசையில் நடந்தார். பிரபு அவரைப் பின் தொடர்ந்தான்.

வாசல்வரை வந்து வழியனுப்பியவன், "பணத்துக்காக நான் லெட்டர் போடல, இங்கே என்ன நடந்ததுன்னு நீங்க தெரிஞ் சிக்கணுமேன்னு எழுதினேன்" என்றான் குற்ற உணர்ச்சியுடன். "அவன் இங்க இருக்கற வரைக்கும் பிரச்ன இல்ல. நாளைக்கு நீங்க அவனைப் பாக்கணும்னு தேடி வந்தா ஒங்களுக்கு என்ன பதில் சொல்ல முடியும்? அதனாலதான் சம்பவம் நடந்ததும் தகவல் சொன்னோம்" என்றான்.

"பரவாயில்ல சாமி" என்றபடி அவர் சாலையில் நடந்து சென்றார். அவர் முதுகையும் தளர்ந்த நடையையும் கலங்கிய கண்களுடன் பார்த்தபடி பிரபு நின்றுகொண்டிருந்தான்.

5

வயல் வெளிகளும் மலைகளும் நதிகளும் சமவெளிகளும் வாகனங்களும் மனிதர்களும் வேகமாகப் பின்னால் போய்க்கொண்டிருந்தார்கள். பேய்த்தனமாகக் காற்று அடித்துக்கொண்டிருந்தது. தாடியும் முடியும் தாறுமாறாகப் பறந்துகொண்டிருந்தன. உதடுகள் உலர்ந்திருந்தன. கண்கள் ஜன்னல் வழியே தொலை தூரத்தில் நிலைகுத்தியிருந்தன. மனதில் வெறுமையும் கசப்பும் மண்டியிருந்தன. ரயில் ஏறுவதற்கு முன்பு காளியைத் தொடர்புகொண்டபோது அவன் சொன்ன விஷயங்கள் வாழ்வின் மிகப் பெரிய அதிர்ச்சியாக அவனுள் இறங்கின. இனி ஆசிரமத்துக்கு மட்டுமல்ல. வீட்டுக்கும் போக முடியாது. எந்த முகத்தை வைத்துக்கொண்டு அப்பாவின் முகத்தில் விழிப்பேன்? அம்மாவின் கண்களை எப்படிச் சந்திப்பேன்? பணத்தை எடுத்துக்கொண்டு ஓடிப் போன திருடனாகத்தான் எல்லோரும் என்னைப் பார்ப்பார்கள். பத்தாண்டுகளில் நான் செய்த எதுவுமே யாருக்குமே நினைவுக்கு வராது. பணத்தை எடுத்துக்கொண்டு ஓடிப்போன திருடன். இதுதான் இனி என் அடையாளம். ஆசிரமம் எனக்குத் தந்த பரிசு.

அயோத்திக்குச் சென்று அங்கே என்னதான் நடக்கிறது என்பதைப் பார்த்துவிட வேண்டும் என்று ஆக்கிரமித்திருந்த வேகம் எப்படித் தனக்குள் வந்தது என்று அவனுக்குப் புரியவில்லை. தனக்குத் தேவையே இல்லாத பிரச்சினை அது என்று இப்போது தோன்றியது. ராமரின் பெயரைச் சொல்லி அவர்கள் செய்த முஸ்தீபுகள் தனக்குள் எழுப்பிய கோபம், எரிச்சல், ஆர்வம் எல்லாம் மிக வலுவாக இருந்தன. என்னதான் நடக்கிறது என்பதைப் பார்த்துவிட வேண்டும என்று தோன்றியதில்கூடத் தவறில்லை ஆனால் அதற்குத் திருட்டுத்தனமான வழியைத் தேர்ந்தெடுத்திருக்கக் கூடாது. முத்துசாமியிடம் சொல்லியிருந்தால் ஏற்பாடு செய்திருப்பார். அல்லது காளியிடம் சொல்லியிருந்தால் பணம் ஏற்பாடு செய்திருப்பான். ஆசிரமத்தில் கை வைத்திருக்க வேண்டாம்.

பணத்தைக் கையாடினால் அதன் விளைவு என்னவாக இருக்கும் என்பதைப் பற்றித் தனக்கு ஏன் தோன்றாமல் போய்விட்டது என்ற வியப்பு அவனுக்கு அடங்கவே இல்லை.

துளிக்கூட அதைப் பற்றி நினைக்காமல் இருந்த முட்டாள்தனத்தை அவனால் ஜீரணித்துக்கொள்ள முடியவில்லை. எப்படி இவ்வளவு மடத்தனமான துணிச்சல் தனக்கு வந்தது? ஆசிரமத்திலிருந்து வெளியேறியாக வேண்டும் என்னும் வெறி தன் அறிவை மறைத்துவிட்டதை உணர்ந்தான். ஆசிரமத்தின் மீது எழுந்த அதீதமான வெறுப்புதான் இதற்குக் காரணம். அவர்களைப் பழிவாங்க இப்படி ஒரு காரியத்தைச் செய்யும்படி ஆழ்மனம் தூண்டியிருக்குமா? ஆனால் இதனால் ஆசிரமத்துக்கு என்ன பாதிப்பு? அது ஒரு ஊழியனை இழந்துவிட்டது. அதனால் என்ன? இன்னும் எத்தனையோ பேர் அதற்கு இருக்கிறார்கள். பிரபுவையும் கீர்த்தியையும் போன்ற பல விசுவாசிகள் இருக்கிறார்கள். ஆசிரமத்தினரைப் பழிவாங்க வேண்டுமானால் நான் எதையாவது தனியாகச் செய்து காட்ட வேண்டும். அதற்கு ஆசிரமத்திலிருந்து வெளிப்படையாக வெளியேறியிருக்க வேண்டும். சண்டை போட்டுவிட்டுக்கூட வெளியேறியிருக்கலாம். திருட்டுப் பட்டத்தோடு வெளியேறியிருக்கவே கூடாது.

திருடன். பணத்தை எடுத்துக்கொண்டு ஓடியவன். ராமநாதனால் தாங்கவே முடியவில்லை. இவ்வளவு முட்டாள் தனமாகத் தன்னால் நடந்துகொள்ள முடியும் என்பதை நம்பவே முடியவில்லை. பணம், திருட்டு, கையாடல்... சுயவெறுப்பின் உச்சத்தில் தலையை ஜன்னல் மீது பலமாக மோதிக்கொண்டான். மோதிய இடம் விண்ணென்று தெறித்தது. அருகில் இருப்பவர்களைப் பற்றிக் கவலைப்படாமல் கண்களை மூடிக்கொண்டான். இவ்வளவு முட்டாள்தனத்திற்குக் காரணம் என்ன? இது வெறும் முட்டாள்தனம் அல்ல. முட்டாள்தனம் என்று சொல்லித் தப்பித்துக்கொள்ள முடியாது. அலட்சியம். என்னை எவன் என்ன செய்துவிட முடியும் என்னும் ஆணவம். ஸ்வாமிஜியிடமும் பல்வேறு நூல்களிடமிருந்தும் கற்ற ஆன்மிகப் பாடங்கள் என்னைத் தூய்மைப்படுத்தவில்லை. ஆணவமே வென்றிருக்கிறது. எல்லாப் பாடங்களும் வெறும் அறிவாகத் தங்கிவிட்டன. அவற்றை வைத்துக்கொண்டு சொற்பொழிவாற்றலாம். புத்தகம் எழுதலாம். அலுவலகத்தை நடத்தலாம். பல காரியங்களைச் செய்யலாம். ஒருநாளும் ஆன்மிக மனிதனாக மாற முடியாது. அப்படி மாற முடியாத தடையை ஆணவம் உருவாக்கியிருக்கிறது. இந்த ஆணவம்தான் என்னைத் தூண்டுகிறது. எல்லாவற்றிலும் நான், என்னுடைய, என்னால்... எல்லாமே இந்த நானிலிருந்து வருபவை. நான் உணர்வாலேயே செயல்படுபவை. நான் உணர்வாலேயே தீர்மானிக்கப்படுபவை. நான்தான் இங்கே முக்கியம். வேலைகள், விழுமியங்கள், சாதகங்கள், உறவுகள் எதுவும் முக்கியமல்ல.

கண்களைத் திறக்காமல் அப்படியே செத்துப்போய்விட வேண்டும் என்று தோன்றியது. திருடனாகவும் நம்பிக்கைத் துரோகியாகவும் அடையாளத்தைச் சுமந்துகொண்டு வாழ்வதைக் காட்டிலும் செத்துப்போய்விடலாம். ஆணவத்தைச் சுமந்து வாழும் இந்த வாழ்க்கை இனித் தேவையில்லை. தலை தெறிக்கும் வேகத்தில் செல்லும் இந்த வண்டியிலிருந்து குதித்தால் ஆணவம் சுமந்த இந்தத் தலை சின்னாபின்னமாகும். அதுவே சரியான தண்டனையாக இருக்கும். என் மீது படிந்த கறைகளை மரணம் துடைத்துவிடும். அதுவே தண்டனை. அதுவே பிராயச்சித்தம். அதுவே மருந்து.

நேரம் ஆக ஆக செத்துப்போக வேண்டும் என்னும் எண்ணம் வலுப்பெற்று வளர்ந்தது. காயத்ரி, காளி, வேலு, அம்மா, அப்பா, கௌரி, சாந்தி, பிரபு, ஸ்வாமிஜி எனப் பல உருவங்கள் மனதில் தோன்றி மறைந்தன. இவர்களில் யாருமே என்னை இனி மதிக்க வாய்ப்பில்லை. பழைய ராமநாதனாக அவர்களால் என்னைப் பார்க்கவே முடியாது. நான் செய்தது மோசடி அல்ல; முட்டாள்தனம் என்று ஒவ்வொருவரிடம் போய்ச் சொல்லிக்கொண்டிருக்க முடியாது. செத்துப் போய்விட்டால் அவனிடம் ஏதேனும் ஒரு காரணம் இருக்கும் என்று அனுமானித்துக்கொள்வார்கள். செத்தவனுக்குச் சலுகை கொடுத்துத்தான் யோசிப்பார்கள்.

இருக்கையிலிருந்து எழுந்துகொண்டான். கதவருகே சென்று நின்றான். வெளியே நன்கு இருட்டியிருந்தது. எந்த இடம் என்று தெரியவில்லை. கதவருகே சிலர் நின்றுகொண்டிருந்தார்கள். கழிவறைக்குச் செல்பவர்கள் வந்து போய்க் கொண்டிருந்தார்கள். அடுத்த ஸ்டேஷன் எப்போது வரும் என்று தனக்குத் தெரிந்த ஹிந்தியில் கேட்டான். இருபது நிமிஷத்தில் வரும் என்றார்கள். அப்படியானால் கதவருகே நடமாட்டம் இப்போதைக்கு அதிகமாகத்தான் இருக்கும். ஸ்டேஷனைத் தாண்டிய பிறகு பார்த்துக்கொள்ளலாம் என்று முடிவு செய்து மீண்டும் இருக்கைக்கு வந்தான்.

அடுத்த ஸ்டேஷனில் ரயில் நின்றதும் இறங்கினான். காசிநாதன் கொடுத்திருந்த வேட்டி, சட்டை, துண்டு, பிரஷ், பற்பசை ஆகியவை வைத்திருந்த பை இருக்கைக்கு அடியில் இருந்தது. அதை அங்கேயே விட்டுவிட்டு இறங்கினான். ரயில் நிலையத்தில் நடந்தான். மெல்லிய குளிர் இருந்தது. ரயில் நிலையம் சிறியதுதான். அதன் பெயரைக்கூடப் பார்க்க ஆர்வமின்றி நடந்தான். நடக்க முடியவில்லை. களைப்பாக இருந்தது. பசி. காலையிலிருந்து எதுவும் சாப்பிடவில்லை.

வயிறு ஒட்டியிருந்தது. நடக்க முடியவில்லை. இத்தனை களைப்பை இதுவரை அவன் அனுபவித்ததே இல்லை. மயங்கி விழுந்தால் கூட்டம் சேர்ந்துவிடும். அப்புறம் சாக முடியாது. ஓரமாக அமர்ந்தான். சுவரில் சாய்ந்து உட்கார்ந்தான். பையில் கொஞ்சம் பணம் இருந்தது. சாப்பிடத் தோன்றவில்லை. உயிரை விடுவதுதான் முக்கியம் என்று பட்டது. கண்களை மூடினான். ரயில் கிளம்பிய பிறகு தண்டவாளத்தில் சிறிது தூரம் நடந்து சென்று படுத்துக்கொண்டுவிட வேண்டும் என்று நினைத்தான். ஏதாவது ஒரு ரயில் வந்து என் மண்டையில் ஏறட்டும். கனம் ஏறிய இந்த மண்டை சிதறட்டும் என்று நினைத்துக்கொண்டான். இனம் புரியாத நிம்மதி ஏற்பட்டது.

நிலையத்தை விட்டு நெடுந்தூரம் சென்று படுத்துக் கொண்டால்தான் சாக முடியும். பக்கத்தில் என்றால் நடமாட்டம் இருக்கும். யாராவது பார்த்துக் காப்பாற்றிவிடுவார்கள். தூரமாக நடந்து போக வேண்டுமென்றால் சிறிதாவது சாப்பிடத்தான் வேண்டும். இல்லையேல் இங்கேயே சுருண்டுவிடுவோம் என்று தோன்றியது. சுருண்டு படுத்துவிட்டால் யாராவது காப்பாற்றிவிடுவார்கள். சாப்பிட்டுவிடடு நடக்க வேண்டும் என்று நினைத்தான்.

எழுந்திருக்கலாம் என்று நினைத்தபோது ஒருவர் அவனை நெருங்கினார். அவர் கையில் உணவுப் பொட்டலம் இருந்தது. “ஸ்வாமிஜி . . .” என்றபடி பயபக்தியுடன் உணவைக் கையில் கொடுத்தார். அவரை உற்றுப் பார்த்தான். ரயிலில் எதிர் வரிசையில் அமர்ந்திருந்தவர். தாடியையும் காவி வேட்டியையும் பார்த்து சன்யாசி என்று நினைத்துக்கொண்டிருக்கிறார். பொட்டலத்தை அமைதியாக வாங்கிக்கொண்டவன் பிரித்துச் சாப்பிட்டான். பாட்டிலில் தண்ணீர் கொண்டுவந்து கொடுத்தார். சாப்பிட்டதும் தெம்பு வந்தது. அவரை நன்றாகப் பார்த்தான். அவருக்கு வயது நாற்பது இருக்கும். முகத்தில் பணிவும் கரிசனமும் நிரம்பியிருந்தன. எங்கே போகிறீர்கள் என்று கேட்டார். சிரித்தான். தெரியாது என்று சைகையில் சொன்னான். வானத்தை நோக்கிக் கைகளை உயர்த்திக் காட்டினான். அவர் கையெடுத்துக் கும்பிட்டார். அவருக்குச் சிலிர்ப்பு ஏற்பட்டிருந்தது முகத்தில் தெரிந்தது. தன்னைப் பார்த்து ஒருவர் சிலிர்க்கிறார். ராமநாதன் வினோதமான உணர்வுக்கு ஆளானான்.

“ரயில் எப்போது கிளம்பும்?” என்று கேட்டான்.

“லேட் ஆகும் என்று சொல்கிறார்கள்” என்றார் அவர். “இங்கே ஐந்து நிமிடம்தான் நிற்க வேண்டும். ஆனால்

லைனில் ஏதோ பிரச்சினையாம். நேரமாகியும் உங்களைக் காணவில்லையே என்று தேடி வந்தேன்" என்றார். காலையிலிருந்தே தன்னைக் கவனித்துவருவதாக அவர் சொன்னார். ஏதோ ஆழ்ந்த யோசனையில் இருப்பதாக அவருக்குப் பட்டதாம். மதியம் சாப்பிடும்போதும் கண்களை மூடி ஏதோ ஜபம் செய்துகொண்டிருந்ததை கவனித்துவிட்டாராம். இருந்த இடத்தில் அசையாமல் பனிரெண்டு மணிநேரம் உட்கார்ந்திருக்க யோகிகளால்தான் முடியும் என்றார். "எத்தனையோ இரைச்சல்கள், நடமாட்டங்கள். ஸ்வாமிஜி எதையும் கவனிக்கவில்லை" என்றார் பரவசத்துடன். அவர் பேசிய இந்தி புரிந்தது. ராமநாதன் அமைதியாக இருந்தான்.

தூரத்தில் பச்சை விளக்கு எரிந்தது. பயணிகள் பரபரப்பானார்கள். சாப்பாடு கொடுத்தவர் ராமநாதனை அழைத்தார். "போகலாம் ஸ்வாமிஜி, ரயில் கிளம்பப் போகிறது" என்றார். ராமநாதனுக்கு என்ன சொல்வதென்று தெரியவில்லை. ரயில் கூவியது. "வாங்க ஸ்வாமிஜி" என்றார் அவர் மீண்டும். நீங்கள் போங்கள், நான் பின்னால் வருகிறேன் என்று சொல்ல ராமநாதன் வாயெடுத்தான். அவர் அதைக் கவனிக்காமல் நடக்க ஆரம்பித்தார். சில எட்டுக்கள் சென்றதும் திரும்பிப் பார்த்தார். பதற்றத்துடன் கையை அசைத்து அழைத்தார். அவர் கை அசைந்த விதம் வித்தியாசமாக இருந்தது. அவர் உடம்புக்கு அந்தக் கை மிகவும் சிறியது. அவர் கையில் ஏதோ பிரச்சினை இருப்பதை அப்போதுதான் கவனித்தான். அந்தக் கையை அவர் அசைத்த விதம் விசித்திரமாக இருந்தது. வளர்ந்த மனித உடலில் ஒரு சிறுவனின் கையை ஒட்டவைத்ததுபோல இருந்தது. அந்தக் கையை அசைத்து அவர் ராமநாதனை அழைத்தார். அந்தக் காட்சி ராமநாதனை அசைத்தது. சட்டென்று எழுந்தான். வசியத்துக்குக் கட்டுண்டவன்போல அவரை நோக்கிச் சென்றான். அவர் வேகமாக நடக்க ஆரம்பித்தார். ராமநாதன் பின்தொடர்ந்தான். ரயிலில் இருவரும் ஏறிக்கொண்டார்கள்.

6

ரயில் வேகமெடுத்ததும் குளிர் காற்று வீசத் தொடங்கியது. எல்லா ஜன்னல்களும் கிட்டத்தட்ட மூடப்பட்டுவிட்டன. சக பயணி பெரும் மரியாதையுடன் ராமநாதனைப் பார்த்துக்கொண்டிருந்தார். ராமநாதன் அவரைப் பார்த்துப் புன்னகை செய்துவிட்டுக் கண்களை மூடினான். அன்பான உபசரிப்பும் விசித்திரமான கையசைப்பும் தன்னைச் சாவிலிருந்து மீட்டுக் கொண்டுவந்துவிட்டதை எண்ணி வியந்தான். உயிரூட்டும்

அமிர்தம்தான் அந்த உணவுப் பொட்டலத்தில் இருந்தது என்று நினைத்தான். அவரது கையசைப்பில் உயிரின் செய்தி இருந்தது. அந்த உணவு அமிர்தம். அந்த உபசரிப்பு அமிர்தம். அந்தக் கையசைப்பு பரமாமிர்தம். ராமநாதனால் நம்ப முடியவில்லை. தெய்வம்தான் இவர் வடிவில் வந்து தன்னைக் காப்பாற்றியிருக்க வேண்டும் என்று நினைத்தான். தான் உயிரோடு இருக்க வேண்டுமென்பது கடவுளின் விருப்பம் என்று நம்பினான். எது நடந்தாலும் இனி மரணத்தைப் பற்றி நினைக்கக் கூடாது என்று முடிவு செய்தான்.

ம்ருத்யோர் மா அம்ருதம் கமய (மரணத்திலிருந்து மரணமில்லாப் பெருவாழ்வுக்கு இட்டுச் செல்க) என்று முணுமுணுத்தான். அம்ருதம் அம்ருதம் என்று மனம் திரும்பத்திரும்பச் சொல்லிக்கொண்டது. மனதில் பேரமைதி குடிகொண்டது.

காலையில் சீக்கிரமே எழுந்து காலைக் கடன்களை முடித்துக்கொண்டான். ரயில் எங்கே இருக்கிறது என்று தெரியவில்லை. ஆனால் தென்னிந்தியாவினுள் நுழைந்துவிட்டது என்பது மட்டும் கண்களில் பட்ட பெயர்ப் பலகைகள் மூலம் தெரிந்தது. நேற்று இருந்த மனக் கொந்தளிப்பு இன்று இல்லை. உயிருடன் இருக்க வேண்டும் என்னும் வேட்கை அதிகமாகியிருந்தது. அவப் பெயருடன் சாகக் கூடாது என்றும் ராமநாதன் ஒழுக்கம் கெட்ட திருடன் அல்ல என்று நிரூபிக்க வேண்டும் என்றும் நினைத்தான்.

பயணிகள் ஒவ்வொருவராக எழுந்துகொள்ள ஆரம்பித்தார்கள். இரவு அவனைக் காப்பாற்றியவரும் எழுந்துகொண்டு காலைக் கடன்களை முடித்துவிட்டு வந்தார். பொழுது புலர்ந்தது. ராமநாதன் இருக்கையிலேயே பத்மாசனம் இட்டு அமர்ந்து பிராணாயாமம் செய்தான். அவன் முடிக்கும்வரை காத்திருந்த அவர் யோகா பற்றிக் கேட்டார். ராம்நாதன் சொன்னான். ஆஸ்துமாவை குணப்படுத்த யோகா இருக்கிறதா என்றார். ராமநாதன் அவருக்கு ஒரு விதமான பிராணாயாமத்தைச் சொல்லிக் கொடுத்தான். “இதைத் தொடர்ந்து செய்யுங்கள். தினசரி உடற்பயிற்சி செய்யுங்கள். பக்கத்தில் யோகா ஆசிரியர் யாராவது இருந்தால் சூரிய நமஸ்காரம் கற்றுக்கொள்ளுங்கள். தினசரி பத்து சூரிய நமஸ்காரம் செய்யுங்கள். ஆயுர்வேத மருந்தை எடுத்துக்கொள்ளுங்கள். ஒரு வருடத்தில் ஆஸ்துமா ஓடிப் போய்விடும்” என்றான். தவ யோகி ஒருவரிடம் பேசுவதுபோல அந்தப் பயணியின் முகத்தில் பக்தியும் பரவசமும் தாண்டவமாடின. இவன் பேசிக்கொண்டிருப்பதைக் கேட்ட பயணிகள் ஆர்வத்துடன் இவனையே பார்த்துக்கொண்டிருந்தார்கள்.

"ஸ்வாமிஜி எங்கே இருந்து வருகிறீர்கள்?" என்று ஒருவர் கேட்டார். அவருடைய இந்தி வித்தியாசமாக இருந்தது. "தமிழா?" என்று கேட்டான் ராமநாதன். முகம் மலர்ந்து "ஆமாம்" என்றார் அவர். "காசியிலிருந்து" என்றான் ராமநாதன். "இப்போது எங்கே இருக்கிறோம்?" என்று கேட்டான். "ஹைதராபாதை நெருங்கிக்கொண்டிருக்கிறோம் ரயில் நான்கு மணி நேரம் தாமதம்" என்றார் உணவு அளித்தவர். "நீங்கள் எங்கே போகிறீர்கள்?" என்றான். ஹைதராபாத் என்றார். நீங்கள் எங்கே போகிறீர்கள் என்று அவர் கேட்கவில்லை.

ஹைதராபாதில் இறங்கும்போது வாசல்வரை வந்து வழியனுப்பினான். "ஸ்வாமிஜிக்கு செலவுக்குப் பணம் இருக்கிறதா?" என்று அவர் கேட்டார். ராமநாதன் சிரித்தான். பையிலிருந்து ஐந்து நூறு ரூபாய் நோட்டுகளை எடுத்து அவன் கையில் கொடுத்தார். மறுக்கத் தோன்றினாலும் பேசாமல் வாங்கிக்கொண்டான். கும்பிட்டு விடைபெற்றுக்கொண்டார். பார்வையிலிருந்து மறைவதுவரை அவரையே பார்த்துக்கொண்டிருந்தான்.

உள்ளே வந்த ராமநாதன் தமிழரிடம் ரயில் எந்த ஊர்களின் வழியாகப் போகிறது என்று விசாரித்துக்கொண்டான். அவர் கேட்ட கேள்விகளுக்குச் சுருக்கமாகப் பதிலளித்தான். ஆலப்புழா போவதற்கு எங்கே இறங்க வேண்டும் என்று கேட்டுத் தெரிந்துகொண்டான். விஜயவாடாவில் இறங்கித் திருவனந்தபுரம் போய் அங்கிருந்து ஆலப்புழை போவது சுலபம் என்றார் அவர். பிறகு பேசாமல் கண்களை மூடியபடி அமர்ந்துகொண்டான்.

வினயசந்திரனின் வீடு பூட்டியிருந்தது. காயத்ரி சுசீந்திரத்தில் இருப்பாள் என்று நினைத்துக்கொண்டான். ஆலப்புழாவில் யோகா சிகிச்சை சொல்லித்தரும் ஆசானைப் பற்றி வினயசந்திரன் சொல்லியிருந்தது நினைவுக்கு வந்தது. அவரை எப்படி விசாரிப்பது என்று தெரியவில்லை. சுசீந்திரத்திற்குப் பகலில் போனால் ஆசிரமத்துக்காரர்கள் அடையாளம் தெரிந்துகொண்டால் சிக்கல் என்று நினைத்தான். ஆலப்புழாவில் சுற்றித் திரிந்தான். கால் வலிக்கும்வரை நடந்தவன் மதியம் சாப்பிட்ட பிறகு பேருந்து நிலையம் நோக்கி நடந்தான். பேருந்து நிலையத்திலேயே காத்திருந்துவிட்டு நான்கு மணிக்கு மேல் சுசீந்திரம் கிளம்பலாம் என்று முடிவு செய்தான். இதே வழியில் இரண்டு ஆண்டுகளுக்கு முன்பு நடந்து சென்றது நினைவுக்கு வந்தது. அப்போது எதிர்கொண்ட முடி திருத்தும் நிலையம் மீண்டும் கண்ணில் பட்டது. சட்டென்று ஏதோ தோன்ற, கடையினுள் நுழைந்தான்.

தலைமுடி, தாடி, மீசை எல்லாவற்றையும் எடுத்துவிடச் சொன்னான். கண்ணைத் திறந்தபோது ஒரு கணம் இருபது வயது ராமநாதனின் முகம் கண்ணாடியில் தோன்றி மறைந்தது. முடியுடன் மனச் சுமையும் கணிசமாகக் குறைந்ததுபோல் இருந்தது.

சுசீந்திரத்தை அடைய ஏழு மணிக்கு மேல் ஆகிவிட்டது. ஆட்டோ ரிக்ஷாவை அமர்த்திக்கொண்டு காயத்ரியின் வீட்டுக்குப் போனான். காயத்ரி தனியாகத்தான் இருந்தாள். இவன் கோலத்தைப் பார்த்து ஒரு கணம் அதிர்ந்தாலும் உடனே சுதாரித்துக்கொண்டாள். ஸ்ரீநி எங்கே என்று கேட்டான். “டியூஷன் போயிருக்கான், எட்டரை மணி ஆகும். சைக்கிள்ளதான் வரும்” என்றாள். ராமநாதன் அவளை நெருங்கினான். ஆழமாக அவளைப் பார்த்தான். அவள் அவன் மார்பில் முகத்தைச் சாய்த்துக்கொண்டாள். ராமநாதன் அவளைத் தன்னோடு சேர்த்து அணைத்துக்கொண்டான். உடல்கள் சூடேறின. மெல்லிய தூறல் விரைவில் சடசடவென மழையாக மாறிப் பெருமழையாய்க் கொட்டுவதைப் போல உடல்கள் வேகம் கொண்டன. பசி கொண்ட மிருகங்களாய் மாறின. பாம்புகளாக மாறிப் பிணைந்துகொண்டன. ஒன்றையொன்று வெல்லத் துடித்தன. பல மாதங்களின் பசி பெரும் வேகமெடுத்துப் பாய்ந்தது. உடல் அதிர்ந்து அடங்கிய பிறகு நெடுநேரம் இருவருக்கும் பேச்சு வரவில்லை. ஸ்ரீநிவாசன் வரும் நேரம் நெருங்கிக்கொண்டிருக்கிறது என்பது மூளையின் ஒரு ஓரத்தில் எச்சரிக்கை மணி அடித்துக்கொண்டிருந்தாலும் தன் தோளில் சாய்ந்திருந்தவளின் முலையை வருடியபடி ராமநாதன் கிறக்கத்தில் ஆழ்ந்திருந்தான். காயத்ரி அவன் உதட்டில் ஆழமான முத்தம் ஒன்றைப் பதித்துவிட்டு எழுந்து சென்றாள்.

ஸ்ரீநிவாசன் நன்கு வளர்ந்திருந்தான். முகத்தில் மெல்லிய மீசை அரும்பியிருந்தது. மொட்டைத் தலையோடு இருந்த ராமு மாமாவை அவனுக்கு முதலில் அடையாளம் தெரியவில்லை. ராமநாதன் அவனிடம் நெடுநேரம் பேசினான். பாட நூல்களைத் தவிர ஏதாவது படிக்கிறானா என்பதை விசாரித்தான். விளையாட்டு பற்றிக் கேட்டான். ஆசிரமத்தில் யோகாசன வகுப்புக்கு ஒழுங்காகப் போகிறாயா என்று கேட்டுக்கொண்டான். சினிமா எல்லாம் பார்ப்பதுண்டா என்றும் கேட்டான். “உனக்கு எதில் ரொம்ப இண்ட்ரெஸ்ட்?” என்று கேட்டான். “ஊர் சுத்தறது” என்றான் ஸ்ரீநிவாசன்.

மூவரும் சாப்பிட்டார்கள். சாப்பிட்டு முடித்ததும் ராமநாதன் கிளம்பினான். “இருந்துட்டு நாளைக்கு போங்களேன் மாமா”

என்றான் ஸ்ரீநிவாசன். "நெறய வேல இருக்கு" என்றவன், "எனக்கும் அலையறதுதான் பிடிக்கும்" என்று சொல்லிச் சிரித்தான். கிளம்புவதற்கு முன் காயத்ரியுடன் சிறிது நேரம் தனியாக இருக்க வேண்டும் என்று தோன்றியது. ஸ்ரீநிவாசனிடம் அடுத்த தெருவில் இருக்கும் கடைக்குப் போய் ஒரு தேங்காய் வாங்கிவரச் சொன்னான்.

ஸ்ரீநி கிளம்பியதும் காயத்ரியிடம் அவசரமாகப் பேசினான். ஆசிரமத்தில் தன் மேல் அபாண்டமாகப் பழிசுமத்திவிட்டார்கள் என்றான். இனி அங்கே போகப்போவதில்லை என்றான். வீட்டுக்குப் போகும் எண்ணமும் இல்லை என்றவன் முதலில் ஆலப்புழாவில் அந்த ஆசானிடம் யோக சிகிச்சை கற்க வேண்டும் என்றான்.

"ஆஸ்ரமமும் போகலை, வீட்டுக்கும் போகலைன்னா என்ன செய்யறதா உத்தேசம்?" என்றாள்.

"தெரியல" என்றான். "நாளை என்ன நடக்கும்னு தெரியல. நீ முக்கியமான விஷயம் ஏதாவது இருந்தா காளி வீட்டுக்கு போன் பண்ணி சொல்லு. நான் மாசத்துக்கு ஒரு வாட்டி வரேன். வாரத்துக்கு ஒரு வாட்டி போன் பண்றேன்" என்றான். ஆசான் எங்கே இருக்கிறார் என்று கேட்டுத் தெரிந்துகொண்டான். இருநூறு ரூபாய் பணம் வாங்கிக்கொண்டான்.

ஸ்ரீநிவாசன் தேங்காய் வாங்கி வந்துவிட்டான். அதை வாங்கிக்கொண்டு ராமநாதன் கிளம்பினான். காயத்ரியின் கண்ணில் நீர் முட்டி நின்றது. தலை பாரமாக இருந்தது. ஸ்ரீநியைத் தன்னோடு சேர்த்து அணைத்துக்கொண்டாள்.

வழியில் இருந்த பிள்ளையார் கோவில் வாசலில் தேங்காயை உடைத்துவிட்டுப் பேருந்து நிலையம் விரைந்தான். ராமநாதன்

எங்கே செல்வது என்னும் கேள்வி எழுந்தது. வீட்டுக்குப் போகலாம். அம்மாவிடமும் அப்பாவிடமும் நடந்ததை விளக்கிச் சொல்லலாம். பிறகு நண்பர்களைப் பார்த்து, நான் திருடன் அல்ல என்று சொல்லலாம். அதன் பிறகு ஆலப்புழாவுக்குப் போய் ரத்னாகர ஆசானைப் பார்த்து யோக சிகிச்சைப் பயிற்சி எடுத்துக்கொள்ளலாம்.

இந்த யோசனை தோன்றியதுமே ராமநாதனின் மனம் அதை நிராகரித்தது. வீட்டுக்குப் போகும் மனநிலை இப்போது சுத்தமாக இல்லை. தன் பெற்றோரை எதிர்கொள்ளத் தான் இன்னமும் தயாராக இல்லை என்பதை உணர்ந்தான். ஆலப்புழாவை நோக்கிப் பயணமானான்.

வினயசந்திரன் சொல்லியிருந்தார் என்று சொன்னதும் ரத்னாகர ஆசான் உடனே சேர்த்துக்கொண்டார். பயிற்சிகள் கடுமையாக இருந்தன. யோகாசனத்தில் இதுவரை அறியாத நுட்பங்களை அறிந்துகொண்டான். ஒவ்வொரு ஆசனத்தையும் எப்படிச் செய்ய வேண்டும் என்று அறிந்தவன் ஏன் செய்ய வேண்டும் என்று இப்போது தெரிந்துகொண்டான். எந்தெந்தப் பிரச்சினைக்கு என்ன ஆசனம், எதைச் செய்தால் எந்த உபாதை நீங்கும், எதைச் செய்தால் சில வித உபாதைகள் அண்டாது, உபாதை இருக்கும்போது எதை எப்படிச் செய்ய வேண்டும், உபாதை குறைந்த அல்லது நீங்கிய பிறகு எதை எப்படிச் செய்ய வேண்டும், உடல் வணங்காதவர்களுக்கு யோகாசன சிகிச்சையை அளிப்பது எப்படி, சிறு வயதில் ஆசனம் பயிலாதவர்களுக்குப் பழக்குவது எப்படி, மூச்சப் பயிற்சிகளில் எத்தனை வகை, எந்தெந்த வகைக்கு என்னென்ன பலன், சுவரையும் மேஜையையும் கயிறையும் பயன்படுத்துவது எதற்காக எனப் பல்வேறு நுணுக்கங்களை ரத்னாகர ஆசான் கற்றுத்தந்தார்.

ஆசனங்கள் மட்டுமல்லாமல் உணவு, உறக்கம், தியானம், மூச்சு, நடை என்று எல்லாவற்றையும் அவர் மாற்றினார். எழுபது வயதான அவர் நாற்பது வயதுக்காரரைப் போலச் செயல்பட்டார். அவருடைய சான்னித்யத்தில் மனம் புனிதமானதாக உணர்ந்தான். உடலும் மனமும் அறிவும் ஆன்மாவும் ஒன்றிப்போகும் தேவ சங்கீதமாக அவர் சொல்லிக் கொடுத்த ஆசனப் பயிற்சிகள் இருந்தன. பழையவற்றின் சுமையோ எதிர்காலம் பற்றிய கவலையோ இல்லாத மனநிலையை அவர் ஏற்படுத்திவிட்டார். கடவுள், ஆன்மா, மோட்சம் என்றெல்லாம் பேசாமல் உடலைப் பேசவைத்து இதைச் சாதித்தார். இவர்தான் என்னுடைய ஆன்மிக குரு என்று ராமநாதன் சொல்லிக்கொண்டான்.

ராமநாதன் பயிற்சிகளில் மூழ்கித் தன்னை மறந்தான். எப்போதும் ஆசனங்களைப் பற்றியே யோசித்துக்கொண்டிருந்தான். ஆசனங்களில் ஆழஆழப் புதிய வாழ்க்கையை வரித்துக்கொள்வது போல் இருந்தது. புத்துணர்வு பெற்றது. பத்தாண்டுகளுக்கு முன்பு இருந்த மனநிலை மீண்டும் திரும்பியது. ஸ்வாமி சிவானந்த யோகியைச் சந்திக்கச் சென்ற தினமாக ஒவ்வொரு தினமும் விடிந்தது. மனம் லேசானது. அனுபவங்களின் சுமை இல்லை. குற்ற உணர்வின் உறுத்தல் இல்லை. நீரில் முங்கி எழும் பறவை சிறகைச் சடசடத்துப் பறக்கும்போது புத்தம் புதிதாய்த் தோற்றமளிப்பது போல வாழ்க்கை புதிதாகத் தோன்றியது.

அப்பாவுக்கு உடம்பு சரியில்லை என்று காளி சொன்னதுதான் சற்றுக் கவலை தந்தது. இன்னும் இரண்டு மாதங்களில் பயிற்சி முடிந்துவிடும். அதன் பிறகு அப்பாவையும் அம்மாவையும் சந்தித்து நடந்ததைச் சொல்ல வேண்டும். அடுத்து என்ன செய்யப் போகிறாய் என்று கேட்டார் ஆசான். யோகாசனம் என்னும் அமிர்தத்தை அனைவருக்கும் வாரி வழங்க வேண்டும் என்பதுதான் தன் ஆசை என்றான். நீ இங்கேயே தங்கினால் ஆசனமும் சொல்லிக் கொடுக்கலாம், சிகிச்சையும் செய்யலாம் என்றார் ஆசான். ஆனால் நீ சுசீந்திரத்துக்கோ கோவைக்கோ போக வேண்டும் இல்லையா என்றும் கேட்டார். வினயன் சொல்லியிருந்தார் என்றார். வினயசந்திரனின் பெயரை உச்சரித்ததும் அவர் முகம் வாடியது.

இனி சுசீந்திரத்திற்கோ கோவைக்கோ போக முடியாது என்று ஆசானிடம் சொல்லவில்லை. பயிற்சி முடிந்ததும் பெற்றோரைப் பார்த்துவிட்டு இங்கேயே வந்துவிடுகிறேன், ஓராண்டுவரை இங்கேயே தங்கலாம் என்றான். ஆசான் மிகவும் மகிழ்ச்சி அடைந்தார்.

7

ரத்னாகர ஆசானுடன் இருந்த உற்சாகமும் புத்துணர்ச்சியும் அம்மாவின் முகத்தைப் பார்க்கும்வரை நீடித்தன. நெடு நாட்கள் கழித்துச் சந்திக்கும் மகனை வரவேற்கும் பார்வை அம்மாவிடத்தில் இல்லை. முகத்தில் சுருக்கங்கள் கூடியிருந்தன. கண்களில் முன்பு வேதனை தெரியும். இப்போது வெறுமை மட்டுமே இருந்தது. "நீயா?" என்பது போன்ற பார்வை. அம்மாவின் கண்களைச் சந்தித்த சில வினாடிகளில் ராமநாதன் நொறுங்கிப் போனான். பழைய சுமைகளிலிருந்து விடுபடவே முடியாது என்று தோன்றியது. உலகம் முழுவதும் மன்னித்தாலும் இந்தக் கண்கள் மன்னிக்காது. நிராதரவாக விட்டுவிட்டுப் போனவனை மீண்டும் சந்தித்தபோது இந்தப் பார்வை இல்லை. வீட்டில் இருக்க வாய்ப்பில்லை என்று தெளிவாகத் தெரிந்தபோதும் இந்தப் பார்வை இல்லை. இதுவரை இப்படி ஒரு பார்வையை எங்கும் யாரிடமும் எதிர்கொண்டதில்லை.

ராமநாதன் அமைதியாக அமர்ந்திருந்தான். உள்ளே அப்பா படுத்திருந்தார். அப்பாவுக்கு உடம்பு சரியில்லை என்றான் வேலு. அப்பா இருமினார். தொடர்ந்து இருமினார். ஸ்வாமிஜி இருமியதைப் போலவே இடைவெளி அற்ற இருமல். குடலை

இழுத்து வெளியே போடுவது போன்ற ஆழமான இருமல். ராமநாதனின் மனம் கலங்கியது. சுவரில் மாட்டியிருந்த சுவாமி படத்தையே பார்த்துக்கொண்டிருந்தான். வேலு உள்ளே சென்ற அப்பாவுக்குத் தண்ணீரும் மருந்தும் கொடுத்துவிட்டு வந்தான். “அண்ணன் வந்திருக்குப்பா” என்றான். அப்பாவிடமிருந்து பதில் எதுவும் வரவில்லை.

உள்ளே போய்ப் பார்க்கலாமா என்று நினைத்தான். அம்மாவின் பார்வையே போதும் என்று தோன்றியது. அப்பாவின் பார்வையை நினைத்தால் கலக்கமாக இருந்தது. உடம்பு சரியில்லாமல் வேறு இருக்கிறார். உணர்ச்சிவசப்பட்டால் உடல் இன்னும் மோசமாகும்.

ராமநாதன் குளித்தான். வேலுவின் உடைகளை எடுத்துப் போட்டுக்கொண்டான். யோகாசனம் செய்யும் மனநிலை இல்லை. கிளம்பினான், சாப்பிட்டுவிட்டுப் போகும்படி வேலு சொன்னான். பதில் சொல்லாமல் மௌனமாக வெளியேறினான். கோபித்துக்கொண்டு போவதாக நினைத்துவிடுவானோ என்று தோன்றியது. கோபித்துக்கொள்வதற்கு எந்த உரிமையும் அற்ற நிலையில் அப்படிப்பட்ட எண்ணத்தை உருவாக்கக் கூடாது என்று நினைத்தான். திரும்பி வந்தான்.

“டிபன் எங்கே?” என்றான். வேலுவுக்கு ஆச்சரியம். வேகமாக உள்ளே போய் உப்புமாவைத் தட்டில் போட்டு எடுத்து வந்தான். தானும் எடுத்துக்கொண்டான். இருவரும் பேசாமல் சாப்பிட்டார்கள். ராமநாதன் வீட்டை நோட்டம் விட்டான். பார்த்த இடத்தில் எல்லாம் வறுமையின் சின்னம் தெரிந்தது. அப்பாவுக்குச் சம்பளம் அதிகமில்லை என்றாலும் இவ்வளவு சிறிய குடும்பம் என்பதால் பிரச்சினை இருக்காது என்று நினைத்தான். ஆனால் அப்பாவுக்கு ஏகப்பட்ட கடன். அவர் தன்னுடைய உடன் பிறந்தவர்களுக்குச் செய்வதற்காக அதிகமாகக் கடன் வாங்குவார். வேலை செய்யுமிடத்துக்குப் பக்கததில் சேவல் சண்டையில் நிறைய காசு இழந்திருக்கிறார் என்றும் கேள்விப்பட்டிருக்கிறான். வேலுவுக்கும் சம்பளம் அதிகமில்லை. வாடகை, கடன் தவணை, வட்டி, மருத்துவச் செலவு என்று பணம் கரைந்துகொண்டிருக்கும் என்பது ராமநாதனுக்குப் புரிந்தது.

சாப்பிட்டுவிட்டு வெளியே வந்தான். அப்போது கௌரி எதிர்ப்பட்டாள். சுடிதார் அணிந்திருந்தாள். அவள் அழகும் சிறு துள்ளலுடன் நடந்துவந்த விதமும் ராமநாதனை ஒரு கணம்

முழுமையாக ஈர்த்துக்கொண்டன. வேலு பின்னாலேயே வந்தான். சைக்கிளை எடுத்து வந்தான். அவனைக் கடையில் விட்டுவிட்டு சைக்கிளை வாங்கிக்கொண்டான். காளி வீட்டுக்குத் தொலைபேசி மூலம் தொடர்புகொண்டான். அவன் ஐந்து மணிக்குத்தான் வருவான் என்றார்கள். பத்ரி நாராயணன் வீட்டுக்குப் போனான். அவன் வீட்டில் இருந்தான். ஆச்சரித்துடன் வரவேற்றான். அவன் மனைவி மலர்ந்த முகத்துடன் கையெடுத்துக் கும்பிட்டாள். கூச்சமாக இருந்தது.

பத்ரிக்கு எந்த விஷயமும் தெரியவில்லை என்பது சிறிது நேரத்திலேயே புரிந்தது. ராமநாதன் தானாகவே எல்லாவற்றையும் சொன்னான். பொன்னம்பட்டி, கொல்லிமலை, சுசீந்திரம், ஆசிரமத்தின் கெடுபிடிகள், அயோத்தி என்று சுருக்கமாக விவரித்தான். அயோத்திக்குப் போயாக வேண்டும் என்ற வேகத்தில் ஆசிரமத்தின் பணத்தை எடுத்துக்கொண்டு போய்விட்டேன் என்றான். பத்ரி சிரித்தான்.

"ஏன் சிரிக்கறே?" என்று கேட்டான் ராமநாதன்.

"கோவில் கட்றதுக்கு ஆஸ்ரம பணத்த எடுத்துண்டு போனா என்ன தப்பு?" என்று மீண்டும் சிரித்தான். ராமநாதனும் சிரித்தான்.

"அவசரத்துக்கு எடுத்துக்கிட்டேன். திரும்ப வந்து குடுத்துடலாம்னுதான் நெனச்சேன், அயோத்யால கூட்டத்துல தொலைஞ்சிடிச்சி."

"எப்படி குடுத்திருப்ப?"

"நீ, காளி எல்லாம் இல்லையா?" என்றான் ராமநாதன்.

"சரி, அயோத்தில நீ என்ன பண்ணின? நீயும் இடிச்சியா?"

"அடப்பாவி. அவங்க இடிக்கற ஆவேசத்தப் பாத்து பயந்து போயிட்டேன்." பத்ரி சிறிது நேரம் பேசவில்லை.

"அதுசரி, எதுக்காக அங்க போன?"

"அவங்க நோட்டீஸ் படிச்சேன். மீட்டிங் கேட்டேன். இன்டலெக்சுவல்ஸ் கிட்ட பேசினேன். இந்த உணர்ச்சி, இந்த வாதம், இவ்வளவு பெரிய முயற்சி இதெல்லாம் எங்க போய் முடியுதுன்னு பாத்துரணும்னு தோணிச்சி. எவ்வளவு டேஞ்சரான கேம் ஆடிக்கிட்டுருக்காங்கன்னு பயமா இருக்கு..."

"பாம்பேல பாம் ப்ளாஸ்ட் எல்லாம் கேள்விப்பட்டிருப்பியே?" என்றான் பத்ரி. நாளிதழ்களைப் பார்த்துக் கிட்டத்தட்ட ஓராண்டு

ஆகிறது என்றான் ராமநாதன். பத்ரி கலவரங்களைப் பற்றி விரிவாகச் சொன்னான். குண்டு வெடிப்புகள் பற்றிச் சொன்னான். மசூதியை இடித்த பிறகு நடந்த மாநிலத் தேர்தல்களில் பாரதிய ஜனதா கட்சி தோற்றுப்போனதையும் சொன்னான். உத்தரப் பிரதேசத்திலும் தோற்றுப்போனதைச் சென்னான். 1996இல் நடக்கவிருக்கும் நாடாளுமன்றத் தேர்தலில் அவர்கள் ராமரை விடவும் நரசிம்ம ராவைத்தான் அதிகம் நம்புகிறார்கள் என்று சொல்லிவிட்டுச் சிரித்தான்.

ராமநாதன் அமைதியாகக் கேட்டுக்கொண்டிருந்தான். இந்த நிலைமைக்கு முத்துசாமி என்ன வியாக்கியானம் கொடுப்பார் என்று யோசித்துப் பார்த்தான். வினயசந்திரன் சொன்னபடி எல்லாம் நடந்துகொண்டிருக்கின்றன என்று பட்டது.

ராமநாதனின் மௌனத்தை உணர்ந்த பத்ரி சிறிது நேரம் பேசாமல் இருந்தான்.

"சரி, அடுத்து என்ன பண்ணப்போற?"

"பணத்தை எடுத்துட்டு போனதை வெச்சி திருட்டுப் பட்டம் கட்டிட்டாங்க. அப்பா எப்படியோ பணத்த பெரட்டி குடுத்துட்டாரு. இனிமே ஆஸ்ரமத்துக்கு போற ஐடியா இல்ல."

"வேற? இனிமே பெரம்பூர்தானா?"

"தெரியல. பாப்போம்."

இருவரும் சாப்பிட்டார்கள். "நா செத்த நாழி படுத்துக்கறேன். நீயும் வேண்ணா ரெஸ்ட் எடேன்" என்றான் பத்ரி.

"மத்யானம் தூங்கற பழக்கம் இல்ல" என்றான் ராமநாதன்.

"ஒன்ன பாத்தா ராத்ரியும் தூங்கறா மாதிரி தெரியல" என்றவன் தரையில் பாயை விரித்தான். இவனிடமும் ஒரு பாயைக் கொடுத்தான். ராமநாதன் படுத்துக்கொண்டான். அடுத்தது என்ன என்ற கேள்வி எழுந்தது.

பத்ரி தூங்கி எழுந்ததும் வத்சலா காப்பி கொடுத்தாள். ராமநாதன் கிளம்பினான். பத்ரியும் கிளம்பினான். "ஆஞ்சனேயர் கோவிலுக்கு போகணும். கோவில் சபால ஏதோ ப்ரோக்ராம். ஃபங்ஷன் இருக்கு" என்றான்.

ராமநாதன் காளி வீட்டுக்குப் போனான்.

காளி இவன் நிலையைப் பார்த்து மிகவும் வருத்தப்பட்டான்.

“சொல்றேன்னு தப்பா நெனைக்காத ராமு. நீ பணத்துல கை வெச்சிருக்கக் கூடாது. அந்த சாமியாருங்கள அடிச்சிட்டு வந்துருந்தியானாகூட தப்பு கடியாது. பண மேட்டர்ல ரொம்ப கேர்ஃபுல்லா இருந்துருக்கணும்” என்றான் காளி.

“தெரியும் காளி. அந்த நேரத்துல கன்ட்ரோல் இல்லாம போச்சு. ஆசிரமத்து மேல கோவம். அங்கேந்து வெளியே போயே ஆகணும்னு வெறி. அயோத்திக்கு போயே ஆகணும்ங்கற அர்ஜ்… எல்லாம் சேந்துடுச்சி.”

“எனுக்கு போன் பண்ணியிருக்கலாமே . . . எதுக்கு சொல்றேன்னா நீல்லாம் ஜனத்துங்களுக்கு புத்தி சொல்ற எட்த்துல இருக்கறவன் இல்லயா?”

“உனக்கு போன் பண்ணியிருக்கலாம். பண்ணல. போனதை பத்தி பேசறதுல என்ன பிரயோஜனம்? விடு” என்றான்.

காயத்ரி விஷயம் தெரிந்தால் காளியோ பத்ரியோ என்ன நினைப்பார்கள் என்ற எண்ணம் தோன்றி நடுக்கத்தை ஏற்படுத்தியது. அம்மா அப்பாவிற்குத் தெரிந்தால் என்று யோசிக்கவே முடியவில்லை. ஆசிரமத்துச் சாமியார்களுக்கு அதுபற்றியெல்லாம் கொஞ்சம்கூடத் தெரியாமலா இருக்கும்? அவர்கள் ஏன் அதை வெளியில் சொல்லவில்லை? சொன்னால் மற்ற சேவார்த்திகள், யோகிகள் மீதும் சந்தேகம் வந்துவிடும் என்று பயப்படுகிறார்களோ? உண்மையில் வேறு யாரும் பெண் சகவாசம் இல்லாமல்தான் இருப்பார்களா? ஏன், மாதவ யோகியே அந்தத் தொழிலதிபரின் மனைவியைப் பார்த்த விதம் அவ்வளவு சரியாக இல்லையே? அந்த அம்மா பல முறை தனியாகவும் ஆசிரமத்துக்கு வந்திருக்கிறார்களே? கட்டிடத்தை மேற்பார்வை பார்ப்பது அவர்கள் வேலையா? எதற்காக அடிக்கடி வர வேண்டும்?

மாதவரைப் பற்றி ஏதாவது தெரிந்திருந்தால் அதை வைத்தே அவரை மடக்கியிருக்கலாமே என்று நினைத்தான். ஆனால் அதெல்லாம் ஒரு வேலையா என்ற கசப்பு உடனடியாக ஏற்பட்டது.

“அடுத்தது என்னா பண்ணப்போற ராமு?” என்ற கேள்வி ராமநாதனின் மௌனத்தைக் கலைத்தது.

“இதே கேள்வியத்தான் பத்ரியும் கேட்டான். இன்னும் எதுவும் தோணல. ஆலப்புழா போனா யோகா, ட்ரீட்மெண்ட்னு நான் நிம்மதியா இருக்கலாம். ஆனா, அம்மாவும் அப்பாவும்

உடஞ்சி போயிருக்காங்க. அப்பாவுக்கு ஒடம்பு சரியில்ல. என்னால வீட்டுல இருக்க முடியல. ஆனா வீட்டுக்கு ஏதாவது பண்ணணும்னு முதல் தடவயா தோணுது. ஏதாவது வேலைக்கு போலாமான்னு யோசிக்கறேன்" என்றான் ராமநாதன்.

"வேலையா? உனுக்கு இன்னா வேல தெரியும்?"

ராமநாதன் சிரித்தான். "அதுவும் நியாயமான கேள்விதான். குறிப்பா எதுவுமே தெரியாது. ப்ளஸ் டூகூட முடிக்கல. கூலி வேலைக்குதான் போகணும்" என்றான்.

"பத்து வர்சத்துக்கு முன்னால கைல இருந்த வேலையை உட்டுட்டு போயிட்ட. இப்ப வருத்தப்பட்டு இன்னா பிரயோஜனம்?"

"நான் வருத்தப்படலயே? அப்போ நான் பண்ணினதுல எந்தத் தப்பும் இல்ல. இப்ப என்ன பண்ணலாம்னு யோசிக்கறேன்."

"சாரிப்பா. நான் பளசையே கௌறினுகிறேன் ..."

"அது ஒண்ணும் பிரச்ன இல்ல. பழசுலேந்துதான் புதுசு வருது?"

இருவரும் சிறிது நேரம் எதுவும் பேசவில்லை.

"நாளைக்கும் இதே ஷிப்ட்டா?" என்று கேட்டான் ராமநாதன்.

"நாளைக்கு ஆஃப்" என்றான் காளி.

"அப்படீன்னா சீக்கிரம் போய்த் தூங்கணும்னு ஒண்ணும் கட்டாயம் இல்ல இல்லையா?"

"இல்லியே ..."

"சரி உன் வண்டிய எடுத்துட்டு வா. இந்த சைக்கிள வேலு கிட்டு குடுத்திட்டு எங்கயாச்சும் வெளீல போலாம்."

"சரி நீ போ. நான் வண்டி எட்த்துனு வரேன்."

வேலு கடையில் இல்லை. மதியம் சாப்பிட வீட்டுக்குப் போனவன் திரும்ப வரவில்லை என்று கடையில் வேலை செய்யும் பையன் சொன்னான். போன் செய்தானா என்று கேட்டதற்கு, "மொதலாலியதான் சார் கேக்கணும்" என்றான். முதலாளி கடையில் இல்லை. ராமநாதன் காளியின் வருகைக்காகக் கடையிலேயே காத்திருந்தான். காளி வந்ததும் வண்டியில் ஏறிக்கொண்டான்.

“என்னண்ணா, வண்டில ஏதோ சத்தம் வருது?” என்றான் கடைப் பையன்.

“தெர்லடா. நாலிக்கு கொண்டாரன். பாத்து வெய்யி” என்றான் காளி.

“கொஞ்சம் இர்ணா” என்றபடி ஒரு திருப்புளியையும் ஸ்பானரையும் எடுத்து வந்து ஏதோ செய்தான். காளி வண்டியைக் கிளப்பினான். சத்தம் கேட்கவில்லை. காளி பையனிடம் இரண்டு ரூபாய் கொடுத்தான். “தேங்க்ஸ்டா” என்றான். பையன் சிரித்தான்.

“எங்க போவணும்?” என்றான் காளி. “சாப்பிடணும்“ என்றான் ராமநாதன்.

ஏதோ ஒரு ஹோட்டலுக்கு அழைத்துப் போனான். “நீ கவுச்சி சாப்பிட மாட்டல்ல?” என்றபடி வேலு ஹோட்டலுக்கு கூட்டிப் போனான். சாப்பிட்டதும், “கீழ்ப்பாக்கம் ஆஸ்பத்திரிக்குப் பக்கத்து தெருல இருக்கற கோவிலுக்கு போ” என்றான் ராமநாதன்.

கோவில் வாசலில் இருவரும் உட்கார்ந்தார்கள். அந்தச் சாலை அமைதியாக இருந்தது. வீடுகளில் வாசல்களில் மினுக்கிக்கொண்டிருந்த விளக்குகள் மட்டுமே வெளிச்சம் தந்துகொண்டிருந்தன. கோவில் வாசலில் இருந்த மின் விளக்கு கண் சிமிட்டிக்கொண்டிருந்தது.

“இன்னிக்கு உங்க வீட்லயே தங்கிக்கறேன்” என்றான் ராமநாதன்.

“தாராளமா தங்கு. வூட்டுக்கு ஏம் போவ மாட்டேங்கற?”

“அம்மாவோட கண்ண பாக்க முடியல. அப்பாவ பாக்கவும் தைரியம் வரல.”

“எத்தினி நாள் இதே மாரி இருப்ப? ஆசரமத்துக்கு போன, வூட்ல யாரையும் பாக்கலன்னா அது வேற விஷயம். ஊர்ல இருந்துக்குனே வூட்டுக்கு போலன்னா நாலு பேர் உங்கம்மா அப்பாவ தப்பா பேச மாட்டாங்களா?”

“கரெக்ட்தான். பார்போம். நாளைக்கு இதப் பத்தி நிதானமா யோசிச்சா ஒரு முடிவு கெடைக்கும். மனசு பாரமா இருக்கும்போது மூள சரியா வேல செய்யாது.”

காளி அமைதியாக இருந்தான். ராமநாதனுக்குப் பொன்னம்பட்டி கிராமத்தில் சிறிய தெரு ஒன்றில் சாலையோரம்

அமர்ந்தபடி பிரபுவிடம் பேசிக்கொண்டிருந்தது நினைவுக்கு வந்தது. ஒரு காலத்தில் எவ்வளவு நெருக்கமாக இருந்தான். எவ்வளவு அன்பாகப் பேசுவான். தொட்டுத் தொட்டுப் பேசுவான். அவன்தான் என்னைத் திருடன் என்று குறிப்பிட்டுக் கடிதம் எழுதியிருக்கிறான். அவனோடு எப்படி இடைவெளி ஏற்பட்டது? நான் ஏன் ஆசிரமத்தில் யாரிடமும் அன்பாகப் பழகவில்லை? பலரும் என்னிடம் நெருக்கமாகத்தானே இருந்தார்கள்? எனக்கு ஏன் நெருக்கம் வரவில்லை?

“இன்னா ராமு? காலீல யோசிக்கறேன்னு சொல்ட்டு இப்பவே யோசிக்க ஆரம்பிஷ்டயா?”

“பழசையெல்லாம் நெனச்சி பாத்தேன்.”

“பயச வுடு ராமு. அது ஒரு பெரிய லக்கேஜு. அத்த தூக்கிக்கினு ஓட முடியாது.”

ராமநாதன் சிரித்தான். “நீ ஏன் இன்னும் கல்யாணம் பண்ணிக்கல?”

“பாத்துனுகுறாங்கபா. சீக்கிரமா முடிஞ்சிடும். அத் சரி, நீதா ஆசிரமத்த வுட்டு வண்ட்டியே... கல்யாணம் பண்ணிக்கற ஐடியா க்குதா?”

“இல்ல. எனக்கு குடும்ப வாழ்க்கையே பிடிக்கல. தவிர, இந்த வயசுல வேல வெட்டி இல்லாம இருக்கற எனக்கு யார் பொண்ணு குடுப்பாங்க?”

“வோண்ணா சொல்லு. பாத்துருவோம்...”

“தேவையே இல்லப்பா... சரி வா கிளம்பலாம்.”

வேலு தொலைபேசியில் அழைத்திருக்கிறான். என்ன விஷயம் என்று சொல்லவில்லை. காலையில் பார்த்துக்கொள்ளலாம் என்று ராமநாதன் தூங்கப் போனான்.

8

காலையில் காளி கண் விழித்தபோது பக்கத்தில் ராமநாதனைக் காணோம். அம்மாவிடம் கேட்டான். மொட்டை மாடிக்குப் போயிருப்பதாகச் சொன்னார். “காப்பி குட்த்தியா?” என்று கேட்டான். “வந்து குடிக்கறேன்னு சொல்லிடிச்சி” என்று பதில் வந்தது.

காலைக் கடன்களை முடித்து மொட்டை மாடிக்குச் சென்ற காளி அங்கே தெரிந்த காட்சியைக் கண்டு அசந்துபோய் நின்றான்.

ராமநாதன் யோகாசனம் செய்துகொண்டிருந்தான். அவன் இவ்வளவு சிறப்பாக யோகாசனம் செய்வான் என்று காளிக்குத் தெரியாது. போசாமல் அவனைக் கவனித்துக்கொண்டிருந்தான். ஆசனங்களைச் செய்யும் நேர்த்தியும் உடலின் சமநிலையும் பிரமிப்பூட்டின. பார்ப்பதற்கே கஷ்டமாக இருக்கும் ஆசனங்களை எல்லாம் சர்வ சாதாரணமாகச் செய்தான். ஆசனங்களைச் செய்வதற்காகவே பிறந்தவன் போலச் செய்ததைக் கண்டு காளி வியந்தான். கண்களில் ஆழ்ந்த அமைதியும் உதட்டில் புன்னகையும் குடிகொண்டிருந்தன. முகத்தில் துளியும் சுருக்கம் இல்லை.

ராமநாதன் மிகவும் சிக்கலான சில ஆசனங்களைச் செய்ய ஆரம்பித்திருந்தான். அவன் உடல் செயல்படும் விதத்தைக் கண்ட காளியால் தன் கண்களை நம்ப முடியவில்லை. நெடு நேரம் படிகளில் நின்றபடி ராமநாதனைப் பிரமிப்புடன் பார்த்துக்கொண்டிருந்த காளி வந்த சுவடு தெரியாமல் கீழே இறங்கினான்.

சாப்பிடும் நேரத்தில் காளி பேச ஆரம்பித்தான். "மாடிக்கு வந்து பாத்தேன் ராமு. மெர்சலாயிட்டேன்" என்றான்.

"என்ன ஆச்சு?" என்றான் ராமநாதன்.

"என்ன ஆச்சா?" நீ என்னப்பா இப்படி யோகாசனம் பண்ற?"

"எப்டி?"

"இந்த மாரி பண்றவங்கள பாத்ததே இல்லபா. கால நீட்டி, உடம்ப செண்டர்ல வெச்சி காலுக்குல்ல கைய வுட்டு பட்த்தியே... பாத்து பயண்ட்டம்பா ..."

ராமநாதன் சிரித்தான். "அது கூர்மாசனம். கூர்மம்னா ஆமைன்னு அர்த்தம்" என்றான்.

சிறிது நேரம் பேசாமல் இருந்த காளி பிறகு, "ராமு எனுக்கு ஒரு ஐடியா" என்றான்.

"சொல்லு"

"நீ ஏன் வேலக்கி போகணும்? ஏன் யோகா கிளாஸ் ஆரம்பிக்க கூடாது?"

"அதுல பணம் வருமா என்ன?"

"இன்னா இப்டி கேட்டுட்ட? இப்பல்லாம் யோகாக்கு ரொம்ப மவுசு. எக்மோர்லலாம் கிளாஸ் நடத்தி நல்லா சம்பாதிக்கிறாங்கோ. நீ ஆரம்பிச்சியானா எல்லாரும் கடய மூடிட்டு போக வேண்டித்தான்."

ராமநாதன் சிரித்தான்.

"மெய்யாதாம்பா சொல்றேன். உன்ன மாரி பண்றவங்கள நான் பாத்ததே இல்ல. இது வேற மாரி இருக்குபா."

ராமநாதன் யோசனையில் ஆழ்ந்தான். யோகாசனம் என்பது விற்பனைக்குரிய பொருளா என்ற எண்ணம் உதித்தது. ஆனால் இதை மற்றவர்களுக்குக் கற்றுத் தருவது அவசியம் என்றும் பட்டது. அதற்காகக் காசு வாங்குவதை நினைத்தால் கூச்சமாக இருந்தது. ஆனால் இலவசமாகக் கொடுத்தால் மரியாதை இருக்காது என்றும் பட்டது. கற்றுக் கொடுப்பவர்களுக்கும் வயிறு என்ற ஒன்று இருக்கிறதே. முன்பெல்லாம் குருதட்சிணை கொடுப்பார்கள். சாந்தி ஆசிரமத்தில் யோகாசனத்தை இலவசமாகத்தான் சொல்லிக் கொடுக்கிறார்கள். ஆனால் பிற வழிகளில் நன்கொடை வாங்குகிறார்கள். இப்போதெல்லாம் சாந்தி யோக முகாம்களுக்குக் கட்டணம் வசூலிக்கிறார்கள்.

"எங்க வச்சி கிளாஸ் எடுக்கறது?" *என்றான் ராமநாதன்.*

காளியின் முகத்தில் பிரகாசம். "அப்ப செய்யலாம்ன்றியா?" *என்றான்.*

"செஞ்சி பாக்கலாம்..."

"எங்க வூட்டு மாடிலயே வெச்சிக்கோ. நானே முதல்ல நாலஞ்சி பேர இட்டரேன். பத்ரி கைல பேசு. அவன் கோயில் சபால எதோ பொறுப்புல க்குறான். அங்கியும் சொல்லி குடுக்கலாம்."

ராமநாதன் தலையசைத்தான். அப்போது தொலைபேசி மணி அடித்தது. காளி எடுத்தான். வேலு பேசினான். அப்பாவுக்கு ரொம்ப மோசமாகிவிட்டது என்றான். ஸ்டான்லியில் நேற்று மாலை சேர்த்துவிட்டார்களாம். காச நோயாக இருக்கலாம் என்று சந்தேகப்படுகிறார்களாம்.

காளியின் முகம் இருண்டது. ராமநாதன் அவனைக் கேள்விக்குறியுடன் பார்த்தான். காளி விஷயத்தைச் சொன்னான். ராமநாதன் அதிர்ச்சி அடையவில்லை. நேற்றுக் காலை அப்பா

இருமுவதைக் கேட்டபோதே அவர் நிலைமை மோசமாக இருப்பது அவனுக்குப் புரிந்துவிட்டது. அமைதியாக எழுந்து போய்க் கை கழுவினான். நெடுநேரம் பேசாமல் இருந்தான். பிறகு, "ஸ்டான்லிக்குப் போகலாம்" என்றான்.

ராமநாதனால் அப்பாவின் முகத்தை உயிருடன் பார்க்க முடியவில்லை. காலை ஒன்பது மணிக்கு நீண்ட இருமலுக்குப் பின் மூச்சு அடங்கிவிட்டது.

ராமநாதன் கண்களில் கண்ணீர் உறைந்துவிட்டது. மனம் வெறுமையாக இருந்தது. ஸ்வாமிஜியைக் கடைசிக் காலத்தில் பார்க்க முடியவில்லை. வினயசந்திரனையும் பார்க்க முடியவில்லை. இப்போது அப்பா. நேற்றுக் காலை உள்ளே போய் அவரைப் பார்த்திருக்கலாம். தனக்காகக் கூனிக் குறுகி நின்றவரைப் பார்ப்பதில் உள்ள குற்ற உணர்ச்சி தடுத்துவிட்டது. அவரது பார்வையைச் சந்திக்க முடியாத அச்சம் தடுத்துவிட்டது. தன் மகன் ஒரு திருடன் என்ற எண்ணத்துடனேயே அவர் செத்துப் போயிருப்பார். என்னுடைய பிரச்சினைகள் என்ன, சிக்கல்கள் என்ன என்று எதுவுமே அவருக்குத் தெரியாது. பொன்னம்பட்டியிலும் கொல்லிமலையிலும் நான் செய்த சாதனைகள் எதுவும் அவருக்குத் தெரியாது. என் மகன் ஒரு மோசடிக்காரன். ஒரு ஆசிரமத்திலேயே கை வைத்துவிட்டான். குருநாதரையே ஏமாற்றிவிட்டான் என்று நினைத்திருப்பார். இதற்காகவா வீட்டை விட்டுப் போனாய் என்று நினைத்து நெஞ்சில் அடித்துக்கொண்டிருந்திருப்பார். அப்பாவின் நீளமான கரங்கள் அவர் மார்பில் மோதும் காட்சி மனக்கண்ணில் தோன்றியது. வயிறு பற்றி எரிந்தது. இந்தக் குமுறலே அவர் மரணத்தை துரிதப்படுத்தியிருக்கும். ஒரு விதத்தில் அவர் மரணத்திற்கு நான்தான் காரணம். என் பாவங்களுக்காக அவர் உயிர்ப் பலி தந்திருக்கிறார்.

ராமநாதன் அப்பாவைக் கிடத்தியிருந்த கட்டிலுக்கு அருகே சரிந்து விழுந்தான். காளி விடுப்பு எடுத்துக்கொண்டு அவனுடனேயே இருந்தான். பத்ரி, மணிவண்ணன் என எல்லா நண்பர்களும் வந்தார்கள். கொள்ளி போடும்போதுகூட அப்பாவின் முகத்தை அவனால் பார்க்க முடியவில்லை. அம்மாவின் முகத்தையும் பார்ப்பதைத் தவிர்த்தான். எரியும் நெருப்பில் விழுந்துவிடலாமா என்று ஒரு கணம் நினைத்தான். அதனால் எந்தப் பயனும் இல்லை. நான் யோக்கியன்தான் என்பதை அம்மாவுக்காவது நிரூபிக்க வேண்டும் என்று நினைத்தான். அம்மாவின் கண்களைச் சந்திக்கும் தைரியம் வருமளவுக்கு ஏதாவது செய்ய வேண்டும்...

அரவிந்தன்

நான் உண்மையிலேயே யோக்கியன்தானா? யார்தான் யோக்கியன்? காசியில் ஹட யோகம் கற்றுத்தந்த சாமியாரின் கடந்த காலம் யாருக்குத் தெரியும்?

இப்படிக் கேள்வி எழுப்பி நீ தப்பித்துக்கொள்ளலாம் என்று பார்க்கிறாயா?

நெருப்பின் தழல்கள் மனசாட்சியின் உருவங்களாக மாறிச் சுட்டன. மணிகர்ணா கட்டில் எரிந்த நெருப்பின் நாக்குகள் நினைவுக்கு வந்தன. நெருப்பு வெளியுடன் கரைவதைப் போல அப்பாவின் உயிர் இந்த வெளியில் கலந்துவிட்டது.

நான் யோக்கியன் என்று அப்பாவுக்கு நிரூபிக்க முடியாமல் போயிருக்கலாம். இந்த உலகுக்கும் நிரூபிக்க முடியாமல் போகலாம். ஆனால் நான் உபயோகமானவன் என்று காட்டலாம். உருப்படியாக ஏதாவது செய்தால் அம்மாவுக்காவது சமாதானம் ஏற்படலாம். என்னைப் பற்றிய வேதனையுடன் அப்பா இறந்ததுபோல அம்மாவையும் இறக்க விடக் கூடாது.

காளியும் பத்ரியும் ராமநாதனின் இரு புறமும் நடந்து வந்தார்கள். அவன் மனதில் ஓடுவதை அவர்களால் அறிய முடியவில்லை. அவன் அழாமல் இருந்தது மட்டும் அவர்களுக்கு ஆச்சரியமாக இருந்தது. வேலுவும் அவர்களுக்குப் பின்னால் நடந்தான். நால்வரும் ஆட்டோவில் ஏறிக்கொண்டார்கள். வேலு அழுதுகொண்டே இருந்தான். காளி அவனை அணைத்துக்கொண்டான். யாரும் பேசவில்லை. ஆட்டோ வீட்டை நெருங்கும் சமயத்தில் ராமநாதன் சென்னான்:

“அப்பாவோட காரியம் எல்லாம் முடிஞ்சதும் யோகா கிளாஸ் ஆரம்பிச்சிடலாம்.”

9

பிரபு இருப்புக் கொள்ளாமல் தவித்தான். ஆசிரமத்தைத் தன்னுடைய இடமாகவே நினைக்க முடியவில்லை. ஸ்வாமிஜியின் நிழல்கூட இங்கே இல்லை என்று நினைத்தான். அவனால் மாதவ யோகியிடம் எதையும் கேட்கவும் முடியவில்லை. பெரியவர்களிடம் பணிவாகவே நடந்துகொண்டு பழகிவிட்டது. கேள்வி எழுப்புவது என்ற விஷயமே சாத்தியப்படவில்லை. குருவிகளின் சங்கீதம், சருகுகளின் சலசலப்பு, சேவார்த்திகளின் சலசலப்பு, சாப்பிடும்போது அரட்டை, பஜனைகளில் உற்சாகம் என எதுவுமே இல்லை. ஆசிரமத்தின் பணிகள் எல்லாமே நேர்த்தியாக, திட்டமிட்ட வகையில் நடக்கின்றன. ஆனால்

பழைய உயிர் அதில் இருப்பதாகப் பிரபுவுக்குத் தெரியவில்லை. அவனுடைய பொறுப்புகள் அதிகமாகியிருந்தன. மிகுதியும் நிர்வாகப் பொறுப்புகள். பொறுப்புகளைச் செய்வதில் முன்பு இருந்த ஆர்வமோ திருப்தியோ இப்போது இல்லை. பல வேலைகளை ஏன் செய்கிறோம் என்றே தெரியவில்லை. எதையும் மறுத்துப் பழக்கம் இல்லை. ராமநாதனின் அவஸ்தைகளை அவனால் இப்போது புரிந்துகொள்ள முடிந்தது.

ஆசிரமத்தில் புழங்கும் பணத்தின் அளவு அவனை பயமுறுத்தியது. ஆசிரமத்தின் பணிகள் அனைத்திற்கும் நேரடியாகவோ மறைமுகமாகவோ கட்டணம் வசூலிக்கப்பட்டது. ஆசிரமத்தின் நூல்கள் சொற்பொழிவுகளுக்கோ சாந்தி யோக வகுப்புக்கோ வருபவர்களுக்கு விற்கப்பட்டன. இன்றைய வாழ்க்கையின் நெருக்கடிகளுக்கு சாந்தி யோகம் எப்படி அருமையான தீர்வைத் தருகிறது என்பதை விளக்கும் கட்டுரைகள் பத்திரிகைகளில் வந்தன. பத்திரிகையாளர்களுடன் மாதவ யோகிக்கு நல்ல தொடர்பு இருந்தது. தொழிலதிபர்கள், இல்லத்தரசிகள் எனப் பல விதமான பிரிவினருக்கும் தனித்தனியாக சாந்தி யோக வகுப்புகள் வடிவமைக்கப்பட்டன. மாதவ யோகியின் உறவினரான கிருஷ்ணமூர்த்தி என்பவர் இந்தப் பிரத்யேக வடிவங்களுக்கான பொறுப்பை ஏற்றுக்கொண்டார்.

எப்படி இத்தனை விஷயங்கள் வேகமாக நடக்கின்றன என்று ஆச்சரியமாக இருந்தது. எங்கு பார்த்தாலும் தொலைபேசிகள். சில இடங்களில் கம்ப்யூட்டர்கள். ஆசிரமத்திலும் ஒரு கம்ப்யூட்டர் வந்துவிட்டது. பார்க்க தொலைக்காட்சியைப் போல இருக்கிறது. அதில் ஏதேதோ வேலைகளைச் செய்கிறார்கள். அதில் தட்டச்சு செய்வதை அச்சிடவும் சிறியதாக ஒரு இயந்திரம் வந்துவிட்டது. எல்லோரும் அதையெல்லாம் ஆச்சரியமாகப் பார்த்துக்கொண்டிருந்தார்கள். பிரபுவுக்கும் இந்த இயந்திரங்கள் ஆச்சரியம் தந்தன. ஆனால் திடீரென்று இத்தனை மக்களுக்கு யோகாவின் மேல் ஆசை வருவது அதைவிட ஆச்சரியமானதாக இருந்தது. பணத்தைக் கொட்டுகிறார்கள். திடீரென்று பத்திரிகைக்காரர்கள் ஆசிரமத்தைப் பற்றி எழுத ஆர்வம் காட்டுகிறார்கள்.

வாழ்வின் ஒவ்வொரு அம்சத்தையும் யோகமாகக் கருதிச் செய்வது, எத்தகைய வாழ்நிலையிலும் யோகியாக வாழ முயல்வது, உடல், மனம், அறிவு ஆகியவற்றின் இசைவிணக்கத்தை உறுதி செய்வது ஆகிய அம்சங்களுக்கு ஸ்வாமிஜி சாந்தி யோகத்தில் முக்கியத்துவம் அளித்தார். இவர்கள் அன்றாட வாழ்வின் பிரச்சினைகளுக்குத் தீர்வு தரும் மருந்தாக அதை

மாற்றிக்கொண்டிருக்கிறார்கள். இந்தப் புதிய சாந்தி யோகப் பாடத்தை எடுக்கச் சொன்னபோது ஆழ்ந்த வருத்தத்திற்கு ஆளானான். இத்தனை ஆண்டுகளில் முதன்முறையாக ஆசிரமத்துடன் ஒட்டாத அன்னியத்தன்மையை உணர்ந்தான். ஸ்வாமிஜியையும் ராமநாதனையும் நினைத்து ஏங்கினான்.

பிரபு வாய்ப்புக் கிடைக்கும்போதெல்லாம் பயணம் செய்தான். கொல்லிமலை, பொன்னம்பட்டி, சுசீந்திரம் ஆகிய இடங்களுக்குப் போய் வந்தான். அந்த இடங்களிலும் சூழ்நிலைகள் மாறத் தொடங்கியிருந்தன. சின்னச் சின்னத் தவறுகளையும் அத்துமீறல்களையும் செய்தவர்கள்கூடத் தண்டிக்கப்பட்டார்கள். பகிரங்கமாக அவமானப்படுத்தப்பட்டார்கள். “அமைப்பு என்பது உயிரற்ற இயந்திரம், அதை ரொம்பவும் போஷிக்கக் கூடாது. அதை நடத்தும் மனிதர்கள்தான் உயிர். அவர்களுடைய இயல்புகளுக்கும் உணர்வுகளுக்கும் மதிப்பும் இடமும் இருக்க வேண்டும்” என்று ராமநாதன் ஒரு முறை வாதிட்டது எவ்வளவு முக்கியமான விஷயம் என்று நினைத்துக்கொண்டான்.

மருத்துவமனை நன்றாக நடைபெற்றுவந்தது. இலவசமாகச் சிகிச்சை அளிக்கப்பட்டது. மூன்றாவது மாடியில் இருந்த ஒரே ஒரு பகுதியில் மட்டும் கட்டணம் வசூலிக்கப்பட்டது. மருத்துவமனையின் எல்லாப் பகுதிகளிலும் எல்லா அறைகளிலும் நன்கொடை அளித்தவர்களின் பெயர்கள் பளிச்சென்று எழுதப்பட்டிருந்தன. ஸ்வாமிஜி இதையெல்லாம் ஒப்புக்கொண்டிருக்கவே மாட்டார் என்று பிரபு நினைத்தான்.

ஆசிரமம் வேறு விதமாக ஆகிவருவதைப் பற்றி மாதவ யோகியிடம் பேச முயற்சி செய்திருக்கிறான். அவர் அதிகம் பேச்சை வளர்ப்பதில்லை “காலத்துக்கு ஏத்த மாற்றங்கள செய்யலன்னா நிக்க முடியாது. இப்ப ஆஸ்ரமம் எத்தனை காரியங்களை பண்றது, எத்தன மனுஷாள ரீச் பண்றது அப்படிங்கறத பாரு. ஊஞ்சவ்ருத்தி பொழப்பெல்லாம் இப்ப கவைக்குதவாது. அது அந்தக் காலம். இது ஃபாஸ்ட் ஃபார்வேர்ட் வேர்ல்ட். காலத்துக்கு ஏத்தாப்பல மாறியே ஆகணம். நீ கன்ஃப்யூஸ் பண்ணிக்காம வேலைய பாரு” என்று சுருக்கமாக முடித்துவிட்டார்.

அவர் சொல்வதும் சரிதானோ என்றுகூட பிரபுவுக்குச் சில சமயம் தோன்றியிருக்கிறது. எத்தனை பணிகள், எத்தனை மக்கள், எத்தனை வசதிகள் ... எல்லாம் சரி. ஆனால் முன்பு இருந்த ஆத்மார்த்தம் எங்கே? ஆசிரமத்தின் அடையாளம் எங்கே? ஆன்மிகம் எங்கே? அரிமா சங்கம், ரோட்டரி சங்கம் ஆகியவை நடத்தும் சேவைகளுக்கும் ஆன்மிக அமைப்பு நடத்தும் சேவைகளுக்கும் இடையே வித்தியாசம் இருக்க

வேண்டாமா? பிரபுவுக்கு ராமநாதனுடன் மேற்கொண்ட விவாதங்கள் நினைவுக்கு வந்தன. பொன்னம்பட்டியில் அன்றிரவு அன்றாட வாழ்வில் யோகம் பற்றி பேசியது நினைவுக்கு வந்தது. கடைசியில் இயக்கத்தைப் பற்றிப் பேசும்போது மனக் கசப்பு வந்தது. அவன் கேள்விகள் முக்கியமானவை. அவன் செய்த தவறுகளை வைத்து அந்தக் கேள்விகளை மதிப்பிட்டது என் தவறு. அவன் திருந்த வேண்டியவன்தான். ஆனால் அவன் எழுப்பிய கேள்விகள் முக்கியமானவை. அவனோடு சேர்ந்து அவன் கேள்விகளையும் விரட்டியாயிற்று. இன்று கேள்விகளே இல்லை. "பேசாம வேலையப் பாரு" என்ற பதில் மட்டுமே உள்ளது.

ராமநாதனை இப்போது பார்க்க வேண்டும்போல் இருந்தது பிரபுவுக்கு. நீ எத்தனையோ தவறுகள் செய்கிறாய். ஆனால் அதையெல்லாம் மீறி நீ ஸ்வாமிஜியின் சிஷ்யன்தான். நீ கொஞ்சம் சரியாகிவிட்டால் போதும் என்று அவனிடம் சொல்ல வேண்டும்போல் இருந்தது. நாமிருவரும் சேர்ந்து உண்மையான ஆன்மிக, சமூக சேவையைச் செய்யலாம் என்று கேட்க வேண்டும்போல் இருந்தது. அவன் எங்கே போயிருப்பான்? அயோத்திக்குப் போனதாக யாரோ சொன்னார்கள். சுசீந்திரத்தில் ஒரு நாள் தட்டுப்பட்டிருக்கிறான். ஆலப்புழாவிலும் அவனைப் பார்த்ததாகச் சொன்னார்கள். நீண்ட நாட்களாக அவனைப் பற்றி எந்தத் தகவலும் இல்லை. எங்கெங்கோ அலைந்து ஓரிடத்தில் நின்றுவிட்டான் போலிருக்கிறது. வீட்டில் இருக்கலாம். வேறு ஏதேனும் ஒரு ஆசிரமத்தில் அல்லது மடத்தில் இருக்கலாம். அயோத்தி இயக்கத்தவர்களுடன்கூடச் சேர்ந்திருக்கலாம். எங்கிருந்தாலும் அவன் சிறந்த தொண்டன். இயல்பான தலைவன்.

ராமநாதனைப் பார்க்க வேண்டும் என்று பிரபுவின் மனம் ஏங்கியது. அவனுக்காவது ஒரு வீடு இருக்கிறது திரும்பிப் போக. தனக்கு அதுவும் இல்லை என்பது பெரும் வேதனையை ஏற்படுத்தியது. சிறு வயதில் தாய், தந்தையைப் பறிகொடுத்த நிலையில் இங்கே வந்தது. ஸ்வாமிஜி அரவணைத்துக்கொண்டார். படிப்பு அவ்வளவாக ஏறவில்லை. ஆனால் ஆசிரம வேலைகள் பிடித்துப் போய்விட்டன. ஸ்வாமிஜியின் வளர்ப்பு மகனாகவே ஆகிவிட்டான். ஆசிரமத்தைத் தவிர வேறு உலகம் இல்லை என்றானது. ஸ்வாமிஜிக்குப் பிறகு அனாதையாகிவிட்டதாக உணர்ந்தான். சன்யாசிக்குச் சொந்த பந்தமும் தேவையில்லை என்ற வைராக்கியம் பிறந்தது. ஆனால் ஆசிரமத்தின் மாற்றங்கள் சன்யாச வாழ்வையே கேள்விக்குறியாக்கிவிட்டன. மாதவ யோகியின் தயவில் கழிகிறது வாழ்க்கை. ராமநாதனைப் பார்த்தால்

ஏதாவது தீர்வு கிடைக்கும். அவன் தவறு செய்தவன்தான். பலவீனங்கள் உள்ளவன்தான். பண விஷயத்தில் மட்டுமல்ல. பெண்கள் விஷயத்திலும் அவனைப் பற்றிப் புகார்கள் உள்ளன. ஆனால் அவன் அடிப்படையில் தூய்மையானவன். அவனைப் பார்க்க வேண்டும்.

பிரபு ராமநாதனைப் பற்றி வெவ்வேறு விதங்களில் விசாரிக்கத் தொடங்கினான்.

10

ஆஞ்சனேயர் கோவிலின் பிராகாரத்தின் தெற்குப் பகுதியை ஒட்டிச் சிறிய மண்டபம். அங்கே சிறியதாக ஒரு பிள்ளையார் சன்னிதி. அதன் முன் முப்பது பேர் வசதியாக அமரக்கூடிய இடம். அங்கே கிட்டத்தட்ட பதினைந்து பேர் பத்மாசனத்தில் அமர்ந்திருக்கிறார்கள். அவர்களுக்கு எதிரில் கறுத்த உருவம் ஒன்று அமர்ந்திருக்கிறது. கழுத்துவரை தொங்கும் கேசம் எண்ணெய் தடவப்பட்டு நேர்த்தியாக வாரிவிடப்பட்டிருக்கிறது. தாடியின் அடர்த்தி முகத்தைக் கிட்டத்தட்ட மூடியிருக்கிறது. அதுவும் நேர்த்தியாக வாரிவிடப்பட்டிருக்கிறது. கண்கள் கூர்மையாக இருக்கின்றன. அடர்ந்த புருவம். ஒல்லியான உடல் வாகு. நீளமான கைகள். மார்பில் அடர்த்தியான மயிர்க் கற்றைகள். அவருடைய பத்மாசனமும் மற்றவர்களுடைய பத்மாசனமும் வேறுபட்டதாக உள்ளன. மற்றவர்களுக்கு மடித்த பாதங்கள் மடி மீது தொட்டுக்கொண்டிருக்கின்றன. அவரது பாதங்கள் மடியை விட்டு வெளியே எட்டிப் பார்க்கின்றன. அவர் உடல் கோவில் சிலைபோல விண்ணென்று இருக்கிறது. கைகள் மடிமீது கிடத்தப்பட்டிருக்கின்றன. உடலில் சிறு அசைவு இல்லை. மற்றவர்களின் உடல்கள் ஓயாமல் சிறு சிறு நெளிவுகளுக்கு ஆட்படுகின்றன.

"மூச்சை இழுங்கள்" என்கிறார் ஆசான். அனைவரும் செய்கிறார்கள்.

"அசதோ மா ஸத் கமய" என்று நிதானமாக, ராகம் போட்டுச் சொல்கிறார். கூட்டம் திருப்பிச் சொல்கிறது.

"தமஸோ மா ஜ்யோதிர் கமய"
"தமஸோ மா ஜ்யோதிர் கமய"
"ம்ருத்யோர் மா அம்ருதங் கமய"
"ம்ருத்யோர் மா அம்ருதங் கமய"
"ஓம் சாந்தி சாந்தி சாந்திஹி"
"ஓம் சாந்தி சாந்தி சாந்திஹி"

“கால்களைப் பிரியுங்கள்” என்கிறார் ஆசான். அனைவரும் பிரிக்கிறார்கள். “ரிலாக்ஸ்” என்கிறார். உண்மையிலேயே ஆசுவாசமடைகிறார்கள். முதுகுகள் முன்புறம் வளைகின்றன. இடுப்பு தளர்கிறது.

“ஸ்லோகம் சொல்லும்போது மூச்சு முக்கியம். நான் ஒரு வரி சொல்லும்போது நீங்க மூச்சை உள்ளே இழுக்கணும். நீங்க சொல்லும்போது மூச்சை விடணும். சட்டுனு விட்டுடக் கூடாது. கடைசி அட்சரம் வாயிலேந்து வர்ற வரைக்கும் மூச்சு ஸ்லோகத்தோட சேந்து டிராவல் பண்ணணும். நான் அடுத்த வரி சொல்லும்போது நிதானமா மூச்ச இழுக்கணும் நீங்க சொல்லும்போது நிதானமா விடணும். ரெண்டு லைனுக்கு நடுவில மூச்சு வாங்க இடைவெளி விட்டேன். இப்ப விட மாட்டேன். நாலு வரி. நாலு மூச்சு. அது முடியறவரைக்கும் உடம்பு நேரா இருக்கணும். ஒரு சின்ன அசைவு இருக்கக் கூடாது. கவனம் பூரா மூச்சுல இருக்கணும்.”

சிறிய இடைவெளி.

“இப்ப மறுபடியும் பண்ணப் போறோம்.” எல்லாரும் காலை நீட்டுங்க” அனைவரும் நீட்டுகிறார்கள். இந்த முறை வஜ்ராசனத்தில் இருந்துகொண்டு ஸ்லோகம் சொல்கிறார்கள். என்ன செய்கிறோம் என்பது இப்போது அவர்களுக்குப் புரிகிறது.

ராமநாதன் உள்ளே நுழைந்ததும் பத்ரி நாராயணன் எழுந்து நின்றான். அவன் எழுந்த விதம் ராமநாதனுக்கு ஆச்சரியம் தந்தது. பேசாமல் உள்ளே நுழைந்தான்.

“அடுத்த ஞாயிற்றுக்கிழமை சாயங்காலமும் கிளாஸ் வெச்சிக்கலாம்னு தோணுது. நீ என்ன சொல்ற?” என்று கேட்டான் ராமநாதன்.

“கண்டிப்பா வெச்சிக்கலாம். சபா செகரட்ரியே உங்கிட்ட கேக்க சொன்னார். மெம்பர்ஸ் நிறைய பேருக்கு கிளாஸுக்கு வரணுமாம். காலைல நடக்கற கிளாஸைப் பாத்து அவாள்ளாம் மூக்குல வெரல வெச்சுட்டா ...” என்றார் பத்ரி.

பத்ரியின் மனைவி காப்பி கொண்டுவந்தாள். வழக்கத்தை விடவும் கூடுதலான மரியாதை அவளிடம் தெரிந்தது.

“வீக் டேஸ்ல மூணு நாள் ஒரு மெட்ரிகுலேஷன் ஸ்கூல்ல கிளாஸ் எடுக்க சொல்லியிருக்காங்க” என்றான் ராமநாதன்.

"காசு தராளோன்னோ?"

"ஆமாம்... வாரத்துல ரெண்டு நாள் கார்ப்பரேஷன் ஸ்கூல்ல ஃப்ரீயா எடுக்கறேன்..."

"ரொம்ப நல்லது. ஆனா மத்தவாளுக்கெல்லாம் ஃப்ரீயா எடுக்கக் கூடாது. அதுல ரொம்ப ஸ்ட்ரிக்டா இருந்துக்கோ. உங் கைல பெரிய டேலன்ட் இருக்கு ராமு. பாத்து ஜாக்கிரதையா யூஸ் பண்ணிக்கோ."

ராமநாதன் சிரித்தான். "இது என்ன பணமா, கேர்லஸ்ஸா இருந்தா கரைஞ்சி போறதுக்கு?" என்றான். மின் விசிறியின் காற்றில் அவன் தலை முடியும் தாடியும் பறந்துகொண்டிருந்தன.

ஆஞ்சநேய ஸ்வாமி பக்த ஜன சபா அலுவலகத்தின் வாசலில் நிறைய வண்டிகள் நிற்கின்றன. நிறைய செருப்புகள் காணப்படுகின்றன. உள்ளே ஒரு பெரிய கூடத்தில் யோகாசனம் சொல்லித் தரும் ஆசான் உட்கார்ந்திருக்கிறார். தலைமுடியும் தாடியும் அவர் முகத்திற்கு கம்பீரம் சேர்க்கின்றன. நிமிர்ந்த உடலும் கூர்மையான பார்வையும் அவர் செய்யும் வேலையில் முழுமையாக ஈடுபடுவதைக் காட்டுகின்றன. அவர் த்ரிகோணாசனம் செய்து காட்டுகிறார். அவர் உடல் அசையும் விதம் தேர்ந்த ஒரு நடனக் கலைஞர் மந்த கதியில் நடனமாடுவது போல் இருக்கிறது. அவர் சகஜ நிலைக்கு வருகிறார். வேலாயுதனை அழைத்துச் செய்யச் சொல்கிறார். அவன் செய்வதைச் சுட்டிக்காட்டிச் சில நுட்பங்களை விளக்குகிறார். சின்னச் சின்ன திருத்தங்கள் செய்கிறார். பயிற்சிக்கு வந்திருப்பவர்களைப் பார்த்துப் பேச ஆரம்பிக்கிறார்.

"இதுதான் த்ரிகோணாசனம். ஆனால் நீங்கள் இதை இப்போது செய்ய வேண்டாம்" என்கிறார்.

அனைவரும் அமைதியாகக் கேட்டுக்கொண்டிருக்கிறார்கள்.

"கால்களை அகட்டுங்கள்"

அகட்டுகிறார்க்ள.

"கைகளைப் பக்கவாட்டில் தூக்குங்கள்"

தூக்குகிறார்கள்.

"கைகளைக் கீழே போடுங்கள்."

போடுகிறார்கள்.

"கைகளைக் கொண்டு போகும்போது மூச்சை உள்ளே இழுத்தவர்கள் எத்தனை பேர்?" சிலர் கை தூக்குகிறார்கள்.

"மூச்சு இல்லாமல் செய்தால் யோகாசனம் என்பது வெறும் உடற்பயிற்சிதான். வெறும் ஆசனம்தான். யோகம் அங்கே இருக்காது."

"இப்போது மூச்சை இழுத்துக்கொண்டே கையைத் தூக்குங்கள்."

படிப்படியாக த்ரிகோணாசனத்தைச் செய்ய வைக்கிறார் ஆசான். எந்தப் பயிற்சிகளைத் தொடர்ந்து செய்தால் உடலின் இணைப்புகள் இலகுவாகும் என்பதைச் சொல்லித்தருகிறார். உடல் வளையாதவர்கள் அதை வளைப்பது எப்படி என்பதன் சூட்சுமங்களைக் கற்றுத் தருகிறார். அவருடைய தோற்றம், குரல், உடல் அமைப்பு, உடல் மொழி ஆகிய அனைத்தும் சேர்ந்து மாணவர்களை பய பக்தியுடன் கேட்க வைக்கின்றன.

யோகாசன வகுப்பு முடிந்ததும் பலரும் வீட்டுக்குப் போகவில்லை. ஆசானிடம் ஐயங்களைக் கேட்டுக் கொண்டிருக்கிறார்கள்.

ராமநாதனுக்கு ஒரு விஷயம் தெளிவாகப் புரிந்தது. அறிவு, திறமை ஆகியவற்றுக்கு இந்த உலகில் மரியாதை இருக்கிறது. ஆனால் ஒரு கட்டத்துக்கு மேல் அதற்கு மக்கள் மயங்க மாட்டார்கள். சொல்லும் விதத்தில் ஏதோ ஒரு வகையில் ஒரு அதிகாரம் இருக்க வேண்டும் என்பதை அவன் விரைவில் உணர்ந்தான். புன்சிரிப்புடன் மென்மையாக, இதை இப்படிச் செய்து பார்க்கலாமே என்று சொன்னால் சிலர்தான் கேட்பார்கள். பலர் இதை எளிதாக எடுத்துக்கொள்வார்கள். முகத்தைத் தீவிரமாக வைத்துக்கொண்டு கூர்மையாகப் பார்த்தபடி இப்படிச் செய் என்றால் பயபக்தியுடன் செய்வார்கள். பலர் இதற்குத்தான் கட்டுப்படுவார்கள். இந்தப் பலர்தான் நம் ஆதார பலம். பக்குவமான சிலர் அல்ல என்ற விஷயம் ராமநாதனுக்குப் புரிந்தது. ஸ்வாமிஜியும் சில சமயம் அதிகம் பேச மாட்டார். செய் என்பதோடு சரி. மந்திரத்திற்குக் கட்டுண்டது போலச் செய்வார்கள். இவர்கள் உத்தரவுக்குக் கீழ்ப்படியப் பழக்கப்பட்டவர்கள். இந்த மொழிதான் அவர்களுக்குப் புரியும்.

அரவிந்தன்

வெறும் யோகாசன ஆசிரியராகப் பிழைப்பு நடத்துவதில் ராமநாதனுக்கு ஆர்வம் இல்லை. தன்னுடைய திறமைகளை யெல்லாம் செயல்படுத்துவதற்கான அடிப்படைதான் யோகாசனம் என்பதில் தெளிவாக இருந்தான். எதைச் செய்தாலும் காலத்துக்கு ஏற்ற வடிவத்தில் செய்ய வேண்டும். பயிற்சிகள் முறைப்படுத்தப்பட வேண்டும். ஒவ்வொரு நாளும் ஒரு புதிய விஷயமாவது இருக்க வேண்டும். வருபவர்களின் ஆளுமையை, வாழ்க்கையை மாற்றுவதற்கு உத்தரவாதம் இருக்க வேண்டும். நான் வெறும் யோகா மாஸ்டர் அல்ல. எனக்கு ஹட யோகம் தெரியும், யோக சிகிச்சை தெரியும். தியானம் தெரியும். ஒரு கிராமத்தை எடுத்துக்கொண்டு அதை மேம்படுத்துவது எப்படி என்று தெரியும். மருத்துவமனையை நடத்துவேன். பள்ளிக்கூடம் நடத்துவேன். குட்டி அரசாங்கத்தையே என்னால் நடத்த முடியும். நடத்திக் காட்டுவேன். ராமநாதன் பணத்தைக் கையாடி விட்டு ஓடிப்போனவன் அல்ல. நீங்கள் தேடி வந்து வணங்க வேண்டிய ஆள். அதை நிரூபிக்கிறேன். வெற்றியும் சமூக அந்தஸ்தும்தான் உங்கள் மதிப்பீடுகள் என்றால் அதில் உங்களை நான் வென்று காட்டுகிறேன்.

11

வாழ்க்கை செக்கு மாட்டின் பயணம்போல் ஆகிவிட்டது என்று பிரபு நினைத்துக்கொண்டான். இதுவரை வாழ்க்கையைப் பற்றி எல்லாம் யோசித்ததே இல்லை. ஸ்வாமிஜி சொல்வதைக் கேட்பது, சொல்லித் தருவதை சிரத்தையோடு கற்றுக்கொள்வது. அவர் இடும் பணிகளை ஆத்மார்த்தமாகச் செய்வது, இப்படியே காலம் கழிந்துகொண்டிருந்தது. மாற்றுச் சிந்தனை, எதிர்க் கேள்விகள் என்பவை எல்லாம் ராமநாதனைப் பார்த்த பிறகுதான் உருவாயின. அவனுடைய அறிவுக் கூர்மையும் கீழ்ப்படியாமையும் மோசமான கூட்டாளிகள் என்று நினைத்திருந்தான். கீழ்ப்படியாமையை உருவாக்கியதே ஆசிரமத்துச் சாமியார்கள்தாம் என இப்போது நினைத்தான். ஸ்வாமிஜி சொன்னதை, ஏன் நான் சொன்னதைக்கூட அவன் மீறியதில்லை. அவன் மீறல்களில் பெரும்பாலானவை வறட்டுச் சட்டங்களுக்கு எதிரானவை. ஸ்வாமிஜி மேலும் சில ஆண்டுகள் ஆரோக்கியமாக இருந்திருந்தால் ராமநாதனின் வாழ்க்கையே மாறியிருக்கும். இந்த ஆசிரமத்தின் தலையெழுத்தே மாறியிருக்கும்.

பிரபு பெருமூச்சுடன் தொலைதூரத்து மலைகளைப் பார்த்தான். ராமநாதன் அடிக்கடி மலைகளைப் பார்த்துக் கொண்டிருப்பான் எனபது நினைவுக்கு வந்தது. இந்த மலைகள்

யுகக் கணக்காய் இங்கே நின்றுகொண்டிருக்கின்றன. இவை என்ன செய்கின்றன? தன் மீது மோதும் காற்றையும் அடிக்கும் மழையையும் பொழியும் வெப்பத்தையும் தன்னை மிதிக்கும் கால்களையும் தன் மீது வேர் விட்டு வளரும் மரங்களையும் தன் மீது பீய்ச்சி அடிக்கப்படும் மூத்திரத்தையும் இந்த மலைகள் எப்படி எடுத்துக்கொள்கின்றன? இவை எதுவுமே செய்வதில்லை. ஆனால் எத்தனையோ விஷயங்களைத் தாங்கிக்கொண்டும் தன்னுள் அடக்கிக்கொண்டும் இவை தம் கம்பீரத்தை இழக்கவில்லை. மலைகளைப் போன்ற வாழ்வு நமக்கும் அமையுமா? எல்லாவற்றையும் தாங்கிக்கொண்டு அசையாமல் இருக்க முடியுமா?

இப்படிப்பட்ட எண்ணங்கள் இதுவரையில் தன்னுள் எழுந்ததில்லை என்பதும் இதுவரை இந்த மலைகளைக்கூடக் கவனமாகப் பார்த்ததில்லை என்பதும் பிரபுவுக்கு உறைத்தது. ஸ்வாமிஜி என்னைக் கர்ம யோகி ஆக்கினார். இந்தச் சாமியார்கள் என்னை ஞான யோகியாக்கிவிடுவார்கள் போலிருக்கிறது என்று சொல்லிக்கொண்டான்.

கட்டிடங்கள், திட்டமிட்ட நிகழ்ச்சிகள், செயற்கையான சிரிப்புகள், கட்டணங்களுக்கு வழங்கப்படும் சேவைகள் ஆகியவற்றுக்கு மத்தியில் புழுங்கிக்கொண்டிருந்த பிரபுவுக்கு இவற்றிலிருந்து விடுபட எதிர்பாராத விதமாக ஒரு வாய்ப்பு வந்தது. பாஸ்கர யோகிக்கு உடல் நிலை சரியில்லை என்பதால் அவர் இடத்தில் சிறிது காலம் இருந்துகொண்டு பணிகளைக் கவனித்துக்கொள்ளுமாறு சொல்லி சுசீந்திரத்திற்கு அனுப்பினார் மாதவ யோகி. சுசீந்திரத்தில் ஒப்பீட்டளவில் சுதந்திரக் காற்றைச் சுவாசிக்க முடிந்தது. மன இறுக்கம் தளர்ந்தது. சொந்தச் சிந்தனைக்கும் செயல்முறைக்கும் அங்கே இடம் இருந்தது. முருகானந்தம் முதலானோர் ஸ்வாமிஜியின் மகனைப் போலவே அவனைப் பார்த்ததால் மரியாதையும் கிடைத்தது. சுசீந்திரம் போன சில நாட்களிலேயே இனி அடிக்கடி எப்படியாவது பயணம் சென்றுவிட வேண்டும் என்று தீர்மானித்துக்கொண்டான்.

ராமநாதனைப் பற்றி சுசீந்திரத்தில் விசாரிக்க ஆரம்பித்தான். வெவ்வேறு ஆட்களிடம் பேசியதில் பழைய கதைகள் எல்லாம் அவனுக்குத் தெரியவந்தன. வினயசந்திரன் போராட்டத்தை ஒற்றை ஆளாகப் பின்னணியில் இருந்துகொண்டு ராமநாதன் இயக்கியதைப் பற்றிச் சேவார்த்திகள் கதையாகச் சொன்னார்கள். வினயசந்திரன் இப்போது உயிருடன் இல்லை என்பதையும் சொன்னார்கள். அவருடைய தங்கை பெண் காயத்ரியும் அவள் பையன் ஸ்ரீநிவாசனும் ராமநாதனுக்கு மிகவும் நெருக்கமானவர்கள்

என்பதையும் சொன்னார்கள். பிரபு காயத்ரியைத் தேடிச் சென்றான்.

ராமநாதனைப் பற்றிப் பேச்செடுத்ததும் அவள் கண்களில் தெரிந்த பிரகாசம் இதுவரை பெண்களின் கண்களில் அவன் பார்த்திராத ஒன்று. காயத்ரி அதிகம் பேசவில்லை. மிகவும் எச்சரிக்கையோடுதான் பேசினாள். ஆனால் ராமநாதன் அவளுடைய உயிர் என்பதை அவளுடைய அழகிய முகத்தின் சலனங்கள் காட்டிக் கொடுத்துவிட்டன. ராமநாதன் என்னும் புதிர் பிரபுவுக்கு மேலும் சிக்கலானது. அவனை எப்படித் தொடர்புகொள்வது என்று கேட்டான். அவராக எப்போதாவது பேசினால்தான் உண்டு என்ற பதில் வந்தது. அடுத்த முறை பேசினால் பிரபு உன்னைச் சந்திக்க விரும்புகிறான் என்று சொல்லுங்கள் என்றான்.

சுசீந்திரத்தில் அதிக காலம் தங்க வேண்டியிருந்தது. இதுவரை அனுபவித்திராத சுதந்திரத்தை இங்கே அனுபவித்த பிரபுவுக்கு அதை இழக்க மனம் வரவில்லை. தனக்கென்று போக ஒரு இடம் இல்லை என்பது அவனுக்கு அடிக்கடி தோன்ற ஆரம்பித்தது. இனி நிரந்தரமாக ஓரிடத்தில் தங்க வேண்டாம் என்று தோன்றியது. மாதவ யோகியிடம் பேசி அவர் மனதில் எந்த ஐயமும் எழாமல் பயணங்களுக்கு ஏற்பாடு செய்துகொள்ள வேண்டும் என்று நினைத்தான். ராமநாதன் செய்த தவறைத் தானும் செய்துவிடக் கூடாது என்பதில் எச்சரிக்கையாக இருந்தான். கீழ்ப்படியாதவன் என்று ஒரு முறை பெயரெடுத்துவிட்டால் அதை ஒருபோதும் மாற்ற இயலாது என்பதை அவன் உணர்ந்திருந்தான். விசுவாசி என்னும் தோற்றத்தைக் காப்பாற்றிக்கொண்டால் மேலும் சுதந்திரம் கிடைக்கும் என்பது அவனுக்குப் புரிந்தது. விசுவாசி என்னும் பெயரைக் காப்பாற்றிக்கொள்ளச் சிறிது விலை கொடுக்க வேண்டும். அந்த விலை சுதந்திரத்துக்கான விலை என்பதால் தயங்காமல் கொடுத்துவிட வேண்டும் என்று தீர்மானித்துக்கொண்டான்.

மாதவ யோகி பிரபுவை முழுமையாக நம்பினார். பணிவின் அடையாளமாக அவனைப் பார்த்தார். தனக்கு வேண்டியது எதுவானாலும் அதைச் சிரமேற்கொண்டு முடிக்கும் தளபதியாகப் பார்த்தார். கருணாகர யோகி போன்றவர்களுக்கும் அவன் மேல் புகார் இல்லை. அவர்களுக்கு வேண்டியதை அவன் தந்தான். தனக்கு வேண்டியதைப் பெற்றுக்கொண்டான். பயணங்கள் அதிகரித்தன. நாடோடி வாழ்க்கை அவனுக்குப் பிடித்திருந்தது. எந்த நிமிடமும் முழு விடுதலை பெறக்கூடிய மனநிலையைப் பெற்றான். அதற்கான வாய்ப்பும் இருப்பதாக நம்பினான்.

ஆசிரமத்தின் போக்குகள் நாளுக்கு நாள் அதிருப்தியை ஏற்படுத்திக்கொண்டிருந்தன. அந்தக் கட்டிடத்தின் பளபளப்பையே அவனால் தாங்கிக்கொள்ள முடியவில்லை. சாந்தி யோகம் என்னும் ஆழமான வாழ்க்கைக் கலையை இவர்கள் விலைச் சரக்காக மாற்றிவிட்டார்கள் என வருந்தினான். திடீர் பணக்காரர்கள் நிம்மதி நாடி ஆசிரமத்திற்கு வருவது அதிகரித்தது. அவர்களுக்குப் பல விதங்களில் சாந்தி யோக முகாம் வடிவமைக்கப்பட்டு விற்கப்பட்டது. சாந்தி யோகா ஃபார் ஸ்டூடன்ட்ஸ், சாந்தி யோகா ஃபார் விமன், சாந்தி யோகா ஃபார் ப்ரஃபஷனல்ஸ், சாந்தி யோகா ஃபார் யங்ஸ்டர்ஸ் எனப் பல வித சாந்தி யோகங்கள் 'மூச்சு விடத் தெரியுமா?' என்ற திட்டத்திற்கும் அமோக ஆதரவு கிடைத்தது.

மாணவர்களுக்கான சாந்தி யோகா முகாம்களை வடிவமைத்து நடத்தும் பொறுப்பு பிரபுவுக்குத் தரப்பட்டது. அதில் எவ்வளவு கட்டணம் வசூலிக்கிறார்கள் என்பதை யோசிக்கக் கூடாது என்று தனக்குத் தானே கட்டுப்பாடு விதித்துக்கொண்டு பிரபு ஆத்மார்த்தமாக வேலை செய்தான். இந்த முகாம் திட்டத்துடன் ஊர் ஊராகச் செல்ல அனுமதி பெற்றான். ஆசிரமத்தில் கார்கள் நுழையநுழைய அவன் கால்கள் அங்கிருந்து விலக ஆரம்பித்தன.

12

"நாமெல்லாம் யோகா யோகா என்று அடிக்கடி சொல்கிறோம். யோகா பண்றேன், யோகா கிளாஸ் போறேன், யோகா ப்ராக்டீஸ் பண்றேன் என்றெல்லாம் சொல்கிறோம். உண்மையில் நாம் யோகா செய்வதே இல்லை என்பது உங்களுக்குத் தெரியுமா? யோகா என்பது கையைத் தூக்கி உடலை வளைப்பது அல்ல. கால்களைத் தூக்கிக் கழுத்தில் போட்டுக்கொள்வதும் அல்ல. யோகா என்றால் நம் வாழ்க்கையை அடியோடு மாற்றுவது என்று அர்த்தம். லௌகீக வாழ்க்கையை ஆன்மிக வாழ்க்கையாக மாற்றுவது என்று அர்த்தம். யுஜ் என்றால் இணைவது என்று அர்த்தம். ஜீவாத்மாவும் பரமாத்மாவும் இணைவதுதான் யுஜ். அந்த யுஜ் என்பதுதான் யோகாவின் வேர்ச் சொல். இந்த இணைப்பைச் சாத்தியப்படுத்தும் சாதகம்தான் யோகா. இந்தச் சாதகத்தை எப்படியும் செய்யலாம். உடல் வழியாகச் செய்யலாம். மனம் வழியாகச் செய்யலாம். அறிவின் மூலம் செய்யலாம். செயல்களின் வழியாகச் செய்யலாம். பரம்பொருளுடன் ஐக்கியமாவதற்கான சாதகம். அதுதான் யோகா.

“அப்படியானால் நாம் செய்வதெல்லாம் என்ன? ஆசனம். அது உடல் சம்பந்தப்பட்டது. அதில் பிராண சக்தியாகிய மூச்சையும் மனோ சக்தியாகிய உணர்வுகளையும் அறிவின் விளைவான சிந்தனைகளையும் இணைத்துச் செய்தால் அப்போது அது யோகாசனம் ஆகிறது. வெறுமனே இணைத்தால் போதாது. மூன்றும் முழு இசைவுடன் ஒன்றாகக் கலக்க வேண்டும். மூச்சு, மனம், அறிவு ஆகியவை உடல் மொழியில் இரண்டறக் கலக்க வேண்டும். அதுதான் யோகாசனமாகிறது. உடல் சார்ந்த ஆசனம் முதல் படி. உடல் அசைவுகளுக்கு ஏற்ப மூச்சும் சேர்ந்துகொள்வது இரண்டாம் படி. மனதையும் அறிவையும் சேர்த்துக்கொள்வது மூன்றாம் படி. இதுதான் யோகாசனம். இதுதான் யோகப் பாதை.

“ ‘யோகஸ் சித்த வ்ருத்தி நிரோதஹ’ என்கிறார் பதஞ்சலி முனிவர். சித்தத்தில் எழும் விருத்திகளை அடக்க வேண்டும். சித்தம் என்றால் என்ன? விருத்திகள் என்றால் என்ன? புலன்கள், பொறிகள், உடல், மனம், அறிவு ஆகியவற்றுக்கும் அப்பாற்பட்டது சித்தம். இதன் ஒரு பகுதியே மனம் எனப்படுவது. எண்ணங்களுக்கும் உணர்வுகளுக்கும் ஆதாரம் எது? மனதின் ஆழத்தில் பல்லாயிரக்கணக்கான ஆண்டுகளின் அனுபவங்கள் உறைந்திருக்கின்றன. உயிர்களின் ஆதாரமான ஆசைகளும் அச்சங்களும் வேட்கைகளும் உறைந்திருக்கின்றன. இதிலிருந்து ஏற்படும் சலனங்கள் ஏற்படுத்தும் குமிழிகளைத்தான் எண்ணங்கள், உணர்வுகள் என்று சொல்கிறோம். இந்தக் குமிழிகள்தாம் விருத்திகள். இந்த விருத்திகளை அடக்க வேண்டுமென்றால் இவை உருவாகும் இடத்திற்குச் செல்ல வேண்டும். எண்ணங்கள், உணர்வுகள் உணர்ச்சிகள் ஆகியவற்றைக் கடந்து சித்தத்தின் ஆழத்திற்கு, சலனமற்ற பரப்பிற்குச் செல்ல வேண்டும். அதற்கு வழிசெய்வதுதான் யோகம்.

“யோக சாஸ்திரம் யோகத்தை எட்டு வகைகளாகப் பிரிக்கிறது. அஷ்ட அங்கம். அவற்றை நாம் ஒவ்வொன்றாக விரிவாகப் பார்ப்போம். நாம் செய்கிறோமே இநத ஆசனங்கள், அவை அந்த எட்டில் ஒரு அங்கம். அவ்வளவுதான். மனதையும் அறிவையும் ஒருமுகப்படுத்தி, பிராண சக்தியின் துணையோடு செய்யும்போதுதான் அது யோகாசனம். இல்லையேல் வெறும் ஆசனம். வெறும் உடற்பயிற்சி. இந்த எட்டு அங்கங்களைப் பிறகு பார்ப்போம். இப்போது இந்த விருத்திகளைக் கவனிப்போம்.”

பேசிக்கொண்டிருப்பவர் சிறிய இடைவெளி விடுகிறார். கூட்டம் முழுவதும் அவரைப் பார்க்கிறது. அவர் பத்மாசனத்தில் அமர்ந்திருக்கிறார். உடல் விண்ணென்று இருக்கிறது. வெளிர்

நீல நிறத்தில் ஜிப்பாவும் அதே நிறத்தில் பைஜாமாவும் அணிந்திருக்கிறார். கழுத்தில் ருத்திராட்ச மாலை தொங்குகிறது. அடர்ந்த தாடி கழுத்தைத் தாண்டி நிற்கிறது. நெற்றியில் வட்ட வடிவில் பளிச்சென்ற சந்தனப் பொட்டு. அதன் மையத்தில் குங்குமப் பொட்டு.

"எல்லோரும் பத்மாசனத்தில் அமருங்கள். முடியாதவர்கள் கால்களை மடித்து சுகாசனத்தில் உட்காருங்கள். உடல் நிமிர்ந்து இருக்கட்டும். பார்வை மூக்கு நுனியில் இருக்கட்டும். மூச்சு சீராக இருக்கட்டும். தோள்பட்டைகள் பின்புறம் இருக்கட்டும்."

அந்தக் கூடத்தில இருப்பவர்கள் அவர் சொல்வதையெல்லாம் பயபக்தியுடன் செய்கிறார்கள். பேசியவரின் குரல் கணீரென்று ஒலிக்கிறது.

அசதோ மா ஸத் கமய
தமஸோ மா ஜ்யோதிர் கமய
ம்ருத்யோர் மா அம்ருதங் கமய
ஓம் சாந்தி சாந்தி சாந்திஹி

"அம்ருதம் கமய – மரணமில்லாப் பெருவாழ்வுக்கு இட்டுச் செல்க என்று அர்த்தம். அமிர்தம், அமுதம் என்று நாம் சொல்வதைத்தான் இந்த ஸ்லோகம் அம்ருதம் என்கிறது. அம்ருதம் என்பது மரணமின்மை, அறிவின்மை, நித்தியத்தன்மை. யோகம் என்பது அந்த நித்தியத்தன்மையை நமதாக்குவது ..."

ராமநாதன் காளி, பத்ரி, மணிவண்ணன், வேலாயுதம் எல்லோரும் ஒரு அறையில் அமர்ந்திருந்தார்கள்.

"உன்ன பாக்கவே மெர்சலாகுதுப்பா. எப்டி இதெல்லாம் கத்துக்குன?" என்றான் காளி.

"ஸ்வாமிஜி" என்றான் ராமநாதன்.

"நெஜமா சொல்றேன் ராமு. இந்த மாதிரி யோகா பண்றவாளையும் பாத்ததில்ல. இந்த மாதிரி சொல்லித் தர்ரவாளையும் பாத்தத்தில்ல. அது மட்டுமில்ல. நீ எவ்ளோ அழகா ஸ்லோகம் எல்லாம் சொல்ற? வைதீகம் பண்றவாளே சில பேர் தப்பு தப்பா சொல்றா ..." என்றான் பத்ரி.

ராமநாதன் சிரித்தான். "நா எதையும் தொழிலுக்காக கத்துக்கல. தெரிஞ்சிக்கணும்ன்ற ஆர்வத்துக்காகக் கத்துக்கிட்டேன்.

சோஷியல் சர்வீஸ்க்கு உதவுங்கறதுக்காகக் கத்துக்கிட்டேன்" என்ற ராமநாதன் வேலு பக்கம் திரும்பினான்.

"அம்மா என்ன சொல்றாங்க?" என்றான்.

"ஒரு வழியா நான் சொன்னத ஒத்துக்கிட்டாங்க. உன்ன வீட்டுக்கு வர சொன்னாங்க."

ராமநாதன் தலையாட்டினான்.

"பத்ரி, எனக்கு உங்க கோவில் சபா ஹால் போதாது. இன்னும் நெறய ப்ராக்கடீஸஸ் இருக்கு. அமிர்த யோகம் அப்டீன்னு ஒரு பேக்கேஜ் இருக்கு. அது ரெண்டு மணி நேர பயிற்சி. அது வெறும் பிகினிங். நாலு மணி நேரம், எட்டு மணி நேரம்கூட இருக்கு. அஞ்சு எட்டு மணி நேரப் பயிற்சியை சேத்து அமிர்த யோக முகாம்னு ஒண்ணு இருக்கு. அதுல கலந்துக்கறவங்களுக்கு வாழ்நாள் முழுக்க அது பயன்படும். அதுக்கெல்லாம் இன்னும் பெரிய இடம் வேணும். மணி, நீ பெரிய இடமா பாரு. சென்னைக்குள்ள வேண்டாம். கொஞ்சம் வெளில பாரு" என்றான் ராமநாதன்.

"அமிர்த யோகம், நாலு மணி நேரம், அஞ்சு நாள் முகாம்... என்ன இதெல்லாம்?" என்றான் மணி.

"சாதாரண பயிற்சிக்கு ஒரு மணி நேரம் போதும். அமிர்த யோகப் பயிற்சின்றது பல விஷயங்களையும் சேத்து கோத்து செய்யற பயிற்சி. உடல், மனம், அறிவு மூணுத்தையும் ஒழுங்குபடுத்தற பயிற்சி. அதுல வெறும் யோகாசனம் மட்டும் இருக்காது. வேற விதமான பயிற்சிகளும் இருக்கும். நடத்தை, கண்ணோட்டம், சாப்பாடு, தூக்கம், கல்வி, குடும்ப வாழ்க்கை, தொழில்னு எல்லாத்தையும் ஒழுங்குபடுத்தற ஹோல்சம் பேக்கேஜ் இது. பல விஷயங்களுக்கு இது தீர்வு. வாழ்க்கையை ஒழுங்கா வாழக் கத்துக்கொடுக்கற பாடம். அதுதான் அமிர்த யோகம்..."

"இத கண்டுபிடிச்சது யாரு?"

"யாரும் எதையும் புதுசா கண்டுபிடிக்கல. பல விஷயங்களைக் கத்துகிட்டு பல அம்சங்களைச் சேத்து உருவாக்கறாங்க. சமையலுக்குள்ள இருக்கற எந்த விஷயத்தையும் சமைக்கறவர் கண்டுபிடிக்கல. எதை எப்படி எந்த அளவு பயன்படுத்தணும்ங்கறதை அவர் தீர்மானிக்கிறார். ருசி, பசி, ஆரோக்கியம், சிக்கனம், நேரம் எல்லா விஷயங்களையும் அவர் கணக்குல எடுத்துக்கறார். நானும் அவரை மாதிரிதான். அமிர்த

யோகம்ங்கற அற்புதமான விஷயத்தை சமைச்சு வெச்சிருக்கேன். இதை எத்தனை பேர் வேணுமானா அள்ளி அள்ளிக் குடிக்கலாம். இதுக்கெல்லாம் மூல வேர் ஸ்வாமிஜி."

அனைவரும் ராமநாதனைப் பிரமிப்புடன் பார்த்துக் கொண்டிருந்தார்கள். ராமநாதன் தொடர்ந்து பேசினான்.

"உங்க எல்லாருக்கும் நான் யோகாசனம் கத்துத்தரேன். அட்வான்ஸ் ட்ரெய்னிங். நீங்க எல்லாருமே அமிர்த யோக மையத்துக்கு வேணும். நீங்கதான் அதுல இன்ஸ்ட்ரக்டர்ஸ். கிரஹஸ்தர்களா இருந்தாலும் நீங்க யோகா, தியானம், ஜபம் இதையெல்லாம் பிராக்டீஸ் பண்ணலாம். சொல்லியும் கொடுக்கலாம். நீங்க எல்லாரும் தயாராகணும். நான் தயார் பண்றேன். நிர்வாக விஷயங்களுக்கும் சிலர் வேணும். அதையெல்லாம் போகப் போகப் பாத்துக்கலாம்" என்றான்.

யாருக்கும் ஒன்றும் புரியவில்லை. எதுவும் பேசாமல் தலையாட்டினார்கள்.

13

பிரபு பேருந்திலிருந்து இறங்கினான். சென்னையின் வெயில் அவனுக்குப் பழக்கமில்லாதது. உடலில் எரிச்சல் படர நடக்க ஆரம்பித்தான். ராமசந்திரா மருத்துவமனை கண்ணில் பட்டுவிட்டது. அதிலிருந்து மேலும் அதே சாலையில் இரண்டு நிமிடம் நடந்தால் இடது புறம் சிறிய சாலை ஒன்று செல்லும். அந்தச் சாலையின் முடிவில் ஒரு தோப்பு இருக்கும். தோப்பைக் கடந்தால் இரண்டு மாடிக் கட்டிடம் ஒன்று தனியாக இருக்கும். வெளியில் பார்க்கச் சிறிய இடமாக இருந்தாலும் உள்ளே இடம் பெரிதாக இருக்கும். எல்லா விவரங்களும் பிரபுவுக்கு ஞாபகம் இருந்தன.

சாலையெங்கும் தேர்தலின் அடையாளங்கள் தெரிந்தன. பேருந்தில் வந்தபோது வழியெங்கும் முதலமைச்சர் ஜெயலலிதாவின் ஆளுயர உருவப் படங்கள் எங்கு பார்த்தாலும் தெரிந்தன. பல இடங்களில் கருணாநிதி, மூப்பனார், சிதம்பரம் ஆகியோரின் படங்கள் காணப்பட்டன. ரஜினிகாந்தின் படங்களும் பெரிய அளவில் இருந்தன. அரசியலில் அதிக ஆர்வம் இல்லாத பிரபுவுக்கு இவையெல்லாம் வேடிக்கையாக இருந்தன. ரஜினியைப் பார்த்ததும் 'இது எப்டி இருக்கு' என்னும் வசனம்தான் நினைவுக்கு வந்தது. ரஜினிக்கு இவ்வளவு வயசாயிடுத்தா என்று வியந்தான்.

அரவிந்தன்

மருத்துவமனைக்கு எதிர் வரிசையில் இருந்த தெருவில் திரும்பியதும் திடீரென்று அமைதி சூழ்ந்துகொண்டது. தோப்பைத் தாண்டிக் கட்டிடத்தை அடைந்தான். 'அமிர்த யோக கேந்திரம்' என்ற பெயர்ப் பலகை காணப்பட்டது. 'ம்ருத்யோர் மா அம்ருதம் கமய' என்று எழுதப்பட்டிருந்தது. மரணமில்லாப் பெருவாழ்வு என்று அதற்குக் கீழே எழுதப்பட்டிருந்தது. பெயர்ப் பலகையில் நடு நாயகமாகப் பிரணவ மந்திரம் பொறிக்கப்பட்டிருந்தது. பலகையில் இடமும் வலமும் யோகாசனச் சித்திரமும் தியானச் சித்திரமும் இருந்தன.

தயக்கத்துடன் உள்ளே நுழைந்தான். வாசலில் ஒருவர் இன்முகத்துடன் வரவேற்றார். பிரபு தான் வந்த விஷயத்தைச் சொன்னான். அவர் வரவேற்பறைக்கு வழிகாட்டினார். வரவேற்பறையில் இருந்த பெண்ணை அவனுக்கு அடையாளம் தெரிந்தது. காயத்ரியும் அவனை அடையாளம் கண்டுகொண்டு புன்னகைத்தாள். அவளிடமும் வந்த விஷயத்தைச் சொன்னான். "கொறச்சு நேரம் வெய்ட் பண்ணுங்கோ" என்றாள். கேந்திரத்தைப் பற்றிய வெளியீடுகளைக் கொடுத்தாள்.

பிரபு புரட்டிப் பார்த்தான். யோகாசனங்கள், தியானம், உணவுக் கட்டுப்பாடு, நேர நிர்வாகம், மன அழுத்தம் போக்கும் வழிகள், கிராமப்புற மேம்பாடு, பள்ளிக்கூடங்களைக் கோவில்களாக மாற்றுதல், மருத்துவமனையைப் புனர் வாழ்வு மையமாக மாற்றுதல், பதஞ்சலி முனிவர்...

பல்வேறு விஷயங்கள் சுருக்கமாகத் தரப்பட்டிருந்தன. அமிர்த யோகம் என்ற பிரசுரம் ஒவ்வொருவரையும் முழுமையாக மாற்றுவது பற்றிப் பேசியது.

புதிய நூல்கள் என்னும் ஒரு துண்டுப் பிரசுரம் இருந்தது. மரணமில்லாப் பெருவாழ்வு, மதங்களைக் கடந்த தெய்வீகம், மனிதம் என்னும் மாபெரும் மதம் ஆகிய நூல்களைப் பற்றிச் சிறு குறிப்புகள் இருந்தன.

வேலாயுதன் வந்து பிரபுவை உள்ளே அழைத்துச் சென்றான். சில அறைகளைத் தாண்டிச் சென்றார்கள். ஒவ்வொரு அறைக்கும் ஒரு யோகாசனத்தின் பெயர் வைக்கப்பட்டிருந்தது. ஓர் அறையின் முடிவில் இருந்த கதவைத் திறந்துகொண்டு இருவரும் உள்ளே நுழைந்தார்கள். அந்தக் கதவின் வாசலில் யோக முத்ரா என எழுதப்பட்டிருந்தது.

அந்த இடம் மிக வித்தியாசமாக இருந்தது. கிட்டத்தட்ட 200 பேர் அமரக்கூடிய அரங்கம் அது. நூறுக்கும் மேற்பட்டவர்கள்

அமர்ந்து மேடையில் இருப்பவரை உன்னிப்பாகக் கவனித்துக்கொண்டிருந்தார்கள். மெல்லிய இசை பின்னணியில் ஒலித்துக்கொண்டிருந்தது. ஊதுபத்தியின் நறுமணம் அறை எங்கும் நிரம்பியிருந்தது. விளக்குகள் வெளிர் நீல ஒளியை அறையெங்கும் இறைத்துக்கொண்டிருந்தன. அறையின் மறுகோடியில் ஒரு சிறிய மேடை. அதில் இளநீல வண்ணத்தில் ஜிப்பாவும் பைஜாமாவும் அணிந்த ஒரு சாமியார் உட்கார்ந்திருந்தார். அவர் உட்கார்ந்திருந்த விதமே அவர் யோகாசன நிபுணர் என்பதைக் காட்டியது. அவர் உரை நிகழ்த்திக்கொண்டிருந்தார்.

"சிந்தனை என்றால் என்ன? உண்மையில் நாம் சிந்திக்கிறோமா? நாம் சிந்திக்கும்போது என்ன நடக்கிறது? சில எண்ணங்கள் நம் மனதினூடே கடந்து செல்கின்றன. நாம் படித்த, கேட்ட எண்ணங்கள். இவற்றில் ஏதாவது புதிதாக இருக்கிறதா? நாம் சிந்திப்பதாக நினைத்துக்கொண்டிருக்கிறோமே அந்தச் சிந்தனையிலிருந்து புதிய உண்மைகள் நமக்குக் கிடைக்கின்றனவா? புதிய பயணங்கள் நமக்குச் சாத்தியமாகின்றனவா? நேற்றுவரை, போன நிமிடம்வரை இருந்ததுபோல் இப்போது நான் இல்லை என்று பிரக்ஞைபூர்வமாக உணரத்தக்க இடத்துக்குச் சிந்தனை நம்மை அழைத்துச் செல்கிறதா? நாம் சிந்திப்பதே இல்லை. எண்ணங்களை நினைவுபடுத்திக்கொள்கிறோம். எண்ணங்களை மூளையில் அடுக்கிக்கொள்கிறோம். அதுவும் சொந்த எண்ணங்கள் இல்லை. இரவல் எண்ணங்கள். வாய்ப்பாடுகளை மனப்பாடம் செய்வதைப் போல இது. ஸ்லோகங்களை மனப்பாடம் செய்வதைப் போல. கற்றுக்கொண்ட பாட்டைப் பாடுவதைப் போல.

"சிந்தனை என்பது என்ன? அது ஒரு புள்ளியிலிருந்து தொடங்கிப் பல்வேறு திசைகளை நோக்கி விரியும் பயணம். ஒரே நேரத்தில் நான்கு திசைகளில் கிளை பிரியும் பயணமாகவும் இருக்கலாம். ஒரே திசையில் ஊடுருவிச் செல்லும் பயணமாகவும் இருக்கலாம். வழியில் திசை மாறலாம். அடுத்த நொடி எங்கே செல்கிறோம் என்று யூகிக்க முடியாத பயணம். ஒவ்வோரு கணமும் புதிய அனுபவத்தைத் தரும் பயணம். ஒவ்வொரு கணமும் ஒரு கண்டுபிடிப்பாக மலரும் பயணம். இந்தப் பயணத்தைத் தொடரத் தொடர நீங்கள் புதிதாகப் பிறக்கிறீர்கள். உங்கள் பழைய ஆளுமை கடந்துபோன கணத்தில் கரைந்து இந்தக் கணத்தில் புதிதாகப் பிறப்பெடுக்கிறது. சிந்தனையின் சீரிய பயணத்தில் ஒவ்வொரு கணமும் ஒரு புதிய பிறவி. புதிய தரிசனம். இந்தப் பயணத்தில் வாழ்வு என்பது எப்போதும் புதிதாக, எப்போதும் புத்திளமை கொண்டதாக இருக்கிறது. இந்தப் பயணத்தை மேற்கொள்ள நீங்கள் பழைய சட்டையை உரிக்க வேண்டும்.

கற்றுக்கொண்டதையெல்லாம் துறக்கத் துணிய வேண்டும். தீர்மானிக்கப்பட்ட முடிவுகளைத் துறக்க வேண்டும். நீங்களும் நீங்கள் யோசிக்கும் விஷயமும் வானில் பறக்கும் ஒரு பறவையின் உடலோடு முயங்கும் வெளிபோல இடைவெளி இல்லாமல் கலக்க வேண்டும். இந்தக் கூடலில் உண்மைகள் உங்களுக்குத் தரிசனமாகும். உடலைச் சுத்தம் செய்ய ஆடைகளைக் களைந்து நீரில் மூழ்குவதுபோல ஆத்மாவைச் சுத்தம் செய்ய உங்கள் சித்தத்தின் விருத்திகள் என்னும் ஆடைகளைக் களையுங்கள். அடையாளங்கள் என்னும் ஆடைகளைக் களையுங்கள். எவ்வளவு உயர்ந்த அடையாளமாக இருந்தாலும் ஆன்மிகப் பெருவெளியில் அது சுமைதான். ஜாதி, இனம், மொழி, மதம், தேசம் என உங்களைப் பிளவுபடுத்தும் அடையாளங்கள் குறித்து எச்சரிக்கையாக இருங்கள். பிறப்போ இறப்போ அற்ற கடவுள் இவை எல்லாவற்றுக்கும் அப்பாற்பட்டவன். அடையாளங்களோடு அணுகினால் அவனை நெருங்க முடியாது.

"ஒவ்வொரு கணமும் புதிதாகப் பிறக்கும் பெரும் பேறு உங்களுக்கு வாய்த்திருக்கிறது. இந்தப் பேறு உங்களை வயதற்றவர்களாக ஆக்கும். மரணமற்றவர்களாக ஆக்கும். மரணம் என்பது பற்றிய உங்கள் அச்சம் விலகும். இந்தப் பயணத்தைத் தொடங்குங்கள். உடலிலிருந்து தொடங்கிப் புலன்கள், மனம், அறிவு, சித்தம் என ஆழ்ந்த அடுக்குகளுக்குச் செல்லுங்கள். மரணமில்லாப் பெருவாழ்வு உங்கள் வசம் இருப்பதை உணருங்கள்."

ஆசானிடமிருந்து கனமான குரலில் கீழ்ஸ்தாயியில் ஸ்லோகம் ஒலிக்க ஆரம்பித்தது.

"அசதோ மா ஸத் கமய
தமஸோ மா ஜ்யோதிர் கமய
ம்ருத்யோர் மா அம்ருதங் கமய
ஓம் சாந்தி சாந்தி சாந்திஹி"

அனைவரும் திருப்பிச் சொன்னார்கள்.

கூட்டத்தினர் இருந்த இடத்திலிருந்தே ஆசானை வணங்கி விட்டு ஒவ்வொருவராக வெளியேறினார்கள். அனைவர் முகங்களிலும் அசாத்தியமான திருப்தி. சிலர் கிட்டத்தட்ட பரவச நிலையை எட்டியவர்கள்போலக் காணப்பட்டனர். பிரபு ஸ்தம்பித்துப்போய் உட்கார்ந்திருந்தான். தன் கண்களையும் காதுகளையும் அவனால் நம்ப முடியவில்லை.

அனைவரும் கிளம்பிய பிறகு வேலாயுதன் பிரபுவை அழைத்துச் சென்றான்.

சாமியாரை அருகில் பார்த்ததும் என்ன செய்வதென்று தெரியவில்லை.

"வாங்க பிரபு சங்கர் யோகி ..." என்றார் சாமியார்.

பிரபு சாமியாரின் கண்களைப் பார்த்தான். அவரது கண்களும் பிரபுவின் கண்களைப் பார்த்தன. கண்களில் ஒரு சிரிப்புத் துள்ளியதுபோல் பிரபுவுக்குப் பட்டது.

"எப்படி இருக்கீங்க?"

பிரபு தலையாட்டினான். இப்படிப்பட்ட ஒரு சந்திப்புக் காகவா இத்தனை ஆண்டுகள் காத்திருந்தோம்?

பிரபு அருகில் இருந்த ஒரு வெளியீட்டைப் பார்த்தான். ராமாமிர்த யோகி என்று போட்டிருந்தது.

அவன் பார்வையைப் பின்தொடர்ந்த ராமாமிர்த யோகி புன்னகை புரிந்தார்.

"இது அமிர்த யோகம். அமிர்தம். வாழ்வு, நித்யம். மரணத்தை வெல்லும் யோகம் ..."

பிரபு பேசவில்லை. ராமாமிர்த யோகியை அணுகிய ஒருவர் அவர் காதில் பயபக்தியுடன் எதையோ சொன்னார். தாடியைத் தடவியபடியே அவர் புன்னகை செய்தார்.

"கொஞ்ச நேரம் கழிச்சு வரச் சொல்லு. முக்கியமான அதிதி வந்துருக்கார்" என்றார்.

"சொல்லுங்க, எப்படி இருக்கீங்க? ஆஸ்ரமத்துப் பணிகள் எல்லாம் எப்படிப் போயிட்ருக்கு?"

உறைந்து போயிருந்த பிரபு மெதுவாகத் தலையசைத்தான்.

"யோகி மௌன விரதம் இருக்கீங்களா?"

பிரபு இல்லை என்று பொருள்படத் தலையாட்டினான். ராமாமிர்த யோகி சிரித்தார்.

"ஏதோ சொல்ல நெனைக்கறீங்க. ஆனா சொல்ல மாட்டேங்கறீங்க ..." என்றார்.

"வாயடைச்சுப் போயிருக்கேன். என்னால நம்ப முடியல."

ராமாமிர்த யோகி மீண்டும் சிரித்தார். "புற உலகையும் எதிர்காலத்தையும் திறந்த மனசோட எதிர்கொண்டா அதிர்ச்சி

வராது. கண்ணால பாத்து காதால கேக்றதை நம்பலாமா வேணாமான்னு தோணாது. எதிர்பார்ப்புகளின் சுமை நம்மோட புரிந்துகொள்ளும் அறிவின் கதவை அழுத்திகிட்டு இருக்கு. அந்தக் கதவு மூடியிருக்கிற வரக்கும் கண்ணும் காதும் திறந்திருந்தாலும் பிரயோஜனம் இருக்காது."

தத்துவமா பொழியறானே என்று நினைத்தான் பிரபு.

"நெறய பேசணும்னு நெனச்சேன். இப்ப எதுவுமே பேச முடியல . . ."

"முடியும்போது பேசலாம். என்ன அவசரம்? நாம பேசிதான் இந்த உலகம் சுத்துதா என்ன?" ராமாமிர்த யோகி மீண்டும் சிரித்தார். "கேந்திரத்தை சுத்தி பாக்கறீங்களா?" என்றார்.

தன்னை அவன் மரியாதையுடன் பேசுவதே பிரபுவுக்கு வலித்தது. அதிக நேரம் இங்கே இருக்க முடியாது என்று நினைத்த பிரபு தலையசைத்தான். ராமாமிர்த யோகி வேலாயுதனைப் பார்த்தார். அவன் கையை வயிற்றின் மேல் வைத்து முன்புறம் வளைந்து கும்பிட்டான். இரண்டு அடி பின்புறமாக நடந்தவன் பிறகு திரும்பி நடந்தான். இரண்டு எட்டுக்கள் நடந்தவன் பிரபுவின் பக்கம் திரும்பி, "வாங்க..." என்றான் பணிவுடன். பிரபு கிளம்பினான். அப்போது ராமாமிர்த யோகி அவன் தோளில் கை வைத்து விடைகொடுத்தார். அந்த ஸ்பரிசத்தில் பழைய சினேகத்தைப் பிரபு உணர்ந்தான். அப்போது ராமாமிர்தத்தின் மீசையைத் தாண்டி அவரது புன்சிரிப்பும் தெரிந்தது. பழைய சிரிப்பின் சாயல் அதில் தென்பட்டது. அந்தக் கடிதத்தை அனுப்பும் முடிவு தன்னுடையது அல்ல என்று மட்டும் சொல்லிவிட வேண்டும் என்று தோன்றியது. ராமநாதனைத் திரும்பிப் பார்த்தான். அவன் தன்னை நோக்கிக் கும்பிடு போட்ட ஒருவரைப் பார்த்துக் கைகூப்பினான். பிறகு யாருடனோ பேச ஆரம்பித்தான். பிரபு வேலாயுதத்தின் பின்னால் நடந்தான்.

தியான மண்டபம், யோகாசன மண்டபம், பிரார்த்தனைக் கூடம், யோக சிகிச்சை கேந்திரம், நூலகம், வேதாந்த வகுப்பு, சமூகத் தொண்டு பயிற்சிக் கேந்திரம், கைத்தொழில் பயிற்சிக் கேந்திரம், கைவினைப் பொருள்கள் கண்காட்சி, சமைக்கும் அறை, உணவு அறை, இசைப் பயிற்சிக் கேந்திரம், கேந்திர அலுவலகம், சிசு கேந்திரம், உடற்பயிற்சிக் கேந்திரம் ஆகிய பிரிவுகளுக்கு அவனைக் கூட்டிச் சென்றான் வேலாயுதன். கேந்திர வளாகத்தினுள் ஒரு கோவிலும் இருந்தது.

சில விஷயங்கள் சாந்தி யோக ஆசிரமத்தைப் போல இருந்தாலும் பல விஷயங்கள் மாறுபட்டிருந்தன. ஒவ்வொன்றுக்கும்

தனியான ஆசிரியர் இருந்தார். சில இடங்களில் நடவடிக்கைகள் நிகழ்ந்துகொண்டிருந்தன. மைதானத்தின் ஓரத்தில் சில சைக்கிள்கள் நிறுத்தப்பட்டிருந்தன. பக்கத்தில் ஒரு புல்லட், இரண்டு பஜாஜ் பைக், ஒரு ஸ்கூட்டர், இரண்டு மொபெட்கள் நிறுத்தப்பட்டிருந்தன. புல்லட்டை யார் ஓட்டுவார் எனப் பிரபு கேட்டான். "நான் ஓட்டுவேன்" என்றான் வேலாயுதன்.

பல விதமான கேள்விகளும் குழப்பங்களும் பிரபுவின் மனதில் தோன்றின. இவற்றையெல்லாம் உருவாக்கிய நபருக்கும் இந்த ஏற்பாடுகளுக்கும் இடையே உள்ள உறவு என்ன? இதைச் செய்பவன் யார்? ஏன் செய்கிறான்? எப்படிச் செய்கிறான்? ராமநாதனின் அப்பா ஆசிரமத்துக்கு வந்து மூன்று வருஷங்கள் இருக்கலாம். காயத்ரியை சுசீந்திரத்தில் பார்த்துப் பேசி இரண்டு ஆண்டுகள் இருக்கலாம். அப்போது அவள் தனியாக அங்கே இருந்தாள். இப்போது இங்கே இருக்கிறாள். அப்படியானால் கிட்டத்தட்ட இரண்டு ஆண்டுகளில் இதெல்லாம் நடந்திருக்கலாம். இரண்டு ஆண்டுகள். இரண்டே ஆண்டுகள். பிரபுவுக்குப் பிரமிப்பு ஏற்பட்டது.

கேந்திரத்தில் நுழைந்தது முதல் ராமநாதனைப் பார்த்ததுவரை வாயடைத்துப்போயிருந்த பிரபுவின் மனதில் ராமநாதனிடம் பேச வேண்டிய விஷயங்கள், எண்ணங்கள் ஒருவாறாக உருப்பெற்றன. இத்தனை நாள் காத்திருப்பு வீண் போகாத அளவில் இன்றைய தருணத்தைப் பயன்படுத்தியாக வேண்டும் என்று முடிவு செய்தான். ராமாமிர்த யோகி ராமநாதனாகப் பேச ஆரம்பித்தால் எல்லாம் புரிந்துவிடும். அப்படிப் பேசவைப்பது எப்படி? ஸ்வாமிஜியைப் பற்றிப் பேசினால் நடக்குமா? காயத்ரியைப் பற்றி விசாரித்தால் நடக்குமா?

யோசனைகளுடன் பிரபு திரும்பினான். ராமாமிர்த யோகி கூடத்தில் இல்லை. வேலாயுதனிடம் ஸ்வாமிஜியைச் சந்திக்க வேண்டும் என்றான். கூடத்திலேயே இருக்கச் சொல்லிவிட்டு வேலாயுதன் எங்கோ சென்றுவிட்டு இரண்டு நிமிடங்களில் திரும்பினான். பிரார்த்தனை மண்டபத்தில் பக்தர்களுக்கு தரிசனம் தந்துகொண்டிருப்பதாகச் சொன்னான்.

"தரிசனம்னா?" என்றான் பிரபு.

"ஸ்வாமிஜியை பாக்க பல பேர் வருவாங்க. அவங்களை ஆசீர்வாதம் பண்ணி பூஜை செஞ்ச சந்தனாதிகளைக் கொடுப்பார். சிலருக்கு தியான லிங்கமும் கொடுப்பார். பூஜை செஞ்ச புஷ்பம், நைவேத்ய தீர்த்தம் எல்லாம் கொடுப்பார்.

அவங்க கேள்விகளுக்கு பதில் சொல்லுவார். பலரும் தங்களோட கஷ்டங்களைப் பத்திதான் சொல்லுவாங்க. அதுக்கு சுருக்கமா பதில் சொல்லுவார்" என்றான் வேலு.

"இது எத்தனை நேரம் நடக்கும்?"

"ஒரு மணி நேரம்கூட போகும்."

"அதுக்கப்புறம்?"

"யோகா கத்துத் தர்ரவங்களுக்கு ஸ்வாமிஜி டிரெயினிங் குடுப்பார். அது முடிஞ்சதும் லைப்ரரிக்கு போய் கதவை சாத்திப்பார். ராத்திரி சாப்பாட்டு நேரத்துக்குத்தான் வருவார்."

"தரிசனம் எங்கே நடக்கும்?"

"பிரார்த்தனை மண்டபத்தில்."

"அது எங்கே இருக்கு?"

"கிட்டதான்."

"போலாமா?"

வேலு தலையாட்டியபடியே முன்னால் சென்றான். பிரபு பின்தொடர்ந்தான்.

மண்டபத்தின் பக்கவாட்டு வாசலில் இருவரும் நின்றார்கள். உள்ளே வருமாறு வேலு அழைத்தான். பிரபு அங்கேயே நின்றான். 25, 30 பேர் வந்திருப்பார்கள். அவர்கள் முகங்களில் பயபக்தி தெரிந்தது. கிளம்பும்போதே மனத் திருப்தி ஏற்படுவதற்கான அறிகுறிகள் தென்பட்டன. அங்கிருந்தபடியே ராமநாதனைப் பார்த்தான். ஆசீர்வாதம் செய்யும் முறை, சந்தனம், புஷ்பம், தீர்த்தம் எடுத்துக் கொடுக்கும் விதம், பதில் சொல்லும் விதம், தலையசைப்பு, புன்னகை, கண்களை மூடுதல், தலையை வருடிக் கொடுத்தல் ஆகியவற்றைக் கவனித்தான்.

பிரபு நடக்க ஆரம்பித்தான். "ஹால்ல வெயிட் பண்றீங்களா?" என்று வேலு மெதுவாகக் கேட்டான்.

"நான் கௌம்பறேன்" என்றான் பிரபு.

"ஸ்வாமிஜியை மறுபடியும் பாக்கணும்னு சொன்னீங்களே?"

"டயமாயிடுத்து. இன்னொரு முறை வரேன்."

பயணம்

வேலாயுதன் வரவேற்பறைவரை உடன் வந்தான். வரவேற்பறையில் காயத்ரி அவனைப் பார்த்துச் சிரித்தாள். "பாத்துட்டேளா?" என்றாள். பிரபு தலையாட்டினான். விடைபெற்றுக்கொண்டு சாலையை நோக்கி நடக்க ஆரம்பித்தான். ராமநாதன் புஷ்பம் கொடுத்து ஆசீர்வாதம் செய்யும் காட்சி மனதை விட்டு அகல மறுத்தது. கேந்திரத்தில் பார்த்த பிற காட்சிகளும் மன அரங்கில் ஒவ்வொன்றாய் மறு உருவம் எடுத்தன.

மருத்துவமனை வாசலில் பேருந்து நிற்கும் என்று தெரிந்தாலும் அதைத் தாண்டி நடந்தான். சிறிது தூரம் சென்றதும் திடீரென்று குளிர் காற்று உடம்பில் பட்டது. அங்கே ஒரு ஏரி இருந்தது. அது செம்பரம்பாக்கம் ஏரி என்பதை அந்த வழியில் நடந்து சென்ற ஒருவரிடம் கேட்டுத் தெரிந்துகொண்டான்.

ஏரியையும் சாலையையும் பிரிக்கும் தடுப்புச் சுவர் அருகே நின்றான். காற்றின் வேகத்தால் ஏற்பட்ட சிற்றலைகளைப் பார்த்தான். சிறு அலைகள் உருவாவதும் சலனமடங்கி அமைதியாவதுமாக ஏரியின் மேற்பரப்பு இருந்தது. சலனமடைவதும் சலனமடங்குவதுமாக இருந்த அந்த நீர்ப்பரப்பையே பார்த்தபடி நின்றுகொண்டிருந்தான்.

காற்றின் குளிர்ச்சி அதிகரித்தது. மெல்ல இருள் சூழ ஆரம்பித்தது. பிரபு பேருந்து நிறுத்தம் நோக்கி நடக்க ஆரம்பித்தான்.

முற்றும்